जातिअंताचे समाजशास्त्र

प्रा. संजयकुमार कांबळे

डायमंड पब्लिकेशन्स

जातिअंताचे समाजशास्त्र
प्रा. संजयकुमार कांबळे

Jatiantache Samajshastra
Prof. Sanjaykumar Kamble

पहिली आवृत्ती : ऑगस्ट, २०१८

ISBN 978-93-86401-47-2

मुखपृष्ठ
शाम भालेकर

अक्षरजुळणी
संध्या कामत

प्रकाशक
डायमंड पब्लिकेशन्स
२६४/३ शनिवार पेठ, ३०२ अनुग्रह अपार्टमेंट
ओंकारेश्वर मंदिराजवळ, पुणे-४११ ०३०
☎ ०२०-२४४५२३८७, २४४६६६४२
info@diamondbookspune.com

प्रमुख वितरक
डायमंड बुक डेपो
६६१ नारायण पेठ, अप्पा बळवंत चौक
पुणे-४११ ०३० ☎ ०२०-२४४८०६७७

नामांतर लढा व दलित पँथरला
सविनय अर्पण!

मनोगत

प्रत्येक व्यक्तीला तिची ओळख आणि अस्मितेची भावना यांची जाणीव होण्यासाठी तिला ज्ञात असलेला इतिहास महत्त्वाची भूमिका बजावत असतो. वर्तमानातील व्यक्तित्वाचे आकलन होण्यामध्येदेखील इतिहासाच्या आकलनाचा मोठा वाटा असतो. व्यक्तीची स्वत:विषयीची कल्पना आणि तिची जीवनदृष्टी ही नेहमी गतकाळाबद्दलच्या ज्ञानामध्ये रुजलेली असते. त्यामुळे आपल्या आजच्या अस्मिता, ओळख, संस्कृती, विचार, मानस इत्यादींचे समर्थन करण्यासाठी इतिहासाचे विश्लेषणात्मक पुनर्लेखन वारंवार केले जाते. आधुनिक काळातील भारतात राष्ट्र, राष्ट्रप्रेम, राष्ट्रवाद यांसारख्या विचारांच्या आगमनानंतर अस्मितावादी इतिहासलेखनाला सुरुवात झालेली दिसते. स्वातंत्र्यपूर्वकाळात वासाहतिक साम्राज्यवादी परकीयांकडून व त्यास प्रतिक्रिया म्हणून एत्तदेशीय राष्ट्रवाद्यांकडून इतिहासलेखन झाले. साम्राज्यवादी गटातल्या इतिहासकारांनी भारतीय जनमानसात काही एकांगी, साचेबद्ध कल्पना, समज रुजवले. अतिप्राचीन काळापासून भारतीय समाज एकजिनसी होता. भारतीय समाज म्हणजे चातुर्वर्ण्य व्यवस्थेतील विभाजित समाज होय. भारतीय सांस्कृतिक विकासाच्या मुळाशी 'आर्य संस्कृती' आहे. प्राचीन भारतीय काळ 'हिंदू कालखंड', तर मध्ययुगीन काळ 'मुस्लीम कालखंड' अशी इतिहासाची कालविभागणी होते; इत्यादी समज उदाहरणादाखल सांगता येतील. आजही आपण कमी-अधिक प्रमाणात या कल्पनांच्या सावटाखालीच विचार करीत असतो. राष्ट्रवादी इतिहासकार आणि समाजशास्त्राचे अभ्यासक आणि संशोधक व त्याचसोबत मार्क्सवादी इतिहासकार यांनी इतिहासाची मांडणी करताना जाणता-अजाणता काही प्रमाणात याच समजुतींचा अंगीकार केला. त्यात प्राचीन भारताच्या इतिहासलेखनासाठी केवळ संस्कृत भाषेतील साहित्य हेच प्रमुख साधन आहे असे मानल्यामुळे भारताच्या बहुविध सांस्कृतिक वाटचालीचे वर्णन एकांगी झाले. संस्कृतीचे ब्राह्मण्यवादी रूप हेच एकमेव आदर्श आणि भारताचे सांस्कृतिक प्रतिनिधित्व करणारे आहे असे बिंबवणे त्यामुळे सोपे झाले. भारताच्या सामाजिक-सांस्कृतिक व त्याच बरोबर राजकीय इतिहासाचा गांभीर्याने

विचार केला तर लक्षात येते की, धर्मसंस्था व जातिव्यवस्था गतकालीन मानवी जीवनाच्या सर्व क्षेत्रांमध्ये प्रभावीपणे सक्रिय होत्या. भारतीय समाज - समुदायांतील सत्तासंबंध व त्याचबरोबर हे सत्तासंबंध अबाधित रहावेत यासाठी कालौघात बदलत गेलेले नियंत्रण-तंत्र याची उकल करण्याची दृष्टी अनेक इतिहास संशोधकांकडे नसते, कारण ते वरील साचेबद्ध कल्पनांच्या प्रभावाखाली असतात. याचा समाजशास्त्रावरदेखील प्रभाव आहे.

प्राचीन काळापासून भारतीय उपखंडात जातिव्यवस्थेच्या बाहेरील अनेक समाज समुदायांचा इतिहासही सरसकट चातुर्वर्ण्य चौकटीत बसवला गेला. यात त्यांचा खरा इतिहास पुसून टाकण्याचे प्रयत्न झाले. त्यामुळे ह्यांच्या अस्मिता समूळ नाहीशा झाल्या. उदाहरणार्थ, महाभारतामध्ये एक हजाराहून अधिक वेगवेगळ्या समाज - समुदायांचे उल्लेख आढळतात. हे समाज-समुदाय तथाकथित आर्य संस्कृतीच्या परिघाबाहेर होते. परंतु, नंतरच्या उत्तर-वैदिक साहित्यात असे आढळते की, जाती-जातींमधील संकरातून जन्माला आलेल्या प्रजेला महाभारतातील या समाज समुदायांची नावे देऊन नव्या जाती निर्माण करण्यात आल्या. आजच्या आदिवासी समुदायांप्रमाणेच या समुदायांचीदेखील आपापली संस्कृती व समाजरचना होत्या. पण आज नागरी समाजकेंद्रित विकासाच्या कल्पनेलाच मिळालेल्या महत्त्वामुळे या संस्कृतींचे वेगळेपण व त्यांचा इतिहास नाकारून त्यांना मागासलेले ठरवले जाते आणि त्यातील पर्यायी समाजरचनांकडे दुर्लक्ष होते. परिणामी इतिहासाच्या प्रवाहातूनदेखील त्यांच्या संस्कृतीचे अस्तित्व पुसले जाते. मुख्य प्रवाहाबाहेरच्या समाजरचनांचे अस्तित्व मान्य करून ऐतिहासिक समाजशास्त्रीय लेखन करण्याचे हे प्रारूप स्वीकारले, तर खऱ्या अर्थाने भारतीय बहुविध संस्कृतीच्या मुळांचा मागोवा घेता येईल.

प्राचीन काळापासून आजतागायत शारीरिक श्रमजीवीवर्ग केवळ दलित-शोषित जातींतून आणि आदिवासी जनजातींमधूनच का यावा याचे उत्तर आपल्या पूर्वग्रहदूषित ज्ञानव्यवहारांमध्ये व एकांगी इतिहासलेखन आणि समाजशास्त्रीय लेखनामध्ये सापडेल. जातिव्यवस्थेबरोबरच धर्माचाही अभ्यास महत्त्वाचा आहे. भारताच्या बहुविध संस्कृतीचा आविष्कार प्रत्येक कालखंडात आढळतो. प्राचीन काळात इ.स.पूर्व सहाव्या शतकात सनातनी वैदिक धर्माला आव्हान देण्यासाठी जैन, बौद्ध, आजीविक, चार्वाक यांसारखे तब्बल ६२ धर्मसंप्रदाय उदयाला आले. पुढे मध्ययुगात भक्तिचळवळ व त्या अनुषंगाने मानवता, भूतदया, समानता अशी समाज सुधारक तत्त्वे सर्वश्रुत आहेत; असे दिसते की. इतिहासाच्या ज्या ज्या टप्प्यावर तात्त्विक व्यवहाराच्या पातळीवर धर्मकारणात मोठ्या प्रमाणात वाद-प्रतिवाद व तर्कवितर्क होत होते, वैचारिक घुसळण होत होती, तेव्हा तेव्हा भारतीय समाजमानस त्याच्या उन्नत अवस्थेस पोहोचले. यावरून भारतीय

समाजातील राजकीय, सामाजिक, आर्थिक अशा कोणत्याही स्वरूपाच्या ऐतिहासिक समाजशास्त्रीय लेखनात धर्मकारण आणि जातिव्यवस्था यांच्या संदर्भातील आकलन आवश्यक ठरते हे स्पष्ट होते.

जसे प्रमुख प्रवाही भारतीय ऐतिहासिक समाजशास्त्रीय लेखन केवळ आर्य संस्कृतीकेंद्रीच केले गेले, तसेच ते लिंगभाव असमानता व पितृसत्ताक समजव्यवस्थेतही जखडले गेलेले आहे. आजच्या लिंगभावाधारित सत्तासंबंधांना पूरक अशी मांडणी करण्यात आली. गतकाळातील स्त्रीजीवन, स्त्रियांचे अनुभवविश्व व त्यांचा अवकाश यांची प्रमुख प्रवाही समाजशास्त्रीय आकलनामध्ये अनुपस्थिती जाणवते. सामाजिक शास्त्राच्या लेखनामध्ये स्त्रीजीवनाविषयीचे उल्लेख 'स्त्रीधर्म', 'स्त्री स्वभाव' व 'स्त्री व्यवहार' अशा लिंगभावदूषित संकल्पनांच्या भोवतीच फिरत असतात. कुटुंब आणि स्त्रिया, धर्म आणि स्त्रिया, वैराग्य आणि स्त्रिया, व्यापार-व्यवसाय आणि स्त्रिया, खासगी अवकाश आणि सार्वजनिक जीवन अशा अनेक दृष्टिकोनातून प्रत्येक स्त्रीजीवनाचा अभ्यास होणे आवश्यक आहे. स्त्रियांचे अनुभवविश्व जातिनिहाय व वर्गनिहाय बदलत जाते व त्यानुसार त्यांच्या शोषणाचे स्वरूप व तंत्र बदलत जाते. ऐतिहासिक समाजशास्त्रीय दृष्टिकोनांतून लिहिताना स्त्रियांच्या संदर्भातील अभ्यास वेगवेगळ्या स्वरूपात पाहणे आवश्यक आहे. सतिप्रथा, जोहार, पडदा प्रथा, अग्निपरीक्षा, शुद्धी व विटाळ, त्याचबरोबर विवाहसंस्था, अस्पृश्यता, गुलामगिरी अशा अनेक सामाजिक प्रथा, संस्था किंवा धारणा यांचा उलगडा होण्यासाठी व लिंगभावाधारित व्यक्तित्वाची जाण येण्यासाठी साचेबद्ध ज्ञाननिर्मितीला आव्हान देण्याची गरज आहे.

जातीच्या संदर्भातील विचार आणि वर्तणूक ही सामाजिक, राजकीय, आर्थिक दृष्टीने अभ्यासली पाहिजे. परंतु मानसशास्त्रीय स्वरूपाचे विश्लेषण यासंदर्भात अजूनपर्यंत झाले नाही. दलित चर्चाविश्वात जात्यंताची जशी हिरिरीने चर्चा होते तशी जातीच्या स्वरूपाची होत नाही; तर समाजशास्त्रात जातीच्या स्वरूपाची चर्चा होते पण जात्यंताची होत नाही. जात म्हणजे नेमके काय? हेच जर स्पष्ट नसेल तर आपण विध्वंस कशाचा करणार आहोत? जातीचे स्वरूप आपण गृहीत धरून चालू शकत नाही. जातीच्या स्वरूपाची नेमकी समज याच्याहीसाठी गरजेची आहे की, बदलत्या कालानुरूप जातीचे रूप बदलत राहिले आहे. भारतातील जाती भांडवलशाही औद्योगीकरणाने नष्ट होतील हे मार्क्सचे भाकीत खोटे ठरले असे म्हणतात. मार्क्सने पाहिलेली जात जी कर्मकांडांवर (Ritual Status) आधारित होती ती आज अस्तित्वात नाही. परंतु जातीने आजच्या जागतिकीकरणाच्या काळात स्वत:ला लोकांच्या ओळखीशी (Identity) आणि प्रतिष्ठेशी (Status) जोडून स्वत:चे अस्तित्व आणि प्रभाव कायम ठेवला आहे. जातीचे हे बदललेले स्वरूप अगदी समाजशास्त्रालाही गुंगारा देत आहे.

जात अधिक ठळक आणि क्लिष्ट झालेली आहे, असे स्पष्ट दिसत असताना अनेक समाजशास्त्रीय परिमाणे मात्र 'जात' आता लुप्त होत आहे असे दाखवत आहेत. जातीची मानसशास्त्रीय आणि समाजशास्त्रीय समज विकसित करणे म्हणून जात्यंताच्या दृष्टीने अतिशय महत्त्वाचे आहे.

जातीच्या स्वरूपासंबंधी आपल्याकडे पूर्वी जात 'भौतिक' की 'मानसिक' अशा स्वरूपाचा वाद झालेला आहे, शरद पाटलांच्या मार्क्सवाद : 'फुले-आंबेडकरवाद' या ग्रंथात हा वाद सविस्तर आला आहे, शरद पाटील त्या वादात जातीच्या संरचनात्मक बाजूवर भर देत होते तर बाकी जात कशी मानसिक आहे हे ठसवत होते. त्या वादाची पडसाद म्हणून काही गैरसमज होण्याची शक्यता आहे. जातीची मानसिकता जातीच्या संरचनेशिवाय अस्तित्वात असू शकत नाही. याशिवाय, संचनात्मक आणि मानसशास्त्रीय अशा जातीच्या आणि त्या आधारे घडणाऱ्या विचार आणि वर्तणुकीच्या दोन वेगवेगळ्या बाजू आहेत असा समज होण्याची शक्यता नाकारता येत नाही. म्हणून, संरचनात्मक आणि मानसशास्त्रीय हा भेद केवळ सोयीसाठी केलेला आहे. असा भेद प्रत्यक्षात अस्तित्वात नाही, कारण कोणतीही मानसिक प्रक्रिया अर्थात आपला विचार, भावना, निर्णय आपले सर्व बोधन (cognition) काही निर्वातात (vaccum) घडत नाही. ज्या सामाजिक वातावरणात आपण राहत असतो ते वातावरण आपल्या मानसिक प्रक्रियेवर प्रभाव टाकत असते आणि त्याचबरोबर आपल्या मानसिक प्रक्रियाही आपला सामाजिक अवकाश घडवत असतात. आपले एकूणच जगणे असे संरचनात्मक आणि मानसशास्त्रीय बाजूंच्या आंतरक्रियेने बनते. जात ही या अर्थाने भौतिक आणि मानसिकही आहे (जोगदंड यशपाल, 'जातीय अत्याचार आणि मूलतत्त्ववादी मानसिकता', 'पुन्हा झोत-ब्राह्मण्यवाद प्रणीत हिंदू सांस्कृतिक राष्ट्रवाद', 'अन्विक्षण' वर्ष - ६ अंक - २ ऑक्टोबर - डिसेंबर २०१५)

आधुनिक भारताच्या जडणघडणीमध्ये जातिव्यवस्था विरोधाचा अजेंडा हा सदैव महत्त्वपूर्ण संदर्भ म्हणून राहिला आहे. अस्पृश्यता निवारण, जातिभेद विरोध आणि जातिव्यवस्थेचा अंत अशा टप्प्यांमधून जातिव्यवस्था निर्मूलनाचा विचार विकसित होत गेला. शूद्रातिशूद्रांना शिक्षण, अस्पृश्य समजल्या गेलेल्यांसमवेत सहभोजन, मंदिरप्रवेश, सार्वजनिक ठिकाणी मुक्त प्रवेश यांसारख्या सुधारणावादी कार्यक्रमांपासून ते मनुस्मृतींचे दहन, आंतरजातीय विवाह आणि धर्मांतरापर्यंतचे जहाल लढाऊ कृतिकार्यक्रम जोमाने राबविले गेले. स्वातंत्र्यानंतर भारतीय घटनेने अस्पृश्यतेचे कायद्याचे उच्चाटन केले; तर भांडवलशाही उत्पादन व्यवस्थेने जातिव्यवस्थेला हादरे देऊन तिचा भौतिक पाया खिळखिळा केला. शिवाय, आगरकर, पेरियार, फुले-शाहू, वि.रा. शिंदे, आंबेडकर, म.गांधी, साने गुरुजी, लोहिया ते डॉ. बाबा आढाव आणि

कॉ. शरद पाटील, कॉ. भारत पाटणकर, कॉ. डॉ. गेल ऑम्व्हेट, डॉ. रावसाहेब कसबे यांच्यापर्यंतच्या समाजचिंतकांनी जातिव्यवस्थेच्या विरोधात मोठी जनजागृती केली. या साऱ्या खटाटोपाची फलश्रुती काय दिसते? जातिभेद पूर्णत: नष्ट झाला का? तसे मानावे तर आरक्षणाच्या विरोधात तीव्र प्रतिक्रिया का उमटतात? खैरलांजी प्रकरण का घडते? दलित वस्त्या व स्त्रियांवर हल्ले का होतात? माणसाचा माणूस म्हणून जातिनिरपेक्ष विचार व स्वीकार दैनंदिन जीवनात का करता येत नाही? स्वतंत्र भारतात भारतीयांची जातनिरपेक्ष 'नागरिक' म्हणून ओळख का रुजत नाही? जातिभेदाच्या व जातिजन्य अन्यायाच्या अविवेकावर विवेकाने मात का करता येत नाही, हे सारे प्रश्न आपल्याला अस्वस्थ करतील, क्वचित छळतील आणि मनोमन उद्ध्वस्तही करतील.

दुसऱ्या बाजूने पाहता, काही बिंडोक अपवाद वगळता जातिजन्य विषमतेचे उघड समर्थन करण्यास आज कोणीही धजणार नाही, जातिभेद अन्यायकारक आहेत व ते संपलेच पाहिजेत, याविषयी व्यापक सहमती निर्माण झाली आहे. जातिव्यवस्थेचे बळी ठरलेल्या जातिसमूहांना आत्मभान आले. त्यांचे कमी–अधिक सक्षमीकरण झाले. त्या त्या प्रमाणात त्यांनी जातिभेद निर्मूलनाच्या संबंधात आग्रही भूमिका घेतली. मनुवादाच्या वर्चस्वास यशस्वी आव्हान दिले. सवर्ण जातींच्या वर्णश्रेष्ठत्वाच्या अहंकाराची नांगी ठेचून काढली.

पण जातिनिर्मूलनाच्या आजवर झालेल्या प्रयत्नांमुळे जातिनिर्मूलन झाले की नाही याचे उत्तर 'हो' किंवा 'नाही' इतक्या सरधोपटपणे देऊन चालणार नाही. जातिअंताच्या ध्येयाला बांधून घेतलेल्या सर्वांनीच एक व्यापक भूमिका वारंवार स्पष्ट करण्याची आवश्यकता आहे. ती भूमिका अशी : जातिव्यवस्थेच्या निर्मूलनाची सुरू झालेली प्रक्रिया जोवर जातमुक्त समाजाच्या स्थापनेपर्यंत जात नाही तोवर जातिनिर्मूलनाचे प्रयत्न आणि त्यासंबंधीचे विचारमंथन व लढे होतच राहणार ते अधिक निकोप व परिणामकारक होण्यासाठी प्रत्येक टप्प्यावर नव्या कृतिकार्यक्रमांचा सर्वांगीण विचार केला पाहिजे.

आधुनिकीकरण ज्या सामाजिक स्तरांत आणि भागात पोहोचले तेथे त्या प्रमाणात जातिव्यवस्थेची जातनिहाय वस्त्या, जातनिहाय व्यवसाय अशी काही वैशिष्ट्ये शिथिल होत गेली. काही संदर्भात ती नष्टही झाली. आधुनिकीकरण जिथे पोहोचले नाही तिथे जातिव्यवस्था वरील वैशिष्ट्यांसह कमी–अधिक प्रमाणात आजही कार्यरत आहे. भांडवलशाही उत्पादन व्यवस्थेने आणि आधुनिक राज्यसंस्थेने रोटीबंदी, स्पर्शबंदी यावर निर्णायक मात केली. मात्र, उदारमतवादी भांडवलशाही लोकशाहीने मानवी जीवनाचे 'खासगी' आणि 'सार्वजनिक' असे विभाजन केले. इतकेच नव्हे तर 'खासगी बाब' हे एक मूल्य म्हणूनही स्वीकारले.

भांडवलशाही उत्पादन व्यवस्थेने जातनिहाय वस्त्या आणि जातनिहाय व्यवसाय यांची धर्मशास्त्रीय मान्यता नेस्तनाबूत केली खरी, पण जातिव्यवस्थेची ही वैशिष्ट्ये दृढ करण्यास मागील दाराने तिने हातभारही लावला. गृहनिर्माण संस्था निर्माण करताना 'आपल्या' माणसांची संख्या कशी जास्तीतजास्त टिकविता येईल याबाबत बिल्डर – प्रमोर्टस ते इस्टेट एजंट सर्वच जागरूक असतात. व्यवसायाची मालकी, उत्पादन व्यवहार आणि बाजारपेठ आपल्या माणसांच्या हाती कशी राहिल याचीही काळजी भांडवलशाही घेतच असते. परिणामत: वर्गीय आणि जातीय हितसंबंधांची एकवाक्यता भांडवलशाही बेमालुमपणे साधत असते.

१९८० च्या दशकानंतर जातिअंताच्या लढ्यांची, प्रयत्नांची, प्रयोगांची आणि चळवळींची अवस्था काय दिसते? मंडलोत्तर भारतीय राजकारणाने मागासवर्गीय समूहांच्या राजकीय सक्षमीकरणावर विशेष भर दिला आणि जातिअंताचे राजकीय लढे फुटकळ होऊन जातीसक्षमीकरणाचे ध्येय ठळक झाले. राजकारणात जातिसंघटना व जाती आधारित विकास आघाड्यांची सौदाशक्ती वाढली. त्यांना निवडणूकीच्या व विकासाच्या राजकारणात निर्णायक भूमिका प्राप्त झाली.

जातिअंतासाठीचे म्हणून जे लढे वा संघर्ष, या काळात उभे राहिले ते मुख्यत्वे प्रतीकात्मक मूल्ये व कार्यक्रमापलीकडे गेले नाहीत. नामांतराच्या लढ्यापासून ते राजस्थानमधील उच्च न्यायालयाच्या आवारातील मनूचा पुतळा हटविण्याच्या लढ्यापर्यंतचे संघर्ष हे प्राय: प्रतीकात्मक राहिले.

नव्या भांडवली अर्थकारणाने प्रत्येक जातीत उदयास आलेला नवा मध्यमवर्ग जातकेंद्री राजकारणाचे नेतृत्व करू लागला. या वर्गाचे ना आपापल्या जाती समूहाशी काही नाते होते, ना तो त्यासाठी काही त्याग करायला वा सोसायला जोखीम पत्करायला तयार होता. त्याचे आपापल्या जात समूहाशी असलेले नाते हे 'ओळखी'च्या पातळीवर होते, ती 'ओळख'च तो राजकारणात 'इनकॅश' करण्यामध्ये धन्यता मानू लागला. खरा दलित – बहुजन वर्ग हा निर्णायक बनला.

हा वर्ग निर्णायक बनला तरी तो आता जागृत व आत्मभान असलेला आहे. साहजिकच जातिजन्य अन्यायाच्या विरोधात तो उत्स्फूर्त प्रतिक्रिया देतो, पण अशा उत्स्फूर्त प्रतिक्रियांनाच आपलेसे करीत विद्यमान नवभांडवली दलित–बहुजन नेतृत्व जातिअंताच्या आपापल्या चळवळी (!) चालवण्यात धन्यता मानत आहे. खैरलांजी प्रकरणातील दलित जनतेचा राज्यभर झालेला उद्रेक आणि दलित नेतृत्व व संघटनांनी घेतलेली 'सॉफ्ट लाईन' यातील विरोधाभास खूप बोलका आहे. अशा परिस्थितीत जातनिर्मूलनाची चळवळ तर सोडाच; पण निम्न जातींवरील अन्यायाच्या प्रतिकारार्थ परिणामकारक पावले उचलणेही जिकिरीचे होऊन बसले आहे.

जातिप्रश्नापासून आणि जातिअंताच्या संघर्षापासून दूर गेलेला, इतकेच नव्हे तर संवेदनाशून्य झालेला सवर्ण वर्ग ही जातिअंताच्या लढ्यापुढील मोठीच समस्या आहे. स्वातंत्र्यपूर्वकाळात आणि अगदी १९७० च्या दशकापर्यंत सवर्ण वर्ग जातिप्रश्नाच्या बाबतीत संवेदनशील आणि क्रियाशील होता, तो नव्वदीच्या दशकापासून जातिप्रश्नाच्या बाबतीत एकतर अंगचोरपणा करतो किंवा उदासीन बनतो किंवा प्रतिगामी भूमिका घेतो, हेत्वारोप आणि शेरेबाजीच्या पलीकडे जाऊन असे का घडते याचा विचार करायला हवा.

या मध्यम जातींतील नवमध्यमवर्गास जातींचे राजकीयीकरण करून सत्ता संपादन करण्यात अधिक रस होता. त्यामुळे प्रत्येक जातींचे परजातीच्या संदर्भात असलेले स्थान व वाट्यास येणारा अन्याय व शोषण याबाबत जागृती झाली; पण प्रत्येक जातीच्या अंतर्गत होणारे स्वजातीयांनीच केलेले शोषण, दमन याबद्दल मात्र मौनच पाळले गेले. यातून बाहेर पडण्यासाठी जातींचे लोकशाहीकरण व्हायला हवे. जातींच्या राजकीयीकरणांमुळे फार तर जातीसमूहांचे 'मोबिलायझेशन' होऊ शकते. व्यवस्थेच्या लोकशाहीकरणासाठी ते आवश्यकही असते; पण, जात-जाणिवेतून मुक्त होण्यासाठी किंवा जातमुक्त समाजनिर्मितीसाठी ते पुरेसे नाही. तेव्हा जातींच्या राजकीयीकरणाबरोबरच जातींचे लोकशाहीकरण कसे करायचे, हा खरा प्रश्न आहे. उत्तर औद्योगिक भांडवलशाही ही औद्योगिक भांडवलशाहीच्या तुलनेत उत्पादन आणि गुंतवणूक या दोन्ही बाबतीत भिन्न प्रकारे कार्य करते. ती श्रमप्राधान्यावर आधारलेली नाही तर तंत्र आणि वित्तप्राधान्यावर उभी आहे. याचा अर्थ असा की, वस्तूंच्या उत्पादनासाठी शाश्वत श्रमशक्तीचा पुरवठा व्हावा, या औद्योगिक भांडवलशाहीच्या गरजेला ती नाकारते. 'उत्पादनाऐवजी गुंतवणुकीचे भांडवल' हे तिच्या भांडवलाच्या गतीशिलतेचे वैशिष्ट्य आहे. प्रत्यक्ष उत्पादनातून होणाऱ्या नफ्यापेक्षा सट्टेबाजीतून पैसा कमविण्याकडे ओढा आहे. उद्योजक भांडवलदारवर्गाचा उदय प्रामुख्याने बनिया व्यापारी जातीतून झाला. जातिव्यवस्था त्यास उत्पादन व्यापारावर जातीय मक्तेदारीची सत्ता देत असल्यामुळे त्याने गृहबाजारपेठ विस्तारण्याच्या धोरणांना पाठिंबा दिला नाही.

ब्राह्मणी उच्च जातीतून नवा मध्यमवर्ग उदयास आला. युरोपियन मध्यमवर्गाचे हितसंबंध प्रबोधन चळवळ, धर्म सुधारणा चळवळ, विज्ञानवाद यांच्या विकासात होते. जातीय हितसंबंधाला बाधा येऊ नये म्हणून भारतीय मध्यमवर्गाने या चळवळींना सामर्थ्यशाली होण्यापासून रोखून धरले. काँग्रेस पक्ष महाराष्ट्रात वरचढ शेतकरी जातीच्या नेतृत्वाखाली प्रभावी पक्ष म्हणून पुढे आला; तर संघ भाजपाने धर्मांधतेवर आधारित जनचळवळी उभारून भारतीय राजकीय प्रक्रियेवर वर्चस्व स्थापून सत्ता सामर्थ्य हस्तगत

केले. नागरी समाजातील धर्म, इतिहास, संस्कृती, साहित्य, तत्त्वज्ञान यांची जात-वर्ग पुरुषसत्ता अंतक परिप्रेक्ष्यातून पुनर्मांडणी करण्याचे आव्हान नव्या मध्यमवर्गाने स्वीकारले नाही. परिणामी ब्राह्मणी संस्कृतीचा प्रभाव कायम राहिला. डाव्या पक्ष संघटनांना आणि समाज परिवर्तक चळवळी यांना धार्मिक वा दंडुकेशाहीच्या दहशतीखाली राहावे, अशी राजकीय स्थिती त्यातून उभी राहिली.

व्यापक जातीस्त्रीदास्यअंतक प्रबोधन संघर्षाची जोड आपल्या चळवळींना डाव्या पक्ष संघटनांनी दिली नाही. त्याचे व्यापक दुष्परिणाम समाज परिवर्तक पक्ष संघटना आणि त्याद्वारे समर्पित चळवळींवर झाले. शेतकरी कामगार पक्षाने मार्क्सवाद आणि सत्यशोधकांचा जातीविरोधी वारसा यांच्या समन्वयाचा दावा केला होता; परंतु, त्यावर आधारित विचारप्रणाली आणि कार्यक्रमपत्रिका साकार केली नाही. परिणामी संसदीय राजकारणाच्या गरजेपोटी त्यांचे रूपांतर प्रामुख्याने आगरी जातीय अभिजनांच्या पक्षात झाले आणि शिवसेनेसारख्या पक्षाशी राजकीय आघाडी करून त्याने स्वत:चे प्रस्थापितीकरण पूर्ण केले.

महाराष्ट्रात ओबीसी अस्मितेचे स्थित्यंतर अ-ब्राह्मणी जातीविरोधी आशयात झाले नाही. परिणामी ओबीसी सामाजिकदृष्ट्या दलित जातींच्या संदर्भात स्वत:ला उच्च समजतात आणि राजकीय सामंजस्याच्या अभावात दलितांना सामाजिक-आर्थिक व्यवहारात दुय्यम स्थान देतात. या विषम वर्तनाचा निरास जात अस्मिता - सीमित राजकारणाद्वारे होणे शक्य नव्हते. थोडक्यात, उच्च जातवर्गाच्या वर्चस्वाच्या राजकारणाविरोधात असलेल्या संघर्षाला सांस्कृतिक प्रबोधनाची जोड देण्यापासून ओबीसीमधील श्रेष्ठी दूर राहिले. ओबीसीमधील धर्मांधता पेटवून त्यांचा मुस्लीम आणि दलितविरोधी वापर करण्याचे भाजप-काँग्रेसवादी पक्षांचे सुप्तसामर्थ्य अबाधित राहिले. (सत्यशोधक एल्गार, मार्च-एप्रिल २०१०, पृ. ६)

आज समाजातील 'आहे रे' वर्गातील संघटनांना नवीन बळ प्राप्त झालेले आहे. यातील कित्येक संघटनांची उभारणी धर्म व जातींच्या पायांवर झालेली आहे. दलितांच्या संघर्षाला जाती, आर्थिक हितसंबंध यांच्या पायावरच उत्तर दिले जात आहे. दलितांना सरकारी नोकरीत मिळणाऱ्या राखीव जागा व शैक्षणिक सवलती यांविरुद्ध आग ओकली जात आहे. नागरी हक्क कायद्याचा आणि अत्याचार प्रतिबंधक कायद्याचा वापर करून दलित मंडळी सवर्णांना छळतात, खोट्या केसेस करतात, या आवईला प्रत्यक्ष पाहणीत आधार सापडत नाही. या देशातील दलितांच्या जवळ समाजाचा गाडा अडवून धरून आपले प्रश्न सोडवून घेण्याची कोणतीही शक्ती नाही. एकजूट नसल्याने मतपेटीवरही पाहिजे तेवढा वचक निर्माण करता येत नाही. दलित संघटनांना एकजूट टिकवणेही अवघड जाते. त्यांचे प्रश्न केवळ सामाजिक नसतात.

सत्ता, संपत्ती, प्रतिष्ठा या तिन्हींपासून वंचित असलेल्या या वर्गाची कोंडी तशी विलक्षण आहे. देशात सामाजिक-आर्थिक पायांवर समतेचे आंदोलन उभे राहिले तरच दलितांना न्याय मिळण्याची शक्यता आहे. असे आंदोलन केवळ दलितांनी करून भागणार नाही. त्यासाठी दलित-दलितेत्तरांना एकत्र यावे लागेल.

विषमतेचा ऐहिक व आध्यात्मिक संस्कार पदोपदी होणारी इथली समाजव्यवस्था समताधिष्ठित समाज कशी निर्माण करणार? हा प्रश्न आहे. व्यक्तीजीवन क्रांतीप्रवण बनवायचे असल्यास तशा प्रेरणा नैतिक पातळीवर निर्माण कराव्या लागतात. समतेची प्रेरणा 'नैतिक' बनविण्यात पुरोगामी विचारवंतांना अद्याप यश लाभलेले नाही. स्वातंत्र्य, समता, धर्मनिरपेक्षता, विज्ञान इत्यादी आधुनिक मूल्यांना इथल्या जात, धर्म, वर्ग, पितृसत्ताक व्यवस्थेने अद्याप मान्यता दिलेली नाही. सर्वहारा वर्गानेही त्याचा मनोमन स्वीकार केलेला नाही. विज्ञानातील प्रगती, औद्योगिकीकरण यांच्यामुळे विचारांची प्रक्रिया आपोआप सुरू होईल अशी इथल्या पुरोगामी विचारवंतांची धारणा होती. 'धर्म ही अफुची गोळी आहे' असे मानणाऱ्यांच्या विचारशक्तीवरच या गोळीचा परिणाम जास्त झाला असावा. वर्ग व जात एकच असल्याचे प्रमेय अनुभवांती चुकीचे ठरले आहे. परंतु, हे वास्तव मान्य करण्याची या विचारवंतांची अद्यापही तयारी नाही.

भारतीय समाजात विविध प्रकारचे ताणतणाव जाणवतात. धार्मिक, भाषिक, प्रांतीय यांच्याबरोबरच उच्च जाती विरुद्ध कनिष्ठ जाती, शहर विरुद्ध खेडे, संघटित वर्ग विरुद्ध असंघटित वर्ग, छोटे उद्योग विरुद्ध मोठे उद्योग असे विविध संघर्ष उभे राहताना दिसतात. परंतु, कोणताही संघर्ष मूलगामी स्वरूप धारण करत नाही. त्याने क्रांतिकारकत्वच गिळून टाकले जाते. इथल्या मानवी जीवनाची ही अवस्था आहे. आर्थिक-सामाजिक विषमतेला मानवी मनात जोपर्यंत नैतिक पातळीवर समर्थन मिळत राहील तोपर्यंत इथली समतेची लढाई यशस्वी होणार नाही. जुन्या विषमतावादी मूल्यांवर हा नैतिक पाया उभारलेला आहे. त्याची चौकट धर्म, जाती, अस्पृश्यता, स्त्री-पुरुष भेद, श्रमाला अप्रतिष्ठा या रूपाने रोज जाणवते. कर्मविपाकावर आधारलेला पुनर्जन्म, मोक्ष, पूर्वजन्म या चक्रातून माणसाला मुक्त करावे लागणार आहे. त्यासाठी मूल्यव्यवस्था बदलावी लागेल, त्या बदलाचे तात्त्विक दर्शन जनसामान्यांपर्यंत घडवावे लागणार आहे. सुदैवाने आधुनिक मूल्ये ही सार्वभौम तर आहेत, तसेच ती सत्यावर आधारलेली आहेत. मानवी जीवनातल्या सत्याच्या शोधाशी या मूल्यांचे वैचारिक नाते जमवून द्यावे लागणार आहे.

आज मराठी वाचकांची संख्या रोडावल्यासारखी दिसत आहे. या भाषेत उपलब्ध असलेल्या अत्यंत संपन्न साहित्याचा आस्वाद पुस्तकरूपाने घेणाऱ्यांची संख्या कमी झाल्यासारखी दिसते; याची अनेक कारणे आहेत- इंटरनेट, इंग्रजीचा

वाढता वापर इत्यादी वाचक कमी झाल्याने नवे लेखक निर्माण होण्यात अडथळा येत आहे. अनेक वाचक असे आहेत की इच्छा असूनदेखील केवळ चांगली पुस्तके माहीत नसल्यामुळे ते आपला छंद जोपासू शकत नाहीत. साहित्य ही अशी कला आहे की जी जीवनापासून विन्मुख असू शकत नाही. सभोवतालचे जीवन हेच तिचे आशयद्रव्य आहे.

व्यक्तीचे मानस अनेक निरनिराळ्या गोष्टींनी घडलेले असते. त्यामध्ये या व्यक्तीची जैविक संरचना, तिचे बालपणीचे संस्कार, तिच्या वाचनाच्या माध्यमातून झालेला साहित्यिक संस्कार, तिला जीवनाचा आलेला विविधांगी अनुभव आणि त्यातून निरंतर विकसत राहिलेली व्यक्तिमत्त्वे, या सगळ्यांचा समावेश होतो. या सगळ्या घुसळणीतून जीवनाबद्दलचा, समाजाबद्दलचा जो अनुभव त्या व्यक्तीला येतो तो ती आपल्या साहित्यामधून प्रकट करीत असते. प्रस्तुत पुस्तकात डॉ. बाबासाहेब आंबेडकर आणि डॉ. जी. एस. घुर्ये यांच्या जातीविषयक विचारांची तुलना केली आहे. विचारसरणी आणि दृष्टिकोन या ठिकाणी महत्त्वाचे आहेत. आजच्या काळात या पद्धतीच्या अभ्यासाची आवश्यकता वाटल्यामुळे आणि जाती अंताचा प्रश्न सोडविण्याच्या दिशेने समाजशास्त्र घेऊन जाण्यासाठी हे संशोधन केले आहे.

ग्रामीण साहित्य जातियव्यवस्थेबद्दल बोलत नाही, इतकेच नव्हे तर या दोन्ही साहित्याच्या प्रेरणाच भिन्न आहेत. त्यामुळे ग्रामीण साहित्यापेक्षा दलित साहित्य वेगळे ठरते, अशी दलित लेखकांची भूमिका आहे. प्राचीन, अर्वाचीन आणि समकालीन मराठी साहित्यांमध्ये दलितांचे वास्तव चित्रण झालेले नाही. प्रस्तुत पुस्तकातून जातिअंतातून प्रत्येक मानवाला स्वातंत्र्य, सहज प्रतिष्ठा आणि भीतीशून्य सुरक्षितता मिळाली पाहिजे, अशा भूमिकेतून निर्माण झालेली मांडणी आहे.

हिंदू धर्मव्यवस्थेने दलितांची सावली, स्पर्श आणि वाणी अस्पृश्य ठरवलेली आहे. जन्मतःच माणसाला 'अस्पृश्य' व 'गुन्हेगार' लेखलेले आहे. दलितांनी संपत्ती जमा करू नये, त्यांनी गावाबाहेर राहावे, गाढवे व कुत्री ही त्यांची संपत्ती आहे. त्यांना सोन्याचे दागदागिने वापरता येणार नाहीत, इतकेच नव्हे तर त्यांनी मातीच्या भांड्यातून अन्नग्रहण करावे, कपडे म्हणून कफन परिधान करावे, आपली नावे अमंगल व अभद्र ठेवावी, असे आदेश हिंदू धर्मग्रंथांतून लिहून ठेवलेले आहेत.

आजचे साहित्य वास्तव आणि वैश्विक भान

लेखकांमध्ये वर्ग पडलेले आहेत. उच्चभ्रू साहित्यिक अधिक आहेत. मध्यम साहित्यिक कमी आले आहेत आणि बाकीच्या वर्गातून जबरदस्त फोर्स (ऊर्जा) असणारे वाङ्मय निर्माण होते आहे. नव्या संस्कृतीचे प्रतिबिंब सध्याच्या साहित्यात दिसते, पण भोवतालचे वास्तव थेटपणे टिपत नाहीत. जागतिक स्तरावरचे अर्थकारण,

राजकारण आदींचे परिणाम नोंदले जात नाहीत. या पिढीचे लक्ष अधिकांश कॉम्प्युटर, मोबाईल, सोशल मीडिया, अमेरिकन लाइफ स्टाइलकडे असते. त्यामुळे आपले खाणे-पिणे, भाषा यातही फरक पडलेला आहे. त्यामुळे जीवनशैली बदलते आहे; पण मध्यमवर्गीय आत्ममग्नता अजूनकाही सुटलेली नाही. फक्त त्यात अधिक मोकळेपणा येतो आहे. आत्मपरीक्षण करण्याची वृत्ती दिसते आहे. संवेदनशीलता कमी पडते आहे. जगभरातली अस्थिर परिस्थिती, स्थलांतर, वाढती युद्धखोरी या गोष्टींचे प्रतिबिंब लिखाणात पडलेले दिसत नाही.

साठ-सत्तरीच्या दशकांतील साहित्यांपैकी नारायण सुर्वे, नामदेव ढसाळ यांच्या लिखाणाचा आवाका प्रचंड होता. त्यांना जे वास्तव आणि वैश्विक भान होते, ते इतर मध्यमवर्गीय लेखकांना नव्हते. बाबुराव बागूल, वामन ओव्हाळ यांच्या कथा श्रेष्ठ आहेत. नव्या पिढीत जयंत पवार यांच्या लेखनाला वास्तव आणि वैश्विक भान दिसते. दलित आणि स्त्रिया अधिकाधिक लेखनाकडे वळत आहेत; पण आज 'मला हवे ते मी मिळवणारचं' ही भावना प्रबळ होताना दिसते आहे. हा चंगळवाद आणि 'मी' पणात गुरफटलेली वृत्ती लिखाणाला पोषक नाही. सामाजिक भान असेल तरच ते साहित्य त्या काळाचा पट उलगडू शकते.

कोणताही साहित्य प्रकार घेतला तरी त्यातले अनुभव हे कुठून घेतलेले आहेत, तर ते विचारांमधून, रचनांमधून आणि अनुभवांमधून; हे अनुभव लेखकाने पाहिलेले, ऐकलेले, स्वत: काही सोसलेले असतील, इतरांनी सोसलेले, पाहिलेले असतील, तर तो अनुभव लेखक किती कल्पू शकतो आणि कोणत्या प्रकारे ते मांडू शकतो, यावर बऱ्याचशा गोष्टी अवलंबून असतात. त्यासाठी स्वत:चा स्वभाव बाजूला सारला पाहिजे.

डॉ. यशवंत मनोहर त्यांच्या 'लेखकाचा जन्म' या सकाळ (सप्तरंग) मधील लेखात म्हणतात, "लेखकत्व स्वत:च एक अत्यंत जबाबदार नैतिकता आहे. माणसांच्या दुनियेत एकमेकांना ओरबाडणाऱ्या तृष्णांध दुनियेत लेखकाचे स्थान काय असते? केवळ सर्वच सत्तास्थानांपासून दूर राहणारा नव्हे, तर सर्वच सत्तास्थानांची कठोर चिकित्सा करणारा आणि स्वत:ला अप्रिय करून घेणारा वा स्वत:ला अडचणीत आणणारा हा लेखक कशासाठी लिहितो? माणसांच्या या अस्तित्व सृष्टीत त्याचे स्थान काय? समाजाच्या एकूण मूल्यव्यवस्थेशी, तिच्यातील संघर्षाशी त्याचे नाते काय असते?"

जातीय, वर्गीय, वंशीय, धर्मीय आणि लिंगभावी समाजात ज्ञानाचा अर्थ काय असतो? तर स्वामित्वाच्या यंत्रणा प्रत्यक्षात उतरवण्याचे साधन म्हणजे ज्ञान, असाच तो अर्थ असतो. शिक्षण यंत्रणा असेच शिक्षण देतात, असेच पाठ्यक्रम तयार करतात. असेच शिक्षण देणाऱ्या अध्यापकांच्या पिढ्या तयार केल्या जातात. आज समाजात नीती म्हणजे शोषकांच्या हिताच्या संस्कारांचा पुरस्कार, लोकांच्या मनात ही सर्व

ज्ञान, शिक्षण, नीती, राजकीय सत्ताकेंद्रे, एक स्थितीशिलता, एक मुर्दाड संमती निर्माण करतात, माणसाचे स्वत्व असे मारले जाते. माणूस मारून जाती जागवल्या जातात. धर्म, विषमतेच्या परंपरा, देव आणि देवांची मंदिरे, अज्ञान आणि विचारशून्यता जगवण्यासाठी माणूस मारला जातो. कोणती संस्कृती जगवण्यासाठी माणूस मारला जातो, असा प्रश्न पडायला हवा.

या सर्व अमानुषतेवर फुल्या मारून, या सर्व माणसांच्या आणि त्यांच्या माणुसकीच्या हत्याकांडावर हल्लाबोल करून आणि नव्या पर्यायी मानवी जीवनाच्या निर्मितीचा प्रकल्प मांडला पाहिजे; पण आजचे वास्तव हे आहे की, जे विविध प्रकारच्या विषमतेच्या आगीत जळत असतात, ते जळणारेही एकतर झोपेत असतात आणि जागे असेल तर सत्तास्वामींच्या चांगुलपणाच्या चिपळ्या वाजवीत असतात. हे वास्तव म्हणजे क्रांतीसाठी अत्यंत प्रतिकूल वास्तव असते. पण 'क्रांती' या स्वार्थासाठी जीवनात कोणीही नागवला जाऊ नये या विचारातून लिहीण्याचा प्रयत्न केला पाहिजे.

लिहिण्याची प्रक्रिया किचकट असते. समाजशास्त्राचा विद्यार्थी असल्याने साहित्यक्षेत्रात, पुस्तकांच्या जगात रमायचो. लोकांना, साहित्यिकांना भेटायला तसेच त्यांचे जीवन व लेखन प्रक्रिया समजून घ्यायला आवडायची. प्रचलित व प्रस्थापित विषयांना तडा देण्याचे व धारणांना प्रश्नांकित करण्याचे काम करू शकतो, असे वाटते. त्या अनुषंगाने साहित्य, सामाजिकशास्त्रातील सिद्धान्त, दलित अध्ययन, लिंगभाव अभ्यास, अत्याचार, जात, महागाई, दुष्काळ अशा विविध विषयांवर लेखन केले. प्रस्तुत पुस्तक हे माझ्या सावित्रीबाई फुले पुणे विद्यापीठात केलेल्या एम.फिल.च्या पदवीसाठी केलेल्या लिखाणावर आधारित आहे. हे संशोधन प्रा. डॉ. शर्मिला रेगे यांच्या मार्गदर्शनाखाली पूर्ण करण्यात आले होते. त्यांच्यामुळेच मला हे संशोधन करता आले. डॉ. जी. एस. घुर्ये आणि डॉ. बाबासाहेब आंबेडकर विचार विभागाचे प्रा. डॉ. प्रदीप आगलावे यांच्या १९९०च्या दशकात लिहिलेल्या एका छोट्या लेखातून झाली. आंबेडकरी विचारांवरील डॉ. प्रदीप आगलावे यांचे संशोधन हे मौलिक स्वरूपाचे आहे. मागच्या पिढीचे लेखक हे विशिष्ट प्रवाहाचे होते. नव्वदीनंतर या प्रवाहांना उतरती कळा लागल्याचे दिसते. जागतिकीकरणामुळे असे प्रवाह कुंठित झाल्याने तरुण लेखक कोणत्याही प्रवाहाचा भाग नाहीत. त्यामुळे तो विखुरल्याचे दिसते. वैचारिक संघर्षाची किनार असलेले लिखाण पुढे आले पाहिजे.

जे लिहिले आहे, ते साहित्य खणखणून वाजवले जात नाही. त्यामुळे चांगले लिखाण ही महत्त्वाची पायरी ठरत नाही. लिखाण ही सामूहिक कृती असते. प्रस्तुत लेखनसुद्धा अनेक साहित्यिक व्यक्ती, ग्रंथ यांच्या संदर्भातून लिहिले आहे. लेखक म्हणून या पुस्तकावर माझे नाव असले तरीही ती सामुदायिक कृतीच असते. दलित

साहित्य चळवळ सामूहिकतेतून पुढे आली. एकमेकांच्या साहित्यावर चर्चा घडवायची आणि ते पुढे आणायचे अशी पद्धत असते.

लेखन करीत असताना प्रश्नाच्या मुळाला हात घालूनच आपल्या भूमिकेची मांडणी, विस्तार आणि विश्लेषण केले पाहिजे. प्रत्येक नवे शतक, नवी पिढी नवनवे काल सुसंगत विचारांचे वारे घेऊन येते. नव्या आणि जुन्या पिढींच्या आणि विचारांच्या संघर्षातच नवे काही आकारास येत असते. विश्वाच्या पाठीवर कुठेही घडणाऱ्या नव्याचाही यास रेटा प्राप्त होतो. यामुळेच विचारधनाचे अलौकिकत्व अथवा आध्यात्मिक श्रेष्ठता किंवा मरणोत्तर आयुष्यक्रमाचे विविधरंगी इंद्रधनुष्य, कल्पित स्वर्ग अथवा पातालस्थ, सुखे-भोगवटे, यापेक्षा भौतिकतेला-ऐहिकतेला केंद्रस्थान प्राप्त होते. यामधूनच सामाजिक तत्त्वदर्शनाची वस्तुनिष्ठ परंपरा अस्तित्वात आली. त्यातूनच परिवर्तनाला सुयोग्य अशी नवी दिशा प्राप्त झाली.

शोषणाला कोणतेही गोंडस नाव दिले, तरी त्याची भयानकता दुर्लक्षिता येत नाही, हेच परिवर्तनवादी तत्त्ववेत्त्यांनी प्रकर्षाने लक्षात आणून दिले. शिक्षणाची बंदी घालून, ज्ञानमार्गाची कोंडी करून, न्यूनगंड आणि भयभीतीच्या दडपणांनी इतरांना बरबाद करण्याची किमया सुस्पष्ट होत आहे. तथाकथित अभिजन वर्गाचे मतलबी तत्त्वज्ञान तपासण्याच्या मागण्या होऊ लागल्या. धर्म, वर्ण, जात, कूळ, लिंग, रूप-रंग या कारणांनी केले जाणारे शोषण, गुलामगिरी आणि तुच्छतापूर्ण आचरण यांचा प्रत्यक्ष व वैचारिक प्रतिशोध जगभर सुरू झाला. काहींची विरोधाभासात्मक तर काहींची आयुष्याच्या अखेरपर्यंत मानवी प्रतिष्ठा प्राप्त करण्यासाठी धर्मजोखड, ब्राह्मण्यग्रस्तता आणि आत्मबंधने झुगारण्याचे हे युद्धच सुरू होते. साहित्य, कला, संस्कृती आणि जीवनमूल्ये यांची फेरतपासणी व पुनर्रचना होऊ लागली. सांस्कृतिक परिवर्तनाचा अटल आविष्कार म्हणजे वाङ्मय साहित्य होय. यातूनच दलित साहित्याच्या पोषण-प्रभावाची भूमी सिद्ध झाली. विज्ञाननिष्ठा, मानवकेंद्रितता यांना अग्रक्रम प्राप्त झाला.

भारतातील समाजव्यवस्था बदामासारखी आहे. इथल्या समाजव्यवस्थेच्या बदामाला जात वर्गाचे कठीण कवच आहे. हे कवच फोडल्याशिवाय समतेचा गाभा मोकळा होऊ शकत नाही. भारतीय समाजव्यवस्थेचे हे वैशिष्ट्य लक्षात घेऊन इथल्या पायाचा शोध घ्यावा लागतो. भारत देश हा जाती-पोटजातींच्या, परस्परांविषयीच्या तिरस्कार, तुच्छतेच्या फुत्कारांनी दूषित झालेला आहे. धर्म, संस्कृती, सत्ता ज्ञानाच्या ठेकेदारांनी इतरेजनांच्या भावभावनांचा व स्वप्नमनोभूमीचा विचारही मनात न आणता स्वतःच एक चौकट प्रसृत केली होती. डॉ. बाबासाहेब आंबेडकर लोकशाही मूल्यांवर आधारलेले समाजजीवन साकार करण्यासाठी धडपडत होते. त्यांचे आव्हान श्रुतिस्मृतिपुराणोक्त ब्राह्मणी धर्माला आणि त्याच धर्माने बळकट

केलेल्या जातिव्यवस्थेला होते. बाबासाहेबांमुळे धर्मांतर आणि स्वातंत्र्याच्या वाऱ्याने सचेत झालेला दलित समाज साहित्य निर्मितीचे नवे न्यासविन्यास घडवू लागला. दलित साहित्याचा गाभा हा परिवर्तनाचा प्रवास आहे.

हजारो वर्षांपासून दलितांना सत्ता, संपत्ती आणि प्रतिष्ठेपासून वंचित ठेवण्यात आलेले आहे. दलितांनी या व्यवस्थेविरुद्ध बंड करू नये; म्हणून ही व्यवस्था ईश्वराने निर्माण केलेली आहे. असा सिद्धान्त मांडण्यात आला. दलितांच्या हजारो पिढ्या हा अन्याय सहन करत जगल्या. बाबासाहेब आंबेडकरांच्या विचारकार्यामुळे दलित समाजाला आपल्या गुलामीची जाणीव झाली. त्यांच्या वेदनेला वाचा मिळाली; कारण या मूक समाजाला बाबासाहेबांच्या रूपात मूकनायक भेटला. दलितांची वेदना ही दलित साहित्याची जन्मदात्री आहे. ही वेदना एकट्याची नाही किंवा ती एक दिवसाची नाही. ही वेदना हजारोंची आहे, हजारो वर्षांपासूनची आहे. त्यामुळे ती व्यक्त होताना समूह स्वरूपात व्यक्त होते. दलित साहित्यातील वेदना ही एकट्या 'मी' ची वेदना नाही. ती बहिष्कृत समाजाची वेदना आहे; म्हणून या वेदनेचे स्वरूप सामाजिक बनलेले आहे.

दलित लेखकांचा वेगळा अनुभव, त्यांची बोलीभाषा, त्यांनी स्वीकारलेली बांधिलकी, आंबेडकरी विचार आणि या साहित्याचे विद्रोही समूहदर्शी स्वरूप यामुळे भारतीय साहित्यामध्ये दलित साहित्याचे निराळेपण स्पष्ट झाले आहे. त्यामुळे फुले-आंबेडकरी विचारांची संस्कृती आणि साहित्य एकविसाव्या शतकात आपणाला जाणीवपूर्वक निर्माण करावे लागणार आहे. साहित्यनिर्मिती ही संस्कृतीचाच एक भाग होय. एकविसाव्या शतकात फुले-आंबेडकर संस्कृती घडविणे ही कागदी प्रक्रिया नव्हे, तो केवळ वैचारिक संघर्ष नव्हे तर राजकीय संघर्ष आहे. सत्ता-संस्कृती यांचा एकत्र विचार होणे आवश्यक आहे. आंबेडकरवाद द्वेषाला, सुडाला, हिंसेला प्रोत्साहन देत नाही. किंबहुना, तो याविरुद्ध लढणारा आहे. आंबेडकरांनी भारतीय जीवनात सामाजिक पुनर्रचनेचा (Social Reconstruction) विचार मांडलेला आहे. तो विचार प्रस्तुत पुस्तकाचा मूलभूत गाभा आहे.

दलित साहित्य हा आंबेडकरी तत्त्वाज्ञानाचा सांस्कृतिक आविष्कार आहे. वेदना, विद्रोह, वैज्ञानिकदृष्टी आणि सम्यक् विश्वात्मक जीवनाविष्कार ही त्याची प्रमुख सूत्रे आहेत. अलीकडच्या काळात शैक्षणिक क्षेत्रात कार्यरत असलेल्या शिक्षक, अभ्यासकांकडून दलित वैचारिक लेखन, समीक्षा आणि संशोधनाच्या प्रांतामध्ये क्रांतिकारक योगदान दिलेले आहे. डॉ. बाबासाहेब आंबेडकर यांचे मानवकेंद्री तत्त्वज्ञान आपल्या चिंतनाची पायाभूतता मानणे हा शाब्दिक खेळ नव्हे की, अर्थशून्य अभिनिवेश, प्रातःस्मरणीयतेचे कृतक प्रलाय वा काळाची पावले ओळखून केलेला नामगजर

म्हणजेही डॉ. बाबासाहेबांचे तत्त्वज्ञान आत्मसात करणे नव्हे. आंबेडकरवादी तत्त्वज्ञान जगण्याचे तत्त्वज्ञान असल्याने सर्व प्रकारचे शोषण, दास्य, अन्याय, अपरिवर्तनीय विचारधारा नाकारते आणि नवा क्रांतदर्शी माणूस व समाज निर्माण करण्याची प्रतिज्ञा करते; तर दलित साहित्याने, जीवनानुभव, भाषाशास्त्र, समाजशास्त्र आणि समीक्षा या क्षेत्राला दिलेले योगदान म्हणजे भारतीय साहित्याला दिलेले नवे परिमाण होय.

पुस्तक लिहिणे, कथा, कादंबरी किंवा एखादी कविता लिहिणे वा भाषांतर करणे म्हणजे स्वतःकडे आणि भवतालाकडे लोकावशाकडे पहाण्याची नामी संधी असते. लिहिताना पाहण्याची दृष्टी मिळते. लिहिण्याच्या आधी आपण वाचण्याची-पाहण्याची दृष्टी घडवत असतो. आपण काय वाचतो, कुठे राहतो, आपला इतिहास काय, त्या इतिहासाकडे आपण कसे बघतो या सगळ्यांतून आपले 'निरीक्षण' घडत असते. पुण्यातील ब्राह्मणी, सरंजामी व्यवस्था, पारंपरिक विचारचौकटी, अधलीमधली आधुनिकता आणि त्याचबरोबरीने प्रस्थापित ज्ञानव्यवस्थेला हालवत नवपरिवर्तनाला दिशा देणाऱ्या यंत्रणा इथे एकसाथ सतर्क असतात. पुण्यात सर्वच विचारधारकांच्या संघटना कार्यरत आहेत. त्यांच्यातील वैचारिक संघर्षातून बरेच काही शिकता येते. सामाजिक-राजकीय चळवळींतून परिवर्तनाच्या प्रश्नाकडे ते कसे पाहतात ते लक्षात घेता येते. ओळख आणि अस्मिता यांच्या जोरावरचे ताणेबाणे आणि राजकारण आपली विविध रूपे दाखवत असतात. इतिहास आणि समकालीन जगण्याचे आकलन जातीच्या संदर्भात समजून घेण्याचा प्रयत्न या संशोधनातून करण्यात आला आहे. अशा संशोधनातून नवे पेच आणि नव्या मांडणीचे वेगवेगळे मार्ग सापडत राहतात. समकालीन नातेसंबंध आणि समाजाच्या अंतर्रचना बदलत आहेत. बहुविध दृष्टिकोन, भाषा आणि जीवनशैली आकाराला येतात. शारीरसंबंधांच्या क्षणी स्त्री-पुरुषांची शरीरे ऐन मोक्याच्या घडीला जातिभेदाच्या मुद्द्यांना काय आणि कशी प्रतिक्रिया देतात? खेड्यापाड्यांतून स्थलांतरित होणारा मानवी समुदाय आधुनिकीकरणात सहभागी होताना मॉल्स् आणि हायवेच्या रूपातून 'प्रगत' होण्याची रमणीय स्वप्ने पाहातो, त्यावेळेस बिन जातीची/बिन-उतरंडीची व्यवस्था निर्माण होते काय? की आणखी एका नव्या उतरंडीची भर पडते? वर्तमानाला प्रतिक्रिया कशी द्यायची हा पेच आहे. आजच्या कालखंडावर जागतिकीकरणाची एक दाट छाया पसरलेली आहे. नव्या सांस्कृतिक वसाहतवादाने गेल्या काही वर्षांत प्रत्येकाच्या जीवनशैलीमध्ये झपाट्याने बदल होत आहेत. खूप मोठा सांस्कृतिक संघर्ष आणि अभिसरण साऱ्या जगभर सुरू आहे. एका बाजूला 'मार्केट इकॉनॉमी'च्या प्रलोभनांचा प्रचंड ताण शहरी मध्यमवर्गावर पडत आहे; तर दुसऱ्या बाजूला खेड्यातील जगण्याचे संदर्भ बदलत गेले आहेत. शॉपिंग मॉल्स, हेल्थ क्लब्स्, मल्टिप्लेक्स, सौंदर्य प्रसाधने, मोबाईल्स, इंटरनेट अशा

अनेक गोष्टींची संख्या वाढू लागली आहे. मध्यमवर्गास या गोष्टींचे अप्रूप वाटत आहे. अशा गोष्टी जीवनावश्यकच आहेत, असे पटवून देणारी समांतर व्यवस्थाही उभी राहते आहे. औद्योगिकीकरणात उपजीविकेचे साधन शोधण्यासाठी लोक खेडी सोडून शहराकडे पळत सुटले होते. शहरांचे खूप मोठे आकर्षण वाटत होते; पण जागतिकीकरणात ही प्रक्रिया उलट बाजूने होते आहे. शहरेच एक एक करीत खेड्यांना गिळंकृत करीत सुटली आहेत. शहर आणि खेडी यांतील सीमारेषा धूसर होत चालली आहे. अशा या जोरदार घुसळणीतून कदाचित शतकानुशतके घट्ट रुजून राहिलेली जातीयता पूर्णपणे नाहीशी होईल असे वाटत होते पण प्रत्यक्षात वेगळेच चित्र समोर येत आहे. प्रत्येकाच्या हाडामांसात खिळलेली जातीयता अधिकच प्रखर होत चालली आहे.

विचारांचे अस्तित्व नष्ट व्हावे, दंभ आणि फसवणुकीचे साम्राज्य वाढावे, आधुनिकतेच्या नावाने समाज उथळपणा आणि उच्छृंखलता यांच्या आहारी जावा, धर्मधारणा संपली तरी धर्माचे अवडंबर सुरू राहावे, हे सारे काय दर्शविते? जो समाज केवळ आपल्या महापुरुषांचे नाममाहात्म्य जपत राहतो आणि त्यांच्या विचारांना मात्र विस्मृतीत टाकतो, तो समाज इतिहासाचे केवळ ओझे वाटतो. वास्तविक, इतिहासाभ्यासातून शिकलेल्या धड्यांमुळे दृष्टीस आलेल्या चुका टाळण्याकडे समाजाची वृत्ती आणि प्रवृत्ती असली पाहिजे.

विचारांची साथसंगत सोडलेला समाज आधुनिकतेच्या नावाखाली इतिहासातील काही प्रसंग उगाळत बसतो आणि आत्मवंचना करून घेत राहतो. तत्कालीन मतलबासाठी तो आपली शक्ती खर्च करतो. भौतिक सुधारणा होत असताना सामाजिक सुधारणा होत नसल्याचे दिसत आहे. भौतिक सुधारणांचे तात्कालिक यश हे वैचारिक सुधारणांविना नैतिक अवनतीकडे घेऊन जात असते.

आपल्या समाजाचे हे असे का झाले याची अनेक कारणे सांगता येतील. त्या कारणांमध्ये सर्वांत वरचे कारण समाजाचे वैचारिक सामर्थ्य वाढले नाही हे आहे. आज माध्यमे आर्थिक कोंडीत सापडली आहेत. त्या एखाद्या विशिष्ट राजकीय पक्षांची बटीक झाली आहेत. प्राध्यापक सरकारी बंधनात अडकले आहेत. लेखक मंडळी शहामृगासारखी जमिनीत तोंड खुपसून बसली आहेत. वैज्ञानिकांनी आम समाजापासून आपली नाळ तोडण्यास इतिकर्तव्यता मानली आहे.

अभिव्यक्तीस्वातंत्र्याचा संकोच सर्व बाजूंनी आणि सर्व प्रकारे होत असताना समाजात स्वातंत्र्याचे पुरस्कर्ते नसावेत, हे उद्याच्या नागरिकांना वैचारिक स्वातंत्र्याची मोठीच लढाई खेळावी लागणार असल्याचेच लक्षण आहे. भावना दुखवण्याचा बाऊ समाजात होत राहण्याने उद्याच्या इतिहासकारांना सत्य इतिहास लिहिणे कठीण होईल. पत्रकारांना सत्य बातमी प्रसिद्ध करणे मुश्कील होईल. साहित्यिकांना आपली प्रतिभा

असत्याच्या दावणीला बांधावी लागेल.

आविष्कार आणि विचार स्वातंत्र्याचा संकोच होत राहणे म्हणजे विचारांचे तसेच कलाविष्कारांचे अस्तित्व नाकारणे आणि काल-परवापर्यंत सहिष्णू संस्कृतीचा लाभ होत शांतता व सौहार्द अनुभवणाऱ्या समाजाची प्रबोधन प्रक्रिया थांबणे, प्रबोधन प्रक्रिया थांबली तर साहित्य-कलांचा अंत व्हायला कितीसा काळ लागणार? प्रबोधन झाल्याशिवाय म्हणजे समाजव्यवस्था बदलल्याशिवाय, ते सुबुद्ध आणि निर्भय झाल्याशिवाय आपल्याला गती नाही. सुबुद्ध होणे म्हणजे व्यवहारी होणे नव्हे, तसेच निर्भय होणे म्हणजे बेडर होणे नव्हे. दराऱ्यामध्ये आदराची भावना आहे. दहशतीत हिंसेची भीती आहे. सुबुद्धपणाला विचारांचे अधिष्ठान आहे. व्यवहारीपणाला मतलबाची किनार आहे. निर्भयतेत सत्याचा शोध असतो, तर बेडरपणात असल्यावर पांघरूण घालण्याचा विचार असतो.

बाबासाहेब आंबेडकर यांची साहित्यविषयी जीवनदायी व वास्तववादी अशी निश्चित भूमिका असल्याचे दिसून येते. ते म्हणतात, "ऋग्वेद, अथर्ववेद मी कितीतरी वेळा वाचलेले आहेत. पण त्यात समाजाच्या अगर मानवाच्या उन्नतीसाठी आणि नीतीमत्तेस पोषक असे काय आहे. हेच मला कळत नाही?" (आंबेडकर बाबासाहेब, दै. सकाळ, पुणे ३०, नोव्हेंबर १९४४), या विधानातून साहित्य विषयकदृष्टी स्पष्ट होते. साहित्यामुळे समाज आणि मानवाची उन्नती झाली पाहिजे, इतकेच नव्हे तर नीतिमत्तेचे पोषण झाले पाहिजे अशी बाबासाहेबांची भूमिका आहे. ते म्हणतात, "विषमतेचे समर्थन करणारी मनुस्मृती आम्हाला मान्य नाही. अशा पोथीची आम्ही का होळी करू नये?" (आंबेडकर बाबासाहेब, बहिष्कृत भारत, ३ फेब्रुवारी १९२८), याचाच अर्थ बाबासाहेबांना विषमतेचे समर्थन करणारे साहित्य मान्य नाही असा होतो. केवळ मान्य नाही इतकीच ही भूमिका नाही, तर अशा साहित्याविरुद्ध कृतिशील चळवळ उभारली पाहिजे," असे बाबासाहेबांचे मत आहे; म्हणूनच ते 'मला मनुस्मृती मान्य नाही' म्हणून थांबत नाहीत, तर ती 'जाळण्याची' भाषा बोलतात आणि तिचे जाहीर दहन करतात. याचाच अर्थ प्रत्येक ग्रंथ हा समाजाला आणि मानवाला जबाबदार असला पाहिजे, असा बाबासाहेबांचा साहित्यविचार आहे. संत साहित्यामुळे चातुवर्ण्य विध्वंसनाच्या दृष्टीने काहीच उपयोग झाला नाही, असे बाबासाहेबांनी म्हटले आहे. साहित्यामुळे समतेचे संवर्धन आणि विषमतेचे विध्वंसन झाले पाहिजे अशी बाबासाहेबांची भूमिका आहे. समतेचे संवर्धन आणि विषमतेचे विध्वंसन करण्यासाठी धर्म आणि सत्तेविरुद्ध उभे राहावे लागते, कारण धर्म आणि सत्ता ही पिळवणुकीचा पुरस्कार करणारे असते. भारतातील लेखक वर्ग हा प्रस्थापित व्यवस्थेचा घटक असल्याने त्यांचे लेखन हे मनुस्मृतीप्रणीत झाले आहे. सामान्य माणसाच्या महत्तेची प्रेरणा घेऊन लेखकांनी लेखन

केले पाहिजे. बाबासाहेब म्हणतात, ''उदात्त जीवनमूल्ये व सांस्कृतिक मूल्ये आपल्या साहित्य प्रकारातून आविष्कृत करा. आपले लक्ष आकुंचित, मर्यादित ठेवू नका. तिचे तेज खेड्यापाड्यातील गडद अंधार दूर होईल असे परावर्तीत करा. आपल्या देशात उपेक्षितांचे, दलितांचे फार मोठे जग आहे, हे विसरू नका. त्यांचे दुःख, त्यांची व्यथा नीट समजून घ्या आणि आपल्या साहित्याद्वारे त्यांचे जीवन उन्नत करण्यास झटा. त्यातच खरी मानवता आहे.'' हा साहित्यविचार मानवतावादावर आधारित आहे. याच भूमिकेतून प्रस्तूत ग्रंथ लिहिण्यात आला आहे.

प्रस्तुत विषयावर ग्रंथ लिहिण्यासाठी प्रेरणा देणारे डायमंड पब्लिकेशन्सचे प्रमुख मा. दत्तात्रेय पाष्टे सरांचे आभार. प्रा. शर्मिला रेगे, प्रा. नितीश नवसागरे, कलावती कांबळे, कॉ. किशोर ढमाले, प्रा. प्रतिमा परदेशी, प्रा. विजय भांजे, प्रा. ललित भवरे, डॉ. विवेक घोटाळे, प्रा. उमेश बगाडे, प्रा. अनघा तांबे, प्रा. स्वाती देहाडराय, प्रा. स्नेहा गोळे, प्रा. दीपा टाक, प्रा. जगन कराडे, प्रा. अनिल सपकाळ, प्रा. नारायण भोसले, कॉ. भारत पाटणकर, प्रा. रमेश कांबळे, प्रा. दत्ता भगत, प्रा. सतीश देशपांडे, प्रा. प्रकाश पवार, प्रा. सुहास पळशीकर, प्रा. विद्युत भागवत, प्रा. राजा दीक्षित, प्रा. रावसाहेब कसबे, प्रा. राम बापट, प्रा. विवेक कुमार (जेएनयू, दिल्ली), प्रा. एस. एम. दहिवले, प्रा. विजय खरे, प्रा. यशवंत सुमंत, प्रा. नारायण कांबळे, प्रा. हर्ष जगताप, प्रा. श्रृती तांबे, प्रा. संजय कोळेकर, प्रा. गेल ऑम्व्हेट या सर्वांचा सल्ला आणि लेखन मला उपयोगी पडले आहे. त्याचप्रमाणे फर्ग्युसन महाविद्यालय, पुणे, जयकर ग्रंथालय, पुणे विद्यापीठ, समाजशास्त्र, राज्यशास्त्र आणि स्त्री अभ्यास केंद्र या ग्रंथालयातील ग्रंथपालांचा मी आभारी आहे.

या पुस्तकाच्या सुंदर अक्षर जुळवणी करिता वनिता ग्राफिक्स ॲन्ड एंटरप्रायझेस्, पुणे चे आभार कारण मी संहितेत असंख्य वेळेला केलेले बदल न कुरकुरता खूप तत्परतेने आणि अचूकपणे करण्याचे काम सौ. पुष्पा बुळे यांनी केले आहे. प्रस्तुत पुस्तकाचे मुद्रितशोधन करण्यास आणि हे पुस्तक लवकर प्रकाशित करण्याकरिता सपना (शिल्पा) कांबळे यांनी प्रेरित केले त्याबदल त्यांचा मी आभारी आहे.

या विषयावरील वैचारिक मांडणी जास्तीतजास्त सखोलतेने करण्याचा माझा प्रयत्न आहे; जर अनवधानाने काही चुकले असल्यास त्याची जबाबदारी संपूर्णपणे माझी आहे, हे वाचकांसाठी नमूद करत आहे. या पुस्तकामुळे निदान काही वाचकांना तरी या विषयाचा जास्त खोलवर अभ्यास करावा असे वाटते आणि त्यातले महत्त्वाचे प्रश्न आपले आहेत असे वाटून ते सोडवावेसे वाटते तरी या लिखाणाचे चीज झाले असे मी समजेन.

प्रा. संजयकुमार कांबळे

अनुक्रम

१

जातिअंताच्या मार्गातील गुंतागुंत

भारतीय समाजाचे आणि जातिव्यवस्थेचे व्यवच्छेदक लक्षण आजच्या या माहिती तंत्रज्ञानाच्या युगातही एकमेव आहे–विषमता. भारताबाबत जगभरचे लोक नेहमी अडचणीत आणणारे प्रश्न विचारतात. भारत हा आर्थिक तंत्रज्ञानाच्या क्षेत्रात भरारी घेतो आहे. एकीप्रश्नकडे उपग्रह सोडतो, दुसरीकडे अणुस्फोट करतो. तिथले अंबानी आणि मित्तल जगभरातील श्रीमंत म्हणून मिरवित आहेत. पण अशा देशात इतक्या झोपडपट्ट्या कशा? इतके लोक भुकेकंगाल का? गरिबी अशी जीवनाचा थरकाप उडविणारी कशी? हे प्रश्न अडचणीत टाकतात.

लोकसंख्या, विशाल देश, दूरवरचे व डोंगराळ प्रदेश, लोकशाही राबविताना येणाऱ्या अडचणी वगैरे या सर्वांपलीकडचे खरे उत्तर वेगळे आहे. भारतीय लोकांना समतेची किंवा न्यायाची चाड नाही. संविधानात अभिप्रेत असलेल्या समानतेचा आणि न्यायाचा अर्थ आपण गंभीरपणे कधीच घेतलेले नाही. याचे मूळ या देशातील सामाजिक रचनेत आहे. या सामाजिक रचनेतील जातिव्यवस्था दुर्बल आणि निकामी करण्याऐवजी तिला आपण सशक्त व प्रभावी करत चाललो आहोत. जातिव्यवस्थेचा मुख्य दुर्गुण म्हणजे या व्यवस्थेवर श्रद्धा ठेवून चालणाऱ्या माणसाला विवेक जागा ठेवून निर्णय घेणे कठीण जाते.

आजसुद्धा जातिव्यवस्थेत वाईट काय असे विचारणारे लोक भारतभर आहेत. जात माणसाला छोटा बनविते. त्यांच्या व्यक्तिमत्त्वाची छटाई करून त्यांना जातीच्या पिंजऱ्यात उभी करते. दुसऱ्या माणसाकडे ते फक्त जातवाला किंवा बाहेरचा अशा एकाच निकषाने बघतात. अनेकवेळा ते स्वत:चीच वाढ रोखून ठेवतात. बुद्धिमत्ता, क्षमता आणि योग्यता यांची जागा 'जात' घेते आणि समाजाची प्रगती थांबते.

आपल्या समाजात गाव, शहर, राज्य आणि देशपातळीवर आजही प्रवाहीपण नाही. त्यांच्या मुळाशी जात आणि तत्सम संकुचित गोष्टीच आहेत. त्यामुळे जात ही शोषणावर आधारलेली व्यवस्था आहे, ते इतर अनेक बाबींतूनही दाखविता येईल.

जात म्हणजे नेमके काय? आपण जातीची व्याख्या कशी करू? जातीची अंगभूत अशी नेमकी कोणती वैशिष्ट्ये सांगता येतील? जात (संस्था) केव्हा आणि कशी उदयास आली? ती कशी काय आपल्या अर्थव्यवस्था, संस्कृती आणि सर्व प्रांतांमध्ये सामाजिक जीवन व समुदायांच्या जगण्याचा एक अविभाज्य भाग बनली? एका विशाल भूखंडातील सर्व प्रदेशांमध्ये ती पसरून तिने घट्ट पाय रोवणाऱ्या एका संस्थेमध्ये तिचे कधी व कसे रूपांतर झाले? इतकी वर्षे ती टिकण्यामागे व ती टिकवण्यामागे काय कारण परंपरा आहे? इतक्या पुरातन काळापासून निर्माण झालेली 'जात संस्था' आज नेमकी कोणत्या स्वरूपात आधुनिक व समकालीन व्यवस्थेमध्ये अस्तित्वात आहे?

वरवर बघता हे प्रश्न बरेच साधे व स्वाभाविक वाटत असले तरी 'जात' संदर्भात लिहिणे मात्र इतके साधे, सरळ, सोपे व सहज नाही.

'जात संकल्पना'

'भारतीय सभ्यता व संस्कृती' संदर्भात पाश्चिमात्य वसाहत कालीन जे लेखन उपलब्ध आहे, त्यातून आधुनिक काळात 'जाती' संदर्भात आकलन करण्याचे, 'जात' संरचनेचा विकास करण्याचे प्रयत्न झालेले दिसतात. फार पूर्वीपासून वर्ण, जाती किंवा जात या संदर्भातील सामाजिक विभागणी आणि 'उतरंडी' नुसार त्या 'जाती' चे स्थान हे जवळपास (काही अपवाद सोडल्यास) दक्षिण आशियामध्ये आपल्याला सर्वत्र पाहायला मिळते. 'जात' हा नेहमीच सुरुवातीपासून वादग्रस्त विषय राहिला आहे. उदाहरणार्थ, मध्ययुगीन भारतातील अनेक धार्मिक चळवळींनी 'जाती'च्या उतरंडीला व त्यामुळे होणाऱ्या भेदभावाला विरोध केला. 'जाती' चे औचित्यच नाकारून, समताधिष्ठित आदर्श समाजातील मानवी जगाची संकल्पना संतांनी केलेली आढळते. मानवता हे मूल्य महत्त्वाचे असून जातिभेद मानू नये असे तत्त्वज्ञान या संत चळवळीने मांडलेले दिसून येते.

जात ही बहुतांशी भारतीय तसेच दक्षिण आशियातील काही उपखंडात व जिथे जिथे 'भारतीय' गेलेत त्या सर्व भागात अस्तित्वात असलेली दिसते. परंतु, प्रांत व प्रदेशांनुसार जाती व त्यांचे भिन्न भिन्न स्वरूप आचार व व्यवहारांच्या बाबतीत आपल्याला निदर्शनास येते.

जात संदर्भातील वसाहतवादी आकलनानुसार 'जात' ही येथील रहिवाश्यांच्या

सामाजिक विभागणीनुसार चार विभागांमध्ये विभागली आहे. प्राचीन हिंदू धर्मग्रंथांमधील उल्लेखाचा आधार घेऊन हे वसाहतवादी लेखन झालेले आढळते. वसाहत कालीन प्राच्य-भाषा शास्त्रज्ञांनी 'जात' ही चातुर्वर्ण्यातून जन्माला आली असून ब्राह्मण हा श्रेष्ठ व उच्चतम वर्ग मानला गेल्याचे नमूद केले. ब्राह्मण, क्षत्रिय, वैश्य व शूद्र - अशी उतरंड या ब्रिटिश इतिहासकारांनी मांडून जातीचे सोपे-सुटसुटीत विवेचन केलेले आढळते. अस्पृश्य हे जाती बाहेर ठेवले गेल्याने ते या उतरंडीतून बहिष्कृत केले गेलेत. शुद्ध व अशुद्ध, शूचित व अशूचित या आधारावर ही उतरंड अतिशूद्रांना अस्पृश्य मानत वर्णव्यवस्थेच्या व जातीच्या उतरंडीतून गावकुसाबाहेर ठेवते - असे विश्लेषण या ब्रिटिश इतिहासकारांनी केले.

वसाहतवादी राज्यकर्त्यांसाठी अशा प्रकारचे सैद्धांतीकरण ही केवळ एक पांडित्यपूर्ण (विद्यापीठ-संलग्न) कृती नव्हती, तर 'जात' नावाच्या वास्तवाचे आकलन करण्यासाठीच्या गरजेतून या सिद्धान्तनाची निर्मिती झाली. त्यांनी ज्या वेळी जाती-व्यवस्था लक्ष्यात घेतली, त्या वेळी त्यांनी आपल्या प्रशासकीय व्यवस्थेत तिच्यानुसारच उतरंड व वर्गीकरण करीत स्थानिक लोकांना नोकऱ्यांवर ठेवले वा पदे दिलीत. त्यांना लोकांच्या जातीनुसार वैशिष्ट्ये व कौशल्ये आढळली त्यांच्या आधारावर आपल्या प्रशासकीय सेवेत त्यांनी लोकांची विभागणी केली. शर्मा म्हणतात की, ''ब्रिटिशांनी जात-व्यवस्थेचे अस्तित्व अतिशय गांभीर्याने विचारात घेतले. भारतातील जातवार वर्गीकरणाच्या आधारावर यशस्वी जनगणना करण्याचा एक प्रयत्न ब्रिटिशांद्वारे केला गेला. जिथे प्रत्येक व्यक्ती कुठल्या ना कुठल्या जातीची आहे किंवा त्या व्यक्तीची 'जात' ही त्याचा/तिचा समुदाय अधोरेखित करते. अशा प्रकारे जातीची व्यक्तीनिहाय व व्यक्तीची जातीनिहाय अशी परस्पराधारित ओळख जात-वास्तव किती अपरिवर्तनीय आहे याचा प्रत्यय देते, (शर्मा-२००२, ८). या 'जात' विषयक रचिताने समानतेवर आधारित समाज निर्माण झालेल्या पाश्चिमात्य समाजापासून भारत किती वेगळा आहे, हे दाखवून दिले. या 'इतर' नावाच्या पंक्तीत भारताला कसे बसविले गेले, याचे हे पुस्तकी विश्लेषण करते. या पुस्तकी दृष्टिकोनानुसार 'जातिभेद' हे या उपखंडाचे वैशिष्ट्य असून कित्येक वर्षांपासूनची ही व्यवस्था चिरेबंद असून तिच्यातील अंतर्निहित विसंगतींमुळे तिच्यात परिवर्तन होण्याची शक्यता असंभव आहे. हा दृष्टिकोन भारतात 'वसाहतवाद' होता, ते किती बरे होते, असा एक समज तयार करतो. जातीच्या रचनेवर आधारित प्रशासकीय व्यवस्था लोकांच्या इतकी अंगवळणी पडली होती, की त्यांची स्वतंत्र अशी काही ओळख नव्हती (इंडेन १९९०, ६५). मार्क्स आणि एंगेल्ससुद्धा या पुस्तकी दृष्टिकोनाने प्रभावित झाले होते व त्यांचीसुद्धा अशी धारणा होती की भारतातील शेकडो वर्षे जुन्या ग्रामीण खेडेगावच्या जाती

व्यवस्थेवर आधारित जुनाट व्यवस्थेला धक्का लावण्यासाठी वसाहतवादी हस्तक्षेप आवश्यकच होता.

'वसाहतवादाचा प्रभाव आणि त्याचे ज्ञानाचे स्वरूप' या संदर्भात बर्नार्ड कोहन यांनी केलेले लेखन भारतातील समाजशास्त्र व सामाजिक मानववंशशास्त्र यांचा विकास कसा झाला यावर विशेष प्रकाशझोत टाकते. वसाहतोत्तर काळातील समाज व मानववंश शास्त्रज्ञ यांनी पुस्तकी दृष्टिकोनापेक्षा प्रत्यक्ष 'कार्यक्षेत्र' आधारित दृष्टिकोनावर जास्त भर द्यावा असे म्हटले. कार्यक्षेत्र दृष्टिकोन ही भारतातील खेडी व त्यातील ग्रामीण भारतीय समाजात प्रवेश करण्यासाठी मानववंश शास्त्रज्ञांसाठी सोयीस्कर ठरला (जोधका, १९९८). तसेच समाजशास्त्रज्ञ व सामाजिक वंशशास्त्रज्ञांच्या मते सर्वसामान्यपणे हे गृहीत धरले गेले की जातिव्यवस्था भारतीय समाजव्यवस्थेचे मूलभूत अंग असून ती सर्वत्र एकसारख्या रूपात आढळते. जातिव्यवस्था ही 'हिंदू' धर्माचे एक व्यवच्छेदक लक्षण असून भारतीय संस्कृती ही हिंदू-धर्माभोवतीच विशेषत्वाने गुंफली गेली असेही दिसून येते.

इतर देशांपेक्षा 'भारत' देशाचे वेगळेपण दाखवून देणारी एकमेव वैशिष्ट्य ठरलेली जातव्यवस्था ही भारतीय समाजाची प्राचीन परंपरा मानली गेलेली आपल्याला दिसून येते. एक अशी परंपरा की जिच्या आधारावर पिढ्यान्‌पिढ्या एकाच प्रकारचे श्रम करीत थोड्याफार फरकाने वर्षानुवर्षे तसेच जीवन जगत आलेला भारतीय समाज एकीकडे पिढ्यान्‌पिढ्या कुठलेही निवडीचे स्वातंत्र्य नसून तोच व्यवसाय करावा लागलेला जाती-निर्धारित निर्बंध तर दुसरीकडे पाश्चात्त्य देशात मात्र प्रत्येक व्यक्तीच्या कुवत, कौशल्य व आवडीनुसार व्यवसाय निवडण्याचे स्वातंत्र्य या दोन परस्पर विरोधी समाजव्यवस्था असल्याचे आपणास आढळते. या अशा खुल्या, निवडीचे स्वातंत्र्य असलेल्या व्यवस्थेमध्ये सामाजिक स्थान वर्गानुसार बदलत राहिलेले आपल्याला दिसून येते, पण जातिव्यवस्थेमध्ये हे स्थान बदलणे व त्यानुसार परिस्थिती बदलणे असंभव असते.

समाजशास्त्राच्या पाठ्यपुस्तकांमध्ये हिंदू जातव्यवस्थेची मांडणी करताना जी. एस. घुर्ये (१९९१) यांनी सहा वेगवेगळी व्यवच्छेदक लक्षणे सांगितली आहेत. ते म्हणतात की, " 'जात' ही समाजाचे विविध श्रेणींमध्ये विभाजन करते, ती एक उतरंड आहे, जिथे रोटी-बेटी व्यवहारास निर्बंध असून, जातीच्या आधारावर धार्मिक व नागरिक अधिकार ठरविण्यात आले आहेत, तसेच 'व्यवसाय' हे जातीनुसार ठरविण्यात आल्याने व्यवसाय निवडीचे स्वातंत्र्य नसून जाती अंतर्गतच विवाह झाले पाहिजेत असे मानले गेले आहे."

वरवर बघता एक साधी, सहज, स्वाभाविक दिसणारी जात ही स्वत:मध्ये एक

संपूर्ण व स्वतंत्र व्यवस्था आहे. वरील वैशिष्ट्यांच्या आधारावर या उपखंडात पसरलेल्या 'जात' व्यवस्थेचा अभ्यास करणे, आकलन करणे सोपे झाले. तसेच जात ही फक्त 'व्यवसाय' आधारित समुदायांची विभागणी नसून त्या पलीकडे जाऊन ती धार्मिक आचार-विचार-व्यवहार यावर निर्बंध घालते, तसेच व्यक्तिगत जीवनशैली, कोणत्या जातीतील लोकांनी काय खावे-प्यावे, काय घालावे, कुठे रहावे, कुणापाशी यावे, कुणावर त्यांची सावली पडू नये, शिकावे की शिकू नये, काय शिकावे, किती कमवावे, कमवलेले कुणाला द्यावे, कुणाशी लग्न करावे, करू नये इत्यादी व अशी अनेक बंधने 'जाती' व्यवस्था लादत असते, व्यक्तिगत जीवनात प्रत्यक्ष ढवळाढवळ करणे, असेसुद्धा या प्रकारच्या व्यवच्छेदक लक्षणांच्या आधारे आपणांस आढळून येते.

बऱ्याच समाजशास्त्रज्ञ व मानववंश शास्त्रज्ञांनी जाती संदर्भातील हे 'वसाहत-वादी' आकलन बहुतांशी मान्य केलेले आपणास दिसून येते. व्यवसायाचे आर्थिकदृष्ट्या विभाजन किंवा वर्गाच्या आधारावरील श्रमविभाजन आणि जाती-आधारित श्रम-विभाजन यांत मूलतः खूप फरक आहे. १९०८च्या सुमारास सी.बोगल यांनी लिहिलेला 'जात' या विषयावरील लेख पहिल्यांदा प्रकाशित झाला. त्यात असे म्हटले आहे, की 'जातव्यवस्था व्यवसायांच्या वर्गीकरणावर आधारलेली व्यवस्था म्हणून फक्त समजून घेणे पूर्णतः चुकीचे ठरले आहे.'

जातव्यवस्था ही एका उतरंडीवर आधारित व अनुवांशिकरीत्या जी जात पूर्वीपासून लावण्यात आलेली आहे. त्या जातीत जन्म झाल्या बरोबर तीच जात या व्यवस्थेत शेवटपर्यंत व्यक्तींवर लादण्यात येते. याशिवाय, जाती अंतर्गत विवाह, एकमेकांच्या परी जेवण-रोटी-व्यवहार किंवा शारीरिक संबंध तसेच स्पर्शालासुद्धा निर्बंध लावण्यात आले आहेत. विविध व्यवसायांचे पण उतरंडीवर आधारित श्रेष्ठ-कनिष्ठ-मध्यम अशा पद्धतीने वर्गीकरण करण्यात आल्याने सामाजिक विषमता, असमानता ही जातव्यवस्था निर्माण करते. असमानता हे 'जाती' व्यवस्थेचे व्यवच्छेदक लक्षण होय. त्याचप्रमाणे विटाळ, अस्पृश्यता हेसुद्धा जातिव्यवस्थेचे प्रमुख वैशिष्ट्य होय. बोगल यासोबतच आपले लक्ष्य वेधतात ते जातिव्यवस्थेतील उतरंडीमधील प्रत्येक जात ही परस्पर पूरक नसून विरोधक असण्याकडे एका जातीतील व्यक्ती दुसऱ्या जातीशी संबंध वाढविण्यापेक्षा त्या जातींशी संबंध ठेवण्यापासून आपल्या जातीतील लोकांना परावृत्त करीत असतात. एकमेकांकडे आकर्षित होण्यापेक्षा एकमेकांपासून दूरी राखण्याचे प्रत्येक जात समर्थन करते (बोगल, १९९१, ६५). अशा प्रकारे बोगलच्या विश्लेषणातून जात-व्यवस्थेची तीन लक्षणे आपल्याला आढळतात - पारंपरिक व्यवसाय, उतरंड आणि अंतर राखण्यासाठी परस्पर सहमती.

'ड्यूमाँट'च्या मते 'जात' या संरचनेचा मूळ गाभा आहे, या जातीची उतरंडीसारखी रचना असते. ही रचना आपल्याला जातीचे मूलभूत सामाजिक तत्त्व म्हणून मान्य करायला हवे, असे ड्यूमाँट म्हणतो. तो म्हणतो, 'उतरंड आधारित व्यवस्था म्हणजे 'विषमता वा सामाजिक स्तरीकरण' असेच त्याचे स्वरूप आहे, असे असण्याची गरज नाही. उलट, ती एक संपूर्णतः वेगळी सामाजिक व्यवस्था आहे. ड्यूमाँट व बोगल यांचे 'उतरंड' बाबत जवळपास एकसारखेच मत दिसते. ज्याने 'जाती' व्यवस्थेची तीन प्रमुख तत्त्वे सांगितली – नाव, उतरंड व विशिष्ट व्यवसाय. परंतु, ड्यूमाँट म्हणतो जातिव्यवस्थेबद्दल सिद्धान्तन करताना त्या ३ लक्षणांऐवजी एकमेव व्यवच्छेदक लक्षण खऱ्या अर्थाने उपयोगी पडू शकते. त्यामुळे ड्यूमाँटने त्याच्या सिद्धान्तनाचा सर्व भर हा 'उतरंड' या लक्षणावर दिला. त्यामुळे स्पृश्य विरुद्ध अस्पृश्य अशी ती नसून, अस्पृश्यांपेक्षा सदृश्य असणारी अशी ही 'उतरंड' रचना आहे. (मदन १९९१, ७६).

ड्यूमाँटच्या मते, 'शुद्ध व पवित्र हे सर्वश्रेष्ठ व त्यामुळे अशुद्ध व अपवित्र हे कनिष्ठ स्थानावरच, एकमेकांपासून दूरच ठेवले जावेत. अपवित्र अस्पृश्य लोक स्पृश्यांना आपल्या स्पर्शाने अपवित्र करू शकतात, हे या व्यवस्थेत गृहीत आहे. म्हणूनच पवित्र व्यवसाय व अपवित्र व्यवसाय असे श्रमविभाजन केले गेले आहे. दोन विरोधकांच्या आधारावरच या जातिव्यवस्थेची रचना केली गेली आहे.' (ड्यूमाँट १९८०, ४३).

वरून खाली, अशी एक त्रिकोणी उतरंड दिसत असणाऱ्या या उतरंडीमध्ये वरती स्पृश्य व खाली अस्पृश्य अशी श्रेणीविभाजनावर आधारित रचना आहे. हिंदू धर्मग्रंथांच्या आधारे केलेल्या निरीक्षणानुसार ड्यूमाँट म्हणतो, की हे परस्पर विरोधी असले तरी संबंधित आहेत. ड्यूमाँट म्हणतो, की हे संबंध स्थान व सत्ता यांच्या आधारावर ठरवले गेले आहेत. साधारणतः आधुनिक समाजात, विशेषतः पाश्चात्त्य समाजात सत्तेच्या आधारावर स्थान ठरते, तसे जातिव्यवस्थेत असणे जरुरी नाही. टिपीकल जातिव्यवस्थेत आर्थिकदृष्ट्या किंवा राजकीयदृष्ट्या प्रभावी असणाऱ्या लोकांची 'जात' ब्राह्मणांपेक्षा खालची असेल, तर त्यांचे स्थान खालचे/कनिष्ठच राहते. तसेच ब्राह्मण समजा गरीब असेल तरी त्याचे सर्वोच्च स्थान अबाधित राहते. इथे सत्तेच्या वरती आहे. तुमचे जातीच्या उतरंडीतील स्थान, इथे जातीच्या उतरंडीवर सत्ता निर्धारित असते.

एक अतिशय उल्लेखनीय गोष्ट अशी, की 'जात संदर्भातील एकसूत्रीय पारंपरिक सामाजिक व नैतिक व्यवस्था, जी पिढ्यान्‌पिढ्या चालत आली आहे आणि ती आधुनिकीकरण व औद्योगिकीकरणाच्या प्रवाहात आपोआपच नाहीशी होईल'

अशी जी एक समाजशास्त्रीय 'जुनी' धारणा होती, ती सर्वच अभ्यासकांनी पूर्णपणे अमान्य केली आहे. याउलट, भारतीय संदर्भात 'जात' हा अतिशय व्यामिश्र, गुंतागुंतीचा विषय असून, लोकांच्या जीवनात 'जातींना चिकटून राहण्यासंदर्भात वाढत चाललेले आग्रह,' त्याचबरोबर 'जाती' संदर्भातील नीतीनियम पालन इत्यादी व अशा अनेक आयामांमुळे अभ्यासक व संशोधकांचे 'जात' या विषयाकडे विशेष लक्ष्य गेले आहे.

याचा अर्थ असा नाही, की काहीच परिवर्तन झालेले नाही. उलट, परिवर्तनाचे स्वरूपसुद्धा इतके गुंतागुंतीचे व क्लिष्ट आहे, की सुरुवातीच्या काळातील समाजशास्त्रज्ञ, मानववंशशास्त्रज्ञ यांनी आधुनिक भारतातील जातिसंस्थेच्या स्वरूपाची जी कल्पना केली होती, त्यापेक्षा फारच वेगळे आहे. आज जात हे एक वास्तव असून ते सर्व जनमानसात, राजकीय संकल्पनेच्या पातळीवर आणि संख्यात्मक स्वरूपात आपल्यासमोर आहे. स्वातंत्र्यानंतर लोकशाहीचा स्वीकार केला गेला. व्यक्ती हे मूल्य मानले गेले. लोकशाही आणि स्वातंत्र्य यांच्यामुळे आधुनिक समाज रचनेच्या दिशेने आपली वाटचाल होणार हे गृहीत धरले गेले. त्यामुळे जातीप्रश्नाचा विचार अगदी मर्यादित पद्धतीने झाला. लोकशाहीत जातीचा सार्वजनिक जीवनातला संबंध कमी कमी होत जाईल, असे आधुनिकतेच्या पुरस्कर्त्यांना वाटत होते; पण प्रत्यक्षातला आपला अनुभव वेगळा आहे; कारण भारतातील मध्यमवर्गाची आधुनिकता ही सामाजिक, राजकीय व सांस्कृतिक बाबींमध्ये परस्परविरोधी भूमिका घेणारी होती. मग कधी जातिअंतर्गत विवाहाच्या जुन्या ब्राह्मणी तत्त्वावर व्यक्तिवादाचे तर कधी वर्णाश्रम धर्माच्या तत्त्वज्ञानावर आधुनिक श्रमविभागणी तत्त्वाचे ठिगळ लावले गेले. राष्ट्राची आधुनिक कल्पना गांठताना जातिव्यवस्थेला खासगी, सामाजिक किंवा धार्मिक ठरवून तिच्या सुधारणेचे ब्राह्मणी कार्यक्रम मांडण्यात आले. त्यामुळे आज एकीकडे निव्वळ आधुनिक फेरफाराच्या रचनात्मक परिणामांचा विचार केला तरी असे दिसते, की प्रत्येक जातीचे अंतर्गत स्तरीकरण आणि समकक्ष जातीमध्ये स्तरीकरण होण्याच्या प्रक्रियेला वेग येऊ लागला आहे. त्यामुळे प्रादेशिक पातळीवरही जातिसमूह एकत्र येण्यात रचनात्मक अडथळे निर्माण होत आहेत. जाती-जातींमधील तसेच जात्यंतर्गत विषमता व आर्थिक स्पर्धा वाढत आहे. या घडामोडींमुळे विविध जाती एकत्र येण्याऐवजी त्यांची स्वायत्त अस्मिता घडण्यास हातभार लागत आहे. यालाच जातीचे सांस्कृतिक समुदायात रूपांतर होण्याची प्रक्रिया (Ethnification) असे म्हणता येईल. निवडणुकीच्या राजकारणात ज्या जातींना एक गट म्हणून फारसे स्थान नसते, त्या जाती सांस्कृतिक वेगळेपणाच्या आधारे सत्तेत वाटा मागू शकतात.

मानव आपल्या उत्पादनाला कसे नियोजित करतो आणि जे उत्पादन करतो ते

कशा प्रकारे वितरित करतो, त्यांच्या जास्त श्रमाद्वारे झालेले अतिरिक्त उत्पन्न कशा प्रकारे समाजातील गैर उत्पादकांकडून हडप केले जाते या व्याख्येतून शोषणाचे आर्थिक स्वरूप स्पष्ट होते. कोणत्याही समाजाच्या उत्पादन पद्धती, उत्पादनांचे स्वरूप, स्वत्वहरण किंवा अतिरिक्त श्रम यांच्या संचयाला ठोस स्वरूपात स्पष्ट करतात. ब्रिटिशपूर्व काळात प्रभुत्व कृषकजाती शोषक होत्या किंवा नाही हे याचे उदाहरण आहे. दलित, बलुतेदार आणि दस्तकार गावातील शेतकऱ्यांसाठी काम करीत होते; पण जर अतिरिक्त श्रमांचा विचार केला तर तो शेतकऱ्यांमार्फत उत्पादित पिकांमध्ये होता, यात सगळ्यात मोठा हिस्सा राज्य जहागीरदार, राजा, देशमुख, सरदार, जमीनदार) आणि धर्माचे प्रतिनिधी (ब्राह्मण) यांना दिला जायचा. शोषक फक्त शेतकऱ्यांचे अतिरिक्त श्रमाचे फायदे घेत नव्हते तर कुणबी, दलित, बलुतेदार आणि अन्य शोषित जातींचा यात सहभाग होता. शोषित वर्गासाठी एक महत्त्वपूर्ण तत्त्व आहे जातीवर आधारित त्यांच्या कामाची ओळख कठीण आहे. केवळ ब्राह्मण याला अपवाद आहेत यांनी कधी श्रम केलेच नाहीत पण उत्पन्नाच्या मोठ्या वाट्यावर त्यांनी दावा केला. ब्राह्मणांव्यतिरिक्त राज्य आणि राजनीतिक शक्ती मुख्य शोषक होते. याच्याशिवाय कृषकजाती आणि काही निम्न (खालच्या) जाती यात सहभागी होत्या पण या शोषक जातींवर आधारित नव्हत्या, त्या राज्यकर्त्यांच्या जवळच्या असल्यामुळे त्या शोषक बनल्या.

जातीची वैशिष्ट्ये दक्षिण आशियात का? जातिव्यवस्था केवळ दक्षिण आशिया उपखंडातच अस्तित्वात आहे. ब्राह्मण हिंदुवादाने या व्यवस्थेला मजबूत केले आहे. जातिव्यवस्था जशी भारतात आहे तशीच ती पाकिस्तान, बांगलादेश मधल्या मुस्लिमांमध्ये आणि श्रीलंकेतील बौद्ध सिंहलियांमध्ये अस्तित्वात आहे. दक्षिण पूर्व आशियामध्ये हिंदू धर्माच्या (वैष्णव व शैव) जास्त काळ प्रभावामुळे दक्षिण पूर्व आशियामध्ये अशाप्रकारची जातिव्यवस्था निर्माण झाली नाही. अशा प्रकारे सामाजिक व्यवस्था दक्षिण उपखंडात विशेषत्वाने आढळते.

समाजात समूह जाती समतावादी विशेषणाने जोडलेल्या दिसतात. समाजात जसा विकास घडत गेला तशी विजयाची प्रक्रिया पूर्ण झाली आणि राज्य आणि नगरे स्थापन झाली. या समूहात पुरातन जाती बनू लागल्या, हळूहळू या व्यवस्थात्मक पातळीवर समन्वय होण्यास सुरुवात झाली. शोषण हे प्रभुत्व या तत्त्वावर विकसित झाले, ते शुद्धता आणि अशुद्धता यांसारख्या वैचारिक आधारांवर उभे केले गेले. निश्चित जातीमध्ये निर्णायक आदिवासी लक्षणे अजून पाहायला मिळतात. आदिवासींच्या परस्पर सीमांमध्ये (जाती सीमांमध्ये) गोत्र बंधन अजूनही अस्तित्वात आहेत.

अलीकडील काळात नेपाळमध्ये जाती अध्ययन केले. यात त्रिविभाजन

अस्तित्वात होते. 'जनेऊ' घालणाऱ्या जाती, दारू पिणाऱ्या जाती आणि ज्यांच्या घरी पाणीसुद्धा पिऊ नये अशा जाती या तीन सूत्रांवर हे विभाजन आधारलेले आहे.

ब्राह्मण, क्षत्रिय, वैश्य, शूद्र अशा चार समूहांमध्ये आर्यांनी विभाजन केले आणि ते यासाठी असे विभागले की त्यांनी निर्माण केलेली व्यवस्था वैध मानावी आणि समाजातील आपले स्थान इतरांपेक्षा श्रेष्ठ असावे. जाणीवपूर्वक यातून श्रम विभागणी झालेली दिसून येते आणि शुद्धता आणि अशुद्धता या अवधारणांवर हे दिसून येत नाही आणि यात अस्पृश्यांना वगळण्यात आले होते.

सिंधु घाटी सभ्यतेचे पतन आर्यांच्या हल्ल्यांमुळे झाले नसून प्रत्यक्ष पर्यावरणीय बदल, जंगलतोड आणि नद्यांनी बदललेले प्रवाह यामुळे सिंधू संस्कृतीचा नाश झाला . मगध आणि मौर्य राज्यांचा जो उदयाचा काळ हा आंबेडकरांच्या मते, 'बौद्ध क्रांती' म्हटले आहे. रोमिला थापर मगध आणि मौर्य यांना ब्राह्मण विरोधी 'म्लेंच्छ भूमी' म्हटले जाते. बौद्ध साहित्याच्या सुरुवातीच्या साहित्याला उमा चक्रवर्ती यांनी तत्कालीन समाजाचे यथार्थ रेखाटलेले चित्रण आहे. तत्कालीन असमानता ही जाती आणि वर्ग यांवर आधारित नव्हती.

आर.एस. शर्मा आणि कोसंबी यांनी सांगितले आहे, की आठव्या ते दहाव्या दशकात सामंतवादाचा विकास झाला आणि याच युगात प्रभुत्वशाली हिंदूवाद उदयाला आला, ज्यात त्याला टिकवून ठेवण्यासाठी राज्यव्यवस्था आणि इतरही काही गोष्टी होत्या. सामंतशाहीमध्ये जमीनदान किंवा जवळच्या नातेवाइकांना आणि ब्राह्मणांना जमीनदान देणे हे सामंत घराण्याचे विशेष सांगितले आहे आणि ग्रामीण अर्थव्यवस्था याच व्यवस्थेशी जोडलेली आहे. याच काळात अस्पृश्य समजल्या गेलेल्या समूहांना त्याज्य मानण्यात आले आणि त्यांना गावाच्या बाहेर वस्ती करून राहणारा समूह म्हणून पाहण्यात आले.

अशा प्रकारे भारतातील जातिव्यवस्था कशी विकसित झाली, उत्पादनाच्या पद्धती, उत्पादनाची साधने आणि त्यासाठी लागणारे श्रम किंवा श्रमशक्ती या जातिव्यवस्थेतून कशी विकसित झाली याची सविस्तर चर्चा केली आहे. जातिव्यवस्था निर्माण करून तिचे नियमन राज्यसंस्था किंवा स्थानिक संस्थांकडून कसे झाले हे 'जाति की उत्पत्ति तथा विकास के ऐतिहासिक भौतिकवादी विशेषण की ओर' या लेखात सखोलपणे मांडले आहे.

जातिव्यवस्था का निर्माण झाली? ती इतकी वर्षे टिकली कशी? तिचे भौतिक आधार काय होते? तात्त्विक समर्थने कोणती होती? ती सत्ताधारी वर्गाची विचारसरणी कशी झाली? तिने कोणत्या प्रकारची श्रेणीबद्धता व विषमता येथे आणली? यांसारख्या महत्त्वाच्या प्रश्नांना आगरकर भिडत नाहीत. जिथे ते भिडतात

तिथे ते अत्यंत जुजबी स्वरूपात भिडतात. उदाहरणार्थ, जातिव्यवस्था का निर्माण झाली या प्रश्नांच्या संदर्भात ते म्हणतात, ''जो कोणी या प्रश्नाचा निरभिमान बुद्धीने विचार करील त्यास असे दिसून येईल, की प्रत्येक समाजाच्या विशिष्ट स्थितीत आमच्या देशातील वर्णव्यवस्थेसारखा किंवा जातिभेदासारखा लोकविभाग अस्तित्वात आल्याशिवाय रहात नाही, एका लोकांनी दुसऱ्या लोकास जिंकून त्यास आपले गुलाम करणे व त्यास विशिष्ट धंदे करावयास लावणे किंवा लढाई होऊन जेते व जित असा भेद उत्पन्न न होता, शुद्ध श्रमविभागापासून सहगत्या उत्पन्न होणाऱ्या व्यवसाय भिन्नत्वामुळे जातिभेद बहुश: उत्पन्न होतो. ज्याला आपण 'सुधारलेला' म्हणू असे कोणतेही नवे किंवा जुने लोक घ्या, त्यात हा जातिभेदाचा प्रकार या नाही तर त्या रूपाने आढळल्याशिवाय राहणार नाही. नाकाने वांगी सोलणाऱ्या आमच्या देशातील अद्वितीय जातिभेदाची टवाळी करणारे लोक आहेत किंवा क्रॅफ्ट गिल्ड्स म्हणून म्हणत ते आमच्यातील जातीसारखेच व्यावर्तक वर्ग नव्हते काय? जुन्या रोमन लोकांतील पॅट्रेशिअन व प्लिबिअन व जुन्या ग्रीक लोकांतील युपॅट्रिड व हेटल्ट्स या वर्गात झालेल्या तंट्यांची हकिकत ज्यांनी ऐकली असेल त्यांना आपल्या देशातील जातिभेदासारखा एका प्रकारचा जातिभेद त्या लोकांत होता इतकेच नाही तर आमच्यात ते राहिले नसते. जुन्या मिसर देशातही आपल्या देशातील जातीसारख्या जाती होत्या असे म्हणतात. मुसलमानातील शिया व सुन्नी जातीतील वैमनस्ये सर्वांना अवगत आहेत. तात्पर्य, सुधारणेच्या पंथास लागलेल्या प्रत्येक लोकात काहीकरून कशाच्या ना कशाच्यातरी प्रकारचा जातिभेद उद्‌भवल्याशिवाय रहात नाही. विशेषत: 'भट जात' या लोकांत अस्तित्वात आलेली नाही असे कोणत्याही राष्ट्रात आढळणार नाही असे वाटते.'' (खंड २, पृ.२६७-२६८).

भारतात समाज वैज्ञानिकांनी जातिसंबंधीचे सिद्धान्त कोणत्या कारणांमुळे निर्माण झाले, याची चर्चा यात करण्यात आली आहे. ज्या समाजामध्ये जातिव्यवस्था आहे त्या समाजात जातीचे सिद्धान्त अस्तित्वात आहेत. जातीचे हे सिद्धान्त दोन प्रकारचे मानले गेले. पहिला सिद्धान्त क्रमबद्ध नाही यात जातिव्यवस्था विखुरलेली आहे. समाजातील व्यवहारावर या जातीचा प्रभाव जाणवतो. दुसऱ्या प्रकारचा सिद्धान्त हा सूत्रबद्ध आहे. या सिद्धान्तानुसार काम करणाऱ्या विचारधारांचा उद्देश समाजात जातिप्राधान्य बनवून ठेवणे अथवा त्याला आव्हान देणे हा आहे. या आव्हानांना तोंड देण्यासाठी भारतात सुरू असणारी आंदोलने आणि समाज परिवर्तनासाठी सुरू असलेले प्रयत्न हा याचा भाग आहे.

भारतातील दलित आणि गैरब्राह्मण आंदोलनांनी जातीसिद्धान्त विकसित केले आहेत. या सिद्धान्तांचा मुख्य उद्देश जातिप्रथा नष्ट करणे, जातिप्रथेपासून होणारे

शोषण संपवणे हे होते. गैरब्राह्मण किंवा दलित आंदोलने या दोन सिद्धान्तावर जाती संरचना वैध मानतात. त्यावर टीका करतात. पहिली विचारधारा म्हणजे परंपरा किंवा धर्मावर आधारित जाती, ज्यांचा विकास ब्राह्मणांनी केला होता. ही विचारधारा मनू किंवा ऋग्वेदामध्ये ऋचांमध्ये मांडलेली आहे. या विचारधारेच्या विरोधात दलितांनी किंवा दलित नेत्यांनी यावर वाद घालायला सुरुवात केली आणि त्यांचे अर्थ यावर वाद घालायला सुरुवात केली आणि त्यांचे अर्थ काय आहेत हे समजून घेण्याचा प्रयत्न केला गेला. उच्च जातीतल्या समाजसुधारकांनी ग्रंथावर अधारित परिवर्तन करून जाती आणि वर्ण संपवण्याचा प्रयत्न केला. यात प्रामुख्याने आधुनिक काळातील राजा राममोहन रॉय, आगरकर, म.गांधी यांचा उल्लेख केला आहे.

दुसरा सिद्धान्त होता आर्यवादी प्रजाती सिद्धान्त. याचा प्रसार ब्रिटिश सरकारने आपली जनगणना आणि प्रादेशिक जाती समूह अभ्यासण्यासाठी केला. सुरुवातीला आधुनिक ब्राह्मणांनी सारे सिद्धान्त ग्रहण करून त्यांना स्वत:ला गोऱ्या कातड्यांच्या विजयी झालेल्या समान स्वत:ला सिद्ध केले (भासवले) आणि काळ्या कातड्यांच्या लोकांना खालच्या जातीचे मानून त्यांच्यावर स्वत:च वर्चस्व निर्माण केले. याच्या विरोधात म. फुले आणि आधुनिक समाजातील समाजसुधारकांनी आवाज उठवलेला दिसतो. या विचारधारेनुसार यातील काही समाजसुधारकांच्या मते मध्यम किंवा खालच्या जाती मूळ भारतीय निवासी, गैर आर्य वंशज आहेत. ब्राह्मण, क्षत्रिय, वैश्य-इन्डो युरोपियन (आर्य, वैदिक) हे विजेत्यांचे वंशज आहेत.

फुलेंनी जातीचा पहिला भौतिकवादी सिद्धान्त मांडला आणि विसाव्या शतकात उत्पन्न होणाऱ्या दलित आंदोलकांना अनेक विचारांनी भारावून टाकले. फुलेंसाठी हा एक साधारण प्रजातीय सिद्धान्त होता. फुलेंनी आर्यवादी सिद्धान्त प्रजातीय परिप्रेक्ष्यातून प्रयोग केला होता. त्यातून समुदायाची हिंसा नष्ट करण्याचा प्रयत्न केला आहे.

१९२०मध्ये मार्क्सवाद उदयाला आला. ज्यांनी शोषण आणि मुक्ती यासाठी प्रतिवाद मांडला. त्यांचा असा दावा होता की भारतात नाही तर संपूर्ण जगातील वेगवेगळ्या समाजावर या गोष्टी लागू होतात आणि लवकरच युवा शक्ती, सुशिक्षित आणि उच्च जातीतले परिवर्तनवादी राष्ट्रवादी लोकांचा समूह एकत्र येऊन एक मोठे जन-आंदोलन चालवण्याचा प्रयत्न करत होते. याच आधारावर साम्यवादी, समाजवादी दलांना संघटित करण्यात आले. काँग्रेसमध्ये काम करणाऱ्या नेत्यांवरही याचा चांगला प्रभाव पडला. यात नेहरू आणि त्यांचे सहकारी सहभागी होते. मार्क्सवादी संघटनेने प्राथमिक विचारधारेवर न थांबता राष्ट्रीय स्तरावर श्रमिकांना आणि शेतकऱ्यांच्या आंदोलनांना पाठिंबा देऊन ती विकसित केली. जातीविरोधी आंदोलनामध्ये खूप मोठा प्रभाव मार्क्सवाद्यांनी टाकला होता. फुलेंना असे वाटत होते, की आर्थिक

सामाजिक आणि राजकीय प्रभुत्व एकमेकांवर आधारित आहे आणि या आधारावर हे म्हणता येऊ शकत होते की प्रजाती सिद्धान्त अप्रासंगिक आहे.

जातीची व्याख्या करताना

पारंपरिक ब्राह्मणी साहित्यामध्ये स्तरीकरणाच्या ब्राह्मणी व्यवस्थेचे वर्णन करण्यासाठी वर्ण आणि जाती या दोन संज्ञा वापरल्या आहेत. जातीबाबतच्या लिखाणात आणि लोकांमधील संभाषणामध्ये या दोन्ही संज्ञा वापरल्या जातात. समाजशास्त्रज्ञांनी या दोन्ही संज्ञांची निश्चित व्याख्या करण्याचा प्रयत्न केला आहे, सदर पुस्तकासाठी मी त्यांची पुढीलप्रमाणे व्याख्या करेन. वर्ण या शब्दाचे संस्कृत शब्दश: भाषांतर म्हणजे 'रंग'. आरंभी त्याचा संबंध ब्राह्मणी संहितांमध्ये मांडल्याप्रमाणे ब्राह्मण, क्षत्रिय, वैश्य आणि या समाजाच्या चार प्रमुख भागांशी होता. नंतरच्या काळात जाती समाजाच्या वर्ण विभागांमध्ये जोडल्या गेल्या. 'जात' म्हणजे असे एकक की ज्याअंतर्गत विवाह करणे सक्तीचे आहे. एका जातीचे सदस्य हे एका कुळाच्या गटाचे असतात आणि परंपरेने एका व्यवसायाशी बांधलेले असतात. शिवाय प्रत्येक जातीची स्वत:ची अशी सांस्कृतिक परंपराही असते. स्वत:ची खाद्य संस्कृती, धार्मिक विधी, पोशाखाच्या पद्धती आणि अगदी कलाप्रकारसुद्धा जातीच्या भिन्नतेच्या अक्षानुसार व्यवहार करतात. हिंदू समाजातील प्रचंड बहुविधतेचाच हा पुरावा आहे असे वाटू शकते. तरीही प्रत्येक जातीचा आपापल्या सांस्कृतिक परंपरा आणि व्यवसायाशी असलेला संबंध हा स्थानिक श्रेणी रचनेच्या एका व्यापक चौकटीतच असतो आणि ही चौकट धार्मिक विधींच्या संदर्भातील दर्जा, उत्पादक साधनांवरचे नियंत्रण असणे किंवा नसणे आणि सत्ता यावर आधारलेली आहे. हाच जातिव्यवस्थेंतर्गत भिन्नतेचा पाया आहे आणि त्यामुळे उच्च जाती आणि कनिष्ठ जाती विभागल्या जातात. एखाद्या प्रदेशातील स्थानिक पातळीवरच्या श्रेणीरचना समजावून घेण्यासाठी आता ही जातीची चौकट उपयोगी ठरते. त्याचे सामान्यत: पडणारे तीन विभाग पुढीलप्रमाणे उच्च जाती – ज्यामध्ये ब्राह्मण, राजपूत, बनिया आणि उत्तर व पूर्व भारतामध्ये कायस्थांसारख्या इतर जाती यांचा समावेश असतो, मध्यम जाती – जाट, यादव, कुर्मी आणि इतर जाती ज्या प्रस्थापित असल्या तरी इतर मागासवर्गीयांमध्ये मोडू शकतात. अधिकृतरीत्या या मागास जाती ज्या विटाळकारक नाहीत पण सामाजिक दर्जाच्या निर्देशांकानुसार मागास असतात. कनिष्ठ जाती या उतरंडीच्या अगदी तळाशी असतात आणि त्यांचा स्पर्शही विटाळकारक मानला जातो. उतरंडीच्या चौकटीमध्ये या जातींच्या स्थानाच्या बाबतीत यामध्ये प्रचंड प्रादेशिक तफावत आहे.

आत्तापर्यंत झालेल्या जातींवरच्या प्रमुखप्रवाही लिखाणात आणि त्याला

विरोध करणारे लिखाण असे दोन्ही दृष्टिकोन पाहिले तर जात ही वर्गापेक्षा वेगळी आहे पण त्यापासून संपूर्णत: वेगळी नसलेली विशिष्ट आणि असाधारण अशी स्तरीकरणाची रचना आहे. जातिव्यवस्था म्हणजे जन्मजात गटांची/जातींची मालिका. ती धार्मिक दर्जानुसार उतरंड किंवा श्रेणी रचनेचे रूप घेते. विशिष्ट जातींना उच्च किंवा कनिष्ठ स्थान देणाऱ्या मूल्याधिष्ठित मूल्यमापनात्मक प्रमाणकांचे उपयोजन भारतातील जातिव्यवस्थेच्या मुळाशी असलेल्या विषमतेच्या पायाशी आहे. या प्रमाणकांची पाळेमुळे ही हिंदू धार्मिक – कायदेविषयक संहिता – धर्मशास्त्रांमध्ये रुतलेली आहेत. रक्ताची शुद्धता आणि कामाचे स्वरूप या संदर्भातील शुद्धता आणि अशुद्धता या कल्पनांशी सापेक्ष संगती असल्यामुळे व्यवस्थेचा जसजसा विकास झाला तसतसे उच्च आणि कनिष्ठ परस्परांच्या विरोधात उभे राहिले. शुद्ध म्हणजे उच्च आणि अशुद्ध म्हणजे कनिष्ठ या कल्पना विचारप्रणालीच्या दृष्टीने धार्मिक विधींच्या संदर्भात स्पष्ट केल्या गेल्या, म्हणजे कोणत्या जाती यज्ञ, पूजा आणि इतर पवित्र काम करू शकतात किंवा शकत नाहीत. परंतु, प्रत्यक्ष कामाचेच शुद्ध आणि अशुद्ध असे वर्गीकरण झाल्यामुळे, कनिष्ठ आणि उच्च या दोघांना अलग ठेवणे गरजेचे होते; कारण कनिष्ठ हे तिरस्कृतांच्या जागी होते आणि मूल्यांच्या संदर्भात उच्चांच्या विरोधात होते. उच्च आणि कनिष्ठांमधील हे विभक्तीकरण निश्चित करण्यासाठी आलेल्या त्यांच्यातील संबधांवर नियंत्रण ठेवणाऱ्या सविस्तर नियमांचे कारण बनले. सार्वजनिक अवकाशांची अशा प्रकारे विभागणी केली होती की कनिष्ठ जातीयांना विशिष्ट रस्त्यांचा वापर करण्यावर बंदी होती कारण त्यांना अपवित्र मानले होते. केरळमध्ये कनिष्ठ जातीयांनी ब्राह्मणांचे पावित्र्य अबाधित राहावे म्हणून त्यांच्यापासून काही अंतर राखणेसुद्धा पारंपरिकदृष्ट्या बंधनकारक होते. कनिष्ठ जातीयांची सावलीसुद्धा ब्राह्मणाला अपवित्र करू शकत होती. अशा तऱ्हेने विचारप्रणालीच्या दृष्टीने अपवित्रता/विटाळ टाळण्यासाठी ज्या गोष्टी अलग-अलग ठेवायलाच हव्यात त्यांना एकत्र करण्यामध्ये मोठा धोका आहे असे गृहीत धरले जाते. प्रत्येक जात ही बंदिस्त आणि सीमित गट आहे आणि सर्व सामाजिक संबंध हे सीमित गटांच्या संदर्भात प्रस्तुत केले जातात आणि प्रत्येक बंदिस्त गटाच्या सभासदांमध्ये काटेकोरपणे मर्यादित ठेवले जातात.

जातीच्या आकलनामध्ये पायाभूत मानल्या गेलेल्या आणि प्रस्थापित दृष्टीशी सहमत असलेल्या ब्राह्मणी ग्रंथावर आधारलेल्या आणि धार्मिक विधींमधील विशेष व्यासंगाच्या पायावर उभ्या असणाऱ्या जातीच्या कल्पनेला अलीकडे सामाजिक शास्त्रज्ञांनी इतर काही वैशिष्ट्यांची जोड दिली आहे आणि त्यामुळे आपले जातीचे आकलन अधिक व्यापक बनले आहे. उच्च जातीयांची कनिष्ठ जातीयांवरची सत्ता

ही फक्त धार्मिक विधींपुरती मर्यादित नसते तर त्याचा प्रभाव सामाजिक संबधांवरही असतो हे समजून घेण्यासाठीसुद्धा प्रस्तुत वैशिष्ट्ये उपयुक्त आहेत.

प्रथमत: त्यांनी सगळ्या मानवी समाजांमध्ये सामाजिक विषमता ही सामान्य बाब आहे असे सुचवणाऱ्यांना विरोध केला. ज्या दृष्टीमधून मग आपण दैनंदिन जीवनात ज्या लोकांना भेटतो त्यांची जाती बाबतची सामान्य समजूत तयार झाली आणि त्यामुळे प्रत्यक्ष जातिव्यवस्थेच्या ऐतिहासिक विश्लेषणालाच धक्का पोहचतो. जातींमधील संबंध म्हणजेच 'परस्परावलंबन', 'परस्परांप्रतीची कर्तव्ये' आणि 'विभिन्नता' म्हणून मानणारी भूमिकाही यामधून उभी राहू शकते. आपण जर शहरात वास्तव्य करत असू आणि मध्यमवर्गीय असू ज्यामध्ये प्रामुख्याने उच्च जातीयांचा समावेश आहे तर मग आपण ज्या मंडळींशी आपल्या रोजच्या जीवनामध्ये - शाळा, महाविद्यालय किंवा कार्यालयांमध्ये संवाद साधतो त्यांच्यामध्ये हा दृष्टिकोन दृढ आहे. परंतु, प्रत्यक्ष व्यवहारात मात्र जातींमध्ये उत्पादनाची संसाधने, सामाजिक दर्जा, ज्ञानाची उपलब्धता या संदर्भात सखोल विषमता आहे. ब्राह्मणी ग्रंथांमधील जातिव्यवस्थेबाबतच्या सुरुवातीच्या सूत्रीकरणामधूनही हे सिद्ध होते. अगदी व्यक्तीच्या नावांमध्येसुद्धा ही परंपरागत विषमता असते. मनूने म्हणल्याप्रमाणे 'ब्राह्मणाच्या नावामध्ये मंगलशब्द असावेत, क्षत्रियाच्या नावामध्ये ताकद, वैश्याच्या नावामध्ये संपत्ती आणि शूद्राच्या नावाने किळस निर्माण व्हावी.' मनूच्या सूपीकरणाचे सर्वांत ठळक वैशिष्ट्य म्हणजे कायद्याच्या उल्लंघनासाठी होणाऱ्या शिक्षेची मांडणी - जाती व्यवस्थेच्या उतरंडीमध्ये जस जसे खाली जातो तस तसे गुन्हेगाराच्या शिक्षेचे प्रमाण वाढत जाते. तसेच शिक्षेच्या संदर्भात मिळणारे विशेष अधिकार आणि सूट ही ब्राह्मणांमध्ये एकवटलेली दिसते. शिखराशी विशेष अधिकार आणि तळाशी असामर्थ्य एकवटणे या वर्गातील चर्चांमध्ये माझे उच्च जातीय विद्यार्थी जसे जातिव्यवस्थेचे अनेकदा वर्णन करतात तशी 'परस्परावलंबनाची' किंवा 'श्रमविभागणीची' व्यवस्था नाही. जीवनातीत मूल्यवान बाबींची भेदकारक उल्लंघनतेची खात्री देणारी संस्थीकरण झालेली विषमता म्हणजे जातिव्यवस्था असे बेरमन यांनी समर्पक वर्णन केले आहे. द्युमो यांनी रेखाटल्याप्रमाणे शुद्ध आणि अशुद्ध यातील विरोध हे जातिव्यवस्थेचे सर्वांत महत्त्वाचे तत्त्व आहे. या विरोधात बेरमन निकटतेच्या तत्त्वांचा वेगळा संच देतात. ते म्हणतात, ''जे जात जगतात त्यांच्यासाठी जातीचा मानवी अर्थ म्हणजे सत्ता आणि असुरक्षितता, विशेषाधिकार आणि दडपणूक, सन्मान आणि अवमान; विपुलता आणि वंचितांना, बक्षीस आणि हानी, सुरक्षितता आणि चिंता, सत्ता आणि भौतिक संसाधनांची विषम उपलब्धता हे जगण्याच्या अनुभवांच्या संदर्भात जातिव्यवस्थेचे स्वाभाविक वैशिष्ट्य आहे, जे शुद्ध-अशुद्धतेच्या द्वैतातून झाकोळले जाते.

जात आणि ज्ञानावरची मक्तेदारी आणि जबरदस्ती करणारी सत्ता

ब्राह्मणांच्या हातातील ज्ञानावरची मक्तेदारी आणि कनिष्ठ जातींना असलेली आनुषंगिक ज्ञानबंदी – हे जाती आणि वर्ग तसेच विचारप्रणाली आणि उत्पादनसंबंध यांच्यामधील नातेसंबंधातील कळीचे घटक आहेत. शूद्र आणि अस्पृश्यांनी या बंदीचे उल्लंघन केल्यास ब्राह्मणी ग्रंथांनुसार त्यांना कडक शिक्षा होत असे. (स्त्रियांनाही ज्ञानबंदी, विशेषत: पवित्र ज्ञानाची बंदी होती.) या तथाकथित कनिष्ठ जाती कष्ट करत होत्या आणि शेती, वनस्पती, प्राणी, गुरे, हवामान, जमीन, कीटक, शेतीची हत्यारे, सुतारकाम, लोहारकाम, सोनारकाम, मासेमारी, शिकार याविषयीचे ज्ञान जतन व विकसित करत होत्या. धातू, लाकूड, माती, बांबू, बोरू, वीट याविषयीचे ज्ञान कारागिरीच्या कौशल्यामध्ये अंतर्भूत असते. नौकानयनशास्त्र, नौकानिर्मिती यांसारखी कौशल्येही यामध्ये होती. या मोजक्या उदाहरणांमधून सर्व अतीमहत्त्वाची उत्पादककृती ज्यातून उच्चजातीयांचे प्रत्यक्ष जगणे शक्य होते हे दिसून येते. परंतु, हीच कौशल्ये आणि ज्ञान हीन आणि विटाळकारक म्हणून तुच्छ लेखली जात होती. उच्च जातीयांची मक्तेदारी असलेले धार्मिक ज्ञानावरील, ग्रंथांमधील ज्ञान, खगोलशास्त्रासारखे बौद्धिक संशोधन हे श्रेष्ठ मानले जात होते. त्याचप्रमाणे घराच्या व्यवस्थापनातील स्त्रियांची कौशल्ये तेव्हा आणि आत्ताही महत्त्वाची मानली जात नाहीत.

ब्राह्मण पुरुषांची ज्ञानावरची शतकानुशतकांची मक्तेदारी केवळ धार्मिक विधी किंवा धर्मविषयक ज्ञानाच्या क्षेत्रातच नाही तर त्या व्यतिरिक्तच्या क्षेत्रातसुद्धा आढळून येते. या मक्तेदारीच्या आधाराने त्यांनी विशिष्ट व्यवस्थेत समाविष्ट होऊन नवनव्या क्षेत्रातील सामाजिक उत्पादनांवर नियंत्रण मिळवले. सुरुवातीच्या काळात ज्ञानी असलेल्या ब्राह्मणांच्या वाढत्या मक्तेदारीला काही प्रमाणात विरोध झाला असेलही पण हा विरोध उच्चवर्णियांपुरता अधिक स्पष्टपणे सांगायचं तर क्षत्रियांपुरता मर्यादित होता. आत्तापर्यंत ज्ञात असलेल्या ग्रंथाधारित परंपरेत तरी कष्ट करणाऱ्या शूद्र जाती या चढाओढींच्या कक्षेच्या बाहेर होत्या. सरतेशेवटी ब्राह्मण आणि क्षत्रियांमधील ताण त्या दोघांना वेगवेगळ्या क्षेत्रांमध्ये सामावून घेऊन सोडवले गेले. ब्राह्मण पुरुषांची धार्मिक ज्ञानावर मक्तेदारी होती आणि क्षत्रिय पुरुषांची बळजबरीच्या साधनांवर, ज्यायोगे त्यांना शस्त्रांच्या वापरावर मक्तेदारी मिळवता आली. अशा तऱ्हेने राज्य आणि ब्राह्मण किंवा ब्राह्मण आणि प्रबळ जात ही द्वयी उदयाला आली. त्या दोघांमधील एकएका सुट्या गटापेक्षा दोघांची मिळून निर्माण होणाऱ्या शक्तीला विरोध करणे सोपे नव्हते आणि तसेही, बंदी असलेले ज्ञान किंवा कौशल्ये मिळवण्याचा प्रयत्न करणाऱ्यांची आणि समाजाच्या नियमानुसार न वागणाऱ्यांची उदाहरणे तुरळकच होती. ब्राह्मणांसाठी राखून ठेवलेल्या तपस्येचे आचरण करणारा शंबूक किंवा

क्षत्रियांचा शस्त्र धारण करण्याचा किंवा जोरजबरदस्तीची साधने वापरण्याचा विशेषाधिकार असणारे क्षत्रिय त्यांची धनुर्विद्या शिकण्याचा/प्रभुत्व मिळवण्याचा प्रयत्न ज्या एकलव्यानी केला त्यांना कडक शिक्षेचा सामना करावा लागला. गार्गीची गोष्ट स्त्रियांसाठीही हिंसेचा वापर करून ज्ञानबंदी केल्याचे स्पष्ट करते.

शंबुकाची अयशस्वी तपस्या

राम आयोध्येवर राज्य करत होता तेव्हा एके दिवशी एक ब्राह्मण मुलगा मृत्यू पावला. ही गोष्ट अकाली मानली गेली. आयोध्येतील विद्वानांच्या म्हणण्यानुसार न्याय राजाच्या राज्यात कोणी ब्राह्मण मुलगा मृत्यू पावूच शकत नाही. त्या मुलाचा पिता राजवाड्यात दाराशी आला आणि शोक करू लागला – 'रामाच्या राज्यात नक्कीच मोठे पाप घडले आहे.' जेव्हा रामाने त्याच्या ब्राह्मण सल्लागारांशी सल्लामसलत केली तेव्हा त्याला सांगण्यात आले, की एक शूद्र तपस्या करत आहे – जे मोठे पापचारण आहे. ब्राह्मणानी रामाला असाही सल्ला दिला, की 'त्यांनी त्या पापी शूद्राला हुडकन काढावे आणि शिक्षा द्यावी.'

जात, अपमान आणि शोषण

जातिव्यवस्था अंतासाठी सर्वप्रथम जातीव्यवस्थेचे स्वरूप समजावून घ्यावे लागते. त्यामधून समकालीन जातवास्तवाकडेह्नजावे लागेल. जाती व्यवस्थेची ऐतिहासिक जडणघडण अनेकांनी पुस्तकरूपाने मांडली आहे. एम.एन.श्रीनिवास म्हणतात, ''जात ही एक व्यवस्था म्हणून संपलेली आहे आणि विविध जाती स्वतंत्रपणे राजकारणातील भौतिक लाभांसाठी स्पर्धात्मक पद्धतीने अस्तित्वात आहेत.'' बहुतांश लोक अस्पृश्यता कमी झाली म्हणजे जात संपली आहे असे समजतात. आज जातीचे कोणते घटक अस्तित्वात आहेत आणि कोणत्या घटकात परिवर्तन झाले आहे ते पहावे लागते. जातिव्यवस्था ही केवळ भौतिक व्यवस्था नाही. तरीही कनिष्ठ व्यवसायात कनिष्ठ जातियांची संख्या जास्त आहे. भारतात जात ही बहुतांश सर्वच क्षेत्रात आपला प्रभाव दाखवत असते. काहीच नाही तर डोकावत तरी असते. जातीने वेगवेगळ्या काळाशी आणि राजवटीशी समायोजन करीत, स्वत:चे पुनरुत्पादन करीत पुढे सरकत आहे.

जातिव्यवस्था ही केवळ भौतिक व्यवस्था नसून तिचे धार्मिक – सांस्कृतिक पैलूंकडे लक्ष दिले पाहिजे. जातीचा वेगवेगळ्या घटकांशी संबंध आहे. शोषणाच्या व्यवस्थांचा एकमेकांशी परस्पर संबंध असतो. या व्यवस्था कालपरत्वे स्वत: पुनरुत्पादित होत असतात; म्हणजे त्यात परिवर्तन होत असते. याठिकाणी जातिव्यवस्थेचा अंत म्हणजे सर्व प्रकारच्या शोषण करणाऱ्या व्यवस्थांचा अंत अपेक्षित आहे; त्यासाठी

वर्चस्ववादाचा अंत केला पाहिजे. परंतु, या वर्चस्ववादाचा अंत करण्यास आपण सक्षम आहोत का, हा प्रश्न महत्त्वाचा ठरतो.

भारतात जात ही पायाभूत व्यवस्था आहे. या व्यवस्थेला जन्माचा आधार आहे. भारतात जात ही जन्मण्यापूर्वी आणि मृत्यूनंतरही अस्तित्वात असते. येथे जात चोरावी लागते. धर्म बदलता येतो पण जात बदलता येत नाही. गरिबीचा आणि जात आणि लिंगभाव तसेच वर्ग यांचा संबंध आहे. भारतातील भांडवलदारवर्ग आणि उच्चजातीय संसाधनांच्या पुनर्वाटपासाठी आणि सामाजिक – सांस्कृतिक प्रबोधनासाठी प्रयत्नशील नसतात, किंबहुना ते विरोधातच असतात. या लोकांना मंदिर-मस्जिदी बांधून लोकांना भक्तिभावात गुंगवून ठेवतात; म्हणून चिकित्सक विचारांना येथे कायमस्वरूपी विरोध होताना दिसून येतो. येथील सर्व व्यवस्था जातीग्रस्ततेत खोलवर बुडालेल्या दिसून येतात. यातून जातीय अस्मिता फुलविणे, जातीचा खोटा इतिहास रचविणे ही कामे केली जातात. तसेच जातीय उत्पादन साधने आणि उत्पादन संबंध; धर्म, जात, वर्ग, जातिअंतर्गत विवाह, जातसंघटना, जातवार वस्त्या, जातवार पक्षीय हितसंबंध यातून इतरांप्रती द्वेष आणि स्वकीयांबाबत स्वसमूहश्रेष्ठत्वतावाद निर्माण होतो. परिणामी जातीय अत्याचाराला खतपाणी मिळते. आरक्षणासारख्या बाबतीत राजकीय व्यवस्था आणि उच्च जातवर्गीय समूह जातीयवाद आणि जातिभेदाच्या दरी कशा पडतील याकडे लक्ष देताना दिसतात. भारतीय राज्यव्यवस्था ही उच्चजातीय हितसंबंध जोपासत असते. भारतातील शासन, प्रशासन आणि अनेक लोकांना असे वाटते, की भारतातील जातीचा प्रश्न हा दलितांच्या पुरताच मर्यादित आहे; म्हणून ते दलितसुधारणा कार्यक्रम राबवताना दिसतात; तर दलित समाजातील राजकारणी वरच्या जातींच्या आश्रयात स्वत:ला सुरक्षित समजत असल्यामुळे तो विचारशून्य झाला आहे. तोही जातींच्या गणिताची जुळवाजुळव करीत फिरताना दिसतो.

जातिव्यवस्था ही सामाजिक-आर्थिक कोंडमारा करणारी व्यवस्था आहे. या व्यवस्थेने कनिष्ठ जात-वर्गीयांचे शोषण करून समाजात विषमता जोपासली आहे. शोषण करणाऱ्या प्रादेशिक आणि राष्ट्रीय वर्चस्वशाली एक-दोन जाती आणि शोषण होणाऱ्या बहुसंख्य श्रमिक जाती, अशी व्यवस्था इथे आहे; पण त्याचबरोबर या बहुसंख्य शोषित जातींमध्येही उच्च-नीचतेची उतरंड आहे. या अंतर्गत शोषणामुळे आणि उच्चनीचतेमुळे या समाजातही दरी आहे. सामाजिक लोकशाही आणि व्यक्तिस्वातंत्र्याला खासगी मालमत्तेच्या अंताची जोड द्यावी लागेल. यातून शोषणांच्या अंताचा सिद्धांत तयार होण्याचा पाया घातला जाऊ शकतो; म्हणून भांडवलशाही, ब्राह्मणशाही आणि पुरुषसत्ता अंताची बाबासाहेबांनी मांडणी केली.

बाबासाहेबांनी म्हटले आहे, की इमला मोडल्याशिवाय सांस्कृतिक, कायदेशीर,

धार्मिक परिसरामध्येच आमूलाग्र बदलाची प्रक्रिया सुरू केल्याशिवाय पाया मोडणारी शक्ती तयारच होणार नाही. जाणीवजागृती आणि भौतिक उत्पादनसंबंधांच्या रचनेचे वास्तव यांच्या द्वंद्वात्मक संबंधांचा हा सैद्धांतिक तिढा आहे.

'आम्हाला तुम्ही काय समजता, आम्ही काय शेड्युल्ड कास्ट आहोत?'

शहरी मध्यमवर्गीय संदर्भामध्ये 'जात' ही गोष्ट जवळ-जवळ अदृश्यच का असते. यामागील सर्वांत महत्त्वाचे कारण म्हणजे, हे संदर्भ मोठ्या प्रमाणात उच्च जातीयांच्या वर्चस्वाखाली दडपले गेले होते. या तऱ्हेच्या एकसाचीकरणामुळे सामाजिक दृश्यतेच्या उंबरठ्याखाली 'जात' गळून पडलेली दिसते; कारण जर जवळजवळ प्रत्येक माणूस भोवती असणारा उच्च जातीतला असेल तर मग, जातीची अस्मिता ही गोष्ट प्रश्न म्हणून उभी ठाकणे शक्य नव्हते; म्हणजे आपण जेव्हा परदेशी जातो, तेव्हा आपली 'भारतीय' म्हणून असणारी अस्मिता महत्त्वाची ठरते. परंतु, जेव्हा आपण भारतातच वावरत असतो, तेव्हा तिची नोंदही घेण्याची आवश्यकता वाटत नाही; असे येथे झाले. आणखी असे, की स्वातंत्र्योत्तर काळामध्ये काही दशके 'जात' या प्रश्नाची सार्वजनिक चर्चा करण्यावर जी अधिकृत आणि सामाजिक भौतिक बंदी होती, तिला उच्च जातीय गटांशी पाठिंबा दिला असता तर आश्चर्य नाही. या विषयावर त्यांची व्यक्तिगत मते काहीही असोत, तरी आपण लक्षात घेतले पाहिजे, की एक सामाजिक गट म्हणून त्यांना या व्यवस्थेपासून होणारा फायदा पाहता, 'वर' या जातीतील मंडळींचा 'जात' या विषयावर सार्वजनिक विवाद होत नाही. या विरोधात भूमिका घ्यावी असे वाटणे साहजिकच होते.

प्रा. सतीश देशपांडे यांनी 'आजच्या भारतामधील जातविषयक विषमता' या लेखात त्यांनी पाहिलेला एक अनुभव सांगितला आहे. सिकंदराबाद येथे एका चिनी रेस्टॉरंटमध्ये जेथे उच्च मध्यमवर्गीय जातीची गर्दी असते, तेथे मला ही अस्वस्थता प्रथम ओळखता आली. हे रेस्टॉरंट वेस्ट इंडिज बेटावरील लोकप्रिय संगीत वाजविण्याइतपत 'वरच्या' स्तरावरचे होते आणि जेवायला येणाऱ्यांना त्यांचे टेबल दाखविण्यासाठी व्यवस्थापकीय सोयही होती. परंतु, त्या वेळी ते पुरेसे मध्यमस्तरीय होते; कारण बील देताना बिलाबरोबर बडीशेप आणि साखरही देत होते. एक स्थूल मध्यम वयाचा माणूस, सफारी सूट घालून रेस्टॉरंटमधील व्यवस्थापकाच्या अंगावर अधिकारवाणीने आपल्या भारतीय इंग्रजीमध्ये खेकसत होता. त्याला वाटत होते, की त्याला डावलून इतरांना पुढे जाऊ दिले जात आहे. आपल्या उत्तर भारतीय उच्चारपद्धतीमधून तो किंचाळत होता आणि विचारत होता, की 'आम्हाला तुम्ही काय समजता, आम्ही काय शेड्युल्ड कास्ट आहोत?'

प्रा. सतीश देशपांडे म्हणतात, 'या प्रसंगाचा अन्वयार्थ लावण्यास माझ्या

समाजशास्त्रीय शाखेने मला एक पांगळेपणा दिला होता, अशी अस्वस्थ जाणीव मला झाली. माझ्या ज्ञानशाखेचे मला मोठ्या शहरातील चिनी रेस्टॉरंटसारख्या ठिकाणी 'जात' म्हणजे नेमके काय असते याविषयीचे आकलन दिले नव्हते किंवा जे लोक सफारी सुट घालतात, त्यांनाही जात कशी जाणवते हेसुद्धा माझ्या ज्ञानशाखेतून मला समजत नव्हते, त्याऐवजी 'जात' म्हणले, की माझ्या मनात खेडी, शुद्धता आणि स्पर्शातून येणारे प्रदूषण अन्न आणि विवाह याविषयी असणाऱ्या मार्मिक श्रद्धा, व्रतवैकल्यात्मक धार्मिक चालीरीती... मला असे म्हणायचे आहे, की या दिशा चुकीच्या आहेत. खरेतर मला यापेक्षा फारच वेगळे म्हणायचे आहे ते असे, की फक्त या गोष्टी आणखीन कदाचित कळीच्या असतात. स्वतंत्र भारतात जातीचे रुजणे या ठिकाणी होते, ती ठिकाणे पाहता ५० वर्षांपूर्वी जातींचा प्रश्न दूर सारून जात विषयक भावना फोफावत आहे.

भारतीय समाजशास्त्र आपल्याला खेडी व्रतवैकल्ये, विधी इत्यादींमध्ये 'जात पाहा' असे आमंत्रण देते. हे म्हणजे एखाद्या जाहिरातींमध्ये जेव्हा एखादा रंग पाहिल्यावर ती जाहिरात आपल्याला सांगते, की तुम्हाला विशिष्ट अशा रंगकंपाचीच आठवण झाली पाहिजे, तसे झाले. हा दृष्टिकोन खरा परंतु अर्धवट स्वरूपाचा आहे, म्हणूनच त्यात असा धोका आहे, की त्यामुळे हा दृष्टिकोन खोटा ठरू शकतो; कारण त्याला आपल्या अर्धवटपणाची जाणीव नाही (किंवा अपुरी जाणीव आहे) म्हणजे सफारी पोशाख केलेला सभ्य गृहस्थ आपल्याला आठवण करून देतो, की 'जात' अजूनही शहरी मध्यमवर्गीय पर्यावरणात जीवंत आणि तितक्या विषारी स्वरूपात अस्तित्वात आहे आणि संपूर्णतः आधुनिक पेहराव घालून ती वावरते आहे. या माणसाला कधीही जातीची नावे आठवणार नाहीत किंवा रेस्टॉरंटमध्ये अन्न शिजवणाऱ्या व्यक्तींची जात कोणती असा प्रश्न यात येणार नाही किंवा हा माणूस खेड्यामध्ये कधीही पाऊल टाकणार नाही. परंतु, या श्रीयुत सफारी सुटवाल्यांना माहीत आहे, की 'शेड्युल्ड कास्ट' कोण असते, त्यांना कसे वागविले जाते आणि त्याच्यासारखी माणसे निःसंशयपणे का श्रेष्ठ असतात. थोडक्यात सांगायचे तर, या माणसाला जातीबद्दल, 'वापर करण्याच्या दृष्टीने' जे माहिती करून हवे, ते सर्व माहिती होते.

तुझी जात कोणती आहे? तुझा धर्म कोणता आहे?

पी.व्ही. सिंधुने ऑलिंपिक पदक मिळवल्यानंतर भारतात तिची जात शोधण्याची स्पर्धा सुरू झाली होती. इंटरनेटवर त्याची आकडेवारी प्रसिद्ध करण्यात आली होती. सैराट चित्रपट प्रसिद्ध झाल्यानंतर काही जातीय गटांत अस्वस्थता निर्माण झाली होती. त्यानंतर कोपर्डी येथील बलात्कार प्रकरणानंतर मराठा क्रांती मोर्चाचे आयोजन, त्यातील 'एक मराठा-लाख मराठा' घोषणा, प्रकरण बलात्काराचे आणि मागण्या

अनुसूचित जाती–जमाती अत्याचार प्रतिबंधक कायदा नष्ट करण्यासंदर्भातील स्वयंघोषित पुरोगामी महाराष्ट्रातील जातीयवादाचा प्रश्न गंभीर आहे असे असूनही नोकऱ्यांमधील बढतीत आरक्षणाला बंदी घालण्याचा न्यायालयाचा निर्णय यांसारख्या बाबी दलित-आदिवासींना मागे खेचणाऱ्या आहेत.

बसपा अध्यक्ष मायावतींबद्दल उत्तर प्रदेशातील भाजपा नेते दयाशंकर यांनी केलेली भयानक शेरेबाजी, बलात्काराची दिलेली धमकी, मायावतींचा राज्यसभेतील आवाज बंद करणे, रोहित वेमुलाचा शोकात्म अंत, हिंदू धर्माचे रक्षण करण्यासाठी चार-चार मुले जन्माला घालण्याचे खासदार साक्षीमहाराज यांचे आवाहन आणि गोहत्या करणाऱ्यांचे हात-पाय तोडू ही भाजपाचे उत्तर प्रदेशातील आमदार विक्रम सैनी यांची दमबाजी या सगळ्यावरून देश कोणत्या दिशेला जात आहे याचे संकेत मिळतात. उत्तर प्रदेशाचे मुख्यमंत्री योगी आदित्यनाथ यांनी अनधिकृत कत्तलखान्यांवर घातलेल्या बंदीनंतर, गोरक्षणाच्या नावाखाली हैदोस घालणाऱ्या टोळ्यांना चेव चढला आहे. भारताच्या उपराष्ट्रपतीपदासाठी शिवसेनेकडून सरसंघचालक मोहन भागवत यांचे नाव पुढे केले गेले होते. पुढारलेल्या जातींकडून आरक्षणासाठी येत असलेला संघटित दबाव, हिंदू धर्मवाद्यांचा धिंगाणा आणि धर्मरक्षकांची घटनात्मक पदावरच नेमणूक करण्यासाठी चाललेला आटापिटा हे वर्तमान विदारक चित्र आहे. भारताचा पाकिस्तान, अफगणिस्तान वा सौदी अरेबिया करण्याच्या ईर्षेतूनच हे घडत असावे. यामुळे स्वातंत्र्य, लोकशाही, समता, बंधुता या तत्त्वांवर विश्वास असणारे अस्वस्थ होणे स्वाभाविक आहे.

समरसता मंचातील व्यक्ती जातिव्यवस्था ही निसर्गदत्त विषमतेवर आधारित असल्याचे सांगत आहेत. गटार तर गटार असते आणि समुद्र तर समुद्र असतो. समुद्रातील पाणी गटारात टाकल्याने गटार शुद्ध होत नसते. गटारातील पाणी नदीत मिसळून ते अंतिमतः ते समुद्रात मिसळले पाहिजे अशी मांडणी लक्ष्मीकांत तांबोळी यांनी पुण्यनगरीतील एका लेखात केली आहे. स्वतःला समुद्र समजून इतरांना नद्या आणि गटार संबोधणारी प्रवृत्ती ही नीच मानसिकतेची आहे.

दुसरे उदाहरण म्हणजे ब्राह्मण आणि सुवासिनी असल्याचे खोटे सांगून ब्राह्मण कुटुंबामध्ये सोवळ्याचा स्वयंपाक केल्याप्रकरणी पुण्यात एका स्त्रीवर पोलिसांनी फसवणुकीचा गुन्हा दाखल केला आहे. अशा विचित्र प्रकारात गुन्हा दाखल होऊ नये यासाठी पोलीस अधिकाऱ्यांनी प्रयत्न केला; मात्र, फिर्यादी त्यांच्या मतावर ठाम राहिल्याने हा विरळात विरळ गुन्हा दाखल करण्यात आला. हवामान विभागाच्या माजी संचालिका डॉ. मेधा खोले यांनी याबाबत फिर्याद दिली होती. डॉ. खोले यांच्याघरी दरवर्षी गौरी-गणपती बसतात. त्याचप्रमाणे आई-वडिलांचे श्राद्धही असते.

त्यासाठी त्यांना सोवळ्यामध्ये स्वयंपाक करणारी ब्राह्मण स्त्री हवी होती. २०१६ मधील मे महिन्यात त्यांच्याकडे एक स्त्री आली. तिने तिचे नाव निर्मला कुलकर्णी असे सांगितले. त्यानंतर संबंधित स्त्रीच्या घरीही खोले यांनी जाऊन चौकशी केली. तेथेही तिने आपण ब्राह्मण असल्याचे सांगितले या स्त्रीने खोले यांच्या घरी २०१६ बरोबरच यंदाही गौरी-गणपती आणि आई-वडिलांच्या श्राद्धाच्या विधीचा सोवळ्यात स्वयंपाक केला. मागील दोन वर्षांमध्ये संबंधित स्त्रीने सहा वेळा अशा प्रकारे खोले यांच्याकडे स्वयंपाक केला. खोले यांच्याकडे पूजेसाठी येणाऱ्या गुरुजींनी संबंधित स्त्री ब्राह्मण नसल्याचे खोले यांना सांगितले. त्यामुळे पुन्हा खोले यांनी स्त्रीच्या घरी जाऊन चौकशी केली, त्या वेळी ती ब्राह्मण आणि सुवासिनी नसल्याचे समजले. आमच्या घरी सोवळ्यासाठी सुवासिनी ब्राह्मण स्त्रीच आवश्यक असते असे असताना तुम्ही खोटे का सांगितले अशी विचारणा खोले यांनी त्या महिलेकडे केली. त्यामुळे काय होते, असे प्रश्न संबधित स्त्रीने विचारले. खोले यांनी सिंहगड रस्ता पोलीस ठाण्यात दिलेल्या फिर्यादीवरून पोलिसांनी संबंधित भारतीय दंडविधान संहिता कलम ४१९ (फसवणूक), कलम ३५२ (हल्ला करणे) आणि कलम ५०४ (धमकी) अन्वये गुन्हा दाखल केला आहे. (लोकसत्ता, पुणे), शुक्रवार, ८ सप्टेंबर २०१७.

जातीयवादाला प्रोत्साहन देणारे सोवळेओवळे पाळणे, यातून स्वतःच्या श्रेष्ठत्वाचा दावा केला जात असल्यामुळे याला प्रतिक्रियादेखील येत आहेत. या प्रकरणाच्या काहीच दिवस अगोदर निर्मला सीतारामन यांनी संरक्षणमंत्री पदाची शपथ घेतली तेव्हा त्यांनी हे सर्व ग्रहताऱ्यांचा योग जुळून असल्यामुळे घडले असे म्हटले होते.

मेधा खोले यांनी तक्रार मागे घेतली पण प्रश्न त्या तक्रारीपेक्षा जातीयता पाळण्याचा होता. इथून पुढे त्यांचा हा विकृत दृष्टिकोन बदलेल असे त्यांनी मान्य केले आहे का, हा आहे.

डॉ. खोले आणि यादव या दोन स्त्रियांमधील असले, तरी ते केवळ त्यांच्यापुरते मर्यादित नाही. धर्म, त्यातील प्रथा-परंपरा, जातिभेद, पितृसत्ताक समाज, विज्ञानाभिमुख दृष्टिकोन, शास्त्रज्ञांचे किंवा एकूणच उच्चशिक्षितांचे सार्वजनिक आचरण काहींशी संबंधित अनेक प्रश्न या निमित्ताने उपस्थित होतात. मात्र, हे प्रश्न आजचे नाहीत. शेकडो वर्षांपासून संत आणि समाजसुधारक ते मांडत आले आहेत आणि जातीभेद करू नये, असे सांगत ते समतेचा संदेश देत आले आहेत. तरीही आज, ज्ञानयुग मानल्या जाणाऱ्या एकविसाव्या शतकात, जात आणि जातिभेद टिकून आहे. स्वातंत्र्याच्या पूर्वी जितक्या उघडपणे जातिभेद केला जायचा, उच्च-नीचता पाळली जायची तितके आता होत नसले, तरी जातवर्चस्वाच्या अहंगंडाने पछाडलेली मंडळी

अधूनमधून त्याचे दर्शन घडवित असतात. विवाह जुळविताना अनेकांचा हा अहंगड उफाळून येत असतो. जातीच्या संदर्भात आमच्याकडील रीत आणि तुमच्याकडील रीत असे सांगून दोहोंची तुलना करण्याचा प्रकारही जातीभेदातच मोडणारा आहे. अलीकडे जात सोडल्याचा दावा करणाऱ्यांची आणि आंतरजातीय विवाह करणाऱ्यांची संख्या अलीकडे वाढत आहे, हे खरे! मात्र जन्मापासून मरेपर्यंत आणि खाण्या-पिण्याच्या सवयीपासून वेशभूषेच्या पद्धतीपर्यंत जातीचे संस्कार घडत असल्याने त्याच्या खुणा कळत-नकळत मिरविल्या जातातच. त्या मिटवण्याचा प्रयत्न करण्याची, जातीचा अहंगड दूर करण्याची आणि स्वतःच्या धर्माकडे आणि जातीकडे तटस्थतेने पाहण्याची गरज आहे, तसे किती जण करतात, हा खरा प्रश्न आहे. डॉ. मेधा खोले यांची कृती निषेधार्ह असल्याने त्यांच्या कृतीवर टीका करण्याचा अधिकार सर्वांना आहे. मात्र, त्यांना प्रतिगामी म्हटल्याने कोणी आपोआप 'पुरोगामी' होत नाही. जातपात मानणारे, जात पाहून नोकरी देणारे, आपल्या जातीचे श्रेष्ठत्व मिरविणारे केवळ स्वजातीत महापुरुषांचाच अभिमान बाळगणारे, धर्माच्या नावाखाली लिंगभाव पाळणारे, मासिक पाळीत स्त्रियांना बाहेर बसविणारे, सोवळेओवळे पाळणारे, अन्य जातींच्या सहकार्यांच्या डब्यातील पदार्थ न खाणारे, शाकाहारी-मांसाहारी असा भेद करणारे, अंधश्रद्धा पाळणारे असे काही कमी नाहीत. या सर्व मंडळींचे प्रतिगामीत्व डॉ. खोले यांच्याप्रमाणे अजून उघडे पडलेले नाही इतकेच. जातिअंतासाठी जातिविहीन समाजरचनेसाठी काही कमी चळवळी झालेल्या नाहीत. मात्र, प्रतिगामी वृत्तीच्या जडत्वामुळे त्या पुढे जाऊ शकल्या नाहीत.

मनोरंजन उद्योगात सामाजिक प्रश्नांचे आकलन

आमीर खानच्या 'सत्यमेव जयते' या कार्यक्रमाद्वारे लिंगभेदावर आधारित गर्भपात, कौटुंबिक हिंसाचार, लहान मुलांचे लैंगिक शोषण, वृद्धांचे प्रश्न, वैद्यकीय व्यावसायिकांचे गैरकारभार, अस्पृश्यता व जातीप्रश्न इत्यादी अनेक गंभीर प्रश्नांवर चर्चा करण्यात आल्या. आमीर खानने या कार्यक्रमातून हाताळलेल्या गंभीर समस्यांच्या संदर्भात अनेक तऱ्हेच्या चर्चा पुढे आल्या. जागतिकीकरणोत्तर दोन दशकात सामाजिक परिवर्तनवादी चळवळींच्या शक्तींचे दुर्बलीकरण झालेले असल्याने जात-वर्ग-पितृसत्ताक व्यवस्थेतील सामाजिक, आर्थिक प्रश्नांचे मोठ्या प्रमाणात एनजीओकरण झालेले आहे. याशिवाय राज्याच्या कल्याणकारी धोरणांच्या अभावात एनजीओंच्या साहाय्याने कॉर्पोरेट व्यवस्थेअंतर्गत आणि कॉर्पोरेट क्षेत्राबाहेर 'कॉर्पोरेट पुरस्कृत समाजसेवे'च्या संकल्पनेला प्रस्थापित व्यवस्था व माध्यमे उचलून धरत आहेत. गेल्या दशकभरात भारतात 'कॉर्पोरेट सोशल रिस्पॉन्सिबिलीटी' (कोएसआर) ही एक साम्राज्यवादी भांडवली संकल्पना रुजविली जात आहे. तिचे जाती पितृसत्ताक वर्चस्ववादाशी

समायोजन झाले असून ती उच्चजातवर्गीय प्रभुत्वाची व्यूहनीती म्हणून गतिशील झाली आहे.

भारतीय मनोरंजन उद्योगाने व्यवस्थासापेक्ष वास्तवाला नाकारण्यासाठी पलायनवादी, भ्रामक, मोहमयी मनोरंजनाची दुनिया निर्माण केली आहे. टी.व्ही. सारख्या अगदी जनतळापर्यंत पोहोचलेल्या दृक्‌श्राव्य माध्यमाद्वारे केल्या जाणाऱ्या प्रचारकारणाची/विचारप्रणालीच्या राजकारणाची विस्तृत प्रभावकक्षा उच्चजातवर्गातील शास्त्यांनी चाणाक्षपणे हेरली आहे. त्यामुळे ते या माध्यमाद्वारे जातवर्ग लिंगभावात्मक संघर्षाला बगल देणारे व्यवस्था संपोषक मनोरंजनाचा जनसामान्यांवर मारा करीत असतात. प्रस्थापित व्यवस्थेविषयी, त्यातील विषमताकारक, शोषणमूलक सामाजिक, आर्थिक प्रश्नांविषयी सुस्पष्ट समग्र भान सामूहिक स्तरावर विकसित होऊ नये, याकरिता या प्रश्नांना पूर्णत: बेदखल करीत अंधश्रद्धात्मक, उच्चजातवर्ग पितृसत्तेला पोषक अशा कार्यक्रमांची निर्मिती आणि प्रसारण सातत्याने सुरू असते.

'सत्यमेव जयते'सारख्या शोने काही प्रमाणात या मोहमयी मनोरंजनाच्या चाकोरीला छेद दिला असून काही सामाजिक प्रश्नांविषयी या 'रिॲलिटी' शोद्वारे चर्चा करण्याचा प्रयत्न केला आहे. मात्र, हे अंशत: सत्य आहे. जागतिकीकरणाच्यानंतर दोन दशकात शोषित जातीवर्गांनी संघर्ष करीत जातवर्गव्यवस्थेला आव्हान उभे केले आहे. मोठ्या प्रमाणात सामाजिक परिवर्तनकारी संघटनात्मक लढे समग्रतेने उभे राहत नसले तरी लहान लहान ताकदीचे लढे मात्र बहुतेक ठिकाणी सुरू आहेत. या दलित, शेतकरी, कष्टकरी व स्त्रियांच्या दैनंदिन संघर्षातून व तत्सम लढ्यांमधून एक प्रकारचे व्यापक व समग्र शोषितांचे क्रांतिकारी भान विकसित होण्यासाठीची ही अत्यंत पूरक परिस्थिती आहे.

अस्पृश्यता आणि जातीप्रश्नावरच्या एपिसोडमधून आमीर आणि त्याच्या टीमचे 'ब्राह्मण्य' प्रगट झाले आहे. या कार्यक्रमाची, आमीरची जातवर्गीयबद्धता सापेक्षत: प्रकट झाली, हा एक महत्त्वाचा भाग आहे. जातीलिंगभावाची गुंतागुंत बहुतांश सामाजिक प्रश्नांशी कशा प्रकारे निगडित आहे, याचे आकलन वर्गजात लिंगभावाच्या सापेक्ष परिप्रेक्ष्यातूनच विकसित होऊ शकते. आमीर खानने हाताळलेले प्रश्न समाज परिवर्तनाच्या लढ्यातील प्रगल्भ कार्यकर्त्यांच्या दृष्टीने नवीन तर नव्हतेच; परंतु, त्याचे सादरीकरण 'फिल्मी' पद्धतीचे आहे, यावर या सर्वांचा कमीअधिक प्रमाणात सादर केलेल्या एपिसोडच्या निमित्ताने आंबेडकरवादी जातसमूहातील नाराजीच्या प्रतिक्रिया वास्तवाला धरून होत्या. वास्तविक जातिव्यवस्था आणि जातिसंलग्न पितृसत्ता या बृहद्‌ विषयांच्या चतु:सीमेतच आंतरजातीयधर्मीय विवाह किंवा कौटुंबिक हिंसाचार यांसारखे प्रश्न उभे आहेत. या प्रश्नावर जे एपिसोड तयार करण्यात आले ते

वर्ग, जात, पुरुषसत्ता या समाजव्यवस्थात्मक कोटिक्रमांना वगळूनच. त्या दिशेने चर्चा होऊ शकत होती. परंतु, त्या प्रकारचे वर्गजात एपिसोड परिघाबाहेर ठेवण्यात आले, कौटुंबिक हिंसाचार या विषयावर आधारित एपिसोड स्त्री-शोषण, पीडा, मनाच्या यथार्थाची चौकट खासगी अवकाशापुरतीच संकोचलेली राखली गेली. विवाहांतर्गत, घराच्या चार भिंतीच्या आतील स्त्रीहिंसेचा विचारही अभिजातवर्गीय स्त्रियांच्या वर्तुळापुरताच मर्यादित राखण्यात आला. अशा स्त्रियांवरील हिंसाचाराला जातीचे परिमाण जोडून विचार केला तर जातीपितृसत्ताक शोषण शासनाची चर्चा काही प्रमाणात खुली होऊ शकते.

'आंतरजातीय विवाहा'च्या प्रश्नावर जो एपिसोड प्रसारित केला जातो, त्यातील चित्र-कथ्यसंहिता, आंतरजातीय-धर्मीय विवाह करून संघर्ष करणारे जोडपे आणि आंतरजातीय विवाहांना विरोध करणाऱ्या खाप पंचायतीचे सदस्य त्यांच्या मुलाखती-चर्चा यांमधून साकारलेली होती. जातीनिहाय बेटी व्यवहार आणि जातीपितृसत्तेने स्त्रीवर लादलेली सर्वंकष बंधने यासंबंधातील ठोस आकलन या चर्चेतून पुढे येऊ शकले नाही. एपिसोडमध्ये सहभागी करून घेतलेली जोडपी बहुतांशी वरच्या जातीस्तरांमधील होती. हे वरच्या जातीस्तरातील आंतरजातीय विवाह वर्गीय ताळमेळीतून झालेले आहेत, हेही जोडप्यांच्या विचार व व्यवहाराच्या समुदायातून स्पष्ट दिसत होते. सवर्ण आंतरजातीय विवाह आणि सवर्ण-अवर्ण किंवा प्रतिलोम आंतरजातीय विवाहाच्या मुलाखतींमध्ये किंवा आंतरजातीय-धर्मीय विवाहामुळे ठार मारण्यात आलेल्या खाप पंचायतीसारख्या जात पंचायती जाती-पितृसत्ताक कायद्यांची क्रूर व हिंस्र अंमलबजावणी करीत भारतीय संविधानाच्या जातीविरोधी लोकशाही कायद्यांना आव्हान देत आहेत. या वास्तवाची एपिसोडमधील सौम्य मांडणीमुळे भीषणता जातिव्यवस्थापक-संस्थात्मक ढाच्याच्या आकलनाअभावी पोहचू शकत नव्हती. जातिव्यवस्थेमुळे सुटा व क्रूर व्यवहार पुसटपणे काही उदाहरणांद्वारे प्रक्षेपित करण्यात आला. सगोत्र विवाह करणाऱ्या जोडप्यातील तरुणीला विष घालून मारणारे, आंतरजातीय-धर्मीय विवाह करू पाहणाऱ्या तरुणाचा अमानुषपणे छळ करून मारणारे मुलीकडील नातेवाईक इत्यादी घटनांमधून ही तुटकता अधोरेखित करण्याचा प्रयत्न केला गेला. आंतरजातीय विवाह केल्यामुळे प्रचंड विरोध सहन करणारे, बळी पडलेले, एकाकीरीत्या संघर्ष करतात, हे वास्तव अधिकच प्रतिबिंबित झाले, जातिअंताची सर्वव्यापी क्रांतिकारी लढाई हा प्रश्न सोडविणार, की 'लव्ह कमांडो' सारखी स्वयंसेवी संस्था? याचे उत्तर अर्थात एपिसोडमधून जातिअंताच्या लढ्याला बगल देणाऱ्या कारणांमध्ये सहज सापडते.

जातीप्रश्नांवरच्या एपिसोडमध्ये चित्र-कथ्य चौकट किमान दोन-एक पैलूंवर

अधिक लक्ष केंद्रित करीत होती. दलित जातींवर जातीपरंपरेने डोक्यावर मैला वाहण्याचे काम करण्याची सक्ती केलेली आहे. या एका पैलूवर प्रकाशझोत टाकण्यात आला. सफाई कामगारांच्या प्रश्नावर काम करणाऱ्या विल्सची मुलाखत घेण्यात आली. एपिसोडमध्ये अस्पृश्यतेच्या प्रश्नांची दाहकता विशेष करून उच्च जाती व सवर्ण-दलितेतर जाती यांना पटवून देण्यासाठी दिल्ली विद्यापीठातील संस्कृत विषयाचे प्राध्यापक कौशल पवार यांची मुलाखत सादर करण्यात आली. पवारांचे अनुभव कथा अस्पृश्यतेची पीडा-दमनाची अभिव्यक्ती होती. मात्र, त्या जोडीला फुले-आंबेडकरवादी विद्रोही दलित प्रतिनिधीलाही मुलाखतीत आणता आले असते, तसे करण्याचे जाणीवपूर्वक टाळले असावे. त्यामुळे पवार किंवा मानवाधिकार कार्यकर्ता, डॉक्युमेंटरी फिल्म दिग्दर्शक के.स्टॅलिन यांच्या मुलाखतीमधून एक प्रकारची विद्रोहक्षमता बिंबविण्याचे काम यातून पूर्ण करता आले, २००७मध्ये स्टॅलिनने तयार केलेल्या 'इंडिया अनटच्ड : स्टोरीज ऑफ ए पीपल अपार्ट' या १०८ मिनिटांच्या डॉक्युमेंटरी फिल्ममधील काही निवडक भागही दाखविण्यात आले. दलितांशी धर्मांतरे करूनही त्यांची जात कधी स्पष्ट झाली नाही. यावर प्रकाश टाकणारा एक भाग त्यात दाखविण्यात आला. मुस्लीम, ख्रिश्चन, शीख धर्मातील ही जातीग्रस्तता सर्वज्ञात आहे. परंतु, जातिव्यवस्था जरी पूर्णत: नष्ट करता आलेली नसली तरी डॉ. आंबेडकरप्रणीत बौद्ध धम्म स्वीकारलेले जातिअंतक पर्यायी धर्मसंस्कृतीचा लढा कसा प्रभावीपणे उभा राहिला आणि या धर्मांतराने दलितांच्या जिवनमानात किती विलक्षण विद्रोहक परिवर्तने घडून आली, या वास्तवाविषयी स्टॅलिनची फिल्म काहीही बोलत नाही, काही एक दाखवतही नाही. एपिसोडमधील सर्वच चित्रण कथा एकांगी राहिली. हजारो दलित अस्पृश्यता आणि जातीय शोषण-पीडा-दमनाच्या विरोधात व्यक्तिगत व सामूहिक स्तरावर जिकिरीचा लढा देत आहेत. याविषयीही काही एक बोलले गेले नाही, दाखविले गेले नाही.

'सत्यमेव जयते' या यापूर्वीच्या 'जन्मपूर्व लिंगनिश्चिती' आणि 'घरगुती हिंसाचार' या विषयावरील एपिसोडमध्ये संबंधित अनेक प्रतिबंधक कायदे, संविधनात्मक तरतुदी आणि सांख्यिकीय निरीक्षणांचा आढावा घेण्यात आला होता. मात्र, याच एका एपिसोडमध्ये डॉ.आंबेडकरांची अनुसूचित जाती-जमातींच्या संरक्षणार्थ या घटनात्मक तरतुदी केल्या, तसेच १९८९ मधील जातीय अत्याचार प्रतिबंधक कायदा, आरक्षणाच्या तरतुदी इत्यादी बाबतीत काहीही भाष्य करण्यात आलेल नाही की किमान त्यांची माहिती देण्यात आली नाही. जात-जमातीय हिंसा व अत्याचार याविषयी मौन बाळगले गेल्याने जातीय अत्याचार प्रतिबंधक कायद्याच्या अपयशाची चर्चाही टाळली गेली.

सामाजिक प्रश्नांशी जोडून बाजारचलित मनोरंजन उद्योगात केवळ आर्थिक वरकड प्राप्तीचे हेतू वा परिणाम संभवतो असे नाही तर त्यातून जातीधिष्ठित भांडवली संस्कृतीकरणाचे अनेकविध दुष्परिणाम उपजू शकतात. संजय पवार यांनी यातील एका कळीच्या मुद्द्याचे प्रतिपादन केले आहे. त्यांनी असे प्रतिपादन केले आहे, की 'सत्यमेव जयते'सारख्या कार्यक्रमाद्वारे एक प्रकारच्या हिरोइझमद्वारे अटकाव निर्माण होऊ शकतो, होतो आणि प्रश्नाचा समूळ नष्ट करू शकणाऱ्या समाजपरिवर्तक मानसिकता घडविण्यास या हिरोइझमद्वारे अटकाव निर्माण होऊ शकतो. त्यांच्या मते, प्रश्नापेक्षा सेलिब्रेटी मोठा होतो. त्याचा शो मोठा होतो. यातून एका भयावह दिशेकडे त्यांचा निर्देश आहे. 'सत्यमेव जयते' च्या निमित्ताने सेलिब्रिटींच्या प्रसिद्धीशी सामाजिक प्रश्नांना जोडून किंवा त्याच्या उलट सामाजिक प्रश्नांना सेलिब्रिटींशी प्रसिद्धी जोडून आम्ही सामाजिक प्रश्नांचे 'सामाजिक मूल्य' हरवून करमणुकीच्या माध्यमात त्यांचे 'बाजारमूल्य' वाढवतोय का, हे तपासून पहायला हवे. नाही तर सामाजिक प्रश्नही सेलिब्रिटींच्या हस्ते 'इव्हेन्ट' कर्ते 'सेलेबल' करतील आणि ते सामाजिक प्रश्नही करमणुकीच्या पातळीवर आणून ठेवतील, ही भीती संभवते. असे भांडवली साम्राज्यवादी संस्कृतीकरणाचे भयप्रद दुष्परिणामांचे चित्र पवार मांडत आहेत. (सामाजिक प्रश्नांचे बाजारमूल्य वाढतेय?- संजय पवार, दै. लोकसत्ता, रविवार, लोकरंग, २० मे २०१२, पृ.क्र.१).

ज्या सामाजिक प्रश्नांचा इथे निर्देश होतो आहे, त्या सामाजिक प्रश्नांचा पायाभूत आधार जातवर्ग-पितृसत्तेची संरचना आहे आणि संबंधित प्रश्न शोषित जातीवर्गाचे, स्त्रियांचे सापेक्ष प्रश्न आहेत. या प्रश्नांच्या सोडवणुकीचा मार्ग सामाजिक संघर्षाचा आहे. या संघर्षाला तोंड फुटू नये म्हणून बहुजन, दलित जाती-जमातीतील प्रस्थापित वर्ग-जातीविरोधी विद्रोहक बुद्धिजीवी बनू नये अशी उच्चजातीय अभिजनवर्गाची व्यूहरचना एकीकडे कार्यरत आहे. बहुजन दलित जाती-जमातीतील प्रस्थापित वर्ग, नवमध्यमवर्ग आणि विस्थापित निम्नवर्ग यांच्यातील परस्परविरोधी हितसंबंधातून नव्या मध्यमवर्गाला जातीय पायावर उभ्या साम्राज्यवादी-उपभोगवादी संस्कृतीचा ग्राहक बनविण्यात अशा कार्यक्रमाची परिसीमा उपजत असते. सेलिब्रिटी आणि 'इव्हेन्टकर्ते' या प्रस्थापित शक्ती बनलेल्या असतात.

भारतीय समाजाचे आणि जातिव्यवस्थेचे व्यवच्छेदक लक्षण आजच्या या माहिती तंत्रज्ञानाच्या युगातही एकमेव आहे.

जातींची संख्या आणि विशेष समूहांचे सामाजिक मागासलेपण

भारतीय समाजाचे समाजशास्त्रीयदृष्ट्या अध्ययन करण्यात जनगणना अहवाल हे एक आधारभूत साधन म्हणून नेहमीच वापरले जाते. परंतु, वासाहतिक ज्ञानविश्व

व शासनपद्धत याबाबतच्या लिखाणात सर्वांत वितंडात्मक मांडणी 'जात' या संज्ञेबाबत आहे. जनगणनेअंतर्गत संपूर्ण प्रजेचे वेगवेगळ्या निकषांनुसार (भाषा, धर्म, उपजीविका, प्रदेश, वय, जात इ.) वर्गीकरण होऊ लागले. अशा गणतीचा व वर्गीकरणाचा स्थानिक जात संस्थांवर परिणाम होणे स्वाभाविक होते व जात या विषयाभोवती नवे चर्चाविश्व उदयास आले. एकोणिसाव्या शतकात समाजातील भटक्या जमाती व संप्रदायांना मग ते भटके साधू असोत, गोंधळी असोत, रामोशी व पारधी असोत वासाहतिक नियंत्रणाखाली आणले गेले. अशा जमातींची केलेली पाहणी व छाननी वसाहतवाद्यांनी 'जाती'बद्दल जोपासलेल्या विशिष्ट धारणांवर आधारित होती. (Cohan; 1996; 10-11). या भटक्या जमातींना 'गुन्हेगार जमाती' असे संबोधून, त्यांच्या काही खास 'लक्षणांवर' व रीतीरिवाजांवर माहिती गोळा केली गेली. या माहिती आधारे तत्कालीन मानवशास्त्रीय समजुतींनुसार विशिष्ट जातीतील प्रत्येक व्यक्तीत त्या जातीची गुणवैशिष्ट्ये असतात व वैज्ञानिक मानवशास्त्रीय तर्काआधारे अशा प्रवृत्तींचा वेध घेऊन प्रशासकीय गरजांसाठी त्यांना कप्पेबंद केले गेले. ठगांसारख्या अनेक फिरस्त्या जमातींकडून कंपनी सरकारला असलेला धोका हा जणू काही समस्त समजाला धोका आहे असे कल्पून वसाहतवाद्यांनी 'गुन्हेगार जाती व जमाती' हा कोटिक्रम कसा रुजू केला याबाबतचे तपशीलवार संशोधन या आधीपासूनच उपलब्ध आहे. (Signh 1993; Gordhen 1969).

जातीय असमानतेबाबत समाजशास्त्राचा दृष्टिकोन काय आहे, जनगणनेबाबत वेगवेगळी कोणती प्रतिमाने सांगितली जातात, जातीय असमानता असेल किंवा मानव विकास असेल त्याच्या मोजमापाचे जातवार जनगणना हेच एकमेव माध्यम आहे काय? वेगवेगळ्या पक्ष संघटनांची जात जनगणना आणि जातिअंत विषयक भूमिका आणि मर्यादा काय आहे ते लक्षात घेण्याचा प्रयत्न करण्यात आला आहे. जातिनिहाय जनगणना करण्याबाबत होत असलेल्या मागणीवर बरीच उलटसुलट चर्चा झाली आहे.

इतर मागासवर्गीयांच्या आरक्षण विरोधातील हा समाजशास्त्रज्ञांचा आक्रोश आश्चर्यकारक नव्हता कारण सामाजिक सुधारणा चळवळींच्या संदर्भात सर्वप्रथम विकसित झालेल्या जातीच्या ब्राह्मणी व आधुनिक आकलनावर आधारलेली ती समाजशास्त्रांतर्गत मान्यता पावलेली भूमिका होती. घुर्येंपासून प्रेरणा घेणारे समाजशास्त्रीय विश्लेषण जातिव्यवस्थेकडे भूतकाळात उपयोजनात्मक महत्त्व असलेली एक पारंपरिक व्यवस्था व जी आता आधुनिकतेच्या प्रभावामुळे लुप्त होणे क्रमप्राप्त आहे अशा अर्थाने पाहते. या उदारमतवादी/समाजशास्त्रीय चर्चाविश्वानुसार जातीय अस्मितांचा पुनरुद्भव ही राजकीय हेतूने प्रेरित घटना असल्यामुळे, ती आधुनिक लोकशाही

राज्यशासनात अयोग्य वा बिनबुडाची आहे.

ही जातीविषयक भूमिका घुर्येंच्या काळापासून प्रमुखप्रवाही समाजशास्त्रीय चर्चाविश्वात खोलवर रुजलेली आहे. उदाहरणार्थ, जातीवर झालेल्या वसाहतवादाच्या परिणामांच्या संदर्भात घुर्येंच्या भूमिकेचा पुनरुच्चार करीत, जनगणनेमुळे जात संघटना ब्राह्मण विरोधी चळवळी व आंदोलनांनी जात जाणीव आणि जातीय राजकारणाला उत्तेजन दिल्याचे श्रीनिवास सांगतात.

१९३१च्या जनगनणेचा दाखला देऊन बाबासाहेब आंबेडकर म्हणतात, की "भारतातील आदिवासींची संख्या पंचवीस दशलक्ष आहे, गुन्हेगार जमातींची संख्या साडेचार दशलक्ष आहे, तर अस्पृश्यांची संख्या पन्नास दशलक्ष आहे, सर्वांची एकूण लोकसंख्या जवळपास ऐंशी दशलक्षापर्यंत जाते. या ऐंशी दशलक्षाचे हिंदू समाजातील स्थान ते काय? 'सर्वाधिक शोषित वर्ग' हेच त्यांचे स्थान. हे शोषण त्यांच्यावर लादले ते जातिव्यवस्थेने, कारण जातिव्यवस्था केवळ सामाजिक भेद निर्माण करते असे नाही, तर उत्पादन व्यवस्था व उत्पादन संबंधही नियंत्रित करते. विशिष्ट व्यवसाय विशिष्ट जातींशी निगडित असल्याने उत्पादन संबंध हे निव्वळ आर्थिक स्वरूपाचे राहत नाहीत, तर ते जन्मसिद्ध बनतात. वर्गीय समाजातील, व्यावसायिक गतिमानता जातिबद्ध समाजात कुंठित होते म्हणून जातिबद्ध समाज हा शोषणाधिष्ठित समाजाचे सर्वांत कुरूप प्रारूप बनते. अस्पृश्यता हे या शोषणाचे सर्वांत प्रकट स्वरूप होय. (सुमंत, यशवंत; २००७; पृ. १३७-१६०).

डॉ. आंबेडकरांनी अशा रीतीने जातिव्यवस्था व अस्पृश्यतेच्या प्रश्नावर वैचारिक प्रबोधन करीत असतानाच स्वातंत्र्य, समता आणि बंधुता व न्यायाचा एक क्रांतीगर्भ असा नवा विचार दिला.

देशातील मागासवर्गीयांसह इतर सर्व जातींची सामाजिक, शैक्षणिक आणि आर्थिक स्थिती जाणून घ्यायची असेल तर त्यांची जातीनिहाय जनगणना होणे गरजेचे आहे. १९४१ पासून जातीनिहाय जनगणना झालेली नसल्यामुळे गेल्या ८० वर्षांत मागासवर्गीयांसाठी धोरणे अंदाजे राबविली गेली.

गेल्या ६० वर्षांत ओबीसींच्या प्रश्नाभोवती अनेकवेळा राजकारण फिरत राहिले. देशातल्या अर्ध्या लोकसंख्येशी निगडित असलेल्या या प्रश्नाने अनेक राजकीय उलथापालथी केल्या आहेत, अनेक पक्षांची समीकरणे बिघडवून टाकली तर अनेकांना राजकीय बळ दिले.

जनगणनेतून जातीचा रकाना काढून टाकण्यात आल्यामुळे देशातील मागासवर्गीयांची नेमकी संख्या आजपर्यंत समजू शकलेली नाही. त्यामुळे आजही इतर मागास जातींच्या सदंर्भात कोणताही निर्णय घेताना १९३१च्या आकडेवारीचा

आधार घेतला जातो.

कालेलकर आयोग, मंडल आयोग, बाळकृष्ण रेणके राष्ट्रीय आयोग, भारत सरकारचा नियोजन आयोग, खासदारांची स्थायी समिती, अशा मागास वर्गांसाठी तयार केलेल्या आयोगांनी जे काही अहवाल सादर केले त्या प्रत्येक अहवालात जातीनिहाय जनगणनेची गरज व्यक्त करण्यात आली. परंतु, सत्ताधाऱ्यांनी जातीनिहाय जनगणनेच्या मागणीला अडगळीत टाकण्याचा प्रयत्न केला.

१९६०-७०च्या दशकापासून जातिव्यवस्था, अस्मिता आणि राजकारण तसेच सवर्ण-दलित संघर्ष अशा विषयांवर समाजशास्त्राचे अभ्यासक, संशोधक काम करीत आहेत. आजही जातीय आणि वर्गरचनेचा संबंध, जातीय संघटना व राजकारण, चळवळी, दलितांच्या नव्या जाणिवा, आरक्षण, हिंसाचार, खैरलांजी इत्यादी प्रश्नांवर संशोधन करू इच्छिणाऱ्या समाजशास्त्रज्ञांना जातीनिहाय गणनेच्या आकडेवारीचा निश्चित फायदा होऊ शकतो. स्त्रीअभ्यासाच्या क्षेत्रातसुद्धा कौटुंबिक हिंसाचार, मानवाधिकारांचे उल्लंघन, स्त्रीवादी चळवळी, दलित स्त्रियांचे प्रश्न यांचा अभ्यास करताना जात, वर्ग आणि लिंगभाव यांच्या परस्पर संबंधाविषयी सखोल अभ्यास केला जात आहे. त्यांनाही नवी जनगणना उपयुक्त ठरू शकते.

जनगणना ही देशासाठी महत्त्वपूर्ण बाब असते. भारतात व्यक्तींसाठी जातीची ओळख महत्त्वपूर्ण आहे. त्याची वर्गीय ओळख ही जातीशी निगडित आहे. भारतात मागासलेपणासाठी चार प्रतिमानके आहेत. जात, वर्ग, दर्जा आणि सत्ता. अनुसूचित जाती आणि जमाती हे जातीय उतरंडीमध्ये सर्वांत खालचे असून ते गरिबात गरीब आहेत. जात, संपत्ती, दर्जा आणि शिकण्याच्या प्रक्रियेत उच्च जातीयांचीच मक्तेदारी आहे. जात ही धर्माच्या पलीकडची बाब आहे. किंबहुना, धर्मांतरीत लोकसुद्धा धर्मापेक्षा जातीच्याच नावाने ओळखले जातात. भारतीय समाजात खोलवर रुजलेल्या जात, सामाजिक आणि आर्थिक असमानता दूर करावयाची असल्यास जातीचे अस्तित्व मान्य करणे गरजेचे आहे. वास्तव नाकारण्यातून जातिव्यवस्था चिरस्थायी होईल. हजारो लोकांना अमानवीय स्थितीत जगावे लागेल. जेव्हा राज्य संस्थेकडून जातीच्या आधारावर शैक्षणिक, सामाजिक मागासलेपण ठरविले जाईल तेव्हाच त्यांना घटनात्मक हक्क दिले जातील.

देशातील समाजव्यवस्था जातींवर आधारलेली आहे. जात हे या समाजव्यवस्थेतील वास्तव आहे. समाजात आर्थिक आणि सामाजिक परिवर्तन होत आहे हे मान्य केले तरी देशातील मागासवर्गीयांची परिस्थिती फारशी बदललेली नाही. देशातील आर्थिक व सामाजिक विषमता ही जातींशी निगडित आहे, गरिबी काही जातींना वाटली गेलेली आहे. त्यामुळे त्यांच्या नेमक्या परिस्थितीचे वास्तव

जाणून घ्यायचे असेल तर जातीनिहाय जनगणना होणे आवश्यक आहे. जातिव्यवस्थेच्या बेड्या सहजासहजी तुटत नाहीत. अनेकांनी धर्मांतरण केले, धर्मातून ते बाहेर पडले. मात्र त्यांची जात बदलली नाही. एवढे जातीचे प्राबल्य आहे. जातीच्या बेड्या तोडायच्या असतील तर मागास जातींचा विकास होणे गरजेचे आहे आणि विकासासाठी त्यांची अवस्था कळणे महत्त्वाचे आहे; म्हणून त्यांची जातीनिहाय जनगणना झाली पाहिजे.

भारतीय मानववंशशास्त्रीय सर्वेक्षण संस्थेच्या वतीने भारतातील समाजगटांची अगदी अलीकडची पाहणी १९८५ साली करण्यात आली. ही संस्था १९४५ साली स्थापन झाली. त्यानंतर लोकसंख्या आणि समाजगट यांच्या आधारे पहिल्यांदाच हे सखोल सर्वेक्षण करण्यात आले. १९८१ ते १९९१ या कालखंडातील जनगणनेचे तपशील अभ्यासासाठी घेण्यात आले. शिवाय भारत सरकारने केलेली अनुसूचित जाती-जमातींची यादी आणि विविध राज्य सरकारांच्या मागासवर्गीय आयोगांनी केलेली यादी या सर्वांचा आधार घेण्यात आला. भारतातील विविध जाती-जमातींच्या लोकांबरोबरच्या मुलाखती ३५८१ गावात १०११ शहरात म्हणजेच देशातील ४२१ जिल्ह्यात आणि सांस्कृतिक भिन्नता असलेल्या ९१ विभागात घेण्यात आल्या. प्रारंभी या सर्वेक्षण संस्थेने ६७४८ इतक्या जातींची संख्या प्राथमिक स्तरावर नोंदविली व अखेर अभ्यासातून ४६३५ इतकी संख्या निश्चित करण्यात आली.

राज्यघटनेने समतेच्या केंद्रीभूत तत्त्वाला अपवाद म्हणून ज्यांच्या बाबतीत विशेष पक्षपात करण्यास मुभा दिली आहे, त्यात अनुसूचित जाती, अनुसूचित जमाती इतर (सामाजिक व शैक्षणिकदृष्ट्या) मागासवर्ग यांचा प्रामुख्याने समावेश आहे. याखेरीज स्त्रिया आणि मुले यांच्यासाठी विशेष पावले उचलण्यासही घटनेची मान्यता आहे. अपंग, सैन्यातील निवृत्त यांसारखेही काही जातनिरपेक्ष गट विशेष पक्षपातासाठी पात्र मानले गेले आहेत. मात्र, येथे विचार भूतकाळातील समाजव्यवस्थेच्या परिणामी स्पर्धेत मागे पडणाऱ्या समाजगटांपुरताच मर्यादित ठेवला आहे; कारण मंडळ आयोगाच्या अहवालातील वर्गवारी लागू झाल्यानंतर ही संख्या आज एकत्रितपणे ७५ टक्क्यांच्या आसपास जाऊन पोहोचली आहे.

घटनेने अनुसूचित जाती, जमाती व इतर मागासवर्ग यांची व्याख्या केलेली नाही. हे वर्ग कोणत्या निकषांवर ओळखावेत याच्या कसोट्याही आखून दिलेल्या नाहीत. घटनेच्या परिशिष्टात अनुसूचित जाती तसेच अनुसूचित जमाती या शीर्षकाखालील याद्यांत या समाजगटांचा समावेश आहे, ते त्या वर्गवारीतील म्हणून ओळखले जातील असे घटना म्हणते. राष्ट्रपतींनी या याद्या जाहीर करायच्या आणि त्यातील प्रत्येक बदल हा संसदेने कायदा करून करायचा, अशी पद्धत घटनेने आखून

दिली आहे. इतर मागासवर्गीयांबाबत घटनेत कोणतेच मार्गदर्शन नाही. याचे एक कारण घटना लागू होण्यापूर्वीपासूनच मागासवर्ग या वर्गीकरणाखाली विशेष पक्षपाताचे धोरण प्रचलित होते आणि त्यासाठी लाभार्थी समाजगटांची निवडही केली गेली होती, हे असू शकते. आज अनुसूचित जाती आणि अनुसूचित जमाती म्हणून ओळखल्या जाणाऱ्या वर्गीकरणाखालील याद्या या प्रामुख्याने १९३६ साली ब्रिटिशांची सत्ता असताना तयार केल्या गेल्या आहेत.

ब्रिटिश काळात प्रस्थापित जातिव्यवस्थेतील अनेक बंधनांचे जोखड झुगारून देऊ पाहणाऱ्याच नव्हेत, तर त्यांच्या मान्यतेला आणि या व्यवस्थेतील उतरंडीबरोबर समाजातील स्थान ठरण्याला आव्हान देणाऱ्या चळवळी उदयाला आल्या. त्यांपैकी बहुसंख्य या ब्राह्मणांच्या वर्चस्वाविरुद्ध होत्या. मात्र, त्यांपैकी मध्यम जातींच्या विशेषत: उत्तरेतील, संघटनांची प्रेरणा ही जातीच्या उतरंडीत उच्चवर्णीयांचे स्थान मिळावे ही होती.

विशेष समूहांचे सामाजिक मागासलेपण ठरविण्याची कसोटी त्याचा समाजव्यवस्थेतील दर्जा ही आहे आणि भारतात हा दर्जा ठरविण्यासाठी जातीचाच आधार घ्यावा लागतो. शिवाय, भारतात समूहांची सामाजिक ओळख जातीच्या परिभाषेतच परिणामकारकपणे होऊ शकते. तेव्हा राखीव जागांसारख्या भरपाईदाखल पक्षपातासाठी लाभार्थी समूहांच्या याद्या या जातीच्या परिभाषेतच होणे, हे भारतात अपरिहार्य आहे, हे आजही अनेकांना स्वीकारता येत नाही. इतर मागासवर्गांच्या बाबतीतील कसोट्या हा आजही वादाचा विषय राहिला आहे. यामागे हे महत्त्वाचे कारण आहे.

वर्ग आणि वर्गभावनांचे इतके विघटन झाले आहे, की भांडवलशाहीच्या उत्तरावस्थेत सांस्कृतिक, प्रभुत्व 'उपभोग' आणि 'माध्यमे' यांच्या आधारे गाजविले जाते.

राष्ट्रीय किंवा प्रादेशिक राजकारणात ओबीसी जातींपैकी काही जातींच्या हातातच सत्ता आहे. मंडल आयोगानुसार ओबीसींच्या देशात ३७४३ जाती ठरवण्यात आल्या आहेत. बिहारमध्ये 'कुर्मी' आणि 'यादव' या ओबीसी जातींकडे सत्ता आहे. गुजरातचे मुख्यमंत्री नरेंद्र मोदी हे ओबीसींमधील तेली समाजाचे आहेत. आंध्रप्रदेश मधील 'रेड्डी' हे ओबीसी समाज राजकारणात पुढे आहेत. राजस्थानचे माजी मुख्यमंत्री अशोक गेहलोत ओबीसींपैकी आहेत. तामिळनाडू आणि केरळ या दोन राज्यात सत्ता कोणाच्या हातात द्यायची, त्याचा निर्णय हा समाज घेतो.

महाराष्ट्राची लोकसंख्या दहा कोटी समजली आणि ओबीसी नेत्यांच्या म्हणण्यानुसार ५२ टक्के लोकसंख्या मानली तर महाराष्ट्रात ओबीसींची संख्या सुमारे

५ कोटी होते. या पाच कोटींपैकी सर्वाधिक सुमारे १ कोटी लोकसंख्या ही माळी समाजाची आहे. त्या खालोखाल धनगर, वंजारा, वंजारा आणि तेली यांची संख्या आहे, याच पाच-सहा जातींनी राज्यातील सुमारे तीनशे साठ जातींचे सत्तेत प्रतिनिधित्व केले आहे. त्यामुळे सत्तेचा जास्तीतजास्त फायदा हा याच जातींच्या नेत्यांना मिळत राहिला आहे.

मंडल आयोगाच्या शिफारशी लागू झाल्या त्या वेळी महाराष्ट्रात ओबीसींच्या २७२ जाती होत्या. त्यात गेल्या १४ वर्षांत वाढ होऊन हा आकडा ३६० झालेला आहे. दिवसेंदिवस ओबीसींमध्ये जातींची संख्या वाढत जाईल आणि ओबीसींच्या आरक्षणामध्ये भागीदार वाढतील, अशी भीती नेत्यांना वाटत आहे. सत्तेमधल्या ओबीसी जातींच्या मागे ओबीसी समाजातील इतर जातींना जावेच लागते. जनगणनेसाठी कायदा असूनही ओबीसी निराधार होते. मंडल आयोग पूर्णपणे लागू केला असता, तर कदाचित ओबीसी जनगणनेचा प्रश्न निर्माण झाला नसता, असे सांगत नेत्यांकडून सारवासारव केली जात आहे. देशात सध्या १३० ओबीसी खासदार आहेत. महाराष्ट्रात ६४ खासदार आहेत. महाराष्ट्रात ६४ आमदार ओबीसी आहेत. महाराष्ट्रात ग्रामपंचायत, पंचायत समिती, जिल्हा परिषद, सहकारी बँका, पतसंस्था, साखर कारखाने, विधानसभा, विधान परिषद आणि इतर संस्थांमध्ये मिळून ओबीसींचे सुमारे ६३ हजार लोकप्रतिनिधी आहेत. त्यामुळे ओबीसींना सत्तेत संधी मिळाली नाही, असे म्हणणे चुकीचे आहे. ओबीसींना त्यांच्या हक्कांसाठी एकत्रित संघर्ष कसा करता आला नाही हे वास्तव त्यांना कळून चुकले त्यामुळेच 'ॲक्टिव्हिझम' वाढलेला दिसतो. (गायकवाड, आनंद, 'जात हजारी तरी वेठबिगारी', दै.प्रहार, दि.१६ मे, २०१०).

भारतासारख्या खंडप्राय देशात दलित व आदिवासी स्वातंत्र्यपूर्व काळापासून आजपर्यंत शोषित, पीडित, उपेक्षित, दुर्लक्षित राहिले आहेत. सन २०११ या जनगणनेनुसार १६ ते १८ टक्के दलित आहेत आणि आदिवासी १० ते १२ टक्के आहेत. अंदाजे ८५ टक्के दलित ग्रामीण भागात असून पंजाब, हरियाणा, ओरिसा, कर्नाटक, मध्यप्रदेश, आंध्रप्रदेश, उत्तरप्रदेश या राज्यातील दलितसंख्या लक्षणीय आहे. मिझोराम, लक्षद्विप, नागालँड, मेघालय, अरुणाचल प्रदेश, दादरा व नगर हवेली या राज्यांत ६० हून अधिक टक्के लोकसंख्या आदिवासी आहे. १५ ते ३५ टक्के आदिवासी लोकसंख्या मणिपूर, त्रिपुरा, झारखंड, ओरिसा, सिक्कीम, मध्यप्रदेश, छत्तीसगड, गुजरात या आठ राज्यांत आहे. नक्षलवादी चळवळ प्रामुख्याने महाराष्ट्र, झारखंड, छत्तीसगड, आंध्रप्रदेश, ओरिसा इत्यादी राज्यांत गेली अनेक वर्षे जोरात कार्यरत आहेत.

सामाजिक वर्जितता ही एक प्रक्रिया असून समाजाचा एक विभाग दुसऱ्या विभागाकडे तुच्छतेच्या, टीकेच्या भावनेने पाहत असतो. सबळ, प्रभावशाली विभाग ही भावना व्यक्त करताना केवळ धर्म, परंपरा आणि संस्कृतीचा वापर करीत नसतो, तर राजकीय व नोकरशाही सत्तेचाही उपयोग करून घेत असतो व यामुळे काहीच प्रभाव पडत नसेल तर आपले प्रभावशाली वर्चस्व सतत टिकविण्यासाठी हिंसेचाही वापर करतो. सबळ, वर्चस्ववादी विभागाची ही पारंपरिक मानसिकताच असते व ती शाबूत ठेवण्याचा प्रयत्न असतो. ही मानसिकता बदलणे, वृत्ती-प्रवृत्तीत परिवर्तन घडवून आणणे, हे काम निकडीचे आहे, तसेच ते कठीणही आहे. भारतातील दलितांची संख्या राज्या-राज्यांमध्ये विषम पद्धतींसारख्या नसलेल्या स्थितीत विभागलेली आहे. देशातील ६ ते १० वयोगटातील शाळेत जाण्याजोग्या बालकसंख्या आंध्रप्रदेश, बिहार, मध्यप्रदेश, ओरिसा, राजस्थान आणि उत्तरप्रदेश या सहा राज्यांत ६० टक्के आहे. आंध्रप्रदेश खेरीज पाच राज्य सामाजिक निकषांवर सर्वांत वंचित, दुर्लक्षित राज्ये आहेत. २००१ या जनगणनेतील या चिंताजनक वास्तवात २०११ या जनगणनेत बदल झाला; पण तो लक्षणीय नक्कीच नाही. केवळ आर्थिक तरतूद वाढवून शोषित-वंचित बालकांच्या प्राथमिक शिक्षणाचा प्रश्न सुटणार नाही. त्यासाठी व्यवस्थापन, शिक्षणात कौशल्याने वाढ व्हावयास हवी.

भारतात दलितांचे राजकीय व सामाजिक संघटन, एकत्रीकरण विशेषत: काही गरीब राज्यात होत आहे. विशेषत: उत्तरप्रदेश सारख्या सर्वांत गरीब राज्यात ती प्रक्रिया चालू आहे. यासंबंधी काही जण म्हणतात, ''उत्तरप्रदेशातील दलित संघटन, एकत्रीकरण घडवून आणणाऱ्यांनी केवळ फक्त सत्ता संपादन करण्यावर लक्ष केंद्रित केले आहे. त्यामुळे शोषित, दलित जातींना मिळणारे फायदे प्रतीकात्मकच आहेत. जात व अस्पृश्यता आधारित शोषिकता व भेदभाव आर्थिक नागरी, सांस्कृतिक व राजकीय क्षेत्रात दिसून येतात. मध्यान्ह भोजन योजना व स्वस्त धान्य दुकाने या अन्नसुरक्षा कार्यक्रमात प्रवेशास नकार व भेदभाव केला जातो. हे पाहणी अभ्यासात दिसून आले आहे.

राजस्थानमधील मध्यान्ह भोजन योजनेत ६० टक्के नमुना गावांमध्ये दलितांना आचारी व साहाय्यक म्हणून नेमणूक केली गेली नाही. उत्तरप्रदेश, बिहार, आंध्रप्रदेश, तामिळनाडू, राजस्थान या पाच राज्यांमधील २५० गावांमध्ये मध्यान्ह भोजन योजना व स्वस्त धान्य दुकानांमध्ये नेमणुकीपासून वंचित ठेवले गेले व भेदभावही करण्यात आला. ही परिस्थिती देशव्यापी आहे. १९९२ ते २००० या काळात दलित स्त्री-पुरुषांनी एकूण २,५२,३७० गुन्हे नोंदविले. त्यामध्ये भेदभाव, अत्याचारासंबंधीचे गुन्हे होते. १९९१मध्ये नोंदविलेल्या केसेसपैकी फक्त १.५६ टक्के केसेस मध्येच

शिक्षा झाली. अनुसूचित जाती व अनुसूचित जमाती अत्याचार प्रतिबंधक कायदा १९८९ मुळे सामाजिक परिवर्तन होईल अशी अपेक्षा होती पण पोलिसी भ्रष्टाचार व जातीविषयक पूर्वग्रह यामुळे अनेक आरोप पोलीस नोंदणीत पुस्तकात नोंदवले जात नाहीत आणि जेव्हा केसेस नोंदविल्या जातात तेव्हा विशेष पोलीस कोर्टाच्या अनुपस्थितीमुळे तीन-चार वर्षे केसेस लांबणीवर पडतात. १९९१मध्ये नवीन आर्थिक धोरणाचे युग अवतरले; पण या साऱ्या सुधारणांचा दलितांना फारसा फायदा झाला नाही. बहुसंख्य दलित आजही वीज, प्रसाधनगृहे, शुद्ध पिण्याचे पाणी या विशेष मूलभूत सोयीसुविधांपासून वंचितच आहेत.

दलित मुला-मुलींना प्राथमिक, पाचवी ते सातवी इयत्तांमध्ये आणि माध्यमिक शाळांत भेदभाव, पूर्वग्रहांना तोंड द्यावे लागते. त्यामुळे मुलामुलींचे शाळा सोडण्याचे, गळीताचे प्रमाण चिंताजनक आहे. आयोगाच्या अहवालानुसार हे प्रमाण देशात चौथीपर्यंत ३६.६ टक्के, पाचवी ते सातवी इयत्तेपर्यंत ५९.४ टक्के आणि माध्यमिक शाळेत ७३.१ टक्के आहे. भेदभाव, तुच्छता, पूर्वग्रहामुळे एकूण मानसिकताच अडसर ठरली आहे. दलित स्त्रियांची स्थिती, दर्जा कमालीचा निकृष्ट आहे. त्यांना दुहेरी दुय्यम दर्जा आहे. दलित म्हणून व स्त्री म्हणून 'ह्यूमन राइट्स वॉच रिपोर्ट'नुसार फार मोठ्या संख्येत दलित स्त्रियांना अस्वच्छ, अत्यंत कमी दर्जाच्या व्यवसायात, कामात उदाहरणार्थ झाडलोट, सफाई, कचरा वेचकाम आणि देहविक्रय करून आपले सारे आयुष्य कंठावे लागते. भारतातील आदिवासी हे शहरी जीवनापासून खूप दूर असल्याने स्त्रियांना उच्च स्थान, दर्जा आहे. सर्वसाधारणपणे दैनंदिन जीवन जगण्यासाठी उत्पादन, पण विक्रीसाठी नाही. मात्र, विकास प्रकल्पांमुळे आदिवासी क्षेत्रांमधून त्यांचे विस्थापन झाले आहे.

आरक्षण : बौद्धांच्या विरोधात इतर दलित

आरक्षित जागांवर बौद्धांच्या विरोधात इतर दलित उभा करून निवडून आणला जातो. त्याचे पूर्णपणे ब्राह्मणीकरण करून त्याला राखीव जागांच्या विरोधात बोलण्यास भाग पाडले जाते. काँग्रेसच्या ब्राह्मणी नेतृत्वाने गेली ४५ वर्षे मातंग समाजाला वाढू दिले नाही. दलितांतील अनेक जातीतील व्यक्ती त्यांच्या मूळ प्रश्नावर संघर्ष कोणता आहे ते समजून घेऊन त्यावर संघर्ष उभा न करता, त्याला बगल देऊन 'जात अस्मिते'चा प्रश्न बनविणे, त्यासाठी संघर्षास प्रवृत्त करणे, असे त्यांच्या काही घोषणांतून रचले होते. उदाहरणार्थ, 'मातंगा तू जागा हो, संघर्षाचा धागा हो.' आज दलितांपुढील प्रश्न जितके नवीन आहेत तितकेच ते जुनेदेखील आहेत. जुन्या प्रश्नांचे काही पैलू आजदेखील तितकेच धारदार आहेत. यात जास्त महत्त्वाचे हे आहे, की या प्रश्नांचे काही पैलू अतिशय नवीन आहेत. आज आपण ज्याला दलित प्रश्नाच्या

रूपात विश्लेषित करतो ते काही काळापूर्वी हरिजनोद्धाराचा प्रश्न मानला जात होता. त्याच्याही अगोदर अस्पृश्यतेचा प्रश्न हा या प्रश्नाच्या केंद्रस्थानी होता. आज अस्पृश्यता कमी झाल्यासारखी वाटत आहे परंतु दलितांपुढील प्रश्न नवीन स्वरूपात पुढे आहे आहेत. याचा अर्थ हा नाही, की अस्पृश्यता आजच्या दलित प्रश्नाचा पैलू राहिलेला नाही. परंतु, या गोष्टीत व्यवहारापेक्षा भूमिकेला महत्त्व आहे. आज दलितांच्या प्रश्नाच्या सोडवणुकीसाठी मंदिर प्रवेश किंवा सामूहिक भोजनासारखे उपाय इतके महत्त्वपूर्ण ठरत नाहीत जितके पन्नास-साठ वर्षांपूर्वी ठरत होते, असले मार्ग आज दलितांना उत्साहित करण्यामध्ये असमर्थ आहेत!

महाराष्ट्रातच नव्हे तर संपूर्ण भारतातील सामाजिक-आर्थिक आणि राजकीय क्षेत्रातील संघर्ष हा वर्ग संघर्षापेक्षादेखील जातीय संघर्षच वेगवेगळी रूपे धारण करून टिकून राहिलेला दिसत आहे. भारतीय समाज ब्रिटिशांच्या तावडीतून मुक्त झाला पण जातीय व्यवस्थेच्या जोखडातून मुक्त झालेला नाही. या देशातील ग्रामपंचायत ते लोकसभेपर्यंतच्या सर्व निवडणुका या जातीच्या आधारावरच लढविल्या जातात. लोकशाही आणि जाती या परस्परविरोधी वाटणाऱ्या बाबी बेमालूमपणे हातात हात घालून एकविसाव्या शतकात वावरताना दिसत आहेत. त्यामुळे जनतेच्या दैनंदिन प्रश्नांवर आपली लोकशाही आणि निवडणुका कुचकामी ठरताना दिसत आहेत; म्हणून येथील प्रतिनिधीगृहे 'बेजान' तर असतातच पण भ्रमातही असतात; पण जात प्रश्नावर उत्तर जातीनिमूर्लन एवढेच असल्यामुळे याचा मुकाबला कसा करणार याचे उत्तर या लोकप्रतिनिधींना द्यावे लागणार आहे; कारण विषमतेविरुद्ध सर्वांगांनी संघर्ष करताना राज्य व्यवस्थेनेदेखील सर्वंकष स्वातंत्र्य, समता, बंधुतेचा प्रत्यक्षात पाठपुरावा केला पाहिजे.

जर एखादा दलित मजूर स्वतःच्या कष्टाच्या आधारे आपल्या जीवनस्तरात सुधार करतो तेव्हा वर्चस्ववादी जाती त्या संदर्भात चीड व्यक्त करत असतात. काही वरीष्ठ समजून घेणाऱ्या जातीतल्या लोकांच्या आर्थिक स्थितीमध्ये दुबळेपणा आला तर त्याला आरक्षण किंवा इतर कोणतेही कारण पुढे करून त्यांना मारहाण केली जाते. परंतु, त्यात दलितांचा कसलाही दोष नसतो. दलितांची सन्मानाने जीवन जगण्याचा अधिकार मागण्याची प्रवृत्तीदेखील अत्याचाराचे कारण बनत असते.

दलित-आदिवासींवरील अन्याय दूर करण्यासाठी कायदा, प्रतिकार, साधनसंपत्तीचे पुनर्वाटप, जात-वर्ग-पित्तृसत्तेचा अंत, प्रबोधन इ. मार्गांचा अवलंब केला पाहिजे. दलितांवरील अत्याचाराची घटना घडण्याअगोदर प्रतिबंधात्मक उपाय करण्याची आवश्यकता असते. त्याची गांभीर्याने अंमलबजावणी झाली पाहिजे; पण वेगवेगळ्या चळवळी कोणत्यातरी एखाद्याच मुद्द्याला महत्त्व देऊन इतर मुद्दे बाजूला

टाकताना दिसतात. या चळवळींमध्ये दलित-आदिवासींवरील अन्याय-अत्याचार निर्मूलनाबाबत एकवाक्यता असली तरी त्यांच्या निर्मूलनाच्या मार्गाबाबत मतभेद असल्याचे दिसतात. स्वातंत्र्यपूर्व काळातही जातीय अत्याचार केले जात होते. स्वातंत्र्यानंतरही जातीय अत्याचार आहेतच किंबहुना त्यांचे प्रमाण व त्यांची भयानकता दिवसेंदिवस वाढत आहे. आधुनिकीकरण, शिक्षण, पुरोगामी शासन, कल्याणकारी राज्य, कायद्याची निर्मिती, विज्ञान-तंत्रज्ञानाचा प्रसार हे सारे असतानाही जातीय अत्याचार का कमी होत नाहीत; कारण जातीचे राजकारण, प्रशासकीय व राजकीय इच्छाशक्तीचा अभाव, जातिअंताच्या चळवळींची अनुपस्थिती, प्रभावशाली कृतीकार्यक्रमांचा अपुरेपणा, दलितांचे आर्थिक परावलंबन, ग्रामीण अर्थव्यवस्थेतील परावलंबन, अत्याचाराला बळी पडणाऱ्या जातींची अल्पसंख्यता, आर्थिक संसाधनांच्या फेरवाटपाबाबतची उदासीनता.

भारतात अपवाद म्हणूनही जातीय अत्याचार होत नाहीत असे एखादे राज्य दाखविता येणार नाही. अत्याचारांच्या दिवसागणिक वाढणाऱ्या आकडेवारीने संवेदना जाग्या होत नाहीत; तर बोथट झाल्याप्रमाणे या बातम्या वाचल्या जातात, विसरल्या जातात. घटनात्मक संसदीय लोकशाहीच्या चौकटीत प्राप्त केलेल्या व झालेल्या सुविधांमुळे दलित, श्रमिक राजकारणाला वेगळी दिशा आणि गती मिळाली; पण आज खासगीकरण, जागतिकीकरणाची आर्थिक धोरणे, दलित, श्रमिक जनजीवनावर एका मागोमाग एक हल्ले करीत आहेत. या जनविरोधी देशविघातक धोरणांनी भारतीय संविधानाला आणि संसदीय लोकशाही प्रणालीला धुडकावून लावून चालवलेली 'रोजची अप्रत्यक्ष हिंसा' ध्यानात घ्यायला हवी. महाराष्ट्रात आणि देशात दलित, आदिवासी, भटके-विमुक्त आणि अल्पसंख्य यांच्यावर होणाऱ्या अमानुष हिंसात्मक हल्ल्यांमागे देशातली जनविरोधी आर्थिक धोरणांची पार्श्वभूमी आहे. भारत देशात मिळकतीच्या व रोजगाराच्या संदर्भात जमीन ही एक अत्यावशक/अपरिहार्य बाब होती व आहे. जमीन ही मालमत्तेची गोष्ट, या देशातील प्रतिष्ठा व अप्रतिष्ठा निश्चित करते. वर्चस्ववादी जातींचे श्रेष्ठत्व आणि प्रभुत्व भूमीवर आधारलेले आहे. महाराष्ट्रातील भूमिहीन दलित, श्रमिकांच्या गायरानाच्या जमिनी १९९० साली कायदा होऊनदेखील अजून रीतसर केल्या जात नाहीत आणि जातींची प्रतिष्ठा या जमिनीतील पिकांबरोबरच दलित, पारध्यांच्या वस्त्या उद्ध्वस्त करत आहे.

सामाजिक प्रतिष्ठा, सांपत्तीक स्रोत, पोलीस कारभार यंत्रणेशी असलेले साटेलोटे यामुळे जमीनदार बलाढ्य असतात. असंघटित, विसकळीत, दलित, आदिवासींना एकाकी पाडून आणि एकाकी राहून दहशतीच्या जोरावर जमिनीवरून हुसकावून लावणे त्यांना सहज शक्य होते. महाराष्ट्रातही दलितांनी कसण्यासाठी ताब्यात

घेतलेल्या सरकारी पडीत, गायरानाच्या जमिनीवरील पिके तुडविणे, दलित वस्त्यांवर हल्ले करून, जाळपोळ करून त्यांचे खून करणे हे वारंवार घडत आहे. महाराष्ट्रात जमीनदार, इनामदार, जहागीरदार हेदेखील ब्राह्मण, मारवाडी, वाणी, गुजर, मराठे हेच आहेत; म्हणूनच भारतीय समाज व्यवस्थेतील विषय आणि वर्चस्ववादी सामाजिक-आर्थिक संबंधाच्या पायावर आघात करण्यासाठी जमिनीचे न्याय्य फेरवाटप हा एक अतिशय मूलभूत व जिव्हाळ्याचा मुद्दा आहे.

प्रबोधनोत्तर पश्चिमी आधुनिक संस्कृतीने जगाला जर कोणती मौलिक देणगी दिली असेल तर ती या वैश्विक ज्ञानांची की ज्यात एकूण मानवी जीवनाचा विचार केला गेला. मानवाच्या व्यथा आणि वेदना सर्वत्र सारख्याच आहेत आणि त्यामुळेच अखिल मानवमुक्तीचा विचार एकत्रितपणे होऊ शकतो, त्या दिशेने प्रयत्नही करता येतात व ते एक प्राप्त करण्याजोगे ध्येय आहे हा विचार जगभरच्या मानवी समूहांना या आधुनिक पश्चिमी संस्कृतीने दिला. ही वैश्विकदृष्टी घेऊनच समाजवादी दर्शन सिद्ध झाले. आज आपण आधुनिकोत्तर (Post-Modern) जगात वावरत आहोत. या आधुनिकोत्तर जगाने समाजवादाची पडझड पाहिली, मूलतत्त्ववादाचा उदय पाहिला, राजकारणाचे गुन्हेगारीकरण व दहशतवाद पाहिला, पर्यावरणाचा विध्वंस पाहिला आणि मग काही मंडळींना असे वाटू लागले, की मानव जातीमध्ये अशी काही आंतरिक एकात्मता असते हे मानणे म्हणजे केवळ एक भ्रम आहे. याउलट, देश, स्थिती, समूह-परत्वे मानवी जीवनाचे व मनुष्य जातीचे जे खंडित रूप दिसते तेच सत्य होय. अशा परिस्थितीत कसले आले वैश्विक दर्शन व वैश्विक दृष्टी? असे भ्रम उगाच का जोपासा? आणि ज्यांनी जपले त्या दर्शनांचा भार तरी का वाहावा? असे म्हणून आज वैश्विक दर्शनांच्या विरोधात खंडित दर्शनांच्या मांडणीकडे काही मंडळींचा कल होताना दिसतो. हाच तो 'आधुनिकोत्तर वाद' होय. आधुनिकोत्तर वादाच्या साहाय्याने समाजवाद, साम्यवाद यांसारख्या वैश्विक दर्शनांची अप्रस्तुतता सांगितली जाऊ शकते. भांडवलशाहीच्या विकासक्रमात परात्म होत चाललेल्या माणसांच्या मनात मग हे आपले तुटलेले, अलग खंडित अस्तित्व पाहून वैश्विक अनुभवाबद्दल, विश्वाच्या व अखिल मानवाच्या एकतेबद्दल साशंकता निर्माण होऊ लागते. विश्वाचे आर्त त्यांच्या मनी प्रकटत नाही आणि म्हणूनच मग विश्वैक्य, वैश्विक दर्शन ही भ्रममूलक आहेत अशी त्याची श्रद्धा बनत जाते.

विविध परिवर्तनाशी संबंधित संकल्पना व त्या अनुषंगाने व्यक्त होणाऱ्या विचारधारा याबाबत अधिकात अधिक स्पष्टता होण्याची गरज आहे. ही स्पष्टता परिवर्तननिष्ठ समाजापर्यंत सातत्याने पोहोचविण्याचीही गरज आहे. वस्तुतः अशा पद्धतीच्या वैचारिक स्पष्टता सिद्ध करण्याची जबाबदारी ही प्रायः विचारवंत वर्गाची

(Intellectual) व त्यानंतर बुद्धिजीवी वर्गाची (Inteligenta) असते; पण आंबेडकरांनी म्हटल्याप्रमाणे भारतात विद्वान मंडळी (learned) आहेत; पण ती विचारवंत (Intellectual) नसल्यामुळे स्वतःच्या जाती वर्गांच्या पलीकडे जाऊन एखाद्या तात्त्विक प्रश्नाची वा संकल्पनेची शुद्ध बुद्धीने चिकित्सा होत नाही. या चिकित्सेअभावी सत्यशोधन अशक्य होऊन बसते मग हे सत्य सामान्य माणसापर्यंत जाऊन पोहचणे तर सोडाच अशा परिस्थितीत सामाजिक न्यायाच्या बाबतीत जनतेचा बुद्धिभेद होईल नाही तर काय? तसा तो होऊ नये म्हणून सार्वजनिक चर्चा विश्वात (Discourse) ऐरणीवर येणाऱ्या विचारांचे, संकल्पनांचे, सिद्धान्ताचे सातत्याने परिमीलन होण्याची नितांत आवश्यकता आहे.

बेरजेचे 'राजकारण'हे सामूहिक व सर्वांगीण विकास साधण्यासाठी समाज घटकांत जी सहमती लागते ती मिळविण्याचे केवळ एक साधन होते. बेरजेच्या राजकारणास 'व्होट बँके'चे राजकारण असा एक ध्येयशून्य अर्थ प्राप्त झाला आहे. बेरीज झाली ती लोकशाही व्यवस्थेत आपापली सत्ता त्याने टिकविण्यासाठी जे समाजघटक व संस्था कळीच्या ठरतील त्यांच्या मतांची व राजकीय ऐपतीची ज्यांची ऐपत जास्त ते गणले गेले. ज्यांची कमी ते उपेक्षित म्हणून वर्जित केले गेले. बेरजेच्या राजकारणास अशा रीतीने, वजाबाकीचे राजकारणही चिकटले. आर्थिक विकासाचा लाभ व राजकीय सत्तेच्या संदर्भात जे वजा केले गेले त्यांची वंचना झाली. ज्यांची बेरीज झाली ते सत्तेचे मक्तेदार बनले. ही मक्तेदारी फोडण्यासाठी वजाबाकीच्या राजकारणात भक्ष्यस्थानी पडलेल्या व सापेक्षतः वंचित ठरलेल्या समाजघटकांनी आजचा मंडलोत्तर बहुजनवाद सिद्ध केलेला आहे.

भारतासारख्या जातीग्रस्त समाजात शोषित जातीचे शोषक जातीच्या विरोधात ध्रुवीकरण होऊ शकत नाही. हे आंबेडकरांच्या प्रत्ययासही आले होते. भारतातील जाती व्यथा ही केवळ हिंदू समाजाचीच नसून हिंदू समाजाच्या सहवासात आलेल्या हिंद्वेत्तर अशा मुस्लीम, ख्रिस्ती, शीख समाजाचीही ती व्यथा आहे, हेच यातून सूचित होते. इतके दिवस जातिप्रश्नाचा विचार जो हिंदू कम्युनिटीच्याच संदर्भात झाला तो आता हिंद्वेत्तर भारतीय समाजाच्या बाबतीतही सुरू झाला आहे.

निवडणुकांच्या काळात जातीय पद्धतीच्या प्रचारतंत्राने ज्या दलितांमध्ये सवर्णांना अनुकूल असे परिवर्तन झालेले आढळले नाहीतर, विविध पक्षांचे गुंड निष्पाप दलितांना धमकावतात. एवढेच नव्हे तर विशिष्ट उमेदवाराला तसे मतदान करावयास भाग पडतात. म्हणजेच दलितांनी कोणास मतदान करायचे आणि कोणास नाही याचा जो निर्णय आहे त्यावर सवर्ण वेगवेगळ्या माध्यमातून दबाव टाकताना दिसतात. ही दलितांच्या राजकीय जीवनातील एक शोकांतिका आहे.

१९८९मध्ये संसदेने मंजूर केलेला अनुसूचित जाती आणि अनुसूचित जमाती (अत्याचार प्रतिबंधक) कायदा भारतामधील दलितांना भेडसावणाऱ्या अनेक समस्या सोडविण्याचे घटनात्मक साधन आहे. या कायद्यात दलितांवर अन्याय, अत्याचार व प्राणघातक हल्ले करणाऱ्यांना अशा कृत्यापासून परावृत्त करणे, त्यांना योग्य शिक्षा देणे, अशा प्रकरणांची शहानिशा करण्यासाठी विशेष न्यायालये प्रस्थापित करणे व या प्रकरणांमुळे पीडित झालेल्या दलितांना योग्य ते अर्थसाहाय्य देऊन त्यांचे पुनर्वसन करणे इत्यादी बाबींची तरतूद करण्यात आली आहे. वरील कायद्यातील तरतुदींवर एक दृष्टिक्षेप टाकल्यास दलितांवर होणाऱ्या विविध प्रकारच्या अत्याचारांचा दखलपात्रच नव्हे, तर शिक्षापात्र गुन्हा ठरविण्यात आल्याने, दलितांना हीन व अमानुष वागणूक देणाऱ्यांविरुद्ध प्रतिकारात्मक उत्तर देण्यास सिद्ध केले आहे. या कायद्यात अनेक गुन्ह्यांचादेखील समावेश आहे.

उच्चवर्णीय हिंदू किंवा दलितेतर स्थानिक पोलीस, जिल्हा प्रशासन व पर्यायाने राज्यशासनावर दबाव आणू शकतात म्हणून दलितांच्यावर होणाऱ्या अन्यायाला शासकीय यंत्रणेत काहीच महत्त्व दिले जात नाही.

सामाजिक न्यायाशिवाय खरी लोकशाही अस्तित्वात येऊ शकत नाही असा ज्यांचा विश्वास आहे त्यांना ही परिस्थिती बदलल्याशिवाय पर्याय नाही याची जाणीव आहे पण चळवळी प्रभावी नाहीत म्हणून असे लोक आपले योगदान चांगल्याप्रकारे करू शकत नाहीत; म्हणून चळवळींची बांधणी योग्य प्रकारे करणे आवश्यक आहे.

उच्चवर्णीयांच्या मनात अपराध निर्माण करण्याऐवजी त्या विषमतेकडे दुर्लक्ष करण्याचे सामर्थ्य या प्रतिघातामध्ये आहे. किंबहुना, जात हा विषमतेचा मुख्य आधार आहे हे गृहीतक बदलण्याची वैचारिक महत्त्वाकांक्षा उच्चवर्णीयांच्या या प्रतिघातामध्ये आहे. या पार्श्वभूमीवर जातीचे राखीव जागांचे धोरण, त्यामागील तत्त्वज्ञान, त्या धोरणाची व्याप्ती, आत्तापर्यंतची अंमलबजावणी, या सर्वच बाबींची तपासणी करण्याचा आग्रह राखीव जागांच्या पुरस्कर्त्यांनीच धरायला हवा. या कामासाठी राखीव जागांच्या पुरस्कर्त्यांना स्वतःच पुढाकार घेऊन काटेकोर अभ्यास करावे लागतील व भावनिकतेच्या राजकारणातून बाहेर पडावे लागेल. तसेच समाजशास्त्र, अर्थशास्त्र आणि राजकारण या तिन्हींचे प्रवाही आणि एकात्म आकलन विकसित करण्याचे आव्हान सामाजिक न्यायाच्या पुरस्कर्त्यांपुढे आहे. ते न झाल्यास उच्चवर्णीयांच्या वैचारिक प्रतिघाताची सुरी सामाजिक न्यायाच्या संकल्पनेवरूनच फिरण्याचा धोका आहे.

शासनसत्ता आणि तिच्या शासन यंत्रणेची सर्व अंगे ही 'पोलिटिकल' सोसायटी आणि वर्ग विभाग इत्यादी गटांच्या स्वरूपात स्वतःच्या भूमिका बजावणारा समाज

म्हणजे 'नागरी समाज' अशी संकल्पना मार्क्सने अनेक वर्षांपूर्वी मांडली आहे. त्यानंतरच्या एकंदर सैद्धांतिक विकासात या संकल्पनांच्या आधारावर शासनसत्ता आणि समाज यांच्या संबंधांबाबत भरपूर लिहिले गेले आहे.

या सर्व सिद्धान्ताच्या एकंदर विकासाच्या आधारावर असे निश्चितपणे म्हणता येते, की 'सिव्हिल सोसायटी' या संकल्पनेत समाजातले सर्व वर्ग, सर्व जाती, लिंग अशा घटकांची माणसे समाविष्ट होतात. म्हणजेच भांडवलदार, कामगार, शेतमजूर, शेतकरी, सर्व प्रकारचे जमीनदार असे वर्ग यामध्ये आहेत. उच्च जातीयांपासून सर्वांत तळाच्या म्हणून नागवल्या जाणाऱ्या जातीय उतरंडीतल्या सर्व जाती आहेत. लैंगिक भेदांमुळे विभागणी झालेले स्त्री-पुरुष इत्यादी आहेत. जातिव्यवस्थेच्या बाहेरच समजल्या जाणाऱ्या आदिवासी, भटके-विमुक्त वगैरे विभागांचाही समावेश या 'सिव्हिल सोसायटी' संकल्पनेत होतो.

हे सर्व घटक व्यवस्थेखालून घातले तर एक गोष्ट स्पष्ट होते, की यामध्ये शोषण करणारे आणि ज्यांचे शोषण होते असे दोन विभाग पडतात. शोषण करणारे एकंदरीत मूठभर आहेत आणि उरलेले समाज विभाग, ज्यांचे शोषण होते असे आहेत. या शोषण करणाऱ्या विभागांचे आणि शोषण होणाऱ्या विभागांचे हितसंबंध पूर्णपणे एकमेकांविरोधी आहेत. शोषण करणारे वर्ग, जाती आणि विभाग उर्वरित बहुसंख्य विभागांचे शोषण केल्याशिवाय स्वतःच्या अस्तित्वाची पुनर्निर्मिती करू शकत नाहीत. अशा स्थितीत ते एकत्र यायचे झाले तर कसे काम एकत्र करणार? हा पेच सोडविल्याशिवाय 'सिव्हिल सोसायटी एकत्र आली, ती लढू लागली' असे म्हणताच येणार नाही.

'नागरी समाजा'मध्ये बहुसंख्य असलेल्या वर्ग-जाती विभागांची दुःखे शोषण होण्याशी जोडली गेली आहेत. या शोषणाचा अंत केल्याशिवाय त्यांची दुःखे संपणे अशक्य आहे आणि ही दुःखे संपविण्यासाठी संघर्ष सुरू केला तर याच नागरी समाजातले भांडवलदार-कारखानदार, जमीनदार, बडे व्यापारी असे सर्व वर्ग, वरिष्ठ जात-विभाग यांचे शोषण म्हणून असलेले अस्तित्व संपवण्यासाठीच हा संघर्ष द्यावा लागेल. त्यामुळे हा शोषक-शोषित संबंध पूर्णपणे शत्रुभावी आहे. शत्रुभावी संबंध असलेले असे दोन विभाग शासन सत्तेविरुद्ध, 'राजकीय समाजा'विरुद्ध एकत्र येणे शक्य नाही. एकंदर सामाजिक, आर्थिक संरचनेत आज भांडवली उत्पादन पद्धतीचे प्रभुत्व आहे. या भांडवली उत्पादन पद्धतीच्या प्रभुत्वाखाली शोषणावर आधारलेल्या जातीय शोषणाच्या, लैंगिक शोषणाच्या, जमातीय शोषणाच्या उत्पादन संबंधांना पोसले जात आहे. शासनसत्ता ही या सामाजिक-आर्थिक संरचनेची शासनसंस्था आहे. अर्थात, या शोषणव्यवस्थेचे रक्षण या शासन सत्तेकडून होणे अपरिहार्य आहे;

म्हणूनच अशा शासनसत्तेच्या विरुद्ध शोषण करणारे भांडवलशहा, उच्च जातवर्ग वगैरे लढायला उभे राहणे अशक्य आहे; म्हणजेच शोषितांच्या शासनसत्ता विरोधी लढ्यात संपूर्ण 'नागरी समाज' एकसंघपणे उभा राहणे अशक्य आहे. उलट, भांडवलदार, कारखानदार, जमीनदार, उच्चजातवर्ग हे शासन सत्तेच्या रक्षणाखाली शोषित जनतेला चलण्यासाठी उभे राहणार हेच सत्य आहे.

प्रस्थापित लोकशाही जरी कामगार-कष्टकरी जनतेच्या प्रदीर्घ संघर्षांमुळे प्रत्यक्षात आली असली आणि टिकली असली तरी ती भांडवली लोकशाहीच आहे. डॉ. बाबासाहेब आंबेडकरांनीसुद्धा या लोकशाहीला मतांची समानता देणारी आणि सामाजिक विषमतेच्या, आर्थिक विषमतेच्या क्षेत्रात शोषितांना मिळणारी व्यवस्था कायम राहूनच चालणारी लोकशाही म्हटले आहे. 'नागरी समाजा'तल्या विषमतेपासून स्वत:ला अमूर्त करून वेगळे काढणारी आणि नागरिक म्हणूनच फक्त मर्यादित क्षेत्रात समानता मानणारी ही लोकशाही आहे. इथे टाटांसारख्या भांडवलदारालाही एकच मत देण्याचा अधिकार आहे आणि कामगारालाही एकच मत देण्याचा अधिकार आहे; पण 'नागरी समाजा'तले घटक म्हणून भांडवलदाराने कामगारांचे शोषण करणेही या लोकशाहीला मान्यच आहे. तोच या लोकशाहीचा कायदा आहे. अशा या भांडवली लोकशाहीच्या परिघात मिळाले. अधिकार, हक्क यांचा उपयोग शोषित जनतेने शोषण संपविण्याची चळवळ पुढे नेण्यासाठी केलाच पाहिजे. शोषणमुक्तीच्या संघर्षातल्या कार्यकर्त्यांनी तशा पद्धतीने जनतेला संघटित केले पाहिजे.

विषमतापूर्ण समाजव्यवस्था लोकशाहीशी विसंगत

'जात असू दे, परंतु जातिभेद नको' किंवा 'जातीच्या कोषात राहणारे परंतु जातिभेद अनिष्ट आहे,' अशी ठाम धारणा असणारे अनेक लोक आपल्या समाजात आहेत. जात न पाळणाऱ्या व्यक्तीला आपण परिवर्तनवादी म्हणतो. वैयक्तिक पातळीवर त्यांना जातिव्यवस्था मान्य नसते. तरीही जातिव्यवस्थेच्या चक्रातून पूर्णपणे बाहेर पडणे त्यांना अवघड जाते. कनिष्ठ जातीचे लोक मात्र खूप संवेदनशील असतात. अवतीभोवती होणाऱ्या जातिभेदाविरुद्ध, अन्यायाविरुद्ध ते लढत असतात.

जातीचा प्रश्न हा केवळ मागासवर्गीयांचा प्रश्न नाही; तर तो सर्व भारतीयांचा प्रश्न आहे. अलीकडे भारताच्या सामाजिक जीवनात बाह्यदर्शनी खूप बदल होताना दिसतात. आधुनिकीकरणाने आपले बाह्य जीवन खूप बदलले आहे. अत्याधुनिक मोटारगाड्या, आकाशाला भिडलेल्या इमारती, चमचमणाऱ्या बाजारपेठा, शॉपिंग मॉल्स, संगणक व माहिती तंत्रज्ञानाचे नवनवीन आविष्कार इत्यादी एकंदर यांत्रिकीकरणामुळे नियंत्रित होणारे आपले जीवनव्यवहार पाहताना आपल्या सामाजिक,

आर्थिक जीवनात झालेले बदल आश्चर्यचकित करतात. परंतु, या झगमगाटात शोषित समाज, उंचउंच इमारतींच्या भोवतालच्या झोपडपट्ट्यात अज्ञान व दारिद्र्यात बंदिस्त आहे. झोपडपट्ट्यांतील काळ्याकुट्ट अंधारात फुले-शाहू-आंबेडकरांच्या विचारांचा प्रकाश आहे, म्हणून तरी शोषितांचे जीवन सुसह्य झाले आहे. आधुनिकीकरणाने जग जवळ आले, पण भारतीय समाजातील लोक मात्र जवळ असूनही जातिव्यवस्थेमुळे दूर आहेत. आज राजकारणातही जातीचे 'राजकारण' केले जाते. आपल्या जातीचे लोक संघटित झाले, तर सत्ता मिळेल म्हणून छोट्या-छोट्या जातीही संघटित होत आहेत. त्यावर त्या जातीचे पुढारी बार्गेनिंग करतात व स्वत: सत्ताधीश होतात. परंतु, त्यांच्या त्या सत्तेचा उपयोग समाजाच्या विकासासाठी होत नाही. अशाप्रकारच्या राजकारणातून जाती अधिकच घट्ट होतात.

उच्चभ्रू समाजाचे पुढारी शोषित समाजाकडे लक्ष देत नाहीत. एवढी संवेदनशीलता त्यांच्याकडे नसते. अपवादाने एखाद्या पुढाऱ्याकडे अशी संवेदनशीलता असली तरी बहुसंख्य पुढाऱ्यांकडे ती नसते. यातून जातीच्या अस्तित्वासाठी संघटित होणे, त्यातून जातिव्यवस्था टिकणे असे हे चक्र चालू राहते; पण यातून उद्‌भवणाऱ्या संघर्षातून परिवर्तन घडत असते.

अलीकडे मतदार संघाची पुनर्रचना करण्यात आली. त्यामुळे अनेक खुले मतदार संघ मागासवर्गीयांसाठी राखीव झाले. तेव्हा खुल्या वर्गातील विद्यमान प्रतिष्ठांनी खुलेआम असंतोष व्यक्त केला. स्त्रियांसाठी राखीव जागा झाल्या तरी पुरुषांना राग येतो. जातिप्रधान, पुरुषप्रधान समाजव्यवस्थेतील मानसिकतेमुळे राखीव जागांमुळे हादरा बसतो.

जन्माने जात आणि जातीप्रमाणे दर्जा आणि प्रतिष्ठा ही मूल्यव्यवस्था आपल्या लोकशाही मूल्यांशी विसंगत आहे. तरीही आपण जातिव्यवस्था जोपासतो. मागासवर्गीय, 'खालच्या' जातीच्या व्यक्तींकडे आपण पूर्वीप्रमाणेच तुच्छतेने पाहतो. शिक्षण, नोकऱ्या, सत्तेत वाटा घेतात म्हणून त्यांचा द्वेष करतो. सर्व समाजात द्वेषयुक्त भावना दिसते. संख्याबळावर मोठ्या संख्येच्या जाती अल्पसंख्याक जातींना चिरडून टाकतात.

सामाजिक, आर्थिक व राजकीय लोकशाही प्रस्थापित करणे हे आपल्या लोकशाहीचे ध्येय आहे. परंतु, आपली विषमता पूर्ण समाजव्यवस्था लोकशाहीशी विसंगत आहे. जातिअंताशिवाय खरी लोकशाही निर्माण होऊ शकणार नाही. बौद्धांशिवाय इतर सर्व जातीतील लोक जातीचे जोखड वाहताना दिसतात.

एकीकडे धर्मप्रणीत छळवादी, शोषक आणि विषमतावादी समाजव्यवस्थेविरुद्ध दलित दलित साहित्यातून येणारा युद्ध पातळीवरील निषेध वा नकार आणि

बुद्धतत्त्वाज्ञानासह आंबेडकरवादाचा त्याने केलेला स्वीकार या दोन्हींमागे उभी असलेली अंतिम मानवतावादी विचारप्रणाली म्हणजे दलित साहित्य चळवळीला लागलेली सर्जनशील व सर्जनशील मूल्यप्रणाली होय. या दृष्टीतून पाहिले असता दलित साहित्य हे वाट्याला आलेल्या वास्तव जीवनाचे दुःखदर्शन घडवीत असतानाच धर्मप्रणीत व्यवस्थेची चिरफाड करणारे आणि समता-न्यायाची मागणी करणारे म्हणजे एकाच वेळी ते प्रभंजन करणारे तसे सर्जनशील साहित्यही आहे.

बौद्ध धर्मसंस्कृतीचा स्वीकार करून डॉ. बाबासाहेब आंबेडकरांनी दलित साहित्य चळवळीला तर मोलाचे योगदान दिलेले आहेच; पण पारंपरिक धर्मसंस्कृतीला त्यांनी परिवर्तनाचे आव्हानसुद्धा दिले आहे. माणूस घडण्याकरिता, त्याच्या सामाजिक-सांस्कृतिक उत्थानाकरिता आंबेडकरप्रणीत बुद्धदर्शनापासून घेतलेली प्रेरणा म्हणजे दलित-बौद्ध समाजाचा 'साध्याकडे' सुरू झालेला प्रकाशमय प्रवास होय. हे या समाजाचे झालेले क्रांतिकारी परिवर्तन अत्यंत महत्त्वाचे व लक्षणीय आहे. बाबासाहेब आंबेडकरांनी नवा आचारविचार आणि उच्चार शिकवून शेकडो पिढ्यांनी बरबाद केलेल्या असंख्य आयुष्यांना बंधमुक्त आणि भयमुक्त केले. दलितांच्या मृतकल्प जीवनात जिवंतपणाचे नवे धुमारे उचंवळत नवे उन्मेश त्यांनी निर्माण केले आणि शेकडो वर्षांपर्यंत हृदयात-डोक्यात पक्के झालेले धर्मरूढी प्रणीत कुधारणांचे कुरूप मानसशास्त्रच बाबासाहेबांनी काढून फेकले, बदलून टाकले आणि नव्या युग परिवर्तनासाठी नवी मानसिकता आणि तेजस्विता (अस्मिता) दलितांमध्ये निर्माण केली.

माणुसकीची अवहेलना, अप्रतिष्ठा, अवमान आणि उपेक्षा-वचनेचे ते दुःख म्हणूनच दलित साहित्यातून वादळाचे 'हुंकार' होऊन प्रकटले. त्याचबरोबर सतत होत आलेल्या अन्याय-पिळवणुकीचा प्रतिकारसुद्धा मनातल्या सगळ्या क्रोध-चिडीचे आणि रोषालोषांचे तीव्र फुत्कार होऊन उमटला.

जे नाही त्याची जाणीवपूर्वक कबुली न देता सारवासारव करण्यातूनच आपल्या देशात नित्य राष्ट्रऐक्याच्या (एकता-अखंडतेच्या) अभिनिवेशी घोषणा आपण ऐकतो; त्यामध्ये शांत-सुव्यवस्थित अशा अशांत राजकारणाच्या घोर स्वार्थसोयी पेरलेल्या असतात. राष्ट्रऐक्य तर वर्णजातिभेदाच्या संपुष्टातून आणि समता-न्याय-भ्रातृभाव ही राष्ट्रीय मूल्ये समाजजीवनात प्रस्थापित होण्यातूनच निर्माण होत असते, परंतु ही सामाजिक-राष्ट्रीय मूल्ये घोषणांच्या रूपाने आपण नुसती ऐकत आलो. स्वातंत्र्य, समता, बंधुभावाच्या म्हणजेच सामाजिक ऐक्याच्या (राष्ट्रीय ऐक्याच्या) घोषणा दुरून नुसत्या ऐकण्याची बाब न राहता ही राष्ट्र मूल्ये सामाजिक जीवनात जगण्याची, अनुभवण्याची गोष्ट झाली पाहिजे-व्हावी यासाठी तर दलितांच्या सामाजिक वा

साहित्यिक चळवळीचा संघर्ष सुरू आहे. हा संघर्ष अजून अपुरा आहे. तो सर्वंकष व्हायला पाहिजे. सर्वांत आधी तळगाळातील लोकांना चेतविले जाणे आवश्यक आहे.

आपण जे जगत आलो ते जग खरोखरच माणसांनी जगण्यासारखे नव्हते. ते आपण बदलून 'बहुजन हिताय–बहुजन सुखाय' करण्यासाठी आंबेडकरी प्रेरणेचे साहित्य पोहोचविण्याचे कार्य दलितांच्या साहित्यिक चळवळीला करायचे आहे. साहित्याची चळवळ ही एक प्रकारचे संपूर्ण सामाजिक जीवनच आहे.

ब्राह्मणी/भांडवली संस्कृतीला दलितांचा प्रतिसाद

ब्राम्हणी संस्कृती आणि मराठा राजसत्ता यांच्या गठबंधनातून निर्माण झालेल्या वर्चस्ववादी संस्कृतीच्या जाळ्यात सर्व दडपलेले विभाग सापडले आहेत आणि आशा–आकांक्षा उंचावल्याचा शेवट प्रत्येक दडपलेल्या जातीत एक ब्राह्मणी प्रवृत्तीने प्रेरित थर तयार होण्यात होतो. ज्या वेळी इथे परिवर्तनाचा विचार आला तेव्हा सांस्कृतिक पुनर्रचनेकडे गांभीर्याने पाहिले गेले नाही. याला अपवाद फक्त फुले-आंबेडकरांचा, म. फुलेंनी सत्यशोधक आचारविचार देऊन नव्या सांस्कृतिक पर्यायांचा प्रारंभ केला; पण सत्यशोधक चळवळीच्या पोटातून आलेल्या ब्राह्मणेतर चळवळीला सरंजामी संस्कृतीचे आकर्षण राहिले. मार्क्सवादी डाव्या चळवळीने 'क्रांतीनंतर सांस्कृतिक पुनर्रचना करू' म्हणून हा प्रश्न सोडूनच दिला!

साधारणपणे असे म्हटले जाते, की ब्राह्मणी संस्कृतीचे आकर्षण प्रामुख्याने त्या त्या जातीतील सुशिक्षित मध्यमवर्गाला राहते आणि ब्राह्मणातील उच्चवर्गीयांना पाश्चात्त्य संस्कृतीचे आकर्षण राहते; पण आज अशी स्थिती आहे, की एखादी व्यक्ती पेहराव करते एका विचारसरणीचा, विचार करते दुसऱ्या विचारसरणीतून, आकर्षित होते तिसऱ्या विचारसरणीकडे आणि तो ज्या विचारसरणीचा आहे असे सांगतो ती विचारसरणी वेगळीच असते. अशी स्थिती आलेली आहे. अशा प्रकारे व्यक्ती वेगवेगळ्या माध्यमांतून होणाऱ्या कचाट्यात सापडलेला आहे.

ब्राह्मणी संस्कृतीचे आकर्षण हा चळवळीच्या दृष्टीने एक रोगच आहे; कारण दडपलेल्या समूहांमध्ये चळवळीचा, लढाईचा फायदा होऊन जे सुशिक्षित तयार होतात ते लढाई विसरतात आणि परिणामी दडपशाहीला पोषक असा हा व्यवहार राहतो व त्यामुळे चळवळीला सुशिक्षितांचा रेटा मिळत नाही म्हणून या प्रश्नाचा गांभीर्याने विचार करावा लागतो.

ब्राह्मणी संस्कृतीच्या स्वीकाराने प्रस्थापितांचे अनेक हेतू साध्य होतात. सध्या वर्चस्ववादी जातींची घोषणा आहे 'वर्ण–जाती विसरू या,' एका बाजूला अशा घोषणा देऊन दडपलेल्या जातींना आपलेसे करायचा प्रयत्न करायचा व त्यांच्यावर

ब्राह्मणी संस्कृतीचा प्रभाव टाकून जातीपाती त्यांच्याकडून टिकवायच्या आणि दडपलेल्या जातींना एकत्र येऊ द्यायचे नाही आणि त्यांना एकत्र आणायचे ते वरील घोषणेच्या उत्तरार्धासाठी– 'वर्ण–जाती विसरू या– हिंदू सारे एक होऊ या!' हिंदुत्वाचा विस्तार आणि दृढीकरणासाठी जातिभेदाविरुद्धची ही भाषा आहे.

ब्राह्मणी संस्कृती हा परिवर्तनाच्या चळवळीतला सर्वांत दुष्ट अडथळा आहे; कारण ही संस्कृती दडपलेल्या जातींना विभागून ठेवते. ब्राह्मणी संस्कृतीचे मर्मस्थान हेच आहे. आजवर या तत्त्वावर आधारून त्यांनी सत्ता गाजविली आणि पुढील काळातही नवनवी रूपे घेऊन हाच प्रयत्न होणार; म्हणून कायदा व घटनेत जाती व्यवस्थेला विरोध असताना, एका धर्मनिरपेक्ष देशात आपल्याला ब्राह्मणी संस्कृतीच्या संकटाची चिकित्सा करावी लागत आहे.

सर्वच दलितांना ब्राह्मणी संस्कृतीचे आकर्षण आहे असे गृहीत धरणे बरोबर नाही. अलीकडे दलितांमध्ये पांढरपेशावर्ग लक्षात येण्याइतपत निर्माण झाला आहे. या दलित मध्यमवर्गाच्या घडणीला अनेक घटक कारणीभूत झाले आहेत. हा वर्ग चंगळवादी संस्कृतीचा शिकार होत आहे. चांगल्या कॉलनीत वास्तव्य आहे. कार्यालय, संस्था इ. कार्यक्रमांत वावर आहे. या सर्व गदारोळात हा दलित मध्यमवर्ग 'आर्दा–प्रारूपा'च्या शोधात आहे. स्वतःची प्रतिष्ठा वाढावी म्हणून हा सर्व आटापीटा आहे, हे उघड दिसते. ही अभिजन मंडळी आदर्श प्रारूपाच्या शोधात आहेत; पण त्यांच्या प्रयत्नात 'संदर्भ गट' मध्यस्थी म्हणून आड येतात आणि पर्यायाने दलित अभिजन याच मध्यस्थी गटाचे अनुकरण करतात. कालांतराने अभिजनांना मध्यस्थी गट हाच आदर्श गट वाटू लागतो, अशाप्रकारच्या प्रयत्नात दलित पांढरपेशी स्वतःच्या समाजापासून हळूहळू दूर जातात. व्यक्तिगत पातळीवर ही माणसे गरजूंना मदत करीत असतील; पण 'गट' म्हणून ते पुढे येऊन भूमिका घेताना दिसत नाहीत. दलित अभिजन स्वतःच्या समाजापासून दूर जात आहेत. म्हणजेच ते दुसऱ्या कुठल्यातरी समाजाच्या जवळ जाण्याच्या प्रयत्नात आहेत असे उघड दिसते.

स्वतःच्या गटाशी प्रतारणा करायची व दुसऱ्या गटाच्या जवळ जायचे, नव्हे त्याचे अनुकरण करायचे असा प्रकार आहे. बहिःस्थ गटाचा सभासद होण्याची त्यांची तयारी आहे; पण या प्रयत्नात दलित–अभिजन एक तर स्वतःच्या गटापासून तुटले गेले नाहीत व बहिःस्थ गटाने त्यांना पूर्णपणे सामावून घेतले नाही; म्हणून त्यांची अवस्था 'त्रिशंकू'सारखी झाली आहे असे स्पष्ट जाणवते. जे पांढरपेशी दलित या प्रक्रियेत अडकलेत, त्यांची अवस्था 'सीमांतिक माणसां'सारखी झाली आहे असे पुढे जाऊन आपल्या लक्षात येते. दलित अभिजनांची ही सीमांतिक अवस्था त्यांना व दलित चळवळींना परवडणारी नाही.

ब्राह्मणी संस्कृतीचे आकर्षण जरूर टाळले पाहिजे आणि आंबेडकरी दलित संस्कृती उभी करण्यासाठी व ती जगविण्यासाठी दलित मध्यमवर्गीयांनी निर्णायक भूमिका घेतली पाहिजे. सामुदायिक प्रयत्नांतूनच दलितांची प्रतिसंस्कृती (Counter Culture) निर्माण होऊ शकते. प्रतिसंस्कृती निर्माण झाल्यास दलितांना ब्राह्मणी संस्कृतीचे आकर्षण राहणार नाही व आदर्श प्रारूपाची शोधाशोध करण्याची गरजही पडणार नाही.

ब्राह्मण्यविरोधी सांस्कृतिक संघर्ष

जातिभेद पाळणे आणि जातीच्या आधारे उच्च-नीचता ठरविणे हा कायदेशीर गुन्हा आहे. ज्या घरामध्ये घरेलु कामगार काम करतात त्या खासगी जागा नसून कायद्यानुसार कामांची ठिकाणे आहेत. नागरिकांनी अंधश्रद्धेचा आणि जातीयभेदभावाचा त्याग करून शास्त्रीय दृष्टिकोन स्वीकारावा अशी आपली राज्यघटना सांगते. संबंधित घरेलु कामगार स्त्रीची जाहीर बदनामी या प्रकरणात करण्यात आली आहे.

बाबूराव बागूल यांच्या कथासंग्रहाचे नाव होते, 'जेव्हा मी जात चोरली होती...' अक्षर प्रकाशनाचे हे पुस्तक होते. त्यानंतर पुण्यातल्या सोवळ्याची पोलखोलची बातमी हा प्रवास एकाच दिशेवरचा आहे. घरी काम करायला येणारा नोकर कोणत्या जातीचा आहे, ऑफिसमध्ये कोणत्या जातीचा सहकारी आपल्यासोबत काम करतो याचा शोध व्यक्ती कायमपणे घेताना दिसतात. मुळात प्रश्न असा आहे, की इतरांच्या हातचे जेवण खाल्ल्याने, इतरांनी ब्राह्मणांच्या घरात प्रवेश केल्याने ब्राह्मणांचा धर्म बाटत असेल तर त्यांचा आणि इतर जातींचा धर्म एक कसा असू शकतो? मात्र ब्राह्मणांना याच धर्मरक्षणासाठी इतर बहुजनांतील तरुणांचे आवश्यकता वाटते. अस्मिता आणि हिंदू धर्माच्या नावाने बहुजनांच्या पिढ्यान्‌पिढ्या भरकटवलेल्या आहेत. सर्व जाती धर्मातील बऱ्याच लोकांना स्वतःच्या जाती-धर्माची नशा चढलेली आहे. स्वतःच्या जातीधर्म श्रेष्ठत्वानेच सर्वच आजारी आहेत. त्यामुळे ब्राह्मण्यविरोधी सांस्कृतिक संघर्षाची लढाई ब्राह्मण विरोधी वा अशा कोणत्याही जातीविरोधी लढला जाणारा संघर्ष बनतो हे खेदजनक आहे. कोणत्याही जातीसमूहाला टोचून बोलल्याने अंतर्गत व बाह्य स्वरूपात सुधारणा होऊ शकत नाही. त्यामुळे दऱ्या रुंदावतात. काहींना स्वतःची जात शिल्लक ठेवून जातिअंताची लढाई लढायची असते.

खासगी प्रश्न आणि धार्मिक स्वातंत्र्याच्या निमित्ताने मेधा खोले यांचे समर्थन केले जात आहे पण दुसऱ्याची जात कळल्यानंतर पेशवाईपद्धतीने वागण्याला 'धार्मिक स्वातंत्र्य' म्हणता येत नाही. कर्मकांड आणि धार्मिक स्वातंत्र्य यातील फरक लक्षात घेतला पाहिजे. सोवळ्यात असलेली व्यक्ती घराबाहेर असेल आणि इतर व्यक्तीचा

जर अशा व्यक्तीला स्पर्श झाला तर सोवळ्यातील व्यक्ती त्या व्यक्तीची जात विचारत असेल तर ही जातीयता झाली. ते धार्मिक स्वातंत्र्य असू शकत नाही, प्रश्न धार्मिक स्वातंत्र्यापेक्षा सडलेल्या मानसिकतेचा आहे. मेधा खोले जाहीरपणे जात विचारून त्या स्त्रीला कामावर ठेवतात. त्या स्त्रीची जाहीरपणे चारचौघांत चौकशी करतात मग वैयक्तिक धार्मिक स्वातंत्र्याचा प्रश्न आला कुठे? एवढे शिक्षण होऊनही कर्मकांड व जातीचा अहंगंड जात नसेल तर शिक्षणव्यवस्था निरुपयोगी ठरते तर जातवर्चस्वाची वीण घट्ट होत असते. मराठा स्त्रीने खोलेंच्या कुटुंबीयांना चांगले जेवू घातले. याविषयी कृतज्ञ न राहता त्याऐवजी गुन्हा दाखल करण्यात आला. विधवेने कुंकू लावले तर गुन्हा दाखल होतो काय? खोलेबाईंचा आक्षेप फक्त जात लपविण्यावरच नसून निर्मलाताई सुवासिनी नसल्यावरही आक्षेप नोंदविला आहे. विधवा स्त्रियांना धार्मिक समारंभात आजही मनाई करणाऱ्या प्रथांवर बंदी घातली पाहिजे.

जातिव्यवस्थेत एखाद्या जातीला जेवढे स्वातंत्र्य तेवढेच तिच्यातील व्यक्तीला स्वातंत्र्य; चातुर्वर्ण्याच्या आधारावरच जातींना जगावे लागत होते. अस्पृश्यांवर तर गुलामीच लादलेली होती. असा समाज हा गतिहीन व स्थितीशीलच असतो. असा समाज आदर्श असू शकत नाही. जातीचे कोलदांडे घातलेला हा समाज आहे. या देशात इंग्रज आले नसते तर राष्ट्रवादाची भावना आमच्या मनात निर्माण झाली नसती. प्रबोधनाची प्रक्रिया येथे सुरू झाली नसती. स्वातंत्र्य, समता व बंधुभाव या मूल्यांचा परिचय देशाला झाला नसता. या मूल्यांचा हिंदू समाजात पूर्ण अभाव होता. ज्या समाजात सुधारणेची प्रक्रिया निरंतरपणे चालू राहते तो समाजच उत्क्रांत होत जातो; असा समाजच गतिमान असतो. चळवळीच्या झंझावातामुळे झाडावरची जीर्ण पाने गळाली; पण फांद्या मात्र तशाच राहिल्या. या झंझावातामुळे मुळांना स्पर्श झाला नाही. सामाजिक क्रांतिशिवाय समाजव्यवस्थेत आमूलाग्र बदल होऊ शकत नाही इतर देशात सामाजिक बदल होऊ शकत नाही. इतर देशात सामाजिक क्रांत्या घडल्या पण आपल्या देशात त्या घडल्या नाहीत.

धर्मग्रंथांनी वर्णव्यवस्थेचे गोडवे गायिले आहेत. स्मृतिग्रंथांनी, विशेषतः मनुस्मृतीने जातिव्यवस्थेला पवित्र मानलेले आहे. जातिव्यवस्थेच्या विरुद्ध बोलणे म्हणजे धर्माविरुद्ध बोलणे असे समजले जाते. धर्म हा पवित्र आहे आणि म्हणून जातिव्यवस्थाही पवित्र आहे असे मानले गेले आहे; म्हणून जातिव्यवस्थेचे जग मेल्याशिवाय दुसऱ्या जगाचा जन्म कसा होऊ शकेल? स्वातंत्र्य, समता व बंधुतेवर आधारलेले जग निर्माण करावेच लागेल.

महाराष्ट्रात 'एक गाव एक पाणवठा' ही डॉ. बाबा आढावांची चळवळ झाली. आरक्षणामुळे दलित समाज शिक्षण घेऊ लागला. परंतु, लातूरला भूकंप

झाला. गावेच्या गावे उद्ध्वस्त झाली. नवीन गावांची रचना करावी लागली, पण तिथेही दलित-सवर्ण भेद कायम आहेत. लोक जात ही कल्पना सोडून द्यायला तयार नाहीत. डॉ. जे. एम. वाघमारे यांच्या प्रयत्न आणि पुढाकारातून दलितांची घरे सवर्णांच्या शेजारी आणली. दलित म्हणाले, ''आम्ही आता माणसात आलो? एक इतिहास घडला पण तो तिथेच थबकला. पुढे सरकलाच नाही. जातीचा आधार घेऊन ना सामाजिक क्रांती होऊ शकते ना राजकीय. तिच्या आधारावर झालीच तर ती फक्त प्रतिक्रांती असू शकते.'' भारताच्या इतिहासात याचे पुरावे सापडतात.

महाराष्ट्रात जाती-जातींमधील तेढ सर्वश्रुत आहे. या ठिकाणचा ब्राह्मण-ब्राह्मणेतर वाद पूर्वापार चालत आलेला आहे. आणि अलीकडे मराठा-मराठेतर, दलित-दलितेतर असे वाद पेटले आहेत. राजकारणात तर जातीचे गणित घातल्याशिवाय निवडणुकांना सामोरे जाता येत नाही. याचा परिणाम असा झाला आहे, की अल्पसंख्याक जातीतील व्यक्तींना निवडणूक लढविताच येत नाही. मुळात त्यांना तिकीटच मिळू शकत नाही. मिळाले तरी त्यांना निवडणूक जिंकता येत नाहीत. अशा अल्पसंख्याक जातींच्या हाती केवळ मतदान करणे एवढेच आहे. लोकशाहीची ही विटंबनाच आहे. जातिअंताच्या प्रबोधनाला येथील स्त्रियांचा संमिश्र प्रतिसाद आहे. Annihilation of Caste मध्ये डॉ. आंबेडकर यांनी जातिअंतासाठी धर्मचिकित्सा करून, प्रबोधनाची आवश्यकता आणि महत्त्व स्पष्ट करून प्रबोधनाची आवश्यकता आणि महत्त्व स्पष्ट केले होते. त्यांनी जातीचा आर्थिक आणि राजकीय संबंध जोडला होता. नव्या राजकीय अर्थकारणाने आज सर्व शोषित समाजासमोर जगण्यामरण्याचे प्रश्न उभे केले आहेत. ब्राह्मणशाही आणि भांडवलशाहीचा अंत करूनच सामाजिक क्रांती होऊ शकेल. ज्याला आम्ही 'क्रांती' म्हणतो ती काहीतरी काल्पनिक व अमूर्त घटना मुळीच नाही, तर जीवनाच्या सर्वच क्षेत्रात हवा असलेला गुणात्मक बदल आपोआप होत नाही, तो प्रयत्नांतून साध्य होतो.

जातिव्यवस्थेत माणसाला किंमत नाही, तर ती त्याच्या जातीला आहे. माणूस कितीही कर्तृत्वसंपन्न असो, त्याची जात ही त्याच्या कर्तृत्वापेक्षा मोठी असते. अस्पृश्यता हे जातिव्यवस्थेचे निकृष्ट असे रूप आहे. जातीचे चटके सर्वाधिक बसले ते अस्पृश्यांना आणि म्हणून प्रत्येक अस्पृश्याच्या मनात जात आणि जातिव्यवस्था विध्वंसनाचा विचार आल्याशिवाय राहिला नाही. जातिव्यवस्थेचे समर्थन हिंदुत्ववादी संघटना आजही करीत आहेत. मनुस्मृतीचेही ते वेगवेगळ्या पद्धतीने समर्थन करतात. त्यांच्या श्रद्धेचाच तो विषय आहे. मनुस्मृतीने समानतेचे बीज या भूमीत रुजू दिले नाही. विषमतेच्या वृक्षालाच तिने खतपाणी घातले. मनुस्मृतीने शूद्रातिशूद्र व स्त्रियांच्या हातापायात बेड्या घातल्या होत्या. डॉ. बाबासाहेबांनी महाडच्या चवदार तळ्याच्या

सत्याग्रहात सर्व माणसे जन्मतः समान दर्जाची आहेत व ती मरेपर्यंत समान दर्जाची राहतील, असे त्यांनी जाहीर केले.

एम. व्ही. पटवर्धन यांनी जातिव्यवस्थेचे समर्थन करणारे 'The Hindu Socialistic Democracy : Manuwada' (1973) हे पुस्तक लिहून मनुस्मृतीला हिंदू सामाजिक लोकशाहीचे संविधान मानले आहे. मनुवाद म्हणजे 'भूतकाळातून येणारा दिव्य प्रकाश' असे विधान त्यांनी केले आहे. समाजधारणेसाठी चातुर्वर्ण्याची आवश्यकता आहे असे त्यांनी प्रतिपादन केले आहे. जातिव्यवस्था ही आजही प्रासंगिक व कालसुसंगत आहे असे त्यांना वाटते. लेखकाला डॉ. बाबासाहेब आंबेडकरांनी लिहिलेली राज्यघटना माहीत असणार. लेखकाला धर्मनिरपेक्ष राज्य मान्य नाही.

कॉ. मानवेंद्रनाथ रॉय यांनी 'मार्क्स और मनु' या शीर्षकाच्या निबंधात कट्टर राष्ट्रवादी मंडळींचा फार व्यवस्थित समाचार घेतला आहे; तर 'विषमतेचा पुरस्कर्ता मनु' हे डॉ. प्रदीप गोखले यांनी १९८३मध्ये पुस्तक लिहिले. त्याला कॉ. शरद पाटील यांची प्रस्तावना आहे. या पुस्तकात मनुस्मृतीतील वचनांचीच मांडणी करून मनू हा विषमतेचा पुरस्कर्ता व पर्यायाने अन्याय्य व्यवस्थेचा पुरस्कर्ता कसा होता हे दाखवून देण्याचा प्रयत्न केला आहे. कॉ. शरद पाटील त्यांच्या या पुस्तकाच्या प्रस्तावनेत म्हणतात, ''माणसाने माणसाला गुलाम करण्यातून उदयाला आलेल्या त्रैवर्ण्य सिंधू समाजाने अतिरिक्त उत्पादनाचा एवढा विकास केला की तो मोहेंजोदडो व हडप्पासारखी पुरे उभारू शकला. भांडवलदारी समाजापर्यंतचा मानवसमाजाचा विकास शोषण-पीडनाच्या विकासातूनच झालेला आहे. मग ते शोषण-पीडन वर्गीय गुलाम प्रथाक समाजाचे असो, की वर्णीय दासप्रथाक समाजाचे असो, वर्गीय सामंतप्रथाक समाजाचे असो, की वर्णीय दासप्रथाक समाजाचे असो. इतिहासावर आधुनिक पाप-पुण्याच्या, नीती-अनीतीच्या व स्वातंत्र्य-समता-बंधुत्वाच्या संकल्पना लादून वा नाकारून तो समजत नसतो. तो आहे तसा, त्याचा वस्तुनिष्ठ अभ्यास करूनच समजतो. इतिहास समजला तरच इतिहास घडवता येतो, परिवर्तीत करता येतो.'' शरद पाटील पुढे म्हणतात, ''जातिविरोधी अतिशूद्रेत्तर बुद्धिजीवी जातिअंताच्या संघर्षाबाहेर राहणे या संघर्षाला जसे घातक आहे. तसेच त्यांच्या पारंपरिक ज्ञानाचा व जनप्रभावाचा उपयोग करून न घेणे या संघर्षाला बाधक आहे.''

डॉ. प्रदीप गोखले त्यांच्या 'विषमतेचा पुरस्कर्ता मनु' या पुस्तकाच्या प्रस्तावनेत म्हणतात, ''मनुस्मृतीत पुरस्कारलेली विषमता खूप गुंतागुंतीची आहे. आर्थिक विषमता, व्यावसायिक उच्च-नीचता, सामाजिक मान-प्रतिष्ठेच्या बाबतीतली उच्च-नीचता, स्त्री-पुरुष विषमता अशा विषमतेच्या विविध प्रकारांची एक जटिल रचना

इथे आपल्याला पहायला मिळते. या साऱ्याला धार्मिक–आध्यात्मिक आधार दिला गेल्याने ही गुंतागुंतीची विषमव्यवस्थेची जाळी तोडून इथल्या माणसाला बंधमुक्त करणे ही प्रक्रिया अवघड झाली आहे; पण तरीही मनूची विषमतावादी विचारसरणी नाकारण्याची ही प्रक्रिया चालू ठेवलीच पाहिजे'' असे मला वाटते. गुदमरणाऱ्या माणुसकीला वाट करून देण्याचा, निदान या माणुसकीचा आवाज उमटविण्याचा हा एक अटळ मार्ग आहे. मनुस्मृतीतील विचारसरणी नाकारत असतानाच आदर्श समाजव्यवस्थेविषयीचे चिंतन आणि ती प्रत्यक्षात आणण्यासाठीची धडपड करावी लागणार आहे. (गोखले प्रदीप, विषमतेचा पुरस्कर्ता मनु, सुगावा प्रकाशन, पुणे १९८२, तृ. आ. २००५, पृ.२२).

मुंबईच्या निर्मला निकेतन स्कूल ऑफ सोशल वर्कच्या विद्यार्थ्यांनी मराठवाड्यातील चार जिल्ह्यांतल्या ९५ गावांना भेटी देऊन मुलाखती घेतल्या. सरकारी अधिकाऱ्यांना भेटून तथ्यं पुढे आणले होते. ते साल होते १९९१. महाराष्ट्र शासन डॉ. बाबासाहेब आंबेडकरांची जन्मशताब्दी साजरी करत होते. – पण नांदेड, उस्मानाबाद, बीड व लातूर या जिल्ह्यांत काय परिस्थिती होती?

७५ गावे अशी होती जिथे, दलिताला मंदिर प्रवेश नव्हता.
४२ गावांत सवर्ण–दलितांचे पाणवठे स्वतंत्र.
९४ गावांच्या स्मशानभूमीत दलितांच्या अंत्यविधीला मनाई.
४९ गावांमध्ये म्हारकी आणि
६७ गावांमध्ये मांगकीची रूढी शाबूत
८१ गावांतील सवर्ण दलिताला उंबरठ्या बाहेरच ठेवत.
२४ ग्रामपंचायतींमध्ये दलित सदस्याला सभेत बोलावले जात नव्हते.
२९ ग्रामपंचायतींमध्ये दलित सदस्याला अपमानजनक वागणूक मिळत होती.

लोकशाही प्रक्रियेतून ग्रामपंचायतीत निवडून आलेला असला, तरी दलित शेवटी दलितच. त्याने जमिनीवर बसायचे. खुर्ची राहू द्याच, चटईवरही बसायचे नाही. वेगळ्या कपात चहा. ग्रामपंचायतीच्या स्त्री सदस्यांचे अंगठे कागदावर घेतले जात; पण कशासाठी, हे सांगण्याची जरुरी गावकारभाऱ्यांना वाटत नव्हती. (आव्हाड एकनाथ, जग बदल घालूनि घाव, २०१२ (ति. आ.), पृ. १६३.)

'एक गाव एक पाणवठा' या पुस्तकाच्या प्रस्तावनेत म्हणतात, ''महाराष्ट्राच्या वेगवेगळ्या विभागांत प्रमुख जातींचे आसपास सुप्त संघर्ष असल्याचे (राजकीय पातळीवर) स्वच्छपणे जाणवले. एखादी गोष्ट अशी का, याचे उत्तर प्रमुख जातीच्या वर्तनाकडे बोट दाखवले जाई. पंचायती राज्याच्या निर्मितीमुळे ग्रामपंचायतीच्या जीवनात अस्मिता आलेली आहे. परंतु, खेड्याच्या पातळीवर सहसा जातीय प्रमाणातच

माणसांची निवड होऊ लागली. राखीव जागांना लोकांचा विरोध नाही. परंतु, कधीकाळी स्त्रियांना व दलितांना आपणांस राज्य करू द्यायचे आहे, ही भावना आढळत नाही. सरकारी हुकूम आहे म्हणून करायचे एवढेच. ग्रामपंचायतीच्या राजकारणात निरनिराळे गट व्यक्तिगत वा घराण्याच्या हेव्यादाव्यांतूनच तयार झालेले असतात. अशा ठिकाणी दलितांनी मतदान करणे म्हणजे तारेवरची कसरत ठरते. पराभूत मंडळी हल्ले करतात. त्या वेळी मते घेतलेला गट संरक्षणाला येत नाही.''

भारतातील स्त्रीचळवळ व स्त्रीवादी विचार विश्वात जातीचा प्रश्न

भारतातील स्त्रीचळवळ व स्त्रीवादी विचार विश्वातही जातीच्या प्रश्नांची दखल घेतली गेली व जातिव्यवस्थेच्या चौकटीत कार्यरत असणाऱ्या भारतीय पुरुषसत्ताक समाजाचे आकलन मांडण्याचा प्रयत्न झाला. परंतु, असे करताना या विषयासंदर्भात डॉ. आंबेडकरांच्या भूमिकेची पुरेशी दखल घेतली गेली नाही. डॉ. शर्मिला रेगे यांनी मात्र डॉ. आंबेडकरांची भूमिका पुढे आणण्यासाठी बराच प्रयत्न केला, असे असले तरी डॉ. आंबेडकरांची धम्म दीक्षेची भूमिका व बौद्ध धम्माची जात व पुरुष वर्चस्व विरोधी मांडणी प्रकर्षाने पुढे आली नाही. बौद्ध धर्म हा पुरुषी वर्चस्व सांगणाराच आहे, अशीच सर्वसाधारण भूमिका स्त्रीवादी विचारवंतांकडून होत असते. डॉ. आंबेडकरांच्या जाती व्यवस्थेबाबतचा सिद्धान्त भारतातील अनेक विद्यापीठांच्या समाजशास्त्राच्या अभ्यासक्रमात अद्यापही समाविष्ट केला गेलेला नाही.

जातिमुक्त आंदोलने आजवर वेगवेगळ्या टप्प्यावर वेगवेगळ्या प्रकारे होत आली आहेत. १९व्या शतकात जात पुरुषसत्ताक मूल्य संस्कृतीला आव्हान देत दलित आणि सत्यशोधक चळवळीने त्याची सुरुवात केली. ब्राह्मणेतर चळवळ व स्त्रीमुक्ती आंदोलनाने त्यात मोलाची भर टाकली. जातिअंतासाठी एकीकडे सैद्धांतिक पातळीवर संघर्ष झाला. जात शोषणाचा पायाभूत घटक मानला पाहिजे या मुद्द्याला त्यात केंद्रस्थान होते. दुसरीकडे जातिअंतासाठी विविध प्रकारच्या मागण्या करण्यात आल्या. नवी प्रतीके, चिन्हे यांचे आग्रही प्रतिपादन करण्यात आले.

जातिअंताच्या विचार व व्यवहार स्त्री मुक्तीशिवाय होऊ शकत नाही यासाठी १९व्या शतकात म. फुले, ताराबाई शिंदे इत्यादींनी जोरकस प्रयत्न केले. २०व्या शतकात डॉ. बाबासाहेब आंबेडकरांनी स्त्रिया या जातिव्यवस्थेचे प्रवेशद्वार आहेत हे महत्त्वपूर्ण सिद्धान्तन केले. जातिअंतासाठी 'एक गाव एक पाणवठा,' जमिनीचे फेरवाटप, आंतरजातीय विवाहांना मान्यता व त्याचे सार्वत्रीकरण, स्त्री-पुरुष समताधिष्ठित संस्कृतीचा पुरस्कार, इतिहासाचे पुनर्लेखन इ. विविध मार्ग हाताळले गेले. सामाजिक अत्याचार प्रतिबंधक चळवळ व जातिमुक्त आंदोलनाच्या वतीने पुणे ते कोल्हापूर अशी संघर्ष यात्रा काढण्यात आली. २० डिसेंबर २०१५ रोजी अहमदनगर येथे

जातिअंत परिषदेचे आयोजन करण्यात आले होते.

सर्व पुरुष पितृसत्तेचे वाहक नसतात आणि सर्व स्त्रिया पितृसत्तेला विरोध करत नाहीत. वर्ग-जात आणि धर्म, यांच्या संदर्भात निर्माण झालेली ओळख, लैंगिक जाणीव आणि लिंगभाव विषयक व्यक्तित्व हे पुरुषांच्या अधिसत्तेचे प्रमुख स्तंभ आहेत.

जात आणि लिंगभाव या दोन संकल्पनांचा आणि त्यांचे एकमेकांशी असणाऱ्या संबंधांचा सविस्तर अभ्यास हा स्त्रीवादी दृष्टिकोनामधून केलेला आहे. जातिव्यवस्था समजून घेण्याच्या संदर्भात स्त्रीवादी दृष्टिकोनाबद्दल लेखिका सांगतात की, 'मंडल' विरोधात जी निदर्शने झाली, त्याचे जे परिणाम झाले, त्यावर जे वादविवाद झाले त्यामुळे अनेक स्त्रीवादी विशेषतः दिल्लीमधील स्त्रीवाद्यांना जातीच्या प्रश्नाकडे पाहण्याबाबत संभ्रम निर्माण झाला. जाती सारख्या महत्त्वाच्या विषयावर काही मोजके स्त्रीवादी विद्वान सोडले तर अनेक स्त्रीवाद्यांचे जातीव्यवस्थेविषयक ज्ञान हे पुन्हा समाजशास्त्रामधील प्रमुखप्रवाही अभ्यासकांनी मांडलेल्या जातीच्या मांडणीप्रमाणेच होते. जातीच्या प्रश्नावर हस्तक्षेप करणे आणि जातीविषयक होणाऱ्या वादविवादांना निर्णायक पद्धतीने वळण देणे यामध्ये स्त्रीवादी या कमी पडल्या.

२१व्या शतकात जातिअंतासाठीचा प्रबोधन संघर्ष या निमित्ताने पुन्हा एकदा जोरकसपणे सुरू झाला आहे. या संदर्भात अनेक महत्त्वपूर्ण मागण्या महाराष्ट्रात करण्यात आल्या. त्यातील एक महत्त्वाची मागणी होती आंतरजातीय विवाहित कुटुंबीयांच्या अपत्यांना जात लावू नका आणि दुसरी मागणी होती एकटी सधवा -विधवा, घटस्फोटित इ. कोणत्याही प्रवर्गात व्यवस्थेने घातल्या गेलेल्या स्त्रीला नवऱ्याच्या संपत्तीत अर्धा वाटा दिला पाहिजे आजही आपल्याला जातिअंतासाठी स्त्रियांना समान दर्जा, संपत्तीत समान वाटा, दत्तक घेण्याचा हक्क यासाठी संघर्ष करावा लागत आहे.

या पार्श्वभूमीवर सर्व प्रसारमाध्यमे आणि सोशल मीडियावर गाजलेल्या बातमीचा विचार केला पाहिजे. मार्क झुकेरबर्ग व चैन यांना मुलगी झाली. तेव्हा मार्क झुकेरबर्गने हा आनंद आपल्या फेसबुक शेअर्समधील ९९ टक्के शेअर्स समाजोपयोगी कामासाठी देणार असल्याची घोषणा करत व्यक्त केली आहे, ही पुरुषसत्ताक मूल्यांना दिलेली चपराक आहे. एरवी मुलींच्या जन्माचे स्वागत आपल्यासारख्या जात पुरुषसत्ताक समाजात अजिबात केले जात नाही अशी समाजात ही बातमी खूपच वेगळ्या संदर्भात महत्त्वाची ठरते कारण आपापल्या समाजात स्त्रियांकडे बघण्याचा दृष्टिकोन कसा आहे? अनेकदा याचा ऊहापोह आपण करत असतोच. शंकराचार्यांनाही स्त्रियांची सावली निषिद्ध वाटत होती. मुलींना गर्भातच मारून टाकण्याच्या घटना सातत्याने घडत आहेत, पोहताना गटांगळ्या खात असलेल्या

मुलीला परपुरुषाचा स्पर्श होऊ नये म्हणून तिला मरू देणारी प्रवृत्ती समाजात आहे, आजचा काळ स्त्रियांसाठी अंधारयुग ठरत आहे त्यांनी जन्माला यायचे की नाही इथपासून जन्माला आल्यानंतर पुढे किती मुले जन्माला घालायची इथपर्यंत सर्वांवर नियंत्रण ठेवले जात आहे. त्याला जात, धर्म, परंपरा, चालीरीती, रूढी इ.चा मुलामा दिला जात आहे. मुलीला 'कन्यारत्न' संबोधून रत्नाप्रमाणे पेटीत कुलूपबंद ठेवण्याचा विचार फोफावत आहे. अत्याचार होतात मग 'सातच्या आत घरात' यांसारख्या विचारातून तिच्यावर बंधने, नियंत्रणे अधिकाधिक घट्ट होत चालली आहेत.

काही महिन्यांपूर्वी शनिशिंगणापुरला शनि देवाचे दर्शन घेण्यासाठी एक मुलगी चौथऱ्यावर गेली अन् गहजब झाला. दुसरी बातमी तामिळनाडूत देवळात प्रवेश करताना ड्रेस कोडची सक्ती केली जाणार! या सर्व घटना शुद्धी, पावित्र्य, मंगल-अमंगल, शुचिता या संकल्पनांभोवती फिरणाऱ्या आहेत. अर्थात, या सर्वांचे ओझे स्त्रियांवरच! पुरुष कसाही काहीही करून आलेला असला तरी त्याला मंदिरात मुक्त प्रवेश असा त्यामागील अर्थ आहेच.

भांडवलाचे उच्चजातीय केंद्रीकरण

आजही जात म्हणजे जिना नसलेली इमारत या आंबेडकरी सिद्धान्ताची प्रचिती येते. जात जन्मसिद्ध असते, जन्मसिद्ध व्यवसाय, जातीतच रोटी-बेटी व्यवहार, जातवार वस्त्या, अस्पृश्यता इ. जातिव्यवस्थेची लक्षणे कमीअधिक प्रमाणात दिसतातच. ३ लाख ४३ हजार आदिवासींना, २ लाख गायरान जमीनधारक दलित भटक्यांना कसलेल्या जमिनीचा ७/१२ नाकारला जातो तेव्हा व्यवसायबंदीच उघड होते. ऑनर किलिंग पासून ओबीसी स्त्रियांना आरक्षण नाकारण्यातून ब्राह्मणी पुरुषसत्ताच दिसते. जातीय उतरंड व विवाहसंस्था यातून जात पुनर्निर्मित केली जाते. ब्रिटिश भांडवलशाहीने जातिव्यवस्थेसोबत वर्गव्यवस्था गतिमान केली. नेहरू युगाच्या कल्याणकारी राजवटीतील भांडवलाचे पारशी-बनिया-मारवाडी हे जातीय विभाजन आजही आहे. भांडवलाला जातीतच नव्हे तर रक्तनात्याच्या कुटुंबात सीमित करणाऱ्या जातिव्यवस्था आधारित भांडवलशाहीने राज्यसंस्थेच्या संरक्षणात जागतिक भांडवलाशी युती केली आहे. जेवणासाठी २० रुपये नसलेली ४६ ते ७६ टक्के दारिद्र्यरेषेखालील जनतेची कोणतीही आकडेवारी घेतली तरी त्यात दलित आदिवासी-भटके आणि शेतीतून उठवलेले शेतकरी बलुतेदार जातीचे दिसतील. मेहतरांपासून नाभिक-सुतारांपर्यंत-व्यवसाय बदलाची संधी नसलेला समूह बहुसंख्य आहे. कर्मविपाकाचा सिद्धान्त आणि अध्यात्माच्या बाजाराचा शेतकरी यांचा आत्महत्येत वाटा नाही काय? शबरी कुंभमेळ्यातून आदिवासांच्या ब्राह्मणीकरणातून नैसर्गिक साधन संपत्तीवरील बहुराष्ट्रीय आक्रमणाची वाट सुकर केली जात नाही का? जमिनीच्या फेरवाटपातून

कनिष्ठ जातीयांमध्ये आणि शेतमालाच्या रास्त भावातून शेतकरी जातींमध्ये क्रयशक्ती वाढवत गृहबाजारपेठ विकसित करण्यास उच्चजातीय भांडवलाने नकार दिला आहे. युरोपीय भांडवलदार वर्गाने तेथील सरंजामशाहीशी लढत लोकशाही क्रांती केली पण भारतीय उच्चजातीय भांडवलदार वर्गाला ते असुरक्षित वाटते. त्याच्या धार्मिक संरक्षणात वाढलेला परंपरागत बुद्धिजीवी विभाग अमेरिकन साम्राज्यवादाशी जुळवून घेत बौद्धिक मक्तेदारीच्या मनूप्रणीत नियमांचे पुनर्निर्माण करतो आहे. जमिनी बरोबरच पाण्यावरही मक्तेदारी निर्माण होत आहे.

पूर्वी एमआयडीसीमध्ये मध्यम जातीतील तरुणांना लघुउद्योग बनवण्यासाठी जमीन मिळत असे. आता बहुराष्ट्रीय कंपन्यांना शेकडो हेक्टर जमिनी बहाल करणाऱ्या सेझर इ. मुळे ते अशक्य बनले आहे. खासगीकरणाने आरक्षण आणि मंडळ आयोगाच्या अंमलबजावणीला फाटा दिला आहे. तंत्रवैज्ञानिक क्रांती आणि वित्तभांडवलाच्या साहाय्याने वासाहतिक शोषणाचे नूतनीकरण करणारे सत्ताधारी जातवर्ग त्यांचा सामाजिक पाया विस्तारण्यासाठी दलित-आदिवासी-शेतकरी-स्त्रिया इ.चे फटकळ प्रश्न तुकड्या-तुकड्याने पृष्ठभागावर आणत त्यांना नियंत्रित करीत आहेत. भांडवलाचे उच्चजातीय केंद्रीकरण आणि संसदीय लोकशाहीत बहुजन उच्चभ्रूंचे आगमन तसेच या उच्चजातीय भांडवलाचे जागतिकीकरण आणि एतद्देशीय लोकशाहीचा संकोच या जातवर्गीय अंतर्विरोधानी भारताचा खराखुरा विकास रोखला आहे. या परिस्थितीला तोंड देत दलित-आदिवासी स्त्रिया आणि बहुजनांचा मुक्तीलढा पुढे नेण्याचे आव्हान आपल्यासमोर आहे.

प्रत्येकालाच आपला आणि आपल्या जातींचा उत्कर्ष व्हावा असे वाटू लागते. त्यातून जातींचे संघटन सुरू झाले. इथे राष्ट्रीय एकात्मतेचा कोणताच मुद्दा नव्हता. संघटितपणे सरकारला निवेदने दिली तर सरकार काही सवलत देते याचा साक्षात्कार सगळ्यांना होऊ लागला. आज दलितांना केवळ ते जन्माने दलित आहेत, एवढ्याच कारणासाठी शिष्यवृत्ती दिली जाते, याचा बऱ्याच जणांना राग येतो; पण पुण्याच्या संस्कृत महाविद्यालयात प्रत्येक विद्यार्थ्याला इंग्रजांनी जी शिष्यवृत्ती जाहीर केली ती फक्त जन्माने ब्राह्मण आहेत अशाच विद्यार्थ्यांना मिळत होती, हे अनेकांना माहीत नसते. पुढे अस्पृश्यांना ते जन्माने अस्पृश्य आहेत, एवढ्याच कारणासाठी सैन्यात भरती बंद केली. तेव्हा सुभेदार रामजी आंबेडकरांनी इंग्रज सरकारकडे हजारो अस्पृश्यांना सह्या असलेले निवेदन पाठवून अस्पृश्यांना सैन्यात पूर्ववत घेतले पाहिजे ही मागणी केली. जन्माधिष्ठित सोयीसवलतींचा व्यवहार सुरू झाला त्या वेळी अस्पृश्य मात्र सोयीसवलतींपासून वंचित राहिला.

लोकांना संघटित करण्याची फार मोठी आवाहक शक्ती जातीत आहे. दुसऱ्या

बाजूला संघटित होणे ही प्रत्येक जातीची सामाजिक गरजही आहे. जातींचा आधार जात्यंतर्गत विवाह आहे. नव्या परिस्थितीत अनुरूप वधू-वर मिळवणे अनेकांना अडचणीचे झालेले आहे. जात टाकायची नसेल, जात टिकवायची असेल तर जात्यंतर्गत विवाह झालेच पाहिजेत आणि जर ही गरज जातींच्या संमेलनाने अंशतः का होईना भागणार असेल तर जाती संघटित झाल्याच पाहिजेत. जवळपास सगळ्याच जातीतल्या नागरिकांची ही आजची मानसिकता आहे; पण जातींच्या नावे संघटित होणे लज्जास्पद वाटते ही मात्र त्याविरोधी मानसिकता आहे. या परस्परविरोधी मानसिक ताणातून सुटका करून घेण्यासाठी सगळ्या जातींनी जातींचे संघटन सुरू ठेवले पण या संघटनांसाठी नाव मात्र अमुकतमुक समाज असे वापरायला सुरुवात केली.

भारतावरील मुस्लीम आक्रमणापूर्वी ब्राह्मणशाही आणि बौद्ध यांच्यात तीव्र संघर्ष झाला होता. आज हा संघर्ष 'धर्मांध' आणि 'धर्मनिरपेक्ष' या शक्तींमध्ये होत आहे. जात व अस्पृश्यता यांचा सर्वांगीण अभ्यास करणारे डॉ. बाबासाहेब हे अग्रणी विचारवंत. त्यांचा युक्तिवाद एवढा प्रबळ होता, की गांधीजींनी त्यांचा उल्लेख 'हिंदू धर्मास आव्हान' अशा शब्दांत केला. अस्पृश्य हे देशातील सर्वांत मोठे अल्पसंख्याक असून त्यांच्यासाठी राजकीय सुरक्षितता असणे जरुरीचे आहे, त्याविना ते राजकीय-सामाजिक स्वातंत्र्य उपभोग टाकणार नाहीत, असे त्यांचे प्रतिपादन होते. हिंदू मानसिकतेत असणारी जात्यधिष्ठित बहिष्कृतता आणि भेदाभेद यांची चिरेबंदी चौकट उद्ध्वस्त करण्याचा बाबासाहेबांचा मनोदय होता. दुर्दैवाने कालौघात भारतातील अन्य धर्मांतही अशीच विषारी मानसिकता निर्माण झाली आहे.

आपली उद्दिष्टे आणि तत्वांवर डॉ. आंबेडकरांची एवढी गाढ निष्ठा होती, की दि ॲनिटिकेशन ऑफ कास्ट, या त्यांच्या गाजलेल्या लोहारमधील प्रस्तावित भाषणातील काही अंश काढून टाकण्याची विनंती त्यांना संयोजकांनी केली, तेव्हा त्यात मी स्वल्पविरामाचाही बदल करणार नाही असे त्यांनी ठणकावले. त्यामुळे त्यांचे व्याख्यानच रद्द करण्यात आले. मग त्यांनी ते व्याख्यान स्वतःच प्रसिद्ध केले. ते ऐतिहासिक स्वरूपाचे ठरले.

जगातील क्रांतिदर्शी महान विचारवंतात डॉ. बाबासाहेब आंबेडकरांचा समावेश होतो. देशापुढील एकही प्रश्न असा नाही की ज्याला त्यांनी स्पर्श केला नाही. ते सक्रिय बुद्धिमंत विचारवंत होते व त्यांचे विचार आजच्या संदर्भातही तितकेच लागू होतात. देशातून जातिभेदाचे समूळ उच्चाटन करणे हे त्यांचे जीवित ध्येय होते. त्यासाठी त्यांनी व्यवस्थेला आव्हान दिले आणि समाज व राज्यव्यवस्थेत मूलगामी सुधारणा व्हाव्यात यासाठी लढा दिला.

कार्ल मार्क्सचा वर्गयुद्धाचा सिद्धान्त बहुतेक सनातनी हिंदूंना मान्य नाही. परंतु, प्राचीन काळात ब्राह्मण-क्षत्रियांमध्ये वर्गयुद्धे झाली होती. वसिष्ठ विरुद्ध विश्वामित्र यांच्यात संघर्ष झाला होता. तसेच परशुरामानेदेखील क्षत्रियांचा संहार केला होता. हिंदू धर्माच्या तत्त्वज्ञानाचे विश्लेषण करताना त्यातील त्रुटींवर लक्ष केंद्रित केले पाहिजे. आपल्याकडे इतक्या जाती-पोटजाती आहेत की ज्याचे नाव ते. ब्राह्मणांमध्येच १८८६ पोटजाती, पंजाबात सारस्वत ब्राह्मणांच्याच ४६९ आणि कायस्थांच्या ८९० पोटजाती आहेत हे बाबासाहेबांनी त्याकाळी दाखवून दिले आहे.

अस्पृश्यांनी शिक्षणाची कास धरावी व शिक्षणाचा विस्तार करावा. अस्पृश्य समाज हा शोषित-पीडित कामगार वर्ग आहे. त्याच्याकडे आर्थिक शक्ती नाही. आपल्या हितसंबंधांचे रक्षण करण्यासाठी त्यांनी राजकीय सत्ता मिळवली पाहिजे, असे आवाहन डॉ. बाबासाहेब करतात.

जातिअंताच्या मार्गातील गुंतागुंती

जातिअंताचा लढा हा सामाजिक परिवर्तनाशी संबधित आहे. कोणत्याही मानव समाजामध्ये परिवर्तन ही नित्यनियमाने घडून येणारी निरंतर अशी प्रक्रिया आहे. मात्र जातिअंताचा लढा हा मुद्दाम घडवून आणल्या जाणाऱ्या सामाजिक परिवर्तनांपैकी एक आहे. त्यामुळे काही लोकांचे हितसंबंध धोक्यात येतात. सबब या परिवर्तनाला म्हणावे तसे यश आले नाही. अभिवृत्ती आणि श्रद्धा यांच्यात होणाऱ्या बदलांचाही सामाजिक परिवर्तन या संज्ञेत समावेश केला जाणे आवश्यक आहे, कारण या घटकांमध्ये सामाजिक संस्था टिकून राहतात आणि त्यांच्याबरोबर त्या बदलतात. हॅरी जॉन्सन यांच्या मते, मूलभूत अर्थाने, सामाजिक परिवर्तन म्हणजे सामाजिक संरचनेतील बदल होय. भारतीय लोकांच्या जातिव्यवस्थेविषयी असणाऱ्या श्रद्धा, अभिवृत्ती व सामाजिक संरचना यांचा विचार करता सामाजिक परिवर्तनाची दिशा स्पष्ट होणारी आहे.

जातीसाठी माती खाणाऱ्या भारतीय समाजातील लोकांमध्ये जातिव्यवस्थेचा अहंपणा इतका खोलवर रुजला आहे की त्याचे प्रतिबिंब आजही व्यक्तिगत जीवनात दिसते. भारतातील जातिव्यवस्थेचा प्रश्न हा मुळातच बहुसंख्य लोकांना समस्याच वाटत नाही; कारण या व्यवस्थेमुळे अनेकांना फायदाच झालेला आहे. जातिव्यवस्था एक स्वयंपूर्ण संस्था असल्यामुळे या व्यवस्थेत संरचनात्मक आणि कार्यात्मक बदल केला तरच सकारात्मक सामाजिक परिवर्तन घडून येणे शक्य आहे. जातिअंताच्या पर्यायाने समतेच्या ध्येय प्राप्तीसाठी व्यापक जनलढ्याचा आणि जनप्रबोधनाचा मार्ग सातत्याने विकसित केला. स्वातंत्र्योत्तर कालखंडात जातीवर आधारित उत्पादनप्रणाली बदलली असली तरी नवऔद्योगिक अथवा भांडवली उत्पादन प्रक्रियेमध्ये उच्च

जातीचेच वर्चस्व नव्या उत्पादन प्रणालीवर राहिलेले आहे. या नव्या व्यवस्थेच्या निम्न स्तरांमध्ये म्हणजेच तृतीय व चतुर्थ श्रेणीमध्ये निम्न स्तरातील लोकांचा भरणाच सर्वाधिक आहे. त्यामुळे परंपरागत सामाजिक व्यवस्थेत होते तसेच स्थान ब्राह्मण व तत्सम जातींचे अबाधित राहिले आहे. या बदलत्या सामाजिक संरचनेकडे जातिअंताचा विचार करताना बघणे आवश्यक आहे.

स्वातंत्र्यपूर्व काळात ध्येयवाद म्हणून जातीविहीन समाज निर्माण झाला पाहिजे, ही भूमिका सगळ्याच भारतीयांनी स्वत: पत्करली; पण जातीविहीन समाज म्हणजे काय, यावर एकमत मात्र नाही. तसेच हा जातीविहीन समाज निर्माण कसा करावा यावरही एकमत नाही. परिणामतः स्वातंत्र्यपूर्व काळात या दोन्ही मुद्द्यांबाबत बराच गोंधळ आहे.

काहींनी आपापल्या जातीची सुधारणा घडवून आणावी अशी भूमिका घेऊन जातीविहीन समाजाची निर्मिती दुसऱ्या टप्प्यात करावी, असे ठरविले. प्रत्यक्षात दुसऱ्या टप्प्यावर कोणताच कार्मक्रम नसल्यामुळे प्रश्न लांबणीवर टाकता येणे शक्य झाले म्हणून ही भूमिका जन्माला आली नाही ना? असे आज वाटत राहते. काहींनी 'जात', हा शब्द भाषेतून वगळावा अशी भूमिका घेतली. या भूमिकेचा परिणाम असा झाला की, व्यवहारात कुणीही कुणाला जात विचारणेसुद्धा अनैतिक आहे, असे समजू लागला जात, ही सामाजिक संस्था आहे हे नीट न समजून घेतल्यामुळे जात शब्दाचे निरनिराळे पर्यायवाचक शब्द तयार झाले. काहींनी जातिव्यवस्थेचा धिक्कार केला आणि वर्णव्यवस्थेचा पुरस्कार, तर काहींनी जातीव्यवस्थेबद्दल मौन बाळगले आणि वर्णव्यवस्थेचा धिक्कार केला. यातून निरनिराळ्या पुराणग्रथांतून स्मृती आणि रूढींचा आधार घेत जात कशी निर्माण झाली, वर्ण कसे निर्माण झाले, जात आणि वर्ण यांचा परस्पर संबंध काय? अशी एक चर्चा सुरू झाली. या तिसऱ्या उपक्रमाचा एक परिणाम असा झाला की सगळ्या हिंदूंची याबाबत एक समजूत रूढ झाली, की मुळात वर्ण एकच होता. एकाचे दोन झाले. दोनाचे चार. मग जाती आणि पोटजाती निर्माण झाल्या. या काव्यात्म उत्पत्तीचा आधार घेऊन मग आपण आपलीच समजूत काढली. मूळ वर्णव्यवस्था खूप चांगली आहे, पण मधल्या काही स्वार्थी लोकांनी ती बिघडवली, असे सांगून वर्णव्यवस्थेचे समर्थन केले. त्यात गेल्या पन्नास वर्षांनंतर प्रौढ मतदान पद्धतीसाठी जातींची उपयोगिता सगळ्या राजकीय नेत्यांच्या लक्षात आली. त्यामुळे निरनिराळ्या जातींना संघटित करून आरक्षणाच्या यादीत त्या नोंदवाव्यात अशी उघड भूमिका घेता आली; पण ध्येयवाद म्हणून जातीविहीन समाज निर्माण करावयाचा हा हक्कही आम्ही सोडला नाही; म्हणून या सर्वच भूमिका एकदा मुळातून तपासल्या पाहिजेत. जातींच्या मेळाव्यात माणसे जोडण्याचा जन्मसिद्ध

जिव्हाळा आधार म्हणून सापडतो; म्हणून जातींचे मेळावे लोकप्रिय ठरतात. दुसऱ्या बाजूला एकेक जातीचा एकेक नेता आपला अनुयायी होऊ शकला तर आपला पक्ष बळकट होऊन जाईल हे आजच्या लोकशाहीत सगळ्याच नेत्यांनी ओळखले आहे. त्यामुळे मतांच्या राजकारणासाठी सगळ्यांनाच जातींचे मेळावे हवे आहेत; म्हणून मतांच्या राजकारणाची गरज म्हणून संघटित जातींचे राजकारण चालू राहावे असेच सर्वांना वाटते.

गेल्या सत्तर वर्षांत ज्या चळवळी झाल्या, त्याचा एक परिणाम असा झाला, की व्यवहारात उघडपणे कुणीच कोणाला तू कोणत्या जातीचा? असा प्रश्न विचारीत नाही. पूर्वी खेडेगावात तुम्ही कोणत्या लोकाचे? हा प्रश्न हमखास असायचा. अलीकडे खेडेगावातील लोकसुद्धा एखाद्याची जात न विचारता जात जाणून घेण्याचे प्रयत्न मात्र सतत करत असतात. एखाद्याला खोली भाड्याने द्यायची असेल तर आडनावावरून जातींचे तर्क बांधले जातात. जातीचा उच्च्चारच करायचा नाही, अशी ठाम भूमिका असणाऱ्या सुधारणावादी ब्राह्मणांच्या वस्तीत सगळे ब्राह्मणच जमा होतात, हे कसे? आणि विवाह करताना सगळ्यांनाच आपापल्या जातींचे वधू-वर मिळतात; हे तरी कसे? पण असा प्रश्न आपण मनातल्या मनातही विचारीत नाही.

जातीची संघटना बांधावी तर लोक आपणाला प्रतिगामी ठरवतील ही भीती वाटते; पण जातींची संघटना न बांधावी तर इतर जातींना त्यांच्या मागासलेपणाची जाणीव कशी निर्माण करून द्यावी हि टोचणी मनाला लागते. थोडक्यात, 'जात' हा शब्द न उच्चारता, कोणाच्याही जातीचा उल्लेख न करता जातीशी संबधित असलेला व्यवहार अगदी सुरळीतपणे चालू आहे.

'जात' हा शब्द उच्चारलाच नाही तर जात संपते ही समजूत अतिशय भाबडी आहे. जे असे मानतात ते एक तर भाबडे असतात किंवा धूर्त असतात. कोणत्याही कार्यक्रमात जिथे जातीवर मुळीच विश्वास नाही आणि जातींचा उच्चारही करणार नाही, अशी प्रतिज्ञा कसणारे पूजेसाठी जो जन्माने ब्राह्मण आहे, त्यालाच कसे बोलवतात? मंगलाष्टक म्हणण्यासाठी नेमका ब्राह्मणच कसा बोलवला जातो? हे अनवधानाने घडते, असे म्हणता येईल का? काही काळ आर्यसमाजाने जात मोडण्याचा चांगला उपक्रम राबविला. आर्य समाज वेद मानतो, यज्ञ मानतो मात्र जातीपाती मानत नाही. आर्य समाजाने जाती मोडण्याचा नि एकसंघ समाज निर्माण करण्याचा जो उपक्रम राबवला तो अभूतपूर्व आहे. जातीतल्या जातीत विवाह होणे हे खरे जात टिकण्याचे आणि जातीच्या जन्माचे मुख्य केंद्र आहे. ज्यांना व्यवहारात 'जात' शब्द न उच्चारता जात संपावी असे वाटते त्यांनी किमान काही काळासाठी

आर्यसमाज पद्धतीने आंतरजातीय विवाहाच्या मार्गाने वाटचाल केली असती तर चित्र बदलले असते. आर्यसमाजाचा हा उपक्रम दीर्घकाळ चालला नाही. अशा संकरातून निर्माण होणाऱ्या संततीच्या लग्नाचे काय ही एक चिंता हा उपक्रम अपयशी ठरण्यास कारणीभूत झाली. शिवाय आर्यसमाजाने आपले लक्ष मुस्लीम विरोधावर केंद्रित केले. आर्यसमाजाच्या चळवळीत अस्पृश्यांना मात्र मोठ्या प्रमाणात सामावून घेतले नाही. याचा पुढे जाऊन परिणाम असा झाला की आंतरजातीय विवाह झालेल्या जोडप्यांनीसुद्धा आपापली पूर्वश्रमाची जात कोणती होती यांचाही शोध घेतला.

'जात' हा शब्द हद्दपार करून जात जात नसते; कारण जात ही भाषिक रूप नाही, ती एक सामाजिक संस्था आहे. जातिनिर्मूलनासाठी सर्व गरीब आणि कनिष्ठ जातीचे लोक एकत्रित आणावेत, हा आपल्या देशातल्या कनिष्ठ मध्यमवर्गीयांचा अत्यंत आवडणारा सिद्धान्त आहे. सवलत घेऊन पुढे जाणाऱ्या एस.सी. आणि एस.टी. या वर्गातल्या जाती सोडल्यातर वरील सिद्धान्त सगळ्यानांच आवडतो. या सिद्धान्तांची मुळे मार्क्सवादी विचारसरणीत दडलेली आहेत.

आपल्या देशात हजारो जाती आहेत. एकही जात अपवाद म्हणून अशी दाखविता येणे शक्य नाही की ज्या जातीत गरीबच नाहीत. गेल्या पन्नास वर्षांत अनुसूचित जाती-जमातींच्या लोकांना आरक्षण मिळाले हळूहळू या वर्गात कनिष्ठ मध्यमवर्गीय निर्माण झाला. महाराष्ट्रात तरी प्रत्येक खेड्यातला एखादं दुसरा दलित आरक्षणाचा लाभ घेऊन शिक्षण घेऊ लागला आणि त्याचा समवयस्क अन्य प्रतिष्ठित जातीतला गरीब यात मागेच राहिला. याचा एक सल ग्रामीण भागात निर्माण झाला. नामांतराच्या दंग्यानंतर ज्या ज्या सामाजिक संस्थांनी पाहणी केली त्या सर्व अभ्यासकांना एक गोष्ट समान आढळून आली, ती म्हणजे आरक्षणामुळे मागासवर्गीय क्रमाने प्रगत झाले आहेत. हाच मुद्दा अनेकांच्या मनात राग-लोभाचा विषय होता. गुजरातमध्ये वीस-पंचवीस वर्षांपूर्वी जे आरक्षणाविरुद्ध आंदोलन झाले तिथेही हाच मुद्दा होता. सगळ्या जातीत गरीब कुटुंबे आढळून येतात हे आपले वास्तव आहे. या दोन्हींचा परिणाम म्हणून वरील सिद्धान्त उदयाला येतो. सगळ्याच जातीतल्या गरिबांना एकत्रित करावे आणि त्यांनाच सवलती द्याव्यात त्यामुळे गरिबांच्या एकजुटीचे राजकारण सुरू होईल. सगळ्या गरिबांचा एक मोठा दबावगट निर्माण होईल. वेगवेगळ्या जाती व गरीब लोक एकत्रित येत गेले तर जाती-जातीतली कटुता संपून जाईल. अशी ही एक लोकप्रिय भूमिका आहे.

आपल्या देशात आरंभीच्या काळात सगळ्या कम्मुनिस्टांनाही असेच वाटत होते. वरील सिद्धान्त फार पूर्वीच उदयाला आलेला आहे. परंतु, वर्गासारखी जातींची रचना, उतरंड नाही. वेगेवगळ्या जातींचा सामाजिक दर्जा वेगवेगळा आहे. त्यामुळे

पगारवाढीच्या मुद्द्यावर सगळ्या गरिबांची एकजूट करता येते पण मंदिर प्रवेशाच्या मुद्द्यावर सगळे गरीब एकत्रित येत नाहीत. बोनस मिळावा यासाठी सगळ्या जातीतले गरीब संप करतील; पण गरीब मंदिर प्रवेशाला पाठिंबा देत नाहीत. या मुद्द्यावर कम्युनिस्टांनी दुर्लक्ष केले; म्हणून डॉ. बाबासाहेब आंबेडकरांना दलितांना न्याय मिळावा यासाठी कायदेशीर तरतुदी कराव्या लागल्या.

जातींचा निकष न ठेवता सगळ्याच गरिबांना सवलती मिळाव्यात, असे धोरण राबविले तर काय होईल? महाराष्ट्रात महाविद्यालयीन शिक्षणासाठी ईबीसी नावाची एक सवलत आहे. आज पगारदार पालक सोडले तर खेड्यातही सर्व पालक ईबीसी सवलत घेतात. असे का होते? सत्तेच्या जोरावर जात बदलता येत नाही; पण पैशांच्या बळावर बदलता येते. जातीचे खोटे प्रमाणपत्र मिळविताही येते; पण त्याविरुद्ध कोर्टात जाता येते. पैशांच्या आणि सत्तेच्या जोरावर गरिबीचे प्रमाणपत्र मिळाले तर खटला कोण करणार? आपण फार तर कुरबुर करणार. आपण फार गरीब होतो, महिना महिना तूप कधी पाहायलासुद्धाही मिळायचे नाही, अशी वाक्ये जुन्या आत्मकथनामध्ये सापडतात.

प्रा.दत्ता भगत त्यांच्या 'पिंपळपानाची सळसळ' या पुस्तकात एक मुद्दा नोंदवितात. एस. एम. जोशी यांनी एकदा फार मजेशीर विधान केले होते, 'जातीवर मुळीच श्रद्धा नसणाऱ्या एखाद्या ब्राह्मणाने जर शिक्षण संस्था काढली तर त्या शिक्षण संस्थेत जातीवर मुळीच विश्वास नसणारे शिक्षक जमा होऊ लागतात; पण बहुतांशी ते सगळे ब्राह्मणच असतात! असे का होते?' वरील निरीक्षण एका समाजचिंतकाचे निरीक्षण आहे. आज थोड्याफार फरकाने हा मुद्दा सगळ्याच जातींना लागू झालेला आहे. शिक्षण क्षेत्र तर सोडाच, पण अन्य क्षेत्रांमध्येसुद्धा हीच लागण झालेली दिसून येते. थोडक्यात अर्थ काय? तर सगळ्या जातीतल्या गरिबांना एकत्रित करावे, हा मुद्दा बोलण्यापुरता आणि व्यवहारमात्र सत्ता मिळाली की गरीब असो, श्रीमंत असो आपल्या जातीच्या फायद्याचा असे आमच्या समाजाचे वास्तव आहे. जात या घटकाचे आव्हान प्रचंड आहे. हा घटक आपला स्वार्थ अगदी निरनिराळ्या पद्धतीने व्यक्त करीत असतो; म्हणून आधी जातींचे वास्तव गंभीरपणे समजून घेणे हाच जाती निराकरणाचा पहिला टप्पा आहे, हे आपण लक्षात घेतले पाहिजे.

सर्व जातीतल्या गरिबांना एकत्रित करणे हे फक्त ध्येयवादापुरते शिल्लक राहते. व्यवहारात सत्ता आणि संपत्ती ज्याच्याजवळ आहे, तेच याचा फायदा घेतात. जातीची अवस्था आहे, तशीच शिल्लक राहते. या पद्धतीने सुरू झालेल्या चळवळी जातिअंतापर्यंत पोहोचत नाहीत.

सर्वच जातीतल्या गरिबांना एकत्रित आणून फक्त आर्थिक तत्त्वांवर सवलती

द्यावात यासाठीही चळवळी चालूच आहेत. या चळवळीची एक परिणत अवस्था म्हणजे 'नक्षलवादी चळवळ' होय. ध्येयवाद डोळ्यांसमोर ठेवून ज्या राजकीय पक्षाने सत्ता काबीज केली, त्याचे बंगाल हे एक उदाहरण आहे; पण एवढ्या दीर्घकाळात सत्ता हाती असूनही माणसांनी ओढावायची रिक्षा बंगालमध्ये अजूनही रस्त्यावर दिसते, आर्थिक तत्त्वांवर सवलती मिळणार नाहीत, तोपर्यंत आपली गणना अनुसूचित जाती, अनुसूचित जमातींमध्ये करण्यात यावी अथवा आपला समावेश इतर मागासवर्गीय गटांमध्ये करावा, अशा मागण्या चालूच आहेत. प्रा.दत्ता भगत असा प्रश्न विचारतात की, आपला अनुसूचित जातीत समावेश व्हावा, असा आग्रह एखादं दुसरा अपवाद सोडला तर कुणाचाच नसतो. असे का? हा प्रश्नसुद्धा उपस्थित करणे अनावश्यक आहे का? की या प्रश्नाचे उत्तरही आम्हाला जातीने निर्माण केलेल्या मानसिकतेकडे घेऊन जात आहे.

खेडेगावात कुठलेही वैयक्तिक भांडण सुरू झाले की त्यांची अंतिम परिणती दोन जातींच्या तणावात होते. असे का? ग्रामीण पातळीवर कोणताही राजकीय पक्ष पोहोचला तर एकेका राजकीय पक्षात त्या गावातले एकाच जातीचे लोक का गोळा होतात? यात अपवाद आहेत; पण हे अपवाद पक्षीय विचारसरणीमुळे निर्माण झाले आहेत का?

आज आरएसएस ही संघटना 'जात' नावाचा शब्दच वापरत नाही. तरीपण आरएसएस वर एखादं दुसरा अपवाद सोडला तर या संघटनेच्या उच्चपदावर ब्राह्मणांशिवाय अन्य जातीचा कुणी असत नाही. हे अजाणता घडते का? बौद्ध धर्मात जातीच नाहीत. त्यामुळे जात मानण्याचा प्रश्नच येत नाही. तरीपण आरपीआय संघटनेच्या शिखर नेत्यात पूर्वाश्रमीचे महारच का? तसेच आज जातनिहाय संघटना आपल्या प्रगतीसाठी खटपट करीत असतील तर त्या संघटना जातीयवादी आहेत, असे गृहीत धरून आम्ही दुर्लक्ष करणार आहोत काय? 'दूरगामी हेतू मनात ठेवणारे राजकीय नेते अशा संघटनांना मदत करणार असतील तर आम्हाला काय त्याचे?' अशी उदासीनता आपण बाळगणार आहोत काय?'

राष्ट्रीय एकात्मतेला 'जात' हा अडसर ठरणारा घटक आहे, या वाक्याचा अर्थ अनेकांना कळत नाही. लोकशाहीत कायदे हे व्यक्तिस्वातंत्र्याचे मूळ डोळ्यांसमोर ठेवून केलेले असतात. व्यक्ती आणि समूह यांचे नाते न्यायाचे असावे यासाठी ते केले जातात. व्यक्ती आणि समूह, समूह आणि अन्य समूह यांचे नाते बलवानांनाच पोषक व्हावेत अशी आमची 'जात' नावाची संस्था आहे; म्हणून जात हा रोग आहे. डॉक्टर रोगावर प्रेम करीत नसतो. तो रोगाचा अभ्यास करतो; कारण त्याच्या मनात रोग्याविषयी जिव्हाळा असतो, रोगाविषयी नसतो. समाजचिंतकांनीही 'जात' नावाचा

घटक नीट समजून घ्यायला हवा. त्याचे कारण तो समाजाला लागलेला रोग आहे म्हणून; म्हणून जातीनिर्मूलन चळवळीचा आरंभ शक्य तेवढ्या निरपेक्षतेने जातीमुळे निर्माण होणारी मानसिकता समजून घेणे हा आहे. आश्चर्याची गोष्ट अशी, की आमच्या सगळ्या राजकीय विचारवंतांमध्ये डॉ.बाबासाहेब आंबेडकर हे एकमेव राजकीय विचारवंत आहेत, ज्यांनी या संदर्भात विस्तृत आणि मूलगामी विवेचन केले आहे; पण अन्य राजकीय नेते मात्र तटस्थच राहिले.

विसाव्या शतकाच्या सुरुवातीस जातिव्यवस्था अंताच्या चळवळीचे नेतृत्व डॉ. आंबेडकरांनी केले. त्याअगोदर एकोणिसाव्या शतकात हे काम म. फले यांनी केले. या दोघांनी जातिव्यवस्था अंताची लोकशाही क्रांती करण्यासाठीची व्यूहरचना स्पष्ट केली. 'भारतातील जाती' हा निबंध लिहून जातिव्यवस्थेच्या चिकित्सेला त्यांनी सुरुवात केली. भारतीय समाज जातिव्यवस्थात्मक असल्यामुळे जातिव्यवस्थांचा उगम, विकास समजून घेतल्याशिवाय तिचा अंत करता येणार नाही. म्हणूनच डॉ.आंबेडकरांनी भारतात जातिव्यवस्था कशा प्रकारे निर्माण झाली. हे स्पष्ट करून जातिव्यवस्थेचा विध्वंस कसा करता येईल याचाही विचार स्पष्टपणे मांडला. भारतातील जातीच्या निबंधात त्यांनी जातीच्या तत्कालीन व्याख्या भारतातील जाती समजून घेण्यास कशा अपुऱ्या ठरतात हे प्रथम स्पष्ट केले. सेनार्थ ई.च्या व्याख्यांची चिकित्सा केली आणि केवळ मांस भक्षणातून जाती निर्माण झाल्या किंवा हीन व्यवसाय करणारे अस्पृश्य गणले जाऊ लागले किंवा अस्पृश्यता म्हणजेच जाती इ. सर्व व्याख्या त्यांनी नाकारल्या आणि श्रीधर व्यंकटेश केतकरकृत 'ज्ञात म्हणजे बंदिस्त वर्ग' ही व्याख्या त्यांनी प्रमाण मानली आणि जातिव्यवस्थेच्या उदय विकासाची नव्या पद्धतीने चिकित्सा केली.

बाबासाहेब आंबेडकर म्हणतात, ''माझ्या तत्त्वज्ञानात स्वातंत्र्य आणि समता यांना जागा आहे. परंतु, अपरिमित स्वातंत्र्याने समतेचा नाश होतो आणि निर्मळ समानता स्वातंत्र्याला वाव ठेवत नाही. माझ्या तत्त्वज्ञानात बंधुतेला फार उच्च स्थान आहे. स्वातंत्र्य आणि समता यांचे रक्षण बंधुभावामुळेच होईल. बंधुता म्हणजेच मानवता आणि मानवता हेच धर्माचे दुसरे नाव आहे.'' (आंबेडकर बाबासाहेब, डॉ.बाबासाहेब आंबेडकर चरित्र-ले. धनंजय कीर, पृ. ४७५).

स्वातंत्र्य, समता आणि बंधुता या त्रिसूत्रीवर सामाजिक न्यायाचे राज्य अस्तित्वात आणण्याचे डॉ. बाबासाहेब आंबेडकरांनी उघड्या डोळ्यांनी बघितलेले स्वप्न म्हणजे भारतीय संविधान आहे. परंतु, आमच्यात संविधान साक्षरता नसणे ही आम्हाला डॉ. बाबासाहेबांच्या शैक्षणिक विचारांकडे केलेली डोळेझाक वाटत नाही. घटनात्मक हक्क आणि कर्तव्यांची जाणीव असलेला समाज कधीच स्वत:चा

वापर इतरांना राजकारणासाठी करू देणार नाही आणि तसे होईल तेव्हाच दलित हक्क म्हणजे मानवी हक्क ही बाब प्रस्थापित होईल.

स्वतःच्या जातीधर्माला परंपरागतपणे श्रेष्ठ समजणाऱ्यांच्या डोक्यामधील जातीभेदाची कीड काढणे तर गरजेचे आहेच परंतु अस्पृश्य किंवा बहिष्कृत समजल्या जाणाऱ्या जाती-पोटजातीतील लोकांच्या मनातील उच्च-नीच भावना नष्ट करण्यासाठी डॉ.बाबासाहेबांनी प्रयत्न करूनही ती संपलेली नाही, हे वास्तव काय सांगते? यावर विचार झालाच पाहिजे.

अनेक समस्यांची आणि अन्यायाच्या प्रश्नांची दखल मानवी हक्कांचे मुद्दे म्हणून घेण्यात येत असताना काही सामाजिक अन्यायांकडे सातत्याने दुर्लक्ष करण्यात आले. पारंपरिक पद्धतीने आणि प्रचलित धर्मरूढींच्या आधारे जातींच्या उतरंडीवर माणुसकीची होणारी घसरण थांबविण्यासाठी कायदे असावेत यासाठी संघर्ष करावा लागला. परंतु, जसे कायद्यामुळे स्त्रियांना हक्क आणि भयमुक्त जीवन मिळाले नाही. तसेच दलितांनाही कायद्याच्या संरक्षणानंतरही मानवी प्रतिष्ठेसह जीवन जगण्याचे हक्क उपभोगायला मिळालेले नाहीत, हे वास्तव आहे. मात्र, या पार्श्वभूमीवर दलितांच्या भावनांचे आणि त्यांच्या प्रतीकांचे राजकारण सातत्याने होत राहिल्याने दलितपणाच्या बंधनांमधून समाजाला मुक्त करण्याऐवजी दलितांच्या केंद्रीकरणावर भर देण्यात यायला लागला.

जातीआधारित विषमता आणि अस्पृश्यता हे मानवी हक्कांचे उल्लंघन आहे असे संयुक्त राष्ट्र संघानेही आता मान्य केले आहे. जसे दलितांचे दलित असणे घट्ट आणि गडद करण्याचे प्रयत्न काही राजकीय लोक करत आहेत. त्याचप्रमाणे काही प्रतिगामी हिंदू राजकारणी हिंदुत्व गडद आणि भडक करण्याचे सातत्यपूर्ण प्रयत्न करतात तर कट्टरतावादी मुस्लीम हिरवे मुस्लीम असणे घट्ट करताना दिसतात त्यामुळे जातींवर आधारित विद्वेष अनेकदा हिंसेच्या स्वरूपात, कधी दलित स्त्रियांवर होणाऱ्या बलात्काराच्या स्वरूपात उफाळताना दिसतो. वर्णव्यवस्थेने ज्यांना नेहमी शेवटच्या अन्यायग्रस्त पायरीवर ठेवण्याचा प्रयत्न केला त्यांना आजही कामाच्या स्वरूप आणि दर्जाच्या आधारे अमानुष वागणूक देणे सुरूच आहे. रस्ता सफाई पासून ते शौचालय सफाई पर्यंत सर्वत्र दलित आणि मेहतर समाजालाच वेठीस धरण्यात आले आहे. इतरांची मानवी विष्ठा जिवंत माणसांना उचलायला लावणे किंवा तसे काम त्यांना देणे हे बेकायदेशीर ठरविणारा मानवी विष्ठा वाहतूक प्रतिबंधक कायदा, १९५६ अस्तित्वात आल्यानंतरही दलित आणि मेहतर समाजाची माणसे मानवी विष्ठा वाहून नेताना दिसतात. अशा घटनांची स्वतःहून दखल घेऊन कारवाई करावी असे त्यांना कामाला जुपणाऱ्या सरकारला, शासकीय यंत्रणांना, पोलिसांना आणि न्यायलयांनाही

वाटत नाही हे दुखःद आहे. स्वतःच्या जीवंतपणीच स्वत:चे भव्य पुतळे आणि पक्षचिन्ह असलेल्या हत्तीचे महाकाय पुतळे उत्तर प्रदेशात उभारताना त्याच करोडो रुपयांचा वापर दलित समाजातील अनेकांसाठी हक्काची घरे, स्वच्छतागृहे उभारण्यासाठी करता आला असता याबद्दल कुणीच बोलत नाही; म्हणजे असंवेदनशीलता दोन्ही बाजूंनी आहे आणि त्यामध्ये सामान्य दलितांचे जीवन मात्र विषमतेचे हिंदोळे खात आहे.

१९व्या शतकातील चिपळूणकर-टिळक विरुद्ध म. फुले या ब्राह्मणी विरुद्ध अब्राह्मणी प्रवाहांचा वारसा घेत विसाव्या शतकाच्या पूर्वार्धात लोक उभे राहिले. गीतारहस्य लिहून स्वातंत्र्य चळवळीला वेदांती तत्त्वज्ञानाचा पाया देणाऱ्या टिळकांपासून प्रेरणा घेत कॉ. डांगेप्रभृती पुढे आले, तर सत्यशोधक ब्राह्मणेत्तर चळवळीसह डॉ.आंबेडकरांनी म. फुलेंचा अब्राह्मणी राष्ट्रवाद आपलासा केला. १९३०-४०च्या दशकात कम्मुनिस्टप्रणीत गिरणी कामगारांच्या संपाला डॉ.आंबेडकरांनी अनेकदा पाठिंबा दिला आणि ब्राह्मणी जाणीव-नेणीवांमुळे जातिव्यवस्थेच्या मूलगामी वेध घेण्याची शक्ती सीमित असणाऱ्या कम्युनिस्टांनी १९३०ला अस्पृश्यताविरोधी ठराव केला; तर अशारीतीने उत्पादन पद्धतीचे वेगळेपण लक्षात येऊनही जातव्यवस्थेच्या मर्मग्राही विश्लेषणास वेळ मिळू न शकलेल्या माणसाचे वर्गवादी होकायंत्र घेऊन टिळकप्रणीत राष्ट्रवादाचे वारे शिडात भरलेले कॉम्रेडांचे जहाज स्वातंत्र्यपूर्व काळात शहीद भगतसिंग व इतर सशस्त्र लढ्यांपासून मुंबईतील १९४६च्या नाविक बंडापर्यंत स्वातंत्र्य चळवळीत महत्त्वपूर्ण योगदान देत आले. इकडे चवदारतळे, काळाराम मंदिर, पांडवप्रताप सत्याग्रह अशा एकेका लढ्यापासून सामाजिक स्वातंत्र्याचे रणशिंग फुंकत डॉ.बाबासाहेब आंबेडकर स्वातंत्र्य, समता, बंधूतेच्या शोधात भारतीय इतिहासातील अब्राह्मणी छावणीशी नाळ जोडत आगेकूच करीत होते. १९३६ साली लाहोरच्या जातपाततोडक मंडळासमोरील न झालेल्या भाषणात डॉ. बाबासाहेब आंबेडकरांनी स्पष्टपणे सांगितले या देशातील कम्युनिस्ट समाजबांधवांनी त्यांना अपेक्षित क्रांतीआधी जातिव्यवस्थेचे भूत गाडले पाहिजे त्याशिवाय त्यांची क्रांती पूर्णत्वास जाणार नाही आणि समजा गेलीच तर क्रांत्युत्तर काळात हे भूत त्यांच्या मानगुटीवर बसल्याखेरीज राहणार नाही. याच काळात स्वतंत्र मजूर पक्षाची स्थापना करून कष्टकऱ्यांना आधुनिक पद्धतीने संघटित करण्याचे ध्येय त्यांनी ठेवले. त्यांनी ब्राह्मणवाद आणि भांडवलवाद हे कामगार वर्गाचे दोन प्रमुख शत्रू असल्याचे मनमाडच्या रेल्वे कामगारांपुढे घोषित केले. स्वातंत्र्याच्या उंबरठ्यावर काँग्रेसने केलेल्या कोंडीच्या परिणामी त्यांना आपली भूमिका बहिष्कृत जातीपुरती मर्यादित करावी लागली, तरी सत्ता-संपत्ती व प्रतिष्ठेच्या मूलगामी फेरवाटपाची मागणी ते रेटत राहिले. चवदार

तळ्यातील संघर्षात कॉ.आर.बी. मोरेंसारखे सहकारी वगळता एकंदर कम्युनिस्ट पक्षाचा जातप्रश्न व दलित चळवळीप्रती दृष्टिकोन नकारात्मकच होता. याच सुमारास शंकरराव मोरेंसारख्या ब्राह्मणेतर चळवळीतून मार्क्सवादाकडे आलेल्या नेत्याला डॉ.आंबेडकर प्रतिगामी आहेत का? या शीर्षकाची लेखमाला लिहून दलित चळवळीची बाजू मांडावी लागली. डॉ.आंबेडकरांना कम्युनिस्ट समाजवाद्यांची ही नकारात्मकता जिव्हारी लागली असणे सहज शक्य आहे.

तरीही कम्युनिस्टांनी नेतृत्वाखाली कामगार लढ्यापासून ते संयुक्त महाराष्ट्राच्या भाषिक लोकशाहीच्या आंदोलनापर्यंत अनेक लढ्यांना बाबासाहेबांनी पाठिंबाच दिला. इतिहासातील हे पेच फक्त कॉ. डांगेप्रभृतींच्या उच्चजातीय पार्श्वभूमीतून निर्माण झाले होते असे मानणे भाबडेपणाचे होईल. एकतर १९१७च्या रशियन आणि पाठोपाठांच्या यशस्वी चिनी क्रांतीने मार्क्सवादी चर्चेचा स्वर अत्यंत उंचावर नेला होता. कॉ.डांगेंप्रमाणेच मानवेंद्रनाथ राय यांच्यासारखे प्रतिभावान मार्क्सवादातील स्वातंत्र्य, लोकशाही इत्यादींची चर्चा तत्त्वज्ञानात्मक स्तरावर नेणारे असामान्य प्रतिभेचे लोकही जातीप्रश्नाला भिडू शकले नाहीत; इतका वर्गवादाच्या वैश्विक प्रतिभासृष्टीचा प्रभाव वरच्या स्तरावर होता. एकूणातच जाती समानतेचा आवाज कामगार वर्गाच्या अग्रणीपर्यंत पोहचू शकला नाही. स्वातंत्र्यानंतरचे जग 'बदल घालूनी घाव, सांगून गेले मज भीमराव' हे कॉ.अण्णा भाऊ साठेंचे म्हणणे किंवा 'फुले आणि मार्क्स एकत्र आले पाहिजेत' हे क्रांतीसिंह नाना पाटील, नागनाथ अण्णा नायकवडी यांचे मत अरण्यरुदनच ठरले. (ढमाले किशोर, जयभीम कॉम्रेड, ऐतिहासिक व समकालीन संदर्भात ! सत्यशोधक जागर - जुलै २०१२, पृ. २-३).

लोहीयांची गांधी प्रभावाखालील जातवर्ग विरोधी मार्क्सवाद्यांची वर्गांतक आणि फुले-आंबेडकरवाद्यांची जातीस्त्रीदास्यांतक अशा तीन प्रवाहातून समतेचा स्वातंत्र्योत्तर कालखंडात प्रवेश झाला. काही तुरळक व्यावहारिक एकजुटीनंतरही आंबेडकरवादी व कम्युनिस्ट प्रवाह समांतर वाहत होते, पण १९६४च्या भूमिहीनांच्या सत्याग्रहात ही एकजूट जमिनीवर आली. दादासाहेब गायकवाडांनी सरकारी पडीक जमिनी कसणाऱ्या भूमिहीनांच्या नावे करण्यासाठी ऐतिहासिक लढा पुकारला. कम्मुनिस्टांची किसानसभा यात हिरिरीने उतरली. दादासाहेबांच्या दलित-श्रमिक एकजुटीच्या घोषणेमुळे बी. सी. कांबळेंच्या विरोधाला न जुमानता दलित जनता निळया-लाल बावटयाच्या एकत्रित लढ्यात पुढाकार घेत राहिली. जातीव्यवस्थाअंताची लढाई आणि वर्गीय लोकशाही क्रांती अशा दोन्ही व्यूहरचनांमध्ये जमीन प्रश्नाला मोक्याचे स्थान होते. त्यामुळे या लढ्यातूनच जयभीम कॉम्रेडचा भौतिक परिसर रुंदावला. पुढे १९७२ साली महाराष्ट्रभर दलितांवर अत्याचाराच्या

मालिकांना सुरुवात झाली. देशभर एकूण अस्वस्थता होती. देशभरात आर्थिक आरिष्ट आणि त्याविरोधात लढे चालले होते. १९७१च्या बांगलादेश निर्मितीतून दुखावलेल्या अमेरिकादी शक्तीही देशात सक्रिय झाल्याचे तज्ज्ञांचे मत होते. या अणीबाणीपूर्व परिस्थितीत दलित जनतेचा मुक्ती लढा पुढे नेणाऱ्या दलित पँथरची निर्मिती झाली. नामदेव ढसाळांनी वर्णलढा आणि वर्गलढा एकत्रितपणे लढण्याचा पँथरचा जाहीरनामा प्रसिद्ध केला. १९६६च्या दशकातील दलित श्रमिक घोषणेने आता राजकीय आव्हानाचे स्वरूप धारण केले होते. प्रा. रावसाहेब कसबे यांनी 'झोत' पुस्तकाद्वारे रा. स्व. संघाच्या प्रतिगामीत्वावर प्रकाश टाकला. ते नव्या परिस्थितीत आंबेडकरवादाची मांडणी करीत होते. 'आंबेडकर आणि मार्क्स' हा ग्रंथ लिहून त्यांनी पँथरचा धारणेला युक्तिवादी तात्त्विक अवकाश उपलब्ध करून दिला. समांतरपणे वाहणाऱ्या समता चळवळींना एकत्र आणू पाहणारे ते ऐतिहासिक वळण ठरले. सत्यशोधक ब्रह्मणेतर वारसा आत्मसात करीत डॉ. बाबा आढाव आणि सत्याग्रही समाजवादी युक्रांदने जाती-समतेचा प्रश्न कार्यक्रम पत्रिकेवर आणला. याच ठिकाणी नामांतर लढ्याचा पार्श्वभूमीवर मार्क्सवादी प्रवाहातून स्वतंत्रपणे वाटचाल करीत, कॉ. शरद पाटील यांची मार्क्सवाद-फुले-आंबेडकर वाद (माफुआ) एकत्रित मांडणी पुढे आली.

फुले-आंबेडकर हे केवळ समाजसुधारक नसून भारताच्या वैशिष्ट्यपूर्ण जातीव्यवस्था शोषणाविरुद्ध लढणारे समाजक्रांतिकारक होते. ते जातीस्त्रीदास्याचा ऐतिहासिक वेध घेणारे तत्त्वज्ञ होते. म. फुले हे तत्त्वज्ञानाच्या परिभाषेत सेश्वर यांत्रिक भौतिकवादी होते, तर बौद्धवाद राज्यसमाजवाद आणि सामाजिक लोकशाही या तत्वत्रयींतून आंबेडकरवाद हे समाजक्रांतिकारी तत्त्वज्ञान तयार झाले, अशी मांडणी कॉ. शरद पाटलांनी केली. फुले-आंबेडकर वाद आणि मार्क्सवाद यांना विधायक 'नकार' देत त्यांच्या संयोगातून शरद पाटलांनी मार्क्सवाद-फुले-आंबेडकर वाद (माफुआ) हे सापेक्षतः नवे तत्त्वज्ञान विकसित केले.

माफुआंमुळे पारंपरिक मार्क्सवाद्यांच्या जात ही वर्गाचेच एक रूप असल्याचा व आदिम साम्यवादी गण समाजाच्या विघटनातून वर्ग निर्माण झाल्याचा सिद्धान्त डॉ.बाबासाहेब आंबेडकरांचा वर्ग बंदिस्त होण्यातून जात तयार झाल्याचा सिद्धान्त, जात हमलाच असून उत्पादनशक्ती उत्पादनसंबंध इत्यादीतून बनलेल्या वर्गीय पायावर प्रभाव टाकणारा घटक असल्याचा डॉ. गेल ऑम्व्हेट यांचा अपारंपरिक मार्क्सवादी सिद्धान्त, वर्गलढे वैशिष्ट्यपूर्ण पद्धतीने लढवल्यास जात नष्ट होईल हा नलिनी पंडितांचा सिद्धान्त हे सर्व वादग्रस्त बनले. अंतर्विरोध कप्पे बंद नसतात. ते एकमेकांत परावर्तीत होतात; या माओच्या मार्क्सवादातील शुद्ध तत्त्वज्ञानात्मक योगदानाला

भारतीय परिस्थितीशी शरद पाटलांनी जोडले. वर्गीय अंतर्विरोध हाच एकमेव व कायमस्वरूपी शत्रू भावी विरोध असल्याच्या कॉ.शरद पाटलांनी जात व स्त्री–पुरुष हे वर्गाव्यतिरिक्तचे विरोधही शत्रूभाव्री असू शकतात. असे सिद्ध केले.

- समाज परिवर्तनास वर्गीय समाजात जे सामर्थ्यवान शक्तीस्रोत प्राप्त होते ते भारताच्या जातवर्गीय समाजात उपलब्ध झाले नाहीत.
- उद्योजक भांडवलदार वर्गाचा उदय प्रामुख्याने बनिया व्यापारी जातीतून झाला. जातिव्यवस्था त्यास उत्पादन–व्यापारावर जातीय मक्तेदारीची सत्ता देत असल्यामुळे त्याने गृहबाजारपेठ विस्तारण्याच्या धोरणांना पाठिंबा दिला नाही. भांडवशाहीला विकास आवश्यक अशा सुधारणांनादेखील बनिया भांडवलदारांनी विरोध केला.
- युरोपीय मध्यमवर्गाचे हितसंबंध प्रबोधन चळवळ, धर्मसुधारणा चळवळ, विज्ञानवाद यांच्या विकासात होते. जातीय हितसंबंधाना बाधा येऊ नये म्हणून भारतीय मध्ममवर्गाने या चळवळींना सामर्थ्यशाली होण्यापासून रोखून धरले.
- नागरी समाजातील धर्म, इतिहास, संस्कृती साहित्य, तत्त्वज्ञान यांची जातीस्त्रीदास्यअंतक परिप्रेक्ष्यातून पुनर्मांडणी करण्याचे आव्हान नव्या मध्यमवर्गाने स्वीकारले नाही. परिणामी, ब्राह्मणी संस्कृतीचा प्रभाव कायम राहिला.
- काँग्रेस पक्ष महाराष्ट्रात वरचढ शेतकरी जातीच्या नेतृत्वाखाली प्रभावी पक्ष म्हणून पुढे आला; तर संघ भाजपने धर्मांधतेवर आधारित जनचळवळी उभारून भारतीय राजकीय प्रक्रियेवर वर्चस्व स्थापण्याचे सत्ता सामर्थ्य हस्तगत केले.
- शिक्षणव्यवस्था ही सत्ताधारी जातवर्गांच्या वर्चस्वास अनुकूल अशा हितसंबंधाच्या संपोषणाचे कार्य करते.
- महाराष्ट्रात मराठा वर्चस्वाच्या राजकारणाची सातत्याने चलती राहिलेली आहे. या राजकारणाचा प्रतिकार करण्यासाठी शेतकरी संघटनेच्या शेतमाल चळवळीत समान भागीदारीचे नेतृत्व देणे व जातिपितृसत्ताविरोधाची प्रबोधन मोहीम उभारणे ही जबाबदारी डाव्या पक्ष संघटनांवर होती. परंतु, ब्राह्मणी मार्क्सवादी परिप्रेक्ष्यामुळे डाव्या शक्ती शेतकरी चळवळीचे आणि जातिपितृसत्ताविरोधी चळवळीचे नेतृत्व करू शकल्या नाहीत.
- आर.पी.आय.चे संघटन अंतिमतः बौद्ध जनआधार सीमित झाले आणि मराठा वर्चस्वाच्या राजकारणात दलित गटांचे आश्रितीकरण काँग्रेस–सेना–

भाजपच्या सत्ताधर्मांनी केले. दलित चळवळीने स्वीकारलेल्या फुले-आंबेडकरवादाचा वारसा जाती स्त्रीदास्यअंतक प्रबोधनाचा होता. परंतु, सत्ताधारी जातीवर्गाच्या संबंधात दाता-आश्रित संबंधांची रचना साकार झाली. परिणामी समाजपरिवर्तक कार्यक्रमपत्रिका आणि धोरणांना सोडचिठ्ठी मिळाली.

- मध्यम शेतकरी जाती सामाजिकदृष्ट्या दलित जातींच्या संदर्भात स्वतःला उच्च समजतात आणि राजकीय सामंजस्याच्या अभावात दलितांना सामाजिक-आर्थिक व्यवहारात दुय्यम स्थान देतात. या विषम वर्तनाचा निरास जात-अस्मिता सीमित राजकारणाद्वारे होणे शक्य नव्हते.
- उच्च जातवर्गाच्या वर्चस्वाच्या राजकारणाविरोधात असलेल्या संघर्षाला सांस्कृतिक प्रबोधनाची जोड देण्यापासून ओबीसींमधील श्रेष्ठी दूर राहिले. (सत्यशोधक एल्गार, मार्च, एप्रिल २०१०, पृ.४).

हिंसा आणि क्रौर्य ही जातिव्यवस्थेच्या यंत्रणेची अंगभूत घटकअवयवे आहेत. जातिव्यवस्था हजारो वर्षे टिकून आहे त्यात हिंसा आणि क्रौर्याची भूमिका अत्यंत महत्त्वाची आहे. जागतिकीकरणात जात संपेल, असे अनेकांना वाटत होते; पण वास्तवात तसे झाले नाही. जागतिकीकरणाचा नवसाम्राज्यशाहीचा पुरस्कर्ता वर्ग असे सांगत आला, की जागतिकीरण एकदा स्थिर झाले, की पृथ्वीवरच्या प्रत्येक मनुष्य प्राण्याला अन्न, वस्त्र, निवारा या गरजा सहजपणे पूर्ण करता येतील. सर्वांना शिक्षणाचा आणि नोकरीचा अधिकार प्राप्त होईल. सर्वांना स्वच्छ हवा, स्वच्छ प्रकाश मिळेल. दारिद्र्यनिर्मूलन होईल, जात नष्ट होईल, समानतेचे वारे वाहतील वस्तू माणसांपर्यंत जातील आणि प्रत्येकाला स्वतःच्या मनाप्रमाणे विकास घडविण्याचे स्वातंत्र्य असेल. नवसाम्राज्यवादाने ही आश्वासने जगभर पसरवली; पण आज वास्तवात तसे झाले आहे का? उलट नवे बेरोजगार, नवे गुलाम तयार झालेच, पण जगाच्या पाठीवर जगण्याच्या नव्हे, तर जीवघेण्या लाटा सुरू झाल्या.

एकत्र व्हा, लढा असे जितके म्हणावे तितके परिवर्तन विरोधीच शक्ती एकत्र येतात, त्याच संयुक्त फळ्या बांधतात. या परिस्थितीत काय करावे? अजूनही आपली फसगत होते आहे, आपला पाडाव होतो आहे, असे वाटत नाही. याचे कारण इतिहासमीमांसा मागे पडली आहे हे आहे, हे असावे. आजची परिस्थिती काय आहे हे लक्षात घेऊन प्रतिभावंतांच्या विचारात बदल करून घ्यायचे असतात. तरच त्या विचारांचा जोरदारपणा टिकेल व टिकतो. स्टॅलिनने नेमके ते केले नाही. परिणामी त्यांच्या मृत्युनंतर पन्नास वर्षांच्या आतच सेव्हिस युनियनचे विघटन झाले. तो सगळा इतिहास आपल्यासमोर आहेच. प्रत्येक विचारवंतांच्या विचारसंचितात काही कालबाह्य होणारे असतेच. तसे नसेल तर ते विचारवंत धर्मगुरू झाले आहेत. गेल्या वीस-

पंचवीस वर्षांत रॅडीकल मांडण्या वाढल्या; पण त्याच्या दुप्पट वेगाने प्रतिगामी प्रवृत्तींची वाढ झालेली आहे. हिंदू धर्मावरील टीका आणि हिंदू असण्याचा अभिमान यांची वाढ परस्पर स्पर्धेसारखी चालली आहे. महाराष्ट्रात तरी १९९० पूर्वी हा प्रकार आढळत नव्हता. किंबहुना, फुले-आंबेडकरांची क्रांतिकारी मांडणी, आगरकर, महर्षी शिंदे यांच्यासारख्यांचे धर्मचिंतन, टिळकांसारख्यांचे साम्राज्य/वसाहतवाद्यांविरुद्धचे लढे या सर्वांनी मिळून एक स्थूलमानाने प्रागतिक ओळख सिद्ध झाली होती. ती आता काहीशी क्षीण झाल्यासारखी वाटते. महाराष्ट्रीय राष्ट्रकाचे असे वैचारिक संचित होते ते लयाला चालले आहे असे दिसते. हीच गोष्ट फार चिंताजनक आहे.

१९वे शतक नव्या विचारांचे होते. त्या वेळी विरोध महत्त्वाचा होता. २० व्या शतकाच्या सुरुवातीलाही हा विरोध धगधगता होता, असे म्हणता येईल; पण सामाजिक चालीरीती आणि धर्मविचारांचा विरोध, जातीसंस्थेच्या विरोधी जुनाट शिक्षणाचा विरोध, साम्राज्यवादाविरुद्धचा विरोध असे नाना प्रकारचे विरोध त्या काळी गाजत होते. त्यांचे ऐतिहासिक महत्त्व त्या वेळी आपण ओळखले होते, असे मला वाटते, आता या बहुआयामी विरोधाचा विसर पडल्यासारखा दिसतो. आता चर्चा/राजकारण एकांगी होत चालले आहे. उदारीकरणाचा विरोध/प्रशंसा करणाऱ्यास जातिव्यवस्था कळत नाही; जातिव्यवस्था कळते त्याला वर्गविद्रोह कळत नाही; ज्याला वर्गविद्रोह कळतो त्याला जातिव्यवस्था कळत नाही. असा तो बहुआयामी गोंधळ आहे. 'साम्राज्यवाद विरोध' ही संकल्पना तर कालबाह्य झाली आहे, असा आभास वॉशिंग्टनचे नवे ब्राह्मण निर्माण करीत आहेत. ब्राह्मण्याचे बदलते स्वरूप समजावून घेतले पाहिजेत. ते करण्याची कुणाची तयारी दिसत नाही. एकोणिसाव्या शतकातले ब्राह्मण्याचे स्वरूप आणि आजचे स्वरूप एक आहे असे मानून संघटन करू पाहणे, हे पराभवाला निमंत्रण आहे.

जातिअंताच्या दिशेने जाताना या जात भांडवलाची कोंडी फोडून त्यावरील जात पुरुषसत्ताक मालकी, नियंत्रण, मक्तेदारी मोडून समाजवादी क्रांतीच्या दिशेने पुढे गेले पाहिजे. त्याशिवाय खऱ्या अर्थाने जातिमुक्त समाज निर्मितीची प्रक्रिया सुरू होऊ शकत नाही. शेतकऱ्यांकडे आलेला पैसा कुंभमेळा, तिरुपती बालाजी, साईबाबा इ. ठिकाणी खर्च होणार असेल तर त्याला जसा अर्थ नाही उलट ब्राह्मणी धर्माचे ते नूतनीकरणच ठरेल, तसेच जातभांडवलावरील मक्तेदारीला आव्हान द्यावे लागले. जातिअंताची लोकशाही क्रांती ही समाजवादी क्रांतीची पूर्वअट ठरते. जात -भांडवलाच्या मक्तेदारीला आव्हान व त्याचे समन्यायी वाटप,आंतरजातीय विवाहांना मान्यता व अधिक सवलती देणे, स्त्रियांवर संस्कृतीच्या नावाखाली टेहाळणी बुरुज निर्माण करून बंधने टाकणारी विकृती याला जातिअंताच्या चळवळीत प्राधान्य द्यावे लागेल.

संदर्भ

१. ढमाले किशोर, जयभीम कॉम्रेड, ऐतिहासिक व समकालीन संदर्भात ! सत्यशोधक जागर - जुलै २०१२, पृ २-३.

२. आंबेडकर बाबासाहेब, डॉ.बाबासाहेब आंबेडकर चरित्र-ले.धनंजय कीर पृ.४७५.

(संजय पवार, सचिन गरुड, डॉ. प्रदीप गोखले, एकनाथ आव्हाड, किशोर ढमाले, प्रतिमा परदेशी, उमा चक्रवर्ती, सुहास पळशीकर, दत्ता भगत इ. लेखकांचा मी आभारी आहे.)

२

प्रमुख प्रवाही समाजशास्त्रातील जातिविषयक विचार आणि व्यवहार

भारतीय समाजात 'जे आहे' त्याचेच अध्ययन करून भारतीय समाजाची वास्तविकता विशद करण्याचा समाजशास्त्रज्ञांनी प्रयत्न केलेला आहे, असे समजले जाते. त्यातही 'जात' हा भारतीय समाजव्यवस्थेचा पाया असल्यामुळे या संस्थेचा अभ्यास अनेकांनी केला आहे.

प्रस्तुत प्रकरणामध्ये 'वसाहतवादी व राष्ट्रवादी' 'पाश्चिमात्यवादी विरुद्ध पौर्वात्यवादी' आणि 'परंपरा विरुद्ध आधुनिकता' यातील द्विमानांवर लक्ष केंद्रित करून त्यातील उणिवा दाखविण्यात आल्या आहेत. त्यानंतर भारतीय समाजशास्त्रावर वैचारिक आधिपत्य असलेल्या समाजशास्त्रज्ञांच्या जातिविषयक विचारांचा आढावा थोडक्यात घेण्याचा प्रयत्न केला आहे.

तर भौतिक-सामाजिक अनुभवातून उगम पावलेल्या दलित कोटिक्रमाचे महत्त्व स्पष्ट करण्याचा प्रयत्न केलेला आहे. त्यानंतर मंडलनंतरचे समाजशास्त्र, त्यात जातीय विवेचनातून प्रश्न, सापेक्ष वंचितता सिद्धान्त इ. महत्त्वाच्या मुद्द्यांची चर्चा केलेली आहे. कारण अशा विवेचनातून समाजशास्त्रातील विचार आणि व्यवहाराचे आकलन करून घेणे तर आहेच, त्याचसोबत घुर्ये आणि आंबेडकरांच्या जातिविषयक विचारांची तुलना करण्याची आवश्यकता समजून घेणे हा उद्देश आहे.

या प्रस्तावनात्मक विचारातून समाजशास्त्रातील प्रस्थापित विचार आणि व्यवहार कशा प्रकारचा होता हे स्पष्ट होते, कारण याद्वारे समाजशास्त्रातील प्रस्थापित विचारसरणीवरील वैचारिक आणि व्यावहारिक आधिपत्य लक्षात येते.

सी. राईट मिल्सने प्रतिपादन केल्याप्रमाणे सामाजिक शास्त्रांचा व्यवहार करणे म्हणजे, सत्यशोधनाच्या राजकारणाचा व्यवहार करणे होय. म्हणूनच समाजशास्त्रामध्येदेखील एकाच सामाजिक विश्वाचा अभ्यास होतो असे नाही; कारण भारतीय समाजामध्ये विविध सामाजिक विश्वे आहेत आणि समाजशास्त्राने उच्चजातवर्गीय समाजविश्वालाच प्रतिनिधित्व दिलेले दिसते. (Rodrigues 2003, P.222).

या तत्त्वाला अनुसरून ए. डी. रॉड्रिग्ज यांच्या मते, भारतीय समाजशास्त्राने भारतीय समाजातील दलितांच्या प्रश्नाला कसा प्रतिसाद दिला, असा प्रश्न विचारला तर फक्त समाजशास्त्रात किती दलित प्राध्यापक किंवा विद्यार्थी आहेत, तसेच अभ्यास विषयामध्ये 'दलित' हा शब्दप्रयोग येतो की नाही, याची आकडेवारी मांडून चालणार नाही, तर भारतीय समाजशास्त्राची 'दलित दृष्टिकोना' तून कुठपर्यंत चिकित्सा झालेली आहे, हे लक्षात घ्यावे लागेल.

याचे उत्तर शोधण्यासाठी भारतीय समाजशास्त्राची वैचारिक आणि व्यावहारिक पार्श्वभूमी लक्षात घेणे महत्त्वाचे आहे.

सुजाता पटेल यांनी भारतीय समाजशास्त्रापुढील आव्हाने समजून घेण्यासाठी समाजशास्त्राचा विकास भारतात कसा झाला, याचा विचार केलेला आहे. त्यांच्या मते, ''वसाहतकाळात भारतीय समाजाच्या अभ्यासकांनी भारतीय समाजाचे घटक मानल्या गेलेल्या जातीची व्याख्या 'हिंदू धर्माच्या संदर्भात व जमीन कसणारे, सुधारित तंत्रज्ञान व उच्च सांस्कृतिक गुणवैशिष्ट्ये असणारे समूह' म्हणून केली तर जमातींची व्याख्या 'आदिम तंत्रज्ञान, दुर्गम जंगलात वास्तव्य, चेतनावाद (Animism)' या संदर्भात केली गेली. वसाहतवादी कालखंडात अशा प्रकारे समाजशास्त्राची निर्मितीच 'स्व' आणि 'इतर', 'पूर्व' आणि 'पश्चिम', 'वासाहतिक' आणि 'वसाहतीकृत' (colonized) पौर्वात्यवादी आणि पाश्चिमात्यवादी आणि अलीकडच्या काळात 'उत्तर' व 'दक्षिण' या प्रकारच्या परस्परविरोधी द्वैतांवर आधारित संकल्पनातून केली गेली.'' (पटेल, २००५, पृ. १३१).

त्यांच्या मते, हा भारतीय समाजशास्त्राच्या विकासातील पहिला टप्पा होता. यातील अभ्यासाच रोख पौर्वात्यवादी होता. हा अभ्यास द्वैत कल्पनांवर आधारलेला, हिंदू सांस्कृतिक गुणवैशिष्ट्यांनी बद्ध अशा जाती-जमातींची निर्मिती वसाहतीकृत ज्ञानाच्या साहाय्याने करणारा होता.(उपरोक्त, पृ.१३१).

भारतीय समाजशास्त्रज्ञांच्या पहिल्या पिढीबद्दल विद्युत भागवत आणि शर्मिला रेगे लिहितात, ''भारतीय समाजशास्त्रज्ञांची पहिली पिढी, भारताला आपल्या विचारांचे केंद्र मानून, सुधारणावादी मूल्ये आत्मसात करून आपले विचार मांडत होती. त्यामुळे अर्थातच इंडॉलॉजीवर आधारित अशा दृष्टिकोनाचे त्यात प्राबल्य होते. ही भारतवादी

भूमिका ऐतिहासिकदृष्ट्या भारतीय समाज आणि संस्कृती एकमेवाद्वितीय आहेत, या कल्पनेवर आधारलेली होती, तसेच परंपरेने ज्या संहितांना मान्यता दिली आहे, अशा संहितांमधूनच भारतीय वास्तव समजेल, अशी खात्री त्यांना वाटत असावी. अशा संहिता आपल्या महान आर्यपरंपरेचे चित्र रेखाटणाऱ्या असत.'' (भागवत, रेगे, १९९३, पृ. ९१).

शर्मिला रेगे यांनी वसाहतवादी आधुनिकतेत ज्ञानाचे स्वरूप व प्रयोजनाबद्दलच्या लढ्यांमध्ये प्रतिबिंबित झालेल्या सामाजिक व सांस्कृतिक अंतर्विरोधांना मुखरित करत मांडणी केली आहे. त्यांच्या मते, ''भारतीय समाजाच्या वसाहतवादी व राष्ट्रवादी चर्चाविश्वांमधील मतभिन्नतेच्या आधारे सामाजिक शास्त्राच्या ज्ञानाचे स्वरूप व प्रयोजनाबद्दलच्या प्रारंभीच्या वादक्षेत्राचे रेखाटन केले आहे. पाश्चात्त्यांपासून वेगळी व असंबंधित अशा भारताबद्दलच्या वसाहतवादी प्रतिमेत जात हा घटक, हिंदू संस्कृतीचे सार म्हणून केंद्रभागी राहिला.'' (रेगे, २००७, पृ. ३८).

'भारतीय परंपरेच्या' अशा वर्गीकरण व कोटीक्रमाद्वारे वसाहतवादी अंमलासाठी आचारनियम तयार करण्यात आले. परंतु त्यामुळे, सर्व राजकीय घटकांपेक्षा, एतद्देशीय बुद्धिजीवी म्हणून ब्राह्मणांचे स्थान बळकट झाले. जातीबद्दलची राष्ट्रवादी मांडणी स्थूलमानाने दोन व्यापक छावण्यांमध्ये विभागलेली दिसते. एक, दैवी हस्तक्षेपाच्या पारंपरिक युक्तिवादाद्वारे या सुप्रजननशास्त्राच्या (Eugenics) आधुनिक तर्काद्वारे जातिव्यवस्थेचे समर्थन करणारी मांडणी व दोन्ही व्यवस्थेत बदल घडवून आणू पाहणारी मांडणी. ''पारंपरिक असो वा आधुनिक युक्तिवादावर आधारलेली मांडणी असो, जातिव्यवस्थेकडे शुचिता/विटाळ यावर आधारलेली आचरणपद्धती व विशुद्ध वर्णव्यवस्थेला प्राप्त झालेले भ्रष्ट स्वरूप या संदर्भातच पाहिले जाई. अशा प्रकारे भारतीय अनुभवविश्वाचे हिंदू ब्राह्मणी परंपरेमध्ये एकसाचीकरण करून भारताला पश्चिमेपासून, पौर्वात्याला पश्चिमेपासून वेगळे पाडणाऱ्या द्विमानावर (Binary) वसाहतवादी ज्ञानधारणा आधारलेली होती.'' (रेगे, २००७, पृ. ४९-६०). या द्विमानाला उघडे करून, वेद हे पाश्चिमात्य संस्कृतीपेक्षा श्रेष्ठ असल्याचा दावा करून राष्ट्रवाद्यांनी या द्विमानांतर्गत पर्यायी ज्ञानधारणा कल्पिली. या अर्थी, जरी वसाहतवादी व राष्ट्रवाद्यांमध्ये ज्ञानाच्या उपयोजनेबद्दल वाद असला तरी दोघांसाठी ज्ञानाचे स्वरूप हे मूलतः हिंदू व ब्राह्मणी राहिले. ''भारतातील प्रमुख सामाजिक शास्त्रांना आधारभूत ठरलेल्या प्रजातीय व भारविद्यानुवर्ती दृष्टिकोनातदेखील वसाहतवादी व राष्ट्रवादी द्विमानांद्वारे हिंदू व ब्राह्मणी म्हणून निर्धारित झालेल्या या ज्ञानधारणेचेच पडसाद उमटतात. विद्यापीठांतर्गत सामाजिक शास्त्रांमध्येसुद्धा वरील ज्ञानधारणेवर आधारलेली जातिविषयक समजूत प्रभुत्वशाली ठरली.'' (उपरोक्त, पृ.६०).

दुसरे म्हणजे दुसऱ्या महायुद्धानंतर सामाजिक शास्त्रांच्या चर्चाविश्वाने परंपरा/आधुनिकता या चौकटीत वसाहतवादी कालखंडात अस्तित्वात आलेल्या या द्विमानांची पुनर्मांडणी केली. 'पश्चिमे'च्या ज्ञानशास्त्रीय प्रभुत्वाला पर्याय म्हणून सुचविल्या गेलेल्या एतद्देशीय मांडणींने भारतीय समाजांतर्गत असलेल्या संरचनात्मक विषमतांचा विलोप करणाऱ्या अनन्य (Exclusive) देशीवादाचा पुरस्कार केला. भारतातील विद्यापीठीय अभ्यासकांच्या प्रारंभीच्या पिढीने शहरीकरण, नोकरशाही वा सामाजिक चळवळींऐवजी धर्मशास्त्रीय संहिता वा ग्रामरचना व कर्मकांड याद्वारे जातिव्यवस्थेची छाननी केली व 'स्व' देशी कोटिक्रमांतून भारताचे आकलन समाजशास्त्रीय भाषेत हिंदू धर्मशास्त्रीय प्रारूपांचीच पुनर्निर्मिती केली. तसेच या संदर्भात, विद्यापीठीय विभागांतील ज्ञाननिर्मितीवरील ब्राह्मणी वर्चस्व, जातिव्यवस्थेसंबंधी मान्यताप्राप्त आकलनपद्धती-मधील आंतरसंबंधसुद्धा कमी लेखता येत नाहीत.

समाजशास्त्रीय जातिव्यवस्था : मंडलोत्तर काळ

भारतीय समाजशास्त्राच्या मागील वीस वर्षांकडे जरी वळून पाहिले तरी हे तथ्यं समोर येते, की मंडल आयोगावरील वाद-विवादाने प्रमुख समाजशास्त्रांपुढे अनेक प्रश्न निर्माण झाले. त्यांना याची जाणीव झाली, की ''जग बदलले आहे.जेव्हा ज्ञानप्रणालीवरील सहमतीला आव्हान मिळू लागले. तेव्हा पहिल्यांदा हे समाजशास्त्रज्ञ काही प्रमाणात संघर्षाच्या पवित्र्यामुळे आले. तेव्हाच त्यांना घुर्ये - श्रीनिवासच्या भद्रतापूर्ण समाजशास्त्राने स्वतःस समस्याग्रस्त अवस्थेत पाहिले.''(विश्वनाथ, २००२ पृ. ३६३). याची कारणमीमांसा करताना शिव विश्वनाथ म्हणतात, ''पाठ्यपुस्तके चेतनांच्या त्या विचारांची पूर्तता करतात, ज्यात केवळ विजयी पक्षाला मान्यता देण्याची सवय असते. ज्ञानाच्या क्षेत्रात विरोधी पक्षाची अस्मिता एकतर पुसून टाकली जाते किंवा त्याला अवैज्ञानिक घोषित करून त्याची निर्भर्त्सना केली जाते.'' (उपरोक्त, पृ. ३६७).

रॉड्रिग्ज यांच्या मते, ''प्रमुख प्रवाही समाजशास्त्राची भूमिका ही उच्चवर्णीय, उच्चवर्गीय, उच्चभ्रू गटांना पूरक अशीच राहिली; म्हणूनच समाजशास्त्रीय चर्चेच्या परिघावरील सर्व गटांना मग दलित असो, स्त्री असो किंवा आदिवासी यांना आधुनिकतेचे इतर (Other) ठरविण्यात आले. म्हणजेच हे गट आधुनिकीकरणाच्या प्रक्रियेत आधुनिक झाले, की सर्व प्रश्न सुटतील असे मानून समाजशास्त्राने मांडणी केलेली दिसते.''(Rodrigues, पृ. २४५). जातिव्यवस्थेबद्दल मांडणी करतानादेखील फुले-पेरियार-आंबेडकर यांच्या मांडणीची फारशी दखल न घेता भारतातील इंग्रजी बोलणाऱ्या उच्चभ्रूंना जातीबद्दल बोलण्याची एक भाषा व संज्ञा दिली असेच म्हणता येईल. (उपरोक्त, पृ.२४५). रेगेंच्या मते, दलित हे केवळ अभिजनवादी प्रारूपांची पुनरावृत्ती

करतात असे मानणाऱ्या संस्कृतीकरणाच्या दृष्टिकोनातून ''दलित बौद्धिकतेला शून्यवत केले आहे. मूलभूत राजकारणाची दिशाभूल होते, या नावे मार्क्सवाद्यांना व उच्चभ्रूंना तात्त्विक तर दलितांना उद्रेकाच्या चर्चाविश्वात बंदिस्त करून सबाल्टर्न इतिहासकारांनी दलितांची स्वतःची आकलनक्षमता नाकारली.'' (रेगे, २००७, पृ.६०).

१९७० च्या दशकातील नवसामाजिक चळवळींनी, खासकरून स्त्रीवादी व दलित चळवळींनी दलित चर्चाविश्वाच्या दुसऱ्या टप्प्यांचा उवाच केला. खासगी/सार्वजनिक व जात लिंगभाव/वर्ग या सेक्युलर अक्षांनुसार सार्वजनिक व्यवहाराचा अन्वयार्थ लावणाऱ्या समजुतींना या चळवळींनी प्रश्नचिन्हांकित केले. (रेगे, २००७, पृ.६२).

परिवर्तनशील सामाजिक वास्तवाला सामोरे जाताना समाजशास्त्राच्या पारंपरिक चौकटीत वापरली जाणारी परिभाषा, संकल्पना, तोकड्या पडू लागल्यात असे जाणवू लागले. सातत्याने होणारे बदल म्हणजे त्या त्या ज्ञानक्षेत्रातील व त्या त्या सामाजिक शास्त्रातली 'अरिष्टे' (Crisis) आहेत असेही म्हटले जाते. अशा 'परिदृष्टीतील स्थित्यंतराला' (Paradigm Shift) प्रस्थापित समाजशास्त्रीय विचाराने आणि व्यवहाराने स्वीकारले गेले पाहिजे होते, पण त्यावर खूप खल करण्यात आला.

यावरून फ्रेंच विचारवंत पी. बोरद्युओने म्हटल्याप्रमाणे असे म्हणता येईल, की 'शब्द संज्ञा' (Words) आणि वास्तव/विषयवस्तू (Things) यांना एकत्र आणण्याचे त्याना विवाहबंधनात अडकविण्याचे समाजशास्त्र हे एक उत्तरसाधन (Craft) आहे. विशेष म्हणजे हे नवे अरिष्ट आधीच्या समाजशास्त्रांच्या विकसनप्रक्रियेत निर्माण झालेल्या आव्हानांचाच परिपाक आहे, हे लक्षात ठेवले पाहिजे.

अध्ययनक्षेत्रातील जातिव्यवस्था

समाजशास्त्रामध्ये, जातीचा विचार 'एक प्रभावी संस्था' आणि 'व्यवस्था' म्हणून केला जात असतो. याचा विचार रचनात्मक, कार्यात्मक, तुलनात्मक, ऐतिहासिक, व्यावसायिक, सांस्कृतिक, वांशिक, राजकीय, धार्मिक अशा वेगवेगळ्या पैलूंचा भारतीय आणि पाश्चात्य समाजशास्त्रज्ञांनी अभ्यास केला आहे, असे असले तरीही शिकण्या-शिकविण्याच्या प्रक्रियेत जातीचा अभ्यास कोणत्या विचारसरणीच्या आधारे व कोणत्या विचारवंतांच्या सिद्धान्ताचा आधार घेऊन केला जातो याचा विचार करणे आवश्यक आहे.

जातिसंस्थेच्या अभ्यासाच्या संदर्भात ज्यांनी महत्त्वाचे योगदान दिले त्या घुर्ये, केतकर, कर्वे आणि श्रीनिवास यांच्याच विचारांचा अभ्यास केला जातो. विद्यापीठीय स्तरावर जातीची वैशिष्ट्ये, ड्यूमाँटचा शुद्धता व विटाळ या संकल्पनांचा प्रभाव आहे. श्रीनिवासांची ब्राह्मणीकरण, संस्कृतीकरणाची संकल्पनाच केवळ जातिअध्ययनात

मूलभूत मानली गेली. समाजशास्त्रामध्ये सध्या प्रभावी असलेला प्रवाह असे मानतो की, शुद्धता व विटाळ यांच्या कल्पनांनी बनलेली एक निश्चित अशी विचारप्रणाली हा जातिव्यवस्थेचा पाया आहे, एक निश्चित अशी सामाजिक-आर्थिक-राजकीय परिस्थिती नव्हे. या प्रवाहातील समाजशास्त्रज्ञांच्या दृष्टीने जातीचा भौतिक परिस्थितीशी फारसा संबंध नाही.

जातिव्यवस्थेच्या अध्ययनाच्या संशोधनात्मकतेचा आढावा घेता इ.स. १९६० च्या दशकामध्ये जातिव्यवस्थेच्या संरचनात्मक (भौतिक पाया) पायांकडे दुर्लक्ष करून केवळ सामाजिक गतिशीलतेवरती अनेक अभ्यास झाले. या गतिशीलतेचा अभ्यास करतानादेखील प्रामुख्याने पाश्चात्त्य समाजशास्त्रातील सापेक्ष वंचिततेच्या (Relative Deprivation) चौकटीमध्ये अभ्यास करण्यात आले; म्हणजेच पुन्हा समाजातील संरचनात्मक संघर्षाकडे दुर्लक्ष केले गेले; म्हणूनच समाजशास्त्रामध्ये मग दलित पँथरनी मांडलेली 'दलित' ही संकल्पना दुर्लक्षित राहिली व दुर्बल गटांचा अभ्यास किंवा सामासिक (Marginal) गटांचा अभ्यास असे संबोधले गेले.

१९७०च्या व १९८०च्या दशकाच्या सुरुवातीच्या काळातील दलित चळवळीने उपस्थित केलेली ज्ञानशास्त्रीय आव्हाने सीमांतीकरण, दलितांची तुलनात्मक वंचितता, संदर्भ गट व सामाजिक अभिसरणाच्या चौकटींतून हाताळली गेली. तरीही, या व्यापक संमिलीकरणाने ज्ञानशास्त्रांच्या गाभ्याला मात्र स्पर्श होऊ दिला नाही. तेथे मानवशास्त्र/सामाजिकशास्त्र, सामाजिक/राजकीय, समाज/ज्ञानोपासक, वस्तुनिष्ठता/आत्मनिष्ठता, बृहत्व/सूक्ष्म अशा द्विमानांचेच राज्य राहिले. ही प्रक्रिया त्याकाळच्या अभ्यासक्रमांच्या आखणीत ठळकपणे दिसून येते. (रेगे, २००७, पृ. ६२).

दलित : कोटिक्रम व परिप्रेक्ष्य

दलित कोटिक्रम आणि परिप्रेक्ष्य समजावून घ्यायचा असेल तर 'दलित' या कोटिक्रमाच्या व्याख्येपासून सुरुवात करावी लागेल.

डॉ. बाबासाहेब आंबेडकरांनंतर 'दलित' या कोटिक्रमाला विकसित करण्याचे काम बाबुराव बागुल यांनी केले. ते म्हणतात, ''अनेकांना 'दलित' हा कोटिक्रम फार खटकतो. आपण 'दलित' शब्दाच्या ज्या व्याख्या केल्या आहेत, त्या व्याख्येतील अर्थ जाणून ते घाबरलेले आहेत. आपण जाहीर केले आहे, की दलित म्हणजे वर्णव्यवस्थेला आणि तिच्या समग्र वैचारिक व्यवस्थेला उद्ध्वस्त करू बघणारा, दलित म्हणजे हे जग आणि जीवन नव्याने मांडू बघणारा. दलित म्हणजे या युगाने ज्याचे हात प्रज्ञावंत, प्रलयंकारी केलेले आहेत आणि ज्याच्यासाठी आधुनिक 'शस्त्रे' आणि 'शास्त्रे' उपलब्ध करून दिली आहेत तो. या आपल्या दलितांच्या व्याख्येत अमेरिकेतील काळा, गोरा, तांबडा, आफ्रो-एशियाई देशातील काळा,

गोरा, पिवळा येतात. आपल्या देशातील अस्पृश्य, आदिवासी, शोषित, पीडित येतात. असे असूनही ते आपल्याला नावे ठेवीत असतात. याचे कारण ही व्यापकता, विश्वात्मकता त्यांना नको आहे. पूर्वीप्रमाणेच आपण जातीच्या जंगलात अडकून राहावे, पूर्वीप्रमाणेच आपण पाप-पुण्याच्या काळोखात तडफडत राहावे, पूर्वीप्रमाणेच आपण दुःख देणाऱ्याला अदृश्य करणाऱ्या दांभिक परमेश्वराच्या नावाने टाहो फोडावे आणि पुढील जन्मी सुख मिळेल या आशेवर दुःख, दैन्य, दास्य सहन करावे असे त्यांना वाटते. आपण जाहीर केले आहे, की आम्हाला सम्यक परिवर्तन हवे आहे.''(बागूल १९८१, पृ.२४५-२४६).

सारांश, बाबुराव बागूल यांनी 'दलित' म्हणजे हे जग आणि जीवन नव्याने मांडणारा, अशी व्याख्या केली आहे. (उपरोक्त, पृ.२४३).

थोडक्यात, 'दलित' हा आधारगट प्रामुख्याने बाबासाहेब आंबेडकरांच्या चळवळीतून उदयास आला; म्हणून त्याचा समाजशास्त्रीय वेध घेण्याची आवश्यकता आहे. 'दलित पँथर' च्या चळवळीने त्याला गतिमानता मिळवून दिली.

दलित : भौतिक-सामाजिक अनुभवातून उगम

कोटिक्रमांचे अर्थ, संदर्भ स्थलकालानुसार तसेच वास्तविक राजकारणानुसार बदलत असतात. प्रो. गोपाळ गुरू यांनी स्पष्ट केल्याप्रमाणे, '''दलित' हा कोटिक्रम भौतिकवादी प्रमाणशास्त्रावर आधारित असल्यामुळे त्याचप्रमाणे वास्तविक क्रांतिकारी संघर्षामधून घडत गेला असल्यामुळे त्यामध्ये सत्ताशास्त्रीय क्षमता आहे. या कोटिक्रमाकडे गोठविलेला म्हणून पाहिले जाऊ नये.'' (Guru, २००५, ७३-७४). असे म्हणतानाच ते स्पष्ट करतात, की दलितत्वाची सामाजिक रचना विश्वसनीय आणि गतिशील बनवते, निष्क्रिय किंवा जड बनवित नाही. (उपरोक्त, पृ. ७४). दलित या कोटिक्रमाने बुद्ध, फुले, मार्क्स आणि आंबेडकरांच्या विचारसरणीची मदत घेतलेली असून त्यामुळे ती मनुष्यकेंद्रित झालेली असल्याचेही त्यांनी प्रतिपादन केले आहे. त्याचबरोबर 'दलित' या कोटिक्रमाने राज्यप्रणीत एससी, एसटी आणि ओबीसी या कोटिक्रमांपासून क्रांतिकारकपणे दूरत्व ठेवले आहे. या संज्ञा कायदेशीरदृष्ट्या निष्पाप आणि वेळप्रसंगी धर्मनिरपेक्षही दिसतात.

'दलित' या कोटिक्रमाला समर्पक अशा भाष्यविज्ञानविषयक कार्य व तिचा ज्ञानमीमांसीय पाया व अस्तित्वनिष्ठ पायावर स्थापित करण्याचा प्रयत्न करणे जरुरी आहे; कारण या कोटिक्रमाला सोडून देता येत नाही. त्यामुळे आपण तिला सैद्धांतिक पातळीवर गोठवून विशिष्टामध्ये ठेवू शकत नाही. (उपरोक्त, पृ.१०६).

'दलित' या कोटिक्रमाला राजकीयदृष्ट्या वेगवेगळ्या व्यक्तींनी भारतभर राष्ट्रीय पातळीवर वापरले आहे. परंतु, हे सत्य आहे, की 'दलित' हा कोटिक्रम

लोकांच्या खोलवर असलेल्या जाणिवांचा अविभाज्य भाग झालेला नाही. लोकांच्या सूक्ष्म पातळीवरील जाणिवांत तो अद्याप परिघावर आहे. दुसऱ्या शब्दांत, विषयातील त्याचे ठिकाण खोलवरील जाणिवांच्या संरचनेतील राजकीय गतिशीलता दर्शविते.

दलितांचे प्रतिनिधित्व करणाऱ्या आपणाजवळ वेगवेगळ्या कोटी आहेत. (जोगदंड, २००६, पृ. ४५). ज्या अनेक अस्मितांचे प्रतिनिधित्व करतात. हे दुसऱ्या शब्दांत सांगायचे म्हणजे दलित या कोटिक्रमाने अद्याप वैशिष्ट्यपूर्ण रूप धारण केलेले नसल्यामुळे आणि म्हणून त्या इतर कोटिक्रमांशी असलेल्या संबंधामुळे वेगवेगळ्या पातळीवरील वास्तविकतेचे वर्णन करते. या वेगवेगळ्या कोटि एकमेकांशी व्यस्त असल्यामुळे कायमस्वरूपी त्या राजकीयदृष्ट्या एकमेकांच्या विरोधी उभ्या ठाकत नाहीत. या सर्व कोटि एका समान तार्किक वर्गाशी जोडल्या गेलेल्या असल्यामुळे शोषण, व्यक्तीचे अमानवीकरण करण्याच्या विरोधात असल्यामुळे सकारात्मकरीत्या आदर्श समाजनिर्मितीचे स्वप्न पाहतात. उदाहरणार्थ, 'बौद्धिस्ट' कोटिक्रम 'दलित' कोटिक्रमाविरोधात, 'दलित' 'बहुजन' विरोधात आणि 'बहुजन' 'मार्क्सवादी' विरोधात कशा राहू शकतात, असा प्रश्न गोपाळ गुरू उपस्थित करून ते पुढे म्हणतात, की समाजव्यवस्थेच्या निर्मितीचे कार्य या सर्व कोटिक्रमांचे आहे; म्हणून 'दलित' कोटिक्रमाची आघाडी वाढण्यात एक तार्किक अंतर्दृष्टी आहे. तसेच 'दलित' कोटिक्रम संकल्पनात्मक दृष्टीने वेग घेत तार्किकतेकडे जातो; कारण त्यात नकारात्मकता आणि समान तार्किक वर्गाशी जोडणीसुद्धा आहे. (उपरोक्त, पृ. ७५).

थोडक्यात, ऐतिहासिकतेने 'दलित' या कोटिक्रमाची निर्मिती झालेली आहे आणि समाजशास्त्रीय आधारावर उभारणी झालेली आहे; म्हणून समाजशास्त्रात या कोटिक्रमाचा वापर व्यापक स्तरावर होताना दिसतो.

सापेक्ष वंचितता व संस्कृतीकरणाच्या पलीकडे

गेल्या दोन दशकांमध्ये समाजशास्त्रीय अभ्यासकांचे लक्ष दलित चळवळीकडे मोठ्या प्रमाणावर वेधले गेले आहे. या समाजशास्त्रीय अभ्यासकांमध्ये उदारमतवादी अभ्यासकांचा गट अत्यंत महत्त्वाचा व प्रभावशाली आहे. भारतात एम.एस. ए. राव यांच्याबरोबर बार्बरा जोशी, हेरॉल्ड आयझॅक, ओवेन लिंच, जेम्स सिल्व्हर वर्ग, सच्चिदानंद, सिंगरव कोहेन, नंदुराम, पी.जी. जोगदंड अशा अनेक संशोधकांचा या गटात समावेश करता येईल. (Guru, १९९३, पृ. ५७०). पी.जी. जोगदंड यांनी सापेक्ष वंचितता सिद्धान्त आणि दलित चळवळीचे विश्लेषण आणि मर्यादा स्पष्ट केल्या आहेत. यात दलित चळवळीचा समाजशास्त्रीय दृष्टिकोनातून अभ्यास करताना पी.जी.जोगदंड यांनी दलित परिप्रेक्ष्यालाही गतिमानता मिळवून दिली आहे.

मर्टन आणि रम्सिमन यांचा संदर्भ घेऊन राव असे मांडतात, की ''सामाजिक

गतिशीलता ही सापेक्ष वंचिततेच्या सिद्धान्तातील पायाभूत संकल्पना आहे. त्या संदर्भात सामाजिक संघर्षाचाही उल्लेख राव यांनी केला आहे.'' ''सापेक्ष वंचिततेची जाणीव विशिष्ट संदर्भ गटाशी व प्रतिस्पर्धेच्या जाणिवेशी जोडली गेलेली असते.'' (उपरोक्त, पृ. ५७०) असे राव यांना वाटते. परंतु, त्यावर विस्तृत चर्चा केलेली नाही. या संकल्पनांचा वापर करून राव व अन्य उदारमतवादी अभ्यासकांनी भारतातील दलित चळवळीचे विश्लेषण केले आहे. दुसरीकडे दलितांमधूनच आता एक नवा मध्यमवर्ग आकाराला येतो आहे. त्यांच्या तुलनेत सामान्य दलित स्वतःला वंचित समजत असल्याने समस्तरीय वंचितताही निर्माण होते. टी.के. ओमेन यांनी म्हटल्याप्रमाणे, ''भारतातील दलितांची वंचितता बहुआयामी आहे.'' (उपरोक्त, पृ. ५७०). या पृष्ठभूमीवर उदारमतवादी अभ्यासक दलित चळवळीचे विश्लेषण करू पाहतात.

सापेक्ष वंचिततेचा सिद्धान्त दलित चळवळीचे सर्वगामी विश्लेषण करण्यास अपुरा आहे, हे स्पष्टपणे म्हणावे लागेल असे गोपाळ गुरू प्रतिपादन करतात. त्यांच्या मते, ''या सिद्धान्ताने दलित चळवळीच्या विशिष्ट ऐतिहासिक टप्प्यावर त्यांचे आकलन होण्यासाठी निश्चितपणे बहुमूल्य मदत केली आहे, हे नाकारून चालणार नाही. भारतीय समाज सरंजामी मूल्याकडून नागरी समाजाकडे वाटचाल करीत असतानाच्या ऐतिहासिक संक्रमण काळातील वास्तव, या सिद्धान्तातून अचूकपणे उलगडले जाऊ शकते.'' (उपरोक्त, पृ. ५७१). या काळात 'दलित' सर्व क्षेत्रातील सामाजिक अभिसरणासाठी कसोशीने धडपड करीत होते. परंतु, वसाहतवादी आणि सरंजामी अशा दोन्ही व्यवस्थांनी त्यांच्यावर लादलेल्या बंधनामुळे ते यशस्वी होऊ शकले नाहीत. या अपयशामुळे निर्माण झालेल्या वंचिततेच्या भावनेतून संस्कृतीकरणाच्या व प्रतिस्पर्धात्मक व्यवहाराच्या प्रक्रिया दलित गटांमध्ये उदयाला आल्या.

सर्वसाधारणपणे संस्कृतीकरणाच्या प्रक्रियेकडे दलितांच्या (किंवा अन्य मागास गटांच्या) जीवनशैलीत बदल घडवून आणणारी सांस्कृतिक प्रक्रिया म्हणून पाहिले जाते. परंतु, १९३० च्या सुमारास महाराष्ट्रात उदयास आलेल्या महार चळवळीचे विश्लेषण केले तर संस्कृतीकरणाच्या प्रक्रियेतून सामाजिक, राजकीय रचनांनाही हादरे बसल्याचे स्पष्ट जाणवेल. ग्रामशीने, 'नकारात्मक (वर्ग) जाणिवेची संकल्पना' या संदर्भात वापरली आहे. (उपरोक्त, पृ. १७०). उच्चवर्गीयांचे अनुकरणाचे प्रयत्न करीत असताना कनिष्ठ समूहामध्ये नकारात्मक जाणिवांचे संघटन होतेच.

गुरूंच्या मते, ''कनिष्ठ जातीच्या संस्कृतीकरणाच्या प्रयत्नांना वरिष्ठ जातींनी जोरकस विरोध केला व त्यातून सामाजिक क्षेत्रात मोठेच तणाव निर्माण झाले. १९३० च्या महार चळवळीतही हे दिसते; कारण संस्कृतीकरणाच्या प्रक्रियेतच

प्रतिसंघटन आणि विद्रोहाची भावना मूळ धरू लागली होती.'' (उपरोक्त पृ. ५७०).

दुसऱ्या बाजूला सापेक्ष वंचिततेच्या आधारावरील अभ्यासकांनी राजकीय, सामाजिक व आर्थिक क्षेत्रातील अनेक सुप्तावस्थेतील अतंर्विरोध उघड केले आहेत. भारतात भांडवलशाहीने प्रवेश केल्यानंतरही उपलब्ध नोकऱ्यांच्या संधीवर जणू उच्च जातीनी मक्तेदारी प्रस्थापित केली; कारण या जातींना सामाजिक अभिसरणाची संकल्पना भयावह आणि समाजव्यवस्थेशी विसंगत वाटत होती. यातून निर्माण होणारे अंतर्विरोध अशा अभ्यासामधून बाहेर आहेत. सर्व क्षेत्रातील सामाजिक गतिशीलतेकडे घेऊन जाणाऱ्या सापेक्ष वंचिततेच्या जाणिवेतूनच भारतातील सामाजिक, राजकीय व प्रशासकीय रचनांचे लोकशाहीकरण सुरू झाले. हा महत्त्वाचा निष्कर्षही या अभ्यासकांनी मांडला आहे. (उपरोक्त, पृ.५७१). अशा अभ्यासकांना समाजशास्त्राच्या मुख्य प्रवाहापासून हेतूतः अलग राखले गेले आहे व 'भारतीय संदर्भाशी विसंगत' म्हणून त्यांची गणना केली गेली आहे. या पार्श्वभूमीवर सापेक्ष वंचिततेच्या चौकटीत केले गेलेले समाजशास्त्रीय योगदान निश्चितपणे मान्य करावे लागेल.

तरीही आजच्या सामाजिक-राजकीय वास्तवाचा विचार करता, दलित चळवळीचे व वास्तवाचे विश्लेषण करण्यासाठी हे सिद्धान्त अपुरे ठरतात असेच म्हणावे लागेल. या संदर्भात नव्याने निर्माण झालेल्या तीन प्रक्रियांचा विचार करावा लागेल. आजच्या व्यवस्थेत ग्रामीण दलितांचा संपूर्णपणे उच्छेद केला जातो आहे. दुसरीकडे भारतात कल्याणकारी राज्यात मोठ्या समस्या निर्माण झाल्या आहेत; तर दलित समूहाच्या हिंदुकरणाची प्रक्रियाही वेग घेत आहे. या तीन प्रक्रियांच्या संदर्भात सापेक्ष वंचिततेच्या सिद्धान्ताची वैधताच धोक्यात आली आहे.

स्वतःपेक्षा वाईट अवस्थेतील समूहाशी स्वतःची तुलना करणे सापेक्ष वंचिततेत कुठेतरी अभिप्रेत आहे. आज मात्र दलित समूह सामाजिक व्यवस्थेतील नीचतम समूह बनल्याने त्यांना नकारात्मक तुलनेसाठी दुसरा समूहच उपलब्ध नाही असे म्हणावे लागेल. गुरूंच्या मते, ''शहरी वास्तवात मात्र सापेक्ष वंचिततेची संकल्पना आजही काही अंशी महत्त्वपूर्ण ठरू शकेल. सापेक्ष वंचितता आणि सामाजिक गतिशीलता या दोन्ही संकल्पनांचा प्रस्थापित व्यवस्थेला स्थैर्य प्राप्त करून देण्यामध्ये अत्यंत महत्त्वपूर्ण वाटा आहे. सापेक्ष वंचिततेची भावना एखाद्या दलित गटात निर्माण झाली, की तो गट उर्वरित दलित समूहापासून अलग पडतो. राज्याच्या अधिसत्तेला आणि एकान्वयी विकास संकल्पनांना आव्हान देणाऱ्या क्रांतिकारी जाणिवा दलित चळवळीत निर्माण होऊ शकत नाहीत. त्याऐवजी समान सामाजिक परिस्थितीत जगणाऱ्या अन्य गटाविषयी द्वेषाची भावना जन्म घेते.'' (उपरोक्त, पृ.५७१).

गोपाळ गुरू 'सापेक्ष वंचितता' या संकल्पनेचे मूल्यमापन करताना लिहितात की ''काय.असू शकेल, याऐवजी काय आहे एवढ्याचेच वर्णन 'सापेक्ष वंचितता' करते. सामाजिक वास्तवाचे हे वर्णन अपुरे व अर्धवट आहे. समाजशास्त्राची विश्लेषक भूमिका ते नाकारते. दुसरीकडे दलितांच्या क्रांतिकारी जाणिवांनाही नकार देणारे आहे. या सिद्धान्तानुसार दलितांच्या राजकीय कृती त्यांच्या मूळ प्रश्नांवर संघटित न होता भौतिक-सांस्कृतिक प्रभुत्वाचे क्षेत्र ताब्यात असणाऱ्या पुढारलेल्या जातीसमूहांच्या संदर्भातच आकार घेतात.'' (उपरोक्त, पृ.५७२). अशाच प्रकारचे मूल्यमापन जोगदंड यांनी देखील केलेले आहे. (जोगदंड, २००६, पृ.१४-१५).

सापेक्ष वंचिततेची भावना दलितांमध्ये व सर्वच शोषित वर्गांमध्ये जागती ठेवण्यात राज्याचाही मोठाच सहभाग आहे.

सापेक्ष वंचिततेची संकल्पना ग्रामीण दलितांचे वास्तव समजून घेताना अपुरी ठरत असली तरी शहरी चौकटीतील अगदी सूक्ष्म का होईना पण महत्त्वाच्या गटाचे (दलित अभिजन) समाजशास्त्रीय विश्लेषण करण्यासाठी ती उपयुक्त ठरत होती. परंतु आता कल्याणकारी राज्याची होत असणारी पिछेहाट, दलितांचे हिंदूकरण करण्याचे हिंदूत्ववादी शक्तींचे प्रयत्न, दलितांचा बौद्ध संस्कृतीचा स्वीकार या प्रक्रियांच्या पार्श्वभूमीवर सापेक्ष वंचिततेसारखे सिद्धान्त अत्यंत तकलादू ठरतात. (उपरोक्त, पृ. ५७१).

गेल्या काही वर्षांमधल्या राजकीय व धार्मिक क्षेत्रातील घडामोडी दलितांची वाटचाल सापेक्ष वंचिततेकडून संपूर्ण वंचिततेकडे होत असल्याचे दर्शवितात.

सांस्कृतिक पातळीवर एक निराळीच प्रक्रिया घडते आहे. वरिष्ठ जातींचे सामाजिक रीतीरिवाज दलितांना स्वीकारता येणार नाहीत, अशी बंधने इथल्या जातिव्यवस्थेने दलितांवर घातली होती. यातून सापेक्ष वंचिततेची भावना सांस्कृतिक पातळीवर निर्माण झाली. १९३० नंतर स्वायत्त संघटनातून दलितांनी या भावनेवर मात केली. परंतु, आज दलितांना सवर्ण जातिव्यवस्थेत सामावून घेण्याचा प्रयत्न हिंदुत्ववादी शक्तींनी चालवला आहे. त्यांचे हेतू प्रामाणिक नसतील, पण संस्कृतीकरणाच्या चळवळीला त्यामुळे खीळ बसेल हे निश्चित!

''सापेक्ष वंचिततेचा सिद्धान्त श्रेणीबद्ध रचनेच्या चौकटीतच विश्लेषण करू शकत असल्याने या चौकटीत आंबेडकरांच्या धर्मांतराचे विश्लेषण करता येत नाही.'' (उपरोक्त, पृ. ५७२). कारण आंबेडकरांचा विचार श्रेणीबद्ध समाजरचनेच्या पलीकडे, समानतेवर आधारित समाजाचा विचार होता, हे धर्मांतराने स्पष्ट केले आहे. गोपाळ गुरू यांच्या मते, ''बदलत्या सामाजिक, आर्थिक वास्तवात स्वतःचे सिद्धान्त तपासून पाहत पुढे जाणे हे विश्लेषक सामाजिक शास्त्रांचे व्यवच्छेदक लक्षण

आहे. हाच न्याय लागू करून आता तळागाळातून निर्माण होणाऱ्या सर्वच चळवळींचे मूल्यमापन नव्या प्रकाशात, नव्या सिद्धान्ताच्या आधारे करणे गरजेचे आहे.'' (उपरोक्त, पृ.५७२).

थोडक्यात, ''समाजशास्त्रीय दृष्टिकोनातून जातीव्यवस्थेचे आकलन कशा प्रकारे केले गेले याचा विचार करतेवेळी भारतीय समाजशास्त्रातील जातीचे आकलन हे अपूर्ण, पक्षपाती, पूर्वग्रहयुक्त असल्याचे दिसते.'' संकल्पनात्मक साधनसामग्रीच्या चुकीच्या पद्धतीने समकालीन जातीय वास्तवतेची मांडणी केल्यामुळे ही विद्याशाखा केवळ घटनांच्या निर्णायक घटकांकडे दुर्लक्ष करीत नसून ते कोणत्या चुकीमुळे चूक करीत आहेत, याचा विमर्शात्मक विचार होताना दिसत नाही असे यांना वाटते.

जातीय असमानता – समाजशास्त्रात अदृश्य

'जातीय असमानता' ही समाजशास्त्रीय संशोधनाच्या दृष्टीने अतिशय महत्त्वाचा प्रश्न असून अभ्यासासाठी एक मोठे आणि विख्यात अध्ययनाचे क्षेत्र आहे. तरीही तुलनेने हे क्षेत्र अविकसितच नसून त्याचे ज्ञानशाखेच्या परिघावरील स्थान अद्यापही अदृश्यच आहे; म्हणून 'जातीय असमानतेचे' समाजशास्त्रीय दृष्टिकोनातून आकलन कशा प्रकारे केले गेले याचा विचार करणे आवश्यक आहे. पाणिनीचा दृष्टिकोन असा होता, की 'समकालीन समाजात प्रत्येक क्षेत्रात उच्चवर्गीयांचे प्रभुत्व दिसते तर खालच्या आणि मध्यमवर्गातील लोकांचे प्रतिनिधित्व दिसत नाही.' (उपरोक्त, पृ. २००).

सतिश देशपांडेंच्या मते, ''जातीय असमानता काही भ्रम नाही, तर ती एक वास्तवता आहे; पण अद्याप भारतीय समाजशास्त्रात त्याला महत्त्व दिलेले नाही. जेव्हा कधी आम्ही भारतीय समाजशास्त्राचा विचार करतो तेव्हा जातियव्यवस्थेचा करतो. त्यामुळे जातिव्यवस्थेवर आधारित खूप अभ्यास झालेला आहे; पण अद्यापही त्यात अनेक गोष्टी आहेत, की ज्यांचा अभ्यास झालेला नाही, त्या स्पर्शील्या गेल्या नाहीत.'' (उपरोक्त, पृ.२००).

थोडक्यात, जातीय असमानतेवर खूप कमी भर देऊन अभ्यास झाला; म्हणून स्वातंत्र्योत्तर समाजशास्त्रात जातिव्यवस्थेचा दोन प्रकारच्या दृष्टिकोनातून अभ्यास केला गेला. त्यात १) लुई ड्यूमाँट आणि २) एम.एन. श्रीनिवास होत. (Selvam, 1999, P. 166).

लुई ड्यूमाँट यांनी १९७० साली 'होमो हिरारकीकस : द कास्ट सिस्टम अँड इट्स इंप्लिकेशन्स' (Homo Hierarchicus : The Caste System and its Implications) प्रकाशित केलेल्या ग्रंथात प्राचीन धर्मग्रंथाच्या आधारावर, भारतीय प्राच्यविद्येच्या आधारावर व संरचनात्मक दृष्टिकोनाच्या आधारावर जातिव्यवस्थेची

वास्तवता विशद करण्याचा प्रयत्न केला. प्रत्येक लहानमोठ्या जाती समुदायात एकजिनसीपणा (Homogenity) जरूर आढळून येतो. मात्र, जेव्हा अन्य जातिसमुदायांबरोबर संबंध प्रस्थापित करतात तेव्हा त्यांच्यात श्रेष्ठ-कनिष्ठतेच्या संकल्पना जोपासण्याचा प्रयत्न केला जातो. (गजेंद्रगडकर/मारुलकर, २०००, ३५०-३५१).

भारतीय समाजाच्या मूल्यव्यवस्थेचे (Value System) अध्ययन करीत असताना लोकांच्या वर्तनविषयक व्यवहारांवर नियंत्रण टाकणाऱ्या जातिव्यवस्थेचे अध्ययन करणे जरुरी असते. भारतीय समाजाची गुणवैशिष्ट्ये विशद करतेवेळी ड्यूमाँट यांनी विविधतेतून एकता (Unity in Diversity) समाजाची श्रेणीरचना, शुद्धाशुद्धतेच्या संकल्पना आणि सामजिक संघटन यावर विशेष भर दिला. (उपरोक्त, पृ. ३५१). ड्यूमाँट यांनी १९६० साली 'World Renonciation in Indian religion' या लेखात धर्म, अर्थ व काम या तीन पुरुषार्थांचा अन्वयार्थ कर्तव्य (Duty), नफा (Profit) आणि समाधान (Pleasure) या पद्धतीने लावण्याचा प्रयत्न केला.

डिक्लँग क्विंग्ले यांनी त्यांच्या 'Interpretation of Caste' या पुस्तकात ड्यूमाँटच्या जातीविषयक सिद्धान्ताचा आढावा घेतलेला आहे. ते म्हणतात -

"Dumont's thoery of caste rests on what he believes is the uniquely Indian disjunction of status and power. Essentially this is a theory of the supremacy of the Brahman caste, and for Dumont this is synonymous with the supremacy of the priest over his political lord or king. In general, while some anthropologists (through remarkably few) have been rather uneasy about the alleged Hindu disjunction of stutus and power, the supremacy of the Brahman is seldom doubted. The proposition that Brahmans are the highest caste is the first thing most people learn about caste, and few regard it as contentious" (Quigley, P. 55).

ड्यूमाँटने प्रस्थापित केलेली श्रेणीबद्ध परंपरेची संकल्पना जाती असमानतेविषयीची चर्चा करते; पण असमानता असल्याशिवाय श्रेणीबद्ध परंपरा दिसत नाही, असे सतिश देशपांडे म्हणतात. जवळजवळ प्रत्येक जण हा इतरांपेक्षा असमान असतो. हा जातिव्यवस्थेचा महत्त्वाचा भाग आहे. (Deshpande, 2005, P. 203).

ड्यूमाँटच्या जातिव्यवस्थेच्या प्रारूपाप्रमाणे क्षत्रियांना ब्राह्मणांपेक्षा दुय्यम स्थान आहे. म्हणजेच धर्मनिरपेक्ष सत्ता असलेल्या क्षत्रियालासुद्धा ब्राह्मणांकडून धार्मिक मान्यता मिळवावी लागते. उच्चकर्मकांड असलेले ब्राह्मण हे धर्मनिरपेक्ष सत्ता असलेल्या जातींपेक्षा दुय्यम होतात; म्हणून ड्यूमाँटचे जातीस्तरीकरण व्यवस्थेचे

आकलन हे असमानतेला खूप मवाळ बनविते. मानववंशशास्त्रातील जातीला पूरकत्वता प्रदान करते म्हणून हा मुद्दा जातीय आणि वांशिक गटातील अंतर दाखवितो. जातीय संरचनेत सर्व जाती एक ठरावीक स्तरीकरण व्यवस्था स्वीकारतात, स्वतःचे त्यातले स्थान पण मान्य करतात; पण वांशिक गटाचे स्वतःबद्दलचे सामाजिक स्तरीकरण हे कायम उच्च असते. एक वांशिक गट हा संरचनात्मक आणि कार्यात्मकदृष्ट्या सारखाच असतो; पण जाती या कार्यात्मकदृष्ट्या वेगळ्या आणि एकमेकांना पूरक असतात. त्याचे सर्वांत उत्तम उदाहरण म्हणजे 'श्रमाची विभागणी ही जातीची आवृत्ती आहे.' (Division of labour version of caste).

ड्यूमाँटीयन विचारधारा खूप प्रभावशाली ठरलेली आहे. ही विचारधारा जाती या संकल्पनेला राजकीय संघर्ष आणि भौतिक जगापासून अलग करते आणि धार्मिक कर्मकांडीय विचारधारा विश्वास व्यवस्थेच्या (Belief System) जवळ घेऊन जाते. म्हणून मानववंशशास्त्र हे जातीचे धार्मिक ग्रंथ, कर्मकांडीय स्थिती आणि त्याचे 'पवित्र' आणि 'अशुद्धते'शी असलेले संबंध विवाह आणि भोजनाशी संबंधित असलेले दिसते. (Deshpande, 2005, P.204).

१९६० आणि १९७०च्या दशकात क्षेत्रकार्य पद्धतीला महत्त्व दिल्यामुळे जातींचे संबंध, तिच्या गतिशीलतेचे आकलन वर्ग आणि सत्तेला विशिष्ट प्रादेशिक संदर्भात अडकवण्यात खूप मोठी मदत झाली; पण जातीय असमानतेच्या संदर्भात या प्रवाहाचा विचार केल्यानंतर त्याच्या मर्यादा लक्षात आल्या.

ए.एम.शहा यांनी असे दाखवून दिले आहे, की श्रीनिवास ज्यांना जातीचा 'समस्तरीय पैलू' (Horizontal dimension) म्हणतात त्याला १९३१ नंतर उतरती कळा लागली. (Deshpande, 2005, P.205). त्या वेळी शेवटी परिणामकारकपणे जातीचा जनगणनेत विचार केला गेला. स्वातंत्र्योत्तर भारतात त्याचे स्थान 'Village Studies' च्या परंपरेने घेतले; म्हणून जातीच्या उभ्या एकतेने मोठ्या प्रमाणात लक्ष वेधून घेतले. (उपरोक्त, पृ.२०५).

एस. सेल्व्हम यांनी लिहिलेल्या 'Dalits in modern India' या पुस्तकात 'Sociology of India and Hinduism : Towards a method' या नावाचा महत्त्वपूर्ण लेख लिहिला ते म्हणतात – "For Srinivas (1977, 42) 'Brahmanisation is subsumed in the wider process of sanskritisation though at some points Brahmanisation and sanskritisation are at varience with each other.' Srinivas prefers the term sanskritization to Brahmanisation as certain vedicrities are confired to the Brahmanas.

(Srinivas; 1952, 30) since he derives the concept of Brahmanisation from the top category of the Verna-jati model, namely, the Brahmans, he finds the term narrow and therefore uses a common term to cover other categories of the twice-born, namely the Kshatriyas and the Vaishyas. He takes the Sanskrit language and texts written in it as the basis for designating the process in question. In this way he is able to present an innocuous term and a picture of a conflict-free process" (Selvam 1999, P. 172).

एस. सेल्व्हम म्हणतात, "ब्राह्मणीकरण ही संकल्पना ब्राह्मण या कोटिक्रमातून घेतलेली नसून ती ब्राह्मवादी विचारसरणीतून घेतलेली आहे. सामाजिक स्तरीकरण आणि त्यांची आपापली कर्तव्ये ब्राह्मणी विचारसरणीनुसार स्थानांकित केले जातात. म्हणून ब्राह्मणी विचारसरणीलाच आव्हान केले पाहिजे." (Selvam 1999, P. 172).

ड्यूमाँटीयन 'Book View' मध्ये भौतिक असमानता दृष्टिक्षेपात उपलब्ध नाही. त्याचप्रमाणे श्रीनिवासीयन 'Field View' ने देखील जातीय असमानतेबद्दल नोंद दिलेली नाही; कारण श्रीनिवास यांचा मुख्य जोर हा जातिअंतर्गत परिवर्तनावर होता. मुख्यतः असा बदल जो निम्न जातींना ऊर्ध्वगामी गतिशीलतेकडे घेऊन जाणारा आहे. संस्कृतीकरण, प्रभावी जाती आणि 'व्होट बँक' सारखी लोकप्रिय संकल्पनादेखील सत्ताविहीन जातींना आलेले महत्त्व आणि सत्ता अधोरेखित करतात. (उपरोक्त, पृ. २००६).

समुदाय विकास योजनेसाठी लोकशाही सत्तेच्या विक्रेंदीकरणावर आधारलेल्या पंचायत राज्याचा भारतात पुरस्कार केल्यापासून ग्रामीण समाजरचनेत आमूलाग्र स्वरूपाचे बदल होऊ लागले. आर्थिक व राजकीय सत्तेचे अभिसरण ग्रामीण पातळीपर्यंत जसजसे होऊ लागले तसतसे ती सत्ता (Power) हस्तगत करण्यासाठी जाती समुदायांचा अधिक प्रमाणात अवलंब केला जाऊ लागला असे मत डॉ. एस. सी. दुबे, योगेंद्रसिंग, बी.एस.बावीसकर, आंद्रे बेताई, पार्वथम्मा, आर.एन. हळदीपूर यांनी आपापल्या ग्रंथात संशोधनात्मक अध्ययनातून स्पष्ट केले. (गजेंद्रगडकर/ मारुलकर, २००० पृ. ३५१).

धर्म, जात, पैसा, अज्ञान, दारिद्र्य यांचा राजकरणी लोक ज्या ज्या पद्धतीने अवलंब करतात, त्यामुळे जातिव्यवस्था या अधिक बळकट होऊ लागल्या, असे समाजशास्त्रज्ञांचे मत आहे. एवढेच नव्हे तर मतदारांच्या वर्तन व्यवहारासाठी (Political Behaviour) जातीय स्वरूपाची अभिवृत्ती विकसित होऊ लागली. (गजेंद्रगडकर/ मारुलकर, २०००, पृ.३५१).

डॉ. ए. आर. देसाई यांनी संपादित केलेल्या 'Rural Sociology in India' या ग्रंथात डॉ.एस.सी.दुबे यांनी १९६९ साली 'Community Development : A critical Review' हा लेख प्रकाशित केला. या लेखात समुदाय विकास योजना पंचायत राज्याद्वारे अंमलात आणल्यामुळे सत्तेची अनेक केंद्रे ग्रामीण समाजात निर्माण होऊ लागली व ही सत्तेची केंद्रस्थाने आपल्या नियंत्रणाखाली असावीत या जाणिवेतून राजकारणी व्यक्ती जातिव्यवस्थेचा आधार घेऊ लागली व त्यातून जातीयतेवर आधारलेल्या लहानमोठ्या गटांत राजकीय वैमनस्य निर्माण होऊन ग्रामीण भागातील एकजिनसीपणाला धोका पोहोचू लागला, अशी प्रतिक्रिया डॉ. दुबे यांनी १९६८ साली 'Contributions to Indian Sociology' च्या नियतकालिकात Caste Dominance and Functionalism' या लेखात केली आहे. (उपरोक्त, पृ. २५३).

थोडक्यात, जातिप्रश्नावर समाजशास्त्रज्ञांना जनसामान्यांच्या दृष्टिकोनापेक्षा वेगळी अंतर्दृष्टी दाखविता आली असती, पण त्यांनी जातीय असमानतेच्या प्रश्नावर मौन पाळण्याचे काम केले. याचे भारतीय समाजशास्त्राजवळ उत्तर नाही. तसेच त्यांनी कधीही जातीय असमानतेच्या प्रश्नावर कळकळीने रस दाखविलेला नाही. महत्त्वाचा मुद्दा हा आहे, की या प्रश्नावरील लक्ष देण्यातील कमतरता हा भारतीय समाजशास्त्राचा नेहमीचा उद्योग आहे. याबाबत फक्त अभ्यासकांची मनोभूमिका महत्त्वाची नाही तर त्याहीपेक्षा त्या विशिष्ट शाखेने स्वीकारलेला ज्ञानमीमांसीय बौद्धिक दृष्टिकोनही महत्त्वाचा आहे. तसेच राष्ट्रसंस्थेच्या संदर्भात ते तो कसा विकसित करतात हेदेखील पाहणे जरुरी आहे.

ज्ञानमीमांसीय बौद्धिक दृष्टिकोनानुसार प्रश्नांच्या उत्तरांमध्ये कशाचा समावेश केला गेला हे पाहणे महत्त्वाचे आहे. कशा प्रकारचे साहस भारतीय समाजशास्त्र करते? कोणत्या प्रकारचे ज्ञान ते निर्माण करते? या प्रश्नांची उत्तरे दिल्यानंतर आपणास समाजशास्त्राच्या जातिविषयक दृष्टिकोनातून काहीतरी निसटून जात आहे हे समजेल व दलित परिप्रेक्ष्याचे महत्त्व समजेल.

१९९० नंतर – विमर्शात्मक पुनर्विचार

स्वातंत्र्योत्तर काळात जातीय हाडवैर किंवा दीर्घद्वेष असण्याचे कारण म्हणजे राष्ट्रीय चळवळ आणि त्याची जातीयतेविरोधी मोहीम आणि दुसरे म्हणजे भारतीय समाजाच्या उत्थानासाठी निर्माण केलेल्या उत्तर वसाहतकालीन योजनांना भारतीय समाजाने दिलेला प्रतिसाद; हे दोन्ही घटक खूप गुंतागुंतीचे आहेत.

सतीश देशपांडे यांनी 'Confronting Caste Inequality' या लेखात मंडलविरोधात समाजशास्त्रज्ञांनी घेतलेल्या भूमिकेची चिकित्सा केली आणि धोरणात्मक दृष्टिकोनातून जातीय विषमतेवर भर दिला असल्याने समाजशास्त्रज्ञांचे अपयश असल्याचे

स्पष्ट केले. (Dahivale, 2005, P.28). सामाजिक विषमतेवरील गोयलच्या अभ्यासावर (१९९२) सतीश देशपांडे यांनी सहमती दर्शवून समकालीन भारतात जातीय विषमता कशा प्रकारे तीव्र होऊन कार्यरत आहे, हे दाखविले; म्हणून उच्च आणि प्रभुत्वशाली हिंदू जातींची अधिसत्ता हे या दोन्ही अभ्यासकांपुढील आणि सामाजिक-राजकीय अभ्यासकांपुढील आव्हान आहे, त्यातून प्रमुख प्रवाही विचारसरणीवर मूलगामी (Redical) कल्पनांचे वर्चस्व निर्माण होईल.

समाजशास्त्रज्ञांचा मंडल आयोगासंदर्भात विचार करताना त्यांनी घेतलेल्या भूमिकेचा विचार करावा लागेल. मंडल आयोगाने आपल्या अहवालाच्या उपोद्घातामध्ये नामवंत समाजशास्त्रज्ञ एम.एन.श्रीनिवास, योगेंद्रसिंग आणि बी.के.रॉ.बर्मन या प्राध्यापकांनी आयोगाची सामाजिक व शैक्षणिक पाहणी करताना बहुमोल मदत केल्याबद्दल कृतज्ञता व्यक्त केलेली आढळते. मंडल आयोगाच्या अहवालाची अंमलबजावणी करण्याचा निर्णय व्ही.पी.सिंग यांनी या अभ्यासकांच्या ध्यानीमनी नसताना जाहीर करताच ऑगस्ट ते ऑक्टोबर १९९० पर्यंत विशेषतः उत्तर भारतात आरक्षणविरोधी आंदोलनाचा वणवा पेटला. जवळजवळ १० वर्षे मौन धारण केलेल्या या नामवंत अभ्यासकांनी अहवालातील शिफारशींशी आपला काहीही संबंध नसल्याचे सांगून मंडल आयोगाबरोबर आपले कसे तीव्र मतभेद झाले ते वृत्तपत्रांच्या प्रतिनिधींना सांगण्यास सुरुवात केली. (फडके, २००६, पृ. ४५).

''जातीच्या मोजमापाने मागासलेपण मोजण्याची पद्धत मुळातच असमाधानकारक होती. त्यापेक्षा व्यवसायाच्या आधारे मागासलेपण निश्चित करण्याकडे आपला कल होता. कदाचित जात आणि व्यवसाय या दोन्ही कसोट्यांच्या आधारे मागासलेपण ठरवणे योग्य झाले असते'' असे बी.के. रॉय बर्मन म्हणतात. (उपरोक्त पृ. ४५). ''जातीच्या आधारावर शाळांमध्ये आणि विद्यापीठांमध्ये शिक्षकांची व प्राध्यापकांची भरती केल्यामुळे भ्रष्टाचार वाढतो. नालायक माणसे विद्यार्थ्यांचे नुकसान करतात. अशा शब्दात एम.एन. श्रीनिवास यांनी आरक्षण धोरणावर झोड उठवली. (फडके, २००६, पृ. ४५). भारतीय घटनेने समताधिष्ठित समाजाची स्थापना हे उद्दिष्ट मानले असले तरी आरक्षणनीतीमुळे आपण त्या उद्दिष्टांच्या दिशेने जाण्याऐवजी दूर जात आहोत, असे एम.एन. श्रीनिवास यांना वाटत होते. स्वातंत्र्यप्राप्तीला ४० वर्षे उलटल्यानंतर असे प्रतिगामी पाऊल उचलणे इष्ट नाही.'' असे योगेंद्रसिंग म्हणाले. (उपरोक्त, पृ. ४५). जात हा वर्गाचा आधार मानण्यास आवश्यक ती पुरेशी आधारसामग्री नव्हती असाही आक्षेप त्यांनी घेतलेला दिसतो. १९५१च्या जनगणना अहवालातील जातींच्या जुन्या व कालबाह्य झालेल्या आकडेवारीच्या आधारे अंदाजाने टक्केवारी ठरवणे अशास्त्रीय होते, असे बी.के.रॉय बर्मन यांचे म्हणणे होते. (पहा- पुरोगामी सत्यशोधक-

जाने. ते जून २००६. अंक १-२ वर्ष ३२).

एकंदरीत, जनसामान्यांच्या सामान्य ज्ञानापलीकडे या समाजशास्त्रज्ञांनी काहीही विशेष सांगण्यास असमर्थता दाखविली आहे. चिकित्सक, सामाजिक शास्त्रज्ञांकडून जी अपेक्षा असते ती भूमिका पार पाडण्यात ते असमर्थ ठरले. ज्यातून लोक त्यांची मूल्ये, यावर विश्वास करतील असे समाजशास्त्रज्ञांकडून काहीही झालेले नाही.

तसेच, 'गरिबी हटाव' च्या अपयशानंतर एकात्म तसेच सार्वजनिकता निर्माण करण्यात भांडवली विकास अपयशी ठरल्यानंतर जात व राजकारण यांच्या संबंधांनी नवे वळण घेतले. औपचारिक सार्वजनिक चर्चाविश्वात जातीचा प्रश्न उघडपणे स्वीकारला जाण्यामधून हा टप्पा साकारला; म्हणून त्याला मंडलनंतरचा टप्पा असे म्हणावे असे डॉ. सुहास पळशीकर यांना वाटते. (पळशीकर, २००७, पृ. १९).

मागासलेपणाची वर्गवारी जातीच्या संदर्भात करून ती प्रशासकीय पातळीवर सुस्थापित होणे, सर्वोच्च न्यायालयाचे या धोरणावर शिक्कामोर्तब होणे, स्थानिक शासन यंत्रणांच्या पातळीवर जातीच्या आधारे प्रतिनिधित्व व सत्तापदे आरक्षित ठेवली जाणे इ. मार्गांनी आपले औपचारिक चर्चाविश्व बदलत गेले. मात्र नेमक्या याच टप्प्यावर खुद्द जातिसमाजाची रचना ढवळून निघण्याला गती आलेली आहे. जातीचे परस्परसंबंध, जातींच्या पारंपरिक उतरंडीतील फेरफार, जात आणि व्यवसाय यांच्या नव्या आकृतिबंधाचा उदय आणि नवभांडवलशाही व्यवस्थेतून जात पोखरली जाणे या सर्वांमुळे नव्वदीच्या दशकात जातिव्यवस्थेचा पेचप्रसंग नकळतपणे साकारला. त्यामुळे प्रचलित वर्गवाऱ्या व प्रचलित समीकरणे दोन्ही अप्रस्तुत ठरण्याची शक्यता निर्माण झाली.

पण समाजशास्त्रीय चर्चाविश्वाच्या पातळीवर जातवास्तवातील बदलाकडे दुर्लक्ष करण्यात आले आणि त्यानंतर डरबनमध्ये जातीला वंशाच्या पश्चिमी व्याख्येच्या समकक्ष ठरवण्याचा विचार मांडण्यात आला. (शेठ, २००१, पृ.१५५).

या प्रस्थापित चर्चाविश्वाला दलित विमर्शाच्या पद्धतीने मांडणी करणे गरजेचे आहे; कारण दलित-विमर्श हा सर्वांगीण अंगाने दृष्टिक्षेप करणारा विचार आहे. यामुळे मुक्ततेची सैद्धांतिक प्राप्ती होते. यामध्ये राज्यसंस्थेची समीक्षा अंतर्भूत होते. हा वैश्विक विमर्श असून जातिविरोधी आहे. हा अनेक वादांच्या संमिश्रणातून अस्तित्वात येतो. त्यात प्रामुख्याने आदिवासी, दलित व स्त्रीवाद यांच्यात सहजासहजी दुवा निर्माण होतो. याचे राजकीय पडसाद अवमानित घटनांच्या इर्दगीर्द उमटतात. सार्वजनिक जीवनातील प्रचलित गरजा संकुचित वाटतात, हा कल मतांच्या राजकारणापासून अलिप्त राहून स्वतंत्र व वेगळ्या अभिव्यक्तिकडे झुकतो. यामध्ये हिंदू ईसाई, बौद्ध आणि सेक्युलरवादाच्या संबंधातील विचारधारेचे मिश्रण आढळून

येते. हा चालू घडामोडींना आव्हान देतो.

चर्चेच्या या टप्प्यावर दलित–विमर्श अकादमीय समाजशास्त्र आणि मंडलविरोधी राजकारणाला आव्हान देताना दिसत असले तरी 'दलित विमर्श' पायाभूत रूपात एका वेगळ्या पद्धतीच्या राजकारणाच्या शोधाचे नाव आहे. शिव विश्वनाथनच्या मते, ''मंडलवाद भारतीय लोकशाहीतील संविधान, समाजवाद राष्ट्र–राज्य, आरक्षण आणि निवडणूक राजकारणाच्या प्रतिमानांमध्येच काम करतो. नवीन दलित विमर्शाचा शोध या चौकटीच्या पलीकडे जाऊनच केला जाऊ शकतो. मुक्तीच्या राजकारणानुसार डरबनला एका महत्त्वपूर्ण अनुभवाच्या रूपातही पाहिले जाऊ शकते. दलितांवर होणाऱ्या अन्याय–अत्याचाराला मानवाधिकार उल्लंघनाच्या भद्रतापूर्ण चौकटीत परिभाषित करून मर्यादित केले जाऊ शकत नाही. मुक्तीच्या नवीन सिद्धान्तांची पेरणी करावीच लागेल. ज्यात साहित्य आणि राजकीय सिद्धान्ताचा एक नवीन ताळमेळ असेल.'' (विश्वनाथन, २००२, पृ.३७४).

मुक्तीची प्रत्येक कार्यवाही एका नवीन सुरुवातीची पूर्तता करत असते. त्यासाठी नॅसीच्या मताप्रमाणे मुक्तीची 'दलित' संकल्पना उपस्थित राजकीय विचारांना पूर्णपणे निष्कासित करील. खरे तर मग हा विचार आरक्षणाविषयी, राजकीय कल्याणाविषयी, लोकशाहीविषयी असो किंवा आत्ममुग्ध मंडलवाद याविषयी असो. कोणत्याही नवीन सिद्धान्तामुळे प्रस्थापित राजकारणातील अशा अनेक वर्ग श्रेणी भयभीत होतील. (दुबे, २००२, पृ.३७५). मागच्या काही दिवसांत नागराज आणि कांचा ऐलय्यांच्या, उमा चक्रवर्तींच्या रचनांचा जवळजवळ असाच परिणाम झालेला आहे.

कांचा ऐलय्या जागरूक आणि गंभीर दृष्टीसंपन्न दलित बहुजनवादी विचारवंत आहेत. त्यांनी 'Why I am not a Hindu?' हे महत्त्वपूर्ण पुस्तक लिहिले, त्यात त्यांनी डॉ. आंबेडकर, म. फुले यांच्या संघर्षशीलतेमधून निर्माण झालेल्या विचारदर्शनाला व्यापक रीतीने पाहण्याचा प्रयत्न केला आहे. प्रस्तुत पुस्तकात दलित बहुजन संस्कृती आणि ऐतिहासिक पार्श्वभूमीला चिकित्सकपणे व्यापकता मिळवून दिली आहे. त्याचबरोबर दलित चळवळीला योग्य दृष्टिकोनातून समजण्यामध्ये मदत केलेली आहे. कांचा ऐलय्याने उत्पादन आधारित समाजाच्या जीवनाबद्दलचा दृष्टिकोन काय होता? त्या समाजात स्त्रीची काय भूमिका आहे? सामाजिक चेतनेचा काय अर्थ आहे? या अनेक प्रश्नांचा शोध घेतला आहे. सगळ्यात महत्त्वपूर्ण बाब ही आहे की, कांचा ऐलय्याने ब्राह्मणवादी संस्कृतीकरणाच्या संकल्पनेला पर्यायी रूपात दलितीकरणाची संकल्पना मांडलेली आहे. वरील विचाराला अनुसरून उमा चक्रवर्ती यांच्या विचारांचा संदर्भ देणे जरुरी वाटते. उमा चक्रवर्तींनी दलित दृष्टिकोनाचा बहुअंगांनी विचार करतेवेळी ब्राह्मणी पुरुषसत्तेची संकल्पना मांडली. तसेच ('Rewriting History, the

Life and times of Pandita Ramabai' 1999) या महत्त्वपूर्ण ग्रंथामध्ये स्त्रीवादी इतिहासलेखन हे अब्राह्मणी परिप्रेक्ष्यातून केलेले आहे. प्रस्तुत लेखनामध्ये त्यांनी वसाहतपूर्व काळ आणि वसाहतकाळ या दोन्ही कालखंडाचे जात, वर्ग आणि लिंगभावाच्या संदर्भात विश्लेषण केले आहे. असे करताना त्यांनी बदलते राजकीय अर्थकारण, सत्ताधाऱ्यांचे हितसंबंध आणि जातिव्यवस्था परस्परांना पोषक आणि जोपासणारे बंध कसे निर्माण करतात, तसेच जात आणि लिंगभाव यांचे नाळेचे नाते कसे आहे, हे उमा चक्रवर्तींनी या ऐतिहासिक संदर्भातून स्पष्ट केलेले दिसते. (भागवत/परदेशी, १९९८, पृ.१६२).

या सर्व बाबींतून जातवर्ग स्त्रीदास्य अंतक प्रबोधन गतिमान करण्यासाठी व समताधिष्ठित मुक्तीदायी शिक्षणप्रणाली विकसित करण्याच्या उद्देशासाठी दलित non-brahmani अब्राह्मणी परिप्रेक्ष्याची उपयोगिता आणि व्यावहारिकता लक्षात येते.

(Dahiwale,२००५) यांनी अब्राह्मणी दृष्टिकोनाची खालील महत्त्वपूर्ण वैशिष्ट्ये सांगितली आहेत.

१. अब्राह्मणी दृष्टिकोनाचा पाया हा मानवतावादी तत्त्वज्ञानावर आधारित असलेले धर्म. उदाहरणार्थ, बौद्धधम्म, संतांच्या भक्ती चळवळीतील शिकवण, म. फुलेंचा सार्वजनिक सत्यधर्म इ. हा आहे.

२. ब्राह्मण्यवादाविरुद्ध एकजूट होऊन संघर्ष करणाऱ्या सामाजिक ताकदीचे आकलन होण्यास मदत होते.

३. सामाजिक विषमतेचे परीक्षण आणि विश्लेषण करण्यावर दृष्टिक्षेप टाकून जीवनाच्या विविध पैलूंवर ती प्रथा, व्यवहार (Practice) परिघावरील सामाजिक गटांवर कशा प्रकारे परिणाम करते ते दाखविते.

४. जात आणि लिंगावर आधारित स्तरीकरणाने निर्मित समाजातील दबलेल्या/वंचित घटकांना, शोषितांना ओळखण्यात उपयोगी ठरतो.

५. ब्राह्मणी आणि अब्राह्मणी परंपरेतील ज्ञानाच्या दुहेरी वर्चस्वाला स्पष्ट करते.

६. या दृष्टिकोनातून जी ज्ञानाची चौकट निर्माण होते ती जात, धर्म, लिंगभाव व विषमतेविरुद्ध कृतिशीलता निर्माण करतो.

७. यात असे गृहीत आहे, की अशा कृतिशीलतेमुळे असमानता कमी होईल.

८. जुन्या काळातील मिथस् (Myths) वर विश्वास ठेवून मौखिक परंपरादेखील इतिहासाचे विश्लेषण करण्याचे स्रोत आहे, असे मानतो.

९. दबलेले, शोषित, अस्पृश्य, आदिवासी, मुस्लीम ख्रिश्चन, भटके इ. समुदायांच्या एकतेवर विश्वास ठेवते. (Dahiwale, 2005; P. 29-30).

सामाजिक शास्त्रांच्या चर्चाविश्वाची विमर्शात्मक दलित पुनर्मांडणीच्या दिशेने वाटचालीसाठी रेगे यांनी दलित अध्ययन आणि दलित परिप्रेक्ष्याला महत्त्व देऊन 'ब्राह्मण गल्लीतील अवकाशाला नकार दिला.' (रेगे. २००७). त्यांनी मंडल आयोग, वादविवाद व हिंसा, दलित स्त्रीवाद व संघटना, संयुक्त राष्ट्रांनी आयोजित केलेली वर्णवादविरोधी संमेलने (२००१). दलित हत्याकांडे, बिगरशासकीय संस्थांनी दलित प्रश्नांभोवती केलेले संघटन व खोर्ड फाऊंडेशनसारख्या निधीधारकांनी दलित अध्ययनाला दिलेले महत्त्व इ. राष्ट्रीय, आंतरराष्ट्रीय व स्थानिक दलित चळवळींच्या घुसळणीतून जातीच्या प्रश्नाला एक नवीन आंतरराष्ट्रीय दृश्यता प्राप्त झाल्याची कारणमीमांसा केली आहे. (रेगे, २००७ (ब) पृ.१८७). अशा या अनेक घटकांच्या गुंतागुंतीतून दलित अध्ययन, दलित परिप्रेक्ष्य या विषयांवर चर्चा सुरू झाली. अनेक मान्यवर दलित सामाजिक शास्त्रज्ञांनी 'दलित स्टडीज म्हणजे केवळ दलितांविषयीचे नवे अभ्यास नव्हे तर संपूर्ण भारतीय समाजाचे अध्ययन करण्याकरिता व प्रस्थापित ज्ञानशाखीय चर्चाविश्वांना पुनर्परिभाषित करणारा हा एक नवा परिप्रेक्ष्य आहे अशी मांडणी केली.'

ॲलिशियस दलित अध्ययनाची वस्तुनिष्ठ मांडणी करतात, ते लिहितात, ''काही अभ्यासकांनी दलित अध्ययनाकडे गांभीर्याने लक्ष देऊन एकंदरीतच सामाजिक शास्त्रांची संकल्पनात्मक, सैद्धांतिक आणि प्रमाणशास्त्रीय पुनर्रचनेची गरज मांडलेली आहे. या भूमिकेतूनच विमर्षात्मक पुनर्रचनेची गरज मांडली जाते.'' (रेगे, २००७ (ब) पृ.१८८). म्हणजेच दलित अध्ययनाकडे फक्त एक 'Topic' म्हणून बघितले जात नाही. तसेच दलित परिप्रेक्ष्याला दिले जाणारे प्राधान्य हे अपराधी भावनेतून किंवा दया-करुणेच्या दृष्टिकोनातून दिले जात नाही. याउलट, दलित अध्ययनाचे दावे हे अधिक वस्तुनिष्ठ आहेत; कारण त्यांचे परिणाम हे अधिक सार्वत्रिक आहेत. तसेच ज्याप्रमाणे प्रमुख प्रवाही ब्राह्मणी सामाजिक शास्त्रे ही विशिष्ट गटांच्या स्वानुभवापुरती मर्यादित असतात त्याप्रमाणे दलित अध्ययन होताना दिसत नाही. अर्थातच, दलित अध्ययन हे अधिकच वस्तुनिष्ठतेच्या दिशेने प्रवास करणारे शास्त्र आहे. (रेगे, २००७ (ब) पृ.४१).

समाजशास्त्राची विषयसामग्री इतकी जटिल आहे, की त्यात कार्यकारण संबंधांचे स्वरूप स्पष्ट रूपात शोधणे अवघड आहे. परंतु, तुलनात्मक पद्धतीतून हे अवश्य शोधले जाऊ शकते; पण आपणास बाबासाहेब आंबेडकर आणि जी.एस. घुर्ये यांच्या विचारांना तुलनात्मकतेतून पाहण्याची का आवश्यकता आहे, याचा विचार करण्यासाठी तुलनात्मकतेचा उद्देश काय आहे? हे पाहावे लागेल.

जीओवानी सरतोरीनी म्हणतात, तुलनात्मकता ही नियंत्रण मिळण्यासाठी

असते. (Lim, 2007, P.20). सरतोरीचा नियंत्रणाचा अर्थ हा 'albeit ina very loose way that we use comparasions as a way to check (verify or falsify) whether our claims or assertions about certain variables' (Lim. 2007, P. 20-21).

१. बाबासाहेब आंबेडकर आणि जी.एस.घुर्ये यांच्या विचारांच्या तुलनात्मकेतून केवळ त्यांच्या विचारांचीच तुलना करणे असा अर्थ नसून भारतीय समाजशास्त्राचे दलित परिप्रेक्ष्यातून परीक्षण करणे हा आहे.

२. आज आंतरराष्ट्रीय पातळीवर जात आणि वंशासंदर्भात चर्चा सुरू असताना दलित परिप्रेक्ष्य समजून घेऊन दलितवादी ज्ञानमीमांसेचे महत्त्व अधोरेखित करणे.

३. जात, लिंगभाव आणि ऐतिहासिकता या संदर्भात आंबेडकर आणि घुर्ये यांच्या विचारांची चिकित्सा करणे.

४. आंबेडकर आणि घुर्ये यांनी मांडलेल्या विचारांचे स्पष्टीकरण परस्परांच्या विचारांच्या स्पष्टीकरणातून करून मुक्तिदायी विचारांची समकालीन संदर्भात आवश्यकता अधोरेखित करणे.

५. वैचारिक आधिपत्याची संकल्पना सामाजिक शास्त्रातून कशा प्रकारे रुजविली जाते व शोषणाची प्रक्रिया तशीच टिकवून ठेवण्यासाठी इतर मुक्तिदायी विचारांकडे कसे दुर्लक्ष केले जाते, याचा विचार या अभ्यासातून करता येईल.

घुर्ये आणि आंबेडकरांच्या जातिविषयक विचारांच्या तुलनात्मक विश्लेषणाचे निकष –

- घुर्ये आणि आंबेडकर यांच्या जीवनाची पार्श्वभूमी, त्यांच्यावरील प्रभाव, शिक्षण, धर्म, संस्कृती, सामाजिक परंपरा.
- घुर्ये आणि आंबेडकरांनी मांडलेल्या जातीच्या सिद्धान्ताचे तुलनात्मक विश्लेषण.
- जातीची व्याख्या.
- जातीच्या उत्पत्तीविषयक दृष्टिकोन.
- आर्यांसंबंधीचा दृष्टिकोन.
- जाती, उपजाती व पोटजाती निर्माण होण्यास कारणीभूत असलेले घटक.
- जात आणि स्त्रियांच्या परस्परसंबंधांचे दोहोंकडून करण्यात आलेले विश्लेषण.
- धर्म आणि जातीचा परस्परसंबंध.
- जात आणि अस्पृश्यतेबाबतचे विचार.
- शूद्रांच्या उत्पत्तीबाबतचे विचार.

- जातिव्यवस्थेच्या माध्यमातून होणाऱ्या शोषणाची मीमांसा.
- जातिनिर्मूलनासंबंधीचे दृष्टिकोन.
- आरक्षणसंदर्भात दोघांचे दृष्टिकोन.
- इस्लामविषयक घुर्ये आणि आंबेडकरांचे विचार.
- जात आणि राजकारण.
- आर्य समाजावरील घुर्ये आणि आंबेडकरांचे दृष्टिकोन.
- भक्ती संप्रदायावरील घुर्ये आणि आंबेडकरांचे विचार.
- घुर्ये आणि आंबेडकरांची इतिहासमीमांसा (निरनिराळ्या कालखंडामधील जातिव्यवस्थेचे स्वरूप).

बाबासाहेब आंबेडकरांचे विचार आणि जी.एस घुर्येंच्या विचारांच्या संदर्भात समकालीन परिस्थितीत काय आहे, हे स्पष्ट केल्यानंतर पुढील प्रकरणामध्ये महाराष्ट्रातील जातिविषयक विचारांचा वेध ब्राह्मणी-अब्राह्मणी परिप्रेक्ष्याच्या माध्यमातून घेतला जाईल. यातून महाराष्ट्रातील जातिविषयक विचार हा कोणत्या प्रकारचा होता, कोणत्या सिद्धान्ताना मान्यता दिली जात होती, कोणते सिद्धान्त पुसून टाकण्याचे प्रयत्न केले जात होते, याचा आढावा घेतला आहे.

३

महाराष्ट्रातील जातिविषयक विचारांचा आढावा

महाराष्ट्रातील जातिविषयक विचार हा विविध विचार आणि व्यवहारांच्या वेगवेगळ्या प्रवाहांद्वारे व्यक्त होत आलेला आहे. या विविध प्रवाहांचे 'ब्राह्मणी' आणि 'अब्राह्मणी', अशा दोन प्रमुख भागात विभाजन आकलनाच्या सुस्पष्टतेसाठी करण्यात आले आहे. या प्रवाहांमधील उपप्रवाहांचाही थोडक्यात आढावात्मक विचार करण्यात आला आहे. त्यात संतांची भक्तीपरंपरा, स्त्रियांचे विविध कालखंडातील वेगवेगळ्या माध्यमातून जातिव्यवस्थेच्या संदर्भात व्यक्त करण्यात आलेले विचार आणि प्रयत्नांचा आढावा प्रस्तुत प्रकरणात घेण्यात आलेला आहे. तर अतिशय थोडक्यात महाराष्ट्रातील शेतकरी चळवळीची जातिविषयक भूमिका आणि विचार नमूद करण्यात आले आहेत.

हा आढावा घेण्यामागचा उद्देश, महाराष्ट्रातील जातिविषयक विचारांची पार्श्वभूमी समजून घेणे तर आहेच; पण त्याचबरोबर जातिविषयक विचारातील परंपरागत संघर्ष समजून घेऊन, त्यांच्या परंपरेचे वाहक म्हणून कोणते विचारवंत समोर आले याचा थोडक्यात आढावा घेण्यात आला आहे. त्यांचे जातिविषयक विचार जातपरंपरागतपणे टिकविणारे होते की जातिअंतक होते, ते समजून घेऊन विश्लेषण करण्याचा प्रयत्न करण्यात आला आहे. त्यातूनच मुक्तिदायी विचार आणि त्याला विरोधी असणाऱ्या शोषणाच्या शोषक विचारांचे आकलन होण्यास मदत होते. घुर्ये आणि आंबेडकरांच्या जातिविषयक विचारांचा तुलनात्मक अभ्यास करताना महाराष्ट्रातील सामाजिक-राजकीय प्रबोधनाच्या पार्श्वभूमीची कल्पना येते. त्याचबरोबर घुर्ये आणि आंबेडकरांच्या जातिविषयक विचारांच्या आधारभूत घटकांची परंपरा लक्षात येते.

वरील कारणांच्याद्वारेच प्रस्तुत प्रकरणात महाराष्ट्रातील जातिविषयक विचारांचा आढावा घेण्याचे प्रयोजन लक्षात येते.

जातिविषयक विचार : प्रादेशिक तसेच इतिहासमीमांसेचे प्राचीन व मध्ययुगीन महत्त्व

आजपर्यंत अभ्यासकांनी जातिविषयक सविस्तरपणे अभ्यास करण्यासाठी, अर्थ लावण्यासाठी इतिहास, भारतीय संस्कृतीशास्त्र, मानववंशशास्त्र आणि समाजशास्त्र अशा विविध विद्याशाखातील संशोधनाचा आधार घेतला आहे. भारतीय समाजाचे वास्तव स्वरूप स्पष्ट होण्यासाठी, अनेकांनी असा शोध घेणे आवश्यक आहे; कारण भारताला प्रदीर्घ इतिहास आहे आणि त्याची सामाजिक रचना अत्यंत गुंतागुंतीची आहे. एस. सी. दुबे म्हणतात, ''वेगवेगळ्या प्रादेशिक संदर्भात वेगवेगळे समूह आणि वेगवेगळ्या व्यवस्था एकत्र आलेल्या दिसतात. त्यामुळे हे भिन्न-भिन्न घटक ज्यात चपखल बसतील अशा सातत्य आणि तर्क यावर आधारित व्यवस्थेचा सुबक असा आदर्श नमुना तयार करणे केवळ अशक्य आहे.''

काही मानववंशशास्त्रज्ञ आणि समाजशास्त्रज्ञांनी काही विशिष्ट प्रदेशातल्या जातिव्यवस्थेचा अभ्यास केलेला आहे. त्यात जातिव्यवस्थेच्या कामकाजासंबंधी विश्वसनीय माहिती दिलेली आहे, पण राष्ट्रीय पातळीवर अशा अभ्यासांचे निष्कर्ष कुचकामी ठरतात, कारण एस. सी. दुबे यांच्या मताप्रमाणे, ''जातिव्यवस्था आपल्या देशातल्या वेगवेगळ्या भागात वेगवेगळ्या तऱ्हेने कार्य करते. काही जमाती आणि समूह आपल्या अस्मितेची सतत नवी व्याख्या करीत असतात. ते आपल्या भूतकाळाची पुनर्रचना करीत असतात. त्यामुळे त्यांचे समाजातील स्थान सतत बदलत असते. समाजातील त्यांच्या स्थानाविषयीचा त्यांचा स्वतःचा दृष्टिकोनही सतत बदलत असतो; पण त्यांच्या बदलत्या स्थानाला समाजमान्यता मात्र उशिरा मिळते.''

शरद पाटील यांच्या मते, ''भारताच्या प्राचीन व मध्ययुगीन इतिहासाच्या अपुऱ्या आकलनामुळे वर्ण व जात या वेगवेगळ्या संस्था आहेत, हे थोड्या लोकांना माहीत आहे. वर्ग या संस्थेच्या तुलनेत मात्र वर्ण व जात या दोन्ही संस्था एका प्रकारात मोडतात. यामुळे जातिसंस्था वर्णसंस्थेपोटी जन्मून तिची चौकट कवचकुंडलांप्रमाणे आजतागायत मिरवित असल्याने विषयाची चौकट हूडपणे ओलांडणे भाग आहे.

भारतीय विचारपरंपरेतील, ब्राह्मणी व अब्राह्मणी या पारंपरिक संघर्षाचे भान ठेवून शरद पाटील येथील जातिव्यवस्थेचा वेध घेतात. शरद पाटील म्हणतात, ''प्राचीन काळापासूनच्या भारतीय इतिहासाचे परिशीलन करता येथील जातिव्यवस्था

ही उत्पादनसंबंधांच्या विकसनातील एक महत्त्वाचा टप्पा होता. आद्य भारतीय समाज हा स्त्रीसत्तावादी होता. या स्त्रीसत्तेच्या पोटी आद्यद्वैवर्ण्यव्यवस्था, पुढे मातृवंशिकतेवर उभी असलेली त्रैवर्ण्यव्यवस्था, पितृवंशकतेच्या पोटी आलेली चातुर्वर्ण्यव्यवस्था व या वर्णव्यवस्थेतूनच पुढे जातिव्यवस्था, अशा क्रमाने भारतातील वर्णजातिव्यवस्थेचा विकास झाला.''

प्राचीन काळापासून भारतामध्ये धर्मतत्त्वांची चर्चा व संस्कृती संघर्ष घडत आले. ब्राह्मणी वैदिक परंपरेच्या विरोधात बौद्ध व जैन धर्मांनी बंड पुकारले व वैश्विक नीतीच्या आधारावर वर्णजातिविषमतेच्या विरोधात संघर्ष केला. त्यानंतरच्या कालखंडातही वैदिक ब्राह्मणी परंपरेच्या विरोधातला संघर्ष जारी राहिला. भारतातील संस्कृती-संघर्ष धर्म, पंथ व परंपरेच्या संघर्षाच्या माध्यमातून घडत राहिला. वर्णजातीसंस्थेला पाठिंबा व विरोध या निकषांवर हा संघर्ष प्रामुख्याने होत राहिला. 'वर्णजातिसंस्थेला पाठिंबा देणाऱ्या ब्राह्मणी छावणीविरुद्ध वर्णजातिसंस्थेला विरोध करणारी अब्राह्मणी छावणी' असा हा संघर्ष होता.

भारतीय धर्म व संस्कृतीचे खंडन करणारे वसाहतवादी प्रवाह, ब्राह्मणी धर्म व संस्कृतीविरुद्ध झालेला संघर्ष नजरेआड करतात. जैन, बौद्ध यांसारख्या विद्रोही धर्मपंथांना आर्य-वैदिक प्रवाहामधील मानून हिंदू धर्माचे अंग मानतात. प्राच्यविद्याविशारद उपयुक्ततावादी व ख्रिश्चन मिशनरी यांनी केलेल्या या ब्राह्मण धर्मकेंद्री मीमांसेमुळे व २०व्या शतकाच्या चर्चाविश्वास 'आर्यांचा वैदिक ब्राह्मणी प्रवाहच' भारतीय संस्कृती म्हणून ओळखला गेला.

वैदिक ब्राह्मणी संस्कृती : नव्या बुद्धिजीवीवर्गाच्या जातीय अस्मितेचे पोषण

प्राच्यविद्याविशारद, उपयुक्ततावादी व ख्रिश्चन मिशनरी यांनी भारताबाबत जी ज्ञानसामग्री पुढे आणली त्यासंबंधी तीन समान मुद्दे पुढे येतात-

१) या तीनही विचारप्रवाहांनी आर्यांची वैदिक ब्राह्मणी परंपरा भारतीय इतिहास व संस्कृतीची प्रधान परंपरा मानली.

२) त्यांनी प्राचीन भारताची हिंदू प्रतिमा उभी केली व ती अंतर्विरोधरहित, सांस्कृतिकदृष्ट्या एकात्म मानली.

३) बौद्ध, जैन व इतर विद्रोही पंथांनी ब्राह्मणी धर्माशी व वर्णजातिसंस्थेशी केलेला संघर्ष नजरेआड केला.

उमेश बगाडे म्हणतात, ''आर्यांची वैदिक ब्राह्मणी संस्कृती नव्या बुद्धिजीवी वर्गाच्या जातीय अस्मितेचे पोषण करणारी होती. त्यांनी भारताच्या राष्ट्रीयत्वाचा सांस्कृतिक आधार आर्यांच्या वैदिक ब्राह्मणी संस्कृतीपासून प्राप्त केला. ब्राह्मणकेंद्री हिंदू इतिहास राष्ट्र अस्मितेचा स्रोत बनला. परिणामी हिंदू समाजाची कल्पना 'राष्ट्रीय

समाज' म्हणून केली त्यातून ब्राह्मणकेंद्री हिंदू इतिहास आणि संस्कृती यांनी बनलेले हिंदू राष्ट्र म्हणजे भारतीय राष्ट्र अशी कल्पना तयार झाली.

प्राच्यविद्याविशारदांनी प्राचीन भारताच्या इतिहास व संस्कृतीच्या अभ्यासाला सुरुवात केली. त्यांनी वेद, उपनिषदे, ब्राह्मणग्रंथ, पुराणे यांसारख्या अनेक ब्राह्मणी ग्रंथांचे भाषांतर केले. त्याशिवाय ज्योतिष, नाटके, आयुर्वेद वगैरे इतर संस्कृत ग्रंथांचेही भाषांतर केले. त्यामुळे प्राचीन भारताच्या इतिहास व संस्कृतीच्या अभ्यासाचे नवे दालन खुले झाले. औद्योगिक क्रांतीनंतर युरोपात चाललेल्या उलथा-पालथीच्या पार्श्वभूमीवर निर्माण झालेल्या गूढ रम्य वृत्तीमधून प्राचीनता हा इतिहास व संस्कृतीच्या गौरवाचा निकष मानून भारताच्या इतिहास व संस्कृतीच्या ठायी प्राच्यविद्याविशारदांनी गौरव केला. तसेच प्राचीन भारताच्या ज्ञान व संस्कृतीचे वैभव गौरविले.

वरील विषयी उमेश बगाडे लिहितात, ''प्राचीन भारताच्या ज्ञान व संस्कृतीची प्राच्यविद्याविशारदांनी केलेली मांडणी ब्राह्मणकृत संस्कृत ग्रंथांवर आधारलेली असल्याने त्यांनी गौरवलेले प्राचीन भारताच्या ज्ञान व संस्कृतीचे वैभव मुख्यत: ब्राह्मणी ज्ञान व संस्कृतीचे वैभव होते. प्राचीन काळात आर्यांनी ज्ञान संस्कृतीच्या क्षेत्रात केलेली कामगिरी पाहून ते भारावून गेले. त्यांना प्राचीन भारताच्या इतिहासात 'सुवर्णयुग' असल्याचा भ्रम होऊ लागला. प्राचीन भारताचे कर्तृत्व त्यांना हिंदूंचे कर्तृत्व वाटले. प्राचीन भारतामध्ये जैन व बौद्ध धर्मांनी निर्माण केलेले अंतर्विरोध त्यांना जाणवले नाहीत. प्राचीन भारत त्यांना हिंदूंच्या देदीप्यमान कामगिरीचा कालखंड वाटला. त्यांनी प्राचीन भारताचा सलग हिंदू इतिहास रेखाटला.''

या पार्श्वभूमीवर महाराष्ट्रातील जातिविषयक विचारांचे विविध प्रवाह विकसित झाले. त्यामध्ये प्रामुख्याने ब्राह्मणी, अब्राह्मणी, मार्क्सवादी, स्त्रीवादी इत्यादींचा समावेश होतो.

जातिमीमांसेचे बहुविध संप्रदाय : ब्राह्मणी, अब्राह्मणी, मार्क्सवादी आणि स्त्रीवादी

मार्क्सवादी आणि स्त्रीवादीमीमांसा भारतात येण्यापूर्वी महाराष्ट्रातील प्रबोधनकालीन जातिविषयक विचार हा मुख्यत्वे संतपरंपरा ब्राह्मणी आणि अब्राह्मणी परंपरेच्या परस्परविरोधी वैचारिक छावण्यांत विकसित झाला. त्यामुळे त्याचा सविस्तर विचार पुढीलप्रमाणे करता येईल.

वरील विचारालाच अधोरेखित करणारा विचार म्हणजे 'भारतीय, विचारदर्शनातील पारंपरिक संघर्ष हा पाश्चात्त्य परंपरेप्रमाणे अध्यात्मवाद विरुद्ध भौतिकवाद असा नसून ब्राह्मणीवाद विरुद्ध अब्राह्मणीवाद असा आहे.' काही विचारवंत त्यालाच 'वैदिक आणि अवैदिक परंपरातील संघर्ष' असे संबोधतात. भारतातील एकूण तत्त्वविचारच या दोन पारंपरिक छावण्यांमधील आंतरक्रियेमुळे उदयास आल्याचे

दिसते. किंबहुना मार्क्सवादी भारतात आल्यानंतरही या पारंपरिक संघर्षाचा निरास झाला आहे, असे नसून भारतातील मार्क्सवादी छावणीलाही या पारंपरिक संघर्षाने ग्रासले आहे.

या पारंपरिक संघर्षाचे भान न ठेवता केली जाणारी भारतीय इतिहास व समाजाची चिकित्सा अपुरी, तोकडी पडण्याची शक्यता नाकारता येत नाही, म्हणून महाराष्ट्रातील जातिविषयक विचारांची दखल या संदर्भात घेणे अधिक अर्थपूर्ण ठरणार आहे.

ब्राह्मणी–अब्राह्मणी संकल्पनांच्या विचार–परंपरांची पार्श्वभूमी

युरोपमधील धर्मामधील तणाव हा वर्गसंघर्षामधून आकाराला आला होता. भारतीय धर्मश्रद्धेमधील तणाव हा प्रामुख्याने जातिसंघर्षाची परिणती होती. त्यामुळे भारतातील धर्मद्वंद्वाने 'ब्राह्मण विरुद्ध अब्राह्मणी' असे रूप घेतले. यातून नव्या नव्या धर्मश्रद्धांचा उदय होत गेला. त्यांचेही एकत्रित अस्तित्व हिंदूधर्माच्या रूपाने व्यामिश्र व संकीर्ण स्वरूपात टिकून राहिले.

शरद पाटील यांच्या मते, ''भारतामध्ये जातिसंघर्षाला व्यक्त करणाऱ्या धर्मश्रद्धांच्या संघर्षाला तीन पद्धतीने धार्मिक स्रोत लाभले. पहिला स्रोत, जैन, बौद्ध अशांसारख्या वैश्विक धर्मश्रद्धांपासून प्राप्त झाला. दुसरा स्रोत प्रामुख्याने स्थानिक अवैदिक श्रद्धांमधून प्राप्त झाला. तिसरा स्रोत हा ब्राह्मणीधर्माने सामिलीकरणाद्वारे सामील करून घेतलेल्या विष्णूभक्ती, शिवभक्ती व मातृदेवी या संप्रदायांमधून प्राप्त झाला.''

धार्मिक रणक्षेत्रात चाललेला हा ब्राह्मणी विरुद्ध अब्राह्मणी धर्मश्रद्धांचा संघर्ष स्थितीशीला धर्मश्रद्धांचा संघर्ष नव्हता. इतिहासक्रमात अव्याहतपणे संघर्षरत राहिलेल्या, चाललेल्या या श्रद्धांमध्ये अनेक फेरफार झाले. वर्णजातिव्यवस्था व पितृसत्तेला पाठिंबा, वेदप्रामाण्याचा स्वीकार व आर्यांच्या पितृसत्ताक परंपरेचा वारसा या तत्त्वचौकटीवर 'ब्राह्मणी' ही संकल्पना उभी आहे. तर वेदविरोध, वर्णजातिव्यवस्था, पितृसत्तेला विरोध आणि आर्यपूर्व मातृसत्ताक परंपरा हे अब्राह्मणी संकल्पनेचे तत्त्वाधार होत. मात्र, ब्राह्मणी–अब्राह्मणी संकल्पनेचे हे तत्त्वाधार आपल्याला काटेकोरपणे घेता येत नाहीत; कारण इतिहासक्रमातील संघर्षात या श्रद्धांचा एकमेकांशी समन्वय घडत गेला व त्यातून एकमेकांच्या प्रभावातून घडलेली ब्राह्मणी व अब्राह्मणी श्रद्धांची नवी नवी रूपे उदयाला येत गेली.

शरद पाटील यांनी ब्राह्मणी व अब्राह्मणी संस्कृतिविनियम मिखाईल ब्राखतीनप्रमाणे चक्राकार असतो, असे म्हटले नसले तरी ब्राह्मणी–अब्राह्मणी परंपरांमधील परस्पर समन्वय मान्य केला आहे. सिंधू संस्कृतीच्या अंतापासून भारतात अविच्छिन्नपणे

परस्परविरोधात व परस्परसमन्वयात वाहत आलेल्या अब्राह्मणी व ब्राह्मणी प्रवाहांनी भारतीय इतिहास, तत्त्वज्ञान, विज्ञान, संस्कृती, साहित्य, कला इत्यादी सर्व क्षेत्रांत साधकबाधक योगदाने दिलेली आहेत.

ब्राह्मणी संकल्पना आर्योत्तर पितृसत्ताक वर्णजातिव्यवस्थेचा पाठिंबा, वेदप्रामाण्य व तात्त्विक आधारावर उभी आहे, तर अब्राह्मणी संकल्पनेला आर्यपूर्व स्त्रीसत्ताक, वर्णजातिव्यवस्था विरोध व वेदविरोध या तत्त्वांचे अधिष्ठान लाभले आहे. या दोन्ही संकल्पना ऐतिहासिक काळात सलगपणे कार्यरत व संघर्षरत असलेल्या परंपरांतून उभ्या राहतात. दोन परस्परांमधील संघर्ष, म्हणूनच आपल्याला इतिहासात पहायला सापडतो. दोन्ही परस्परांमधील संदर्भ आत्मसात करत असल्या तरी मूळ प्रवाह म्हणून तात्त्विक आधारांचे सातत्य ठेवून त्या टिकून राहिल्या.

शरद पाटील म्हणतात, ''हे दोन्ही प्रवाह ब्राह्मणी व अब्राह्मणी संबंध भारतीय इतिहासभर जोडीने वाहत गेले आहेत, झगडत परस्परांवर प्रभाव पाडीत व विधायक नकारक्रिया (Sublating) करीत.''

दिलीप चव्हाण म्हणतात, ''भारतीय इतिहासकालीन व समकालीन शोषणाची बहुविधता लक्षात घेऊन शरद पाटील यांनी बहुप्रवाही ऐतिहासिक भौतिकवादाची मांडणी केली व जाणीव-नेणीवकेंद्री प्रमाणशास्त्राचा अवलंब करून 'ब्राह्मणी-अब्राह्मणी' सिद्धान्त चौकटीच्या आधारे वेदप्रामाण्यता व आर्यांच्या पितृसत्ताकता यांच्यातून बळकट झालेली पितृसत्ताक वर्णजातिव्यवस्था व आर्यवेदपूर्व वर्णजातिविहीन स्त्रीसत्ता व स्त्रीसत्तोतर वर्णजातिकालखंडात कार्यरत राहिलेल्या वर्णजातविरोधी व पितृसत्ताविरोधी अब्राह्मणी परंपरा यांचे आकलन होऊ शकते. या संकल्पना नकारात्मक व जातीयवादी नसून त्या समाजशास्त्रीय अंगाने समजावून घेणे गरजेचे आहे.

थोडक्यात, भारत हा पितृसत्ताक व वर्णजातिव्यवस्थापक समाज असल्याने भारतातील सामाजिक संघर्ष प्राय: जातिसंघर्षच होता.''

महाराष्ट्रातील संतपरंपरा आणि जातिव्यवस्थेविषयीचा विचार

महाराष्ट्राला संतपरंपरेचा, भक्तीपरंपरेचा दीर्घकालीन वारसा आहे. या परंपरेतून आलेला विचार आणि प्रस्थापित वर्णजातिव्यवस्थेविषयी व्यवहाराचा अब्राह्मणी आढावा थोडक्यात घेण्याचा प्रयत्न केला आहे.

यशवंत मनोहर भक्तीपरंपरेच्या उदयासंदर्भात लिहितात, ''प्राचीन भारतात गणराज्यांच्या विघटनानंतर आणि आनुवंशिक राजेशाहीच्या जन्मानंतर वर्ण-जाती-उपजाती यांनी समाज किडला. या माध्यमातून शोषण तीव्र झाले. अशा समयी लोकांच्या मनातील अस्वस्थता आणि असंतोष नष्ट करून प्राप्त स्थिती अटळ समजणारी मानसिकता घडविणे शोषकांना आवश्यक होते; म्हणून या शोषकांनी

कर्मविपाकाचे तत्त्वज्ञान घडविले. भक्ती ही संकल्पना त्यांच्या हेतूच्या पोटीच जन्माला आली. शोषणाची समग्र कलमे पोटात वागवणारी संकल्पना म्हणजे भक्ती.''

भक्तीने माणसे निर्बुद्ध आणि आंधळी केली. चार्वाक्–बुद्धाच्या परंपरेने आपला विचार भक्तीपासून दूर ठेवला. बुद्धपरंपरेत भक्तिनिषेधक बुद्धाच्या नंतर वैदिकांच्या प्रभावाने भक्ती शिरली. संतांनी वरीलप्रमाणे शोषकसर्जित भक्तीचा हुकमी प्रयोग केला. ही भक्ती आपल्या समाजाचे आजवर कायम दुखणे झालेली आहे.

ज्ञानेश्वरादी संतांचे वाङ्मय आणि त्यांचे कार्य हे स्थितीवादी, अध्यात्मनिष्ठ परंपरेला पुनरुज्जीवित करणारे होते. संतांनी आपल्या काळात प्रतिक्रांतिवादाचे सामर्थ्य वाढविले. संत हे प्रतिक्रांतीवाद्यांचे आदरणीय आदर्श आहेत. गीता, पुराणे, स्मृती आणि संतवाङ्मय नजीकच्या इस्लामच्या व त्या आधीच्या बुद्धाच्या संदर्भात प्रतिक्रांतिवादी आहेत. संतांनी वेळोवेळी आपल्या या आवडत्या Counter Revolutinary परंपरेचे, आदर्शांचे भक्तिभावाने गोडवे गायिले आहेत. ही त्यांची परंपरा आजच्या अर्थाने हिंदू आणि त्याकाळच्या संदर्भात ती वैदिक आहे. संतांनी या वैदिक परंपरेवर फुलांचा वर्षाव करता करता वेदेतर परंपरेला दूषणांच्या माळा घातलेल्या आहेत. ही वेदेतर परंपरा आजच्या अर्थानेही तेव्हा डावी होती. इतिहासभर तिचे डावेपण साकार होत आले आहे. ही परंपरा विस्थापित आहे आणि संतांनी जिचे गोडवे गायिले ती पूर्वोत्तर वैषम्यवर्धक परंपरा प्रस्थापित आहे, असे यशवंत मनोहर म्हणतात.

भक्तीच्या क्षेत्रात कूलजाती नाहीत, या म्हणण्यातही काही अर्थ नाही; कारण भक्तीक्षेत्रात कूलजाती आहेत. आजही वारकऱ्यांमध्ये भेदभाव चिरंतन आहे. ज्ञानेश्वरांच्या काळीही शूद्रातिशूद्रांना देवळात जाता आले नाही. चोखामेळा, नामदेव यांच्या लेखनात यांचे पुरावे आहेत; म्हणून भक्तिक्षेत्रात प्रस्थापित न होऊ शकणारी ही समता सांगून संतांनी शूद्रातिशूद्रांना फसविलेले आहे; म्हणजे समतेची हूल दाखवून या लोकांकडून संतांनी प्रत्यक्षातली वर्णव्यवस्था मजबूत केली.

यशवंत मनोहर म्हणतात, ''संतांनी परस्पर बेटी व्यवहार केल्याचे उदाहरण नाही. सर्वांभूती परमेश्वर पाहणारे नामदेव, नारा, म्हादा, विठा, गोंदा या आपल्या पोरांसाठी परजातीतील पोरी पाहत नाहीत. इतरही संत मुला–मुलींच्या लग्नाच्या वेळी जातींच्या कुंपणाच्या आत सर्वांभूती परमेश्वर पाहत होते.''

यावरून संतांचे हे सर्वांभूती प्रमेय केवळ शाब्दिक होते, त्यांच्या प्रत्यक्ष जीवनाशी या सर्वांभूतीचा काडीमात्र संबंध नव्हता. संतांचे प्रत्यक्ष जीवन एकीकडे आणि त्यांच्या जीवनापासून दूर हे दीनवाणे सर्वांभूतीपण दुसरीकडे. हे चित्र संतांच्या घोषणा आणि त्यांचे आचरण यातील विसंगतींच्या दरीतून आपणाला यातना देत असते.

आता आंबेडकरांच्या संतविषयक भूमिकेचा परिचय करून घेऊ. जाती नष्ट करण्यासाठी या देशातील शास्त्रे आणि वेद यांना सुरुंग लावावा लागेल, असे आंबेडकरांनी स्पष्टच म्हटले आहे. ज्या वेदांचा आणि शास्त्रांचा बडिवार संतांनी माजविला, त्यांच्या पूर्णत: विरुद्ध भूमिका आंबेडकरांनी मांडलेली आहे. ते म्हणतात, ''कोणत्याही संतांने जातिपद्धतीवर हल्ला केलेला नाही, तर या विरुद्ध ते जातीभेदावर पूर्ण विश्वास ठेवणारे होते. त्यांच्यापैकी बहुतेक संत ज्या जातीचे होते त्याच जातीत जगले व मेले. ज्ञानेश्वरांना आपल्या जातीला चिकटून राहण्याचा एवढा मोह होता, की पैठणच्या ब्राह्मणांनी त्यांना आपल्या जातीत घेण्याचे नाकारले, तेव्हा ब्राह्मण समाजाने त्यांच्या जातीत आपला समावेश करून घ्यावा म्हणून त्यांनी आकाशपाताळ एक केले.''

आंबेडकर म्हणतात, ''पंढरीच्या वाटा। मोक्ष लाभे हातोहात।, असे म्हणत व टाळमृदंगाचा गजर करीत, ओरडत मोक्षाच्या वाटेला अस्पृश्य जाऊ लागले तर हिंदू त्यांच्या आड येत नाहीत, पण हिंदूंच्या खासगी मालकीच्या तलावावर तुमच्या मुलांसोबत बसवा यासाठी ते आग्रह धरू लागले तर हिंदूच काय, पण त्यांच्या तेहतीस कोटी देवही अस्पृश्यांना मारायला धावत आल्याशिवाय राहणार नाहीत. असे का होते? अस्पृश्यांनी मोक्षप्राप्तीसाठी चळवळ केली तर सहानुभूती दाखवणारे हिंदू व त्यांचे देव सामाजिक हक्कांसाठी झगडणाऱ्या अस्पृश्यांवर असे का तुटून पडतात?'' आंबेडकर पुढे म्हणतात, ''हिंदूंच्या व देवांच्या या विसंगत वर्तनाचे इंगित ज्याला कळेल त्याला ब्राह्मणी धर्मपद्धतीचे रहस्य समजले, असे म्हणावयास हरकत नाही.''

संक्षेपाने सांगायचे तर संतांच्या चातुर्वर्ण्यांकित सामाजिक भूमिकेला आंबेडकरांचा सक्त विरोध होता. संतांचा संपूर्ण सामाजिक व्यूह म्हणजे ब्राह्मणवाद होय, हेच त्यांना म्हणावयाचे आहे. शास्त्रे, वेद, हिंदू देव-देवता या गोष्टी संतांचा जीव की प्राण, तर आंबेडकरांना या गोष्टींचा उच्छेद केल्याशिवाय सामाजिक समतेकडे जाता यायचे नाही, असे ठामपणे वाटते. संतांच्या मार्गाने आपल्याला सत्याकडे जाता यायचे नाही हे सांगणारे आंबेडकर सांगतात, की संत सामाजिक समतेचे, न्यायाचे आणि भौतिक समुन्नतीचे सत्य सांगत नाहीत. त्यांना जातीसाठी संत कसे धडपडत होते हे याचे चिद्विलास मांडणाऱ्या ज्ञानेश्वरांचे उदाहरण देऊन सांगितले आणि चिद्विलासाचा आरपार पोकळपणा सिद्ध केला.

मनुस्मृती किंवा इतर हिंदूशास्त्रे इतका दीर्घ काळ भारतीय भूमीवर प्रभाव गाजवू शकली, याचे कारण केवळ त्यांच्यातील तत्त्वज्ञान आणि आज्ञा नव्हत्या, तर त्या तत्त्वज्ञानाला आणि आज्ञांना पोषक ठरणारे भौतिक वास्तव गतिशून्य राहिले हेसुद्धा होते. ही धर्मशास्त्रे कालबाह्य आणि हास्यास्पद ठरण्यासाठी त्या वास्तवाला गतिमान

बनविण्याची, त्यांच्यात आमूलाग्र परिवर्तन करण्याची गरज होती. ती गरज भारतीय सामंतशाही पूर्ण करण्याची सूतराम शक्यता नव्हती.

वरील पार्श्वभूमीवरून रावसाहेब कसबे म्हणतात, ''भारतीय सामंतशाहीच्या काळात ब्राह्मणेतर अठरापगड जातीतून जे संतमंडळ उदय पावले त्यांनी शूद्रातिशूद्र आणि स्त्रियांना दिलासा दिला. त्यांना जगण्याचे प्रयोजन दिले. परंतु, त्यामुळे भारतीय समाजव्यवस्थेचा भौतिक पाया बदलण्याची शक्यता नव्हती. संतांजवळ तेवढे बळ नव्हते म्हणूनच कबीरांपासून ते मीरेपर्यंत आणि नामदेवांपासून ते तुकोबांपर्यंत जेवढे संत होऊन गेले ते आध्यात्मिक समतेचा पुरस्कार करू शकले, परंतु समाजवास्तव बदलू शकले नाहीत. तरी त्यांना दोष देता येत नाही. त्यांच्या शक्तीच्या मर्यादेत त्यांनी जे केले तेही काही कमी क्रांतिकारक नव्हते.''

उमा चक्रवर्तींनी ब्राह्मणी विचारप्रणाली आणि सत्ता बळकट करण्यासाठी झालेल्या प्रयत्नांचा आणि त्याबरोबर त्यांच्यावर झालेली टीका, त्यांच्या प्रभुत्वावर झालेले हल्ले यांचाही विचार केलेला दिसतो. ज्यामध्ये प्रामुख्याने वारकरी संप्रदायाविषयी विश्लेषण केलेले आहे. वारकरी संप्रदायाविषयीच्या इतिहासकारांच्या लिखाणाचा संदर्भ घेऊन पुढील मुद्दे मांडले आहेत –

१. वारकरी संप्रदायाने जात आणि ब्राह्मणशाहीचा प्रभाव कमी करण्यास मदत केली. हा मुद्दा वादाचा ठरतो.
२. काही इतिहासकार वारकरी संप्रदायाच्या कार्याकडे उच्चभ्रू आणि सामान्य भक्ती यांच्यातील दरी नाहीशी करणारे या दृष्टीने पाहतात. परंतु, आंबेडकर यांनी केलेली जहाल टीका आणि स्वातंत्र्योत्तर काळात दलित चळवळीतून वारकरी पंथाचे जे विश्लेषण झाले त्यानुसार वारकरी संप्रदायाच्या कार्याबद्दल अनेक प्रश्न उभे केलेले आहेत.
३. वारकरी संप्रदायातील अभ्यासकांनी त्यातील परस्परविरोधी घटक अधोरेखित केले आहेत. उदा. वारकरी संप्रदाय हा तत्त्वत: जरी समाजवादी विचार मांडत असला तरी प्रत्यक्षात मात्र त्यांनी जातिव्यवस्थेशी तडजोड केलेली दिसते.
४. ब्राह्मणांनीही या संप्रदायाशी तडजोडीचे धोरण अवलंबिलेले दिसून येते.
५. त्याचप्रमाणे उमा चक्रवर्तींनी स्त्री–संतांच्या परंपरेचा आढावा घेतलेला आहे आणि स्त्री संतांना त्यांची विवाहातील भूमिका आणि त्यांच्या सामाजिक जबाबदाऱ्या या दोहोंमध्ये तडजोड करून स्वत:चे अवकाश निर्माण करावे लागते, ही गोष्ट अधोरेखित केलेली आहे. वारकरी संप्रदायाने ब्राह्मणी विचारप्रणालीच्या प्रभुत्वाला आव्हान म्हणून उभे राहणे, वारकरी संप्रदायाच्या कार्यांच्या मर्यादा, त्याबाबतचे केले गेलेले वेगवेगळे अभ्यास आणि महत्त्वपूर्ण

निरीक्षणांची मांडणी उमा चक्रवर्ती यांनी केली आहे.

यावरून असे म्हणता येते, की भारतीय समाजातील जाती आणि वर्ण, त्यांचे एकमेकांशी असलेले संबंध आणि त्यातील बारकावे हा संशोधकांच्या कुतूहलाचा आणि मती कुंठित करणारा विषय होता; म्हणूनच त्यांच्या अभ्यासात या संस्थांचे कधी उदात्तीकरण केलेले दिसते तर कधी अनिष्ट रूढी म्हणून मागासलेपणाचे ते एक कारण समजले जाते.

ब्राह्मणी परंपरेतील जातिमीमांसा

जातिविषयक प्रश्नांसंबधी, जातिसंस्थेच्या दृष्टानिष्ठतेसंबंधी सुरू झालेल्या चर्चेत सुरुवातीपासूनच ब्राह्मणवर्ग आघाडीवर होता. त्यांच्यात सुरुवातीपासूनच दोन प्रमुख गट दिसून येतात. काहींनी जातिभेदाचे समर्थन केले तर काहींनी जातिसंस्थेतील दोष स्पष्ट करून ती सुधारण्याची भूमिका घेतली बाळशास्त्री जांभेकर, गंगाधरशास्त्री फडके, विष्णुबुवा ब्रह्मचारी, भाऊ महाजन, लोकहितवादी या प्रबोधनकालीन विचारवंतांपासून ही अर्वाचीन ब्राह्मणी परंपरा सुरू होते.

गंगाधरशास्त्री फडकेंनी जातिसंस्थेचे समर्थन केले. १९५२ साली प्रकाशित केलेल्या 'हिंदूधर्मतत्त्व' या आपल्या पुस्तकामध्ये जातिभेद हे ईश्वरी संकेतानुसार निर्माण झाले असून ते पाळण्यात कोणताच वाईटपणा नाही, असे गंगाधरशास्त्री फडके यांना वाटते. जातिभेद मोडले तर त्यात समाजाचे अहितच आहे. खालच्या जातीच्या लोकांनी शिक्षण घेऊन उच्च व्यवसाय, प्रतिष्ठा स्वीकारली तर हलकीसलकी कामे कोण करणार, असा प्रश्न गंगाधरशास्त्री फडकेंना पडतो; म्हणून जातिभेद असणे इष्टच होय, असे ते म्हणतात. बहुधा जातिभेदामुळेच हिंदूधर्म टिकून राहिला आहे आणि जर जातिभेद नष्ट झाला तर हिंदूधर्मही बुडेल अशी भीती त्यांना वाटते.

गंगाधरशास्त्री फडकेच काय, पण सुखदायक राय प्रकरणी निबंधातून भावनामय समाजवादसदृश्य विचार मांडणारे विष्णूबुवा ब्रह्मचारी हेदेखील 'वेदोक्त धर्मप्रकाश' या आपल्या पुस्तकात जन्मजात श्रेष्ठतेऐवजी सत्त्व-रज-तमोगुणानुभावे निर्माण होणाऱ्या कर्मानुसार श्रेष्ठ-कनिष्ठता ठरवावी, असा काहीसा वरवर पाहता सुधारणावादी विचार मांडत असले तरी जिथे कर्म जन्मसिद्ध आहे तिथे कर्मानुसार ज्येष्ठ-कनिष्ठता कशी ठरवावयाची या मूळ प्रश्नाला बगल देताना दिसतात.

जातिबद्ध समाजरचनेत व्यक्तीच्या विचारालाही मर्यादा येते, ती अशा प्रकारे अर्थात आधी स्पष्ट केल्याप्रमाणे जातिव्यवस्थेच्या संदर्भात तिच्या बाजूने जसे विचार व्यक्त होत होते तसेच तिच्या विरोधीही विचार व्यक्त झाल्याचे दिसते. दादोबा पांडुरंग, लोकहितवादी, राजारामशास्त्री भागवत यांसारख्या सुधारकांनी जातिभेदांवर टीका केल्याचे दिसते.

दादोबा पांडुरंग यांनी तर जातिभेद मोडण्याच्या उद्देशाने इ.स. १८४० साली 'परमहंस सभा' नावाची एक गुप्त संस्थाही काढली होती. सुधारकांचा हा संप्रदाय 'आधी राजकीय की सामाजिक' या वादाचा निकाल होऊन 'राजकीय' पक्षाशी सरशी होईपर्यंत बराच क्रियाशील होता. पुढे राष्ट्रवादी चळवळीवर जहालांचे वर्चस्व प्रस्थापित झाल्यावर या उदारमतवादी, सुधारणावादी पंथाची एका अर्थाने महाराष्ट्रात पिछेहाटच झाली. सुमंत-पुंडे यांच्या मते, ''भारतातील उदारमतवादाचीच ही मर्यादा होती. अर्वाचीन महाराष्ट्रातील आद्य सुधारकांनी या उदारमतवादाच्या चौकटीत जे जातिविषयक चिंतन केले त्याची येथे सांगता होते आणि पुढील चिंतनास एक राष्ट्रवादी अभिनिवेश प्राप्त होतो. या अभिनिवेशापासून काहीसे अलिप्त होऊन जातिविषयक तत्त्वचिंतनास विशुद्ध समाजशास्त्रीय अधिष्ठान मिळविण्यास विसाव्या शतकाचा उत्तरार्ध उजाडावा लागतो. ब्राह्मणी परंपरेतील जातिविषयक विचार असा एका बाजूला विकसित होत जातानाच जातिव्यवस्था समर्थकांचा पुराणमतवादी, स्थितीवादी संप्रदायही आपली जातिमीमांसा हिरिरीने मांडताना दिसतो.

वरील कारणांमुळे आधुनिक महाराष्ट्रातील ब्राह्मणी परंपरेतील जातिविषयक विचारांचा आढावा घेताना सुधारणावादी, हिंदूराष्ट्रवादी, समाजशास्त्रीय आणि सनातनी अशा चारही प्रवाहांची दखल घ्यावी लागते. आता आपण त्या प्रवाहांचा क्रमशः थोडक्यात विचारात्मक आढावा घेऊ.

जातिमीमांसेचा सुधारणावादी संप्रदाय

दादोबा पांडुरंग, लोकहितवादी, राजारामशास्त्री भागवत, आगरकर इ. च्या विचारांपासून जातिमीमांसेचा सुधारणावादी संप्रदाय विकसित होताना दिसतो. या लोकांनी जातिसंस्थेकडे केवळ डोळसपणेच पाहिले नाही तर त्यावर प्रहारही केले अशा सुधारणावाद्यांमध्ये लोकहितवादी, राजारामशास्त्री भागवत आणि आगरकरांचा विचार विशेष महत्त्वाचा असल्याचे दिसून येते.

लोकहितवादींनी आपल्या शतपत्रांतून ब्राह्मणवर्गावर टीका केली. लोकहितवादींच्या सदूहेतूपूर्वक परखड टीकेने नवशिक्षित वर्गास अंतर्मुख केले व त्यातून सुधारणावादी पंथास हळूहळू बळकटी आली. हे खरे, पण त्यांच्या विचारांतील ही बंडखोरी लक्षात घेऊनही असे म्हणावे लागते, की जातीच्या प्रश्नासंबंधीच्या त्यांच्या आकलनास व त्याविषयीच्या चिंतनास एक प्रकारची ब्राह्मणी विचारांची मर्यादा होती. यशवंत सुमंत-पुंडे संपादित महाराष्ट्रातील जातिसंस्थाविषयक विचार या पुस्तकातील प्रदीप गोखले यांचा लोकहितवादींच्या वर्णजातिविषयक विचारांचा परामर्श घेणारा लेख लोकहितवादींच्या याच मर्यादांवर नेमके बोट ठेवतो.

जातिसुधारणांच्या संदर्भात जातिअभिमान नसावा, जेणेकरून जातिभेद मानावा

इथपर्यंतच लोकहितवादींची झेप जाते. ब्राह्मणांनी रामोशाशीं सोयरीक करावी, हे मात्र त्यांना प्रशस्त वाटते नाही. चार वर्णांची व्यवस्था प्रत्येक समाजासाठी आवश्यक आहे, असेही ते सांगतात. जातिभेदासारख्या प्रश्नांवरचा लोकहितवादींचा तोडगा काय, तर ब्राह्मणांनी सुधारले पाहिजे, ब्राह्मणांची सुधारणा झाली की सर्व हिंदूंची सुधारणा झाली असे ते सांगतात. (उपरोक्त, पृ.९). म्हणजेच हिंदू समाजाची प्रगती वा अधोगती मोजण्याचा त्यांचा मानदंड हा अजूनही ब्राह्मणवर्गच आहे. या गोष्टी पाहिल्यावर लोकहितवादींची प्रज्ञा ही ब्राह्मणी अस्मितेमध्येच कशी अडकून पडली होती हे सहज स्पष्ट होते. (उपरोक्त, पृ.९).

लोकहितवादींपेक्षा राजारामशास्त्री भागवतांच्या तत्त्वचिंतनाची खोली अधिक आहे. त्यांनी तत्कालीन हिंदूधर्म (अस्पृश्यता इ. पाळणारा) आणि ब्राह्मणवर्ग यात भेद केल्याचे दिसते. मूळ ब्राह्मणधर्म चांगला होता, असे त्यांना वाटते. 'मी ब्राह्मण आहे, हिंदू नव्हे' या त्यांच्या विधानाचा अर्थही हाच होय. ब्राह्मणाचा खोटा अभिमान त्यांना आत्मघातकी वाटतो. (उपरोक्त, पृ.१०). पेशवाईतील ब्राह्मणशाही बद्दल त्यांनी व्यक्त केलेली नाराजी त्यांच्या तत्कालीन पुरोगामित्वाची साक्ष देते. वेदकालीन वर्णव्यवस्था, तिचे बदलते स्वरूप, बौद्ध व जैन धर्माचा वर्णव्यवस्थेवर झालेला परिणाम, महाराष्ट्रातील मध्ययुगीन जातिव्यवस्थेचे स्वरूप इ. विषयीचे त्यांचे विश्लेषण त्यांच्या सखोल व्यासंगाची ग्वाही देते.

जातिव्यवस्थेच्या आर्थिक पायाकडे राजारामशास्त्री भागवतांसारख्या व्यक्तीचे फारसे लक्ष जात नाही; म्हणूनच जातिव्यवस्थेची शोषणप्रधान प्रकृती त्यांच्याकडून दुर्लक्षित राहते. जातिव्यवस्थेमुळे सामाजिक ऐक्यास बाधा पोहोचते, सामाजिक तणाव वाढतात. यापलीकडे जाऊन ती व्यवस्था प्रचंड शोषण करणारी व्यवस्था आहे व तिचा विचार करताना या तिच्या शोषणप्रधान स्वरूपाचा वेध घेतला पाहिजे, असे ब्राह्मणी परंपरेतील कोणत्याही विचारवंतास वाटत नाही. ही या परंपरेतून निर्माण झालेल्या जातिमीमांसेची मोठी मर्यादा आहे. राजारामशास्त्रीही तिला छेद देतात असे नाही.

समाजसुधारणेच्या अंगाने जातिव्यवस्थेविषयी जे लिहितात ते बरेचसे आनुषंगिक स्वरूपाचे आहे. एका बाजूला फुले व त्यांची सत्यशोधकीय चळवळ आणि दुसऱ्या बाजूला सनातनी ब्राह्मणवर्गाचे प्रतिनिधी जातिव्यवस्थेसंबंधी जे बोलत त्याचा प्रतिवाद करण्यासाठी म्हणून प्रायः आगरकरांचे जातिविषयक चिंतन प्रकट झाल्यासारखे वाटते, असे यशवंत सुमंत, 'आगरकरांची जातिमीमांसा जुजबी का राहिली?' या लेखात लिहितात (सुमंत, १९९५, पृ. १३०) जातिप्रश्नाचे आगरकरांना काहीच सोयरसुतक नव्हते असे नाही, पण तो प्रश्न त्यांना स्वतंत्रपणे हाताळावासा वाटला नाही.

हितसंबंध जोवर एकमेकांच्या आड येत नाहीत, तोवर समाजप्रबोधनाच्या कामी तार्किक युक्तिवाद व बुद्धिवादाचा उपयोग होऊ शकतो; पण, 'जिथे हितसंबंधांचा प्रश्न येतो तेथे बुद्धिवाद निष्प्रभ ठरतो,' असे एक मार्मिक विधान आंबेडकरांनी केले आहे. जातिभेदाचा निरास करण्यासंबंधीचा आगरकरांचा व्यक्तिस्वातंत्र्यवाद व बुद्धिवाद कितीही तर्कशुद्ध असला तरी जातींचे हितसंबंध जेव्हा उपस्थित होतात, तेव्हा तो बऱ्याचदा निष्प्रभ झाल्याचे स्वतंत्र भारताने अनेकदा अनुभवले आहे.

हिंदू राष्ट्रवादांची जातिमीमांसा

महाराष्ट्रातील राष्ट्रवाद हा कधीच निव्वळ राष्ट्रवाद होऊ शकला नाही. भारतात इतरत्रही परिस्थिती वेगळी नव्हती हे त्याचे समर्थन होऊ शकत नाही. महाराष्ट्रातील मध्यमवर्गांची कल्पना वर्णाधिष्ठितच राहिली. तिला खऱ्या अर्थाने वर्गाचे स्वरूप कधीच प्राप्त झाले नाही. त्यामुळे वर्गाधिष्ठित राष्ट्रीयत्वाची कल्पनाही वर्णाधिष्ठित झाली. उच्चवर्णीय मध्यमवर्गांचा राष्ट्रवाद हा सर्वांवर राष्ट्रवाद म्हणून लादण्यात आला. ज्या ज्या वेळेस या राष्ट्रवादाच्या इतरेजनांनी अव्हेर केला, त्या त्या वेळेस त्या इतरेजनांना राष्ट्रद्रोही असे संबोधण्यात आले. फुले किंवा आंबेडकर या प्रवाहातून सुटले नाहीत. सामाजिक समस्यांचे परिष्करण आणि राष्ट्रवादाची वृद्धी यांचे गणित महाराष्ट्रातील तथाकथित उच्चभ्रूंना कधीच सुटले नाही. ब्राह्मणवाद्यास सुसंगत अशा पद्धतीने जातिसंस्थेचे विवेचन ब्राह्मणी राष्ट्रवादी विचारवंतांनी नेहमीच केले, असे अरविंद देशपांडे म्हणतात. (देशपांडे, १९८९, पृ.७०-७१).

हिंदू राष्ट्रवाद्यांच्या जातिमीमांसेचा विचार करताना या विचारप्रवाहातील प्रमुख म्हणून सावरकर, टिळक-चिपळूणकर, इतिहासाचार्य राजवाडे, एस.व्ही. केतकर यांचा विचारविमर्श पहावा लागेल.

महाराष्ट्रातील ब्राह्मणेतर चळवळीच्या किंवा सत्यशोधक समाजाच्या निर्मितीच्या पार्श्वभूमीवर सावरकरांनी जातिव्यवस्थेचा विचार मांडला. (नवलगुंदकर, १९८८, पृ.१४७).

इ.स. १९३० साली सावरकरांनी केसरीत जातिभेद व स्पृश्यास्पृश्यता या विषयावर लेखांची एक लेखमाला गुंफिली. पहिल्याच लेखाच्या आरंभास ते म्हणतात, "आपल्या हिंदूराष्ट्रांच्या सामाजिक, सांस्कृतिक, आर्थिक आणि राजकीय जीवनाशी प्रथम चातुर्वर्ण्य आणि नंतर त्याचे विकृत स्वरूप असलेली जातिभेद संस्था इतकी निगडित झालेली आहे, की ते हिंदू वा आर्यराष्ट्राचे व्यवच्छेदक वैशिष्ट्य मानले गेले. (पळशीकर, १९८८, पृ.१५५).

जातिसंस्थेमुळे हिंदूंचे रक्त शुद्ध राहिले. परकीय रक्त आपल्या जाती-जमातीत

भेसळ होऊ न देण्याला जातिभेदाने मदत केली, असे सावरकर म्हणतात.(हिंदुत्व पृ.७३). जातिसंस्थेच्या या ऐतिहासिक कार्याबद्दल कौतुकाने लिहिताना ते हिंदुत्ववादासाठी वंशभेदाच्या संकल्पनेचा आधार घेतात.

इ.स.१९३७ ते १९४३ या कालखंडात सावरकर हिंदू महासभेचे अध्यक्ष म्हणून कार्यरत होते त्यावेळीही त्यांनी अस्पृश्यता निर्मूलनाची चळवळ हाती घेतली नाही. त्यांची अस्पृश्यता निर्मूलनाची भूमिका जात्युच्छेदक उपाय-सप्तबंदीच्या शृंखला तोडण्याचा विचार हिंदू राष्ट्राच्या सामर्थ्यासाठी स्वीकारलेली आनुषंगिक बाब आहे. त्यांचा हा सुधारणावाद, ब्राह्मणी वर्चस्वाखाली इतर जाती-जमातींना सामावून घेण्याचा प्रयत्न होता. आंबेडकरांच्या मूलभूत भूमिकेतून मानवी मुक्तीच्या, हक्काच्या-न्याय्य भूमिकेतून अस्पृश्यतेच्या प्रश्नाकडे सावरकर पहात नव्हते. आंबेडकरांचे अंतिम ध्येय अस्पृश्य अंताबरोबरच जात-वर्ग-स्त्रीदास्यांताचे आणि समान अधिकार प्राप्तीचे होते.

'धर्म-जातिसंस्था वेध आणि भेद' या पुस्तकात मधू शेट्ये लिहितात, सावरकरांनी जातिभेद आणि अस्पृश्यता पाप मानली व कठोर आत्मटीका केली. पण इ.स. १९३७ नंतरच्या राजकीय परिस्थितीतून जी कलाटणी मिळाली त्यामुळे धर्म अहंकारात तिचे रूपांतर होऊन संपूर्ण राष्ट्राच्या नेतृत्वाऐवजी सावरकर हे हिंदू उच्चवर्णीय समाजाचे नेते होऊन त्यांचे राजकीय महत्त्व संकुचित झाले; कारण संतांच्या वैश्विक, आध्यात्मिक समतावादाच्या प्रभावाखाली बहुजन हिंदू समाज गांधीजींच्या नेतृत्वाखाली गेला. ज्ञानदेव, तुकारामांचे अनुयायी, बहुजन समाजातील वारकरी हे गांधीभक्त झाले तर समर्थ रामदासस्वामींचे उच्चवर्णीय अनुयायी सावरकरांचे हिंदुत्ववादी अनुयायी झाले. गांधीजींची मान्यता आणि सावरकरांची सांप्रदायिक मान्यता यातील फरकच सावरकरांची मर्यादा स्पष्ट करतो. (शेट्ये, १९९७, पृ.२००)

टिळक-चिपळूणकरांचा आक्रमक ब्राह्मणी राष्ट्रवादही आर्यांच्या ब्राह्मणी वैदिक संस्कृतीच्या गौरवावर आधारलेला होता. स्वजातीचा अभिमान, जातिव्यवस्था व स्त्रीदास्य आदि वैगुण्यांचे सरसकट समर्थन, सांस्कृतिक पुनरुज्जीवनवाद व सुधारणाविरोध ही त्यांच्या राष्ट्रवादाची प्रमुख वैशिष्ट्ये होती. (बगाडे, २००२, पृ.६-७).

एस. व्ही. केतकर चातुर्वर्ण्यव्यवस्थेचे कट्टर समर्थक होते आणि ब्राह्मणांचे श्रेष्ठत्व हे कायम रहावे अशी त्यांची स्पष्ट विचारसरणी होती; म्हणूनच हिंदू समाजातील ब्राह्मणांच्या वर्चस्वाविरुद्ध आवाज उठविणाऱ्या अर्वाचीन काळातील धर्मसुधारकांवर व समाजसुधारकांवर त्यांनी कठोर टीका केल्याचे आढळते. हिंदू समाजातील ब्राह्मणांचे सर्वोच्च स्थान हा जातिव्यवस्थेचा सर्वांत हिंदुस्थान राष्ट्र होणे इष्ट आहे. केवळ

एवढेच नाही, तर ते अपरिहार्य आहे, असे केतकर मानीत असल्यामुळे राष्ट्रबल संवर्धनासाठी व राष्ट्रोत्कर्षासाठी जे जे आवश्यक ठरले ते ते केले पाहिजे असा ते आग्रह धरीत. (फडके, १९८८, पृ.१९२).

हिंदू संघटनेची आवश्यकता मांडत असताना केतकरांनी वन्य जातींचे संस्करण करण्याच्या महत्त्वाच्या प्रश्नाकडेही लक्ष वेधले. भिल्ल, गोंड, कोरकू, निहाल, कातकरी, ठाकर वगैरे अन्य जातींचा शास्त्रीय तऱ्हेने अभ्यास करावा व त्यांच्या संस्कारणासाठी हिंदू मिशनरी भावना जागृत व्हावी असे त्यांना वाटे. (उपरोक्त, पृ. १९३).

केतकरांना असेही वाटते, की अस्पृश्यता घालवण्यासाठी आपणास जो प्रयत्न करावयास पाहिजे, जवळजवळ तितकाच प्रयत्न आपणास वन्य संस्करणासाठी करावयास पाहिजे.(उपरोक्त, पृ. १९३). बिगरहिंदू स्त्रीशी व्रात्यस्तोमविधीचे पुनरुज्जीवन करून तिच्याशी लग्न लावण्यास त्यांची तयारी होती; कारण त्यामुळे हिंदू समाजाचे बळ वाढणार होते; पण हिंदू स्त्रीने परधर्मीयांशी विवाह करण्याचे ठरवल्यास ते दृश्य बघणे त्यांना फार क्लेशदायक वाटे. (उपरोक्त, पृ. १९३).

ब्रजेंद्रनाथ शील, विजयकुमार सरकार, राधाकमल मुखर्जी, गोविंद सदाशिव घुर्ये या त्यांच्या समकालीन समाजशास्त्रज्ञांपैकी केतकर पक्के राष्ट्रवादी होते. त्यांच्या लेखनामागे राष्ट्रवादी प्रेरणा होती हे रामकृष्ण मुखर्जी यांनी दाखविले आहे. (उपरोक्त, पृ. १९३). मात्र केतकर नुसते राष्ट्रवादी नसून सावरकरांप्रमाणे हिंदुराष्ट्रवादाचे उद्गाते होते, हे त्यांना जाणवलेले दिसत नाही.

गोविंद सदाशिव घुर्ये यांची हिंदू राष्ट्रवादी जातिमीमांसा सखोलपणे पुढे वेगळ्या प्रमाणात अधोरेखित करण्यात आली आहे.

ब्राह्मणी परंपरेतील जातिमीमांसेचा विचार करता सुधारणावाद्यांनी केलेली जातिमीमांसा त्याकाळच्या संदर्भात पुरोगामी असली तरी ती क्रांतिकारी नव्हती. त्यांच्यासाठी समाजसुधारणा, जातिसुधारणांचा उद्देश हा देशाच्या उन्नतीसाठी होता; म्हणजेच या सुधारणावादामधील मूलभूत प्रेरणा ही अजाणता का होईना राष्ट्रवादाची होती. अशा परिस्थितीत प्रबोधनकाळातील ब्राह्मणी परंपरा हिंदूराष्ट्रवाद्यांच्या अंकित झाली, असे यशवंत सुमंत यांना वाटते. (सुमंत १९८८, पृ. १२). ब्राह्मणी परंपरेतील जातिमीमांसेचा एक टप्पा इथे संपतो व दुसरा सुरू होतो, तो विसाव्या शतकाच्या आरंभी, हीच हिंदू राष्ट्रवाद्यांची जातिमीमांसाच होय.

एकोणिसाव्या शतकाच्या अखेरच्या दशकात आणि विसाव्या शतकाच्या आरंभी पश्चिमी अभ्यासकांचे जातिविषयक विचार व संशोधन भारतातील सुशिक्षित वर्गापुढे मुबलक प्रमाणात आले होते. सर डेन्झिल इबेट्सन, हर्बर्ट रिस्ले, नेसफिल्ड, सेनार्त इ. अभ्यासकांचे जातिविषयक चिंतन हे या संदर्भात महत्त्वाचे होते. त्यांच्या

चिंतनातील वेस्टर्न बायस वंशवादाचे वर्चस्व, भारतीय परंपरा व संस्कृतीची अपुरी माहिती या सर्व मर्यादा लक्षात घेऊनही जातिविषयक विचारांना त्यांनी उपलब्ध करून दिलेली समाजशास्त्रीय संशोधनाची बैठक उपेक्षिण्यासारखी नव्हती. या ऐतिहासिक व समाजशास्त्रीय संशोधनाच्या अधिष्ठानावर भारतीय जातिविषयक विचारांची मांडणी करणे हे तत्कालीन भारतीय विद्वानांपुढील एक महत्त्वाचे आव्हान होते. इतिहासाचार्य राजवाडे, ज्ञानकोशकार केतकर, भांडारकर, रियासतकार सरदेसाई यांसारख्या व्यक्तींची या काळातील ज्ञानसाधना पाहता त्यामागील राष्ट्रवादी प्रेरणा सहजच स्पष्ट होते.

इतिहासाचार्य राजवाडे, ज्ञानकोशकार केतकर यांची जातिमीमांसा पाहता त्यास व्यापक समाजशास्त्रीय, भाषाशास्त्रीय इतिहासशास्त्रीय अधिष्ठान असल्याचे प्रकर्षाने जाणवते. आधीच्या पिढीतील वादविवादाच्या पातळीवर असलेली जातिमीमांसा आता समाजशास्त्रीय संशोधनाच्या रिंगणात उतरली होती. अर्थात, हे संशोधन हिंदुत्ववादी अभिनिवेशापासून मुक्त नव्हते.

जातिमीमांसेच्या या ब्राह्मणी परंपरेतील हे विचार पाहिल्यानंतर जातिविषयक चिंतनाच्या मर्यादा आणि वैशिष्ट्ये सहजच लक्षात येतात. साररूपाने ती पुढीलप्रमाणे सांगता येतील.

१. या परंपरेने संपूर्ण वर्ण-जातिनिर्मूलनाचा विचार कधीच मांडला नाही. अस्पृश्यता नष्ट व्हावी, जातिद्वेष नसावा या पलीकडे या परंपरेचा सुधारणावाद गेला नाही.

२. वर्ण-जातिव्यवस्था सामाजिक ऐक्यास बाधा आणते हे जरी या परंपरेच्या ध्यानी आले असले तरी तिचे शोषणप्रधान स्वरूप या परंपरेस कधीच कळले नाही.

३. या परंपरेतील काही विचारवंतांनी जातिभेदावर टीका केली असली व ते नष्ट व्हावेत, म्हणून प्रयत्न केले असले, तरी त्यामागील प्रेरणा ही समानतेची नसून व्यावहारिक उपयुक्ततेची किंवा हिंदुराष्ट्राच्या उत्कर्षाची आहे.

४. जातिभेदासंबंधी टीकात्मक भूमिका घेतानाच या परंपरेतील काही मंडळी तर तथाकथित श्रमविभागणीच्या तत्त्वावर व गुणतत्त्वावर आधारित वर्णव्यवस्थेचे गुणगान गातात. इतकेच नव्हे, तर त्या व्यवस्थेचे पुनरुज्जीवन व्हावे असेही म्हणतात. या सर्व मर्यादा अर्थातच उच्च जातींच्या जातीय हितसंबंधांपोटी उद्‌भवतात हे सांगण्याची आवश्यकता नाही; म्हणूनच ही परंपरा जातिव्यवस्थेच्या विरोधात आपली सर्वशक्ती उभी करू शकली नाही, शकणार नाही. (सुमंत/पुंडे, १९८८, पृ.१४)

ब्राह्मणी परंपरेतील जातिमीमांसेचा विचार केल्यानंतर आपणास अब्राह्मणी परंपरेतील जातिविषयक विचारांचे आकलन करणे गरजेचे आहे.

अब्राह्मणी परंपरेतील जातिविषयक विचार

अब्राह्मणी परंपरेतील जातिविषयक विचारांचे अध्ययन करताना अब्राह्मणी तत्त्वज्ञान आणि वर्णजातिव्यवस्था यांच्या परस्पर संबंधांचा संयत व काटेकोर अभ्यास होणे गरजेचे आहे.

एकोणिसाव्या शतकातील सुरुवातीच्या काळातील विवेकी व दूरदर्शी व्यक्तींना ही गोष्ट स्पष्ट दिसत होती, की जर भारतीय समाज ब्राह्मणी विचार छत्राखालून बाहेर पडायचा असेल, सामाजिक, धार्मिक, जातीय गुलामगिरी फेकून द्यायची असेल आणि समतेच्या तत्त्वावर व्यवहार करणे शक्य करायचे असेल तर भारतीय समाजाची मूलभूत पुनर्बांधणी करणे गरजेचे आहे. त्यावेळच्या सामाजिक व्यवस्थेला धर्माची अधिमान्यता होती. ती धार्मिक कल्पना व समजुती यात खोलवर रुजलेली होती हे लक्षात घेता अशा पुनर्बांधणीसाठी क्रांतिकारी व सवर्णांच्या धार्मिक व सामाजिक सुधारणांची गरज होती. ही गोष्टही अब्राह्मणी विचारसरणीच्या व्यक्तींना स्पष्ट दिसत होती. अनुभव व तर्क या कसोट्या धार्मिक आणि जातीय समजुती व संकल्पना यांना लावून नीरक्षीरविवेक करणे ही मुख्य गरज होती.

ज्यांना विषमतेवर आधारलेले वास्तव बदलायचे असते, त्यांना इतिहासाची पुनर्रचना करणे, समस्येचा उगम व विकास शोधणे क्रमप्राप्त असते. या योजनेत प्रचलित वास्तवात ज्यांचे हितसंबंध गुंतलेले आहेत असे इतिहासकार, विरोधक म्हणून उभे ठाकणे अपरिहार्य असते. आंबेडकरांना याचा पदोपदी अनुभव आला.

भारतीय समाजातील शासन-शोषणाचा पाया वर्णजातिव्यवस्थापक आहे, हे जातलक्ष्यी इतिहाससूत्र फुले-आंबेडकरांच्या विचारधारेतून पुढे येते. सचिन गरुड म्हणतात, ''जातलक्ष्यी पद्धतीनुसार भारतीय धर्मसंस्कृतीच्या अंगाने ब्राह्मणी-अब्राह्मणी असा जो धमासान संघर्ष झाला त्याचे गतिशास्त्र समजून घेताना एक बाब प्रामुख्याने लक्षात येते, की जातिव्यवस्थेचे भौतिक अधिष्ठान फुले-आंबेडकरांनी मार्क्सच्या ऐतिहासिक भौतिकवादी पद्धतीसारख्या एखाद्या विशिष्ट सापेक्षवास्तवदर्शी कसोट्यांनी उकलून दाखविले नाही. त्यांची बहुतांशी जातिविषयक मीमांसा धर्म-संस्कृतीकेंद्री राहिली. परंतु, अंतोनिओ ग्रामचीच्या सांस्कृतिक अधिसत्तेच्या सिद्धान्त मांडणीपूर्वीच म. फुलेंनी जातिव्यवस्थेच्या सांस्कृतिक अधिसत्तेचे सिद्धान्त अप्रत्यक्षपणे आपल्या मीमांसेतून करून ठेवले. म. फुलेंचे महत्तम शिष्य असलेल्या आंबेडकरांनी भारतात प्रथमतः जातिव्यवस्थेचे अर्थशास्त्रीय दृष्टीतून अब्राह्मणी परिप्रेक्ष्यात्मक आकलन करून घेण्याचा प्रयास केला. (बगाडे/गरुड, २००५, पृ.३५).

फुले-आंबेडकरांच्याही अगोदर वर्णाच्या क्रांतीनंतर उदयाला आलेल्या जातीसमाजातील विषमतेचाही प्रतिवाद बुद्धाने केलेला होता. त्यामुळे प्रत्यक्ष भौतिक

जीवनात जातिव्यवस्थापक विषमता आणि बुद्धाने प्रतिपादिलेला जातिविरोध व त्यासाठी कार्यरत असलेला भिख्खूसंघ असा अंतर्विरोध समाजजीवनात निर्माण झाला. अशा वेळी भिख्खूसंघाविरोधात प्रचंड मोठा संघर्ष उच्च जातींनी उभा केला. हा संघर्ष रक्तरंजित होता. आद्य शंकराचार्यांनी या संघर्षाची तात्त्विक पायाभरणी केली होती. बुद्धाने सुरू केलेली ज्ञानाची क्रांतिकारी प्रक्रिया ब्राह्मणी शक्तींच्या सत्तासंपत्ती प्राप्तीच्या विरोधात होती. त्यामुळे पुढील काळात बौद्धधर्मप्रणीत ही ज्ञानपरंपरा समूळ नष्ट करण्यासाठी पुष्यमित्र शृंगाच्या नेतृत्वाखाली भारतात प्रतिक्रांती करण्यात आली. बुद्धाने वर्णजातीविरहित कडव्या समतेवर उभारलेला भिख्खूसंघ व धर्म भारतातून नामशेष झाला, परंतु जातिव्यवस्थेपुढे वाकला नाही, असा गौरव दा.ध. कोसंबींनी केला आहे. (चव्हाण, २००३, पृ.१८).

एकोणिसाव्या शतकातील प्रबोधनाचे नेतृत्व हे मुख्यत्वे ब्राह्मणवर्गाकडे गेले असले तरी आधुनिक शिक्षणाची संधी सर्व जातींना या इंग्रजी राजवटीत प्रथमच उपलब्ध झाली असल्याने महाराष्ट्रातील ब्राह्मणेतर जातीतून एक नवशिक्षित पिढीही तयार झाली होती. पारंपरिक अब्राह्मणी परंपरेमध्ये उदारमतवाद, व्यक्तिवाद, नागरीहक्क इ. आधुनिक विचारसंकल्पनांचा अंतर्भाव करून अर्वाचीन काळास सामोरे जाण्याची क्षमता निर्माण केली, ती या नवशिक्षित मध्यम व दलित जातीतील वर्गांनीच. बुद्धानंतरच्या अब्राह्मणी परंपरेचा उद्‌गाता म्हणून या वर्गाकडे पाहिले पाहिजे. (सुमंत, पुंडे, १९८८, पृ.१७).

प्रबोधनकाळामध्ये अर्वाचीन महाराष्ट्रात जातिसंस्थेविषयी जे विचारमंथन झाले, त्यात ब्राह्मणी विचारवंतांबरोबरच या अब्राह्मणी विचारवंतांनीही आपले जातिसंस्थाविरोधी विचार सातत्याने व्यक्त केले.

तुकाराम तात्या पडवळ यांनी इ.स. १८६१ साली एक 'हिंदू' या टोपण नावाने 'जातिभेद विवेकस्तर' हे पुस्तक प्रसिद्ध केले व त्यात हिंदुस्थान सर्व प्रकारे नीचावस्थेस येण्याचे कारण हा जातिभेद आहे, असा विचार स्पष्ट शब्दात मांडला. इतकेच नव्हे, तर जातिभेदाचा प्रकार हा सृष्टीक्रमाविरुद्ध असून त्यामुळे माणसामाणसांत भेद निर्माण होतात, असे त्यांनी स्पष्ट बजावले. इ.स. १८७० साली सीदोवा बापूजी मिसाळ यांनी प्रसिद्ध केलेले जातिभेदावर 'संभावन' हे पुस्तकही या संदर्भातील महत्त्वाचे पुस्तक होते. (उपरोक्त, पृ.१७).

पण अर्वाचीन महाराष्ट्रातील अब्राह्मणी विचारपरंपरा आत्मनिर्भर म. ज्योतिबा फुलेंच्या क्रांतिकारक विचारांनीच झाली. म. फुलेंचे पहिले महत्त्वाचे पुस्तक 'गुलामगिरी' (१९७३), 'ब्राह्मणांचे कसब' (१८६६), त्यांचे 'तृतीय रत्न' (१८५५) व 'शिवाजी महाराजांचा पोवाडा' (१९६९) मध्ये प्रसिद्ध झाले होते पण 'गुलामगिरी' हे पुस्तक

महाराष्ट्रीय प्रबोधन व परिवर्तनाची नांदी होती. उपरोक्त पुस्तकांतून म. फुलेंनी महाराष्ट्रातील जातिविषयक प्रश्नांच्या गाभ्यालाच हात घातला. वर्णजातिसंस्थेचे शोषणप्रधान स्वरूप म. फुलेंनी प्रथम उघडकीस आणले. पुरुषसुक्तातील व मनुस्मृतीतील वर्णजातीव्यवस्थेच्या निर्मितीबाबतचा ईश्वरी सिद्धान्त म. फुलेंनी नाकारला व ऐतिहासिक विकासक्रमात उच्चवर्णीय लोकांनी आपले राजकीय व आर्थिक हितसंबंध सुरक्षित ठेवण्यासाठी वर्ण-जातिव्यवस्था ब्राह्मणांच्या कसबातून कशी निर्माण झाली, हे त्यांनी भारतीय इतिहासाचा आलेख रेखाटून स्पष्ट केले.

वर्ण-जाती व्यवस्थेचे विश्लेषण करून त्यातील शोषणाचे स्वरूप उघड करणारे म. फुले हे पहिले आणि अग्रेसर टीकाकार होते. निर्मिकवादाची कास धरून, पण परमेश्वराचे 'नियंता' या अर्थाने सार्वभौमत्व नाकारत त्यांनी रानडेंच्या ईश्वरवादाचा प्रतिवाद केला. थॉमस पेनला अनुसरून फुल्यांनी विश्वाच्या निर्मितीचा संबंध 'निर्मिका'शी जोडला. स्त्री व पुरुष या दोघांच्या आनंदासाठी व मानवाचे भले होण्यासाठी निर्मिकाने या विश्वाची निर्मिती केली आहे, असे सांगून फुले म्हणतात, की मानवी अस्तित्वामागे काही विशिष्ट हेतू व जगण्यासाठी काही निश्चित कारणे आहेत, की जेणेकरून या भूतलावरील प्रत्येक स्त्री-पुरुषांना सुखी जीवन प्राप्त होईल हे पहाणे. या हेतूला बाधक ठरेल असे कोणतेही वर्तन म्हणजे अनीती होय म्हणून आपण निर्मिकाच्या उद्देशाला साहाय्यक ठरेल अशी नैतिक व्यवस्था विकसित केली पाहिजे. विश्वाची निर्मिती करून निर्मिक त्यापासून दूर झाला आणि त्यामुळे माणसामाणसांमधील परस्परसंबंध आणि हे जग चालविण्याची संपूर्ण जबाबदारी आता मनुष्यावर आली आहे, हे फुल्यांनी निक्षून सांगितले आहे. हे जग आनंदी बनवणे किंवा न बनवणे हे मनुष्यावरच अवलंबून आहे. समाज सुखी राखण्यासाठी त्यातील दुष्ट समाज सुखी राखण्यासाठी त्यातील दुष्ट प्रवृत्तींशी लढा देऊन त्यांना नष्ट केले पाहिजे! भारतीय समाजात वर्णधर्माच्या सिद्धान्तावर आधारलेली जातीव्यवस्था ही सर्वांत वाईट गोष्ट आहे. तिला पवित्र मानून ती स्थापित केल्याने ती वाईट गोष्ट शतकांपासून चालत आली आहे. ती मुळापासून संपूर्णपणे उखडली पाहिजे, यासाठीच जातिविरोधाचा झगडा आहे; पण कोणत्या यंत्रणेमुळे ही वाईट गोष्ट स्थापित झाली? त्याचे अपश्रेय फुले 'शेटजी' आणि 'भटजी' यांना देतात. फुलेंच्या दृष्टीने भटजी म्हणजे निव्वळ आपल्या यजमानासाठी रोजचे पूजापाठ करणारी व्यक्ती नाही तर पूर्ण ब्राह्मणवादी रचना! तसेच 'शेटजी' म्हणजे केवळ सावकार नाही तर उत्पादक कार्य न करता पैसा मिळवून संपत्ती वाढवणाऱ्या माणसांचा गटच! या दोहोंवर तुटून पडल्यावरच जातिव्यवस्थेच्या भुताचे समूळ उच्चाटन होऊ शकेल. या रचनांवर हल्ला कोण करणार? हे काम करण्याची ऐतिहासिक जबाबदारी कोणत्या वर्गांवर आहे? याबाबत

फुल्यांचे म्हणणे असे, की, जातीप्रधान भारतीय समाजात शूद्र–अतिशूद्र तसेच वर्ग आणि जातीपलीकडे जाऊन स्त्रिया विरुद्ध त्रैवर्णिक असा हा झगडा आहे. ब्राह्मण, क्षत्रिय आणि वैश्य हे त्रैवर्णिक भारतीय समाजातील सत्ताधीश आहेत व ते शूद्र–अतिशूद्र व स्त्रियांचे शोषण करतात. त्यामुळे शूद्र–अतिशूद्र आणि स्त्रिया यांची संयुक्त फळी शोषणविरोधी लढ्यात उभी रहाणे नैसर्गिकच आहे. शोषितांच्या या फळीची ताकद वाढवण्यासाठी सारे प्रयत्न केले पाहिजेत. अशी जातीविरोधी लढ्याची मुख्यत: द्वंद्वात्मक मांडणी फुले करतात.

'गुलामगिरी' आणि 'शेतकऱ्यांचा आसूड' व इतर लिखाणातून फुलेंनी ब्राह्मणी वर्णवर्चस्ववादावर घणाघाती हल्ला चढविला. म.फुले म्हणतात, ''शंकराचार्यांनी शिवलिंगाची स्थापना करून या देशात जे तुर्क येऊन राहिले, त्यास हिंदू लोकांतील क्षत्रिय लोकांत सरते करून घेऊन, त्यांच्या मदतीने मुसलमानांप्रमाणेच तलवारीने बुद्ध लोकांचा पराभव करून आपल्या उरलेल्या जादूमंत्र विद्येचा आणि भागवतातील भाकड दंतकथेचे वजन अज्ञानी शूद्रांच्या मनावर बसविले. शंकराचार्यांच्या या धुमाळीत त्यांच्या लोकांनी कित्येक बुद्धधर्मी लोकांस तेलाच्या घाणीत पिळून मारले आणि त्यांचे उत्तम उत्तम ग्रंथ जाळून टाकले. पुढे जेव्हा त्या शंकराचार्यांचे चेले अपराध्यासारखे दिवसा मशाली पेटवून, पालखीत बसून चहुकडे सोवळेचाव करून नाचत फिरू लागले. तेव्हा मुकुंदराज, ज्ञानेश्वर, रामदासांसारखे अनेक पायलीचे पंधरा अधेलीचे सोळा ग्रंथकार होऊन व्यर्थ वाया गेले. परंतु, त्यातून एकानेही शूद्रांच्या गळ्यातील दास्यत्वाच्या पट्ट्याला बोटसुद्धा लावून दाखविले नाही.'' (महात्मा फुले समग्र वाङ्मय, पृ.१६६).

म.फुलेंनी अन्याय्य, राक्षसी, विषमतापूर्ण ब्राह्मणप्रधान समाजपद्धतीवरच मूलगामी हल्ला केला आणि महाराष्ट्रातच नव्हे तर इतरत्रही सामाजिक–सांस्कृतिक क्रांतीचा पाया घातला. ही त्यांची ऐतिहासिक कामगिरी महत्त्वाची आहे.

मधु शेट्ये म्हणतात, ''चातुर्वर्ण्याविरुद्ध बंड पुकारल्याबद्दल चक्रधराचा शिरच्छेद केला गेला तेव्हाच्या परिस्थितीत आणि महात्मा फुलेंनी या संस्थेला आव्हान दिले त्यावेळच्या परिस्थितीत पुष्कळच फरक होता. म. फुलेंचा उदय हा या बदलत्या परिवर्तनाचा पहिला उद्रेक होता, ज्या वेळी इंग्रजी सत्ता होती.'' (शेट्ये, १९९७, पृ.६८).

आपल्या 'गुलामगिरी' या ग्रंथामध्ये ते एके ठिकाणी या उत्पाताचे वर्णन गटांनी उपस्थित केलेले बंड असे करतात व त्या बंडखोरांची काडीमात्र पर्वा न करता तसल्या संकटकाळी शूद्र संस्थानिक शिंदे, होळकर यांनी इंग्रज सरकारास मदत केल्याबद्दल त्यांचे कौतुक करतात. बंड मोडल्याबद्दल समाधान व्यक्त करताना

शूद्रांच्या कळवळ्याने ते म्हणतात.... ''देवाजीने एका शूद्रावर दया करून इंग्रज बहाद्दरांच्या हातून भटनानाचे बंड मोडविले म्हणोन बरे झाले. नाहीतर त्या शादावलाच्या पुढल्या लिंगापुढे रुद्र करणाऱ्या सुधारल्या भटांनी आजपावेतो कित्येक महासंघांना एकेरी धोतर नेसल्यामुळे अथवा कीर्तनामध्ये संस्कृत श्लोकांचा उच्चार केल्यामुळे काळे पाणी दाखविले असते.'' (मालशे स.ग. (संपा.) सत्तावनी उठावाची समकालीन कात्रणे मुंबई ग्रंथसंग्रहालय, १९७७).

उमेश बगाडे 'फुले-आंबेडकरांचा राष्ट्रवाद' या त्यांच्या पुस्तकात म्हणतात, ''म.फुले यांनी आपल्या इतिहासमीमांसेतून ब्राह्मणी इतिहास व संस्कृतिमीमांसेच्या आधारांना उद्‌ध्वस्त केले. आर्यत्वाची प्राचीनता, श्रेष्ठत्व, सुसंस्कृतता यांच्या चिंध्या करून आर्यत्वाच्या अभिमानाच्या त्यांनी ठिकऱ्या ठिकऱ्या उडवल्या. आर्यपरंपरेचा गौरव करून आर्यत्व म्हणजे राष्ट्रीयत्व मानणाऱ्या विचारांच्या मुळावर त्यांनी घाव घातला. आर्य परंपरेच्या गौरवाचे हनन केले. ब्राह्मणी विचारसरणी व संस्कृतीमधून जातिव्यवस्थापक विषमता टिकवणारी सांस्कृतिक एकता निर्माण होत होती. तिला ब्राह्मणी बुद्धिजीवी वर्गाने राष्ट्रवादाचा आधार मानले. ब्राह्मणी राष्ट्रवादी विचारवंतांनी ब्राह्मणवाद जातिव्यवस्था आधीच विखुरलेल्या भारतीय समाजाला एक करते अशी भूमिका घेतली. याचा प्रतिवाद म.फुले यांनी केला आहे. आधीच एकसंघ असलेल्या एतद्देशीय अनार्यांमध्ये फूट पाडण्यासाठी ब्राह्मणांनी जातिव्यवस्था निर्माण केली असे त्यांचे प्रतिपादन आहे. म.फुले यांनी ब्राह्मणी विचारसरणी व संस्कृतीवर जोरदार हल्ला चढवला. त्यांनी ब्राह्मणी कर्मकांडाचे शोषक स्वरूप उघड केले. ब्राह्मणी विचारसरणीतील लबाडी व कपट उघड केले. ब्राह्मणी विचारसरणी व संस्कृतीच्या ठायी असलेले वर्चस्वखोर ब्राह्मणांचे कारस्थान वेशीला टांगले.'' (बगाडे, १९९८, पृ.१).

वरील विवेचनावरून असे म्हणता येईल, की मार्क्सने भांडवलशाही समाजव्यवस्थेचे पहिले सर्वांगीण आणि परिवर्तनशील असे विश्लेषण केले. त्यामुळेच तो सिस्टम बिल्डर ठरला व आहे. म.फुलेंनी ब्राह्मणवादी समाजरचनेच्या बाबतीत नेमके तेच केले. सिस्टम बिल्डरचे एक वैशिष्ट्य असे असते, की त्याच्या विचारव्यूहाच्या साहाय्याने एक विचार व आचार राबविणारे पीठ उभे राहू शकते. एकोणिसाव्या शतकातील भारतीय विचारवंतात म.फुले हे एकमेव दार्शनिक या पठडीतले व तोडीचे वाटतात.

म.फुलेंपासून सुरू झालेली ही अब्राह्मणी जातिमीमांसा महर्षी वि.रा.शिंदे, शाहू छत्रपती, आंबेडकर, धर्मानंद कोसंबी, ताराबाई शिंदे, पंडिता रमाबाई, इ. नी विकसित केल्याचे दिसते. या संदर्भात एका गोष्टीचा खुलासा होणे आवश्यक आहे. अर्वाचीन महाराष्ट्रातील अब्राह्मणी जातिमीमांसेच्या आणि एकूणच त्या परंपरेच्या

संदर्भात फुले, शाहू आणि नंतर आंबेडकर यांच्या विचारांचा जेवढा गौरव झाला तितका तो महर्षि वि. रा. शिंदेंचा झाला नाही. वास्तविक फुले ते आंबेडकर या विचारपरंपरेतील एक महत्त्वाचा टप्पा महर्षी वि.रा.शिंदेंचा आहे.

महर्षी वि.रा.शिंदे यांना मिळालेली त्यांच्या कार्यांची प्रेरणा हीच मुळी महाराष्ट्रातील विद्रोही अशा भक्ती चळवळीतून येते. अर्वाचीन अब्राह्मणी परंपरेचे स्फूर्तिस्थान ही भक्ती चळवळ असल्याचे विसरून चालणार नाही. महर्षी वि.रा.शिंदे यांचे या चळवळीशी असलेले नाते या संदर्भात महत्त्वाचे ठरते. अस्पृश्यतेचे मूळ आणि त्या अनुषंगाने महर्षी वि.रा.शिंदेनी केलेले जातिविषयक संशोधन पाहता त्यांनी केवळ संस्कृत वाङ्मयावर भिस्त ठेवल्याचे दिसत नाही. बौद्ध, जैन व मध्ययुगीन भक्ती चळवळीतील विचारधनाचा व वाङ्मयाचा पुरेपूर उपयोग त्यांनी केलेला आहे; म्हणूनच इतिहासाचार्य राजवाड्यांप्रमाणे महर्षी वि.रा.शिंदेंच्या संशोधनात एकांगीपणा दिसून येत नाही.

ब्राह्मणेतर चळवळ जर केवळ ब्राह्मणविरोधाच्या नकारात्मक राजकारणात अडकून पडली तर समाजपरिवर्तनाच्या चक्राची गती रुद्ध होईल व पर्यायाने दलितांचा प्रश्न पुढे ढकलला जाण्याची रास्त भीती महर्षी वि.रा.शिंदेंना वाटत होती. महर्षी वि.रा.शिंदेंची भूमिका व त्यांचे विचार पाहता एक गोष्ट स्पष्ट जाणवते ती ही, की दलितांचा विद्रोह हा अखेरीस अब्राह्मणी परंपरेतूनच निर्माण होणार आहे; पण त्यासाठी जाणीवपूर्वक प्रयत्न केले पाहिजेत. याची वि.रा.शिंदेंना स्पष्टपणे जाणीव होती. (सुमंत/पुंडे, १९८८, पृ.२-३).

महर्षी वि.रा.शिंदेंच्या बरोबरच अब्राह्मणी जातिमीमांसेच्या संदर्भात धर्मानंद कोसंबींचे तत्त्वचिंतनही तितकेच मोलाचे आहे. त्यांच्या लिखाणात मार्क्सवाद आणि अब्राह्मणवाद यांचे मिश्रण आढळते. जातिभेद नष्ट होण्यासाठी समाजरचना बदलावी. कुटुंबसंस्था बदलावी व मुख्यत्वेकरून माणसाच्या मनोवृत्तीत आमूलाग्र बदल घडवून आणावा, असे त्यांना वाटते. यासाठी योग्य अशी तात्त्विक प्रणाली मार्क्सवादातून मिळेल, असा त्यांचा विश्वास आहे. (उपरोक्त, पृ.२०); पण त्यांच्या मते, समाजवादाला अहिंसेची जोड मिळाली, तरच मानवजातीचे कल्याण होईल, असे ते सांगतात (उपरोक्त, पृ.२०).

म.फुलेंपासून सुरू झालेली जातिमीमांसेची अब्राह्मणी परंपरा वि.रा.शिंदे, धर्मानंद कोसंबी यांनी खूपच सकस बनविली. या परंपरेतूनच आंबेडकरांचा जातिव्यवस्थाविरोधी विद्रोही विचार पुढे अधिक आक्रमक स्वरूपात उदयास आल्याचे दिसते. जातिव्यवस्था ही शोषणाची यंत्रणा आहे. तिच्या दृढीकरणास येथील हिंदूधर्म कारणीभूत आहे. भारतातील आर्थिक विषमतेस व सामाजिक शोषणास

इथली जातिव्यवस्थाच जबाबदार असल्याने जातिव्यवस्थेचे निर्मूलन झाल्याशिवाय भारतात लोकशाही क्रांती होणार नाही, असे आंबेडकरांना वाटत होते. आंबेडकरांच्या जातिविषयक विचारांचा परामर्श पुढे सविस्तरपणे येणारच आहे, त्यामुळे आंबेडकरांच्या जातिमीमांसेसंबंधी अधिक भाष्य करण्याची आवश्यकता नाही.

महाराष्ट्रातील जातिव्यवस्थाविरोधी स्त्रियांचे योगदान आणि चळवळींची भूमिका

महाराष्ट्राच्या अब्राह्मणी इतिहासलेखन प्रवाहाने जातीच्या उगमाच्या प्रश्नाबरोबर इतिहासातील वर्ण आणि जातीव्यवस्थेची बंधने अतिशय टोकाची असतानाही त्याविरुद्ध विचार व्यक्त करणाऱ्या स्त्रियांचा विचार आणि कर्तृत्व अधोरेखित केले.

वर्ण आणि जातिव्यवस्थेविरुद्ध संत परंपरेतील स्त्रिया मुक्ताई, वेणाबाई, बहिणाबाई, जनाबाई तसेच चोखामेळ्याची पत्नी सोहिराबाई व बहीण निर्मला यांनी प्रतिभासंपन्न अभंगरचनेतून विचार व्यक्त केला. (पवार, २००४, पृ.४६).

१९ व्या शतकाच्या परिस्थितीत, ज्या वेळी वरच्या जातीतल्या स्त्रिया गरिबीने ग्रासलेल्या व कुटुंबाच्या नियंत्रणाखाली होत्या, त्या वेळी स्त्रियांच्या स्वतंत्र कृतीला जवळजवळ काहीच संधी नव्हती. तरीपण घरचा, समाजाचा कसलाही आधार नसताना पंडिता रमाबाईंना भारतातील स्त्री-प्रश्न समजला. त्याची पाळेमुळे त्यांना हिंदूधर्मात दिसली; पण त्या काळातील तथाकथित सुधारकांना मात्र स्त्री-प्रश्नाची पाळेमुळे हिंदूधर्माच्या सनातनी चौकटीत आहेत, हेच मान्य नव्हते. (भागवत, १९८९, पृ.४१). (अधिक माहितीसाठी चक्रवर्ती, १९९९, रिरायटिंग हिस्ट्री, द लाईफ अँड टाईम ऑफ पंडिता रमाबाई).

इ.स.१८८२ साली ताराबाई शिंदे यांचा 'स्त्री-पुरुष तुलना' हा निबंध प्रसिद्ध झाला. आज आपण ज्या व्यवस्थेला पुरुषप्रधान व्यवस्था म्हणतो त्यावर सत्यशोधक दृष्टीने पहिला हल्ला करण्याचे श्रेय ताराबाईंना दिले पाहिजे. (उपरोक्त, पृ.४१). तर सावित्रीबाई फुले यांच्या लिखाणातून ज्ञान व सत्ता यांच्यातील संबंधांचे स्वरूप स्पष्ट करतात; तर त्यांच्या शाळेतील मुक्ता साळवे जमीन वाटप व जातिव्यवस्था, स्त्रियांचे आरोग्य, बाळंतपण व जातीनुसार मिळणाऱ्या विषम सोयी व जातींमधील उतरंडीबद्दल विद्वत्तापूर्ण भाष्य करतात.

स्वातंत्र्योत्तर काळातील जात आणि स्त्रियांच्या विचारांचा जर आढावा घेतला तर त्याची सुरुवात आंबेडकरांच्या हिंदू कोडबिलापासून करावी लागेल.

हाच कालखंड, 'ऑल इंडिया कॉन्फरन्स' या संघटनेचा होता. तिने बिलाच्या बाजूने स्त्रियांच्या बाजूने आंदोलन संघटित केले होते. (पाटील १९८९, पृ.६६). ही सर्वपक्षीय व उच्च जातीवर्गीय स्त्रियांच्या नेतृत्वाखालील स्त्री-मुक्ती संघटना होती.

परंतु आंबेडकरी चळवळीतील स्त्रियांचा सहभाग हा त्यांच्या प्रत्यक्ष मुलाखतीतून

आणि संग्रहीत माहितीतून करता येतो, कारण बाबासाहेबांच्या भाषणाचा आणि विचारांचा खूप मोठा प्रभाव स्त्रियांवर पडला. त्यातून शिका, संघटित व्हा आणि संघर्ष करा, ही त्रिसूत्री स्त्रियांनी स्वीकारली. अनेक स्त्रियांनी 'प्रबुद्ध भारत' वगैरे वर्तमानपत्रातून लेखन केले. कथा, लेख, पत्रव्यवहार यातून त्यांनी आपल्या मनोगताबरोबरच आपली सामाजिक जाणीव व्यक्त केली. (पवार, २००४ पृ.४७).

वरील विषयांच्या आधारे महाराष्ट्रातील आजच्या स्त्रियांच्या चळवळीचे वासाहतिक काळातील चळवळींशी जात आणि लिंगभाव या संदर्भात नाते कसे होते ते स्पष्ट करता येईल. त्यातून जात आणि स्त्रीदास्याचा प्रश्न सोडविण्यासाठीचे प्रयत्न लक्षात येतील.

फुले-आंबेडकरांचा अपवाद केला तर महाराष्ट्रातील फार थोड्या विचारवंतांनी जात आणि लिंगभाव यांचा संबंध जोडला.

''लोहियावादी समाजवादी प्रवाहाचे वैशिष्ट्य हे आहे, की डाव्या पुरोगामी चळवळीत स्त्रीदास्याची कारणमीमांसा जातीप्रथेशी जोडण्याची भूमिका घेणारा तो पहिला प्रवाह आहे,'' असे सांगून रणजित परदेशी आणि पगारे म्हणतात, ''लोहियांनी वर्णजातिव्यवस्थेच्या उदयविकासाचा ना इतिहास उभा केला, ना ऐतिहासिक भौतिकवादी अन्वेषण पद्धतीद्वारे शास्त्रीय मांडणी केली. लोहियांनंतरही समाजवादी चळवळीत अनेक विचारवंत आणि कार्यकर्ते निर्माण झाले परंतु त्यांनी स्त्रीदास्याच्या उदयविकासाची ऐतिहासिक मांडणी करण्याचा प्रयत्न केलेला नाही.'' (परदेशी/पगारे, १९९७, पृ.२४).

शरद पाटील म्हणतात, ''मा.क.प.च्या ऑल इंडिया डेमॉक्रॅटीक वुमन्स असोसिएशनची पहिली परिषद १९८१ साली झाली. याच सुमारास भारतीय कम्युनिस्ट पक्षाची (भाकप) भारतीय महिला फेडरेशनची स्थापन झाली. या स्त्रीसंघटना, 'स्त्रीदास्य वर्गव्यवस्थेतून आलो', असे मानणाऱ्या आहेत; कारण त्यांच्या दृष्टीने 'वर्ग' हीच एकमेव शोषणशासनाची भौतिक संस्था आहे. तर, वर्ण-जात या मानसिक व्यवस्था आहेत. स्त्रियांतील वर्णभेदच त्यांना मान्य आहेत, जातीभेद नाहीत. अतिशूद्र जाती-जमातींच्या बहुसंख्य स्त्रिया खेड्यात गावकुसाबाहेर राहतात आणि अतिशूद्र या देशाचा जवळपास पाव हिस्सा आहे, ही अनन्य वस्तुस्थिती त्यांच्या मते, माया आहे.'' (पाटील, १९८९, पृ. ६७).

शरद पाटील महाराष्ट्रातील शेतकरी चळवळीच्या जातिविषयक भूमिकेचे परीक्षण करतात. शरद पाटील यांच्या मते, शेतकरी संघटनेने महाराष्ट्रातील शेतकरी स्त्रियांचा ९-१० नोव्हेंबर १९८६ ला घेतलेला चंदवड येथील महिला मेळावा हा देशाच्या इतिहासातला अभूतपूर्व मेळावा होता. 'वर्ग' नावाची संस्था अस्तित्वातच नसल्याचे ते मानतात. जातीचे अस्तित्व त्यांना मान्य असूनही ते जात्यंताचा लढा

म्हणजे उष्ट्या पत्रावळीसाठी भांडण असल्याचे मानतात. (उपरोक्त, पृ.६९).

वरील विवेचनावरून महाराष्ट्रातील जातिव्यवस्थेविरुद्ध लढणाऱ्या स्त्रियांची परंपरा व विविध चळवळींची भूमिका लक्षात येईल.

जातिमीमांसेची अब्राह्मणी परंपरा ब्राह्मणी परंपरेहून सर्वार्थाने भिन्न असल्याचे दिसते. जातिमीमांसेला परिवर्तनवादी, संघर्षवादी बनविले ते याच परंपरेने. ब्राह्मणी परंपरेच्या संदर्भात या परंपरेची सारभूत वैशिष्ट्ये पुढीलप्रमाणे सांगता येतील.

१. अब्राह्मणी जातिमीमांसेने जातिसंस्थेचे शोषणप्रधान स्वरूप प्रथम स्पष्ट करून ते ऐतिहासिक विकासाच्या संदर्भात मांडले.

२. जातिव्यवस्था ही एक शोषणव्यवस्था असल्याने तिच्या समूळ उच्चाटनाशिवाय सामाजिक न्यायाची प्रतिष्ठापना होणे अशक्य आहे, हे या मीमांसेने निःसंदिग्धपणे सांगितले.

३. जातिसंस्थेचे मूळ हे वर्णव्यवस्थेमध्ये आहे, हे निश्चित लक्षात घेऊन वर्ण व जातींचा एकसमयावच्छेदे करून अंत केल्याशिवाय समताधिष्ठित समाज निर्माण होणार नाही. हे ओळखून जातिभेदावर उपाय म्हणून गुणककर्माधिष्ठित वर्णव्यवस्थेचा पुरस्कार या मीमांसेने बिलकूल केला नाही.

४. राष्ट्रोन्नतीसाठी जातिभेद निर्मूलन ही प्रेरणा अब्राह्मणी परंपरेची कधीच नव्हती. उलट व्यक्तीची माणूस म्हणून प्रतिष्ठा कशी अबाधित राहील, हे तिने पाहिले.

५. जातिव्यवस्थेच्या संदर्भात भारतीय इतिहासाचे अन्वेषण करताना या परंपरेने केवळ उच्चवर्णीय जातीय अभिजात संस्कृत वाङ्मयाचा आधार न घेता बौद्ध, जैन, लिंगायत व तत्सम भक्तिमार्गी प्राकृत वाङ्मयाचा, लोकपरंपरेचा, आधुनिक भाषाविज्ञानाचा, शोषक-शोषित संबंधातील कार्यकारणभावाचा समग्र विचार करूनच जातिव्युत्पत्ती, विकास व ते निर्मूलनाची दिशा तिने दाखविली. म्हणूनच ब्राह्मणी विचारपरंपरेतून ती खऱ्या अर्थाने प्रागतिक पुरोगामी अशी ठरते.

थोडक्यात, वरील सर्व विवेचनात ब्राह्मणी परंपरा, त्यातील विविध प्रवाह, महाराष्ट्राच्या वैशिष्ट्यपूर्ण असलेल्या संत परंपरेचा अभ्यास करण्यात आला आहे. त्यानंतर अब्राह्मणी विचारपरंपरांतून आलेला जातिव्यवस्थाविषयक विचार आणि व्यवहाराचे आकलन करण्याचा प्रयत्न करण्यात आले आहेत. त्यात महाराष्ट्रातील जातिव्यवस्थाविरोधी स्त्रियांचे योगदान आणि विविध चळवळींची भूमिका अभ्यासण्याचा प्रयत्न करण्यात आला आहे.

४

डॉ. जी. एस. घुर्ये प्रणीत जातिव्यवस्थेचे समाजशास्त्र

ब्रिटिश कालावधीत भारतीय समाजशास्त्राचा मूलभूत पाया घालण्याचा प्रयत्न केला. त्या प्रयत्नात बाबासाहेब आंबेडकर, जी. एस. घुर्ये, राधाकमल मुखर्जी, डी.पी. मुखर्जी, ब्रजेंद्रनाथ शील, बी. के. सरकार, बी. एस. गुहा इत्यादी अनेक भारतीय समाजशास्त्रज्ञांचाही प्रमुख वाटा आहे.

डॉ. जी. एस. घुर्ये यांचा परिचय :

गोविंद सदाशिव घुर्ये यांचा जन्म १२ डिसेंबर १८९३ रोजी मालवण येथील एका व्यापारी घराण्यात झाला. जी. एस. घुर्येंनी प्राथमिक शिक्षणापासूनचे आयुष्य मुंबईत काढले. इंग्रजी व संस्कृत या विषयात त्यांनी विशेष प्रावीण्य मिळविल्याने त्यांना शिष्यवृत्तीही मिळाली. एवढेच नाही तर इंग्रजी व संस्कृत विषयातील गोडीमुळे प्राचीन भारतीय समाजव्यवस्थेची जाणीव करून घेण्यासाठी संस्कृत ग्रंथांचे अध्ययन करून त्यांचे इंग्रजीत भाषांतर करण्याइतपतची क्षमता घुर्येंना लाभलेली होती व याच कालावधीत प्राच्यविद्येवर युरोपीय व भारतीय विद्वान विशेष अध्ययन करीत होते. साहजिकच त्यांच्या विचारांचा प्रभाव विद्यार्थिदशेत घुर्येंवर पडू लागला. पुढे घुर्ये मुंबई विद्यापीठातून संस्कृत विषयात एम.ए.प्रथम श्रेणीत उत्तीर्ण होऊन चान्सलर सुवर्णपदकाने सन्मानित झाले.

मुंबई विद्यापीठाने घुर्येंना शिष्यवृत्ती देऊन उच्च शिक्षणासाठी ब्रिटनला पाठविण्याची शिफारस समाजशास्त्र विभागाचे प्रमुख प्रा. पेट्रिक गेडीस यांनी केली. या शिफारशीमुळे त्यांना 'लंडन स्कूल ऑफ इकॉनॉमिक्स' या संस्थेत प्रवेश मिळाला.

पहिल्या सत्रात हॉबहाऊस व युरविक यांच्या मार्गदर्शनाखाली त्यांनी आपले अध्ययन कार्य सुरू केले. पहिल्या सत्रानंतर त्यांनी केंब्रिज विद्यापीठात प्रवेश घेऊन प्रा. रिव्हर्स व हेडन यांचे मार्गदर्शन घेतले. १९२३च्या सुमारास 'Ethnic Theory of Caste' या प्रबंधाबद्दल केंब्रिज विद्यापीठाने त्यांना पी.एच.डी. ही पदवी बहाल केली.

उच्च शिक्षण पूर्ण केल्यानंतर १९२४ या सुमारास घुर्ये भारतात आले. मुंबई विद्यापीठात प्रा. पेट्रिक गेडीस यांच्या रिकाम्या झालेल्या जागेवर समाजशास्त्राचे प्राध्यापक म्हणून कार्य करण्यास प्रा.घुर्येंनी प्रारंभ केला. घुर्येंनी समाजशास्त्रीय अध्ययनाचे संशोधन केंद्र मुंबई विद्यापीठात १९२६ पासून सुरू केले आणि मार्गदर्शनाची जबाबदारी स्वत:कडे घेतली. १९३८ साली मुंबई विद्यापीठाची पहिली समाजशास्त्रातील पी.एच.डी. ही पदवी श्री.एम.सी. प्रधान यांना त्यांच्या 'Untouchables in Bombay' या प्रबंधाबद्दल देण्यात आली.

१९३६ ते १९६८ पर्यंतच्या काळात जवळजवळ ३६ प्रबंधांना मुंबई विद्यापीठाने पी.एच.डी. मान्यता दिली. त्यांपैकी जास्तीतजास्त प्रबंध नागर समाजातील विविध समस्यांशी निगडित होते.

भारतीय समाजशास्त्राचा दर्जा संपादन केलेल्या डॉ. एम.एन.श्रीनिवास, के.एम.कपाडिया, पंढरीनाथ प्रभू, करंदीकर, इरावती कर्वे इत्यादींनी आपल्या संशोधनात्मक अध्ययनात डॉ.घुर्येंचे मार्गदर्शन घेतले. आपल्या संशोधनात्मक अध्ययनतंत्रात त्यांनी तुलनात्मक व ऐतिहासिक पद्धतीचा पुरस्कार करण्याकडे भर दिला.

भारतीय समाजशास्त्राला विशिष्ट दिशा व गती देण्याच्या उद्देशातून मुंबई १९५२ साली 'The Indian Sociological Society' या संस्थेची स्थापना करण्यात घुर्येंनी विशेष पुढाकार घेतला. एवढेच नव्हे तर संस्थेच्या माध्यमातून समाजशास्त्रीय पत्रिका (Sociological Bulletin) हे नियतकालिक प्रकाशित करण्यास सुरुवात केली.

डॉ. घुर्ये यांच्या व्यक्तिमत्त्वावर पडलेला प्रभाव

बाल्यावस्थेपासून घुर्ये यांच्या व्यक्तिमत्त्वावर विविध बाबींचा प्रभाव पडलेला दिसून येतो. प्राथमिक शिक्षण घेत असताना कौटुंबिक वातावरणाचा प्रभाव त्यांच्यावर तर पडलाच; परंतु त्याहीपेक्षा सातवीपर्यंतच्या शिक्षणात मराठी, संस्कृत आणि इंग्रजी या विषयात प्रावीण्य मिळविण्याइतपतचे मार्गदर्शन श्री.एम.एस.जोशी यांच्याकडून त्यांना लाभले व त्याचा वापर त्यांनी प्राच्यविद्याभ्यासाच्या (Indology) अध्ययनाकडे करून घेतला.

महाविद्यालयीन शिक्षणक्रमात घुर्ये यांच्या वाचनात गेनॉट यांनी लिहिलेले 'Natural Philosophy' हे पुस्तक आल्याने त्या पुस्तकातील विचारांचा प्रभाव

त्यांच्या व्यक्तिमत्त्वावर पडलेला दिसून येतो. आपल्या शैक्षणिक जीवनाच्या निर्माणकाळात ते ए.एन.व्हाईटहेडच्या तसेच जे.बी.बेरीच्या या पुस्तकातील विचारांमुळेही प्रभावित झाले होते. ब्रिटिश सामाजिक इतिहासकार जी. एम. ट्रॅव्हेलिएन बर्ट्रांड रसेल यांचाही घुर्येंवर मोठा प्रभाव होता. विश्वास आणि कल्पनांभोवतीच्या भावनांच्या निर्मितीमध्ये केलेल्या वैचारिक निर्मितीचाही प्रभाव त्यांच्यावर होता.

घुर्ये आपल्या प्रारंभिक केंब्रिज मानवशास्त्रव्यतिरिक्त सामाजिक मनोविज्ञानाच्या क्षेत्रात होणाऱ्या विकासांमुळेही प्रभावित होते आणि या कृतीमुळे त्यांना सर्वाधिक प्रभावित केले, ते ए.एफ.शैन्डचे पुस्तक 'Foundations of character' (1915) होते. ज्यात संस्कृतीच्या संरचनेच्या निर्माणामध्ये भावनांच्या भूमिकेस दर्शविले गेले आहे. भावनांमुळे मूळ विचार निहित असतात. अशा प्रकारे जेव्हा आपण धार्मिक मान्यता किंवा पोशाखासंबंधीच्या मान्यतेबद्दल बोलतो तेव्हा ते वास्तवामध्ये एक निश्चित चिंतनाच्या भावना किंवा मुख्य विचारांचे युग्मच आहे.

केंब्रिज विद्यापीठात रिव्हर्स व हेडन यांच्या मार्गदर्शनाखाली संशोधनात्मक अध्ययन करीत असताना त्यांच्या विचारांचा प्रभाव घुर्येंच्या व्यक्तिमत्त्वावर पडू लागला. रिव्हर्स व हेडन हे अनुभववादाचे (Empiricism) विकासवादाचे (Evolutionism) व प्रसारवादाचे (Diffusionism) पुरस्कर्ते असल्यामुळे भारतीय समाजव्यवस्थेचा व संस्कृतीचा स्वतंत्रपणे अभ्यास करतेवेळी त्या विचारप्रवाहाचा घुर्येंनी अवलंब करण्यास प्रारंभ केला.

ब्रिटिश सरकारने भारताची शिरगणती घेण्यास १८८१ पासून सुरुवात केली व हटन यांच्या मार्गदशर्नाखाली शिरगणतीचे जे अहवाल प्रकाशित होऊ लागले, त्या अहवालाचा संशोधनकार्यासाठी वापर करण्यास त्यांना मोठी मदत झाली. हटन व घुर्ये यांचे आवडीचे विषय एकच असल्याने हटन यांच्या अनेक ग्रंथांचा प्रभाव घुर्येंच्या व्यक्तिमत्त्वावर पडू लागला.

वरील शैक्षणिक पार्श्वभूमीमुळे व प्रभावामुळे घुर्येंच्या समाजशास्त्राचे बहुतेक विश्लेषण हे प्राच्यविद्या आणि प्रसारवाद (Diffusion) हे त्यांच्या कामावरील दोन मोठे प्रभाव आहेत, असे मानतात; पण घुर्येंच्या विचारांचा उगम हा इतका साधा नाही. या भागात तसे दाखवून देण्याचा प्रयत्न करणार आहे. त्याचे एक कारण म्हणजे आता आपण ज्याला प्राच्यविद्या आणि प्रसारवाद म्हणतो त्याचा इतिहास हा आपणाला शिकविला जातो. त्यापेक्षा कितीतरी जास्त गुंतागुंतीचा आहे आणि या इतिहासांचा एकमेकांशी खूप जवळून संबंध आहे. घुर्येंवर अनेकदा आरोप केला जातो की, त्यांनी वासाहतिक पौर्वात्यवाद व अनुभववाद हा भारतीय समाजाच्या विश्लेषणासाठी जसाच्या तसा उचलला; पण बारकाईने बघितल्यास आपल्या

लक्षात येते, की उपलब्ध मानववंशशास्त्रीय माहिती आणि सिद्धान्तांचा त्यांनी केलेला उपयोग हा चिकित्सक आणि निवडक होता; जर आपल्याला घुर्येना केवळ एक निष्क्रिय, आजूबाजूचे प्रभाव विनाचिकित्सा शोषून घेणारा आणि वासाहतिक ज्ञानाचे केवळ पुनरुत्पादन करणारा यापलीकडे समजून घ्यायचा असेल तर ज्या विचारधारांनी त्यांचा समाजशास्त्रीय दृष्टिकोन घडविला आणि त्या विचारधारांचा साम्राज्य आणि वसाहतवादाविरुद्ध संघर्षाशी असलेले संबंध तपासून बघावे लागतील.

घुर्येंचे कार्य चार वेगवेगळ्या क्षेत्रांमध्ये विभागले जाते. पहिले, संस्कृतचे प्रारंभिक ज्ञान मिळवून घुर्येंनी प्राच्यविद्यासंबंधी व सामाजिक मानववंशशास्त्रीय दृष्टिकोनातून विश्लेषण करण्याचे महत्त्वपूर्ण कार्य केले. भारतीय समाजशास्त्रात घुर्येंनी मोलाची देणगी दिली. त्यांच्या मतानुसार एकीकडे सामाजिक मानववंशशास्त्रीय दृष्टिकोनाचे महत्त्व वाढत आहे आणि दुसरीकडे इतिहासाचे यासंदर्भात घुर्येंचे कार्य मोलाचे ठरते.

दुसरे, केंब्रिज विद्यापीठात शिक्षण घेत असताना ऐतिहासिक व मिळत असलेल्या अनुभवांच्या आधाराने प्रस्थापित तथ्य व क्षेत्रकार्य यांचे ठाम मत व्यक्त केले. खरे तर सन १९३६ मध्ये घुर्ये सिंध प्रांतातील उत्खननकार्यात सहभागी झाले. त्यांनी काही प्रागैतिहासिक अवशेष शोधून काढले. जे आज मुंबईतील 'Prince of wales' या संग्रहालयात जतन करून ठेवले आहेत. खरेतर त्यांनी व्यापक क्षेत्र-कार्याची कामगिरी स्वत: कधीच घेतली नाही. घुर्येंनी त्यांच्या विद्यार्थ्यांना क्षेत्रकार्याच्या अभ्यासाची पद्धत व त्यातून मिळणारी संख्या एकत्र करण्यासाठी प्रोत्साहित केले. एम.एन.श्रीनिवास यांच्या मते, मुंबई विद्यापीठामध्ये घुर्येंनीच भारतातील वंशशास्त्रीय संशोधनासाठी मार्गदर्शन केले.

तिसरे, घुर्येंनी भारतात समाजशास्त्रास व्यावसायिकरणाच्या भूमिकेतून महत्त्वाचे स्थान मिळवून दिले. त्यामध्ये कर्तव्यदक्षपणाने संशोधन करणे व संशोधन करून घेणे हे जबाबदारीचे काम होते. विभागात पीएच.डी. साठी ५५ व एम.फिल.साठी २५ विद्यार्थ्यांना घुर्येंचे मार्गदर्शन मिळाले व त्यानंतर या विद्यार्थ्यांनी भारतातील वेगवेगळ्या विद्यापीठातील संशोधन संस्थांच्या शिक्षणाचे व संशोधनाचे कार्य अव्याहतपणे केले. विशेष म्हणजे हे त्या काळात केले गेले, ज्या काळात विद्यार्थ्यांना संशोधनप्रवृत्ती किंवा अन्य सुविधांचा अभाव होता.

चौथे म्हणजे, औपनिवेशिक वारशातून समाजशास्त्रास सोडविण्यासाठी घुर्येंनी जीवापाड कष्ट केले. तसेच भारतीय समाजास प्रभावित करणाऱ्या व्यापक प्रश्नांशी व समस्यांबरोबर तसेच परिवर्तनाच्या प्रक्रियेकडे लक्ष दिले हे घुर्येंनी लिहिलेल्या ग्रंथांमधून स्पष्ट होते.

घुर्येंनी अनेक ग्रंथांची निर्मिती केले. तसेच 'Sociological Bulletin' या नियतकालिकामधूनही प्रासंगिक विषयाला अनुसरून अनेक लेखही प्रकाशित केले. या प्रकरणामध्ये प्रामुख्याने जातिविषयक विचाराशी संबंधित ग्रंथांची यादी दिली आहे.

ग्रंथनिर्मिती :

1. Caste and Race in India (1932)
2. The Aborigines so called and their Future (1943)
3. Caste, class and occupation (1961)
4. Religious consciousness (1965)
5. 'Two Brahmanial Institutions - Gotra (pravara) and Charan' (1971)
6. Mahadev Kolis (1963)
7. Race Relations in Negra-Africa (1952)

जी.एस.घुर्ये यांचे जातिविषयक विचार

घुर्ये यांनी केंब्रिज विद्यापीठात 'रिव्हर्स' आणि 'हेडन' यांच्या मार्गदर्शनाखाली १९२३ साली जो संशोधनात्मक प्रबंध सादर केला तो प्रामुख्याने जातिव्यवस्थेच्या उत्पत्तीविषयाशी निगडित होता. Ethnic Theory of Caste या प्रबंधाबद्दल घुर्येंना डॉक्टरेट पदवी मिळाली. त्यात १८८० सालच्या सर हर्बर्ट रिस्लच्या हिंदू भारतीय लोकसंख्येच्या मानवमीतिय (Anthropometric) पद्धतीचे काम आहे. ते त्यांच्या The peoples of India या ग्रंथात प्रकाशित झाले होते. जे त्याच्या केंब्रिजच्या दिवसात टि.ए.जॉइस या अभ्यासकाच्या सल्ल्यानुसार घुर्येंनी नवीन सांख्यिकीय पद्धतीद्वारे रिस्लेच्या अभ्यासाचे पुनर्साचिकरण केले. हा महत्वाचा गाभा Anthropo-Socio-Historical अध्ययन पद्धतीद्वारे विस्तारित करून Caste and Race in India (1932) जे अनेकवेळा सुधारित आवृत्त्या आणि पुनर्मुद्रितांद्वारे प्रकाशित करण्यात आले ते आता या विषयावरील जवळ जवळ प्रमाण समजले जाते.

वासाहतिक काळाच्या अखेरच्या पर्वात समाजशास्त्र या अभ्यासविषयाने भारतात चंचूप्रवेश केला व स्वातंत्र्योत्तर पहिल्या दोन दशकांत ते बहरास आले. सर्वार्थाने समाज समजून घेण्याचा प्रयत्न करणारे एक सामाजिक शास्त्र म्हणून ते स्वातंत्र्यापूर्वी सामाजिक सुधारणा व राष्ट्रवाद आणि स्वातंत्र्योत्तर काळात विकास व राष्ट्र–बांधणी यांसारख्या समकालीन राजकीय विचारसरणीशी घनिष्ठपणे संबंधित राहिले; जरी अनेक अभ्यासकांनी राजकीय विचारसरणींचा या अभ्यासविषयाच्या मार्गक्रमणावर पडलेला प्रभाव दाखवून दिला असता तरी सद्य:कालीन समाजशास्त्रासाठी

या इतिहासाचे काय महत्त्व आहे, हे जाणून घेण्याचा प्रयत्न मात्र अत्यल्प राहिला आहे. या निबंधात मी भारतातील समाजशास्त्राचे एक संस्थापक म्हणून ओळखले जाणारे गोविंद सदाशिव घुर्ये यांच्या कार्याच्या अनुषंगाने या अभ्यासविषयाच्या जडणघडणीवर तेव्हाच्या सामाजिक-राजकीय घडामोडींचा काय प्रभाव राहिला, तसेच हा अभ्यासविषय भारतीय समाजाबद्दलचे एक राजकीय चर्चाविश्व म्हणून कसा अस्तित्वात आला याची मांडणी करणार आहे.

१९२० या दशकापासून जेव्हा घुर्येंच्या मार्गदर्शनाखाली समाजशास्त्राच्या संस्थात्मकीकरणाला प्रारंभ झाला तेव्हा 'समाजाचे विज्ञान' या अर्थी या विषयाने 'भारतीय समाज' या नामवली अंतर्गत राष्ट्राची व्याख्या निर्धारित करण्यास प्राधान्य दिले. स्वातंत्र्यानंतरच्या पहिल्या दोन दशकांत त्या काळच्या प्रभुत्वशाली विचारसरणींना अनुसरून भारतीय समाज व संस्कृतीबद्दलचे एक विशिष्ट आकलन या अभ्यासविषयांतर्गत विकसित करण्यात आले. समाजशास्त्रीय चर्चाविश्व व समकालीन विचारसरणींमध्ये साधर्म्याची अनेक स्थळे दाखवून देता येतात; परंतु, मी येथे घुर्येंच्या कार्यकर्तृत्वाच्या केंद्रभागी राहिलेल्या 'राष्ट्रीय एकात्मता' या संकल्पनेवर लक्ष केंद्रित करणार आहे. 'राष्ट्र' या कोटिवर विशेष भर दिल्यामुळे जातीसारख्या महत्त्वाच्या घटकाबद्दलचे समाजशास्त्रीय विश्लेषण त्या काळच्या राजकीय अभिजन वर्गाने पुरस्कारलेल्या राष्ट्र-बांधणी व आधुनिकीकरणाच्या प्रभुत्वशाली परिप्रेक्ष्याखाली दबले गेले. परंतु, समाजशास्त्र एक वस्तुनिष्ठ सामाजिक विज्ञान आहे या आवरणाखाली त्याचा राष्ट्र-राज्याच्या राजकारणाशी असलेला ऐतिहासिक नातेसंबंध नाकारण्यात आला. या पद्धतीशास्त्रीय वस्तुनिष्ठेची आणि घुर्ये व त्यांच्या विद्यार्थ्यांनी भारतीय समाजाविषयी केलेल्या विवेचनाची आजही या अभ्यासविषयांतर्गत पुनर्निर्मिती होत आहे व त्यातून अनेक समाजशास्त्रज्ञांचे जातीसारख्या विषयाचे राजकीय आकलन निर्धारित होत आहे.

महाराष्ट्राच्या कोकणपट्टीतील एका सारस्वत ब्राह्मण कुटुंबात जन्मलेल्या घुर्ये (१८९३-१९८३) यांनी मुंबई येथील एल्फिन्स्टन महाविद्यालयात संस्कृतमध्ये कलाशाखेची स्नातक व स्नातकोत्तर पदवी घेतली. १९२०मध्ये मुंबई विद्यापीठाची परदेशात समाजशास्त्राचे अध्ययन करण्यासाठीची शिष्यवृत्ती घुर्ये यांना मिळाली व त्यांनी १९२०मध्ये तेव्हाचे सर्वांत प्रतिष्ठित मानववंशशास्त्रज्ञ डब्ल्यू. एच.आर. रिवर्स यांच्याकडे शिकण्यासाठी इंग्लंडमधील केंब्रिज विद्यापीठाला प्रयाण केले. १९२३मध्ये घुर्ये यांनी आपले संशोधन पूर्ण केले आणि भारतात परतल्यानंतर १९२४मध्ये मुंबई विद्यापीठात १९१९ साली स्थापलेल्या स्कूल ऑफ इकॉनॉमिक्स ॲन्ड सोशियॉलॉजीचे आद्य प्राध्यापक व समाजशास्त्राचे प्रमुख पेट्रिक गेडीस यांच्या निवृत्तीनंतर ते समाजशास्त्र

विभागाचे प्रपाठक व प्रमुख बनले. त्यानंतर, १९५९ मधील त्यांच्या निवृत्तीपर्यंतच्या ३५ वर्षांत घुर्येंचे आपल्या विभागावर आधिपत्य राहिले व त्यांच्या नेतृत्वाखालील 'बॉम्बे स्कूल' म्हणून नावारूपाला आलेल्या विचारपद्धतीने देशातील समाजशास्त्राच्या जडणघडणीवर विलक्षण प्रभाव टाकला.

घुर्येंचा त्यांच्या अभ्यासक्षेत्रावर वैचारिक तसाच संस्थात्मक प्रभाव राहिला; जरी त्यांचे समाजशास्त्रीय लिखाण आज क्वचितच (एक-दोन ग्रंथ वगळल्यास) वाचले जात असले तरी भारतीय समाजशास्त्राविषयीच्या त्यांच्या आकलनाचे संस्थात्मकीकरण व प्रसरण अनुक्रमे मुंबई विद्यापीठातील समाजशास्त्र विभाग आणि त्यांनी घडविलेल्या समाजशास्त्रज्ञांच्या दुसऱ्या पिढीच्या अनुषंगाने टिपता येते. घुर्येंचे विपुल व वैविध्यपूर्ण समाजशास्त्रीय लिखाण तपशीलवार तपासणे हा लेखाचा हेतू नसून, त्यांच्या व त्यांच्या विद्यार्थ्यांच्या लिखाणातून भारतीय समाजशास्त्रातील काही प्रभावी सूत्रांच्या उगमांकडे तसेच अशा समाजशास्त्राच्या राजकीय मथितार्थाकडे लक्ष वेधण्याचा हा प्रयत्न आहे.

भारतीय संस्कृतीचा इतिहास व त्याच्या समकालीन रूपरेषेचे दस्तऐवजीकरण करणे, हे घुर्येंच्या अधिकतर लिखाणाचे स्वरूप राहिले आहे. यासाठी ते त्यांच्या संस्कृतच्या अभ्यासावर तसेच अभिजात वाङ्मयीन साधनांवर अवलंबून राहिल्यामुळे त्यांच्या अभ्यासपद्धतीला 'भारतविद्यानुवर्ती' (Indological) म्हणून संबोधिले जाते. परंतु, पारंपरिक भारतविद्याज्ज्ञला ज्याप्रमाणे केवळ गतकाळाच्या पुनर्मांडणीमध्ये रुची असते, तसे न करता घुर्ये यांनी समाजशास्त्रीय आकलन हे ऐतिहासिक असावयास हवे व सामाजिक संस्थांच्या अध्ययनात त्यांच्या उगम व उत्क्रांतीच्या तसेच त्यांच्या समकालीन समाजातील भूमिकांबद्दलचे विश्लेषण समाविष्ट असायला हवे, या उद्दिष्टाखातर संस्कृत संहिता व इतर ऐतिहासिक स्रोतांचा आधार घेतला. घुर्ये यांचे लिखाण भारतविद्यानुवर्ती असण्यापेक्षा विसाव्या शतकाच्या प्रारंभीच्या मानववंशशास्त्रातील काही प्रवाहांप्रमाणे सांस्कृतिक-ऐतिहासिक स्वरूपाचे होते. परंतु, भारतीय संस्कृती व सामाजिक संस्थांच्या इतिहाससंबंधीची ही जाण केवळ अकादमिक नव्हती. भारतीय संस्कृतीची प्रमुख लक्षणे हेरून, एका सामाईक भूतकाळातील त्यांचा उगम सिद्ध करणे हा तिचा व्यापक उद्देश होता. या कामासाठी घुर्ये यांनी, आपल्या पिढीतील इतर बुद्धिवंतांप्रमाणे, भारतीय संस्कृती म्हणजे ब्राह्मणी हिंदू धर्म व वैदिक काळ आणि हिंदू समाजव्यवस्था ही धार्मिक तत्त्वांवर आधारलेली आहे, असा प्राचीन भारताविषयीच्या पौर्वात्यवादी पुनर्मांडणीचा आधार घेतला. घुर्ये भारतीय संस्कृतीला मूलतः हिंदू व हिंदू धर्माला ब्राह्मणवाद असे समजत असल्यामुळे भारतीय समाजाच्या आकलनासाठी धार्मिक संहितांचा अभ्यास आवश्यक असल्याचे

ते मानत असत.

घुर्ये यांनी १९ व्या व २० व्या शतकाच्या संधिकाळातील बहुचर्चित अशा भारतीय इतिहासातील 'आर्य' आक्रमणाच्या सिद्धान्ताचाही आधार घेतला. या इतिहासविषयक राजकीय मांडणीनुसार भारतीय संस्कृती ही 'सुसंस्कृत' आर्य जमातींनी आक्रमण करून एतद्देशीयांचा वा 'दस्युं'चा विनाश करून अथवा त्यांना संमीलित करून हा भू-प्रदेश काबीज करण्यातून आकारास आली. Caste and Race in India (१९३२) या आपल्या पहिल्या व सुप्रसिद्ध ग्रंथात घुर्ये या सिद्धान्ताआधारे भारतीय संस्कृतीच्या, खासकरून जातिव्यवस्थेच्या उगमाचे व विस्ताराचे स्पष्टीकरण देण्याचा प्रयत्न करतात. उपलब्ध पुराव्यांच्या परिशीलनानंतर ते या निष्कर्षास पोहचतात, की इंडो-युरोपीय वंशाची एक उपशाखा असलेले इंडो-आर्य इ.स.पूर्व २५००च्या सुमारास भारतात आले व त्यांनी त्यांच्यासोबत वैदिक धर्म व ज्यास घुर्ये इंडो-आर्य संस्कृतीची 'ब्राह्मणी आविष्कृती' संबोधितात अशी संस्कृती येथे आणली. आपले विधिवत पावित्र्य जपण्यासाठी इंडो-आर्यांनी स्थानिक लोकसमूहांशी असलेल्या सामाजिक संबंधावर निर्बंध टाकण्याच्या प्रयत्नांतून जातिव्यवस्था उगम पावली व सांस्कृतिक प्रसरणाच्या प्रक्रियेद्वारा ती, ब्राह्मणवादाबरोबर, नंतर भारतभर पसरली, असा घुर्येंचा युक्तिवाद आहे. थोडक्यात, घुर्येंच्या मते ब्राह्मणवाद व जातिव्यवस्था ही या उपखंडात स्थापन झालेल्या इंडो-आर्य संस्कृतीची व्यवच्छेदक लक्षणे होत.

Caste and Race in India या शीर्षकाखाली १९५६मध्ये त्यांचा ग्रंथ प्रकाशित झाला. त्यानंतर ग्रंथाच्या प्रकरण रचनेमध्ये काही फेरफार करून ग्रंथांची चौथी आवृत्ती १९६१मध्ये Caste and Class in India या शीर्षकाखाली १९५६ मध्ये प्रकाशित झाली. त्यानंतर ग्रंथाच्या प्रकरण रचनेमध्ये काही फेरफार करून ग्रंथांची चौथी आवृत्ती १९६१ मध्ये Caste, Class and Occupation in India या नावाने प्रकाशित करण्यात आली. पुढे १९६९मध्ये काही नवी प्रकरणे घालून व इतर काही फेरफार करून या ग्रंथाची पाचवी आवृत्ती Caste and Race in India या शीर्षकाखाली प्रकाशित झाली. डॉ.जी.एस.घुर्ये यांचे हिंदूंच्या जातीय व्यवस्थेविषयीचे विचार प्रामुख्याने या ग्रंथात समाविष्ट झालेले आहेत.

घुर्येंच्या जातीविषयक विचारांची खालील पाच वैशिष्ट्ये आहेत.

१. हिंदुत्वाची एक विशिष्ट धारणा

२. वंशीय सिद्धान्ताशी सहमती

३. दर्जाच्या आधारावर जातीच्या काही वैश्विक वैशिष्ट्यांचा शोध.

४. जातीतील विभागणीवर लक्ष केंद्रित केल्यामुळे पोटजाती याच खऱ्या जाती आहेत, हा दृष्टिकोन.

५. जातींच्या भविष्याच्या दिशेबाबतचे विचार.

ब्रिटिशकाळात भारतीय जातिव्यवस्थेबाबत अनेक पाश्चात्त्य विचारवंतांनी अध्ययन केले; परंतु, त्याचे अध्ययन जातिनिष्ठ समाजरचनेतील विभिन्न जातीसमुदायातील परस्पर संबंधाशी निगडित असते. मात्र, घुर्येंनी वंशिय संकल्पना जातिव्यवस्थेच्या निर्मितीस कशी कारणीभूत आहे याचे विवेचन केले आहे.

घुर्ये म्हणतात, जेव्हा पारंपरिक हिंदू समाज हा जातीच्या सामाजिक तत्त्वज्ञानाच्या अधिकारात होता आणि हक्क व कर्तव्यांच्या आधुनिक संकल्पनांचा त्याला स्पर्श झाला नव्हता. तेव्हा या समाजाची वैशिष्ट्ये पुढीलप्रमाणे होती–

१. समाजाची खंडात्मक विभागणी
२. श्रेणी परंपरा
३. सामाजिक संबंधांवर नियंत्रण
४. सामाजिक व धार्मिक अयोग्यता आणि विशेषाधिकार
५. व्यवसाय निवडीवर मर्यादा
६. जोडीदार निवडीवर मर्यादा

घुर्येंचे जातिविषयक विचार हे खालील चार दृष्टिकोनांवर आधारित आहेत–

१. हिंदू समाजाचा प्राच्यविद्या दृष्टिकोन – ज्याच्या जोरावर ते भारतीय समाजाची ठळक वैशिष्ट्ये मांडतात.
२. वंशीय सिद्धान्त आणि शारीरिक मानववंशशास्त्र – ज्याच्या आधारावर ते जातीच्या उगमाचे व जात आणि वंशातील संबंधांचे सिद्धांकन मांडतात.
३. अनुभवजन्यवादी समाजशास्त्र (Empirical Sociology) – ज्याच्या जोरावर ते भारताबाहेरील जातिसदृश्य घटकांची मांडणी करतात.
४. घुर्ये म्हणतात, व्यवहारात पोटजाती याच खऱ्या जाती आहेत. ते म्हणतात, जर आपल्याला जातिसंस्थेचे समाजशास्त्रीयरीत्या काटेकोर आकलन करायचे असेल तर पोटजातींनाच खऱ्या जाती मानण्यासाठी आपल्याकडे अनेक कारणे आहेत.

घुर्येंची ही भूमिका पुढे इरावती कर्वे यांनी आपले पुस्तक Hindu Society an Interpretationमध्ये आणि अलीकडच्या काळात मॉर्डन क्लास यांनी विकसित केली आहे; पण कर्वे आणि क्लास यांच्या उलट घुर्येंचे आकलन हे केवळ अनुभववादी (Empiricist) आहे. याचाच अर्थ घुर्येंचे जातिविषयक विचार हे त्याकाळी उपलब्ध असलेल्या अनुभववादी पुराणाच्या त्यांनी केलेल्या अभ्यासातून येत होते. कुठल्याही प्रकारची सैद्धांतिक पुर्नबांधणी न करता घुर्ये स्वत:ला याच

पातळीपर्यंत स्वत:ला सीमित ठेवतात. जेव्हा घुर्ये जाती आणि पोटजातीतील फरक त्यांच्या अनुभववादी कार्याच्या माध्यमातून स्पष्ट करण्याचा प्रयत्न करतात तेव्हा हे स्पष्ट होते. घुर्ये म्हणतात, ''मी हे दाखवून दिले आहे, की पोटजाती याच खऱ्या जाती आहेत; पण हे करीत असताना, जाती व पोटजातीची व्यक्तीसाठी असलेली वेगवेगळी कार्ये आणि समाजातील इतर गटांशी जात व पोटजातीकडे बघण्याचा वेगळा दृष्टिकोन मी दाखवून दिला आहे.'' हे म्हणत असताना, बोस नमूद करू इच्छितात, की ते घुर्येंच्या जातिविषयक दृष्टिकोनातील अनुभववादी दृष्टिकोनाचा प्रभाव अधोरेखित करू इच्छितात. हे लिहिण्यामागे ते घुर्येंच्या सिद्धांकनाच्या क्षमतेवर टीका करू इच्छित नाहीत.

घुर्येंच्या जातिविषयक विचारांचे तिसरे वैशिष्ट्य हे त्यांच्या वंशाच्या आकलनावर आधारित आहे. त्याबाबतीत रिस्लेचा त्यांच्यावर खूप प्रभाव होता पण तपशिलाच्या बाबतीत मात्र ते रिस्लेपेक्षा वेगळे आहेत. वंश व जातीतील संबंधाचे वर्णन करताना घुर्ये सहा शारीरिक प्रकारांबद्दल बोलतात. त्यांच्या मते, हिंदू लोकसंख्या ही या सहा प्रकारांमध्ये विभागलेली आहे. हे प्रकार म्हणजे–

१. इंडो आर्यन (Indo-Aryan)
२. आदि-द्रविड (Pre-Dravid)
३. द्रविड (Dravid)
४. पाश्चिमात्य (Western)
५. मुंडा (Munda)
६. मंगोलॉईड (Mungoloid)

जातीच्या उगमाबद्दल घुर्येंचे मत हे वंशीय सिद्धान्त आणि वंशांची पुढे झालेली सरमिसळ यावर आधारलेले आहेत. भारताबाहेरील जाती आणि जातीसदृश्य संस्थांच्या वैशिष्ट्यांचा घुर्ये अभ्यास करतात. त्यांच्या मते, जात ही दर्जावर आधारित गटाप्रमाणे असून जन्म आणि दर्जा आधारित विभागण्या या इतर समाजांमध्ये पण असाधारण नाहीत. समाजात त्यांच्या सीमारेषा स्पष्ट आहेत, असे दर्जा आधारित गट असणे जे हक्क आणि वंचितांच्या बाबतीत एकमेकांपासून वेगळे असतात आणि अंतर्गत विवाह करण्याच्या स्वातंत्र्यावरील निर्बंधामुळे जे वेगळे टिकून राहतात असे गट इंडो युरोपियन संस्कृतीच्या मानसिक पार्श्वभूमी आणि सामाजिक चित्राची समान वैशिष्ट्ये गणले जाऊ शकतात. त्यामुळे घुर्ये हे जातीला वैशिष्ट्यपूर्ण भारतीय संस्था न मानता असा तर्क करतात, की ही संस्था इतर समाजांमध्ये सापडणाऱ्या दर्जा आधारित फरकांशी काही साम्य बाळगते. घुर्येंच्या या जातिविषयक दृष्टिकोनाला जर बारकाईने तपासले तर जातीचा हा दृष्टिकोन आणि जातीचा वंशीय दृष्टिकोन हे

विरोधाभासी आहेत. जातीचा वंशीय दृष्टिकोन लक्षात घेतला तर असे दिसते, की जात ही एका विशिष्ट समाजाचे एकमेवाद्वितीय वैशिष्ट्य त्या समाजाच्या एकमेवाद्वितीय वंशीय वैशिष्ट्यांशी आहे.

आपल्यासाठी हे समजणे महत्त्वाचे आहे, की घुर्ये आपल्या वर्णनासाठी ज्यांचा प्रमुख स्रोत म्हणून वापर करतात, ते आहेत जाती आणि जमातींवर क्रुक, रिस्ले, किट्स, नेसफिड, ओ'माले, सेनार्ट, शेयरिंग यांनी लिहिलेले ग्रंथ आणि जनगणनेचे अहवाल हे विशिष्ट ज्ञान वासाहतिकरणाच्या (Encounter) प्रक्रियेमध्ये निर्माण झाले होते. या ज्ञानाची कृतीके प्रत्यक्षवाद (Positivism) तथ्यात्मक माहिती गोळा करण्याची विचारधारा, पूर्व आणि पश्चिमेतील मूलभूत वांशिक आणि सांस्कृतिक फरक व सामाजिक शास्त्रातील उत्क्रांतीवाद किंवा प्रसारवादी (Diffissionist Theory) सिद्धांकन होते.

जातीव्यवस्थेच्या लक्षणाबाबत घुर्ये यांचे विचार

घुर्येंनी 'Caste and Race in India' या ग्रंथात भारतातील जातिव्यवस्थेची विशेषतः हिंदूंच्या जातीव्यवस्थेचे लक्षणे विशद केलेली आहेत. जातिव्यवस्थेची निश्चित व्याख्या न करता जातिव्यवस्थेची वैशिष्ट्ये विशद करण्याचा प्रयत्न घुर्येंनी केलेला आहे. प्रत्येक जातींची अथवा पोटजातींची लक्षणे जरी वेगवेगळी असली तरी सर्वश्रेष्ठ व कनिष्ठ जाती व पोटजातींना लागू पडू शकेल अशा स्थूल स्वरूपातून जातिव्यवस्थेची वैशिष्ट्ये घुर्येंनी विशद केलेली आहेत.

१. समाजाची खंडात्मक विभागणी

हिंदू समाज हा निरनिराळ्या जाती, गटांमध्ये विभागला आहे. प्रत्येक जात ही सामाजिक दर्जावर आधारलेला गट आहे. जात ही वर्गापेक्षा कशी भिन्न आहे याची चर्चा घुर्ये यांनी केली आहे. जातीच्या वर्तुळात व्यक्तीला आपले सर्वांगीण जीवन जगता येते, हे जातीचे एक प्रमुख वैशिष्ट्य आहे, असे घुर्ये मानतात. तसेच प्रत्येक जातीची स्वतःची अशी सांस्कृतिक वैशिष्ट्ये असतात. त्यामुळे प्रत्येक जात हा एक सांस्कृतिक गटच असतो, असेही मत त्यांनी व्यक्त केले आहे.

२. श्रेणीबद्ध परंपरा

भारतातील प्रत्येक भाषिक प्रदेशात या जाती आढळून येतात, त्याचा सामाजिक दर्जाच्या दृष्टीने श्रेष्ठ–कनिष्ठ असा सर्वमान्य क्रम ठरलेला आढळतो. ब्राह्मण जातीचा दर्जा मात्र भारतात सर्वत्र सर्वश्रेष्ठ समजला जातो. दक्षिणेत मात्र काही कारागीर जाती श्रेष्ठत्वासाठी ब्राह्मणांबरोबर स्पर्धा करताना आढळतात, असे निवेदन घुर्ये यांनी केले आहे. जातिश्रेणीमध्ये सर्वांत कनिष्ठ स्तर अस्पृश्य मानलेल्या जातींचा होता.

३. सामाजिक व्यवहारातील व रोटीव्यवहारावरील निर्बंध

हिंदूधर्मामध्ये निरनिराळ्या जातीच्या लोकांनी परस्परांबरोबर कोणत्या स्वरूपाचे संबंध ठेवावेत वा व्यवहार करावेत यासंबंधी नियम तयार केलेले आहेत. अन्नाचे कच्चे अन्न व पक्के अन्न असे दोन प्रकार मानले आहेत. कोणत्या जातीने दुसऱ्या कोणत्या जातीकडून कच्चे वा पक्के अन्न 'घ्यावयाचे किंवा घ्यायचे नाही' हे ठरविणारे नियम भारतात जवळजवळ सर्वत्र आढळतात. जातिव्यवस्थेत पावित्र्यभंगाची (विटाळाची) संकल्पना ही एक मध्यवर्ती अशी संकल्पना आहे. एखाद्या जातीचे लोक स्पर्शाद्वारे वा अन्नाद्वारे दुसऱ्या जातीतील लोकांना विटाळू शकतात, असे मानले जात असल्याने निरनिराळ्या जातीतील व्यवहारांवर निर्बंध लादण्यात आलेले आहेत.

४. नागरी व धार्मिक हक्काची विषय वाटणी

जातिव्यवस्था ही विषमतेवर आधारलेली व्यवस्था आहे, इथे काही जातींना काही अधिकार प्रदान केलेले आहेत, पण काहींना तेच अधिकार नाकारण्यात आलेले आहेत. तसेच काही जातींच्या नागरी व धार्मिक हक्काचा संकोच करणारे नियमही जातिव्यवस्थेत आढळतात. उदा. पूर्वी अस्पृश्यांना मंदिर प्रवेशाचा हक्क नव्हता, तामिळनाडूमधील काही जातींच्या लोकांना घोड्यावरून लग्नाची वरात काढण्याचा अधिकार नव्हता.

५. बेटीव्यवहारावरील निर्बंध

व्यक्तीने आपला वैवाहिक जोडीदार आपल्या गटातूनच निवडला पाहिजे, अशा प्रकारचा निर्बंध सर्व मानवी समाजांमध्ये आढळून येतो, यास अंतर्विवाहाचा नियम म्हणतात. हा नियम जातिव्यवस्थेत अत्यंत काटेकोरपणे पाळावा लागतो. घुर्ये यांची हा अंतर्विवाहाचा नियम केवळ जातीच्या बाबतीत नव्हे, तर जात्यंतर्गत उपजाती म्हणून ओळखल्या जाणाऱ्या गटांच्या बाबतीत पाळला जातो. त्यामुळे घुर्ये यांच्या मतानुसार उपजातींना जाती म्हणून संबोधण्यास काही हरकत नाही. अंतर्विवाहाचा नियम हा जातिसंस्थेचा गाभा आहे, असे घुर्ये मानत असले तरी भारताच्या काही भागात श्रेष्ठ जातीच्या पुरुषांनी कनिष्ठ जातीतील स्त्रियांबरोबर विवाह करण्याची अनुलोम विवाहाची रूढी प्रचलित होती व आहे याची काही उदाहरणे घुर्ये यांनी दिली आहेत.

६. व्यवसाय निवडीवरील निर्बंध

घुर्ये यांनी जातिव्यवस्थेच्या वैशिष्ट्यांचे विवरण हे सुमारे पन्नास वर्षांपूर्वी केले आहे. त्या वेळी जातिव्यवस्थेचे पारंपरिक स्वरूप थोड्याफार प्रमाणात टिकून होते.

पारंपरिक जातिव्यवस्थेत अनेक जातींना स्वत:च्या पारंपरिक व्यवसाय होता व व्यक्तींनी आपल्या जातीचा पारंपरिक व्यवसाय केला पाहिजे, असा निर्बंध असे. अर्थात व्यापारी, शेती, सैन्यातील नोकरी असे काही व्यवसाय करण्याची मुभा अनेक जातींना होती.

जातिसंस्थेची उत्पत्ती

जातिसंस्थेचे स्वरूप खूप गुंतागुंतीचे आहे. तसेच जातीच्या गटांमध्ये इतकी विविधता आढळते, की कोणत्याही एका सिद्धान्ताच्या आधारे जातिव्यवस्थेची उत्पत्ती शोधता येणार नाही, याची जाणीव डॉ. घुर्येंना होती; म्हणून त्यांना आपल्या 'Caste, class and occupation' या ग्रंथातील जातिव्यवस्थेच्या उत्पत्तीबाबतचे विश्लेषण करणाऱ्या प्रकरणाला 'Origins of the Caste System' असे शीर्षक दिले आहे. घुर्येंनी उपरोक्त मतप्रवाहांचा आपल्या लिखाणात परामर्ष घेतला आहे, त्यावर टीका-टिप्पणी केली आहे. काही ठिकाणी जातिव्यवस्थेच्या व जातगटांच्या स्वरूपावर प्रकाश टाकणारी माहितीही दिली आहे. तथापि, जातिव्यवस्थेच्या उत्पत्तीच्या संबंधात अचूक आणि निश्चित स्वरूपाचे विधान घुर्ये यांनी क्वचित केले आहे.

हिंदू समाज सुरुवातीला ब्राह्मण, क्षत्रिय, वैश्य आणि शूद्र अशा चार वर्णांमध्ये विभागलेला होता. धार्मिक, सामाजिक व सांस्कृतिक अधिकार आणि वर्तनावरील निर्बंध यांच्या बाबतीत वर्णावर्णांमध्ये मोठ्या प्रमाणात विषमता होती. ते वर्ण श्रेष्ठत्व, कनिष्ठत्व या स्वरूपाच्या संबंधांनी परस्परांशी जोडलेले होते. या विषमतेचे समर्थन धर्मसूत्रकारांनी हे वर्णसृष्टीच्या निर्मात्याच्या शरीराच्या अनुक्रमे मुख, बाहू, मांडी व पाय अशा कमी-जास्त महत्त्वाच्या भागातून निर्मिलेले होते, असे सांगून केले. पुढे गीतेमध्ये निर्मात्याने व्यक्तीने अंगभूत गुण व ती करू शकणारी कार्ये लक्षात घेऊन या चार वर्गांची निर्मिती केली होती, अशा अर्थाचा एक श्लोक आलेला आहे. ही वर्णव्यवस्था बुद्धीला पटणाऱ्या काही तत्त्वांवर आधारलेली आहे, हे वर्णीयांना पटवून देण्यासाठी व त्यांच्या मनातील उच्चवर्णीयांसंबंधी असलेली असूयेची भावना नियंत्रित करणे हे या श्लोकाचे प्रयोजन होते, असे भाष्य घुर्ये करतात.

आता आपण घुर्ये यांच्या जातिसंस्थेच्या उत्पत्तिसंबंधीच्या विचारांचा थोडक्यात परामर्श घेऊ.

घुर्ये यांच्या मतानुसार इ.स.पूर्व २००० या सुमारास आर्य जेव्हा भारतात आले तेव्हाच त्यांच्यामध्ये ब्राह्मण, क्षत्रिय व वैश्य असे तीन सुस्पष्ट वर्ण/वर्ग निर्माण झालेले होते. या तीन वर्गांमध्ये आपसांतच विवाह करायला हवेत, असे बंधन नसले तरी विवाह क्वचितच होत असावेत. चौथ्या शूद्र वर्णाचा उल्लेख तत्कालीन वाङ्मयात उशिराने येतो. घुर्ये यांच्या मतानुसार हा वर्ण आर्यांनी ज्यांच्यावर स्वामित्व मिळविलेले

होते, अशा मूळच्या स्थानिक रहिवाशांचा मिळून बनलेला होता. हिंदू जातिव्यवस्था ही भारतातील स्थानिक लोकांनी निर्माण केलेली एक संस्था होती, हे ओडनबर्ग व इतरांनी मांडलेले मत ते अमान्य करतात.

तसेच ऋग्वेदकालीन आर्यांपूर्वी भारतात ब्राह्मण होते व जातिसंस्थेच्या उगमाचा शोध हा द्रविडी भाषा बोलणाऱ्या पौरोहित्य करणाऱ्या ब्राह्मणांमध्ये शोधला पाहिजे, हे हटन यांचे मत घुर्ये यांनी साधार खोडून काढले आहे. ते एके ठिकाणी असे म्हणतात, की जातिव्यवस्थासदृश्य संस्थेचे वर्णन पूर्वीच्या संस्कृत वाङ्मयात अनेक ठिकाणी येते. हे ग्रंथ आर्य किंवा आर्यांपासून स्फूर्ती घेतलेल्या मूळच्या रहिवाशांनी लिहिलेले असले पाहिजेत.

भारतात आलेले वेदकालीन आर्य स्वत:ला आर्य म्हणून घेत असत व त्यांनी जिंकलेल्या स्थानिक लोकांना 'दास' म्हणून संबोधित असत. आर्यांनी स्वत:ला दासांपासून अलग ठेवण्याचा कसोशीने प्रयत्न केला. घुर्ये यांचे म्हणणे असे, की आर्य लोक (केल्ट्स, अँग्लो, सॅक्शन, ट्यूटन, रोमन, इटालियन) जिथे जिथे गेले, तिथे तिथे त्यांनी स्वत:ला स्थानिक लोकांपासून अलग ठेवण्याचा प्रयत्न केला. या त्यांच्या अलग ठेवण्याच्या वृत्तीतूनच धार्मिक कार्यातील शुचितेची (Ceremonial Purity) संकल्पना निर्माण झाली. अलगपणाची वृत्ती व धार्मिक शुचितेची संकल्पना ही दोन सर्व टोळ्यांची वैशिष्ट्ये होती. परंतु, त्याचबरोबर त्यांनी इतरांच्या श्रद्धा व आचारप्रणाली यांच्याबाबत सहिष्णूवृत्ती दाखविली. भारतात आलेल्या आर्यांनी येथील मूळच्या रहिवाशांना अंकित केले; पण त्यांना आपल्या धार्मिक व सांस्कृतिक जीवनात सहभागी करून घेतले नाही. स्वत:ला वांशिक व सांस्कृतिकदृष्ट्या श्रेष्ठ समजून इतरांना हीनतेने वागविले. परंतु, या स्थानिक लोकांनी आर्यांचे स्वामित्व मान्य केले, त्यांचा 'शूद्र' हा अलग असा वर्ग निर्माण करून त्यांचा आपल्या समाजरचनेच्या परिघावरील एक भाग म्हणून स्वीकार केला. वेदकालीन आर्यांमधील ब्राह्मण लेखकांनी ब्राह्मण, क्षत्रिय व वैश्य हे द्विजाती व शूद्र हे एक जाती असा भेद दाखविण्यावर सतत भर दिला.

घुर्ये आपल्या सर्व लिखाणामध्ये जातिव्यवस्था ही गंगेच्या खोऱ्यात स्थिरावलेल्या आर्यांनी, प्रामुख्याने त्यांच्यातील ब्राह्मणवर्णीयांनी निर्माण व विकसित केली व तेथूनच ती इतरत्र प्रसार पावली, असे प्रतिपादन सतत व आग्रहाने करताना दिसतात.

या आर्यांनी आपली वांशिक शुद्धता व सांस्कृतिक एकता टिकविण्यासाठी अंतर्विवाहाच्या नियमाचे काटेकोरपणे पालन केले. आर्यांमध्ये अनुलोम विवाहाला मान्यता होती. परंतु, प्रतिलोम विवाह निषिद्ध मानले जात. वर्णसंकरातून काही जाती

निर्माण झाल्या, असे काही उल्लेख धर्मग्रंथांमध्ये येतात, त्यांच्याशी घुर्ये सहमत असलेले दिसतात. तथापि, डोम, चांडाळ, आयोग वा निषाद इत्यादी जातींचा उल्लेख प्राचीन ग्रंथांमध्ये वर्णसंकरातून निर्माण होणाऱ्या जाती असा येतो, तो घुर्ये यांना मान्य नाही. त्यांच्या मते, या जाती मूळच्या स्थानिक जनजाती असल्या पाहिजेत.

आर्यांमधील ब्राह्मण हे आर्यांचे नैतिक मार्गदर्शक व कायदे तयार करणारे होते. हे ब्राह्मण आर्य पुढे जिथे जिथे गेले तिथे तिथे त्यांनी अंतर्विवाहाचा नियम व जातिव्यवस्थेची इतर वैशिष्ट्ये नेली. तिथे त्यांनी निरनिराळे व्यवसाय करणाऱ्यांमध्ये अलगता निर्माण केली. अंतर्विवाहाचा नियम त्यांनाही पाळायला भाग पाडले. अंतर्विवाहाचा व निरनिराळ्या गटांमधील रोटीव्यवहारावरील निर्बंध, ब्राह्मण आर्यांनी स्वतःच्या वर्णाची शुद्धता अबाधित राखण्यासाठी केले व ते इतरांनाही पाळावयाला उत्तेजन दिले. त्यामुळे जातिव्यवस्था प्रस्थापित होण्यास मदत झाली, असे प्रतिपादन घुर्ये यांनी केले आहे.

थोडक्यात, आपण पाहिलेच आहे, की घुर्येंच्या मते जातीची निर्मिती ही वंश आणि अनुलोम विवाहांमुळे झाली. साधारणतः ख्रिस्तपूर्व २५०० मध्ये इंडो-आर्यन सर्वप्रथम भारतात आहे. येथील मूळ रहिवाशांना त्यांनी आपल्या जातिव्यवस्थेत सामावून घेतले; पण त्याचवेळी आर्यांनी आपली वंशशुचिता टिकविण्यासाठी सर्व प्रकारची पावले उचलली. ही वंशशुचिता टिकविण्यासाठी अंतर्गत विवाह ही अत्यावश्यक बाब समजली गेली. याबाबतीत ब्राह्मणांनी पुढाकार घेतलेला दिसतो. घुर्येंच्या मते, इंडो-आर्यनच्या या सांस्कृतिक वैशिष्ट्यांचे मूळ हे इंडो-युरोपियनांमध्ये बघायला मिळते; कारण इंडो-युरोपियनसुद्धा आपल्या सामाजिक संबंधामध्ये अशा प्रकारचे (Exclusivist Spirit) दाखवितात. या एकमेवाद्वितीयेच्या (Execulsiveness) भावनेतून जातिसंस्थेचा उगम कसा झाला? घुर्येंच्या मते, आर्यन जेव्हा भारतात आले तेव्हाच ते तीन वर्गामध्ये विभागलेले होते. हे वर्ग कार्यात्मक विभागणीवर आधारित होते. यात आंतरवर्गीय विवाह असामान्य होते; पण अंतर्विवाहावर बंदी नव्हती. पराजित लोकांचा वर्ग म्हणजे शूद्र. म्हणून शूद्र या तीन वर्गांपेक्षा वेगळे गणले गेले. यामुळे आपल्या लक्षात येते, की बाकीचे तीन वर्ण द्विज आणि द्विज नाहीत असे का?

जातिव्यवस्थेची उत्पत्ती भारतीय जनसमुदायातील गृहीत धरलेल्या वांशिक भेदांच्या आधारे लावण्याचा प्रयत्नही काही अभ्यासकांनी केला होता. भारतात पूर्वी निरनिराळ्या वंशाचे लोक रहात होते. यातून निरनिराळ्या जाती निर्माण झाल्या. निरनिराळे जातीगट हे निरनिराळ्या वंशाचे आहेत, हे त्यांच्या प्रतिपादनाचे सार होते. पुढे नेसफिल्ड या अभ्यासकाने जातिव्यवस्थेच्या निर्मितीची मीमांसा व्यवसाय भिन्नतेच्या संदर्भात केली. त्यांनी जातिव्यवस्थेचा वांशिक सिद्धान्त पूर्णपणे नाकारला. सर्व

भारतीय एकाच वंशाचे आहेत व जातिवैविध्याचे मूळ वांशिक वैविध्यामध्ये नाही, असे प्रतिपादन त्यांनी केले. घुर्येंना नेसफिल्ड यांचे मत अतिव्याप्त, धाडसी, वस्तुस्थितीला पुरेसा आधार नसलेले असे वाटते. त्यांच्या मते, 'निरनिराळ्या जाती वांशिक भेदानुसार बनलेल्या नसल्या तरी सर्व भारतीय एकाच वंश शाखेचे आहेत, असे मानणे वस्तुस्थितीला धरून होणार नाही. निरनिराळ्या भाषिक प्रदेशांमधील जाती-जातींच्या वांशिक गुणधर्मांमध्ये फरक आढळून येतात.'

नेसफिल्ड यांच्या या विधानाची एक प्रतिक्रिया म्हणून हर्बर्ट रिस्ले यांनी निरनिराळ्या जातींच्या लोकांची मानववंशशास्त्राच्या नियमांनुसार शारीरिक मोजमापे घेऊन जातिव्यवस्था आणि वांशिक भेद यांच्या परस्परसंबंधांचे स्वरूप समजावून घेण्याचा प्रयत्न केला. त्यांनी आपल्या तुलनात्मक अभ्यासाच्या आधारे सर्वसामान्यपणे अधिक टोकदार नाके असलेल्या लोकांच्या जातीचे सामाजिक स्थान हे बेढब नाके असणाऱ्या लोकांच्या जातीपेक्षा अधिक उच्च असते, असा एक मुद्दा मांडला. संयुक्त प्रांत (उत्तरप्रदेश), बंगाल, बिहार इत्यादी भागातील ब्राह्मणांची नाके अधिक टोकदार व त्यांचा दर्जा उच्च असतो. त्यानंतर क्रम लागतो त्यांच्यापेक्षा कमी टोकदार नाके असणाऱ्या जातींचा. ब्राह्मण आर्यवंशीय, म्हणून त्यांची नाके टोकदार, इतर जाती अन्यवंशीय वा ब्राह्मण व स्थानिक वांशिक गटांच्या संकरातून निर्माण झालेल्या ब्राह्मणांच्या वांशिक गुणवैशिष्ट्यांहून एखाद्या इतर जातीची वांशिक वैशिष्ट्ये जितकी अधिक भिन्न तितका त्या जातीचा दर्जा अधिक कनिष्ठ असतो, अशी मते रिस्ले यांनी आपल्या अभ्यासाच्या आधारे पुढे मांडली. घुर्ये यांना ही मते अंशत: मान्य होती. उत्तर हिंदुस्थानातील ब्राह्मण हे आर्य वांशिक हे खरे; त्यामुळे त्यांची नाके टोकदार. परंतु ब्राह्मणेतर जातींचा दर्जा त्यांच्या ब्राह्मणांच्या शारीरिक गुणधर्माशी असलेल्या साम्य किंवा भिन्नत्वाशी निगडित असतो. हे रिस्लेंचे मत घुर्ये यांनी अमान्य केले. घुर्येंनी निरनिराळ्या प्रांतातील निरनिराळ्या जातींच्या लोकांच्या नाकाच्या व डोक्याच्या आकाराच्या दर्शकांच्या आधारे, ब्राह्मणांशी शारीरिक वैधर्म्य असलेल्या जातीचा सामाजिक दर्जा, त्यांच्याशी याबाबतीत साम्य असलेल्या जातींच्या दर्जापेक्षा कमी असतोच असे नाही, हे सप्रमाण दाखवून दिले आहे. उदाहरणार्थ, रिस्ले यांनी तयार केलेल्या नाकाच्या आकाराच्या दर्शकांकानुसार बंगालमधील जातीचा क्रम पूर्व बंगालमधील ब्राह्मण, कायस्थ, पश्चिम बंगालमधील ब्राह्मण, चांडाळ, सदगोव, गौला, मुची, पोड, कैबार्त व राजवंशी, कोल असा लागतो. परंतु, तेथील जातीचा सामाजिक दर्जाचा क्रम मात्र ब्राह्मण, कायस्थ, सदगोप, कैबार्त, गौला, भुईआ, कोल, पोड, चांडाळ, मुची व इतर असा लागतो. घुर्ये यांनी निरनिराळ्या प्रांतातील ब्राह्मणांचे परस्परांशी जितके साधर्म्य आहे, त्यापेक्षा अधिक साधर्म्य एखाद्या प्रांतातील

ब्राह्मण व इतर जातींमध्ये असल्याचे आढळून येते, असे रिस्ले यांच्या जातींच्या वांशिक सिद्धान्ताला छेद देणारे महत्त्वाचे मत पुढे मांडले आहे.

जातिव्यवस्थेच्या निर्मितीशी व्यवसायभिन्नतेचा असलेला संबंध घुर्ये यांना मान्य असल्याचे दिसते. समाजात निरनिराळे व्यवसाय करणारे गट निर्माण झाले. त्यांनी ते व्यवसाय वंशपरंपरेने स्वीकारले. त्यातून निरनिराळे व्यवसाय करणारे ठळक, परस्परांपासून अलग, प्रवेश बंद असे व्यावसायिक गट निर्माण झाले. त्यांच्यामध्ये आपपर भावना निर्माण झाली. या गटांनी ब्राह्मण आर्यांनी पुरस्कारिलेला अंतर्विवाहाचा नियम काटेकोरपणे पाळावयास सुरुवात केली. त्यातून या गटांना जातीचे स्वरूप प्राप्त झाले, अशी मीमांसा घुर्ये यांनी केली आहे.

त्यांच्या मतानुसार, प्रत्येक समाजात निरनिराळ्या व्यवसायाचे श्रेष्ठ–कनिष्ठ असे दर्जे ठरविण्यात येतात व त्यावरून ते व्यवसाय करणाऱ्या गटांचे सामाजिक दर्जे निश्चित करण्यात येतात. तसेच या व्यावसायिक जातगटांच्या बाबतीत झाले. त्यामुळे काही व्यावसायिक जातींचा दर्जा इतर काही जातींपेक्षा श्रेष्ठ व कनिष्ठ ठरविला गेला. ब्राह्मण आर्यांनी धार्मिक शुचितेला महत्त्व दिले व या शुचितेचा संबंध त्यांनी स्वच्छतेशी जोडला. त्यामुळे परिणामी स्वच्छ व्यवसाय करणाऱ्या जातींना अस्वच्छ व्यवसाय करणाऱ्या जातींपेक्षा अधिक उच्च असा सामाजिक दर्जा व प्रतिष्ठा मिळाली व व्यावसायिक जातींची एक उतरंड तयार झाली. अस्वच्छ व्यवसाय करणाऱ्यांना अस्पृश्य मानले गेले व त्यांना समाजाच्या परिघाच्या बाहेर ठेवण्यात आले, असे प्रतिपादन घुर्ये करतात.

आपल्या लिखाणात एका ठिकाणी अरोरा, गुजर, लोहाना, जेम अशा जात नामांची यादी देताना ही नावे मूळच्या आदिवासी जमातींची नावे आहेत, असे घुर्ये नमूद करतात. या जाती मूळच्या आदिवासी गटांतून निर्माण झालेल्या आहेत, असे जरी त्यांनी स्पष्टपणे म्हटले नसले, तरी काही आदिवासी जमातींना जातीचे स्वरूप प्राप्त झाले व त्यांचा जातिव्यवस्थेत समावेश झाला, असे ते ध्वनित करतात.

जाती, उपजाती व पोटजाती निर्माण होण्यास कारणीभूत असणारे घटक

'Ethnic Theory of Caste' या प्रबंधात जातिव्यवस्थेच्या निर्मितीविषयीचा सिद्धान्त घुर्येंनी या पद्धतीने मांडला, त्याचप्रमाणे उपजाती व पोटजाती निर्माण होण्यास कारणीभूत असणाऱ्या घटकांचीही त्यांनी सविस्तरपणे चर्चा केलेली आहे. विभिन्न धार्मिक समुदायांतील पंथभेद व जातिसमुदायातील पोटभेद यांचे तुलनात्मकदृष्ट्या अध्ययन करून उपजाती व पोटजाती निर्माण होण्यास कारणीभूत असणाऱ्या घटकांची त्यांनी चर्चा केलेली आहे.

प्रत्येक जातिसमुदायात लहान–मोठ्या आकारमानाच्या अनेक उपजाती व

पोटजाती का निर्माण होतात, याचे विवेचन करतेवेळी डॉ. घुर्येनी वेगवेगळे आधारभूत घटक मानलेले आहेत. या घटकांव्यतिरिक्त अन्य काही घटक जबाबदार असण्याची शक्यता आहे. स्थूलमानाने डॉ. घुर्येनी उपजाती व पोटजातींसंबंधी या घटकांची चर्चा केलेली आहे, हे घटक पुढीलप्रमाणे आहेत.

जातिव्यवस्थेतील केवळ जातीच अंतर्विवाही गट आहेत, असे नव्हे तर उपजातीही अंतर्विवाहाचा नियम पाळतात म्हणून त्यांनाही जातिसमान मानले पाहिजे, असे घुर्ये यांचे मत आहे.

समाजशास्त्राच्या दुसऱ्या ख्यातनाम महाराष्ट्रीय अभ्यासक इरावती कर्वे यांनी आपल्या 'Hindu Society an Interpretation' या पुस्तकात जाति-उपजातींबद्दल दोन महत्त्वाची विधाने केलेली आहेत, ती अशी-

एक, उपजाती म्हणजे खऱ्या जातीच. दोन, ज्यांना जाती म्हणून ओळखले जाते त्यांचे स्वरूप वस्तुत: जातिसमूहाचे आहे. अनेक उपजाती म्हणजे जाती एकत्रित येऊन ज्यांना व्यवहारात जाती म्हणून ओळखले जाते, त्या निर्माण झालेल्या आहेत. घुर्ये इरावतीबाईंच्या दुसऱ्या मताशी सहमत नाहीत. त्यावर त्यांनी कडाडून हल्ला चढविला आहे. त्यांचे म्हणणे असे, की मूळची एक जात असावी व विदलनकरणाच्या प्रक्रियेमुळे (Fission) तिच्या निरनिराळ्या उपजाती निर्माण झाल्या. इरावतीबाईंचे म्हणणे असे, की ब्राह्मण ही जात देशस्थ, कोकणस्थ, माध्यंदिन, सारस्वत, चरक कऱ्हाडे या अशा अनेक जातींच्या एकत्रीकरणामुळे (Fusion) तयार झालेली आहे. घुर्ये यांनी जातींपासून उपजातींची निर्मिती विदलनकरणाच्या वा विभक्तीकरणाच्या प्रक्रियेतून होते, असे प्रतिपादन करून इरावतीबाईंचे हे विधान खोडून काढले आहे.

उपजाती कोणकोणत्या कारणांमुळे निर्माण होतात, याचे सविस्तर विवेचन घुर्ये यांनी केले आहे. त्यांनी उपजातींच्या निर्मितीस कारणीभूत होणाऱ्या घटकांमध्ये खालील घटक प्रमुख आहेत-

१. एकाच जातीचे लोक निरनिराळ्या प्रदेशांमध्ये रहात असतील तर वास्तवाच्या प्रदेशानुसार त्या जातीत उपजाती निर्माण होतात. उदा. देशस्थ, कोकणस्थ, कनौजी ब्राह्मण.
२. दोन जातींच्या संकरातून जन्मलेल्यांच्या काही उपजाती निर्माण झाल्या आहेत. उदा. भिल्लाल ही उपजात राजपूत पुरुष व भिल्ल स्त्री यांच्या संबंधातून निर्माण झालेल्यांची आहे.
३. घुर्ये यांनी जातींचा व्यवसायांच्या संदर्भात विचार केला तसा उपजातींचाही केला व्यवसायभिन्नतेमुळेही उपजाती कशा निर्माण होतात, हे त्यांनी सोदाहरण

दाखवून दिले. उदा. उत्तर प्रदेशामधील भिसार या जातींमध्ये सिंगारिया (शिंगाड्याची लागवड करणारे), टाकीवाले (टाकी लावणारे) अशा उपजाती आहेत. एकच व्यवसाय करणाऱ्या जातीमध्ये व्यवसायाच्या निरनिराळ्या तंत्रावरून व साधनांवरून उपजाती निर्माण होतात. उदा. महाराष्ट्रात कुंभारांमध्ये लहानचाके (लहान चाके वापरणारे) व थोरचाके (मोठे चाक वापरणारे) अशा दोन उपजाती आहेत.

४. निरनिराळ्या धार्मिक चळवळींमधूनही काही उपजाती निर्माण झालेल्या आहेत. उदा.उत्तर प्रदेशामधील ब्राह्मणांची विष्णोई ही उपजात.

५. काहीवेळा विशिष्ट रूढी किंवा वर्तनप्रकार पाळण्यावरूनही उपजाती निर्माण झालेल्या आहेत. उदा.कातकऱ्यांमध्ये गाई-बैलांचे मांस खाणारी एक ढोर म्हणून उपजात आहे. इतर लोक ते मांस खात नाहीत.

६. काही धार्मिक पंथ-उपपंथांना उपजातींचे स्वरूप प्राप्त झाले आहे. उदा. ब्राह्मणातील ऋग्वेदी, यजुर्वेदी या उपजाती.

वरील विवेचनावरून असे लक्षात येते, की अनेक जाती व पोटजाती निर्माण होण्यास बहिर्विवाह, संमिश्र व्यवसाय, धार्मिक आचार-विचार, आहारविषयक संकल्पना, संस्काराच्या पद्धती, धार्मिक चळवळी, विशिष्ट रूढी किंवा वर्तनप्रकार पाळण्यावरूनही उपजाती निर्माण झालेल्या आहेत.

थोडक्यात, जनगणनेबाबत जातिव्यवस्थेचा दृष्टिकोन हा त्या काळच्या इंग्रज अधिकाऱ्याच्या वैचारिक कुतूहलाचा परिणाम होता, १९७२ पासून प्रत्येक नवीन जनगणनेत जातिव्यवस्थेवर केंद्रित झालेले लक्ष हे वाढतच गेले आहे. याचा एकूण परिणाम म्हणजे जातिभावाला पुन्हा जोम मिळणे होय, असे घुर्येंचे म्हणणे होते; पण घुर्येंनी ज्ञानाच्या प्रमाणशास्त्रीय अधिकाराला मात्र कुठेच प्रश्न विचारलेला दिसत नाही. उलट, या ज्ञानाचा वापर त्यांनी परत परत केलेला दिसतो असे प्रदीपकुमार बोस यांना वाटते.

जेव्हा घुर्ये म्हणतात, की पोटजातींनाच खऱ्या जाती म्हणून मान्यता दिली पाहिजे, तेव्हा ते हीच वर्गीकरणाची पद्धत अवलंबतात. अशा प्रकारे वर्गीकरण करण्यामध्ये धोका उद्भवतो, की कुठल्या पातळीपर्यंत वर्गीकरण करायचे; कारण एका अर्थाने वर्गीकरणाचे जे परिमाण ठरवितो त्याच्या जोरावर आपण वर्गीकरण करत राहू शकतो.

विभागण्या आणि उपविभागण्यांची चिकित्सा करत सेनार्टने पहिल्यांदा असे सुचविले, की पोटजातींनाच 'खरे गट' मानायला पाहिजे. आधुनिक जगातील परिस्थितीची नेमकी माहिती मिळविणे हे सेनार्टसाठी महत्त्वाचे होते. त्यांच्या लक्षात

आले, की पोटजात ही अंतर्विवाहाचे एकक आणि अंतर्गत न्यायाचे साधन आहे. तेच या समाजाची मूलभूत संस्था आणि म्हणूनच खरी जात होय. जेव्हा घुर्ये म्हणतात की, पोटजातींनाच खऱ्या जाती म्हणून मान्यता मिळाली पाहिजे, तेव्हा ते सेनाट यांचा कित्ता गिरवतात. घुर्ये आणि कर्व्यांच्या विचारांतील मुख्य फरक म्हणजे कर्व्यांच्या मते पोटजातींच्या एकत्रीकरणाने जाती निर्माण होतात, तर घुर्यांच्या मते जातींतील विभागण्यांमुळे पोटजाती तयार होतात. या विचारांतील फरक म्हणजे आगमनात्मक आणि निगमनात्मक तर्कातील फरक आहे. एक वरून खाली व दुसरे खालून वर; पण दोन्हीही विचारांमध्ये व्यवस्थेपासून स्वायत्तपणे अस्तित्वात असणाऱ्या एका 'Social Substance' चा शोध आहे. ज्याच्या जोरावर गटाची व्याख्या ठरवता येईल आणि त्याची इतर वैशिष्ट्ये शोधून काढता येतील.

सरतेशेवटी, आपण असा निष्कर्ष काढू शकतो, की घुर्येचे पोटजातींवरील लक्ष हे अनुभववादी सामाजिक शास्त्रावरील त्यांचा गाढ विश्वास, त्यांनी अवलंबिलेली वर्गीकरणाची पद्धत, वासाहतिक ज्ञानासाठीचे प्रेम आणि अधिकाधिक विभागण्या आणि उपविभागण्यांसाठी केलेला त्याचा वापर यामुळे झालेले दिसते.

जात, वंश आणि वासाहतिक चर्चाविश्व

घुर्येंच्या जातिविषयक विचारांच्या महत्त्वाच्या मुद्द्यांना एक-एक करून बघूयात. आणि म्हटल्याप्रमाणे घुर्येंचे विचार पाश्चात्त्य जगतात विकसित झालेल्या विचारांपेक्षा फारसे वेगळे नाहीत. मागील काळात जाऊन पाहिले तर आपणास दिसते, की १८२४ सालच्या 'Encyclopaedia Britanica' मध्ये जेम्स मिलने 'जात' या लेखाचे तीन भाग केले होते. जातिसंस्थेचा उगम, त्याचे वर्णन व त्यावरील टीका. मिलच्या मते ही संस्था प्राचीन काळात व्यापकपणे पसरली होती. (युनान, मिस्त्र आणि इराण) आपण पाहिलेच आहे, की घुर्येंचे लिखाण हे जातीच्या वर्णनाच्या या प्रतिमानानुसार होते. जातींचे त्यांचे विशेषणसुद्धा उगम आणि इतिहासवर्णन इतर देशातील जातिसदृश्य वैशिष्ट्ये, जातींवरील टीका व भविष्यातील मित्र याप्रमाणेच मांडले जाते. हे म्हणत असताना प्रदीपकुमार बोस, घुर्यांवर मिलची संरचना जशीच्या तशी उचलल्याचा आरोप लावीत नाहीत. त्याउलट, ते हे दाखवून देऊ इच्छितात, की घुर्येंचे जातिविषयक चर्चाविश्व हे वासाहतिक चर्चाविश्वाच्या प्रस्थापित तत्त्व आणि तर्कानुसारच होते. या चर्चाविश्वाची संरचना ही घुर्यांसाठी आधीच आखून देण्यात आली होती.

ड्यूमाँटच्या मते, भारतातील जातिसंस्थेच्या पाश्चिमात्य अभ्यासांच्या इतिहासात तीन महत्त्वाचे कालखंड, त्या त्या कालखंडातील मुख्य दृष्टिकोनाच्या आधारे मांडता येतात. पहिल्या काळात जातिव्यवस्थेच्या स्पष्टीकरणावर भर देण्यात आला. कारण त्या काळात जातिव्यवस्था ही एक आश्चर्यकारक किंवा धक्कादायक घटना म्हणून

बघण्यात आली आणि तिच्या अस्तित्वाचे स्पष्टीकरण देण्याकडे कल होता. या शतकाच्या थोड्याआधी सुरू झालेल्या दुसऱ्या काळामध्ये जातिव्यवस्थेचे वर्णन करण्यावर भर होता, पण स्पष्टीकरणात्मक प्रवृत्ती पूर्णपणे नाहीशा झाल्या होत्या.

१९४५ नंतरच्या समकालीन काळात सखोल क्षेत्रीय अभ्यासामुळे जातिव्यवस्थेचे जास्त खरे आणि व्यापक वर्णन पुढे येऊ लागले. जातिव्यवस्थेच्या उगमाबद्दल संशोधनाऐवजी जातीवर विविध प्रकारे समाजशास्त्रीय विचार लागू झाला आहे. आपण हे लक्षात ठेवले पाहिजे, की हे तिन्ही काळ एकमेकांना छेद देतात आणि प्रत्येक काळ आपल्या आधीच्या काळाची काही वैशिष्ट्ये आत्मसात करतो. घुर्ये हे दुसऱ्या काळातील आहेत. त्यांच्या लिखाणामध्ये जातीचे वर्णन हा मुख्य बिंदू ठरतो. त्यामुळे ड्यूमाँटने केलेले वर्गीकरण बरोबर ठरते.

जातीच्या उगमाबद्दलचे घुर्येंचे सिद्धांकन हे १९ व्या शतकातील पौर्वात्यवादी ऐतिहासिक स्पष्टीकरणाने प्रभावित आहे. ही पौर्वात्यवादी ऐतिहासिक मांडणी तीन प्रकारच्या सिद्धान्तावर आधारित होती.

१. इंडो-युरोपियन किंवा द्रविडीयन सिद्धान्त

२. वंशवादी सिद्धान्त आणि

३. प्रसारवादी सिद्धान्त

घुर्ये मात्र या सर्व पौर्वात्यवादी स्पष्टीकरणांचा आधार घेत, जातीच्या उगमाची एक संयुक्त मांडणी करतात. इंडो-युरोपियन भाषा बोलणाऱ्या लोकसंख्येचे आगमन या गृहीतकावर जातीचा इंडो-युरोपियन सिद्धान्त आधारित आहे. यापुढे १९९६ साली सेनार्टनी जातीचा सिद्धान्त मांडला. जातीच्या वांशिक सिद्धान्ताचा इंडो-युरोपियन सिद्धान्ताशी संबंध आहे आणि यातसुद्धा जातीसंस्था ही दोन गटांच्या सामन्यातून आली, असा उल्लेख आला आहे. या दोन गटांपैकी आक्रमण करणाऱ्यांना आपल्या रक्ताची किंवा वंशाची शुद्धता टिकवून ठेवायची होती; म्हणून त्यांनी बंद गटाची स्थापना केली. घुर्ये लिहितात, आपण हे एक ऐतिहासिक तथ्य म्हणून स्वीकारू शकतो, की स्वतःला आर्य म्हणवणारे लोक ख्रिस्तपूर्व २००० सालाच्या आसपास उत्तर पश्चिमेकडून मोठ्या प्रमाणात भारतात दाखल झाले. आपल्या चर्चेतून हे पण स्पष्ट झाले आहे, की जातीशी जवळून साधर्म्य दाखविणाऱ्या संस्थेचे वर्णन संस्कृत ग्रंथांमध्ये वेळोवेळी सापडते जे आर्यांचे किंवा आर्यांनी प्रभावित मूळ रहिवाशांनी लिहिले आहेत. आर्यांच्या अगमनात आणि जातिसंस्थेच्या वाढीमध्ये आपण काही जवळचा संबंध बघू शकतो का? आपण पाहिले आहे, की या बाहेरून आलेल्या आर्यांचे नैतिक मार्गदर्शक आणि कायदे बनविणाऱ्या ब्राह्मणांना आपल्या रक्ताची शुद्धी टिकवून ठेवण्याचा प्रयत्न होता, की मानवमिती (Anthropometry)च्या साहाय्याने

आपण जातीच्या या पैलूवर प्रकाश टाकू शकतो का?

थोडे पुढे जाऊन मानवमितीय (Anthropometry) माहितीचे परीक्षण करीत असताना ते म्हणतात, "हिंदुस्थानात ब्राह्मणांपासून मुसाहरांपर्यंत जर शारीरिक प्रकारांचा गुणानुक्रम बघितला तर असे लक्षात येते, की सामाजिक प्राधान्याची जी उतरंड हिंदुस्थानच्या जातींमध्ये आहे. त्याच्याशी याचा सरळ संबंध दिसतो. हे असे असण्यामागे एक कारण असू शकते, ते म्हणजे ब्राह्मण रक्त आणि मूळ रहिवाशांचे रक्त यांची सरमिसळ होण्याची शक्यता मिटवून टाकता येईल. अशी बंधने पण इतर गटाच्या रक्तांची सरमिसळ विविध प्रमाणात होण्याची मुभा असेल."

या सिद्धान्तात आपल्याला १९ व्या शतकातील जातिव्यवस्थेच्या उगमाबद्दलच्या युरोपियन दृष्टिकोनात गोऱ्या कातडीच्या आक्रमक इंडो-आर्यन्स किंवा आर्यन्स आणि सावळे मूळ रहिवाशी दास किंवा दस्यू यांच्यातील वंशीय संघर्षावर भर देण्यात आला आहे. कोहन लिहितो, "१९व्या शतकातील युरोपियन अभ्यासक आणि ब्रिटिश राज्यकर्ते हे आपल्या वंशीय श्रेष्ठत्वाच्या भावनांचे कारण इंडो-आर्यन समजत असत. त्यांच्या मते, Indo-Aryans हे भारतीयांच्या संस्कृतीचे वाहक आहे आणि दासांना समाजात खालच्या स्थानावर ठेवून आणि त्यांच्याशी विवाहसंबंधावर बंदी आणून स्वत:चा वांशिकरीत्या शुद्ध ठेवण्याचा Indo-Aryans चा प्रयत्न आहे." असे म्हटले आहे.

भारतीय समाजाच्या पौर्वात्यवादी पुनर्बांधणीचे अनेक पैलू आहेत, त्यातील एक महत्त्वाचे गृहीतक होते, की पूर्व आणि पश्चिमेशी संबोधात्मक (Cognitive) संबंधातून पूर्वेचे परीक्षण केले आणि सुरुवातीच्या काळात भारताबाबत शासकीय वासाहतिक ज्ञानाच्या उत्पादनात महत्त्वाची भूमिका बजावली. नंतरच्या काळात ज्ञानाच्या उत्पादनामध्ये युरोपियन सामाजिक सिद्धान्ताची भूमिका महत्त्वाची झाली, जे आपल्याला जनगणनेच्या अहवालामध्ये आणि Ethnographic Accountsमध्ये बघायला मिळते. याच प्रभावांनी घुर्येंच्या जातिविषयक विचारांना आकार दिला. इथे हे नमूद केले पाहिजे, की अधिक्रम व्यवस्थेची विचारधारा-वर्णाश्रम-धर्म ही भारताच्या प्राचीन ज्ञानाची महत्त्वाची बाब आहे. ही गोष्ट आपल्याला वेदोत्तर काळातील ब्राह्मण ग्रंथामध्ये बघायला मिळते. जिथे सामाजिक फरकांचे प्राधान्यक्रम लावून त्या सगळ्यांना एकत्र ठेवणाऱ्या नैतिक एकतेबद्दल विवेचन आहे. हीच बाब मध्यकाळातील धर्मशास्त्रीय ग्रंथांमध्येसुद्धा दिसते. ज्यात More Contingent आणि Regionally varied cades आहेत. युरोपियन पौर्वात्यवाद्यांच्या हाती ब्राह्मणग्रंथांना एका नव्या प्रकारची अधिमान्यता मिळाली. या पौर्वात्यवाद्यांनी प्राचीन ग्रंथावर आधारित ज्ञान आणि चर्चाविश्वाच्या निष्कर्षांना दक्षिण-आशियाच्या आधुनिकपूर्व समाजांना

तथाकथितरीत्या लागू होणाऱ्या सामाजिक सिद्धान्तात रूपांतरित केले.

निरनिराळ्या कालखंडामध्ये जातिव्यवस्थेचे स्वरूप

जातिव्यवस्थेच्या निर्मितीच्या मीमांसेबरोबरच घुर्ये यांनी धार्मिक ग्रंथाच्या आधाराने इतिहासाच्या निरनिराळ्या कालखंडामध्ये जातिव्यवस्थेचे स्वरूप कसे होते व त्यामध्ये कसेकसे बदल होत गेले, याचा मागोवा घेण्याचा प्रयत्न केला आहे. जातिव्यवस्थेच्या २५०० वर्षांच्या प्रदीर्घ अशा इतिहासासंबंधी घुर्ये यांनी जे निष्कर्ष काढले ते अनुमानात्मक व ढोबळ स्वरूपाचे असणे हे स्वाभाविक होते.

घुर्ये यांनी जातीसंस्थेच्या इतिहासाचे चार कालखंड कल्पिले आहेत

१. **वैदिक कालखंड :** इ.स.पूर्व ६००० पर्यंतचा वैदिक संहिता व ब्राह्मण ग्रंथांचा हा कालखंड आहे.

२. **वैदिकोत्तर कालखंड :** इ.स. ३००० पर्यंतचा. आर्यांचे पवित्र ग्रंथ, महाकाव्य, बौद्धांचे वाङ्मय निर्माण झालेला हा कालखंड आहे.

३. **धर्मशास्त्राचा कालखंड :** इ.स.सहा ते पंधराव्या शतकापर्यंतचा हा कालखंड होय. मनु, दास, वल्क्य, पाराशर, हेमाद्री इत्यादींच्या लिखाणाचा हा कालखंड आहे.

४. **आधुनिक काळ :** या कालभागात घुर्ये एकोणिसाव्या शतकापर्यंतचा काळ समाविष्ट करतात. (मात्र, अकराव्या शतकापासून एकोणिसाव्या शतकापर्यंतच्या) या कालखंडाचा 'आधुनिक कालखंड' असे संबोधताना घुर्ये कोणते निकष लावतात, हे लक्षात येत नाही.

या निरनिराळ्या कालखंडामागील जातिव्यवस्थेच्या स्वरूपासंबंधीच्या घुर्ये यांच्या मताचा आपण येथे थोडक्यात विचार करू.

१. वैदिक कालखंड : या कालखंडातील ऋग्वेद या ग्रंथात ब्राह्म, क्षात्र व विश् (सर्वसाधारण लोक) अशा तीन वर्णांचा उल्लेख करण्यात आला आहे. त्यानंतरच्या पुरुषसूक्तामध्ये मात्र ब्राह्मण, राजन्य, वैश्य आणि शूद्र अशा चार वर्णांचा उल्लेख आला आहे. वर्ण परमेश्वराने निर्माण केले आहेत, असा उल्लेख या काळातील संस्कृत वाङ्मयात वारंवार येतो.

वर उल्लेखिलेले वर्ग आर्यांमध्ये फार पूर्वीपासून अस्तित्वात असले पाहिजेत, असे घुर्ये यांचे मत आहे. या वर्गांचा उल्लेख नंतरच्या काळात वर्ण असा केला जाऊ लागला. मात्र ऋग्वेदात आर्यवर्ण व दासवर्ण असे वर्णवाचक उल्लेख येतात. ऋग्वेदात जरी नसले तरी 'शतपथ', 'ऐतरेय' इत्यादी ब्राह्मण ग्रंथांमध्ये या वर्णांचे हक्क, अधिकार, मर्यादा व परस्परसंबंधांचे स्वरूप यांचे उल्लेख आलेले आहेत.

घुर्ये यांच्या मतानुसार, या कालखंडात ब्राह्मणवर्गाला जातीची जवळजवळ सर्व

वैशिष्ट्ये प्राप्त झालेली होती. या कालखंडात निर्माण केल्या गेलेल्या वाङ्मयात ब्राह्मणवर्गाचे श्रेष्ठत्व प्रस्थापित करण्याचा प्रयत्न झालेला दिसतो, असे प्रतिपादन घुर्ये यांनी केले आहे. शतपथ, पंचविश इत्यादी ब्राह्मणांमध्ये ब्राह्मणांचे विशेषाधिकार वर्णिले आहेत. पौरोहित्य करण्याचा अधिकार ब्राह्मणांचा असला तरी क्षत्रियांनाही पौरोहित्य करण्याची अनुमती होती. क्षत्रियांच्या मुलींबरोबर ब्राह्मणांचे विवाह होत असत. क्षत्रिय मात्र वैश्य व शूद्र यांच्या मुलींबरोबर विवाह करीत नसत. निरनिराळ्या वर्णातील संबंधांमध्ये या काळात जवळीक होती, असे अनुमान घुर्ये यांनी काढले आहे.

वैदिक कालखंडातील वाङ्मयात वैश्यांविषयीचे उल्लेख त्यामानाने कमी येतात. वैश्यांमध्ये सर्वसामान्य नागरिकांचा समावेश होत असतो. त्या काळात शूद्रांचा दर्जा अतिशय हीन समजला जात असे. ऋग्वेदात आर्य व दास यांच्यातील भेदांवर भर देण्यात आलेला होता. परंतु, नंतरच्या वाङ्मयात मात्र आर्य व शूद्र अशा वेगळ्या गटांची संकल्पना करण्यात आलेली होती. शूद्रांमध्ये प्रामुख्याने भारतातील मूळ रहिवाशी असलेल्या व आर्यांनी पादाक्रांत केलेल्या वन्य जमातींचा समावेश केला जात असे, असा अभिप्राय घुर्ये यांनी व्यक्त केला आहे. योगायोगाची बाब अशी, की असेच मत राजवाड्यांनी त्या अगोदर व्यक्त केलेले होते.

या काळच्या वाङ्मयामध्ये या वर्णांशिवाय, लोहार, चांभार, न्हावी, सोनार, व्यापारी अशा व्यावसायिक गटांचा उल्लेख येतो. या गटांचा चारपैकी कोणत्या वर्णांमध्ये समावेश केला जात असे हे जरी निश्चितपणे सांगता येत नसले तरी यातील प्रत्येक गटाचे स्वतंत्र अस्तित्व होते असे निश्चितपणे म्हणता येईल, असे घुर्ये यांना वाटते; कारण यातील काही व्यवसाय वंशपरंपरेने केले जाऊ लागले होते व व्यक्तींची सामाजिक ओळख त्यांच्या व्यवसायानुसार केली जाऊ लागली होती.

येथे एक गोष्ट सांगावयास हवी ती अशी, की घुर्ये यांनी वर्ण व जाती या संज्ञा अनेक ठिकाणी समानार्थीने वापरल्या आहेत.

वैदिक वाङ्मयात अनेक ठिकाणी आयोग, चांडाळ, निषाद व पौलकस अशा जातींचे उल्लेख येतात. त्यांच्याविषयी घुर्ये यांनी सविस्तर चर्चा केली आहे. त्या वाङ्मयात आयोग मिश्र जातीचे म्हणून त्याचा दर्जा कनिष्ठ मानला जात होता, तर चांडाळ हे ब्राह्मण माता व शूद्र पिता यांच्या संकटातून निर्माण झालेली प्रजा असे सांगितले गेले आहे. यावर घुर्ये यांनी निरनिराळ्या वर्णातील लोकांच्या संकरातून एवढे मोठे समूह निर्माण होऊ शकतील, इतके त्यांचे संबंध व्यापक होते, असे म्हणता येणार नाही, असा प्रतिवाद केला आहे. चांडाळ हे आर्यांकडून हीन समजले गेलेले स्थानिक वन्यजन असावेत, असे अनुमान घुर्ये यांनी काढले आहेत. (अशाच स्वरूपाचे मत वि. का. राजवाडे यांनी घुर्ये यांच्या अगोदर मांडले होते, हे येथे लक्षात

घ्यावयास हवे.) चांडाळ व पौलकस या स्थानिक जमातींनी काही कारणांमुळे आर्यांचा रोष ओढवून घेतला व त्यामुळे आर्यांनी त्यांना त्यांच्या सामाजिक चौकटीच्या बाहेर हीन असे स्थान दिले. परंतु, निषादांनी आर्यांशी जुळवून घेतलेले होते. त्यामुळे आर्यांनी त्याचा त्यांच्या समाजरचनेत 'पंचजन' म्हणून समावेश करून घेतला असे घुर्ये सूचित करतात.

या कालखंडात चार वर्णांपैकी पहिले तीन वर्ण परस्परांशी मोठ्या प्रमाणात व्यवहार करीत असत, परंतु शूद्रांना मात्र त्यातून विशेषत: धार्मिक व्यवहारातून वगळले होते असे दिसते. घुर्ये यांच्या मतानुसार 'अस्पृश्यते'ची संकल्पना प्रथमत: शूद्रांच्या व यज्ञयागाच्या संदर्भात निर्माण झाली असावी.

२. वैदिकोत्तर कालखंड

या कालखंडात ब्राह्मण आर्यांनी निर्माण केलेल्या वाङ्मयात चारही वर्णांचा उल्लेख येतो, परंतु त्याचबरोबर त्यामध्ये वर्णसंकरातून निर्माण झालेल्या जातींचा, तसेच आर्यांनी समान बहिष्कृत मानलेल्या अन्तेवासियांचाही उल्लेख येतो. वैदिक काळात आर्य-शूद्र असा भेद केला जात होता. तो आता द्विज-शूद्र असा केला जाऊ लागला.

या निरनिराळ्या कालखंडातील जातिव्यवस्थेच्या स्थित्यंतराचा मागोवा घेताना ब्राह्मण आर्यांनी जातिव्यवस्थेत हळूहळू आपले स्थान कसे बळकट करून घेतले हे विशद करण्यावर घुर्ये यांनी विशेष भर दिला. या कालखंडात शूद्रांना अतिशय अवनत अवस्था प्राप्त झाली. हळूहळू वैश्यांना शूद्रांच्या पातळीवर अवनत करण्यात आले व क्षत्रियांची अधिकाधिक गळचेपी करण्यात येऊ लागली. याउलट, ब्राह्मणांच्या उच्चतम स्थानाला अधिक बळकटी आली. धार्मिक विधींचे जटिलत्व व महत्त्व वाढविण्यात आले व त्याद्वारे पौराहित्याचा अधिकार असलेल्या ब्राह्मणांचे माहात्म्य वाढले. त्यांना इतरांपेक्षा वेगळे असे धार्मिक व सांस्कृतिक विशेष अधिकार प्राप्त झाले, अशी मीमांसा घुर्ये यांनी केली आहे.

या कालखंडात बरेचसे शूद्र जरी सुखवस्तू होते तरी त्यांची स्थिती खूपच हलाखीची होती. सामाजिक श्रेणी रचनेच्या एका टोकाला असलेल्या ब्राह्मणाचे महात्म्यिकरण होत होते, तर वैश्य व शूद्र यांचे एकत्रीकरण व हलाखीकरण होत चालले होते, असे निष्कर्ष घुर्ये यांनी काढले आहे. ते पुढे म्हणतात, की याच कारणामुळे वैश्य व शूद्र ब्राह्मणांच्या वर्चस्वाविरुद्ध बंड करण्यास उत्सुक होते. या कालखंडात बौद्ध व जैन धर्मांना वैश्यांचा जो भरघोस पाठिंबा लाभला हा त्याचा पुरावा आहे, असे प्रतिपादन घुर्ये यांनी केले आहे. तसेच, या कालखंडामध्ये क्षत्रियांना खच्ची करण्यात ब्राह्मण आर्य यशस्वी ठरले.

ब्राह्मणांचे स्पर्धक म्हणून क्षत्रियांचे काही स्थान उरले नाही. परंतु, त्यामुळे बौद्ध आणि जैन धर्मांना वैश्यांबरोबर क्षत्रियांचाही पाठिंबा मिळाला. परंतु, त्याला प्रत्युत्तर म्हणून ब्राह्मणांनी वैदिक धर्माचे संरक्षक म्हणून स्वत:ची प्रतिमा उभी केली व सर्वसामान्यांचा पाठिंबा मिळवून आपले स्थान अबाधित राखले, असे मत घुर्ये यांनी व्यक्त केले आहे.

ब्राह्मण व आर्यांनी जातिव्यवस्था व तिच्यातील आपले स्थान अबाधित राखण्यासाठी अनेक वैचारिक तंत्रांचा वापर केला. याविषयी लिहिताना घुर्ये यांनी कर्मविषयक विचारांचा उल्लेख केला आहे. प्रत्येक व्यक्तीने आपल्या वर्णानुसार वा जातीनुसार आपले नियतकर्म केले तर पुढील जन्मी तिला वरिष्ठ वर्णात आणि जातीत जन्म मिळू शकेल व अंतिमत: मोक्षही मिळू शकेल, हा तो विचार होय.

बौद्ध व जैन धर्मांची जातिव्यवस्थेच्या संदर्भात चर्चा करताना घुर्ये यांनी क्षत्रियांचे श्रेष्ठत्व पुनर्स्थापित करणे ही या धर्मांची मुख्य प्रेरणा होती असा अभिप्राय व्यक्त केला आहे.

बौद्ध धर्माची स्थापना हे जातिव्यवस्थेविरुद्धचे नव्हे, तर वर्णरचनाप्रेरित सामाजिक समानता व ब्राह्मणांचे वर्चस्व याविरुद्धचे बंड होते, असा निष्कर्ष ते बौद्ध वाङ्मयातील अनेक उदाहरणे देऊन काढतात. या वाङ्मयात जातिव्यवस्थेचा अनेकदा उल्लेख येतो. अनेक जातक कथांमध्ये बुद्धाने जन्माधिष्ठित श्रेष्ठत्व-कनिष्ठत्वाकडे संपूर्णपणे दुर्लक्ष केले होते, असे दिसत नाही. त्यावरून बुद्धाला जातिव्यवस्था नष्ट करावयाची होती असे दिसत नाही, असा निष्कर्ष घुर्ये यांनी काढला आहे. तथापि, बौद्ध धर्माचा परिणाम म्हणून जातिव्यवस्थेतील नियम थोडे शिथिल झाले व हिंदुधर्माला आपल्या तत्त्वज्ञानाची पुनर्रचना करावी लागली, या मताशी घुर्ये सहमत आहेत.

वैदिकोत्तर काळात वर्णव्यवस्था ताठर व स्थिर झाली. प्रत्येक वर्णाचे कार्यक्षेत्र, अधिकार व व्यावहारिक नियम निश्चित झाले. कनिष्ठ वर्णांवर अनेक कठोर असे नियम लादण्यात आले. वर्णांतर्गत व आंतरवर्गीय संबंधांचे स्वरूप निश्चित करणारे नियम तयार करण्यात आले. याच काळात स्पर्शाने विटाळ होतो ही कल्पना रूढ झाली. चरितार्थविषयक नियम तयार झाल्याने व्यवसाय आनुवांशिक झाले. तसेच विवाहासंबंधीचे नियमही कडक झाले.

३. धर्मशास्त्राचा कालखंड

या कालखंडात जातिव्यवस्थेवर परिणाम करणाऱ्या पुढील दोन गोष्टींची दखल घुर्ये यांनी गांभीर्याने घेतली आहे.

एक, या कालखंडात ब्राह्मणांना दान देण्याच्या प्रथेला अतिशय महत्त्व देण्यात आले. त्यामुळे आपोआपच ब्राह्मणांचे सामाजिक माहात्म्य अधिक वाढले. दोन, या

कालखंडात नरकवास, प्रायश्चित्त व पुर्नजन्म या संकल्पनांवर भर देण्यात आला. धर्माने घालून दिलेल्या नियमांचा भंग झाला तर ते पाप. व्यक्ती या पापाचे पालन प्रायश्चित्त घेऊन करू शकते; पण तिने तसे न केल्यास तिच्या वाट्याला नरकवास येतो. त्यामुळे प्रायश्चित्ताचे व त्याचबरोबर ते करविणाऱ्या ब्राह्मणांचे महत्त्व वाढले. जातिधर्माचे पालन व पुर्नजन्म यांचा संबंध जोडला गेल्यामुळे जातिधर्माप्रमाणे आचरण ठेवण्याबाबत व्यक्तीवर अंतर्गत दबाव येऊ लागला. घुर्ये यांच्या मतानुसार त्यामुळे जातिव्यवस्था अधिक मजबूत झाली.

घुर्ये यांच्या विशेषणानुसार याच कालखंडात सामाजिक जीवनाचे एकक म्हणून जातींना महत्त्व प्राप्त झाले. सर्व सामाजिक व्यवहारांमध्ये व्यक्तीच्या जातीचा उल्लेख होऊ लागला. न्यायनिवाडा करताना आरोपीची जात लक्षात घेतली जाऊ लागली. शहरातील राहण्याच्या जागा जातिनिहाय निश्चित होऊ लागल्या. निरनिराळ्या जातींच्या परस्परसंबंधाचे स्वरूप ठरविणारे नियम अधिक व्यापक व ताठर झाले. रोटीव्यवहारांवर निर्बंध आले. तथापि, असे असले तरी या कालखंडात ही आंतरवर्णीय व आंतरजातीय विवाह होत असतच.

या कालखंडात ब्राह्मणांचे महात्म्य अधिक वाढले. त्यांना अनेक विशेषाधिकार प्राप्त झाले व त्याबरोबरच शूद्र सामाजिकदृष्ट्या अधिकाधिक अवनत मानले जाऊ लागले. त्यांच्यामध्ये सद् व असद् असे दोन गट पाडण्यात आले. असद् शूद्रांवर अतिशय मानहानीकारक, गुलामगिरीचे द्योतक असलेले निर्बंध लादण्यात आले.

या कालखंडात काळाच्या गरजेनुसार व्यवसायासंबंधीचे नियम थोडे सैल करण्यात आले. शूद्रांना वैश्यांचे व्यवसाय व शेती करायलाही अनुमती मिळाली. शेतीचा व्यवसाय सर्वांसाठी मुक्त झाला. यापूर्वी जे व्यवसाय करण्याची परवानगी ब्राह्मणांना नव्हती, ते करण्याचीही अनुमती त्यांना देण्यात आली.

४. आधुनिक कालखंड

या कालखंडात घुर्ये अकराव्या शतकापासून ते १९ व्या शतकाच्या सुरुवातीपर्यंतचा काळ समाविष्ट करतात. हिंदू-मुस्लिमांच्या लढ्यांचा व मुस्लिमांच्या वर्चस्वाचा हा कालखंड. परंतु, १९ व्या शतकाच्या मध्यास जातिव्यवस्थेची जशी स्थिती होती, तशीच या सबंध कालखंडात होती, असे एक सर्वसाधारण विधान घुर्ये यांनी केले आहे. या सबंध ग्रंथामध्ये मुस्लिमांच्या संपर्काचा जातिव्यवस्थेवर काय परिणाम झाला याची दखल घुर्ये यांनी एखाद्या दुसऱ्या परिच्छेदापलीकडे फारशी घेतलेली नाही, हे इथे नमूद करावयास हवे.

या कालखंडात नंद घराण्याच्या शेवटाबरोबर क्षत्रिय वर्ण सर्वस्वी लोप पावला. वैश्य व शूद्र यांचे एकत्रीकरण झाले व अंतिमत: समाजात ब्राह्मण व शूद्र

असे दोनच वर्ण राहिले, हा सिद्धान्त वाङ्मयकारांनी पुढे मांडला.

या कालखंडात शूद्रांना (यामध्ये पूर्वी क्षत्रिय व वैश्य समजल्या जाणाऱ्या जाती समाविष्ट करण्यात आल्या) अतिशय हीनतेने वागविण्यात येऊ लागले; म्हणून त्यांनी आपले धार्मिक हक्क पुन: प्रस्थापित करण्याचा व ब्राह्मणाच्या धार्मिक वर्चस्वातून मुक्त होण्याचा प्रयत्न केला. घुर्ये यांनी या संदर्भात महाराष्ट्रातील भक्तिसंप्रदायाच्या चळवळीचा व संतकवींचा उल्लेख केला आहे. भक्तिसंप्रदायाच्या चळवळीचा जातिव्यवस्थेवर झालेल्या परिणामांचे विश्लेषण घुर्ये यांनी फारसे खोलवर जाऊन केलेले नाही. त्यामुळे शूद्र संतांनी शूद्रांना मुक्तीचा नामजपासारखा सोपा मार्ग उपलब्ध करून देऊन त्यांची ब्राह्मणांच्या आध्यात्मिक वर्चस्वापासून मुक्तता केली, असे विवाद्य विधान त्यांनी केले आहे.

यापूर्वीच्या कालखंडात जातिनिहाय व्यवसाय वाटपाची पुनर्रचना सुरू झाली होती. ती या कालखंडातही लागू राहिली. निरनिराळ्या वर्णातील लोक परस्परांचे व्यवसाय करू लागले. मात्र, पौरोहित्याचा व्यवसाय ब्राह्मणांकडेच राहिला. तथापि, माधवासारख्या धर्मशास्त्रकाराने त्यांना अन्य व्यवसाय करण्यास अनुमती दिली.

घुर्ये यांच्या मतानुसार हिंदूंमध्ये वर्ण वा जातींमधील अनुलोम विवाहास फार पूर्वीपासून संमती होती. याचा अर्थ असे विवाह फार मोठ्या प्रमाणात होत होते असे नव्हे. परंतु, प्रस्तुत कालखंडात अनुलोम विवाहाविरुद्ध वातावरण तयार करण्यात आले होते व जात्यान्तर्गत विवाहावरच अधिक भर देण्यात आला होता.

या कालखंडातील वाङ्मयात अनेक नव्या जातगटांचे उल्लेख आलेले आहेत. या वाङ्मयाच्या ब्राह्मण लेखकांनी या नव्या जाती निरनिराळ्या पूर्वीच्या संकरातून निर्माण झालेल्या आहेत, असे त्यांचे स्पष्टीकरण दिले आहे. घुर्ये यांना हे स्पष्टीकरण मान्य आहे, असे दिसते. त्यांनीही ज्याच्या नावावरून त्या संकरित जाती आहे, असे सूचित होईल अशांची यादी दिली आहे. परंतु, घुर्ये यांनी दिलेल्या उदाहरणांवरून या जातींना संकरित का मानावयाचे हे स्पष्ट होत नाही. उदा. दक्षिणेकडे वणिक ही व्यापारी जात व नमक–वणिक (मिठाचा व्यापार करणारी) अशी दुसरी एक जात आहे. 'नमक–वणिक' जात संकरित जात कशावरून? ती कदाचित व्यवसाय वैचित्र्यामुळे निर्माण झालेली वर्णिक जातींतील एक उपजात असेही म्हणता येईल.

घुर्ये यांच्या या ग्रंथामध्ये इस्लामचा हिंदूधर्मावर काय परिणाम झाला, याबद्दल अत्यल्प असे विवेचन आहे. (ज्याचा या संबंधात महत्त्वाचा असा संदर्भ आहे, त्या शीख धर्माचा घुर्ये यांनी संबंध पुस्तकात उल्लेखही केलेला नाही.) त्यांच्या मते मुसलमान व हिंदू यांच्यात संस्कृती व धार्मिक आचार यांच्या बाबतीत खूप मोठ्या प्रमाणात विभिन्नता असल्यामुळे दोन्ही समाज परस्परांना शत्रू समजतात. तथापि,

हिंदूमध्ये काही धार्मिक चळवळी निर्माण झाल्या व त्यांच्यामुळे निरनिराळ्या जातींच्या परस्परसंबंधामध्ये थोडी लवचिकता आली. तो इस्लामचा परिणाम आहे, असे घुर्ये मानतात.

ब्रिटिश कालखंडातील जातिव्यवस्था

मागे उल्लेखिलेल्या 'आधुनिक' कालखंडामध्ये घुर्ये यांनी ब्रिटिश राजवटीच्या व त्यानंतरच्या काळाचा समावेश केलेला नाही. ब्रिटिश कालखंडात झालेल्या जातिव्यवस्थेच्या स्थित्यंतराचा त्यांनी स्वतंत्रपणे मागोवा घेतला आहे.

घुर्ये यांच्या मतानुसार ब्रिटिशांनी त्यांच्या राजवटीच्या सुरुवातीच्या काळात जातींची स्वायत्तता मोठ्या प्रमाणात अबाधित ठेवली होती. परंतु, त्यांनी निर्माण केलेल्या स्वतंत्र न्यायालयांसारख्या संस्था, संमत केलेले कायदे व घेतलेले धोरणात्मक व अंमलबजावणीविषयक निर्णय यांचा परिणाम पारंपरिक जातिव्यवस्थेवर निश्चितपणे झाला. त्यातील काही परिणामांची दखल घुर्ये यांनी आपल्या लिखाणातून घेतली आहे.

ब्रिटिशांनी निर्माण केलेल्या न्यायालयांमुळे व संमत केलेल्या काही कायद्यांमुळे जातीचे पारंपरिक न्यायनिवाडा करण्याचे क्षेत्र बरेचसे संकुचित झाले. जरी ब्रिटिश सरकारने विवाह, घटस्फोट, यांसारख्या क्षेत्रातील जातीची स्वायतता मान्य केली होती तरी घुर्ये यांच्या मताप्रमाणे ब्रिटिशांच्या उच्च न्यायालयाच्या काही निर्णयांमुळे ती मोठ्या प्रमाणात क्षीण झाली होती. ब्रिटिशांचे काही कायदे निरनिराळ्या जातींच्या रूढी व परंपरा यांना छेद देणारे होते. त्यामुळे व्यक्ती व तिचा जातगट यांच्यामधील परस्पर संबंधाचे स्वरूप बदलले गेले. ब्राह्मणांचे सामाईक पौरोहित्य हे निरनिराळ्या जातगटांना एकत्रित ठेवणारा अत्यंत प्रभावी असा घटक होता, असा अभिप्राय घुर्ये यांनी अनेकवेळा नोंदविला आहे. ब्रिटिशांच्या राजवटीत काही प्रातांच्या उच्च न्यायालयांनी पौरोहित्य करण्याचा ब्राह्मणांचा एकाधिकार अमान्य केला व निरनिराळ्या जातींना आपापले पुरोहित तयार करून घेता येतील व त्यांच्याद्वारे धार्मिक कृत्ये करून घेता येतील, असा निर्णय दिला. त्यामुळे सर्व जातींना एकत्रित ठेवणारा ब्राह्मणांचे पौरोहित्य हा घटक रदबदली झाला व त्यामुळे जातिव्यवस्थेच्या रचनेत काही अंशी विसकळीतपणा निर्माण करणारा असा परिणाम झाला. ब्रिटिशांनी संमत केलेल्या दि कास्ट डिसॅबिलिटी रिमुव्हल ॲक्ट (१८५०) (The Caste Disability Removal Act) 'दि स्पेशल मॅरेज ॲक्ट' (१८७२) (The Special marriage Act - 1972) इत्यादी कायद्यांचे व त्यांनी घेतलेल्या काही धोरणात्मक निर्णयांचे जातिव्यवस्थेवर झालेल्या परिणामांचे विवेचन घुर्ये यांनी केले आहे, पण ते फार मूलगामी स्वरूपाचे आहे, असे म्हणता यावयाचे नाही.

ब्रिटिशांनी सुरू केलेल्या या उपक्रमाच्या जातिव्यवस्थेवर झालेल्या परिणामांची घुर्ये यांनी सविस्तरपणे दखल घेतली आहे, ती म्हणजे व्यक्तीच्या जातीची जनगणनेमध्ये नोंदणी. १९०१ या जनगणनेनुसार निरनिराळ्या जातींना मिळणाऱ्या श्रेष्ठ–कनिष्ठ सामाजिक स्थानाच्या अनुषंगाने व्यक्तीच्या जातीची नोंद घेण्याची पद्धत सुरू झाली. त्यामुळे निरनिराळ्या जातींच्या लोकांनी इतरांपेक्षा आपल्या जातीचा सामाजिक दर्जा श्रेष्ठ नोंदला जावा, यासाठी आपआपल्या जातींच्या संघटना बांधून सुसूत्रपद्धतीने प्रयत्न सुरू केले. त्यामुळे जातिभावना वाढली. पुढच्या काही जनगणनांमध्ये जातीची नोंद अधिक व्यापकपणे करण्यात येऊ लागली व त्यामुळे जातिभावनेला वाढते खतपाणी मिळत गेले, अशा स्वरूपाचे विवेचन घुर्ये यांनी केले आहे. जनगणनेमध्ये जातीची नोंद ठेवण्याचा ब्रिटिशांचा हेतू काय? अशी जातवार नोंद ठेवून ब्रिटिशांना काही लोकोपयोगी कार्य साधावयाचे होते, असे घुर्ये यांना वाटत नाही. सुरुवातीच्या काळातील ब्रिटिश अधिकाऱ्यांना जातिव्यवस्थेविषयी कुतूहल असल्यामुळेच केवळ जनगणनेमध्ये जातिविषयक उल्लेख करण्याचे ठरले, असे घुर्ये यांना वाटते असे दिसते. जातिविषयक नोंद करण्याच्या पद्धतीमुळे जातिभावना जिवंत राहिली व वृद्धिंगत झाली. परिणामी जातिव्यवस्था घडवून देण्यासाठी सुधारणावाद्यांनी केलेले प्रयत्न फारसे प्रभावी ठरू शकले नाहीत.

परंपरेने जातिव्यवस्थेतील सामाजिक असमानतेचा व काही जातींवर लादलेल्या निर्बंधांना जी मान्यता दिली होती, ती ब्रिटिशांनी कायद्याद्वारे रद्द ठरविली, हे ब्रिटिशांचे ऋण घुर्ये यांना मान्य आहे. तथापि, ब्रिटिश राज्यकर्त्यांनी प्रत्यक्ष वा अप्रत्यक्षरीत्या निरनिराळ्या मार्गांनी जातिभावना वाढीस लावली. ब्रिटिशांनी जातपंचायतीचा न्यायनिवाडा करण्याच्या पारंपरिक हक्कांना कात्री लावली. हे असे केल्यामुळे जातीतील लोकांच्या मनातील एकोप्याची भावना नष्ट होईल, असे जे वाटले होते तेही झाले नाही. ब्रिटिश राजवटीचा जातिव्यवस्थेवर मूलगामी असा विदारक परिणाम झाला किंवा त्यांच्या राजवटीने जातीच्या समस्या सोडविण्यासाठी काही विशेष योगदान दिले, असे घुर्ये यांना वाटत नाही. एवढेच नव्हे तर 'ब्रिटिशांनी जातिव्यवस्था नष्ट करण्यासाठी जाणिवपूर्वक प्रयत्न केले नाहीत, तथापि, त्यांनी ती निदान जोपासली नाही.' या काहींच्या दृष्टिकोनाचा घुर्ये यांनी विरोध दर्शविला आहे. एक विश्वस्त म्हणून आपण हिंदुस्थानचा कारभार पाहतो आहोत, असा दावा करणाऱ्या ब्रिटिश सरकारने हिंदुस्थानातील जातीच्या समस्येचे निराकरण करण्यासाठी काहीही ठोस पावले उचलली नाहीत. आपल्या राजकीय स्थैर्याला बाधा आणील, असे जातिविषयक धोरण आखण्याचे त्यांनी टाळले. जातिव्यवस्थेच्या सामाजिक दुष्परिणामांची जाणीव असूनही त्यासंबंधात त्यांनी निर्णायक असे काही केले नाही.

उलट १८५७च्या उठावानंतर ब्रिटिशांनी जातिव्यवस्थेमुळे जनतेमध्ये निर्माण होणाऱ्या दुहीचा फायदा घेण्याचे धोरणच अवलंबिले, असे आरोप घुर्ये यांनी केले आहेत.

ब्रिटिश कालखंडात सुधारणावाद्यांनी जातिव्यवस्थेत बदल घडवून आणण्यासाठी जे प्रयत्न केले त्याचे विवरण घुर्ये यांनी फारसे केलेले नाही. ब्रिटिशांनी आणलेली उदारमतवादी विचारसरणी व सुरू केलेली नवी शिक्षण व्यवस्था यांनी प्रभावित झालेल्या लोकांनी प्रार्थनासमाज, ब्राह्मोसमाज इत्यादी निरनिराळ्या चळवळी सुरू केल्या. परंतु, हिंदुधर्माच्या तत्त्वज्ञानाशी नाते सांगणारा आर्यसमाजच जनमानसावर अधिक प्रभाव टाकू शकला असे प्रतिपादन घुर्ये यांनी केले आहे.

जात आणि जातीचे राजकारण

ब्रिटिश राजवटीत टपाल, वर्तमानपत्रे, उद्योगांची व शहराची वाढ, वाहतुकीच्या साधनांचा गुणात्मक व संख्यात्मक बदल या व अशांसारख्या या अनेक महत्त्वपूर्ण गोष्टी झाल्या त्यांचे जातिव्यवस्थेच्या निरनिराळ्या घटकांतून व बाजूंवर काय परिणाम झाले यासंबंधीचे विवेचन घुर्ये यांच्या लिखाणात अभावानेच आढळते. 'या कालखंडात जातिव्यवस्थेच्या संदर्भात जो एक महत्त्वाचा बदल झाला तो म्हणजे जातींच्या संघटनांची वाढ. ब्रिटिश राजवटीत या संघटनांची मोठ्या प्रमाणात वाढ झाली. तथापि, अशा संघटना निर्माण होण्याची प्रक्रिया ब्रिटिशपूर्वकाळातच सुरू झाली होती', असे घुर्ये यांचे म्हणणे आहे. या संदर्भात मतभेदास जागा आहे. ब्रिटिशपूर्वकाळातील जातींच्या संघटना व ब्रिटिश काळातील तशा संघटना यात संरचना व कार्ये यांच्या बाबतीत खूप फरक आहे, हे लक्षात घ्यावयास हवे. या जातिसंघटनांचे विश्लेषण करून या गटांमध्ये संरचना व कार्ये यांच्या संदर्भात कसकसे बदल झाले यांचा मागोवा घुर्ये यांनी घेतला आहे. निरनिराळ्या जातींनी आपापल्या सहकारी गृहरचना संस्था, बँका, शिक्षणसंस्था काढल्या व आपल्या लोकांच्या हितसंबंधांचे संवर्धन करण्याचे कार्य सुरू केले. त्यातून जातीपुरते पाहण्याची संकुचित वृत्ती वाढते व समाजाच्या एकात्मतेस धोका निर्माण होतो, अशी मीमांसा घुर्ये करतात. तथापि, त्याचबरोबर एका जातीतील लोकांमध्ये एकोप्याची व सहकार्याची भावना निर्माण होते व ते नैसर्गिक वा अटळ आहे, असे मत ते नोंदवितात.

थोडक्यात, ब्रिटिश राजवटीत जातिव्यवस्थेच्या गाभ्याला फारसा धक्का पोहोचला नाही, ब्रिटिशांनी जातिव्यवस्था हेतूत: जोपासली, या कालखंडात जातिभावना वाढीस लागली, असा घुर्ये यांचा या संदर्भातील विवेचनाचा सर्वसाधारण सूर आहे.

जातिभेदामुळे राजकरणाची विलक्षण कोंडी झाली. सेलि हॅरिसन यांच्या संशोधनातून डॉ. घुर्येंनी या संदर्भात एक महत्त्वाचा मुद्दा मांडला आहे. हॅरिसन यांच्या मते, ''जाटांचे वर्चस्व चौव्हान जुमानीत नाहीत. उलट, नेत्याने जर कम्युनिस्ट संघटन

केले, तर राजपूत काँग्रेस संघटनेकडे वळतात. उच्चजातीचे वर्चस्व पत्करण्यापेक्षा मग चांभार जातीचा समाज आपल्या मतदानासाठी जो जास्तीतजास्त पैसा मोजील त्याची वाट पाहतात. अस्पृश्यांच्या याबाबतीतील लढाऊ एकजुटीपुढे कम्युनिस्टही हतबल होतात.''

तामिळनाडूतील जातिभेदातून उद्भवलेल्या राष्ट्रीय एकजूटविरोधी शक्तीची चर्चा डॉ. घुर्येनी केलेली आहे. ख्रिस्तपूर्व ३०० ते इ.स. ६०० वर्षांच्या कालखंडात तामिळनाडू हा भारताचा भाग नव्हता. या प्रदेशात जरी संस्कृतीचा प्रभाव होता तरी प्राचीन तामिळसाहित्य स्वयंभू होते. या समाजातला सर्वश्रेष्ठ कवी तिरूवल्लुवर हा अस्पृश्य समाजाचा होता. कांचीच्या पल्लव राजाच्या पदरी त्यांच्या पंथाचे आणि पराया व पल्लन या अस्पृश्य जातीचेच वैभव आणि वर्चस्व होते. ते फार विद्वान आणि संपन्न साहित्यिक होते. अस्पृश्यांपैकी सर्वांत मोठ्या वेल्लाळ जातीने ब्राह्मणांना आध्यात्मिक वर्चस्वातून हद्दपार केले.

तंजावर हे धार्मिक व्यवहाराचे मुख्य केंद्र होते. त्यातील पाच मठांपैकी चार मठांवर या शूद्र जातीचे वर्चस्व आहे. वेल्लाळ ही जात जरी हीन असली तरी, ती श्रेष्ठत्वात ब्राह्मणांनंतर येते. तामिळनाडूतील अस्पृश्य जाती-जातींतूनही समाजातील प्रतिष्ठेसाठी भयंकर रक्तरंजित दंगे झाले. उत्तरप्रदेशात ब्राह्मणानंतर सर्वांत मोठी जात अहिरांची आहे. ते स्वत:ला यादव राजपूत म्हणजे कृष्णाचे वंशज समजतात. येथेही जातीसंघर्ष तीव्र होत आहे.

जातीची भक्ती हाच जातिव्यवस्थेचा मूलाधार आहे. जातीवाद हाच जाती-जातीत संघर्ष निर्माण करतो आणि राष्ट्रवादाच्या निकोप विकासास अडथळा करतो म्हणून तो समूळ नष्ट केला पाहिजे, या भूमिकेतून जातिभेदाधिष्ठित राखीव जागांना विरोध घुर्ये यांनी केला आहे. याच भूमिकेला पाठपुरावा करीत घुर्ये म्हणतात, आंबेडकरांनी गांधीजींशी झालेल्या संघर्षांनंतर अस्पृश्यांना खास प्रतिनिधित्वाची सवलत दहा वर्षे चालू ठेवावी, याला मान्यता दिली.

गांधीजींची चातुवर्ण्यातील मते लक्षात घेता, जातिविहीन समाजरचना निर्मितीस मानसिकदृष्ट्या काँग्रेस तयार नव्हती. तिच्या नेतृत्वात परस्परविरोधी भूमिका होत्या आणि ती समाजाचा सामाजिक विघटनाकडेच (Social Automization) कशी येत होती याची उदाहरणे घुर्ये यांनी दिली आहेत. जवाहरलाल नेहरू हे काँग्रेसचे अध्यक्ष होते. १९५२ साली बिहारच्या मंत्रीमंडळाच्या जातीयवादी धोरणावर त्यांनी कडाडून हल्ला केला व जातीयवादी नीती अनुसरणाऱ्या काँग्रेस नेत्यांची पक्षांतून हकालपट्टी करण्याची धमकी दिली. पण दोन महिन्यांतच बिहार काँग्रेसच्या अध्यक्षांनी आपल्या जातीचा आणि जन्माचा अभिमान असणे गैर नाही असे जाहीर निवेदन दिले.

आपल्या जाती बांधवांकडून थैली घेतल्याबद्दल सरदार पटेल यांच्यावर टीका झाली तेव्हा, मी भारतीय असलो तरी, पाटीदार जात सोडली नाही, असे उत्तर सरदारांनी दिले. काँग्रेसने जातीच्या उच्छेदासाठी उपाययोजना करण्यासाठी एक समिती नेमली. पण १९५५ची आंध्र निवडणूक जातीयवादांच्या आधारानेच लढविली.

थोडक्यात, ब्रिटिश राजवटीत जातिव्यवस्थेच्या गाभ्याला फारसा धक्का पोहोचला नाही. ब्रिटिशांनी जातिव्यवस्था हेतूत: जोपासली. या कालखंडात जातिभावना वाढीस लागली, असा घुर्ये यांचा सर्वसाधारण सूर आहे.

अस्पृश्य आणि राखीव जागांसदर्भात घुर्येंचे विचार

'अस्पृश्यतेचा प्रश्न' या आपल्या ग्रंथामध्ये घुर्ये यांनी अनुसूचित जातींवर एक स्वतंत्र प्रकरण लिहिले आहे.

घुर्ये यांच्या मतानुसार आर्यांनी निर्माण केलेल्या धार्मिक व व्यावसायिक शुचितेच्या कल्पनांमधून अस्पृश्यता निर्माण झाली. धार्मिक कार्यापासून काही लोकांना वगळण्याची प्रथा ब्राह्मणग्रंथाच्या काळापासून प्रचलित होती. 'स्पर्शाने विटाळ होतो' ही कल्पनाही त्याच कालखंडात रूढ झाली. तसेच काही गटांना ते करीत असलेले व्यवसाय अस्वच्छ असल्यामुळे अस्पृश्य मानले गेले, असे विवरण घुर्ये करतात.

डोम, चांडाळ इत्यादी जातींचे अस्पृश्य म्हणून उल्लेख धर्मसूत्रांमध्ये तसेच कौटील्य व पतंजली यांच्या लिखाणातही येतो. हे दोन्ही समुदाय पूर्वी आदिवासी स्वरूपाचे होते. यावरून स्थानिक आदिवासी गटांना आर्यांनी पादाक्रांत केले व त्यांना अस्पृश्यांचा दर्जा दिला, असा सिद्धान्तवजा विचार घुर्ये यांनी पुढे मांडला आहे.

अस्पृश्यांच्या अस्वच्छ राहणीमानामुळे इतर हिंदूंना त्यांची घृणा वाटते. यासाठी त्यांच्या सवयी बदलणे जरुरीचे आहे. त्यांना शिक्षण देऊन व त्यांच्या आर्थिक स्थितीत सुधारणा घडवून आणून हे साध्य करता येईल, असे मत घुर्ये यांनी सांगितले आहे. हे झाले तर स्पृश्यांचा त्यांच्याबद्दलचा दृष्टिकोन बदलून अस्पृश्यतेची समस्या सोडविण्यास मदत होईल, असे मत त्यांनी व्यक्त केले आहे. आपल्या या ग्रंथाच्या १९३२ साली प्रसिद्ध झालेल्या पहिल्या आवृत्तीत घुर्ये यांनी अस्पृश्यांना मंदिर प्रवेशाचा हक्क असला पाहिजे, असा आग्रह धरला होता, परंतु असे असले तरी अस्पृश्यांच्या प्रश्नाबाबत घुर्ये फारशा पोटतिडकीने लिहिताना दिसत नाहीत.

ब्रिटिशांच्या राजवटीत ब्राह्मणेतरांना ब्राह्मणांच्या व अस्पृश्यांना इतरांच्या वर्चस्वातून मुक्तता मिळण्याची संधी प्राप्त झाली व त्यामुळे अस्पृश्यांच्या स्थितीत बरीच सुधारणा झाली, असे मत त्यांनी व्यक्त केले आहे. तसेच तथाकथित वरिष्ठ जातींच्या, अस्पृश्यांच्या बाबतीतील अभिवृत्तीमध्ये सुधारणावाद्यांचे प्रयत्न व उदारमतवादी शिक्षणाचा प्रभाव यामुळे मोठ्या प्रमाणात परिवर्तन झाले आहे अशी

घुर्ये यांची धारणा आहे. त्याशिवाय नागरीकरण, नवीन व्यवसाय, औद्योगिकीकरण यांचाही अस्पृश्यांची स्थिती सुधारण्यासाठी कसा उपयोग झाला आहे, याचे विश्लेषण घुर्ये यांनी केले आहे.

आपल्या ग्रंथांच्या अलीकडच्या आवृत्त्यांमध्ये घुर्ये यांनी अस्पृश्यता निवारण्यासाठी व अस्पृश्यांच्या समस्या सोडविण्यासाठी करण्यात आलेल्या घटनात्मक तरतुदी व शासकीय उपाययोजना यांचा परामर्श घेतला आहे.

त्यांनी आपल्या लिखाणात 'राज्यघटनेत अस्पृश्यांच्या विमोचनासाठी अंतर्भूत केलेल्या तरतुदी कशा परस्परविरोधी विसकळीत आहेत, याचा वेगवेगळा अन्वयार्थ लागू शकेल अशा आहेत, हे दाखवून दिले आहे.'

घुर्ये यांच्या विचारांचा रोख अस्पृश्यांसाठी नोकऱ्यांमध्ये जागा राखून ठेवण्याच्या विरोधी असा आहे. समाजातील निरनिराळ्या घटकांचे मागासलेपण केवळ जातीच्या आधाराने ठरविले जाऊ लागले, ही गोष्ट त्यांना पटलेली नव्हती. ही राखीव जागांची तरतूद राज्यघटनेतील इतर काही तरतुदींना विशेषत: कलम ३३५मध्ये अंतर्भूत केलेल्या तरतुदींना कशी छेद देऊन जाते, याचे विवेचन घुर्ये यांनी केले आहे.

जातिव्यवस्थेशी निगडित असलेल्या या बाबीसंबंधींचे घुर्ये यांचे विचार सविस्तरपणे लक्षात घेण्याजोगे आहेत; कारण ब्रिटिश राजवटीत शासकीय नोकऱ्यांमध्ये आपणास राखीव जागा असाव्यात अशी मागणी ब्राह्मणेतर जातींनी शासनाकडे केली होती व ती अंशत: मान्यही झाली होती. घुर्ये यांनी या संदर्भात विरोधी भूमिका घेतलेली दिसते. राखीव जागांच्या धोरणामुळे ब्राह्मण व तत्सम जातीतील लोकांवर अन्याय होतो, 'लायकी-कर्तबगारीनुसार नोकरी' या सर्वमान्य तत्त्वावर हरताळ फासला जातो, न्याय व कार्यक्षमता यांची पायमल्ली होते व काही जातींचे असमर्थनीय असे लाड केले जातात, अशी टीका-टिप्पणी या राखीव जागांच्या योजनेबाबत घुर्ये यांनी केली आहे.

या शतकाच्या सुरुवातीला काही ब्राह्मणेतर जातींनी कायदेमंडळामध्ये आपणास राखीव प्रतिनिधित्व असावे, अशी मागणी केली होती. घुर्ये यांनी खालील मुद्द्यांवर त्याविरुद्ध भूमिका घेतली होती, ती अशी -

१. ब्राह्मणेतर म्हणविल्या जाणाऱ्या सर्व जातींचे आर्थिक व सामाजिक हितसंबंध समान वा सामाजिक नाहीत. या असल्या एखाद्या जातीमध्ये कुळे, जमीनदार, कारखान्यात काम करणारे मजूर असे निरनिराळे गट आहेत. जातीला प्रतिनिधित्व देऊन त्या जातीतील या अशा निरनिराळ्या गटांचे प्रश्न सुटले जाणार नाहीत. (जातीच्या संदर्भात वर्गाचा विचार घुर्ये यांच्या लिखाणात इथे प्रथमच आला आहे.)

२. अलीकडच्या काळात ब्राह्मणांनी केवळ जातिभावनेतून ब्राह्मणेतरांचा छळ केल्याचे आढळून येत नाही. त्यामुळे ब्राह्मण-ब्राह्मणेतर असे द्वंद्व जोपासण्याचे काही कारण नाही.
३. देशात इतकी जागृती निर्माण झालेली आहे, की ब्राह्मण प्रतिनिधी, ब्राह्मणेतरांवर अन्याय होईल, असे काहीही करणार नाहीत.
४. शिक्षण व सुधारणावादी चळवळीच्या प्रभावामुळे ब्राह्मणांमध्ये उत्तरोत्तर अधिकाधिक उदारमतवादी दृष्टिकोन निर्माण होऊ लागला आहे.

डॉ. घुर्ये म्हणतात, राखीव प्रतिनिधित्व जरुरीचे नाही. ते जन्मावर आधारलेल्या भेदभावांना खतपाणी घालते. त्यामुळे जाती-जातींमधील स्पर्धा वाढीस लागते. त्यांच्यातील परस्पर सहकार्याची व सामूहिक जीवन जगण्याची भावना कमी होत आहे. या सर्व कारणांमुळे राखीव प्रतिनिधित्वाचे तत्त्व देशाच्या ऐक्याला धोकादायक आहे, असा इशारा घुर्ये यांनी दिलेला होता. नोकऱ्यांतील राखीव जागा व कायदेमंडळातील राखीव प्रतिनिधित्व यांचा ब्राह्मणांवर वाईट परिणाम झाला आहे व न्याय आणि कार्यक्षमता यासाठी का होईना ब्राह्मणांच्या हिताचे हेतुपुरस्सर रक्षण करण्याची वेळ आली आहे, असे प्रतिपादन घुर्ये यांनी केले आहे.

घुर्ये यांनी भारतीय राज्यघटनेची अनेक कलमे घेऊन सामाजिक न्याय आणि समता याबाबतीत राखीव जागांमुळे राज्यघटनेची पायमल्ली कशी होते, याची सविस्तर चर्चा या ग्रंथात अखेरीस केली आहे.

घुर्ये यांच्या मतानुसार घटनात्मक तरतुदी आणि निरनिराळ्या शासकीय योजनांचा उद्देश अस्पृश्यता व जाती नाहीशा करून एकसंघ असा भारतीय समाज निर्माण व्हावा असा होता. परंतु, राखीव जागांच्या धोरणामुळे मागासलेले राहण्यातच निरनिराळ्या मागास जातींचे हितसंबंध निर्माण झाले. समाज परस्परांपासून अलग राहू इच्छिणाऱ्या, स्वतःचे अस्तित्व जपणाऱ्या अशा असंख्य जातगटांमध्ये विभागला गेला व त्यामुळे समाजरचना जातिविरहित एकसंघ होण्याऐवजी बहुविध (Pluralistic) अशी झाली आहे, असे विचार त्यांनी पुढे मांडले आहेत. तसेच ही स्थिती पुढेही अशीच राहील, अशी भीतीही त्यांनी व्यक्त केली आहे. त्यांच्या मतानुसार निरनिराळ्या जाती-उपजाती आपल्या राजकीय संघटना निर्माण करून आपापले हितसंबंध जोपासतील. मागासवर्गीयांना देण्यात येणाऱ्या विशेष सवलतींचा कालखंडही वाढवावा लागेल, मागासलेल्या जातींचे आपसांत व त्यांचे एकत्रितरीत्या बिगरमागास जातींशी संघर्ष होतील, असे त्यांना वाटत होते.

तसेच, मागास आणि दुर्बल समाजघटकांसाठी कल्याणकारी योजना करीत असताना जातीच्या प्रश्नाला दुय्यम स्थान देण्याच्या हेतूने राष्ट्रपतींनी १९५३मध्ये

'बॅकवर्ड क्लास कमिशन' नेमले होते; पण कमिशनच्या रिपोर्टास भारत सरकारने केराची टोपली दाखविली. त्यावेळचे गृहमंत्री पं. गोविंद वल्लभ पंत यांनी जातीपेक्षा आर्थिक पैलूचाच विचार मागास जमातींच्या कसोटीस लावणे श्रेयस्कर, असे मत व्यक्त करून केंद्रशासन अगर लोकसभा आपल्या अधिकृत व्यवहारात जातीचा थारा देणार नाही, अशाच धोरणाचे निवेदन केले; पण घुर्ये म्हणतात, पंतांनी राज्यसरकारांना जातीय प्रश्नांवर राखीव जागा निर्माण करण्यास मोकळीक दिली. पंतांची ही कृती घटनाविरोधी व देशद्रोहासारखीच होती. वास्तविक पंतांनी जातिविहिन समाजरचना निर्माण करून भारतास एक भक्कम राष्ट्र बनविण्यासाठी संपूर्ण घटनाच जातीय प्रश्नावर बदलण्याची कारवाई करायला हवी होती. तसे न झाल्याने भारताचे तारू जात्यंध समाजाच्या खडकावर आदळण्याची तरतूदच काँग्रेस नेतृत्वाने करून ठेवली, असा हल्ला घुर्ये यांनी केला आहे.

'बॅकवर्ड क्लास कमिशन'ने मागासलेपणासाठी जातीची कसोटी काढून टाकावी, अशी मागणी घुर्ये यांनी केली होती. जबाबदारीच्या सरकारी पदांव्यतिरिक्त इतर जागा मागास जातीस राखीव ठेवण्याबाबत काही काळापर्यंतच राखीव पदे मर्यादित प्रमाणात ठेवावी. तसेच जातीच्या विचारांपेक्षा गुणवत्तेचा विचार पदे भरण्यात करण्यात यावा, असे न केल्यास राखीव जागांतून कायमचे हितसंबंध निर्माण होतील. राखीव जागांना त्यांचा अवधी संपल्यानंतर समय वाढवू नये, असे निवेदन नेहरुंनी केले होते; पण या निवेदनाचा व्यवहारात भंगच झाला आणि मागासलेपणातले हितसंबंध कायमचे निर्माण करण्यात आले. यातूनच भारताच्या राष्ट्रीय एकजुटीस घातक अशा जातीयवादाला उत्तेजन मिळून समाजविघटनाचा धोका निर्माण झाला आहे, असे प्रतिपादन घुर्येंनी केले आहे.

घुर्येंचा सामिलीकरणाचा (Assimilation) **दृष्टिकोन**

इ.स.१९४३ साली घुर्ये यांनी 'The Aborigines so called and their future' हा ग्रंथ प्रकाशित करून भारतातील आदिम समाजाचे वांशिक व समाजशास्त्रीयदृष्ट्या अध्ययन या ग्रंथात केलेले आहे. या भटक्या आणि आदिम जमाती भारतातील मूळ रहिवाशी व एतद्देशीय असून ब्रिटिश काळात त्यांची गणना भारतीय लोकसंख्येत केलेली नव्हती. एवढेच नव्हे, लोकांचा समावेश भारतीय नागरिकांत केलेला नसल्यामुळे नागरी हक्कांपासून आदिम समाजाचे लोक वंचित राहिले. घुर्ये यांच्या मते, भारतातील अनेक आदिम जमाती स्वत:स हिंदूधर्मीय समजतात; परंतु, त्या आर्थिक, सामाजिक व सांस्कृतिकदृष्ट्या अत्यंत मागासलेल्या आहेत. त्यामुळे त्यांना 'मागासलेले हिंदू' (Backward Hindus) अशा संज्ञेने घुर्येंनी संबोधलेले आहे.

व्हेरिअर एल्विन यांनी अलिप्ततावादाचा पुरस्कार केला. परंतु, या अलिप्ततावादी धोरणाचा घुर्येंनी विरोध दर्शवून सामिलीकरणाचा पुरस्कार केला. प्रगत व अप्रगत, सुसंस्कृत व असंस्कृत लोकांमध्ये जितका जास्तीतजास्त संपर्क वाढत जाईल, तितका तो अधिकाधिक प्रमाणात आदिम समाजाच्या विकासाच्या दृष्टीने उपयुक्त ठरेल, असा विश्वास त्यांना वाटत होता. आदिवासी लोक हे हिंदूंच्या प्रथा-परंपरांचे स्वत:हून अनुकरण करीत असल्यामुळे हिंदू समाजात त्यांचे विलीनीकरण करण्याच्या उद्देशातून त्यांनी सामिलीकरणाचा पुरस्कार केला.

एवढेच नव्हे तर भारतीय समाजापासून आदिम लोकांना दूर ठेवण्याचा प्रयत्न केल्यास त्यांच्यात न्यूनगंड निर्माण होण्याची दाट शक्यता आहे व आपणास भारतीय लोक सामावून घेत नाहीत, अशी जाणीव त्यांच्यात विकसित होईल, अशी भीती घुर्येंनी वेळोवेळी व्यक्त केली. याशिवाय या वेगळेपणाच्या जाणिवेतून आदिम समाजात फुटीरतावादी प्रवृत्ती वाढीस लागेल व त्यांच्याकडून स्वातंत्र्याच्या चळवळीला विरोध होईल, या भीतीतून सामिलीकरणाचे धोरण हेच राष्ट्रीय एकात्मतेस व आदिम समाजाच्या विकासास उपयुक्त ठरणारे आहे, असा आग्रह त्यांनी धरला.

घुर्येचा सामिलीकरणाचा दृष्टिकोन विचारात घेता असे दिसून येते, की घुर्येंनी आदिम समाजाला हिंदू ओळख देण्याचा प्रयत्न केला आहे. तसेच हिंदू म्हणजे प्रगत, सुसंस्कृत तर आदिम म्हणजे 'मागासलेले' असे समजले.

भारतीय मानवशास्त्रीय (Anthropological) सर्वेक्षणाचे संचालक डी.एन. मुजुमदार यांना याबाबत अमेरिकन अॅन्थ्रोपोलॉजिस्ट, जाने-मार्च, १९४७ मधील लेखातील विचार खालीलप्रमाणे दिसून आले.

".................. in 1943 ..... Prof. Ghurye published

The Aborigines so-called and their Future" which sought to prove the extent of Hinduisation of the aboriginal tribes and rightly contested the suggestion of verrier Elwin that the millions of tribal people in India must be segregated so long as they could not be given, fair treatment by their advanced compatriots. His plea that we need to reform our lawyers, our traders, our doctors and even our anthropologists before these attempt any reform among the aboriginals has raised flutter in political circles. prof. Ghurye, however, succeeded in raising the problem of aboriginals from the plane of anthropology to that of sociology, even of politics, though much confusion remains in the minds of the publis regarding the system of administration to be set up in tribal areas (Americal anthropologists, Jan.-March - 1947).

घुर्येंवर हिंदूराष्ट्रवादी विचारसरणीचा असलेला पगडा त्यांच्या सामिलीकरणाच्या दृष्टिकोनातूनही दिसून येतो. घुर्ये आदिम जमातीसाठी मुक्तिदायी विचार सांगताना दिसत नाहीत.

भारताबाहेरील जातिव्यवस्थेसंदर्भात घुर्येंचे विचार

भारतीय संदर्भातील जातिव्यवस्था ही काही एकट्या भारतातच नव्हती तर पश्चिम आशियातील चीन व जपान या देशाच्या इतिहासातील विविध कालखंडात समाजात 'स्तरीकरण' होते. त्या समाजात निरनिराळे स्तर होते. याचे विवेचन घुर्ये यांनी केले आहे.

'Elements of Caste outside India' या आपल्या प्रभागात भारताबाहेरील जातिसदृश्य व्यवस्थांचा विचार जेव्हा घुर्ये करतात तेव्हा असे वाटते, की जातीचे जे वासाहतिक विशेषण आहे, त्याच्याविरुद्ध ते बोलत आहेत. जातीचे वासाहतिक विशेषण असे म्हणते, की ही विशिष्ट संस्था मूलत: भारतीय समाजाला पाश्चिमात्य समाजापेक्षा वेगळे दाखवून देते. वासाहतिक विभिन्नत्वामध्ये हा तर्क म्हणजे एक मोठा आधारस्तंभ होता. त्यामुळे जेव्हा घुर्ये भारताबाहेरील जातिसदृश्य व्यवस्थांचा शोध घेतात, तेव्हा प्रथमदर्शनी आपण कसे म्हणू शकतो, की घुर्ये वासाहतिक विभिन्नत्वाच्या तर्काचा विरोध करीत आहेत; पण जर घुर्येंना आपला 'जातीचा वांशिक सिद्धान्त' स्वीकारला जावा, असे वाटत असेल तर हे करणे अपरिहार्य आहे.

घुर्येंच्या मते, जगाच्या या भागात ब्राह्मणी संस्कृती रुजविणारे इंडो-आर्यन्स हे इंडो-युरोपियन किंवा इंडो-जर्मन या नावाच्या एका मोठ्या वांशिक गटाचा भाग होते. त्यांच्या मते, शेल्ट्स (Celts), अँग्लो-सॅशन (Anglo-Saxon), ट्युटॉन्स (Teutons), रोमन्स (Romans), स्पॅनिश, पोर्तुगीज (Portuguesse) आणि इराणी लोकसुद्धा याच वंशाचे होते. वंशच एक असल्यामुळे ''त्यांच्या भाषा वेगवेगळ्या मार्गांनी विकास पावल्या; पण संरचनात्मक आणि आशयाच्या पातळीवर त्यांच्यातील समानता या इतपत उरल्या, की १९ व्या आणि २० व्या शतकातील Philologist त्यांना एका गटात घालू शकले.''

भारताबाहेरील जातिसदृश्य व्यवस्थांवरील घुर्येंचा प्रभाग हा नेमका हाच तर्क सिद्ध करण्यासाठी लिहिला गेला आहे. एस.के. प्रामाणिक याचे विश्लेषण करताना म्हणतात, की या प्रभागात घुर्ये, इंडो-आर्यनांच्या इतर इंडो-युरोपियन्स विशेषत: अँगो-सॅक्शन्सशी असलेल्या संरचनात्मक सांस्कृतिक जवळिकींचे विश्लेषण करण्याचा प्रयत्न करतात. ते दाखवून देतात, की जातिसदृश्य गटांमध्ये श्रमाची विभागणी ही इंडो-युरोपियन लोकांच्या सर्व शाखांमधील समानतेची बाब आहे, तर भारतात असणाऱ्या विशेष परिस्थितींमुळे इथे जातिव्यवस्था सद्य:स्थितीतील स्वरूपात उदयास आली.

अँगो–सॅक्शन वर्ग संघटनेमध्येसुद्धा वर्गांतर्गत विवाह इत्यादी जातिसदृश्य वैशिष्ट्ये दिसतात. 'अँगो–सॅक्शन लोकांच्या कायद्यात हे नमूद करण्यात आले होते, की स्वत:च्या वर्गाबाहेर विवाहासाठी जोडीदार कोणीही शोधू नयेत.' घुर्येंच्या मते, भारतीय संयुक्त कुटुंब, भाषा आणि धर्मांतसुद्धा सांस्कृतिक जवळीकता प्रकर्षाने दिसते.

थोडक्यात सांगायचे म्हणजे, इतर प्रदेशातील जातिसदृश्य वैशिष्ट्यांचा घुर्येंचा शोध हा त्यांच्या मूळ शोधण्याच्या प्रक्रियेचा भाग होता आणि सर्वांचा उगम हा इंडो–युरोपियन आणि इंडो–आर्यनपासून झाला, या त्यांच्या तर्काला पुष्टी देणारा होता. या शोधातून घुर्ये त्या मूळापाशी जाऊ इच्छितात, ज्या महान स्रोतांपासून या व्यवस्थांचा जन्म झाला.

सारांश

घुर्येंची भारतीय समाजाबद्दलची धारणा व त्यांच्या नंतरच्या समाजशास्त्रांनी त्याचाच कित्ता गिरवल्यामुळे आजही या अभ्यासक्षेत्रात घुर्येंनी प्रसृत केलेल्या चौकटीला पूर्णत: शह दिला गेलेला नाही. आज समाजशास्त्र अधिक बहुविध, प्रतिक्षेपात्मक व चिकित्सक झाले असले तरी त्यातील जुनाट संकल्पनांची व सिद्धान्तांची आजही पुनर्निर्मिती होत आहे. समाजशास्त्राचे विद्यापीठीय व्यवस्थेअंतर्गत ज्याप्रकारे संस्थात्मकीकरण झाले हे जसे त्याच्या सध्याच्या जरठतेला कारणीभूत आहेत तसेच त्याचे विचारप्रणालीय अधिष्ठानही या स्थितीस जबाबदार आहे. आजही समाजशास्त्रज्ञ आधुनिकीकरणामुळे राष्ट्र–शासनाच्या बांधिलकीसमोर 'पारंपरिक', 'आदिम' अस्मिता लोप पावतील या धारणेला कवटाळून आहेत. यामुळे ते समकालीन राजकारणातील जातीच्या प्रादुर्भावाला आर्थिक विकास व राष्ट्रीय एकात्मतेमधील बाधा समजतात. या अर्थी, सेक्युलर राष्ट्रवादाप्रमाणेच समाजशास्त्रातही अंतर्विरोध आहे. राष्ट्रीय एकात्मतेवर भर देणारा सांस्कृतिक राष्ट्रवादाचा सुप्त प्रवाह व स्वतंत्र भारताने व्यक्तिगत हक्कांवर आधारलेली आधुनिक उदारमतवादी लोकशाही म्हणून स्वत:ला घडवावे हा आग्रह यामुळे जातीचे वास्तव व त्याच्या सार्वजनिक उद्‌भव याचे आकलन होणे कठीण होऊन बसले आहे.

सबंध हिंदू समाजरचनाच मुळी गुंतागुंतीची त्यातही त्यातील जातिव्यवस्थेची गुंतागुंत अधिक. घुर्ये यांनी जातिव्यवस्थेच्या निरनिराळ्या अंगोपांगांचे विश्लेषण आपल्या लिखाणात केले आहे, ते संस्कृतमध्ये होते. त्यांनी हिंदूंच्या संस्कृतमध्ये लिहिलेल्या धार्मिक ग्रंथांचा अभ्यास करून जातिव्यवस्थेची उत्पत्ती व निरनिराळ्या ऐतिहासिक कालखंडामध्ये तिच्यात झालेले बदल यांचा महत्त्वपूर्ण आढावा घेतला. जातिव्यवस्थेची वैशिष्ट्ये, जाति–उपजातींचे स्वरूप इत्यादी बाबींची सविस्तर चर्चा

करून त्यांनी जातिव्यवस्थेच्या संरचनात्मक अंगावर प्रकाश टाकला. ब्रिटिश राजवटीमध्ये जातिव्यवस्थेत काय बदल झाला व जातिव्यवस्थेची सद्य:स्थिती काय आहे यासंबंधी घुर्ये यांचे विवेचनही महत्त्वाचे आहे.

घुर्ये यांच्या जातिव्यवस्थाविषयक लिखाणाच्या काही मर्यादा आहेत, त्याही लक्षात घ्यायला हव्यात.

घुर्ये यांची एकंदर अभ्यासपद्धती प्राच्यविद्याशास्त्रीय (Indological) अशी आहे. संस्कृत ग्रंथ दररोजच्या भाषेतील शब्द नावे इत्यादींच्या आधारे त्यांनी तत्कालीन सामाजिक स्थितीचा मागोवा घेण्याचा प्रयत्न केलेला आहे.

घुर्येंच्या जातीविषयक मांडणीमध्ये सैद्धांतिक चौकटीचा अभाव दिसतो. तसेच समाजाच्या राजकीय अर्थशास्त्राचा जातिव्यवस्थेशी असलेला संबंध हा घुर्ये यांच्या लिखाणातील एक दुर्लक्षित भाग आहे. तसेच गावाच्या संरचनेचा एक भाग म्हणून जातिव्यवस्थेचे, गावाच्या अर्थव्यवस्थेशी तिच्या असलेल्या संबंधाचे विवरणही घुर्ये यांनी अभावानेच केलेले आहे.

५

डॉ. बी. आर. आंबेडकरांचे जातिविषयक विचार

बाबासाहेब आंबेडकर हे या शतकातील भारताचे एक महान नेते आणि तत्त्वचिंतक होते. आपल्या देशासमोरील आज उभ्या असणाऱ्या महत्त्वाच्या प्रश्नांच्या आकलनासाठी आणि ते सोडविण्यासाठी त्यांच्या विचारधनाचा आणि त्यांनी केलेल्या चळवळीचा नव्या संदर्भात विचार करण्याची आवश्यकता अनेक विद्वानांना आज वाटत आहे.

फुल्यांच्या विचारांचा आणि दृष्टीचा मागोवा घेत आंबेडकरांनी आपली जातीविरोधी लढ्याची थोडी वेगळी मांडणी केली आहे. आंबेडकरांच्या मांडणीचा गाभा फुल्यांच्या मांडणीसारखा असला तरी वसाहतवादाचे परिणाम आणि १९२० नंतरचा जमातवाद यामुळे फुल्यांच्या मांडणीची कालानुरूप पुनर्मांडणी करणे आंबेडकरांना भाग पडले. त्रैवर्णिक विरुद्ध शूद्र-अतिशूद्र व स्त्रिया या प्रमुख द्वंद्वाऐवजी आंबेडकर सवर्णवर्ग विरुद्ध अवर्णवर्ग या द्वंद्वाला प्राधान्य देतात.

सवर्णांमध्ये ब्राह्मण-क्षत्रिय-वैश्य व शूद्र यांचा समावेश होतो तर अवर्णात अतिशूद्र-आदिवासी व तथाकथित गुन्हेगार जमाती यांचा समावेश होतो. वस्तुत: शूद्र हे भौतिक शोषणाच्या संदर्भात अवर्ण वर्गाच्या जवळ असल्याचे आंबेडकरांनी स्पष्ट केले असले तरी त्यांना वर्णव्यवस्थेमध्ये सामावून घेतलेले असल्याने त्यांच्यामध्ये जातिबद्ध समाजरचनेत अवर्ण वर्गापेक्षा आपण उच्च असण्याची भावना असल्याचे आंबेडकरांना आढळले. शूद्रांच्या या व्यक्तिगत भानाच्या संदर्भातच आंबेडकरांनी- शूद्र हे ब्राह्मणवर्गाची 'पोलिसशक्ती' (Police Force) म्हणून काम करतील, ही साधार भीती व्यक्त केली.

भौतिक शोषणाच्या संदर्भात शूद्र हे अवर्ण वर्गांसारखेच पीडित असल्याने

आंबेडकरांना शूद्रांबद्दलही कळवळ होती; पण शूद्रांच्या पुढाऱ्यांनी शूद्रातिशूद्रांचे हिंदूकरण करण्याचा चंग बांधला होता. मुस्लिमांचे भय दाखवून हिंदू-संघटनेसाठी आवाज उठायला लागला होता. आर्य समाजाची विचारधारा आणि आर्य समाजाची व हिंदू संघटनांनी चालवलेली शुद्धी मोहीम यामुळे शूद्रांचे हिंदूकरण होण्यास भरपूर वाव मिळाला. त्याशिवाय सावरकरांच्या 'हिंदुत्वा'च्या संकल्पनेमुळे खालच्या जातीच्या लोकांमध्ये हिंदू अस्मिता जगण्याची प्रक्रिया सुरू झाली.

भारतीय राजकारणाच्या वाढत्या जमातवादाच्या या पार्श्वभूमीवर तथाकथित अस्पृश्य वर्गांचे हित सांभाळण्याची जबाबदारी आंबेडकरांवर येऊन पडली. 'अवर्णिका'च्या हिंदूकरणाची प्रक्रिया रोखण्यासाठी अवर्णिकांना चातुर्वर्ण्यात स्थान नसल्याने ते हिंदू नाहीत, अशी घोषणा करणे आंबेडकरांना भाग पडले. ते वर्णव्यवस्थेच्या बाहेर असल्याने व अल्पसंख्य असल्याने अवर्णिकांना मुस्लीम, शीख, ख्रिस्ती यांचे प्रमाणे भारतात अल्पसंख्याकांचा दर्जा मिळाला पाहिजे असे आंबेडकरांचे प्रतिपादन होते. अर्थात, याची किंमतही आंबेडकरांना मोजावी लागली. फुल्यांची शिकवण व सार्वजनिक सत्यधर्माशी इमानदार रहाण्याचे आंबेडकरांनी शूद्रांना आवाहन करूनही फार मोठ्या प्रमाणात शूद्र हिंदूकरणाला बळी पडले व आंबेडकरांबाबत निर्दयी झाले. त्यांनी आंबेडकरांना हिंदूविरोधी म्हणजेच शूद्रविरोधी ठरवून बाजूला टाकले. गांधींची कष्टकरी आणि शेतकरी वर्गाबद्दलची आपुलकी आणि राष्ट्रीय चळवळीला जनाधार मिळवून देण्याची इच्छा यामुळे शूद्र आंबेडकरांपेक्षा गांधींकडे जास्त आकर्षित झाले व त्यांनी १९३०मध्ये काँग्रेसमध्ये सामील होण्याचा निर्णय घेतला.

परिणामत: आंबेडकरांच्या नेतृत्वाखालील दलित चळवळीचा उदय काँग्रेस व शूद्रांशिवाय झाला. गांधी व काँग्रेसला आंबेडकरांनी केलेल्या विरोधामुळे त्यांचा व शूद्रांमधील दूरावा अधिकच वाढला. त्यामुळे अतिशूद्रांची स्वतंत्र राजकीय अस्मिता राखण्याखेरीज आंबेडकरांना पर्याय उरला नाही व अखेरीस त्याची परिणती बौद्ध धम्म स्वीकारण्यात झाली. आंबेडकरांच्या बौद्ध धम्म स्वीकारण्याचे तीन परिणाम झाले- १) अतिशूद्रांना हिंदवेतर अस्मिता देणे त्यांना शक्य झाले. ते बौद्ध धम्माकडे ब्राह्मणवादाला उत्तर म्हणून पाहतात. २) बौद्ध धम्मातील 'दु:खमुक्ती'चे अधिष्ठान घेऊन जाती-वर्ग-धर्म विरहित सर्वच दलित व पीडितांशी नाते सांगणे आंबेडकरांना शक्य झाले. ३) जातविरोधी लढ्याचा अंतिम हेतू समुदायवादी समाजाची निर्मिती करणे आहे हे बौद्ध धम्म स्वीकारण्याने आंबेडकरांना जाणवले. आंबेडकरांना बुद्धामध्ये शोषित, कष्टकरी वर्गाशी नाते सांगणारा मार्क्स दिसला तसेच आधुनिक नागरी समाजात सुज्ञ म्हणून व्यक्तीला लाभलेली प्रतिष्ठाही आढळली. अर्थात, आंबेडकरांच्या बौद्धवादाच्या आवाक्याची जाणीव काही लोकांनाच झाली आणि

त्यातूनही ते उघडपणे बोलून दाखवण्याचे धाडस व प्रामाणिकपणा अगदीच मोजक्यांनी दाखविला.

अशा प्रकारे आंबेडकरांचे जातीविरोधी धोरण दोन मुख्य आघाड्यांवर राहिले. एक–ऐतिहासिक काळापासून दबलेल्या अवर्णांना संघटित करून, सत्ता हस्तगत करून जातिव्यवस्थेविरुद्ध झगडा करणे आणि दोन अतिशूद्रांना अहिंदू अब्राह्मणी आणि अधिकाधिक व्यापक अशी या मातीतील खोलवर रुजलेली बौद्ध अस्मिता मिळवून देणे आणि त्या योगे ते संपूर्ण मानवमुक्तीचे वाहक असल्याचे दाखवून देणे. फुल्यांप्रमाणे आंबेडकरांनीही शोषणाचे दोन प्रकार दाखवून दिले. भांडवलशाहीवरही प्रखर हल्ला चढवला. सुरुवातीला राज्य–समाजवादाचा पुरस्कार करून आणि मागाहून शोषण व पीडन यांपासून मुक्त करू पहाणाऱ्या मार्क्सचे कार्य बुद्धाच्या 'दुःखमुक्ती' मार्गाद्वारे कसे होऊ शकेल याच्या शक्यता पडताळून पाहून दुर्दैवाने आंबेडकरांचा हा दुसरा मार्ग अजूनही पूर्णपणे विस्तारायचा राहून गेला. ज्यायोगे त्यातून एक सर्वसमावेशक विचारधारा विकसित झाली असती.

आंबेडकर त्यांच्या 'Castes in India' मध्ये म्हणतात त्याप्रमाणे ब्राह्मणवादाने विवाहसंस्थेच्या रूपाने या पावित्र्य–अपावित्र्याच्या कल्पनेचे प्रथम संस्थाकरण केले आहे त्यानंतर ती पुढे कल्पना पुढे नेत वर्ण आणि जातिव्यवस्थेत ते बंदिस्त केले. अपावित्र्याच्या भावनेच्या सर्वांत विकृत रूपात अस्पृश्यतेची रूढी प्रस्थापित झाली. पावित्र्य–अपावित्र्याच्या भावनेच्या प्रकटीकरणाची अस्पृश्यता ही परिसीमाच होय. म्हणून ही भावना पूर्णपणे नष्ट करायची असेल तर व्यवहारातील प्रत्येक बाबतीत अस्पृश्यतेच्या रूढीवर आघात करायला हवा; म्हणून गांधी सतत म्हणत, की अस्पृश्यता संपली तर जातिव्यवस्था संपवण्याचा मार्ग सुलभ होईल. याचा अर्थ असा नाही आणि गांधींनीही असे कधी म्हटले नाही, की अस्पृश्यता संपली की जातिव्यवस्था विरून जाईल. गांधींना जातिव्यवस्थेतील गुंतागुंतीचे पूर्ण भान होते आणि जातिव्यवस्था नष्ट करण्यासाठी विशेष प्रयत्न करावे लागतील याची त्यांना जाणीव होती, पण आरंभ अस्पृश्यतानिर्मूलनापासून करायला हवा असा त्यांचा विश्वास होता.

एकोणिसाव्या शतकाच्या अखेरच्या दशकात आणि विसाव्या शतकाच्या आरंभी पश्चिमी अभ्यासकांचे जातिविषयक विचार व संशोधन हे एव्हाना भारतातील सुशिक्षित वर्गांपुढे मुबलक प्रमाणात आले होते. सर डेन्झिल इबेट्सन, हर्बर्ट रिस्ले, नेसफिल्ड, सेनार्तप्रभृती अभ्यासकांचे जातिविषयक चिंतन हे या संदर्भात महत्त्वाचे होते. त्यांच्या चिंतनातील, 'वेस्टर्न बायस', वंशवादाचे वर्चस्व, भारतीय परंपरा व संस्कृतीची अपुरी माहिती या सर्व मर्यादा ध्यानात घेऊनही जातिविषयक विचारांना त्यांनी उपलब्ध करून दिलेली समाजशास्त्रीय संशोधनाच्या अधिष्ठानावर भारतातील

जातिविषयक विचारांची मांडणी करणे हे तत्कालीन भारतीय विद्वानांपुढील एक महत्त्वाचे आव्हान होते. इतिहासाचार्य राजवाडे, ज्ञानकोशकार केतकर, पांगारकर, रियासतकार सरदेसाई यांसारख्या व्यक्तींची या काळातील अखंड ज्ञानसाधना पाहता त्यामागील प्रखर राष्ट्रवादी प्रेरणा सहजच स्पष्ट होते. जहालांच्या नेतृत्वामुळे आत्मनिर्भर झालेल्या जाणिवेने ज्ञानाच्या आणि विचारांच्या क्षेत्रातही एक प्रचंड आत्मविश्वास निर्माण केला होता. हिंदू समाजातील वैगुण्ये दिसताच पश्चिमी संस्कृतीच्या तुलनेत आपण किती मागास आहोत याचा विचार करणारी प्रबोधनकालातील अपराधी जाणीव या पिढीत नव्हती. उलट, विद्वता, संशोधन, ज्ञानसाधनेच्या क्षेत्रातील एक प्रकारच्या आग्रही विजिगीषूवृत्तीचे प्रत्यंतर या पिढीतील अभ्यासकांमध्ये दिसते. इतिहासाचार्य राजवाडे, ज्ञानकोशकार केतकर यांची जातिमीमांसा पाहता त्यास व्यापक समाजशास्त्रीय, भाषाशास्त्रीय, इतिहासशास्त्रीय अधिष्ठान असल्याचे प्रकर्षाने जाणवते. आधीच्या पिढीतील वादविवादाच्या पातळीवर (Polemical) असलेल्या जातिमीमांसा आता समाजशास्त्रीय संशोधनाच्या रिंगणात उतरली होती. अर्थात, हे संशोधन वर म्हटल्याप्रमाणे हिंदुत्ववादी अभिनिवेशापासून मुक्त नव्हते. सावरकर किंवा माटे यांचा जातिविषयक विचार तर प्रामुख्याने अस्पृश्यतेच्या प्रश्नाच्या कक्षेत व हिंदू हितसंवर्धनाच्या संदर्भातच झाल्याचे दिसते. अस्पृश्यता संपली की जातिभेद नष्ट होतील व हिंदू समाज एक होईल, हे समीकरण माटे मनाशी बांधून आहेत आणि म्हणूनच जातींचा विचार ते अस्पृश्यतेच्या संदर्भात करतात. सावरकर हाती घेत असतानाच दुसऱ्या बाजूला ब्राह्मणांनीही आपापल्या उत्कर्षासाठी जातीय संघटना बांधण्यात काहीच गैर नाही असे, सांगतात. सावरकर किंवा माटे यांच्या जातिमीमांसेपेक्षा राजवाडे आणि केतकरांचे जातिविषयक संशोधन आणि चिकित्सा अधिक मूलगामी होती हे निर्विवाद किंबहुना त्यांच्या व्यासंगामुळेच महाराष्ट्रातील भावी समाजशास्त्रीय संशोधनाचा पाया घातला गेला. खुद्द आंबेडकरांच्या संशोधनावरदेखील या दोन विद्वानांचा प्रभाव स्पष्ट जाणवतो. या सर्व गोष्टी ध्यानात घेऊनही राजवाड्यांची 'बीजक्षेत्रशुद्धी' आणि 'वंशशुद्धी' यांसारख्या कल्पनांनी पछाडलेली जातिमीमांसा त्यांच्या उच्चवर्णीय अहंतेच्या विळख्यातून सुटल्याचे दिसत नाही. इतिहासाचार्य राजवाड्यांनाही वर्णवंशश्रेष्ठत्वाच्या कल्पनेने कसे पछाडले होते हे सहजच ध्यानात येते. राजवाड्यांच्या लिखाणात मराठे, बौद्ध, लिंगायत इत्यादी लोकांबद्दल त्यांना तुच्छता असल्याचे पदोपदी जाणवते. राजवाड्यांसारख्या प्रत्यक्षतावादी निर्भीड इतिहास-संशोधकासही ब्राह्मणी जातीयतेच्या मर्यादा ओलांडता आल्या नाहीत हे त्यांच्या विचारांतून स्पष्ट होते. यावरून जातीय अस्तित्वाचे अधिष्ठान किती भरभक्कम असू शकते हे ध्यानात येईल. अर्वाचीन जातिमीमांसेला पडलेली ब्राह्मणी मर्यादा ती हीच होय.

आंबेडकरांनी हयातभर अनेक कार्यांसोबतच भारतातील जातिव्यवस्थेविरुद्ध संघर्ष करतानाच, अनेक ग्रंथांची निर्मिती केली. त्या सर्वांचा विचार करण्याअगोदर त्यांच्या जीवनकार्याचा धावता पट नजरेखालून घालणे आवश्यक आहे.

आंबेडकरांच्या व्यक्तिमत्त्वावर पडलेला प्रभाव

बालपण व शिक्षण

आंबेडकर यांचा जन्म दि. १४/४/१८९१ रोजी झाला. त्यांचे वडील लष्करामध्ये सुभेदार होते. मध्यप्रदेशात (इंदूर) महू येथे लष्कराची छावणी असताना त्या ठिकाणी त्यांचा जन्म झाला. परंतु, त्यांचे मूळ गाव रत्नागिरी जिल्ह्यातील आंबवडे हे खेडे होते. त्यांच्या घराण्याचे कुळनाव 'सकपाल' असे होते. आंबेडकरांच्या शिक्षणाची सुरुवात साताऱ्यामधील इंग्रजी माध्यमाच्या शाळेतून झाली. इ.स. १९०४ मध्ये ते चौथी उत्तीर्ण झाले. तर इ.स. १९०७मध्ये ते मॅट्रीक झाले आणि इ.स. १९१२ साली ते बी.ए. झाले.

कोलंबिया विद्यापीठात अध्ययन

इ.स. १९१३च्या जुलैमध्ये महाराजा सयाजीराव गायकवाड यांच्या मदतीने आंबेडकरांना परदेशात जाऊन उच्च शिक्षण घेण्याची संधी मिळाली. अमेरिकेतील कोलंबिया विद्यापीठात प्रवेश मिळवून त्यांनी अर्थशास्त्र या विषयात एम.ए. व पीएच.डी. या पदव्या संपादन केल्या. एम.ए.च्या विद्यार्थ्यांना अभ्यासाचा एक भाग म्हणून एक प्रबंध लिहावा लागत असे. आंबेडकरांनी त्यासाठी 'ईस्ट इंडिया कंपनीची शासन यंत्रणा आणि वित्तव्यवस्था' हा विषय निवडला होता. १९१५ साली एम.ए. ची पदवी संपादन केल्यावर पीएच.डी.साठी त्यांनी 'ब्रिटिश भारतातील प्रांतिक वित्तव्यवस्थेचा विकास' या विषयावर प्रबंध लिहिला. तो पुढे १९२५ साली प्रसिद्ध झाला.

अर्थशास्त्राबरोबर राज्यशास्त्र व समाजशास्त्र हे दोन दुय्यम विषय आंबेडकरांनी अभ्यासासाठी निवडले होते. १९१६ साली कोलंबिया विद्यापीठात मानववंशशास्त्रावर एक चर्चासत्र आयोजित करण्यात आले होते. तेथे त्यांनी 'भारतातील जाती – त्यांची कार्यपद्धती, उगम आणि विकास' या विषयावर एक छोटासा शोधनिबंध सादर केला होता. जातिव्यवस्थेच्या त्यांच्या अभ्यासाला येथून सुरुवात झाली.

कोलंबिया विद्यापीठातील अर्थशास्त्राचे प्राध्यापक सेलिगमन हे त्यांचे मार्गदर्शक होते. सेलिगमन यांचा 'इतिहासाची आर्थिक मीमांसा'(Economic Interpretation of History) हा मार्क्सवादावरील ग्रंथ प्रसिद्ध आहे. हा ग्रंथ वाचून आंबेडकरांचा मार्क्सवादाशी प्रथम परिचय झाला. (पंडित, १९९६, पृ.२).

जॉन ड्युई यांचा प्रभाव

जॉन ड्युई हे प्रसिद्ध विचारवंत त्या वेळी कोलंबिया विद्यापीठात प्राध्यापक होते. जेफर्सन हे अमेरिकेतील लोकशाहीचे प्रणेते मानले जातात. त्यांच्यानंतर तेथे लोकशाही तत्त्वज्ञानाचा विकास करणाऱ्या विचारवंतात जॉन ड्युई यांना महत्त्वाचे स्थान आहे. (पंडित, १९९६, पृ.२).

आंबेडकरांना जॉन ड्युई या जगद्विख्यात विचारवंताचा प्रत्यक्ष सहवास कोलंबिया विद्यापीठामध्ये आला, त्यांच्या मते, ''माणसाच्या विचारांना, आदर्शांना ध्येयांना काही कृतीरूप प्राप्त झाले नाही किंवा व्यवहारात त्यांना उतरवता आले नाही तर त्यांना काही अर्थ नसतो. व्यक्तीच्या हितासाठीच समाजव्यवस्था असते. त्यासाठी शासनव्यवस्था एक साधन असते.'' (उबाळे आणि इतर (संपा.) २००६, पृ. ८४).

आंबेडकरांवर जॉन ड्युईचा गाढा प्रभाव होता. त्यामुळे आपल्या सर्व सिद्धान्तांना, विचारांना, आदर्शांना कृतीत उतरविण्याचा त्यांनी अखंड प्रयत्न केला. एखादे दर्शन, एखादे तत्त्वज्ञान, धर्म किंवा विचार व्यवहाराच्या किंवा तर्काच्या कसोटीवर उतरत नसेल तर तो दंभ किंवा ढोंग असून ते उघडकीस आणल्याशिवाय आंबेडकरांना चैन पडत नसे. आंबेडकरांचे राजकीय, सामाजिक, व्यक्तिगत किंवा वैचारिक चारित्र्य आणि कर्तृत्व त्याशिवाय समजणार नाही. समाजशास्त्रज्ञ म्हणूनदेखील त्यांनी आपला प्रत्येक सिद्धान्त व्यवहाराच्या कसोटीवर घासून-पुसून घेतलेला आहे हे स्पष्ट होईल.

ड्युईंना ''व्यक्ती आणि समाज यांच्यामध्ये मूलतः विरोध असतो हे मान्य नव्हते. माणसाला स्वातंत्र्य मिळवायचे असेल तर कोणती सामाजिक परिस्थिती पोषक ठरेल याचाही विचार झाला पाहिजे असे त्यांना वाटत होते. लोकशाही हा काही केवळ राज्यव्यवस्थेचा एक प्रकार नाही, ती एक जीवनपद्धती आहे. माणसांना परस्परांबद्दल वाटणाऱ्या भावनांमधून ती व्यक्त होते. त्यांच्या जीवनावर तिचे काय परिणाम होतात यावरून तिचे यशापयश ठरवायचे असते.त्यामुळे स्वातंत्र्य व लोकशाहीवर श्रद्धा असणाऱ्यांना सामाजिक व्यवस्थेचा विचार असणाऱ्यांना सामाजिक व्यवस्थेचा विचार टाळता येत नाही.'' (पंडित, १९९६, पृ.२-३).

मानव हा नैतिक प्राणी आहे यावर ड्युई यांची श्रद्धा होती म्हणून ''मानवांच्या परस्पर संबंधांचे प्रश्न जसे सामाजिक तसे नैतिकही असतात, या नैतिक बाजूकडे दुर्लक्ष करणे सामाजिक हिताला पोषक ठरत नाही'' असे ड्युई यांचे प्रतिपादन होते. (उपरोक्त, पृ.३).

ड्युईच्या सामाजिक नैतिकतेचे दर्शन आंबेडकरांच्या धम्मविषयक तत्त्वज्ञानात अधिक स्पष्ट झालेले दिसते. आंबेडकर देवधर्म कल्पनाश्रित मानतात, पण ड्युईसारखी डळमळीत भूमिका ते घेत नाहीत. ड्युई धर्म, न पाहिलेल्या सर्वसत्ताधीश ठरलेल्या

शाश्वत तत्त्वांवर आधारलेला म्हणून नाकारतो. आंबेडकर कल्पनाश्रित धर्मसंस्था नाकारतात ते धर्माचा आधार नीती नसल्यामुळे सुहृदय सामाजिकता नैतिकतेशिवाय अस्तित्वात येऊ शकत नाही म्हणून 'नीतीशिवाय समाज' हा शोषण व्यवस्थेचे माहेरघर ठरतो म्हणून आंबेडकर सामाजिक नीतीमत्तेच्या व्यापक पायावर उभी असलेली बुद्ध धम्माची व्यवस्था देतात. (हाडेकर, २००५, पृ.१०३-१०४).

लंडन विद्यापीठात

अमेरिकेत पीएच.डी. पदवी मिळाल्यानंतर कायदा, अर्थशास्त्र व राज्यशास्त्राचा अभ्यास करण्यासाठी आंबेडकरांनी लंडनला लंडन विद्यापीठात प्रवेश घेतला. परदेशात शिकत असताना निरनिराळ्या सामाजिक विषयांचा शास्त्रशुद्ध व ऐतिहासिक पद्धतीने अभ्यास करण्याची त्यांनी सवय लावून घेतली होती. अस्पृश्य मानल्या गेलेल्या जातीत जन्मास आल्यामुळे शाळा-कॉलेजात संस्कृत शिकण्याची त्यांना परवानगी नव्हती. परंतु, पाश्चात्त्य विद्वानांनी इंग्रजीत भाषांतरित केलेल्या हिंदू धर्मग्रंथांचा त्यांनी चिकित्सकपणे अभ्यास केला आणि धर्म, इतिहास, जातिव्यवस्था, भारतीय राजकारण आणि अर्थकारण या विषयावर आपले विचार मांडले.

आंबेडकर हे 'लंडन स्कूल ऑफ इकॉनिमिक्स' या जगद्विख्यात संस्थेचे विद्यार्थी होते. लंडन शहर जगातील महान तत्त्ववेत्त्यांचे, विचारवंतांचे, कृतिशील पंडितांचे माहेरघर होते. ते एक क्रांतीचे विद्यापीठही होते. बर्ट्रांड रसेल, सिडने वेब, बिर्थट्रीस वेब, हेरॉल्ड लास्कीसारख्या जगद्मान्य व्यक्तींचा सहवास व मार्गदर्शन त्यांना लाभले होते. (उबाळे, पृ. ८२). अराजकवादी, समाजवादी, स्वप्नाळू समाजवादी, फेबियन समाजवादी, मुक्ततावादी, निर्बंधवादी, मार्क्सवादी अशा विविध गटागटांचे राजकीय, सामाजिक नेते, विचारवंत, लेखक व कलावंत यांचा लंडनमध्ये अहोरात्र राबता होता. आंबेडकरांचे व्यक्तिमत्त्व अशा अनेक चळवळींनी, विचारांनी आणि व्यक्तींनी प्रभावित होते व आकार घेत होते. प्रश्न होता तो न्यायाचा, परिवर्तनाचा मार्ग विभिन्न असले तरी ध्येय एकच होते. भारतासारख्या जात आणि धर्माच्या दलदलीत फसलेल्या करोडो माणसांना मुक्त करण्याचा मार्ग त्यांना हवा होता. अमानुष समाजव्यवस्थेपासून माणसांची मुक्तता यापेक्षा आणखी उच्च ध्येय कोणते असू शकते? आपण जोपर्यंत आंबेडकरांच्या आयुष्यामागील परिणामांमागील प्रेरणा जाणणार नाही तोपर्यंत एक समाजशास्त्रज्ञ म्हणून त्यांचे महत्त्व आणि विचार आपण समजू शकणार नाही. त्यासाठी प्रत्यक्ष जातिव्यवस्थाही समजून घ्यावी लागेल. जेथे माणसाला माणूस म्हणून मानले जात नाही तेथे त्याच्या विकासाचा प्रश्नच उद्भवत नाही म्हणून स्थापना करायची ती माणसाच्या माणूसपणाची. त्यानंतर त्याच्या अधिकारांची. मग येतो विकासाचा प्रश्न; म्हणून आंबेडकरांचा संघर्ष

जगाच्या इतिहासात अद्वितीय होता. अशा प्रकारचा संघर्ष जगातील कुठल्याही महापुरुषाला लढावा लागला नाही. आजपर्यंत कुठल्याही मानववंशशास्त्रज्ञाने अशा प्रकारचा विचार केलेला नाही.

आंबेडकरांचे सर्वच उच्च शिक्षण विदेशातील विद्यापीठांतून झाले. त्यांच्या मनावर विदेशातील सामाजिकता, संस्कृती व मुक्त स्वातंत्र्याच्या वातावरणात लिहिणारे लेखक आदींचा प्रभाव पडणे स्वाभाविक आहे. आंबेडकरांची मूळ प्रकृती संशोधकाची. येथील वातावरणाला ती बंडखोरी वाटणे साहजिक आहे. परिस्थितीनेही त्यांच्या बंडखोरीचे सर्जनच केले.

बुद्ध, फुले, कबीर आणि आंबेडकर

आंबेडकरांनी बुद्धाला प्रथम गुरू म्हणून स्वीकारले व मग बुद्ध धम्माचा स्वीकार केला. आंबेडकरांच्या मनावरही लहानपणी कबीर आणि महाराष्ट्रातील भक्तीमार्गी संत यांच्या वाङ्मयाचे खोल संस्कार झालेले होते. नीतीला धर्माची आवश्यकता असते, तेव्हा भारतातील लोकांनी लोकशाहीची मूल्ये मनोमन स्वीकारायची असतील तर त्यांच्या धर्मकल्पनाही लोकशाहीशी सुसंगत असल्या पाहिजेत असे त्यांना वाटत होते. या दृष्टीने हिंदु धर्माची चिकित्सा केल्यावर हा धर्म स्वातंत्र्य, समता आणि बंधुभाव यांच्या मुळातच विरोधी आहे. हे आंबेडकरांच्या लक्षात आले. (पंडित, १९९६, पृ.१०). आंबेडकरांनी केलेली ही धर्मचिकित्सा महत्त्वपूर्ण आहे.

भारतीय समाजवास्तव काय आहे याचे आकलन आंबेडकरांना अचूक होते. ते अब्राह्मणी परंपरेतील संत कबीर, महात्मा फुले व बुद्ध यांना गुरू मानत; कारण भारतात अगदी प्राचीन काळी जातिव्यवस्थेविरुद्ध पहिला हल्ला केला तो महात्मा गौतम बुद्धांनी, त्यांचे विचार आणि आचार अतिशय मूलगामी होते. कबीरांनी आपल्या दोह्यांमधून वर्ण-जात-धर्म आणि एकंदर विषमतेच्या पायावर उभ्या असलेल्या भारतीय समाजव्यवस्थेविरुद्ध उघड हल्ला केला; तर महात्मा फुलेंनी अस्पृश्यता निर्मूलन, जातिअंत स्त्रीदास्य विमोचन, स्त्रीशिक्षण, सामाजिक विषमतेचा अंत, आर्थिक शोषणमुक्ती, कामगार चळवळ, शेतकऱ्यांचा न्याय हक्क, बालविवाहास विरोध आणि विधवा विवाहाला पाठिंबा, प्रगत शास्त्रीय शेतीचा पुरस्कार, दारूबंदी, समाजशिक्षण इत्यादी बाबतीत म. फुलेंचे कार्य म्हणजे सामाजिक-ऐतिहासिक क्रांतीचा जाहीरनामाच होता. बुद्ध, फुले आणि कबीर यांना गुरू मानणारे आंबेडकर यांची चळवळ पुढे नेण्याचा वसा घेतात. हे फक्त विचारमांडण्यापुरतेच घडले नाही तर आंबेडकरांनी या महापुरुषांच्या स्वप्नांना अधिक क्रियाशील, अधिक धारदार आणि सक्षम बनविले. त्यासाठी त्यांनी भारतीय समाजव्यवस्थेचे सखोल अध्ययन व संशोधन केले. त्यांनी लिहिलेल्या प्रचंड ग्रंथसंपदेपैकी काही ग्रंथ पुढीलप्रमाणे आहेत.

ग्रंथसंपदा

१) भारतातील जाती, त्याची घडण, उत्पत्ती आणि प्रसार (इ.स)
२) जातीसंस्थेचे उच्चाटन (१९३६)
३) शूद्र पूर्वी कोण होते? (१९४६)
४) अस्पृश्य पूर्वी कोण होते? (१९४८)
५) हिंदुत्वातील कुटप्रश्न (१९५४)
६) हिंदुधर्माचे तत्त्वज्ञान (१९५६)
७) प्राचीन भारतातील क्रांती आणि प्रतिक्रांती (१९५६)
८) बुद्ध आणि त्यांचा धम्म (१९५७)
९) हिंदू स्त्रियांची उन्नती आणि अवनती
१०) रसेल आणि समाजाची पुनर्रचना

आंबेडकरांसाठी कुठल्याही विषयाचे ज्ञान मनोरंजनाचे साधन नव्हते, तर परिवर्तनाची संधी व शस्त्र होते. त्यांनी आपल्या ज्ञानाचा वापर राष्ट्राच्या अभ्युदयासाठी व दलितांच्या उत्थानासाठी केला; म्हणजेच आंबेडकर हे केवळ ज्ञानैक्य दृष्टीने अभ्यास करून लेखन करणारे समाजशास्त्रज्ञ नव्हते, ते एका चळवळीचे नेते होते.

आंबेडकरांच्या संपन्न व्यक्तिमत्त्वाच्या एका महत्त्वपूर्ण पैलूकडे मात्र हवे तितके लक्ष दिले गेले नाही, ते म्हणजे आंबेडकर एक निष्णात समाजशास्त्रज्ञ होते. सैद्धांतिक व व्यावहारिक सामाजिक प्रश्न या दोन्हींबाबत त्यांनी दर्जेदार समाजशास्त्रीय लेखन केले आहे. त्यांचा दूरदर्शीपणा व त्यांच्या विचारांतील सखोलपणामुळे त्यांचे लेखन देशाच्या समस्यांवर अगदी आजही समर्थपणे प्रकाश पाडू शकते. परंतु, आजकालचा प्रभावी विचार हा हिंदुत्ववादी ब्राह्मणी पुरुषसत्ताक असल्यामुळे 'विद्वान सर्वत्र पूज्यते' हे संस्कृत वचन भारतात लागू नाही. आंबेडकर कितीही विद्वान असले तरीही ते सर्वत्र पूजनीय ठरले नाहीत. त्यांचे ग्रंथ आजही विद्यापीठातील अभ्यासक्रमामध्ये लावले जात नाहीत.

विधीतज्ज्ञ, अर्थशास्त्रज्ञ, राज्यशास्त्रज्ज्ञ, घटनातज्ज्ञ, समाजशास्त्रज्ञ, पत्रकार, लेखक, कामगार नेता, समाजसुधारक, कुशल संघटक, राजकीय नेता इत्यादी विविध अंगे आंबेडकरांच्या व्यक्तिमत्त्वाची आढळून येतात. त्यांचे व्यक्तिमत्त्व हे अष्टपैलू होते.

एलिनार झेलिएट, जिनेट रॉबीन्सन इत्यादी अनेक विदेशी संशोधकांनी आंबेडकरांच्या विचार, सिद्धान्त आणि कार्यावर संशोधन करून भारतीय विचारवंतांना आंबेडकरांच्या विचारांचे महत्त्व पटवून दिले. काही भारतीय विचारवंतांचा अपवाद वगळता इतर अनेक संशोधकांनी आंबेडकरांच्या वस्तुनिष्ठ अध्ययनाकडे दुर्लक्ष केले आहे. त्यामुळे त्यांचे अनेक सामाजिक, राजकीय सिद्धान्त हे दुर्लक्षित राहिलेत.

आंबेडकरांचे समाजशास्त्रीय सिद्धान्त

आंबेडकर हे एक संशोधक होते. कोलंबिया, ऑक्सफर्ड, बॉन इत्यादी जगप्रसिद्ध विद्यापीठात त्यांनी अध्ययन केले. मोठमोठे संशोधनपर निबंध लिहिलेत. त्यामुळे त्यांच्या विचारांमध्ये वस्तुनिष्ठता आणि तर्कसंगतपणा आढळतो. सामाजिक विषयाच्या संदर्भात त्यांनी केवळ विचार मांडले नाहीत तर स्वतंत्र अशा सिद्धान्ताची मांडणी केली. जातिव्यवस्थेचा सिद्धान्त, अस्पृश्यतेसंबंधीचा सिद्धान्त, धर्माचा सिद्धान्त, सामाजिक परिवर्तनाचा सिद्धान्त इत्यादी अनेक समाजशास्त्रीय सिद्धान्त डॉ. आंबेडकरांनी आपल्या विद्वत्तापूर्ण आणि संशोधनपर ग्रंथातून मांडलेत. या समाजशास्त्रीय सिद्धान्तामुळे भारतीय समाजशास्त्राचे दालन समृद्ध झाले आहे.

भारतातील दलित चळवळीचे नेतृत्व करीत असतानाच आंबेडकरांनी भारतीय समाजव्यवस्थेचे सखोल अध्ययन व संशोधन केले.

भारतीय समाजावर संशोधन करण्यामागे बाबासाहेब आंबेडकरांचे दोन हेतू होते. असे नलिनी पंडित नमूद करतात. त्यांच्या मते–

१) भारतातील शूद्र व अतिशूद्र या दोन्ही गटांनी स्वतःच्या उत्कर्षासाठी चालविलेल्या चळवळींशी त्यांचा निकटचा संबंध होता. तेव्हा तेथील जवळ जवळ ९० टक्के लोक ज्यात गणले जातात, ते वर्ण कसे निर्माण झाले ते समजून घेण्याची त्यांना उत्कंठा होती.

२) हिंदू धर्मग्रंथ हे ईश्वरनिर्मित व शाश्वत असल्यामुळे त्यांच्या आदेशाचे पालन करणे हाच धर्म होय, अशी येथील बहुसंख्य लोकांची श्रद्धा होती. या धर्मग्रंथातील वचनांची शास्त्रशुद्ध पद्धतीने चिकित्सा करून हिंदू समाजाच्या अधोगतीस ते कसे कारणीभूत झाले आहेत, ते लोकांना दाखवून देणे आणि त्यांचा भ्रमनिरास करणे हाही आंबेडकरांचा दुसरा हेतू होता. (पंडितः १९९६, पृ.१०४).

बाबासाहेब आंबेडकरांचे जातिव्यवस्थाविषयक विचार

बाबासाहेब आंबेडकरांनी भारतीय समाजव्यवस्थेचे समाजशास्त्रीय अध्ययन करून भारतातील समाजशास्त्रीय अध्ययनाला चालना दिली. परंतु, आंबेडकर हे एक समाजशास्त्रज्ञ होते ही गोष्ट सर्वसामान्य लोकांना आतापर्यंत माहित नव्हती; कारण आंबेडकरांच्या समाजशास्त्रीय संशोधनाची दखल येथील समाजशास्त्रज्ञांनी घेतली नाही, ही एक वास्तविकता आहे; जातिव्यवस्थेच्या संदर्भात अत्यंत सूक्ष्मपणे अध्ययन करण्याचे श्रेय आंबेडकरांचे आहे. तरीदेखील समाजशास्त्रज्ञांनी त्यांच्या अध्ययनाच्या संदर्भात एक अक्षरदेखील लिहिले नाही. त्यामुळेच त्यांच्या जातिव्यवस्थेसंबंधीच्या समाजशास्त्रीय अध्ययनाची माहिती इतरांना होऊ शकली नाही.

बाबासाहेब आंबेडकर हे एक केवळ विचारवंत किंवा सुधारक नव्हते, तर ते तत्त्वज्ञानी होते. अनेक विचारवंत अभ्यासक आजही आंबेडकरांना तत्त्वज्ञ मानायला तयार नाहीत, ही भारतीय ज्ञानव्यवहारातील शोकांतिका आहे. कॉ. शरद पाटील यांनी सर्वप्रथम आंबेडकर हे तत्त्वज्ञ होते हे ज्ञानशाखांच्या कसोट्यांवर सिद्ध केले आहे. त्यांच्या मते, आंबेडकरांचे तत्त्वज्ञान-१) सामाजिक लोकशाही २) बौद्ध तत्त्वज्ञान ३) राज्यसमाजवाद या तीन आधारस्तंभावर उभे आहे.

यानंतरच्या टप्प्यात रावसाहेब कसबे यांनी 'आंबेडकरवाद : तत्त्व आणि 'व्यवहार' व 'आंबेडकर आणि मार्क्स' या दोन ग्रंथांद्वारे आंबेडकरांच्या राजकीय विचारांचा चिकित्सक आढावा घेतला आहे.

प्रस्तुत प्रकरणामध्ये आंबेडकरांच्या जातीच्या समाजशास्त्रीय सिद्धान्ताचा विशेषतः विचार केला आहे.

आंबेडकरांचे जातिव्यवस्थेचे विश्लेषण थोडक्यात असे मांडता येईल -

१) हिंदू समाजरचना (जातिव्यवस्था) ही श्रेणीबद्ध विषमतेची रचना आहे. ती ईश्वराने निर्माण केली असल्याचा समज असल्यामुळे तिला प्रत्यक्ष धर्माचा आधार आहे.

२) जातिव्यवस्थेने व्यक्तींचे व्यवसाय आनुवंशिकतेच्या आधारे निश्चित केले आहेत.

३) जातिव्यवस्थेने व्यक्तींना त्यांच्या जाती-वर्णातच बांधून ठेवले आहे. तिने हिंदू समाजांतर्गत विविध वर्गातील मुक्त देवाणघेवाणीस बंदी घातली आहे. हिंदू समाजरचना व्यक्तीस आपल्या सामाजिक उद्दिष्टांच्या केंद्रस्थानी ठेवत नाही. ती प्राधान्याने व्यक्तिनिष्ठ नाही तर वर्णनिष्ठ आहे. हिंदू समाजांतर्गत सामाजिक सहजीवन हे स्वातंत्र्य, समता व बंधुभाबाबर आधारलेले नाही म्हणून हिंदू समाज हा मुक्त समाज नसून बंदिस्त समाज आहे, असे आंबेडकर म्हणतात.

४) हिंदू समाज रचना संधीचे स्वातंत्र्य नाकारून, अन्यायी व्यवस्थेविरुद्ध संघर्ष उभाच राहणार नाही याची काळजी घेते. स्वातंत्र्य, समता व बंधुता या तत्त्वांचा पुरस्कार व आचरण करण्यानेच जातीचा प्रश्न सुटू शकेल असे आंबेडकरांचे मत आहे; म्हणूनच या तत्त्वांचा उद्घोष करणाऱ्या लोकशाही समाजव्यवस्थेवर आंबेडकरांचा विश्वास आहे. खऱ्या अर्थाने या तत्त्वांची पूर्तता करण्यासाठी लोकशाही पद्धतीचा ते पुरस्कार करतात. आंबेडकर समता ही स्वातंत्र्याची पूर्वअट मानतात म्हणून स्वातंत्र्याचा अर्थ सांगत सांगत संधीचे मूल्य या सूत्रापर्यंत ते येतात. खरी लोकशाही निर्माण करण्यासाठी

राजकीय, सामाजिक व आर्थिक लोकशाहीचा विकास करता येईल असे त्यांचे मत आहे.

५) जाती अंतासाठी स्त्रीदास्यांत आणि बुद्ध धर्माचा स्वीकार हा प्रामुख्याने आंबेडकरांच्या विचारांचा मध्यवर्ती गाभा आहे.

भारतातील विद्यापीठात समाजशास्त्राचा स्वतंत्र विभाग सुरू होण्यापूर्वीच अमेरिकेच्या कोलंबिया विद्यापीठात ९ मे १९१६ ला भरलेल्या 'डॉ. ए.ए. गोल्डनवायझर मानवशास्त्रीय परिषदेत' (Anthropology seminar of Dr. A.A. Goldenweiser at Columbia University Newyork (America) on 9th May, 1916) भारतीय समाजशास्त्रज्ञ आंबेडकरांनी भाग घेतला होता. त्या परिषदेत 'Caste in India, Their Mechanism, Genesis and Development' हा पेपर १९१७ च्या इंडियन ॲन्टीक्रेरी (Indian Antiquery, May 1917, Vol. XLI) मध्ये प्रसिद्ध झाला होता. (आगलावे, १९९५, पृ.१६८).

प्रस्तुत संशोधनपर पेपरमध्ये जाती कशा निर्माण झाल्या, त्या का टिकून राहिल्या या संबंधीचे मानवशास्त्रीय आणि समाजशास्त्रीय विश्लेषण आंबेडकरांनी केले आहे.

आंबेडकरांनी जातीच्या संशोधनात पुढील चार मुद्दे अंतर्भूत केले आहेत.

१) हिंदू समाजाची रचना संयुक्त स्वरूपाची असली तरीही तेथे गंभीर स्वरूपाचे सांस्कृतिक ऐक्य आहे.

२) जात म्हणजे एका मोठ्या सांस्कृतिक ऐक्य असलेल्या समाजाचा एक अंशात्मक तुकडा आहे.

३) जातीची सुरुवात करणारी पहिली एक जात आहे.

४) अनुकरणाच्या व बहिष्कारांच्या माध्यमातून वर्गाचे रूपांतर जातीमध्ये झाले. (डाहाट, २००५, पृ.१३).

उपरोक्त मुद्द्यांचे आंबेडकरांनी सविस्तर विवेचन केले. समाजशास्त्र, मानववंशशास्त्र, इतिहास इत्यादी शास्त्रांचा आधार घेऊन आंबेडकरांनी आपला विषय अतिशय निष्णात बुद्धीने मांडला.

धर्म ही फार मोठी शक्ती आहे; हे आंबेडकर मान्य करतात. सर्व सुधारकांना आर्थिक सिद्धान्त लागू करणाऱ्या मार्क्सवाद्यांना ते नाना तऱ्हेचे प्रश्न विचारतात. हे प्रश्न अर्थातच भारतीय सामाजिक परिस्थितीच्या पार्श्वभूमीवर तंतोतंत लागू पडतात. समग्र कामगारवर्गा समानतेची व एकात्मतेची भावना निर्माण झाल्यावाचून क्रांती होणे शक्य नाही. ही समानता जातिभेद नष्ट केल्यावाचून येऊ शकत नाही, याचे प्रत्यंतर आजही समाजजीवनात आढळून येते. उच्च पद प्राप्त झालेल्या अधिकाऱ्यांना,

आर्थिक सुबत्ता असूनदेखील जातीयतेमुळे सापत्न वागणूक मिळते, अशी तक्रार प्रत्येक क्षेत्रात ऐकू येते. जातीयतेचा पगडा समाजात किती मोठ्या प्रमाणात आहे, याचे आजच्या परिस्थितीत सर्वपरिचित एक उदाहरण देता येईल. मंत्रीमंडळ निर्माण करताना सर्व प्रमुख जातींना प्रतिनिधित्व मिळते याची काळजी घेण्यात येते. ज्या जातीचे प्राबल्य जास्त त्या जातींना अर्थातच वाटा जास्त मिळतो. कामे करवून घेण्याकरिता जे लोक मंत्र्यांकडे येतात त्यातही सामान्य माणसे ही आपापल्या जातीच्याच मंत्र्यांकडे जास्त गर्दी करतात, ही वस्तुस्थिती नाकारता येत नाही.

बाबासाहेबांनी जातिभेदाचे तात्त्विक आणि व्यावहारिक अशा दोन्ही दृष्टिकोनांतून विश्लेषण केले आहे. श्रमविभाजनाचे तत्त्व सर्व सुसंस्कृत देशात मान्य झाले आहे. जातिभेद हेही श्रमविभाजन आहे असे जातिभेदाचे समर्थक म्हणतात. परंतु, अन्य श्रमविभाजनात व जातिभेदाच्या श्रमविभागणीत असलेला मूलभूत फरक आंबेडकरांनी बारकाईने विशद केलेला आहे. हा फरक आपल्याला खालीलप्रमाणे समजून घेता येईल.

श्रमाचे विभाजन	श्रमिकाचे विभाजन
१) धडधाकट माणूस लढायला तयार असेल तर सैन्यात जाऊ शकतो व ज्ञान प्राप्त करणाऱ्या प्रोफेसराचा मुलगा चर्मकाराचा धंदा करू शकतो.	१) जन्मतः चांभार असलेल्याने चांभार म्हणूनच काम करावे. त्याला ज्ञानप्राप्ती, सैन्यप्रवेश अथवा व्यापार वर्ज्य.
२) मजुरांतील वर्ग समान आहेत. प्राध्यापक, पुरोहित, व्यापारी, शेतकरी हे समान मानले जातात. अमेरिकेत घरकाम अथवा भंगीकाम करणारा मजूर कामाव्यतिरिक्तच्या वेळेत मालकासोबत हॉटेलात चहापाणी घेताना कमीपणाची भावना ठेवत नाही.	२) मजुरांत विषमता आहे. एक मजूर दुसऱ्या मजुरापेक्षा श्रेष्ठ वा कनिष्ठ मानला जातो. भंगीकाम हे कनिष्ठ मानले जाते; कारण भंगी माणूस त्याच्या जातीमुळे अस्पृश्य समजलेला आहे. गिरणी कामगार, एकाच गिरणीत काम करतात व त्यांची श्रेणी एकच असली तरी जातिभेदामुळे ते परस्परांना श्रेष्ठ वा कनिष्ठ समजतात.
३) श्रमविभाजन सहजस्फूर्त असते. माणसाच्या नैसर्गिक प्रवृत्तीवर ते	३) जातीतील धंदाच व्यक्तीला निवडता येतो. सुईणीच्या व्यवसायात प्रावीण्य

आधारलेले आहे. प्रत्येक व्यक्तीला त्याच्या आवडीनिवडीनुसार आपला उद्योग, कार्य निवडता येते. डॉक्टर, इंजिनिअर, संशोधक ही क्षेत्रे निवडण्याकरिता प्रत्येक व्यक्तीस मुभा असते.	असूनही नर्सचा अथवा डॉक्टरीचा व्यवसाय करण्यास अस्पृश्य महिलेस निवडले जात नाही. बाप भंगी म्हणून मुलासही तोच व्यवसाय करावा लागतो. उपजत विद्वत्ता असूनही कुणब्याला अध्यापक होण्यास प्रतिबंध असे. व्यक्तीच्या कर्तृत्वास वाव नसतो. आजही कृषी पदवीधारक अस्पृश्यास गावात उद्योग करता येत नाही; कारण अन्य समाज त्याच्या मालावर बहिष्कार घालेल, ही भीती आहे.
४) एका धंद्यातून दुसऱ्या धंद्यात जाण्यास पूर्णत: मोकळीक, त्यामुळे युद्धकाळात सर्व जातीतील तरुण देशरक्षणार्थ सैन्यात भरती होऊ शकतात. युद्धकाळ संपताच सैनिक हे विद्यादान अथवा व्यापार अथवा अन्य कोणताही व्यवसाय स्वीकारू शकतात; म्हणूनच भारतात ज्या धंद्याला नाके मुरडतात, तो धंदा परकीय स्त्रिया स्वखुशीने करतात. श्रमविभाजनात धंद्याला प्रतिष्ठा असते.	४) एका धंद्यातून दुसऱ्या धंद्यात जाण्यास प्रतिबंध. परशुरामाने २१ वेळा पृथ्वी नि:क्षत्रिय केली असे म्हणतात. हे जर खरे असेल, तर परकीय आक्रमण आल्यानंतर देशाचे रक्षण कोणी करावे? स्वाभाविकच हा देश गुलाम झाला. अन्य कोणत्याही वर्गाने शस्त्रधारण करू नये, अशी शास्त्रज्ञा आहे. जातिनुसार श्रमाची प्रतिष्ठा ठरते. उत्पादन करणारे सर्व श्रम कमी प्रतीचे ठरविलेले आहेत. शेती, लाकूडकाम, दगडाच्या मूर्ती बनविणे, मासोळ्या पकडणे हे धंदे करणारे सर्व कमी प्रतीचे, तर वाचीवीर, कीर्तनकार, वेदपाठक, अध्ययन-अध्यापन करणारे जे प्रत्यक्ष निर्मिती काहीच करीत नाहीत. ते उच्च समजले गेले आहेत व हे परंपरेने ठरत असते; म्हणून

	वेश्यादेखील आपल्या मुलीला त्याच धंद्यात राहण्याचा सल्ला देते. जातीचा धंदा न सोडल्यामुळे धंदा न चालल्यास उपाशी मरतात, परंतु धंदा सोडत नाहीत व सोडू शकत नाहीत.
५) श्रमविभाजन ऐच्छिक आहे. त्यामुळे जिकडे श्रमाची मागणी तिकडे माणसाला जाता येते. भंग्याला देखील संशोधक होता येते.	५) श्रमविभाजन ऐच्छिक नाही. भावभावना, आवडीनिवडी यांना स्थान नाही. पूर्वजन्मीच्या कर्माचे फळ म्हणून परंपरेने चालत आलेले उद्योग करतात. पुरोहिताला आपला मुलगा पुरोहितच व्हावा असे वाटते. बिनभांडवलाचा, पुरोहितासारखा दुसरा धंदा नाही.
६) कोणत्याही धंद्यात कमीपणा व श्रेष्ठपणा समजला जात नाही.	६) जातिगत धंद्यांना कमीपणा व श्रेष्ठपणा त्या जातीच्या श्रेष्ठ-कनिष्ठपणावरून ठरविला जातो. पुरोहित श्रेष्ठ, सबब पुजारी श्रेष्ठ, भंगी कनिष्ठ म्हणून भंगीकाम कनिष्ठ.
७) आवडीनिवडीनुसार काम असल्यामुळे कामाबद्दल ओढ निर्माण होते व कार्यक्षमता वाढते.	७) कनिष्ठपणाच्या शिक्क्यामुळे अनेकजण धंदा सोडतात. जे सोडीत नाहीत ते अनिच्छेने काम करतात. त्यामुळे कामात ओढ न कार्यक्षमता राहत नाही. याची प्रचिती मजूर कामगारांच्या सर्वच उद्योग क्षेत्रात आढळून येते.

जातिसंस्थेने हिंदूसमाजाचे विघटन व नैतिक अध:पतन केलेले आहे. हिंदूसमाज नावाचा समाजच अस्तित्वात नसून ते अठरापगड जातींचे कडबोळे आहे, असे बाबासाहेब आंबेडकर म्हणतात.

प्रत्येक जातीचा स्वत:चा जो स्वभावधर्म आहे, तो आंबेडकरांनी वर्णन केलेला आहे. १. एका जातीला दुसरीबद्दल आपुलकी नाही. २. स्वत:चा वेगळेपणा कायम राखण्याकरिता ती झटत असते. ३. आपल्याच जातीत भोजन व विवाह

घडवून आणते. इतरांना मज्जाव असतो. ४. जातिवर्धक असा पेहराव असतो. बाबासाहेबांनी हिंदूंचे जे वर्णन केले, त्यात कुणाला अतिशयोक्ती वाटत असली तरी ही वस्तुस्थिती आहे. आदर्श हिंदू तोच; जो उंदीर-घुशीप्रमाणे आपल्या जातिरूपी बिळात राहतो व बाह्य जगताशी संबंध ठेवीत नाही. हिंदू समाजात स्वकीयतेची जाण नाही. हिंदूधर्मात विविधतेत एकात्मता आढळते, ही गोष्ट मान्य करून आंबेडकर म्हणतात, ''तरीही समाज या संज्ञेस 'हिंदू' लोक पात्र ठरत नाहीत.''

'समाज' ही संस्था निर्माण होण्यास आवश्यक बाबी कोणत्या? निव्वळ भौगोलिकदृष्ट्या एकत्र राहिल्याने समाज होत नाही. अमेरिका वा मॉरिशसमध्ये राहणाऱ्या हिंदूंना एरवी आपण आपले मानले नसते. तद्वतच समाज, रूढी-परंपरा वा आचारविचारांमुळे एकत्र आलेल्या जनसमूहाला आपण समाज समजत नाही. विभिन्न जाती नागपंचमी, जन्माष्टमीसारखे सण पाळीत असतात. परंतु, त्यामुळे हे सण काही त्यांच्यात एकसंधतेची भावना निर्माण करू शकले नाहीत. समाजाच्या सर्व घटकांत आचारविचारांचे आदानप्रदान झाल्याशिवाय त्यांच्या मते समानधर्म निर्माण होऊ शकत नाही. एकात्मतेची भावना निर्माण होण्याकरिता समाजाच्या सर्व कार्यात व्यक्तीने भाग घ्यायला हवा. इतरांच्या अंत:करणातील भावभावनांशी यशापयशाशी तो समरस व्हायला हवा. या भावनेचा हिंदू समाजात अभाव आहे.

आंबेडकरांनी परस्पर जातिद्वेषाची भावना पसरविणारी जी उदाहरणे दिली आहेत, ती सर्वपरिचित आहेत. पेशव्यांच्या काळात 'सह्याद्री खंड' हा ग्रंथ खूप गाजला व तो नाहीसा करण्याचा प्रयत्नही झाला. या ग्रंथात चित्पावन ब्राह्मणांच्या उत्पत्तीचा इतिहास सांगून त्यांची नालस्ती करण्याचा प्रयत्न केलेला होता. ब्राह्मण-ब्राह्मणेतर, स्पृश्य-अस्पृश्य असे भेद नेहमी पोसण्यात येतात. एक जात दुसऱ्या जातीबद्दल द्वेषमूलक प्रसार करण्यास सज्ज असते. शिवाजीला राज्याभिषेक करण्यास ब्राह्मण पंडितांनी विरोध केला वा पेशव्यांनी अत्याचार केले ही बाब ब्राह्मणेतर विसरायला तयार नाहीत; तर शिवाजीचे गुरू रामदास होते म्हणूनच शिवाजीला स्वराज्य स्थापण्यास प्रेरणा मिळाली असे सांगून रामदासस्वामींचे श्रेष्ठत्व इतिहासाचा आधार नसताना आग्रहाने प्रतिपादन करण्यास ब्राह्मण मागे हटत नाहीत. जातिभेद नष्ट करण्यापेक्षा तिची वृद्धी करण्यास प्रत्येक जात सदैव तत्पर असते.

हिंदूधर्मातील जातींच्या निर्मितीच्या मुळाशी वंशशुद्धी वा रक्तशुद्धीचा सिद्धान्त आहे, असे सांगण्यात येते. या सिद्धान्ताचा फोलपणा बाबासाहेबांनी दाखवून दिला आहे. तसे पाहता जातींची निर्मिती कशी झाली, याबद्दल विस्तृत विवेचन त्यांनी 'कास्ट इन इंडिया' या त्यांच्या शोधनिबंधात केलेले आहे. परंतु, या सिद्धान्ताचे समर्थन हिंदू धर्माचे पुरस्कर्ते करतात, त्यांचे खंडन करणेही आवश्यक ठरते.

ब्राह्मणांपासून-मराठ्यांपर्यंत सर्व जातींत रक्तमिश्रण घडून आल्याचे श्री.डी. आर. भांडारकर या समाजशास्त्रज्ञाच्या आधाराने डॉ.आंबेडकर स्पष्ट करतात. मात्र, पुढे ते स्वत:च आपला युक्तिवाद बिनतोडपणे मांडतात. प्रत्येक जात ही स्वतंत्र वंश आहे. ब्राह्मणांनी वंशशुद्धी राखली तर मद्रासच्या काळ्याकुट्ट ब्राह्मणात व पंजाबच्या श्वेतवर्णी ब्राह्मणात कोणते साम्य आहे? उलट, मद्रासचे अस्पृश्य व ब्राह्मण हे वंशाने जास्त निकट आहेत. कोणत्याही समाजात सुदृढ व निकोप प्रजा-निर्मितीकरिता न्याय्य संयोग मान्य झालेला आहे. परंतु, जातिव्यवस्था हेही उद्दिष्ट साध्य होत नाही. योग्य व अनुरूप स्त्री-पुरुषांना एकत्र येण्यास जातिव्यवस्था प्रतिबंध करते, ती निव्वळ भिन्न जातींमुळे; इतकेच नव्हे तर पोटजातींमध्ये विवाहास प्रतिबंध आहे. प्रजावृद्धी अशा बंधनामुळे कशी साध्य होणार?

या बंधनामुळे हिंदू समाजातील पोटजातींत मुलींच्या विवाहाचा प्रश्न बिकट झालेला आहे. त्यातूनच मुलींकरिता 'हुंडा' देण्याची व पैशांचे आमिष दाखवून विवाह उरकून घेण्याची प्रवृत्ती वाढलेली आहे. पोटजातीचे संरक्षण ही भावनादेखील कुणातही आढळत नाही. विवाहानंतर, आपल्याच पोटजातीतील विवाहितेचा, निव्वळ संपत्तीसाठी हत्या करण्याचा प्रकारदेखील जातिव्यवस्थेचा परिपाक आहे. मुलामुलींना जातीबाहेर विवाह करण्याची मुभा राहिली असती, तर हुंडाबळीचे प्रकार क्वचितच आढळते असते!

रक्तशुद्धीही जातिव्यवस्था राखू शकली नाही. जाती-पोटजातीत रोटीबंदी का? सहभोजनाने रक्त तर बाटत नाही; मग पंक्तीभोजनास जातीजातीस प्रतिबंध का? सबल प्रजावृद्धीचा सिद्धान्त कुठेही व्यवहारात अमलात आणणे कठीण आहे व हा सिद्धान्त प्राचीन काळी आपल्या पूर्वजांना माहीत होता असे समजणे चूक आहे.

डॉ. बाबासाहेब आंबेडकर म्हणतात, ''हिंदूप्रजा, ही शारीरिकदृष्ट्या जगात सर्वांत कनिष्ठ प्रतीची समजण्यात येते. सैन्यभरतीसाठी यातील ९० टक्के लोक नालायक ठरतात.'' ऑलिंपिक किंवा कोणत्याही जागतिक क्रीडास्पर्धात भारतीय हिंदूतील तरुण सुरुवातीलाच नामोहरम होतात हे पाहिल्यास बाबासाहेब आंबेडकरांचे विवेचन किती बिनतोड व पारदर्शी आहे हे दिसून येते.

आंबेडकरांनी अन्य मागासलेल्या अथवा आदिवासी समाजाचे प्रश्न का हाताळले नाहीत? अथवा त्यांचे नेतृत्व का केले नाही, असे अनेक जण विचारतात. याचे उत्तर आंबेडकरांनी एके ठिकाणी दिलेले आहे. ते म्हणतात की, ''मी आयुष्यभर एकच प्रश्न घेऊन जरी लढत राहिलो तरी पुरे; मला सर्व भारताचे नेतृत्व करण्याचे प्रयोजन नाही.'' आदिवासी समाजाच्या हक्कांसंबंधी ते म्हणाले, की हा समाज राजकीयदृष्ट्या जागृत नसल्यामुळे जरी त्याचा हक्क मिळाला, तरी तो त्याचे संरक्षण

करू शकणार नाही. हे त्यांचे अनुमान किती तंतोतंत अचूक होते, हे आदिवासींच्या राखीव जागा इतर समाज आजही कसा गिळंकृत करतो, तसेच त्यांचे प्रमाण वर्षानुवर्षे कसे भरले जात नाही, यावरून दिसून येईल.

परंतु वरील प्रश्नाचे उत्तर आंबेडकरांनीच वेगळ्या अंगानेही दिलेले आहे. संपूर्ण हिंदू समाजाचे वर्णांतर्गत व वर्णबाह्य असे दोन वर्ग पडतात. वर्णांतर्गत समाजाचे चार वर्ण आहेत. त्यात तीन म्हणजे ब्राह्मण, क्षत्रिय व वैश्य हे द्विज आहेत. यांना उपनयनाचा अधिकार आहे. शूद्र हा चवथा वर्ण. त्याचे वर्णाश्रमव्यवस्थेत सर्वांत शेवटचे स्थान असले तरी धर्मशास्त्रानुसार बरेचसे अधिकार त्यांनाही मिळाले आहेत. मुख्य म्हणजे त्रैवर्णिकांच्या घरीदारी ते काम करू शकतात; म्हणजेच ते अस्पृश्य नाहीत. त्यांना शेती करण्याचा, पशुपालनाचा अधिकार आहे. त्यामुळे त्यांना उपजीविकेची साधने आहेत.

वर्णबाह्य समाजाचे बाबासाहेबांनी दोन भाग पाडले आहेत – १. अस्पृश्य व २. आदिवासी व भटके समाज. यांना मनुने अनुक्रमे 'चांडाळ' व 'ब्राह्य' अशी नावे दिली आहेत.

अस्पृश्य आणि आदिवासी यांच्यातील महत्त्वाचा फरक म्हणजे वर्णबाह्य असूनही आदिवासी अस्पृश्य नाहीत. त्यांच्यातील व वर्णांतर्गत समाजातील सीमारेषा फार पुसट आहेत. आदिवासी समाज आर्थिक व सांस्कृतिकदृष्ट्या पुढारला, तर तो हिंदू समाजात समरस होईल. परंतु, अस्पृश्य समाजाचे तसे नाही. तो सुसंस्कृत वा धनाढ्य जरी झाला; तरी त्याच्या माथ्यावरील अस्पृश्यतेच्या कलंकामुळे त्याला हिंदू समाजात एकरूप होता येणार नाही. या भेदामुळेच नेतृत्वाची खरी गरज अस्पृश्यांना आहे असे बाबासाहेबांना वाटत होते. शासनाच्या योजनांचा लाभ घेऊन आदिवासी समाजात आर्थिक समृद्धी येऊ शकते. परंतु, अस्पृश्यांना या योजनांचा लाभदेखील वर्णांतर्गत समाज घेऊ देणार नाही व त्यामुळे त्यांची उन्नती साधणे अशक्यप्राय होते याची बाबासाहेबांना जाणीव होती.

आणखी एक मुद्दा मांडता येईल. हिंदू समाजातील प्रत्येक वर्णाला त्यांच्या वर्ण वा जातीपेक्षा उच्चवर्णीय नेतृत्व मान्य असते. त्यांनी आंबेडकरांचे नेतृत्व कदापि मान्य केले नसते. आदिवासी त्यांच्या जातीपुरता त्यांच्यात पुरोहिताचे नेतृत्व मानतो. त्यांच्या दृष्टीने अस्पृश्य असलेल्या बाबासाहेबांचे नेतृत्व त्यांनी स्वीकारणे असंभव होते.

तसे पाहता बाबासाहेबांनी सर्वसमावेशक मजुरांची चळवळ उभारण्याचा प्रयत्न केला. परंतु, स्वतंत्र मजूर पक्षाच्या चळवळी करताना अन्य मजूर संघटना, अस्पृश्यतेमुळे उद्भवलेल्या कामगारांतील अस्पृश्यांच्या प्रश्नांकडे दुर्लक्ष करतात असे

त्यांना आढळले. शिवाय या कामगार संघटनांचे नेतृत्वही एका ब्राह्मण वर्गाव्यतिरिक्त दुसऱ्याकडे नव्हते व तेथे अन्य नेतृत्वाला प्रवेश वा वाव नव्हता.

आंबेडकरांनी अस्पृश्यांव्यतिरिक्त अन्य दुर्बल घटकांचे नेतृत्व का स्वीकारले नाही, याची उत्तरे वरील विश्लेषणात सापडतील.

बाबासाहेबांनी आदिवासी समाजाबद्दल जो प्रश्न निर्माण केला, तो आजही विचार करण्यासारखा आहे. आदिवासींच्या रानटी अवस्थेत त्यांची आनुवंशिक निर्बुद्धता कारणीभूत आहे, असे हिंदू लोक म्हणतात. परंतु, हिंदूसमाजाने, या १ कोटी १० लाख लोकांना सहस्रावधी वर्षांपासून रानटी, असंस्कृत, भटक्या, गुन्हेगारी अवस्थेतून बाहेर काढण्याचा प्रयत्न केलेला नाही. ख्रिस्ती मिशनऱ्यांनी त्यांना शिक्षण, वस्त्र, निवारा, औषधे दिली व माणूस बनविले; तर हिंदू लोक त्यांची अवहेलना करतात. परंतु, या अनाथ समजल्या जाणाऱ्या समाजास ते आपलेसे करीत नाहीत, करू इच्छित नाहीत व करूही शकत नाहीत; कारण जातीबाहेरच्या समाजाची सेवा करण्याची हिंदूधर्मात शिकवणच मिळू शकत नाही. अनेक आदिवासी समाज मुसलमान झालेले आहेत, ते जर अहिंदू समाजात समाविष्ट झाले; तर ते हिंदूविरोधी संघटनांचे आधारस्तंभ ठरतील हे बाबासाहेबांचे भाकीत हिंदू संघटनांनी अजून फारसे लक्षात घेतले नाहीत. विश्व हिंदू परिषद, राष्ट्रीय स्वयंसेवक संघ आदी संघटना मंदिरोद्धार, गंगाजल, रामजन्मभूमी आदी धार्मिक भावनांवर जनजागरण म्हणजेच हिंदू धर्माचे संस्कृतिसंरक्षण समजत आहेत. त्यामुळे हिंदू समाजातील घटकांची सेवा म्हणजेच हिंदूधर्मरक्षण वा विकास वा एकात्मता आणण्याचा मार्ग ही कल्पना या संघटना आत्मसात करायला तयार नाहीत. त्यामुळे वरवरच्या मलमपट्ट्यांनी हिंदू धर्माचा आदिवासी समाजात प्रसार होणे अवघड आहे.

हिंदू समाज इतरांची सुधारणा करीत तर नाही, परंतु कुणी सुधारणा करू इच्छित असल्यास त्यालाही प्रतिबंध कसा करतो याची दोन उदाहरणे बाबासाहेबांनी दिली आहेत. ब्राह्मणांचे अनुकरण म्हणून सोनार समाजाने स्वतःला दैवज्ञ म्हणणे, धोतराचा सोगा वर टाकणे आणि 'नमस्कार' करणे या प्रथा आत्मसात करू लागले होते. परंतु, ब्राह्मणांना हे अनुकरण रुचले नाही व पेशव्यांनी सोनारांना शिक्षा दिली. पाठारे प्रभू हे विधवाविवाह करीत. ब्राह्मणांचे अनुकरण म्हणून त्यांनी अशा विवाहास प्रतिबंध घातला. पेशव्यांनी ही प्रथा मोडून काढली. बाबासाहेब म्हणतात, ''मुसलमानी व ख्रिस्ती लोक धर्मवृद्धीसाठी इतरांना शिक्षण व संस्कृती देतात. त्यात स्वार्थ असला तरी ते हिंदूसारखे शूद्र मनोवृत्तीचे नाहीत.''

ज्याअर्थी हिंदूधर्म भारतात व भारताबाहेर पसरला त्याअर्थी तो मिशनरी धर्म होता हे बाबासाहेब मान्य करतात. मात्र, जातिव्यवस्थेमुळे त्याची वाढ खुंटली, हेही

ते लक्षात घ्यायला सांगतात. शुद्धीसमारंभ करून परधर्मात गेलेल्यांना हिंदू धर्मात आणण्याचा प्रयत्न 'मसुरी' आश्रमाचे मसुरीकर महाराज व काही हिंदू संघटनांनी चालवलेत. परंतु, हिंदूधर्मात परधर्मातून आलेल्यांना समरस होण्याची सोय नाही. कोळी जातीच्या काही ख्रिश्चनांना हिंदूधर्मात आणण्यात आले. परंतु, ते पुन्हा कोळी म्हणूनच ओळखले जाऊ लागले. त्यांना कुणीही ब्राह्मण म्हणून स्वीकारणार नाही. काही युरोपियनांनादेखील हिंदू धर्म स्वीकारल्यानंतर आपले स्थान काय, हा प्रश्न पडतोच. मुसलमानी धर्मात असा प्रश्न उद्‌भवत नाही.

जातिभेदामुळेच हिंदू समाजाचे संघटन होऊ शकलेले नाही, असा बाबासाहेबांचा निष्कर्ष आहे. संकटकाळी सर्व हिंदू आपल्या मदतीस धावून येतील असे आजही मुसलमानांप्रमाणे हिंदूंना वाटत नाही. हिंदू हा नेहमी भीतीमुळे एकटा व दुर्बल राहतो. शील आणि मुसलमानांच्या जीवनपद्धतीमुळे ते परस्परांना 'भाईभाई' समजतात. परंतु, हिंदूंमध्ये भाईचारा निर्माण होत नाही. हिंदू समाजास 'क्रूर' भीत नाहीत, सामान्यात धैर्य नाही व सुज्ञांना पर्वा नाही. असे मॉरिस यांच्या शब्दात योग्य असे हिंदूंचे वर्णन केले आहे. हिंदू हे सहनशील नसून त्यांच्यात प्रतिकारसामर्थ्यच नसते अशी स्थिती आहे. ते अन्याय-अत्याचाराबद्दल उदासीन असतात व ते स्वत: अपमान व अन्याय मुकाट्याने सहन करीत असतात. जातिव्यवस्थेमुळे तो भित्रा झालेला आहे.

समाजात सुधारणा का होत नाही? सुधारणा दडपण्याचे सर्वांत मोठे शस्त्र म्हणजे जातिबहिष्कार व ते जातीमुळे शक्य होते. नैतिक आचरण हे वैयक्तिक असते असे आपण समजतो. परंतु, यावर जातिव्यवस्थेचा कसा परिणाम झाला आहे याचे मार्मिक विश्लेषण बाबासाहेबांनी केले आहे- ''जातीयतेमुळे दानधर्माची वृत्ती नष्ट झाली आहे. दानभावना जातीपुरती मर्यादित राहते. स्वत:च्या जातीच्या शाळांकरिता, इस्पितळांकरिता मारवाडी-गुजराती आदी श्रीमंत दान देतात. गरजू-गरीब-अस्पृश्य आदिवासींकरिता उघडलेल्या शाळा-दवाखान्यांसाठी उच्च श्रीमंत लोक दान देत नाहीत. हिंदू हा जातीशीच इमान ठेवतो. नीतीलादेखील जातीचे अधिष्ठान पाहिजे. लायक व्यक्तीला कोणीही सहानुभूती दाखवीत नाही. सद्‌गुणांची चाड नाही. तो आपल्या जातीचा आहे काय एवढीच भावना डोक्यात असते; म्हणून जेव्हा आंबेडकर विचारतात, ''हिंदू हा कधीतरी एखाद्या महापुरुषाला अथवा सत्पुरुषाला आपला मार्गदर्शक मानील काय? तेव्हा त्यांचा हा प्रश्न त्यांनाही लागू पडतो. आंबेडकरांना त्यांच्या हयातीत महापुरुष म्हणून हिंदू समाजाने कधीच मान्यता दिली नाही व आजही तो द्यायला तयार नाही. 'सरिता' मासिकाच्या मे (२), १९९१ या अंकात संपादकाने आंबेडकर यांनी काहीही कार्य केले नसताना ही शताब्दी कशाकरिता, अशी पृच्छा केली आहे. 'जातीकरिता हिंदू लोक देशाचाही नाश करायला तयार

होतात' हे आंबेडकरांचे विधान घटनेची पायमल्ली करून धर्माचे रान उठविणाऱ्या सर्वच हिंदूंना लागू पडते.''

वर्णव्यवस्थेचे समर्थक एक मजेदार मुद्दा मांडतात– त्रैवर्णिक हे पालक असून शूद्र व अन्य लोक हे पाल्य आहेत. त्यामुळे ब्राह्मण, क्षत्रिय, वैश्यांवर जे कर्म सोपविले आहे ते त्यांनीच करावे व त्यात अन्यांनी ढवळाढवळ करू नये. या मुद्द्यांबद्दल बाबासाहेबांनी विचारले, की क्षत्रिय जर उद्या संरक्षण करण्यास असमर्थ ठरले तर शूद्रातिशूद्रांनी काय करावे? ब्राह्मणांनी उद्या विद्येचा बाजार मांडला अथवा वैश्यांनी व्यापारात समाज व देशाची फसवणूक केली तर इतरांनी स्वस्थ बसावे काय? बाबासाहेबांचे हे प्रश्न आजही लागू आहेत. उच्चवर्णीय शिक्षणसंस्थांचे चालक आपल्या विद्यालयांतून दरिद्री, शूद्र व अस्पृश्य मुलांना प्रवेश देत नाहीत. हे चालक ब्राह्मण अथवा गुजराती, मारवाडी आदी वैश्य समाजाचे असतात. काही जाती 'लढवय्या' नाहीत असे इंग्रजांनी ठरवून महारांना लष्करातून प्रवेश नाकारला. याबद्दल हिंदूतील ब्राह्मणादी स्पृश्य पुढाऱ्यांनी स्वातंत्र्याच्या लढ्यात कुठेही विरोध दर्शविला नाही; कारण महार हे सवर्ण व क्षत्रिय समजले जात नाहीत.

प्रत्येक माणसाला शिक्षण हवे, प्रसंग पडल्यास स्वसंरक्षणार्थ वा देशासाठी लढण्यास लागणारे शस्त्रतेज हवे व स्वत:ला कुवत व बुद्धी असल्यास व्यापार करण्याचे स्वातंत्र्य हवे. अशक्त व शिक्षित माणसाचे संरक्षण करण्यास अडाणी व सशक्त माणसास प्रवृत्ती व्हायला हवी. जातिबंधनांमुळे अडाणी व अशक्त व्यक्तींचे संरक्षण करण्यास सशक्त व्यक्तीही पुढे येत नाहीत.

पाल्य–पालक संबंध हा महात्मा गांधीच्या 'विश्वस्तां'च्या कल्पनेशी सुसंगत असाच आहे. गांधीजींनी मजुरांना व कामगारांना 'आपल्या मालकांवर विश्वास ठेवा, मालकांनी विश्वस्ताची भूमिका पाळावी' असा सल्ला दिला होता. कोणत्याही मालकाने निदान गांधीजींच्या हयातीत तरी, आपल्या फायद्याचा विशिष्ट हिस्सा, मजुरांना वाटून दिलेला नव्हता. बाबासाहेब आंबेडकर जेव्हा मजूर मंत्री झाले, तेव्हा त्यांनी त्रिपक्ष समितीची घडण केली तेव्हापासून मालक, सरकार यांच्यासोबत मजुरांचे प्रतिनिधी बसून आपसांतील विवाद सोडवू लागले व कामगारांना फायद्यात वाटा मिळू लागला. गांधींच्या 'विश्वस्ता'ची कल्पना चातुर्वर्ण्यातील वर्णव्यवस्थेप्रमाणेच अव्यवहार्य ठरली व नाहीशी झाली.

इतिहासाने हे स्पष्ट केले, की सवर्ण आणि शूद्रातिशूद्र यांचे परस्परसंबंध मालक आणि चाकर, स्वामी आणि दास असेच राहिले आहेत. या दासांनी वा गुलामांनी आपल्या गुलामगिरीविरुद्ध अन्य देशातील गुलामांप्रमाणे उठाव का केला नाही? बाबासाहेब म्हणतात, चातुर्वर्ण्याने या समाजाची सर्व चैतन्यशक्तीच नष्ट

केली. शिक्षण नसल्यामुळे आपण जगतो ते जिणे दैवाने लादले व गेल्या जन्मीचेच ते पाप आहे, अशी त्यांची समजूत होती. हिंदूंच्या कर्मसिद्धान्तामुळे, मागील जन्माच्या कर्मामुळे या जन्मी लाभलेले प्राक्तन आपल्या नशिबी आले, असे समजून हा वर्ग व्यवसायदेखील बदलू शकत नव्हता. शस्त्र धारण करण्याची बंदी त्यामुळे उठावही करू शकत नव्हता. या प्रश्नाची प्रदीर्घ चर्चा बाबासाहेबांनी अन्यत्र केली आहे. निग्रो, रोसन लोकांचे दास, इंग्लंडमधील, 'क्लायंटिल' आदी गुलामांशी अस्पृश्यांची तुलना करून बाबासाहेब म्हणतात, ''त्या गुलामांना त्यांचे मालक शिक्षण देऊन सुसंस्कृत करीत; म्हणून त्यांना श्वेतवर्णीयांचे विचार व संस्कार मिळाले. इथे अस्पृश्यांना शिक्षण तर दूरच, परंतु संस्कारदेखील लाभू शकले नाहीत; कारण स्पृश्य समाजाने त्यांना जवळच केले नाही. अन्य मालक दासांना जरी नोकर ठेवीत व चांगली वर्तणूक आढळल्यास दासप्रथेतून मुक्त करीत. इथे पिढ्यान्‌पिढ्या दास्यत्वातून मुक्तीच मिळत नसे. खायला चांगले दिले की गुलाम हा जनावरांपेक्षाही जास्त काम करतो म्हणून अन्य मालक गुलामांना भरपूर खाऊ घालीत. इथे तर अन्नदेखील मिळू नये अशी बंधने. म्हणून पाश्चात्त्य गुलाम, मालकांनादेखील संकटातून सोडवी. इथे तर मालकाजवळ गुलामास स्थानच नव्हते.'' म्हणून बाबासाहेब म्हणतात, ''चातुर्वर्ण्यासारखी नीच व हलकट व्यवस्था दुसरी सापडणार नाही. हिच्यात लोकांची परस्पर मदतीची वृत्ती नष्ट होते आणि ते विकल, विकृत आणि मृतवत्‌ होतात.''

जातिभेदाला मौर्यकाळात ओहोटी लागली व शूद्र लोक सत्ताधारी बनले. परंतु ब्राह्मणधर्माने प्रतिक्रांती केली आणि पुन्हा चातुर्वर्ण्य सुरू झाले. बहुसंख्य भारत दास झाला आणि परकीयांच्या आक्रमणास बळी पडला. आज स्वातंत्र्यानंतर पुन्हा वर्णव्यवस्थेच्या समर्थकांनी उचल खाल्ली आहे. रामराज्याचे समर्थक धर्माच्या नावाखाली चातुर्वर्ण्यव्यवस्थेचे पुनरुज्जीवन करीत आहेत. बाबासाहेबांनी ४० वर्षांपूर्वी सांगितले की, ''हा प्रतिक्रांतीचा काळ आहे.'' ते आज खरे ठरत आहे.

जात नसलेली आदर्श समाजव्यवस्था कशी राहील, याची कल्पनादेखील बाबासाहेबांनी या भाषणात मांडलेली आहे. ही समाजरचना समता, स्वातंत्र्य व बंधुत्व या तत्त्वत्रयींवर आधारलेली हवी. समाजाच्या एका टोकास घडून येणारे परिवर्तन दुसऱ्या टोकापर्यंत पोहोचण्यास या समाजात वाव राहील. विभिन्न गटांच्या सुखदु:खात प्रत्येक गट जाणीवपूर्वक सहभागी होईल.

लोकशाही हा राज्यसत्तेचा प्रकार आहे, असे अनेकांना वाटते. परंतु व्यवहारात ती सामाजिक सहजीवनाची व्यवस्था आहे. ती एक जीवनप्रणाली आहे. कोणत्याही व्यक्तीस अन्न, वस्त्र, निवारा तर मिळायलाच हवा, परंतु त्याला उद्योग स्वीकारण्याचे स्वातंत्र्यही हवे, माणसाची श्रमशक्ती तीन बाबींवर निर्भर असते – (१) आनुवंशिक

शरीर-सामर्थ्य, (२) सामाजिक परिस्थिती आणि (३) व्यक्तीचे स्वत:चे प्रयत्न. या बाबतीत माणसे असमान असतात. परंतु, व्यक्तीची श्रमशक्ती इतरांच्या बरोबरीने आणण्यास त्याला सर्व तऱ्हेची मदत केल्यास ती व्यक्ती जास्त उपयुक्त ठरू शकते. बाबासाहेबांच्या मते, समानतेचे तत्त्व लागू करण्यास विषमतेचे धोरण अंमलात आणायला हवे. जो दुर्बल घटक आहे त्याला जास्त मदत व सबल घटक आहे त्याला कमी मदत, असे धोरण हवे.

हिंदू समाजात सुधारणा घडविण्याचा प्रयत्न करणाऱ्या या संस्था होत्या; त्यात दयानंद सरस्वती यांचा आर्यसमाज हाही कार्य करीत होता. त्यांच्या म्हणण्यानुसार चार वर्ण हे जन्मानुसार ठरविलेले नसून कर्मानुसार ठरविलेले आहेत. या मुद्द्याचा बाबासाहेबांनी अतिशय बारकाईने समाचार घेतलेला आहे. ते म्हणतात, शूरांना क्षत्रिय का म्हणावे? विद्वानांना ब्राह्मणच का म्हणावे? चारही वर्णांच्या नावाशी लोकांच्या काही भावना निगडित आहेत. त्यामुळे एखादी व्यक्ती ब्राह्मण असून नालायक असली तरी लोक तिला फारसा दोष देत नाहीत. परंतु, एखादा शूद्र वा अस्पृश्य कितीही विद्वान असला तरी त्याचे ज्ञान, लोक स्वीकारीत नाहीत. प्रत्येक वर्णाची नावे वर्णनिदर्शक आहेत व त्या नावावरून व्यक्तीस श्रेष्ठ वा कनिष्ठ ठरविण्यात येते. वर्णास साजेसे नाव ठेवण्याचे बंधनदेखील मनुस्मृतीने घालून दिलेले आहेत. म्हणूनच ब्राह्मणांची नावे त्रिपाठी, चतुर्वेदी, शास्त्री, पाठक, पंडित; क्षत्रियांची शर्मा, ठाकूर, सिंह; वैश्यांची सावजी, सेठ, शेट्टी आणि शूद्रांची दास, अस्पृश्यांची खेटरे (अथवा खेत्रे), उंदीरमारे, घुसे, गाढवे वगैरे जन्मश्रेष्ठत्वाची नावे जोपर्यंत निगडित आहेत तोपर्यंत श्रेष्ठ-कनिष्ठ भावना हिंदूंच्या मनातून जाणार नाही. बाबासाहेब म्हणतात, ''जर नवीन भावना व मनोवृत्ती जनमानसात रुजवायची असेल तर नवीन नावे प्रचलित करणे आवश्यक आहे.''

चार्तुवर्ण्यसमाजपद्धती अत्यंत घातक, अव्यवहारी आणि प्रत्यक्षात अयशस्वी ठरलेली आहे. संपूर्ण जनतेचे चार वर्गातच विभाजन करता येते, असे ही व्यवस्था गृहीत धरते. परंतु, प्रत्येक व्यक्तीत वेगळी प्रवृत्ती असते. या विभिन्न गुणावगुणांमुळे त्याची विभिन्न श्रेणीतील कार्यक्षमता भिन्न राहील व जे कार्य सोपविले त्या कार्याशी विरोधात्मक राहू शकेल; म्हणून बाबासाहेब आंबेडकर म्हणतात, ''कबुतरांच्या खुराड्याप्रमाणे तुम्हाला माणसांना विशिष्ट वर्गात टाकता येणार नाही.

अन्य धर्मातील जातिभेद व हिंदू धर्मातील जातिभेद यातील फरक सांगताना बाबासाहेबांनी महत्त्वाचा निकष सांगितला आहे. तो म्हणजे 'जातिभेद' हा जसा हिंदू धर्माचा अविभाज्य भाग आहे तसा तो इतर धर्मांचा नाही. अन्यधर्मीय जातीचे उल्लंघन करणाऱ्यास बहिष्कृत करीत नाहीत. हिंदूमध्ये बहिष्कार हे अमोघ असे अस्त्र

आहे. जे लोक हिंदू धर्म हजारो वर्षे जगला म्हणून अभिमान बाळगतात, तेव्हा त्यांचे जगणे कोणत्या पातळीवर होते, असा मार्मिक प्रश्न बाबासाहेब विचारतात. हिंदू हे सतत पराभूताचे, दिवाभीताचे जीवन जगत आलेले आहेत. यालाच ते कायमचे जीवन समजतात. परंतु, हे जीवन वीरांचे जीवन नाही. हिंदू धर्माची अधोगती मात्र कायम आहे.'' बाबासाहेबांनी काढलेला हा निष्कर्ष अजोड असाच म्हणावा लागेल. आपली संस्कृती इतकी प्राचीन असूनही आपण जगाच्या पाठीवर सर्वांत मागासलेले का? असे जेव्हा सावरकर विचारतात; तेव्हा त्यांनाही हेच उत्तर अभिप्रेत असते.

सहभोजन आज सर्वत्र रूढ झाले आहे. आंतरजातीय विवाहदेखील बऱ्याच प्रमाणात प्रचलित होत आहे. निदान पूर्वीप्रमाणे विरोधाची धार तीक्ष्ण नाही. इ.स. १९३६चे सुमारास एखादा आंतरजातीय विवाह घडून येणे ही क्रांतिकारी बाब समजण्यात येई. बाबासाहेब म्हणतात, ''जात ही मानसिक अवस्था आहे. विभिन्न जातीतील विवाहांनी जातिभेदाला तडा जाऊ शकेल अशी आंबेडकरांचीही धारणा होती. परंतु, ही बंधने टाकणाऱ्या धर्मशास्त्रांना झुगारल्याशिवाय जातीयता नष्ट होणार नाही.'' असे त्यांचे स्पष्ट मत होते. आज शास्त्रप्रामाण्याला जास्त बळकटी येत आहे. हा वास्तवात हिंदू समाजसुधारकांचा पराभव समजायला हरकत नाही.

धर्मशास्त्राचे 'जू' झुगारल्यावाचून जाती नष्ट होणार नाहीत व हे कार्य धर्मसुधारकांनी करायला हवे. सुधारणेचे हे कार्य करण्यास पुरोगामी ब्राह्मणवर्ग तयार होईल असा भाबडा आशावाद असणाऱ्यांना आंबेडकरांनी बजावले, की हे लोक कधीही या स्वरूपाची सुधारणा घडवून आणण्यास तयार होणार नाहीत. आगरकर म्हणायचे, की लोकांना रुचले नाही तरी जे चांगले, हितकारक आहे ते लोकमान्याने सांगायला हवे व त्याप्रमाणे वागायला हवे. जे लोकांना आवडेल ते घेऊन चालणारे लोकमान्य होतात, परंतु सुधारक होऊ शकत नाहीत. खलिफा हा ज्याप्रमाणे मुस्लीम धर्म सुधारणा करू शकत नाही, त्याप्रमाणे समाजात आमूलाग्र क्रांती करायची असेल तर क्रांतिकारकांनी पोप वा धर्मगुरू बनण्याची आशा सोडावी लागते. आंबेडकरांच्या मते, ''ब्राह्मण हा धर्मसुधारक होऊ शकत नाही व ही गोष्ट गेल्या शंभर वर्षांच्या इतिहासाने सिद्ध केली आहे. या धर्माची सुधारणा करण्याकरिता फुल्यांसारख्या 'माळ्याला' व आंबेडकरांसारख्या 'अस्पृश्याला' झिजावे लागेल.''

बुद्धिमान व्यक्तीचे बाबासाहेबांनी फार मार्मिक वर्णन केले आहे. हिंदू समाजातील बुद्धिमान वर्ग म्हणजे ब्राह्मण; परंतु, हा वर्ग इतर सर्व जातींना वंद्य, ते भूदेव अशी भावना, त्यांच्या शब्दास कायद्याचे अधिष्ठान म्हणून हा समाज सुधारणा करू शकत नाही.

बुद्धिवादाला हिंदू समाजात थारा नाही; कारण सारासारविवेक करण्यास शास्त्रांनी मनाई केलेली आहे. सदाचार म्हणजे चांगले आचरण. परंतु, हिंदू शास्त्रात सदाचार म्हणजे रूढी व परंपरा. जातिसंस्था, विवेक आणि नीतीशी विसंगत असूनही लोकांच्या मनाला शास्त्रांनी गुलाम केल्यामुळे लोक विचारच करीत नाहीत.

अशा प्रकारे जातिभेद अभेद्य आहे; कारण धर्मशास्त्रांचा त्याला आधार आहे. धर्मशास्त्रे हे कायदे नाहीत; अशी लोकांत जाणीव झाल्याशिवाय ते परिवर्तनीय आहेत असे वाटणार नाही; म्हणून धर्मशास्त्रांवरील श्रद्धा नष्ट करा, असे आंबेडकर म्हणतात.

धर्मभंजन करून नवीन धर्म स्थापन करण्याचा सल्ला देताना आंबेडकरांनी काही उपाय सांगितले–

१. हिंदूंची पवित्र व प्रमाण शास्त्रे, पुराणे यांना कायद्याने बंदी आणावी. दुर्दैव असे, की आज सर्वत्र लोकशाहीविरोधी हिंदु ग्रंथ आणि विचार यांचा सुळसुळाट झालेला आहे. भारताच्या उपराष्ट्रपतींनीदेखील पुरोगामी म्हणविणाऱ्या महाराष्ट्रातील शास्त्रीपंडितांना, चातुर्वर्ण्याचा पुरस्कार करणाऱ्या वेदादी धर्मग्रंथाचे, मराठीकरण करण्यासाठी शासनाकडून आर्थिक मदत दिलेली आहे.

२. पुरोहित संस्था नष्ट करणे अशक्य आहे. परंतु, निदान तिच्यात सुधारणा तरी करावी व वकील–डॉक्टर प्रमाणे त्यांच्या परीक्षा ठेवून सनदा द्याव्या; हे बाबासाहेबांचे म्हणणेदेखील यापुढे सफळ होणे शक्य दिसत नाही. स्वातंत्र्यानंतर हिंदूसमाज जेवढा पुरोहितवर्गांच्या आधिपत्याखाली आला, तेवढा पूर्वी नव्हता. मुंबईच्या सिद्धिविनायकाच्या मंदिरासमोर पुरुषांची व स्त्रियांची एकेक मैल लांब रांग या गोष्टीची साक्ष आहे. शिवाय, राहायला सामान्य माणसाला घर मिळणार नाही, परंतु लहानसे मंदिर रस्त्यावर बांधून पुरोहिताला अभय मिळते.

३. पुरोहित हा सरकारी कर्मचारी समजला जावा. सरकारी कर्मचारी नसूनही जातीभेदाचे समर्थक वैदिक पंडित आणि मंदिरातील पुरोहित यांना निरनिराळ्या प्रकारचे अनुदान सरकारकडून मिळत असते.

४. पुरोहितांची संख्या मर्यादित असायला हवी. या संख्येला मर्यादा आजही नाही व वर बंधनही नाही. पुरोहिताचे काम करणाऱ्या ब्राह्मणाला व त्यांच्या मुलांना कोणतीही परीक्षा नाही, नीती–सभ्यता यांचे नियम नाहीत.

हिंदू समाजाच्या भवितव्याविषयी आंबेडकरांनी शेवटी एकदोन हिताच्या गोष्टी सांगितल्या आहेत. जे नीतिनियम, श्रद्धा व जीवनदृष्टी भविष्यात जीवनसंघर्षात उपयुक्त ठरू शकतील अशांचा स्वीकार समाजोन्नतीस पोषक तेवढ्याच बाबी जतन

करून पुढील पिढ्यांपर्यंत पोहोचविले पाहिजे. हिंदू समाजाने गतकाळ व परंपरांचे योग्य ज्ञान सोबत घेऊन वर्तमान समजून घेतला पाहिजे. बदलत्या समाजात जीवनमूल्येही बदलली पाहिजेत.

दुर्दैव असे की वरपांगी पोशाख, केसांच्या फॅशन वगैरे बदललेल्या हिंदू स्त्रिया व पुरुष मनाने मात्र तेवढेच किंबहुना पूर्वीपेक्षा जास्त परंपरावादी, दैववादी, अंधश्रद्ध झालेले आहेत.

डॉ. आंबेडकरांनी कुणाचीही भीडमुर्वत न ठेवता आपली स्पष्ट मते मांडली. धर्माशी सुसंगत नसलेले कोणतेही विचार ऐकायला तयार नसलेल्या परिषदेच्या संयोजकांनी, त्यांचे भाषण होऊ नये म्हणून परिषद रद्द केली यात नवल कसले?

महात्मा गांधींनी या पुस्तकाची दखल घेतली व तीन परीक्षणात्मक लेख 'हरिजन' साप्ताहिकातून प्रसिद्ध केले. हे लेख ११ जुलै, १८ जुलै आणि १५ ऑगस्ट १९३६ या अंकात प्रसिद्ध झालेत. हे लेख त्रोटक असले तरी २० व्या शतकातील वर्णाश्रमधर्माचे सर्वांत मोठे समर्थक महात्मा गांधी यांचे ते असल्यामुळे महत्त्वपूर्ण होते. अर्थात, या लेखांना उत्तर देणे, आंबेडकरांना महत्त्वाचे वाटले यात नवल नाही. बाबासाहेबांनी आपले उत्तर 'हरिजन'ला पाठविले की नाही व पाठविले असल्यास ते प्रसिद्ध झाले की नाही याची मला कल्पना नाही. परंतु, ज्याअर्थी दुसऱ्या आवृत्तीत गांधींची टीका व त्याला आंबेडकरांचे प्रत्युत्तर छापले गेले व त्यात 'हरिजन'मध्ये प्रसिद्ध झाल्याचा उल्लेख नाही, त्याअर्थी हे लेख तेथे छापले गेले नसावेत असे म्हणण्यास प्रत्यवाय नाही.

इ.स.१९३७मध्ये दुसरी आवृत्ती प्रसिद्ध झाली. मे १९३६मध्ये महार परिषदेचे मुंबई येथे अधिवेशन पार पडले होते. हिंदू समाजाचे कोणतेही सण पाळू नका, देवांची पूजा करू नका व धर्मांतरास सिद्ध रहा असा संदेश 'जनता' पत्राद्वारे गावोगाव पोहोचू लागला होता. हिंदूधर्म सुधारेल अशी चिन्हे दिसत नव्हती. अशा वेळी महात्माजींच्या वर्णाश्रमसमर्थनाने आंबेडकरांचे समाधान होणे शक्य नव्हते. उलट, त्यांच्या युक्तिवादावर आसूड ओढण्यासाठी त्यांची लेखणी सिद्ध झाली.

महात्माजींनी आपल्या लेखांतून सुरुवातीला आंबेडकरांनी संपूर्ण समाजात एकमेवाद्वितीय असे स्थान प्राप्त केले आहे अशी त्यांची पाठ थोपटून, 'ती अशी व्यक्ती नाही; जी स्वतःचा सहजासहजी विसर पडू देईल.' अशी कोपरखळी मारली. आंबेडकरांना इंग्रजी भाषेतील खाचाखोचा चटकन लक्षात येत. आपल्यावर अप्रत्यक्षपणे 'प्रसिद्धीची हाव' असल्याचा आरोप होत आहे हे ओळखून त्यांनी म्हटले, ''जे स्वतःच काचेच्या घरात राहतात त्यांनी इतरांच्या घरावर दगडफेक करण्याचा उपद्व्याप करू नये.'' अर्थात, महात्माजींना मारलेला हा टोमणा अप्रस्तुत मुळीच नव्हता. एका

साध्या पुस्तकाने आंबेडकरांच्या प्रसिद्धीत अशी कोणती वाढ होणार होती? आणि तसे पाहिले तर, गांधीजींना संपूर्ण जगात प्रसिद्धी देणाऱ्या वृत्तसंस्था आंबेडकरांच्या महत्त्वाच्या चळवळींनादेखील झाकळून टाकीत होत्या; हे त्यांना माहीत नव्हते असे नाही.

आंबेडकरांनी निर्माण केलेल्या प्रश्नांबद्दल महात्माजी म्हणतात, "धर्मशास्त्रे कोणती आहेत? असे आंबेडकर म्हणतात." परंतु आंबेडकरांच्या भाषणात असा प्रश्नच निर्माण झालेला नाही. गांधीजींच्या अन्य दोन शंका अशा आहेत- (१) सर्व छापील धर्मग्रंथ धर्मशास्त्राचा अविभाज्य भाग समजावा काय? अथवा त्यातील काही भाग प्रक्षित्प व अनधिकृत मानावा, आणि (२) धर्मशास्त्रातील स्वीकार्य व अस्वीकार्य वचनांची जात, अस्पृश्यता, सहविवाह आदी प्रश्नांवर काय मते आहेत? या मुद्यांना उत्तरे देताना स्वत: गांधीजी म्हणतात, की आंबेडकरांनी उद्‌धृत केलेली वचने अधिकृत समजता येत नाहीत. साधू आणि संतपुरुषांच्या वचनांवर समाज जगत असतो व त्यांची वचने समाजपुरुषाला जिवंत ठेवतात.

गांधीजींच्या मुद्द्यावर आंबेडकरांचे भाष्य पूर्णत: व्यावहारिक आहे. कोणती वचने अधिकृत हे ठरविणारे कोण? शिवाय सामान्य माणूस जो जातीयता पाळतो, तो काय धर्मग्रंथ पाहून? नव्हे, जे त्याला शास्त्रीपंडितांनी धर्मात आहे असे सांगितले; ते ऐकून तो जातीयता धर्म म्हणून पाळीत असतो. साधुसंतांनी धर्माचा अर्थ कितीही भिन्न लावला असला तरी कोणीही तो मानीत नाही. संतांनी जातिसंस्थेवर हल्ला तर केला नाही; परंतु, ते तिचे समर्थकही ठरले आहेत. संत ज्ञानेश्वर व एकनाथांची उदाहरणे देऊन आंबेडकरांनी ते जातीसमर्थक कसे होते हे स्पष्ट केले. संतांच्या दृष्टीने देवारामोर सर्व समान आहेत. माणसामाणसांतील भेदभाव त्यांच्या शिकवणुकीत अभिप्रेत नाही. तसेच भक्ताचे दृष्टीने संतांनी जातिउल्लंघन केले तरी चालते, परंतु आपण मात्र जात तोडायची नाही; कारण धर्मशास्त्रे तसे सांगतात, संतमहात्मे हिंदूंच्या दृष्टीने पूजनीय आहेत. परंतु, आचरणाकरिता आदर्श नाहीत. आंबेडकरांना हिंदू धर्माचे 'कोडे' पुढे का सोडवावे लागले ते त्यांच्या या उत्तरात सापडते.

धर्माचेच मूल्यमापन ज्ञानदेव-तुकारामादी आदर्श संतांच्या उदाहरणावरून करायचे असते, या महात्माजींच्या युक्तिवादाचा परामर्श घेताना आंबेडकर म्हणतात की निव्वळ आदर्श संतांनी समाजाचा प्रश्न सुटत नाही. हिंदू समाजात सुष्ट लोक कमी व दुष्ट जास्त आहेत? ज्या समाजात धार्मिक आदर्श चांगले असतात, त्या समाजातील बहुसंख्य लोक चांगले जीवन जगत असतात. हिंदू समाजातील संतांचे आदर्श इतरांना उत्तर देताना आंबेडकर सांगतात, की उच्च वर्ण व नीच वर्ण यातील संबंध मालक व गुलाम असे आहेत. जो माणूस चांगला असतो, तो मालक राहत नाही.

हिंदू माणूस हा खूप सज्जन असेल वा खूप दुर्जन असेल; परंतु तो चांगला हिंदू राहू शकत नाही. कोणत्याही जातीला वरची जात ही अन्य जातींपेक्षा बरी वा वाईट असेल, परंतु ती चांगली राहू शकत नाही.

आंबेडकरांनी महात्मा गांधींच्या वर्णाश्रमधर्माच्या समर्थनाचे धिंडवडे काढताना, स्वत: महात्मा गांधी हे वर्णाश्रमधर्म पाळतात काय, असा प्रश्न विचारला आहे. स्वत: गांधी हे बनिया जातीचे होते, परंतु वर्णाश्रमानुसार असलेला त्यांचा 'व्यापारा'चा वर्ण सोडून 'राजकारण' म्हणजे ब्राह्मण वर्णाचे काम करीत होते. त्यांचा धाकटा मुलगा देवदास हा वैश्य असून त्याचे ब्राह्मण मुलीशी लग्न लावले व वृत्तपत्रात नोकरी म्हणजे शूद्र वर्णाचे काम स्वीकारले. वडिलोपार्जित धंदाच माणसाने स्वीकारावा असे सांगणे; म्हणजे वेश्येच्या मुलीने आईचाच धंदा आयुष्यभर करीत राहावा असे सांगणे होय. गांधीजींनी आनुवंशिक धंद्यांचा सांगितलेला सिद्धान्त पूर्णत: अव्यवहारी व अशक्यच नव्हे तर तो अनैतिकदेखील आहे असे आंबेडकर स्पष्ट करतात. आंबेडकर हे वारंवार सामाजिक नीतिमत्तेचे व मूल्याधिष्ठित समाजव्यवस्थेचे समर्थन करीत व ती समाजव्यवस्था निर्माण करण्यासाठी त्यांनी एकीकडे भारतीय राज्यघटना आणि दुसरीकडे बुद्धधर्म यांचा पुरस्कार केला हे दिसून येते.

अ) सांस्कृतिक ऐक्य

आंबेडकर 'भारतातील जाती .....' या त्यांच्या सुरुवातीच्या लेखनात भारतीय द्विकल्पात सांस्कृतिक साधर्म्य आहे हे मान्य करतात. परंतु, नंतरच्या काळात या गृहीतकालासुद्धा (Commonality of Culture) प्रश्नांकित करतात. आंबेडकरांच्या मते, 'समान भारतीय संस्कृती (Common Indian Culture) हे घटक कधीच अस्तित्वात नव्हते, हे प्रथमतः आपण मान्य केले पाहिजे. ऐतिहासिकदृष्ट्या, ब्राह्मणी भारत, बौद्ध भारत आणि हिंदू भारत असे तीन भारत अस्तित्वात आहेत. दुसरे म्हणजे मुस्लीम आक्रमणापूर्वी भारताचा इतिहास हा ब्राह्मणी धर्म व बौद्ध धर्म यांच्यात सातत्याने चाललेल्या संघर्षाचा इतिहास आहे. ही वस्तुस्थिती लक्षात घेतली पाहिजे. ही दोन वास्तवे एखादी व्यक्ती अमान्य करीत असेल तर ती व्यक्ती भारताच्या इतिहासामागील अर्थ व हेतूंचा उलगडा करणारे वास्तव इतिहास लेखन करू शकणार नाही? (मुन. (Compiled) १८९८, पृ. २७५).'

भारतीय समाजातली 'वांशिक भिन्नता' आंबेडकरांनी १९१६ साली जातींच्या उगमासंबंधी लिहिलेल्या निबंधात मान्य केलेली दिसते. ''भारतीय समाज त्याच्या गतेतिहासात वांशिकदृष्ट्या एकात्म नव्हता व आजही नाही. भारतीय भूप्रदेशावर वास्तव करणारी जनता ही आर्य, द्रविड, मंगोलियन आणि शिथियन या वंशाच्या मिश्रणाने बनलेली आहे. हा अनेक मानववंशशास्त्रज्ञांनी स्वीकारलेला सिद्धान्त त्या

वेळी आंबेडकरांना मान्य होता. भारतात असलेले हे भिन्न वंशाचे लोक एकमेकांत पूर्णपणे एकरूप झालेले नसले तरी त्यांच्यात 'सांस्कृतिक एकता' दिसते. वांशिकदृष्ट्या भिन्न असलेल्या लोकसमुदायाला एकजिनसी स्वरूप देण्याचे कार्य सांस्कृतिक ऐक्य करीत असले आणि भारतीय समाजातील या सांस्कृतिक ऐक्यामुळेच जातिसंस्थेचे स्पष्टीकरण करणे अवघड झालेले आहे.'' असे आंबेडकरांना वाटत होते. (कसबे, १९८८, पृ.२११).

सांस्कृतिक राष्ट्रवादाच्या प्रश्नांविषयी आंबेडकर पुन्हा अधिक स्पष्ट भूमिका घेतात. 'भौगोलिक एकता असूनदेखील एकरूप इच्छेचा अभाव असू शकतो' याउलट भौगोलिक एकता नसतांनासुद्धा ही इच्छा प्रबळ असू शकते. सांस्कृतिक एकता असूनही ही इच्छा नसू शकते. आर्थिक संघर्ष, वर्गीय विभाजन असतानादेखील ही इच्छा प्रबळ असू शकते. मुद्दा हा आहे, की राष्ट्रीयत्व ही फक्त भौगोलिक, सांस्कृतिक बाब नाही. (मुनः पृ.३०९),

ब) जातीचा उगम

भारतीय समाजातील जातिसंस्था, वर्णव्यवस्था, विषमता, अस्पृश्यता इत्यादी गोष्टींना कोणत्यातरी महापुरुषाने किंवा त्याच्या डोक्यातून निघालेल्या एखाद्या तत्त्वज्ञानाने जन्माला घातले आहे. असा समज अनेकांच्या मनात घर करून बसलेला आहे. त्यामुळे जातीय विषमतेचे मूळ 'धर्म' आणि 'तत्त्वज्ञानात' आहे अशी त्यांची धारणा बनलेली आहे. जातीयवादाला विरोध करणे म्हणजे विषमता जन्माला घालणाऱ्या धर्म आणि तत्त्वज्ञानाविरुद्ध हल्लाबोल करणे याच मर्यादेत विचार केला जातो; म्हणून आंबेडकरांच्या जातीच्या विचारांचा त्यांच्या इतिहासमीमांसेतून आढावा घ्यावा लागेल.

आधीच एकसंघ असलेल्या समाजाचा 'जात' हा एक घटक असल्याने जातिसंस्थेच्या उगमाचे विश्लेषण म्हणजेच मुळातल्या एकसंघ समाजाच्या विघटनाच्या प्रक्रियेचे विश्लेषण असल्याने हा विषय अधिक अवघड झालेला आहे, असे त्यांचे मत होते. (कसबे, १९८८, पृ.२१२). या विषयावरील अभ्यासकांच्या लिखाणाची दखल घेताना आंबेडकर म्हणतात, ''त्यांचे जातीच्या जडणघडणीतील महत्त्वाच्या मुद्द्याकडे पूर्णपणे दुर्लक्ष झालेले आहे. ते होण्याचे कारण त्यांनी जात ही स्वतःच एक सुटा घटक 'आयसोलेटेड युनिट' असे मानले, त्यामुळे 'जात ही जातिव्यवस्थेवर आधारलेल्या संपूर्ण समाजाशी निश्चित स्वरूपाचे संबंध असणारी व या समाजाच्या अंतर्गत एका गटाच्या स्वरूपाचे अस्तित्वात असणारी गोष्ट आहे.' या भारतीय समाजव्यवस्थेच्या वस्तुस्थितीकडे त्यांनी लक्ष दिलेले नाही. त्यामुळेच आजवर या विषयावरील लिखाण वरवरचे किंवा अतिव्याप्त स्वरूपाचे झालेले आहे.'' (उपरोक्त, पृ.२१२).

त्यामुळे भारतीय समाजातच जातिसंस्था का निर्माण झाली व ती इतरत्र का निर्माण होऊ शकली नाही या प्रश्नाचे उत्तर शोधणे आवश्यक आहे.

आंबेडकर त्यांच्या 'Castes in India - Their Mechanism, Genesis and Development' या शोध प्रबंधामध्ये लिहितात, कोणताही समाज हा व्यक्तीच्या एकत्र येण्याने तयार झालेला असतो.' त्या कालखंडात प्रस्थापित झालेला, 'अॅटोमिस्टिक कन्सेप्शन ऑफ इंडिविज्युअल्स इन सोसायटी' हा समाजनिर्मिती-संबंधीचा सिद्धान्त बाबासाहेबांना क्षुद्र वाटत होता. (कसबे, १९८८, पृ.२१२). आंबेडकर म्हणतात, ''वर्ग लढ्याच्या सिद्धान्ताचे प्रतिपादन कदाचित अतिशयोक्तीचे होऊ शकेल, परंतु समाजाची निर्मिती ही विविध वर्ग एकत्र आल्यानेच होत असते. समाजात निश्चित स्वरूपाचे वर्ग अस्तित्वात असतात ही वस्तुस्थिति असते. या वर्गाचा कदाचित सामाजिक, आर्थिक किंवा बौद्धिक अनुबंध असू शकतो. परंतु, कोणतीही व्यक्ती समाजातल्या कोणत्यातरी वर्गाची सभासद असते. समाज वर्गीय असणे ही जागतिक वस्तुस्थिती असल्याने सुरुवातीचा हिंदु समाजसुद्धा त्याला अपवाद नव्हता.''(उपरोक्त, पृ.२१२).

वर्गीय समाजाची निर्मिती ही जर खरोखरच जागतिक प्रक्रिया होती, तर मग भारतासारख्या देशात असे का झाले नाही, या प्रश्नाचे उत्तर आंबेडकर असे देतात की, ''भारतात वर्ग बंदिस्त झाले व इतर देशात ते झाले नाहीत. जात आणि वर्ग हे एकमेकांचे शेजारी असून जात हा बंदिस्त वर्ग आहे.'' (A caste is an enclosed class), (डॉ. बाबासाहेब आंबेडकर रायटिंग्ज अँड स्वीचेस, खंड, १ पा.१७-१८).

आंबेडकरांच्या जातिसंस्थेच्या उगमासंबंधीच्या चिंतनात, चैतन्यवादी किंवा चिद्वादी विचारांना स्थान दिसत नाही. याचा अर्थ या विचारांच्या सामर्थ्याकडे त्यांनी दुर्लक्ष केले असा होत नाही. परंतु, या विषयावरील आंबेडकरांची मांडणी पूर्णपणे जडवादी आहे. 'भारतीय समाजव्यवस्थेत असा पहिला वर्ग कोणता की ज्याने स्वतःला बंदिस्त करून घेतले,' या प्रश्नाचे उत्तर शोधणे म्हणजेच जातिसंस्थेच्या उगमाचे उत्तर शोधणे होय.

जात ही भारतातील एक महत्त्वाची सामाजिक संस्था असल्यामुळे तिच्या उगम आणि वाढीबद्दल बरेच लिहिण्यात आले आहे.

सेनार्टच्या मते, जातीचे समकालीन स्वरूप हे अनेक घटकांचा परिणाम आहे. यातील काही महत्त्वाचे घटक होते - आर्य लोकांचे जेतेपद, आपली शुचिता टिकवून ठेवण्यामध्ये त्यांना असलेली काळजी, कर्माच्या सिद्धान्तातून आलेले 'Metempsyohosis' (Hulton, 1946, PP.146-166).

नेसफिल्डच्या मते, 'जातीचा उगम हा व्यवसायावर आधारित आहे; म्हणजे

सर्वांत पहिल्यांदा विविध व्यावसायिक गटांची स्थापना होऊन कालांतराने याचे रूपांतर जातीत झाले' नेसफिल्डच्या मते, जाती व्यवस्थेला कोणताही वंशीय आधार नाही. (Premanick ; 2001; P.33).

रिस्ले मात्र या सिद्धान्ताला मानीत नाहीत व आपल्या तिन्ही पुस्तकातून त्यांनी जात व वंशातील घट्ट संबंध दाखवून दिले आहेत. (nhm -Anthropometric data from Bengal (1891) 'The people of India (1915)')

रिस्लेचा सिद्धान्त आपल्यासाठी महत्त्वाचा ठरतो कारण घुर्येंचा सिद्धान्त प्रामुख्याने रिस्लेचा सिद्धान्ताच्या अनुषंगाने विकसित होतो. रिस्लेच्या वांशिक सिद्धान्तात हे गृहीतक आहे, की ''जैविक किंवा शारीरिक वैशिष्ट्यांच्या जोरावर मानवांना अनेक गटात किंवा वंशामध्ये विभागता येऊ शकते. या शारीरिक वैशिष्ट्यांचे मोजमापन मानवमितीय (Anthropometrical) पद्धतीने करता येते'' जात आणि वंश यातील परस्परसंबंध स्पष्ट करताना रिस्लेच्या मते यात दोन महत्त्वाचे मुद्दे येतात. पहिला, आंतरजातीय विवाह आणि सामाजिक संबंधावर जातिव्यवस्थेत असलेल्या बंधनामुळे जातीय समाज हा मानवमितीय (Anthropometrical) अभ्यासासाठी जणू एक मोठी प्रयोगशाळाच उपलब्ध करून देतो. दुसरा असा, की हिंदू समाजामध्ये शारीरिक प्रकार (Physical Type) व सामाजिक गटांमध्ये मोठ्या प्रमाणात व्यापार सान्निध्यसंबंध (Broad Correspondance) दिसतो. तो म्हणतो, की वेगवेगळ्या जातीतील नासिका निर्देशांकाचा (Nasal Index) क्रम हा समाजमान्य सामाजिक प्रतिष्ठेच्या प्राधान्यक्रमाशी मेळ खाताना दिसतो; म्हणजेच सामाजिक आणि शारीरिक घटक हे एकमेकांशी संबंधित दिसतात. रिस्ले हा या शारीरिक वैशिष्ट्यांचा आणि विवाह संस्था Totemism आणि बहिर्विवाह अशा सांस्कृतिक वैशिष्ट्यांचा एकमेकांशी सहसंबंध आहे असे मानतो. (Pramanick, 2001, P.33).

रिस्लेच्या सिद्धान्तात बदल करून व काही बाबतीत असहमती दर्शवित घुर्येंचा सिद्धान्त येतो. (Pramanick, 2001, P.33).

आपण पाहिलेच आहे, की घुर्येंच्या मते, जातीची निर्मिती ही वंश आणि अनुलोम विवाहामुळे झाली. साधारणतः ख्रिस्तपूर्व २५००मध्ये इंडो-आर्यन सर्व्रप्रथम भारतात आले. येथील मूळ रहिवाशांना त्यांनी आपल्या जातिव्यवस्थेत सामावून घेतले पण त्याचवेळी आर्यांनी आपली वंशशुचिता टिकविण्यासाठी सर्व प्रकारची पावले उचलली. ही वंशशुचिता टिकविण्यासाठी अंतर्गत विवाह ही अत्यावश्यक बाब समजली गेली. याबाबतीत ब्राह्मणांनी पुढाकार घेतलेला दिसतो. (Pramanick, 2001, P.34).

घुर्येंच्या मते, इंडो-आर्यनच्या या सांस्कृतिक वैशिष्ट्यांचे मूळ हे इंडो-

युरोपियनमध्ये बघायला मिळते; कारण इंडो-युरोपियनसुद्धा आपल्या सामाजिक संबंधांमध्ये अशाच प्रकारचे (Exclusivist Spirit) दाखवितात. या Exclusiveness च्या भावनेतून जातिसंस्थेचा उगम कसा झाला, यावर घुर्येंचे मत असे आहे- 'आर्य जेव्हा भारतात आले तेव्हाच ते तीन वर्गांमध्ये विभागलेले होते. हे वर्ग कार्यात्म विभागणीवर आधारित होते. यात आंतरजातीविवाहावर बंदी नव्हती. पराजित लोकांचा वर्ग म्हणजे शूद्र, या तीन वर्गांपेक्षा वेगळे गणले गेले. यामुळे आपल्या लक्षात येते, की बाकीचे तीन वर्ण द्विज का आहेत, शूद्र का नाहीत.'

महात्मा फुलेंच्या मते, ''विदेशी आर्यभट ब्राह्मणांनी या हानिकारक जातिव्यवस्थेचा आविष्कार केला आणि अज्ञानी शूद्रांसोबत स्वतःसाठी हितकारक स्वार्थपूर्ण व तत्त्वविहीन संबंध ठेवले,'' (Slavery, P.1).

घुर्ये म्हणतात, 'शूद्र ब्राह्मणांचे दास होते' अद्यापही या शूद्रांना आर्यव्यवस्थेच्या सीमेमध्ये ठेवण्यात आले होते, (Ghurye, 1996, PP.53). तरीही मोठ्या डावपेचाने त्यांना आर्यांच्या धार्मिक रीती-रिवाजापासून वंचित ठेवण्यात आले होते' घुर्ये म्हणतात, 'शूद्र आर्यांसाठी सर्वप्रथम अस्पृश्य होते.'

आंबेडकर म्हणतात -

"... Brahmins were the originators of this 'unnatural institution' founded and maintained through these unnatural means. (P.15) ...... At some time in the history of the Hindus, the priesthy class (Brahmins) socially detached itself from the rest of the body of people and through a closed door policy became a caste by itself ..... (P.18) Brahmin class raised the structure of caste .....while making themselves into a caste, the Brahmins by virtue of this, created non-Brahmin caste' (Writing and speeches, Vol. 1, 1979, 20).

(... ब्राह्मण या अनैसर्गिक संस्थेचे जन्मदाते होते आणि त्यांनीच त्याची स्थापना केली व अनैसर्गिक पद्धतीने त्याचा विकास केला. हिंदूंच्या इतिहासात एक अशी वेळ आली होती पुरोहित वर्ग ब्राह्मणांनी स्वतःस बाकी समाजापासून वेगळे करून घेतले आणि अशाप्रकारच्या बंद वर्ग पद्धतीच्या द्वारे स्वतः एका जातीचे रूप दिले. (पृ.१८). ब्राह्मणांनी सर्वांत पहिल्यांदा जातीची रचना तयार केली.... जेव्हा त्यांनी स्वतःस एका जातीच्या रूपात बनविले तेव्हा गैर ब्राह्मण जातींनी स्वाभाविक रूपात त्यांनीही त्याचा अवलंब केला....).

आता प्रश्न असा उपस्थित होतो, की गैर-ब्राह्मण जातींनी जातिव्यवस्थेचा का स्वीकार केला?

आंबेडकर म्हणतात, की -

"This thing that is most imitated is the most superior one of those that are nearest .... The Brahmin is a semi-god and very nearly a demi-god. He sets up a mode and moulds the rest. His prestige is unquestionable and is the fountainhead of bliss and good.... He is believed to be the very end of creation. Such a creature is worthy of more than mere imitation, but at least of imitation, and if he lives in an endogamous enclosure, should not hate rest follow his example? (Ambedkar, writing and speeches, vol. IX.P.410).

''आपल्या सर्वात जवळच्यांमध्ये सर्वांत श्रेष्ठांचे अनुकरण केले जाते. ब्राह्मण, अर्धा परमेश्वर आणि एक देवते समान असतो. तो नीती निर्धारित करतो. आणि सर्वांकडून त्याचे अनुकरण करवून घेत असतो. त्याची प्रतिष्ठा जवळजवळ अबाध्य, अप्रश्नांकित असते आणि तो आशिषांचा व शुभतेचा मुख्य स्रोत आहे. त्याला सर्वांत शेवटी निर्माण केली गेलेली श्रेष्ठतम कृती समजले जाते. ही कृती इतकी जास्त मौल्यवान राहिली आहे, की त्यांचे अनुकरण करणे ही खूप मामुली बाब आहे; जर ती जात एका अंन्तर्गामी (Endogamous) समूहामध्ये राहत असेल तर बाकी जातींकडून त्यांचे अनुकरण होणार नाही काय?''

बाबासाहेब आंबेडकर हे स्पष्ट करतात, की ब्राह्मणांद्वारा जातिव्यवस्थेच्या स्थापनेअगोदर भारतीय समाज आदिवासी समाज होता. अगदी आजच्या आफ्रिका महाद्वीपाप्रमाणे हजारोंच्या संस्थेमध्ये आदिवासी एकेक त्यांचे आपापले रीतिरिवाज, आचार-विचार, भाष्य, कर्मकांड पद्धती आणि धर्माप्रमाणे सह अस्तित्वात होते. भारतात गूर्णतः लोकशाही व्यवस्था होती. त्यांचा सिद्धान्त होता. 'समान परंतु पृथक' ब्राह्मणांनी या क्षैतिज समाजाला उभ्या लम्बवत समाजात बदलले. एका जातीला दुसऱ्या जातीवर स्तरीत करून स्वतःस या जातींच्या पिरॅमिडवर सर्वोच्च स्थानी बसविले.

एस.व्ही. केतकरांच्या मते,

"Numerous tribes which were living in different parts of India existed as different units and after the custom of endogamy was introduced they did not fuse, though scattered all over the country" (Kelkar, 1909, PP.5-6).

त्यामुळे जात ही एक विलक्षण सामाजिक बाब म्हणून जातींच्या विकासाचा मागोवा घ्यायचा झाला तर वर्ण आणि जाती या दोन बीजात्मक/मूलभूत संज्ञांच्या अभ्यासातून घेता येईल.

जातिव्यवस्था कशी निर्माण झाली, यासंबंधी आंबेडकरांचे मुख्य निष्कर्ष असे आहेत–

१. भारतातील लोक हे चार वंशांच्या संमिश्रतेने बनलेले आहेत. (आर्य, द्रविड, मंगोलियन व सिथियन) हे चार वंशांचे लोक सांस्कृतिकदृष्ट्या परस्परांपासून भिन्न होते. प्राचीन काळी भारताबाहेरून विविध देशांनी हे सर्व लोक (द्रविडांसहित) टोळ्यांच्या स्वरूपात भारतात आले.

२. या दोन लोकांचा परस्परांवर परिणाम होऊन त्यातून एक समान (Common) व एकजीव संस्कृती (Culture) येथे नंतर निर्माण झाली.

३. या एकजीव (Homogeneous) समाजाचे नंतर तुकडे होऊन त्यापासून जाती निर्माण झाल्या.

४. वर्ण आणि जात या दोन वेगवेगळ्या गोष्टी आहेत. जात जन्मावर अवलंबून असते.

५. ब्राह्मणवर्गाने आपल्याच वर्गातील व्यक्तीशी विवाह करण्याची (Endogamy) पद्धत रूढ केली व त्यामुळे ब्राह्मण वर्गाचे रूपांतर जातीत झाले. वर्णांची (वर्गाची) जात बनली.

६. ब्राह्मणेतर वर्गांनीही ब्राह्मणांचे या बाबतीत अनुकरण केले व त्यांच्याही वर्गांचे रूपांतर जातीत झाले. नंतर चार हजार जाती तयार झाल्या.

७. ही जातिसंस्था टिकविण्यासाठी बालविवाह, विधवा–पुनर्विवाहबंदी व सतीप्रथा या तीन साधनांचा उपयोग करण्यात आला.

वरील निष्कर्ष आंबेडकरांनी आपल्या ग्रंथात तपशिलाने मांडले आहेत.

राजवाडे किंवा केतकरांचे जातिविषयक चिंतन कितीही मूलगामी असले तरी त्यांच्या हिंदुत्वाभिमानाने त्यास एक प्रकारची विफलता प्राप्त झाल्याचे दिसते. या विफलतेपासून आणि फाजील राष्ट्राभिमानापासून जातिमीमांसेला प्रथम काहीसे मुक्त केले ते घुर्ये आणि इरावती कर्व्यांसारख्या ज्येष्ठ समाजशास्त्रज्ञांनी. श्री.उत्तम भोईटे व श्रीमती उत्तरा शास्त्री यांनी लिहिलेल्या त्यांच्या निबंधातून अनुक्रमे घुर्ये आणि श्रीमती कर्वे यांचे चिंतन हे समाजशास्त्रातील अंगाने कसे व्यक्त झाले आहे हे अधिक स्पष्ट होते. श्री.गो.स.घुर्ये यांच्या लिखाणातून राष्ट्रीय अभिनिवेशापासून काहीसा मुक्त झालेला जातिविषयक विचार आधुनिक समाजशास्त्राच्या परिभाषेत व्यक्त होताना दिसतो. श्रीमती कर्वे यांच्या ग्रंथातूनही जातिविषयक विचारांना एक व्यापक समाजशास्त्रीय व विशेषत: मानववंशशास्त्रीय बैठक प्राप्त झाल्याचे दिसते. अर्थात श्री.घुर्ये यांच्या जातिविषयक मीमांसेतील समावेशनवादी (Integrationist) अनेक सत्तावादी (Pluralist) सूर मान्य होण्यासारखा नाही आणि कर्वे यांच्या जातिविषयक

संशोधनास नकळत आलेल्या ब्राह्मणी मर्यादाही दुर्लक्षून चालणार नाहीत.

अशा रीतीने एकोणिसाव्या शतकातील जातिसंस्थेबाबतची ब्राह्मणी मीमांसा ही उदारमतवादाच्या कुशीत प्रथम उदयास आली; पण वसाहतवादाच्या चौकटीत या उदारमतवादाचा पूर्ण विकास होणे शक्यच नव्हते. परिणामत: भारतीय उदारमतवादातून क्रांतिकारी व्यक्तिवाद जसा ब्राह्मणी परंपरेत निर्माण होऊ शकला नाही, तसेच सुधारणावादानेही आग्रही रूप धारण केले नाही. अशा स्थितीत जातिविषयक विचारांची सुधारणावादी मीमांसा फारशी विकसित न होणे हे स्वाभाविकच होते. मर्यादित सुधारणावादी भूमिकेतून सुरू झालेली ही जातिमीमांसा अतिशय अलगदपणे राष्ट्रवादी संप्रदायाच्या अंकित झाल्याचे दिसते. या अर्थानेच बहुतांशी सुधारणावादी हे जातिसंस्थेच्या राष्ट्रवादी मीमांसेचे पूर्वसूरी होते असे म्हणावेसे वाटते. या राष्ट्रवादी संप्रदायाच्या जातिमीमांसकांच्या विचारांत संशोधनाची रग असली तरी राष्ट्रीय अभिनिवेशामुळे त्यास विकलताही आली होती. या विकलतेतून जातिमीमांसा बाहेर काढली ती इरावती कर्वे यांच्यासारख्या समाजशास्त्रज्ञांनी. महाराष्ट्रातील जातिमीमांसेच्या ब्राह्मणी परंपरेतील हा महत्त्वाचा तिसरा टप्पा होता.

वर उल्लेखिलेल्या सुधारणावादी, राष्ट्रवादी व समाजशास्त्रीय विचारप्रवाहांबरोबरच प्रबोधनकाळापासून आजतागायत वर्ण-जातिव्यवस्थेचे समर्थन करणाऱ्यांचा एक कट्टर सनातन्यांचा संप्रदायही दिसून येतो. गंगाधरशास्त्री फडके, म.शि. गोळे, अहिताग्नी राजवाडे, गो.म.जोशी अशी ही सनातन्यांची मालिका आहे. भारतातील वर्ण-जातिव्यवस्थेबद्दल या मंडळींना केवळ आस्थाच नव्हती, तर ती एक आदर्श व्यवस्था होती व आहे असे ते प्रतिपादितात. डार्विनप्रणीत जीवनकलहाच्या सिद्धान्ताचा तथाकथित आधार घेत, सुप्रजननशास्त्राचे (Eugenics) पुरावे देत या मंडळींनी जाती व वर्गव्यवस्था ही कशी विज्ञानाधिष्ठित आहे हे दाखविण्याचा सतत प्रयत्न केलेला आहे. या संदर्भात अहिताग्नी राजवाडे काय किंवा गो.म.जोशी काय, या मंडळींचे वर्ण-जातिव्यवस्थेसंबंधीचे विचार हे भारतीय फॅसिझमचेच व्यक्त स्वरूप होत. श्री. राजा दीक्षित आणि श्री. सुहास पळशीकर यांनी अनुक्रमे अहिताग्नी राजवाडे व गो. म. जोशी यांच्या वर्णजातिव्यवस्थेसंबंधीच्या विचारांचा या पुस्तकात परामर्श घेताना नेमके याच वर्मावर बोट ठेवले आहे. गो. म. जोशीकृत 'हिंदुसमाजरचनाशास्त्र' हा ग्रंथ तर या संदर्भात केवळ विकृतच म्हटला पाहिजे.

अहिताग्नी राजवाड्यांची भूमिकाही अशीच प्रतिगामी आहे. आजकाल अंत्यज जातीतूनही स्मृतिकार (डॉ. आंबेडकर) निर्माण होत असल्याचे त्यांना वाईट वाटते. त्याचा ते धिक्कार करतात. नित्शेच्या तत्त्वज्ञानाचा आधार घेत वांशिक श्रेष्ठत्वाचे, जातीजातींतील उच्च-नीचतेचे ते समर्थन करतात. अशा सनातन्यांची फार विस्ताराने

दखल घेणे करमणुकीचे असले तरी या ठिकाणी ते आवश्यक आहे असे नाही. ब्राह्मणी अहंकार व वंशश्रेष्ठत्वाने पछाडलेल्या या विचारवंतांकडून अधिक साक्षेपाची अपेक्षा करणे चुकीचे ठरेल.

जातिमीमांसेच्या या ब्राह्मणी परंपरेतील हे विचार पाहिल्यानंतर जातिविषयक चिंतनाच्या मर्यादा आणि वैशिष्ट्ये सहजच ध्यानात येतात. साररूपाने ती पुढीलप्रमाणे सांगता येतील- (१) या परंपरेने संपूर्ण वर्ण-जातिनिर्मूलनाचा विचार कधीच मांडला नाही. अस्पृश्यता नष्ट व्हावी, जातिद्वेष नसावा यापलीकडे या परंपरेचा सुधारणावाद गेला नाही.(२) वर्ण-जातिव्यवस्था सामाजिक ऐक्यास बाधा आणते हे जरी या परंपरेच्या ध्यानी आले असले तरी तिचे शोषणप्राशन स्वरूप या परंपरेस कधीच आकळले नाही. (३) या परंपरेतील काही विचारवंतांनी जातिभेदावर टीका केली असावी व ते नष्ट व्हावेत म्हणून प्रयत्न केले असले, तरी त्यागामील प्रेरणा ही समतेची नसून व्यावहारिक उपयुक्ततेची किंवा हिंदू राष्ट्राच्या उत्कर्षाची आहे हे निर्विवाद. (४) जातिभेदासंबंधी टीकात्मक भूमिका घेतानाच या परंपरेतील काही मंडळी तर तथाकथित श्रमविभागणीच्या तत्त्वावर व गुणवत्तेवर आधारित वर्णव्यवस्थेचे गुणगान गातात. इतकेच नव्हे, तर त्या व्यवस्थेचे पुनरुज्जीवन व्हावे असेही म्हणतात. या सर्व मर्यादा अर्थातच उच्च जातींच्या जातीय हितसंबंधापोटी उद्भवतात हे सांगणे नकोच, म्हणून ही परंपरा जातिव्यवस्थेच्या विरोधात आपली सर्व शक्ती उभी करू शकली नाही, शकणार नाही.

क) बहिष्काराचे माध्यम

आंबेडकरांनी बहिष्कृतांना नवीन जात बनविणे कसे भाग पाडले यासंबंधी विवेचन केले आहे. ते म्हणतात की, ''जाती पद्धतीच्या सामाजिक, धार्मिक व आर्थिक नियमांना धोका संभवणारी कोणतीही नवीन प्रथा बहुधा जात चालू देत नाही. त्यामुळे जातीतील बंडखोर सभासदांना जातीबाहेर हाकलल्या जाण्याचा धोका असतो. जातीचे नियम भंग करण्याचे धाडस करणाऱ्या पापी माणसांसाठी जातींजवळ दया नसते. बहिष्कार हा त्याला दंड असतो व त्याचा परिणाम म्हणून नवी जात निर्माण होते.''(डाहाट, २००५, पृ.१५). अशा प्रकारे नवीन वर्ग, जातीच्या चौकटीला आव्हान देणारे कोणत्याही पायावर आधारलेले वर्ग, यांत्रिक प्रक्रियेने सतत जातींमध्ये रूपांतरीत होत जातात आणि जातींची संख्या बळ लागल्याप्रमाणे फुगत जाते.

थोडक्यात, समाजातील वर्गाच्या अस्तित्वाचा सनातन सिद्धान्त स्वीकारल्याशिवाय जातिसंस्थेच्या उगमाचा शोध घेणेच कठीण होते. हिंदू समाजातील हे वर्ग कोणकोणत्या कारणांनी बंदिस्त झाले याचे सविस्तर वर्णन करून जातींची व्याख्या करताना आंबेडकर म्हणतात, ''बंदिस्त वर्ग म्हणजे जात.''

शरद पाटील म्हणतात, ''आधीची वर्णव्यवस्था व तिला जोडून असलेली गणदासप्रथा (एक प्रकारची गुलामगिरीची प्रथा) या जाऊन त्या जागी जातिव्यवस्था आली. ही जातिव्यवस्था आधीच्या व्यवस्थेच्या तुलनेत अधिक उदार आणि अधिक उत्पादनक्षम होती. जातिव्यवस्थेच्या जोडीने जरी अस्पृश्यता आली तरी ती गुलामगिरीच्या तुलनेत अधिक सुसह्य होती.''(गोखले २००३, पृ.१३२).

आंबेडकरांनी ही मांडणी केली नाही कारण जातिव्यवस्था व अस्पृश्यता या गोष्टी गुलामगिरीसारख्या किंबहुना जास्त वाईट आहेत असे आंबेडकर मानत होते. प्रदीप गोखलेंच्या मते, 'शरद पाटलांना येथे असे उत्तर अभिप्रेत दिसते की जातिव्यवस्था ही सुरुवातीला अधिक उदार व उत्पादनक्षम होती; पण जसजसे या व्यवस्थेचे जरठीकरण होत गेले, तसतशी ती व्यवस्था ताठर आणि निबर होत गेली, तसेच ती अनुदार आणि अनुत्पादक होत गेली. आंबेडकर ज्या जातिव्यवस्थेत टीका करतात ती अशी जरठ जातिव्यवस्था आहे. शरद पाटलांना असेही म्हणायचे आहे, की जातिव्यवस्था चांगली किंवा वाईट याचा विचार निरूपाधिकपणे व न-ऐतिहासिकपणे करता येणार नाही. तर तो तौलनिकपणे व ऐतिहासिक पार्श्वभूमीवरच करावा लागेल.' (गोखले, २००३, पृ. १३२). याठिकाणी ऐतिहासिक व तात्त्विकदृष्ट्या कोणाचे म्हणणे बरोबर हा एक गहन प्रश्न आहे.

म्हणून जातिव्यवस्थेचा ऐतिहासिक व तौलनिकदृष्ट्या खोलवर विचार करावा लागेल; कारण आंबेडकरांच्या दृष्टीने वर्णव्यवस्था काय किंवा जातिव्यवस्था काय, या दोन्ही सारख्याच बंदिस्त आहेत. त्यामुळे वर्णव्यवस्था जाऊन जातिव्यवस्था येण्याने समाजक्रांती होत नाही. (उपरोक्त, पृ.१३२).

आंबेडकर म्हणतात, की जातिव्यवस्था ही श्रेणीबद्ध पद्धती आहे, की जिच्यात प्रत्येक जातीला सर्वांत वरची व सर्वांत खालची जात वगळता, श्रेष्ठत्व व प्राधान्य असते; पण हे श्रेष्ठत्व व वर्चस्व आणि कनिष्ठत्व हे धार्मिक नियमांनी तयार होते. (आंबेडकर भाषणे आणि लेख, खंड ३, पृ. ४५). आंबेडकरांच्या म्हणण्याचा मथितार्थ असा, की जातींमधील संबंधांची अशी रचना झालेली असते, की एक जात दुसरीवर वर्चस्व गाजवते म्हणजे सत्ता गाजवते. आंबेडकर म्हणतात, की ब्राह्मणाला विशेषाधिकार मिळतात, ते त्यांच्या अंगच्या गुणामुळे नव्हे तर, तो ब्राह्मण जातीत जन्माला आला म्हणून. म्हणजे एका गटातील व्यक्ती ही दुसऱ्या गटातील व्यक्तीची वर्तणूक नियंत्रित करीत असते. त्यामुळे सत्ता ही समाजातील भिन्न पातळीवर असणाऱ्या गटागटातील सामाजिक संबंधांचा आविष्कार ठरते. (डॉ. बाबासाहेब आंबेडकर, गौरव ग्रंथ, पृ. ११-१२).

आंबेडकरांच्या मते, समाज नेहमीच गटागटाने या वर्गावर्गाने असतो. भारतीय

समाज वास्तवाचा 'जात' हा मूळ गट आहे. जात ही कधीच एकटी नसते. दुसऱ्या जातीच्या संदर्भातच जातीला अस्तित्व व महत्त्व प्राप्त होते. यातील संबंधांची वीण ही धर्म व अर्थ या मूळ घटकांनी तयार झालेली असते. त्याची सत्ता, प्रतिष्ठा, विचारसरणी ही सर्व प्रभावक्षेत्रे जाती पद्धतीला प्राप्त झालेले असतात. त्यामुळे तिच्या हितसंबंधाची पातळी तयार झालेली असते. (उक्त, पृ.२९).

जातिसंस्थेने हिंदू समाजाचे विघटन व नैतिक अधःपतन केले आहे. हिंदू समाज नावाचा समाजच अस्तित्वात नसून ते अठरापगड जातींचे कडबोळे आहे, असे बाबासाहेब म्हणतात. (उक्त, पृ.७२).

प्रत्येक जातीचा जो स्वभावधर्म आहे, तो आंबेडकरांनी वर्णन केलेला आहे–

१. एका जातीला दुसरीबद्दल आपुलकी नाही.
२. स्वतःचे वेगळेपण कायम राखण्याकरिता ती झटत असते.
३. आपल्याच जातीत भोजन व विवाह घडवून आणते, इतरांना मज्जाव असतो.
४. जातीवर्धक असा पेहराव असतो.

बाबासाहेबांनी हिंदूंचे जे वर्णन केले, त्यात कुणाला अतिशयोक्ती वाटत असली तरी ही वस्तुस्थिती आहे. ''आदर्श हिंदू तोच, जो उंदीर–घुशीप्रमाणे आपल्या जातीरूपी बिळात राहतो व ब्राह्मण जगताशी संबंध ठेवीत नाही. हिंदू समाजात स्वकीयतेची जाण नाही. हिंदूधर्मात विविधतेत एकता आढळते, ही गोष्ट मान्य करून आंबेडकर म्हणतात, तरीही समाज या संज्ञेस 'हिंदू' लोक पात्र ठरत नाहीत.'' (उक्त, पृ.७२).

आंबेडकरांच्या मते, ''जातिव्यवस्था ही सामाजिक समता, बंधुत्व आणि स्वातंत्र्याला घातक आहे. अशा प्रकारे जातिव्यवस्था ही पूर्णतः मानवी मूल्यांच्या विरोधी आहे.'' (आगलावे, १९९५, पृ.१७७). जाती ही एक अशी व्यवस्था आहे, की जी प्रत्येक प्रकारच्या सुधारणेमध्ये अडथळा निर्माण करीत असते. परिणामी समाज हा स्थितीशील बनला. काळानुसार परिवर्तन घडून येऊ शकले नाही. सुधारणेचे सर्व मार्ग बंद झाले. अनेक संशोधकांनी आणि समाजसुधारकांनी जात ही एक सामाजिक समस्या आहे असे प्रतिपादन केले पण ती कशा प्रकारची समस्या आहे, जातिव्यवस्थेमुळे कोणकोणत्या समस्या निर्माण होतात, याचे सूक्ष्म अध्ययन कुणीही केले नाही. फक्त आंबेडकरांनी जातीच्या समस्येचे अत्यंत बारकाईने अभ्यास करून जातीच्या विविध दुष्परिणामांची चर्चा केली आहे.

जातीची समस्या ही केवळ समाजमूलक नाही ती जर सामाजिक असती, तर ही समस्या आतापर्यंत नष्ट झाली असती. परंतु, शेकडो वर्षांपासून जातीव्यवस्था

टिकून आहे कारण जातिव्यवस्थेला धार्मिक मान्यता आहे, हे आंबेडकरांनी सिद्ध केले आहे. (उक्त, पृ.१७८). म्हणून आंबेडकर म्हणतात की, 'जातिव्यवस्था ही समस्या निर्माण करणारी एक व्यवस्था आहे'(उक्त, पृ.१७८). श्रम विभागणी, चलन पुरवठा, भांडवल उपभोग या आर्थिक संकल्पनाद्वारे जातिव्यवस्थेचे दुष्परिणाम दाखवून देत आंबेडकरांनी जाती व्यवस्थेतूनच परस्पर संबंधात दारिद्र्य, बेकारी, असमानता, सामाजिक व आर्थिक पिळवणूक कशी निर्माण होते आणि त्यात कशा प्रकारे वाढ होत आहे यासंबंधात सविस्तर चर्चा केली आणि जातिव्यवस्थेचा प्रश्न या एकूण मीमांसेत 'मध्यवर्ती' स्थानावर ठेवला. त्यांच्या, जातीच्या आर्थिक विचारांची एकूण चर्चा सामाजिक-राजकीय संदर्भापासून तोडून करता येणार नाही.

आंबेडकरांच्या काळामध्ये एक वेळ अशी आली, की हिंदू समाजव्यवस्थे-मधल्या सर्व पारंपरिक चालीरितींचे, शास्त्रीय वाटावे असे समर्थन करण्याची टूम निघाली. (चौधरी, निनाद, १९५१ 'ऑटोबायोग्राफी ऑफ ॲन अननोन इंडियन'). त्यावेळी वर्णव्यवस्था आणि जातिव्यवस्थेचे नव्याने समर्थन करण्यात आले. चातुर्वर्ण्य हे श्रमविभागणीच्या जगन्मान्य तत्त्वांवर आधारित आहेत, हा त्यातलाच एक नवा शोध होता. कोणत्याही समाजामध्ये स्थैर्यासाठी श्रमविभागणी ही अपरिहार्य असते. निरनिराळ्या कामांची विद्यार्जन आणि विद्यादान, सुरक्षा, व्यापार आणि सेवा अशी वर्गवारी करून त्यामधून ब्राह्मण, क्षत्रिय,वैश्य आणि शूद्र असे चार वर्ण निर्माण झाले. अशी भूमिका त्यावेळच्या काही मान्यवर विचारवंतांनी घेतली होती. (डॉ. बाबासाहेब आंबेडकर गौरव ग्रंथ - १९९३ पृ. ३७२).

आंबेडकरांनी या युक्तिवादावर केलेली घणाघाती टीका म्हणजे त्यांच्या कुशाग्र बुद्धिमत्तेचा उत्कृष्ट आविष्कार आहे. 'ॲनिहिलेशन ऑफ कास्ट्स' या आपल्या ग्रंथांमध्ये आंबेडकर म्हणतात, 'जातिव्यवस्थेमध्ये अभिप्रेत होती ती विभागणी श्रमाची नव्हती, तर ती श्रमिकांची विभागणी होती. बुद्धिमत्ता किंवा अंगभूत कौशल्य अशा कठोर आधारभूत निकषांवर ती विभागली नव्हती, तर व्यक्तीचा जन्म कोणत्या जातीत झाला, या दैवी गोष्टीवर अवलंबून होती.' एखाद्या ब्राह्मणाचा मुलगा कितीही नालायक निपजला तरी त्याचा पौराहित्याचा अधिकार कोणी हिरावून घेऊ शकत नव्हते. त्याउलट, एखादा मागासवर्गीय तरुण बुद्धिमान असला तरी त्याला हलकीसलकी कामे करूनच आयुष्य कंठावे लागत असे. एका वर्णातून दुसऱ्या वर्णामध्ये कोणालाही प्रवेश वर्ज्य होता. याचाच अर्थ हिंदू समाजव्यवस्था ही पायऱ्या नसलेल्या चारमजली इमारतीप्रमाणे होती. ज्याचा जन्म ज्या मजल्यावर झाला त्याच मजल्यावर त्याने मरावे, असा कडक निर्बंध. ही श्रमाची विभागणी नव्हे, तर श्रमिकांची विभागणी होती. श्रमांच्या विभागणीमध्ये काहीही गैर नाही, मात्र श्रमिकांची विभागणी ही

अमानवी आहे. जगात इतरत्र कुठेही अशी विभागणी झालेली नाही आणि त्यामुळे भारताचे अतोनात नुकसान झाले आहे, असा विचार आंबेडकरांनी मांडला (उक्त, पृ. ३७३).

जातिव्यवस्थेमुळे भारताची आर्थिक प्रगती आणि विकास कसा खुंटला त्याचे मूलगामी विवेचन आंबेडकर करतात. जातिव्यवस्थेमुळे 'श्रमशक्ती' आणि 'भांडवल' हे उत्पादनाचे दोन्ही महत्त्वाचे घटक हे जिथे त्यांची उपयुक्तता जास्तीतजास्त आहे, अशा ठिकाणी वापरले न जाता पारंपरिक जातिनिहाय पद्धतीने अर्थव्यवस्थेमध्ये त्याचे वाटप होते. त्याशिवाय या दोन्ही घटकांची सचलता सीमित राहते. त्यामुळे उत्पादन प्रक्रिया अकार्यक्षम होऊन आर्थिक प्रगतीला खीळ बसते. जी गोष्ट आर्थिक प्रगतीची तीच गोष्ट आर्थिक विकासाची. कोणत्याही अर्थव्यवस्थेच्या विकासाचे मर्म असते ते सातत्याने बदलत राहणाऱ्या आर्थिक सामाजिक रचनेमध्ये. जातिव्यवस्थेमध्ये पारंपरिक, आर्थिक, सामाजिक रचनेला चिकटून राहण्याचा गुणधर्म असल्यामुळे आर्थिक विकासाला बाधा येते, असा युक्तिवाद आंबेडकरांनी केला. (उक्त, पृ. ३७३).

आंबेडकरांनी जातिव्यवस्थेबरोबरच अस्पृश्यतेचा धिक्कार केला. 'व्हाट काँग्रेस अँड गांधी हॅव डन दचू अन्टचेबल्स' या ग्रंथामध्ये आंबेडकर म्हणतात, ''अस्पृश्यता ही केवळ धार्मिक रचना नसून गुलामगिरीपेक्षाही भयंकर अशी आर्थिक रचना आहे, गुलामगिरीमध्ये मालक हा गुलामाला खाऊ-पिऊ घालून, कपडेलत्ते देऊन कमीत कमी त्याला माणूस म्हणून वागण्याची (अन्यथा, त्या गुलामाची बाजारात किंमत कमी होणार म्हणून) जबाबदारी स्वीकारतो. त्याउलट, अस्पृश्यता ही अशी रचना आहे, की जिच्यामध्ये मालकावर काहीही जबाबदारी न येता अव्याहतपणे अस्पृश्य समाजाची आर्थिक पिळवणूक करता येऊ शकते.''(उक्त, पृ.३७३).

जातिव्यवस्था आणि अस्पृश्यता यांसारख्या सामाजिक प्रश्नांचे आर्थिक दृष्टिकोनातून विश्लेषण करणारे बहुधा पहिलेच विचारवंत म्हणजे आंबेडकर. विचारांचे हेच सूत्र पकडून अलीकडच्या काळात प्रा. गुन्नर मिर्डाल यांनी जातिव्यवस्थेसारख्या सामाजिक संस्थांमुळे, आर्थिक विकासावर होणाऱ्या दुष्परिणामांचे विस्तृत विवेचन 'एशियन ड्रामा' या आपल्या ग्रंथामध्ये केले आहे. त्याबद्दल त्यांना अर्थशास्त्राचे नोबेल पारितोषिक मिळाले, हे इथे आवर्जून नमूद करावेसे वाटते.

वर्णव्यवस्थेचे जातिव्यवस्थेत रूपांतर

जर एखाद्या वर्गाला स्वतःचे रूपांतर जातीत करून घ्यावयाचे असेल तर त्याने ऐतिहासिक कालखंडात कोणकोणत्या साधनांचा उपयोग केला होता, हे पाहणे आवश्यक ठरते. ज्या समाजात विवाहसंस्था सामाजिक स्तरांच्या दृष्टीने अनिर्बंध

असते, अशा समाजात फारच झाले तर वर्ग अस्तित्वात येऊ शकतात व त्या वर्गांचे स्वरूपही लवचीक असू शकते. परंतु, ज्या समाजात विवाहसंस्था ही समाजावर काही बंधने लादते, त्यातून जातिसंस्थेचा उदय होतो. ज्या वर्गाला जातीत परिवर्तित होण्यासाठी स्वतःला बंदिस्त करून घ्यावयाचे असते असा वर्ग यादृष्टीने विवाहसंस्था निर्माण करीत असतो. भारतीय विवाहसंस्थेतील बीजशुद्धी, वर्णसंकर इ. कल्पनांच्या मुळाशी बंदिस्ततेचा विचार आहे. सुरुवातीला म्हणजे भारतीय समाज वर्गीय बनला त्यानंतरसुद्धा काही काळ आपल्या समाजात वर्गबाह्य (Exogamy) विवाह रूढ होती. ही वर्गबाह्य विवाहाची पद्धती नष्ट करून वर्गांतर्गत विवाहपद्धती (Endogamy) रूढ केल्यामुळेच वर्गावर्गातील रक्तनाते संपुष्टात आले व वर्ग बंदिस्त करण्याच्या प्रक्रियेची सुरुवात झाली. (कसबे : १९८८, पृ.२१३). वर्गबाह्य विवाहावर भारतीय विवाहसंस्थेच्या इतिहासात वर्गांतर्गत विवाहांचा वरचष्मा म्हणजेच जातिसंस्थेची निर्मिती होय. 'दस दि सुपर पोझिशन ऑफ एन्डोगमी ऑन एक्झोगमी मीन्स दी क्रिएशन ऑफ कास्ट' जातिसंस्थेच्या उगमाबद्दल डॉ. बाबासाहेब आंबेडकरांनी मांडलेला सिद्धान्त याप्रमाणे आहे. (उक्त, पृ.२१३).

मॉर्टन क्लासने त्याच्या 'Caste the emergence of the south Asian social system' या पुस्तकात मानव समाजाच्या विकासाची बहुप्रवाहितता सिद्ध करायचा यशस्वी प्रयत्न केला आहे. युरोपीय व तत्सम देशांमध्ये प्राथमिक साम्यवादी गणसमाज विघटित होऊन वर्गसमाज बनला, तर भारतात प्राथमिक साम्यवादी गणसमाज विघटित न होता जातिसमाज बनला, असा निष्कर्ष तो काढतो; पण या पुस्तकाच्या परीक्षणात डॉ. ऑम्व्हेट असे सिद्ध करायचा प्रयत्न करतात, की भारतीय जातीसमाज हा वर्गसमाजाचा मूर्त आविष्कार होता....

"…. जेथे जेथे वरकड व शोषण आहे तेथे कोणत्या ना कोणत्या रूपात वर्ग असतातच. प्रश्न हा आहे की नेमक्या कोणत्या रूपात? येथे असे म्हणता येते, की भारतीय सरंजामी समाजामध्ये वर्गांना मूलभूत रीत्या जातिव्यवस्थेच्याद्वारा साकार केले गेलेले होते, त्या समाजाला आपण 'जातिप्रधान-सरंजामी समाज' (Caste-Feudal Society) म्हणू शकू. मात्र, आज भांडवली संबंध विकसित होऊन भांडवलशाहीत नेहमीच घडते त्यानुसार आर्थिक, राजकीय व सामाजिक जीवनांगे अलग झालेली आहेत आणि अशा या समाजामध्ये 'वर्ग' व 'जाती' दोन्ही अलग-अलग परंतु परस्परांशी संबंधित अशा प्रकारे अस्तित्वात आहेत" (गेल ऑम्व्हेट, १९८१).

तात्पर्यकार सुधीर बेडेकरांच्या मते, "वर्गरचना जातिव्यवस्थेद्वारा, तिच्या रूपात, आविष्कृत होत असते."

आंबेडकरांनी भारतातील प्रचलित वर्णव्यवस्थेबद्दल अतिशय शास्त्रशुद्ध पद्धतीने विचार मांडले आहेत. भारतीय वर्णव्यवस्था उत्क्रांत होत गेलेली व्यवस्था आहे. या वर्णव्यवस्थेचे जातिसंस्थेत रूपांतर होताना बाबासाहेब तीन टप्पे पाडून तिचे स्पष्टीकरण करतात.

१. मन्वंतर पद्धत

वर्णाच्या फेरबदलाच्या कालखंडास 'मन्वंतर' असे म्हटले जाते. प्रत्येक वर्णाचा जो कालावधी निश्चित केलेला असतो त्यालाही 'मन्वंतर' असे संबोधले जाते. (डॉ. बाबासाहेब आंबेडकरांचा हिंदू धर्मावर घणाघाती हल्ला – पृ.क्र.४८). पहिल्या टप्प्यामध्ये व्यक्तीला सप्तर्षींकडून वर्ण एका युगाकरिता प्रदान करण्यात येत असत. एक युग म्हणजे चार वर्षं होय. सप्तर्षी समाजातील व्यक्तींची ब्राह्मण, क्षत्रिय व वैश्य या तीन वर्णांकरिता निवड करून जे शिल्लक राहत असत, त्यांना शूद्र समजण्यात येत असे. प्रत्येक चार वर्णानंतर म्हणजे एका युगानंतर, ऋषी व सप्तर्षींकडून ब्राह्मण, क्षत्रिय, वैश्य व शूद्र या सर्वांचे मूल्यमापन होत असे. या मूल्यमापनासाठी शारीरिक क्षमता, बौद्धिक कुवत आणि स्वभाव हे वर्ण निश्चितीचे तीन प्रमुख निकष होते. हे मूल्यमापन करणारे ऋषी हे उच्चकुलीन असत. त्यामुळे शूद्रांना वर्णांतर करण्याची शक्यता नव्हती. कालांतराने ही पद्धत बंद पडली व नवीन पद्धत सुरू झाली असे स्पष्टीकरण डॉ. बाबासाहेब आंबेडकरांनी 'मन्वंतर' पद्धतीचे केले.

२. गुरुकुल पद्धत

ही नवीन पद्धती म्हणजे गुरुकुल पद्धती होय. बाबासाहेबांच्या मते, ''गुरुकुल म्हणजे आर्यांनी चालविलेली पाठशाळा होय. सर्व मुले शिक्षणासाठी गुरुकुलात जात असत. शिक्षणाचा कालावधी पूर्ण झाल्यावर गुरुकुलात आचार्यांतर्फे उपनयन (मुंज) विधी पार पाडला जात असे. या विधीच्या वेळी आचार्य त्या मुलाचा वर्ण निश्चित करत असे. आचार्य गुरुकुलांच्या पद्धतीमुळे वर्णाचा कालावधी बदलला. एका विशिष्ट कालखंडासाठी तो वर्ण न राहता संपूर्ण आयुष्यभरासाठी वर्णाची व्याप्ती वाढली.'' (उक्त, पृ.क्र.४८). आचार्यांने प्रदान केलेला वर्ण हा केवळ त्या व्यक्तीपुरता मर्यादित ठेवण्यात आला होता. एखाद्या ब्राह्मणाच्या नालायक मुलाला शूद्राचाही दर्जा मिळत असे तर एखाद्या शूद्राच्या कर्तबगार मुलाला गुरुकुल पद्धतीमुळे वरच्या वर्गात सहज प्रवेश मिळत असे. बाबासाहेब पुढे लिहितात, की असे काहीही घडता कामा नये, अशी ब्राह्मणांना धास्ती वाटत होती; म्हणून ब्राह्मण या गुरुकुल पद्धतीवर नाराज होते. त्यांना ब्राह्मण वर्ण वंशपरंपरागत हवा होता; म्हणून त्यांनी ब्राह्मणी पद्धत आणली.

३. ब्राह्मणी पद्धत

वर्णव्यवस्थेच्या वाटचालीतील हा तिसरा टप्पा केवळ ब्राह्मणी हिताला प्राधान्य देणारा आहे. मनुस्मृतीमधील विचारांना प्रमाण मानणारा हा कालखंड होय. बाबासाहेब वर्णव्यवस्थेबद्दल विचार व्यक्त करताना सांगतात, ''उपनयनाच्या संदर्भात ब्राह्मणशाहीत झालेला महत्त्वाचा बदल म्हणजे, उपनयनाचे अधिकार गुरुऐवजी पित्यास देण्यात आले. परिणाम असा झाला, की उपनयनाचा अधिकार प्राप्त झालेला पिता स्वतःचाच वर्ण मुलासाठी निश्चित करीत असे. अशा प्रकारे वर्ण वंशपरंपरागत होऊ लागले. गुरूकडून वर्णनिश्चितीचा अधिकार काढून पित्यास तो अधिकार देऊन स्वाभाविकपणे ब्राह्मणशाहीने वर्णाचे जातीत रूपांतर केले.''(उक्त, पृ.क्र. ४९-५०). स्थित्यंतराची ही कथा एकापासून दुसऱ्याला मिळत गेली. वर्णव्यवस्था बंद होऊन जातिव्यवस्था सुरू झाली, हे विविध टप्प्यांवरून निःसंशयपणे स्पष्ट होते.

ही वर्णव्यवस्था जातिसंस्थेत अधिक घट्ट करण्यासाठी बाबासाहेबांच्या मते आणखी तीन नियम तयार केले गेले.

१) वर्णव्यवस्था वंशपरंपरागत बनविली गेली.

२) आंतरवर्णीय विवाहावर किंवा सहजीवनावर बंदी घातली.

३) सहभोजन निषिद्ध मानले.

हे तिन्ही निर्बंध मनुस्मृतीने भारतीय समाजावर लादले आहेत; म्हणून मनुच्या नियमांचे बाबासाहेबांनी पुढील विश्लेषण केले.

१. वर्णव्यवस्था वंशपरंपरागत बनली

मनुस्मृतीने व्यक्तींच्या गुणाबद्दल अनादर आणि जन्माबाबत आदर निर्माण केल्यामुळे ब्राह्मण कुळात जन्मलेल्या अपात्र व्यक्तीला सन्मान मिळू लागला. तसेच शूद्रवर्णात जन्मलेल्या गुणसंपन्न व्यक्तीला कमी लेखले जाऊ लागले. बाबासाहेबांच्या मते, अप्रगत समाज निर्माण होण्यास मनुस्मृती हे फारच प्रभावी साधन ठरलेले आहे. (उक्त, पृ.क्र.५१).

२. आंतरजातीय विवाहास बंदी

बाबासाहेबांच्या मते, ''बुद्धधर्मीयांच्या राजवटीत नामशेष झालेल्या चातुर्वर्ण्याची प्राचीन सामाजिक पद्धती पुन्हा अस्तित्वात आणण्यासाठी पुष्पमित्राच्या नेतृत्वाखाली ब्राह्मणशाहीने प्रतिक्रांती केली. ब्राह्मणशाहीचे, केवळ चातुर्वर्ण्य व्यवस्था पुन्हा प्रस्थापित करून बौद्ध धर्मावरील विजयाने समाधान झाले नाही. बौद्ध पूर्व काळातील चातुर्वर्ण्य पद्धत अत्यंत लवचीक आमि सर्वांना खुली अशी पद्धत होती. त्याचे कारण असे, की वर्ण पद्धतीचा व विवाह पद्धतीचा परस्परसंबंध नव्हता; जरी चातुर्वर्ण्याने

चार वेगवेगळ्या वर्गांचे अस्तित्व मान्य केले होते, तरीही त्याने आंतरजातीय विवाहास बंदी घातली नव्हती.'' (उक्त, पृ. ५१,५२).

३. सहभोजनावर बंदी

बाबासाहेब या संदर्भात लिहितात, ''केवळ आंतरजातीय विवाहास बंदी घालून ब्राह्मणशाहीचे समाधान झाले नाही म्हणून त्यांनी आंतरजातीय सहभोजनासही बंदी घातली. मनूने अन्नावर काही निर्बंध घातले. त्यांची काही बंधने शारीरिक तर काही सामाजिक आहेत. राजाने दिलेल्या अन्नाने त्यांचे सामर्थ्य कमी होते. गुलामाने दिलेल्या अन्नाने त्यांचे दैवी ज्ञान, सोनारामुळे त्यांचे आयुष्य, चांभाराने दिलेल्या अन्नाने त्यांचा नावलौकिक कमी होतो. आचार्य किंवा तत्सम व्यक्तीने दिलेल्या अन्नामुळे त्यांची संपत्ती नष्ट होते. धोब्याने दिलेल्या अन्नाने त्यांच्या स्नायूंची ताकद कमी होते. इतर सर्व उल्लेख केलेल्या व्यक्तींचे अन्न खाणे म्हणजे कातडी, हाडे व डोक्यावरील केस खाण्यासारखे आहे; जर अशा व्यक्तीने दिलेले अन्न जर चुकून खाण्यात आले तर तीन दिवस उपवास केला पाहिजे; जर जाणीवपूर्वक खाल्ले असेल तर जणू काही अशुद्धवर्णी, विष्ठा, किंवा मूत्र प्राशन केले असे समजून त्यांनी कडक प्रायश्चित्त घेतले पाहिजे'' (उक्त, पृ.५३). वर्ण संकर होऊ नये म्हणून (मनु) सहभोजनावर बंदी घालतो; जर असे सहभोजन केले तर त्यासाठी प्रायश्चित्तही सुचवतो. जातिसंस्थेच्या निर्मितीचा ऊहापोह केल्यानंतर जातिव्यवस्थेचा शूद्र व स्त्रिया यांवर काय परिणाम झाला याची चिकित्सा बाबासाहेब करतात.

जातिव्यवस्था आणि प्रक्षिप्त पुरुषसूक्त

भारतीय समाजव्यवस्थेच्या चातुर्वर्ण्य पद्धतीचा पहिला उल्लेख, वैदिक वाङ्मयातील सर्वांत महत्त्वाचा मानल्या गेलेल्या ऋग्वेदात सापडतो. हा उल्लेख त्याच्या दहाव्या मंडलातील नव्वदाव्या सूक्तातील अकराव्या आणि बाराव्या ऋचेत स्पष्टपणे आढळतो. या सुक्ताला 'पुरूषसूक्त' असे नाव आहे. या ऋचांत ''परमेश्वराने जेव्हा या पुरुषाला विभागले तेव्हा त्याचे किती विभागात विभाजन केले त्यांपैकी कोणता भाग त्याचे तोंड होता? कोणता भाग त्याचा बाहू होता? आणि कोणते भाग मांड्या व पाय होते?'' असे प्रश्न उभे करून उत्तर दिले आहे, की ''ब्राह्मण त्याचे तोंड होते. वैश्याच्या मांड्या झाल्या आणि शूद्र पायापासून उत्पन्न झाले.'' याप्रमाणे चातुर्वर्ण्य व्यवस्थेची उत्पत्ती सांगितली आहे. ऋग्वेदाचे हे 'पुरुषसूक्त' आंबेडकरांना अतिशय महत्त्वाचे वाटते, कारण ते इंडो-आर्यन समाजाचे विश्वोत्पत्तीशास्त्र (Cosmogamy) असून ते या विश्वाची उत्पत्ती कशी झाली याचे स्पष्टीकरण करते. या सूक्ताने गाढव, घोडा आणि मेंढ्या इ. प्राणी कसे निर्माण झाले हे सांगितले आहे. परंतु माणूस कसा निर्माण झाला हे सांगितले नसले तरी इंडो-आर्यन समाजात 'वर्ग'

कसे निर्माण झाले ते मात्र या सूक्ताने सांगितले आहे. (ऋग्वेद, १०-९०).

आंबेडकरांच्या मते, समाजातील वर्ण व्यवस्थेचे अस्तित्व ही प्रत्येक समाजाची वास्तव स्थिती (de facto) असली तरी आतापर्यंत कोणत्याही समाजाने या वास्तव स्थितीला आदर्श समाजाच्या निर्मितीसाठी वैधानिक (de jure) पातळीवर नेलेले नाही. पुरुषसूक्ताची ही योजना हे या संदर्भातील एकमेव उदाहरण आहे की ज्यात वास्तवाला आदर्शांच्या पातळीवर नेऊन ठेवलेले आहे. आंबेडकर हे या सूक्ताचे एक महत्त्वाचे वैशिष्ट्य मानतात आणि दुसरे वैशिष्ट्य असे सांगतात, की कोणत्याही समाजाने आपल्या वास्तविक वर्गीय स्वरूपाला कायदेशीर रूप देऊन त्याला आदर्श समाज मानले नाही, परंतु पुरुषसूक्ताने मात्र तसे मानले. पुरुषसूक्ताचे तिसरे वैशिष्ट्य हे आहे, की त्याने वर्गव्यवस्था ही केवळ नैसर्गिक आणि आदर्श व्यवस्था आहे एवढेच मानले नाही, तर ती व्यवस्था दैवी आणि पवित्र आहे असेही मानले. त्याचे चौथे वैशिष्ट्य त्याने समाजात चारच वर्ग असतात त्यापेक्षा कमी किंवा जास्त नसतात. अशी दुराग्रही भूमिका घेतली. पाचवे वैशिष्ट्य असे आहे, की पुरुषसूक्ताने प्रत्येक वर्गाचे समाजातील स्थान निश्चित करून टाकले. सर्वोच्चस्थानी ब्राह्मण, त्याखालोखाल क्षत्रिय, त्यानंतर वैश्य आणि सर्वात शेवटी शूद्र (कसबे, १९८८, पृ.२०८).

आंबेडकरांच्या दृष्टीने जगातील सर्व समाजामध्ये वर्गव्यवस्था अस्तित्वात होती. त्यामुळे इंडो-आर्यन समाजव्यवस्था त्याला अपवाद असणे शक्य नव्हते. आंबेडकर पुरुषसूक्तातील या चातुर्वर्ण्य व्यवस्थेला मूलतः वर्गीय व्यवस्थाच मानतात. परंतु या चार वर्णांची संख्या निश्चित असणे, त्यांचे समाजातील स्थान निश्चित करणे आणि ते अपरिवर्तनीय असणे या गोष्टी आंबेडकरांना वैशिष्ट्यपूर्ण वाटतात. या वैशिष्ट्यांमुळेच हे पुरुषसुक्त केवळ इतर धर्मशास्त्रांच्याच विरोधी जाते असे नाही; तर ते खुद्द पुरुषसुक्त सोडून उर्वरित ऋग्वेदाच्याही विरुद्ध जाते. आंबेडकर त्याला म्हणूनच प्रक्षिप्त मानतात. (उक्त, पृ.२०८). ते प्रक्षिप्त मानण्याचे कारण असे की ऋग्वेदाच्या या पुरुषसुक्तात जो चार वर्णाचा उल्लेख आहे तसा उल्लेख वैदिक वाङ्मयात नाही. या काळातील समाज हा प्रामुख्याने त्रैवर्णीकच होता. ब्राह्मण, क्षत्रिय, वैश्य हे तीनच वर्ण त्या वेळी अस्तित्वात होते. आंबेडकरांनी हे आपले म्हणणे 'शतपथ' आणि 'तैत्तिरिय ब्राह्मण' यांच्या आधाराने सिद्ध केलेले आहे. भारतीय समाज हा जर त्रैवर्णीकच होता, तर मग हा चौथा शूद्र वर्ण कसा निर्माण झाला, हे शोधणे हाच प्रामुख्याने आंबेडकरांच्या या विषयावरील संशोधनाचा उद्देश आहे. (उक्त, पृ. २०९).

कुटुंब जातिव्यवस्था आणि स्त्रिया

युरोपीय इतिहास लेखनाच्या प्रभावाखाली भारतीय समाजातील पायाभूत घटक म्हणून पोटजातीचा निर्देश अनेक अभ्यासकांनी केला आहे. डॉ. आंबेडकरांनी

हे म्हणणे अमान्य केले. वर्गीय समाजाकडून समाजाची भिन्नता ते येथे निर्देशित करतात. गटबाह्य विवाहाचा नियम कूळ आणि गोत्रांच्या आधारे पाळण्यातून ही भिन्नता कशी आकार घेते याविषयी ते म्हणतात, की ''शिरगणती अधिकाऱ्यांनी भारतीय समाजाचा एकसंघ घटक म्हणून पोटजातीला मान्यता दिली आहे. पोटजातीतील विवाहसंबंध केवळ त्या पोटजातीतच होतात. त्यामुळे अशा प्रकारचा निर्णय शिरगणती अधिकाऱ्याने घेतला आहे. परंतु, त्यापेक्षा दुसरी कोणतीच ढोबळ चूक असू शकत नाही. भारतीय समाजाचा एकसंघ घटक पोटजात हा नसून गटबाह्य विवाहाच्या (Endogamy) तत्त्वावर तयार झालेले कूळ हाच भारतीय समाजातील एकसंघ घटक होय. या अर्थाने हिंदू समाज हा मूलतः जुन्या टोळ्यामुक्त समाज तत्त्वावर आधारलेला असून पोटजातीवर उभारलेली समाजव्यवस्था नव्हे. हिंदू कुटुंबात विवाहाच्या वेळी मुख्यतः आपले कूळ आणि गोत्र विचारात घेण्यात येते आणि त्यानंतरच जात आणि पोटजातीचा विचार करण्यात येतो. प्राचीन समाजाच्या प्रत्येक टोळीमध्ये कुलदैवताला जेवढे महत्त्व असे तेवढे महत्त्व हिंदू कुटुंबामध्ये कुळाला आणि गोत्राला देण्यात येते यावरून असे दिसून येते, की हिंदू समाजाचे संघटन अजूनही गटपद्धतीवरच आधारलेले असून कुटुंब हा त्याचा लहानात लहान घटक आहे आणि गटबाह्य विवाहाचा नियम अजूनही कूळ व गोत्राच्या आधारावर पाळण्यात येतो. जाती आणि पोटजाती या संस्था सामाजिक असून कुटुंबप्रधान हिंदू समाज रचनेवर मागाहून लादण्यात आल्या आहेत आणि गोत्रबाह्य विवाहाचा नियम पाळून जात्यंतर्गत विवाह करण्याचा नियम करण्यात आला असल्यामुळे या दोन परस्परविरोधी नियमांचे पालन परस्पर बाधा न आणता करता येते. पोटजात ही भारतीय समाजाचा मूलभूत घटक नसून कुटुंब हा मूळ घटक आहे.'' (संदर्भ : डॉ.आंबेडकर, अस्पृश्य मूळचे कोण पृ.८८-८९).

पुढे विवाह आणि जातीच्या परस्परसंबंधाचा ऊहापोह केला आहे. तो पुढीलप्रमाणे –

स्त्रिया आणि जातीची निर्मिती

केतकरांनी जातिसंस्थेची जी व्याख्या केली ती आंबेडकरांना मान्य आहे. केतकरांनी जातिव्यवस्थेची लक्षणे म्हणून अ) जातीत जन्मलेल्यांनाच सदस्यत्वही सांगितले होते. आंबेडकरांच्या मते ही दोन्ही लक्षणे परस्परांहून वेगळी नसून जातिबाह्य विवाहबंदी घातल्यानंतर परिणामतः सदस्यत्व जातीत जन्मणाऱ्यांपुरतेच मर्यादित होते. जात्यंतर्गत विवाह हाच जातीचा आत्मा आहे. याचे स्पष्टीकरण त्यांनी गटबाह्य व गटांतर्गत विवाहाच्या संदर्भात केले आहे. डॉ आंबेडकरांच्या मते, प्राचीन काळी भारतीय समाज वगळून जगातील कोणत्याही समाजात गटबाह्य विवाहांची पद्धती सर्रास रूढ होती. ही रूढी कालांतराने मागे पडली आणि केवळ रक्ताचे नातेवाईक

वगळून गटांतर्गतच विवाह होऊ लागले. भारतात गटबाह्य विवाहाचा नियम आजही सक्तीने पाळण्यात येतो. इतकेच नाही तर सगोत्र विवाहसुद्धा होऊ शकत नाही. तो धर्मभ्रष्टाचार मानला जातो. डॉ. आंबेडकर म्हणतात, 'गटांतर्गत विवाह करण्याच्या रूढीवर मिळविलेला विजय म्हणजे जातीची निर्मिती होय.'(भागवत, परदेशी, १९९८, पृ.२२).

स्त्रियांच्या लैंगिकतेवरील नियंत्रणात जातिव्यवस्थेचा उदय असल्याचे त्यांचे स्पष्ट मत आहे. हा जाती निर्मितीचा सिद्धान्त आंबेडकरांनी एक उदाहरण घेऊन स्पष्ट केला आहे. समजा, एखाद्या लोकसमूहात गटबाह्य विवाहपद्धती रूढ असेल तर त्या गटाला जातीत रूपांतरित होण्यासाठी गटांतर्गत विवाहाची अट घालावी लागेल.परंतु, 'आपल्या गटांबाहेरच्या लोकांशी विवाह करू नका' असे केवळ फर्मान काढून ते काम होण्यासारखे नाही; कारण इतर लोकसमूहांमध्ये मिसळून जाण्याची प्रवृत्ती मानवी समूहात असते. या प्रवृत्तीला पायबंद घालून लोकांना ओलांडताच येणार नाहीत अशा मर्यादा घातल्या जातात व मग गटाबाहेर विवाहविषयक व्यवहार होऊ नयेत असे सांगितले जाते. परंतु, गटांतर्गतच विवाह करण्याचे बंधन घातले तर त्या गटात काही कठीण समस्या निर्माण होतात. म्हणजे सर्वसाधारणतः प्रत्येक लोकसमुहातील स्त्री-पुरुषांची विभागणी समसमान असते. स्त्री-पुरुषांचे प्रमाण कमी-जास्त (असमान) झाले तर गटाबाहेर विवाह करावे लागतील. गटबाह्य विवाह झाल्यास गटबंदिस्त होणार नाहीत म्हणून ते प्रमाण व्यस्त होऊ नये म्हणून काही उपाय योजले जातात. ते असे -

१) सतीप्रथा २) वैधव्य लादणे

१. सतीप्रथा

पतीच्या मृत्युनंतर त्याची पत्नी ही जिवंत जाळली जाऊन स्त्री-पुरुषांची संख्या समान ठेवण्याचा प्रयत्न केला जाई; कारण पती निधनानंतर ती स्त्री 'वाढीव स्त्री' ठरते. परंतु, स्त्री-पुरुषांच्या संख्येतील तफावत नष्ट करण्याचा सतीप्रथा हा काहीसा अव्यवहार्य मार्ग आहे. पती निधनानंतर पत्नीस जाळून मारून टाकण्याचा उपाय का आला तर ती स्त्री विधवा म्हणून जिवंत राहिली तर एक तर परजातीतील पुरुषांशी विवाह करेल; यामुळे गटांतर्गत विवाहाचा नियम मोडला जाईल किंवा ती त्याच जातीतील दुसऱ्या पुरुषाशी विवाहबद्ध झाली तर त्या जातीतील स्त्रियांमध्ये स्पर्धा सुरू होईल आणि एका विवाह न झालेल्या मुलीच्या विवाहविषयक राखीव हक्कांवर आक्रमण होईल; म्हणून तिची व्यवस्था कशी लावायची याचे इतरही मार्ग शोधले गेले. (उक्त, पृ.२३).

सतीप्रथेत सर्वांत जास्त हितसंबंध होता तो ब्राह्मणांचा, कारण सती जाणारी स्त्री आपले सर्व अलंकार धारण करी आणि सती जाण्यापूर्वी ते उतरवून ब्राह्मणांना

देई. 'काश्मिरची राणी सती जायला निघाली असता तिचे सर्व दागिने ब्राह्मणांनी रस्त्यातच ओरबडून घेतले गेल्याचे उदाहरण आहे.'(पाटील शरद, दास-शूद्रांची गुलामगिरी, खंड-२, पृ.७४).

सतीप्रथेचे अवडंबर माजविले ते धर्मशास्त्राने. सामंतेतर जातीच्या स्त्रियांना धर्मशास्त्राने सर्व प्रकारची प्रलोभने दाखविली. तरीही त्यांनी सती प्रथा स्वीकारली नाही; याचे कारण म्हणजे, 'सामंतजींना श्रमशक्तीचा क्षय नको होता' कारण सामंतेतर जातींमध्ये ही प्रथा स्वीकारली गेली असती तर स्त्रिया व दास यांना जिवंत जाळले गेले असते. यातून सामंतांच्या सामंतेतर जाती या श्रमशक्तीचा क्षय, ऱ्हास झाला असता, म्हणजे सामंतांच्या जमिनी कसणाऱ्या श्रमिक जातींची संख्या रोडावली असती आणि सामंतांच्या भौतिक हितसंबंधांना तडा जाणार होता; म्हणून सामंतेतरांमध्ये ही प्रथा आली नाही, असे विश्लेषण शरद पाटलांनी दिले आहे. (पाटील शरद, दासशूद्रांची गुलामगिरी, खंड-२, पृ.७४).

सतीप्रथेचा भौतिक आधार त्यांनी दोन स्तरांवर प्रतिपादला - अ) ब्राह्मणांचे हितसंबंध. ब) सामंतजातींचे हितसंबंध

ब) सामंतजातींचे हितसंबंध

सतीप्रथा खालून सामंतप्रथेच्या काळात मात्र राजाच्या सामंतांमध्येही पसरली व पुढे अनेक जातींनी तिचा स्वीकारही केला; म्हणजे कनिष्ठ जातींच्या ब्राह्मणीकरणाच्या प्रक्रियेत सतीप्रथा स्वीकारणे किंवा तिचे समर्थन कनिष्ठ जातींनीही करणे सुरू झाले. धार्मिक चमत्काराच्या भीतीपोटी हे झाले असे कुमकुम संगारींचे आपल्या 'सती अहवालात'ले म्हणणे लक्षात घ्यायला हवे. त्या लिहितात, दलित जातींमध्ये सतीच्या स्वीकाराबद्दल 'धार्मिक चमत्काराच्या भीतीची' पार्श्वभूमी होती तर उच्च जातींमध्ये भ्रामक गौरवाच्या पार्श्वभूमीवर सर्व केले गेले.

There is noticeable difference in the preception of sati among the different castes. Its acceptance among most of the harijans in Jhali was at the level of its apprehension as a religious miracle. The emphasis on the exemplary nature of Sati, the evocation of the event in idealised and euphemistic terms seems restricted to the upper castes and classes. (P.173).

जगातील इतर देशातही स्त्रियांना जिवंत जाळण्याच्या घटना घडतात. परंतु, उच्चजातींद्वारे नियंत्रित जाती समाजातच स्त्रियांच्या जिवंत जाळण्याच्या पद्धतीला 'प्रथेचे' स्वरूप प्राप्त होऊ शकले. जातिव्यवस्थेला बळकटी आणणाऱ्या धर्माने त्याचे गौरवीकरण केले; म्हणूनच विसाव्या शतकाच्या उत्तरार्धातही रुपकुंवर सती

जाते आणि तिच्या समाधीचे रक्षण नव्या तलवारी हातात घेऊन करणारे राजपूत तरुण पाहावयास मिळतात. असे घडते त्याचे कारण, भारतात जातिव्यवस्था सती प्रथेला संस्थात्मक यंत्रणा प्रदान करते हे आहे. (भागवत/परदेशी, संपा. पृ.५७).

२. वैधव्य लादणे

वैधव्य सक्तीने लादल्यामुळे ती स्त्री जिवंत राहते आणि दुसऱ्या पुरुषाशी विवाहही करू शकत नाही. परंतु, इथेच न थांबता तिचा मोह कोणा पुरुषास होऊ नये म्हणून तिचे विद्रुपीकरण केले जाई. उदाहरणार्थ, तिचे केस कापून टाकणे, जाडीभरडी वस्त्रे नेसायला देणे, बंद खोलीतच वास्तव्य करावयास भाग पाडणे. इ.

एखाद्या लोकसमूहात जशा स्त्रिया वाढीव ठरू शकतात, तसेच पत्नी गेल्यानंतर पुरुषही वाढीव ठरतात. मात्र, प्राचीन काळापासून समाजव्यवस्थेत स्त्रियांपेक्षा पुरुषांना वरच्या दर्जाचे स्थान दिले गेले आहे, म्हणून डॉ. आंबेडकर पुढे असे म्हणतात, की ते केवळ पुरुष आहेत म्हणून त्यांना जिवंत जाळले जात नाही. पुरुष हा जात टिकविण्यासाठी उपकारक मानला जातो. (उक्त, पृ.२३). म्हणून वाढीव ठरलेल्या पुरुषांची व्यवस्था दोन प्रकारे लावली जाते.

अ) विधुरावर ब्रह्मचर्यावस्था लादणे

अशा वाढीव पुरुषांना जातव्यवहारापासून अलिप्त ठेवून संन्यास घेण्यास भाग पाडले जाई. परंतु, कोणत्याही जातीला इतर जातींशी स्पर्धा करताना संख्यात्मक वाढही महत्त्वाची वाटे; म्हणून जातीचे संवर्धन करणारा पुरुष ब्रह्मचारी असून कसे भागेल म्हणून त्यास गृहस्थावस्थेत ठेवले जाते, मग त्याला वधू कशी मिळणार?

ब) लग्नायोग्य नसलेल्या अल्पवयीन मुलीशी लग्न

जातीतल्या जातीत वधूची व्यवस्था करण्याचा प्रश्न वाढील पुरुषांसंदर्भात निर्माण होतो. स्त्री-पुरुषांची संख्या समान असल्यामुळे एका पुरुषाने एकाच स्त्रीशी विवाह करण्याची संधी असते. अशा परिस्थितीत वाढीव पुरुषाला जातीत जखडून टाकायचे असेल तर त्याला केवळ विवाह योग्य न झालेल्या वयोगटातील मुलगीच वधू म्हणून पुरवली जाऊ शकते. (उक्त, पृ.२४).

आंबेडकर म्हणतात, की मूलत: या रूढी अतिरिक्त पुरुष व स्त्रिया यांचा प्रश्न सोडविण्याच्या हेतूने आणि जाती अंतर्गत विवाहाची रूढी शाबूत ठेवण्याच्या उद्देशाने अस्तित्वात आल्या. या चारही बंधनाबाबत आंबेडकर, असे विश्लेषण करतात, की स्त्रीवर परंपरेने चालत आलेल्या या वरचष्म्यामुळे पुरुषाच्या इच्छा-आकांक्षा नेहमी विचारात घेतल्या जातात. याउलट, स्त्री ही नेहमीच धार्मिक, सामाजिक किंवा आर्थिक बाबतीत सर्व तऱ्हेच्या अन्यायकारक नियमांना बळी पडत आलेली आहे.

परंतु, पुरुषाची भूमिका ही नियम तयार करण्याची असल्यामुळे तो नियमांच्या पलीकडे असतो. अशी स्थिती असल्यामुळे एखाद्या जातीतील वाढीव स्त्रीवर जी बंधने घातली जाऊ शकतात तीच बंधने पुरुषावरही घालून स्त्री–पुरुषांना सारखीच वागणूक दिली जात नाही. (उक्त, पृ.२४).

या विश्लेषणामधून एक महत्त्वाचा सिद्धान्त आंबेडकरांनी मांडला आहे आणि तो म्हणजे 'स्त्रिया या जातिव्यवस्थेच्या प्रवेशद्वार आहेत.' आजवर जातिव्यवस्थेच्या निर्मितीची, वैशिष्ट्यांची जी चर्चा झाली ती मुख्यत: मांसभक्षण, विटाळ किंवा प्राय: धर्माच्या अंगाने झाली. परंतु, बाबासाहेब आंबेडकरांच्या विचारांचे वैशिष्ट्य असे, की त्यांनी प्रथमत: जातिव्यवस्था ही स्त्री शोषणातून निर्माण झाल्याचे प्रतिपादन केले आहे. स्त्रियांचे विद्रूपीकरण इ. रूढींतून ते हे दाखवून देतात. मिश्र विवाहाच्या चर्चेतूनही 'स्त्रिया या जातिव्यवस्थेच्या प्रवेशद्वार असतात' हा मुद्दा स्पष्ट होताना दिसतो. मिश्र विवाह करणाऱ्यास कडक शिक्षा करण्यात येई. मिश्र विवाहाचे दोन प्रकार होते. एक म्हणजे, अनुलोम विवाह व दुसरा, प्रतिलोम विवाह होय. अनुलोम विवाह म्हणजे असा विवाह, की ज्यात स्त्री कनिष्ठ जातीची तर पुरुष वरिष्ठ जातीचा असतो. तर प्रतिलोम विवाह म्हणजे ज्यात उच्च जातीची स्त्री आणि कनिष्ठ जातीचा पुरुष असतो; जातिव्यवस्था ही पुरुषप्रधान असल्याने प्रतिलोम विवाह निषिद्ध मानला जातो; कारण यात उच्च जातीची स्त्री ही विवाहानंतर आपोआप कनिष्ठ जातीय होणार आणि तिची शुचिता तिने भंग केली असे मानले जाते. मिश्र विवाह समाजात जर सर्रासपणे होऊ लागले तर जातिव्यवस्था खिळखिळी होण्यास मदत होते आणि याच भीतीपोटी मिश्र विवाह ब्राह्मणी परंपरेने निषिद्ध मानला; म्हणजे पुन्हा जातीची शुद्धता ठेवण्यासाठी व जात घट्ट करण्यासाठी स्त्रियांनी जातीबाहेर विवाह करू नये असे धर्मशास्त्र सांगते. अनुलोम विवाहात पुरुष उच्च जातीचा म्हणून त्याची बायकोही आपोआप उच्च जातीची होते; म्हणून तो विवाह एकवेळ सहन केला जातो. परंतु, प्रतिलोम विवाह नाही. हे सर्व स्त्रियांवर बंधने घालूनच टिकविले जाते असे आंबेडकरांचे म्हणणे आहे.

आंबेडकर म्हणतात, की " एकूण लोकसंख्येच्या किती भाग या दोन (स्त्री व शूद्र) शब्दांनी व्यापला आहे. स्त्री ही लोकसंख्येच्या निम्मा भाग आहे आणि उरलेल्यात शूद्र हे २/३ पेक्षा कमी नाहीत. हे दोघे मिळून एकंदर लोकसंख्येच्या ७५% आहेत. या प्रचंड लोकसंख्येवर ब्राह्मणशाहीने कायमचे दास्य आणि अधोगती अवस्था लादली आहे. ७५% लोकांना सक्तीने या अधोगत अवस्थेत ठेवल्यामुळेच व त्यांचे जीवन स्वातंत्र्य आणि सुखाचा मार्ग आक्रमणाचा हक्क नाकारल्यामुळेच भारत हे एक विनाशाप्रत पोचलेले जवळजवळ मृतवत राष्ट्र बनले." (ब्राह्मणशाहीचा विजय, पृ.५५).

स्त्री दास्याची कारणमीमांसा

आंबेडकरांनी भारतीय स्त्रियांच्या दास्याचा ऐतिहासिक आढावा घेतला आहे. 'हिंदू स्त्रियांची उन्नती आणि अवनती' या आपल्या महत्त्वपूर्ण निबंधात त्यांनी ब्राह्मणी संस्कृतीने स्त्रियांना कसे हीन लेखले, स्त्रियांवर, बंधने कशी लादली याचे विश्लेषण केले आहे. रामकृष्णाचे गौडबंगालमध्ये डॉ. आंबेडकर नमूद करतात, एक व्यक्ती म्हणून रामाबद्दल बोलताना मी फक्त सीतेला त्याने दिलेली वागणूक, (रामकृष्णाचे गौडबंगाल पृ.७). बौद्ध परंपरा स्त्री-पुरुष समता सांगणारी, वर्णव्यवस्था विरोधी परंपरा होती. उलट, हिंदू धर्मपरंपरा मुलगी जन्माला येणे हेदेखील मागील जन्माचे पाप मानते. आपले हे म्हणणे आंबेडकरांनी बौद्ध वाङ्मयातील राजा प्रसेनजीत याच्या कथेतून स्पष्ट केले आहे.

गौतम बुद्धाच्या भिक्षु संघात स्त्रियांना प्रवेश होता. ब्राह्मणी परंपरेने मात्र स्त्रियांना ज्ञानार्जनास बंदी घातली होती. त्यांना आध्यात्मिक अधिकार नाकारले. मोक्षप्राप्ती नाकारली. संन्यास घेण्यास बंदी केली गेली. स्त्रिया व शूद्रांना संन्यास घेण्याचा अधिकार नाकारण्यात आला. वेदपठण करण्याचा, ऐकण्याचा अधिकार स्त्रिया व शूद्रांना नाही असे मनुस्मृतीने सांगितले. त्यांना धर्माचे शिक्षण घेण्यास मज्जाव करण्यात आला. मात्र, धर्मशास्त्र सांगते, की वैदिक मंत्र उच्चारले तरच पाप नष्ट होते; म्हणजे स्त्रियांना व शूद्रांना वेदांचा अधिकार नाकारून पापापासून मुक्त होण्याची संधीच नाकारलेली आहे.

आंबेडकरांच्या मते, ब्राह्मणी विचार परंपरेचे स्त्री विषयक धोरण म्हणजे भारतातील स्त्री वर्गाचा उपमर्द आणि विनाश करणारे आहे. ज्ञानार्जन करण्याचा अधिकार सर्व मानवास असला पाहिजे. मात्र, कोणतेही सयुक्तिक कारण न देता ब्राह्मणी संस्कृतीने ज्ञानार्जनाचा अधिकार स्त्रियांपासून हिरावून घेतला आहे.

सारांश, ब्राह्मणी कुटिल नीतीमुळे स्त्रिया आध्यात्मिक ज्ञानार्जनाच्या अधिकारापासून वंचित झाल्या आहेत, असे आंबेडकर स्पष्ट करतात. आध्यात्मिक ज्ञानसंदर्भात ब्राह्मणी छावणीने स्त्री-पुरुषांमध्ये भेदभाव केला आहे. ते असे म्हणतात, की पुरुष जरी आध्यात्मिक ज्ञानापासून दूर असला तरी तो इतरांपेक्षा अधिक ईश्वराजवळ असतो. परंतु, हेच स्त्रियांबद्दल सत्य का नाही? याचे उत्तर ब्राह्मणग्रस्तांकडे नाही. आंबेडकरांच्या मते, ब्राह्मणी छावणीने ज्ञानार्जनाच्या संदर्भात स्त्रियांवर केलेले दोन प्रमुख अन्याय गौतमबुद्धाने दूर केले आहेत. ते म्हणजे बुद्धांनी स्त्रियांना परिव्रज्येचा अधिकार मान्य केला होता. परिव्रजा म्हणजे धम्मदीक्षा! म्हणूनच आंबेडकर म्हणतात, की गौतमबुद्धाने भारतातील स्त्रियांना गुलामगिरीतून मुक्त केले. त्यांच्या जीवनात क्रांती घडवून आणली.

स्वातंत्र्य, समता व बंधुता ही मूल्यत्रयी बाबासाहेब आंबेडकरांच्या चिकित्सेचा पाया होती. स्त्री-पुरुष समता व जातिविरहित समाजरचना हा त्यांचा आदर्श होता म्हणूनच इतिहासकाळात स्त्रीचे स्थान नेमके काय होते व ते कसे बदलत गेले याचा शोध त्यांनी घेतला. जातिव्यवस्था व मनुप्रणीत कायद्यांनी स्त्री समूहाला अवनत अवस्थेला आणून ठेवल्याचे ऐतिहासिक पुराव्याच्या आधारे त्यांनी मांडले. स्त्री दास्याच्या आकलनासाठी त्यांचे हे योगदान अत्यंत महत्त्वपूर्ण आहे.

ब्राह्मण-मनु आणि जातिव्यवस्था

जातिसंस्थेच्या निर्मितीची सुरुवात ब्राह्मण जातीपासून झाली, हे खरे असले तरी ब्राह्मणेतरांत या संस्थेचा प्रसार कसा झाला? आंबेडकरांनी जातिसंस्थेचा उगम आणि तिचा प्रसार हे दोन भिन्न मानले होते. त्या वेळी जातिसंस्थेच्या निर्मितीसंबंधी विचारवंतात प्रमुख दोन विचारप्रवाह प्रचलित होते. एक असा, की जातिसंस्थेची निर्मिती ही दैवी विभागणी असून भारतीय स्मृतीकारांनी ती समाजावर लादली आहे; व दुसरा प्रवाह असा, की जातिसंस्था भारतीय समाजाच्या विशिष्ट सामाजिक उत्क्रांतीच्या नियमामुळे जन्माला आली आणि प्रसार पावली. हे दोन्हीही विचारप्रवाह आंबेडकरांना मान्य नव्हते. मनुस्मृतीत जातिसंस्थेचे समर्थन जरूर आहे; म्हणून जातिसंस्थेचे जनकत्व मनुकडे बहाल करण्याचा मोह अनेकांना होतो. आंबेडकरांना असा मोह झाला नाही. बाबासाहेब या संदर्भात लिहितात, ''जातिसंस्था मनुच्या फार पूर्वीच अस्तित्वात होती. मनु फक्त जातिसंस्थेचा एक समर्थक व प्रचारक होता, म्हणून त्याने या संस्थेला एक तात्त्विक रूप दिले. सध्याची हिंदू समाजातील जातिसंस्था निर्माण करणे हे मनुच्याच काय, परंतु कुठल्याही व्यक्तीच्या किंवा वर्गाच्या सामर्थ्याच्या व धूर्तपणाच्या पलीकडे होते. त्याकाळी अस्तित्वात असलेल्या जातीचे नियम संकलित करण्यात व जातिधर्माचा उपदेश करण्यात मनुची उभी हयात खर्च झाली.''

जातिसंस्थेच्या उगमासंबंधी आजही अनेक भ्रामक समजुती आहेत. केवळ धर्मग्रंथांना दोषी धरून त्यांना बडवीत बसणे निरर्थक आहे. धर्मग्रंथ केवळ आपल्याला जातिसंस्थेचे स्वरूप ऐतिहासिक विविध कालखंडात कसे होते याची वर्णने देतात, ती टिकवून धरण्यासाठी उपदेश करतात. त्या दृष्टीने काही रूढी निर्माण करण्याचा प्रयत्न करतात; म्हणूनच जातिसंस्थेच्या निर्मितीच्या शोधासाठी धर्मग्रंथाच्या कोषातून बाहेर पडावे लागते आणि तिचा शोध त्या त्या कालखंडातील भौतिक परिस्थितीत शोधावा लागतो. बाबासाहेब आंबेडकरांचा जातिसंस्था संबंधीचा दृष्टिकोन हा अधिक शास्त्रीय होण्याचे कारण, त्यांनी जातिसंस्था एखाद्या व्यक्तीच्या, धर्माच्या अथवा धर्मग्रंथाच्या उपदेशातून निर्माण झाली, असे कधीच मान्य केले नाही. त्यांनी

स्पष्टपणे नोंदवून ठेवले आहे, की जातिसंस्था केवळ उपदेशाने निर्माण झालेली नाही आणि ती केवळ उपदेशाने नष्टही करता येणार नाही.

जातिसंस्थेच्या उगमासंबंधीच्या दैवी सिद्धान्तास व तिचे जनकत्व मनुकडे बहाल करण्यास बाबासाहेबांनी जसा नकार दिला, तसाच जातिसंस्था ही समाजाच्या उत्क्रांतीच्या नियमातून जन्माला आली, हा सिद्धान्तही नाकारला; जर जातिसंस्था ही समाजाच्या उत्क्रांतीच्या नियमातून तयार झाली असेल तर मग भारत सोडून अन्य देशांत ही संस्था का निर्माण झाली नाही? असा प्रश्न त्यांनी जातिसंस्थेच्या अभ्यासकांसमोर उभा केला आहे.

जातवर्णव्यवस्थेची वंशवादी मीमांसा आणि बाबासाहेब आंबेडकर

'शूद्र पूर्वी कोण होते?' या ग्रंथाने जगातील समाजशास्त्रज्ञांना एक प्रकारे आव्हान केले आहे. समाजशास्त्रज्ञांच्या मते, हिंदी-आर्य लोकांची सामाजिक संघटना चातुर्वर्ण्याच्या सिद्धान्तावर उभारलेली आहे, असे सर्वसाधारण मत रूढ आहे, किंवा त्याचा विस्तार केवढा आहे, याबद्दलची कल्पना त्या मतावरून येत नाही.

आर्य परदेशीय होते. त्यांचा वंश आर्य आहे. येथील मूळचे अनार्य म्हणजेच वेदातील दास, दस्यु हा पाश्चिमात्य प्राच्यविद्या संशोधकांचा सिद्धान्त आधुनिक हिंदू जे ब्राह्मण होते त्यांनी स्वीकारला. ब्राह्मण संशोधकांनी हा सिद्धान्त स्वीकारण्याची दोन कारणे बाबासाहेब सांगतात. "ब्राह्मणांची द्विराष्ट्रवादाला मान्यता आहे. आपण आर्यवंशाचे आहोत असा ब्राह्मणांचा दावा आहे... ब्राह्मणेतरांवर पूर्वी ब्राह्मणांचे जे श्रेष्ठत्व अनेक वर्षांपासून स्थापन झालेले आहे त्याला पुष्टीदायक पुरावा त्या भागात मिळतो, म्हणून त्या भागाला ब्राह्मण लोक विशेष महत्त्व देतात.

एक व्युत्पन्न प्राच्यविद्याविशारद असा लौकिक लाभलेल्या आर.जी. भांडारकरांनी प्राच्यविद्येच्या प्रभावाखाली जातिसंस्थेचा मागोवा घेतला. आर्य-अनार्य या प्रमेयाचा स्वीकार करून आर्य आक्रमणाच्या सामाजिक स्थितीमध्ये वर्णजातिसंस्थेचा वेध घेतला. मात्र, वैदिक समाजाला वर्ण-जातिसंस्थेच्या उत्पत्तीसाठी त्यांनी जबाबदार धरले नाही. ब्राह्मण, क्षत्रिय व वैश्य हे तीन वर्ण असलेल्या वैदिक समाजामध्ये कवष, एलुष, विश्वामित्रांसारख्या अब्राह्मण वर्णातील व्यक्ती ब्राह्मणत्वाच्या पदापर्यंत पोहोचत होत्या. याचा अर्थ वर्णसमाज आनुवंशिकतेवर आधारित नव्हता. या समाजात कर्तृत्वाप्रमाणे सामाजिक अभिसरण घडत होते, असा युक्तिवाद करून भांडारकरांनी वैदिक वर्णसमाजाचा आदर्श अबाधित ठेवला. शक, ग्रीक व पर्शियन वगैरे वंशांची भारतात जी आक्रमणे झाली त्यातून जातिसंस्थेचा विस्तार झाला, असे मत त्यांनी मांडले.

आर्य आक्रमणानंतर आर्यांच्या त्रैवर्ण्य समाजामध्ये स्थानिक दस्युगणांना

सामील करून घेण्यात आले. त्यातून चौथा शूद्र वर्ण अस्तित्वात आला. आस्ते-आस्ते हे वर्ण विभाजन आनुवंशिक बनू लागले. परंतु, तरीही निरनिराळ्या वर्णांमध्ये विवाह घडत राहिले. अनुलोम व प्रतिलोम विवाहांतून नव्या मिश्र जाती उदयाला येऊ लागल्या, असे विवेचन करून वर्णसंकरातून विविध जातींचा उदय झाला. या ब्राह्मणी गृहीतांचा भांडारकरांनी स्वीकार केला. वंश हे जातीच्या उद्‌गमाचे महत्त्वाचे कारण असल्याचे भांडारकरांनी वारंवार सांगितले.

अनुवंशशास्त्राच्या काही तथ्यांचा विपर्यस्त अर्थ लावून त्या आधाराने चातुर्वर्ण्याचे आणि जातिव्यवस्थेचे समर्थन बहुतांशी उच्चजातवर्गीयांनी आजपर्यंत केलेले आहे. सावरकरांनी ही वर्णव्यवस्था आणि जातिव्यवस्था अनुवंशशास्त्रीय सामाजिक प्रयोग असल्याचे गृहीतक प्रतिपादन केले आहे.

'गुणकर्मावर आधारलेले चातुर्वर्ण्य लोप पावून जन्मनिष्ठ जातिभेदाचा फैलाव होत गेला आणि हिंदुस्थानचा अध:पात झाला आहे.' अशी मीमांसा करून सावरकर लिहितात, की 'पितृसार्वर्ण्य, मातृसार्वर्ण्य, अनुलोम व प्रतिलोम या चार प्रथांमुळे चातुर्वर्ण्य व संकरोत्पन्न शेकडो जातीत शुद्ध अनुवंश राहिलेला नाही. त्यामुळे आजचा जातिभेद हा जन्मजात नसून पोथीजात आहे.' हिंदूराष्ट्राच्या उत्थानासाठी आणि हिंदू संघटनांसाठी आजच्या 'जन्मजात जातिभेदाचा उच्छेद करून गुणजात जातिभेदाचा उद्धार' केला पाहिजे.

'जातिसंस्थेमुळे हिंदूंचे रक्त शुद्ध राहिले. परकीय रक्त आपल्या जाती-जमातीत भेसळ न होऊ देण्याला जातिभेदाने मदत केली.' असे सावरकर 'हिंदुत्व' या पुस्तकात लिहितात.

जातीसंस्थेच्या या ऐतिहासिक कार्याबद्दल ते कौतुकाने लिहितात हिंदुत्ववादासाठी वंशभेदाच्या संकल्पनेचा आधार घेतात.

ओ. हॅन्लनच्या मते, ''आर्य-अनार्य संघर्षाचा सिद्धान्त वंश संघर्षाचा सिद्धान्त असण्यापेक्षा 'आक्रमण सिद्धान्त' (Conquest Theory) म्हणून फुल्यांनी मांडलेला आहे. गं. बा. सरदार 'येथील मूळचे आर्येत्तर नाना जमातींचे लोक आणि बाहेरून आलेले आर्य यांच्या संघर्षातून पुढे चातुर्वर्ण्यव्यवस्था अमलात आली.'' या जोतिरावांच्या प्रतिपादनात पुष्कळच तथ्य आहे असा निर्वाळा देतात.

जातिव्यवस्थेच्या प्रश्नाची पारंपरिक मार्क्सवादापेक्षा वेगळी मांडणी करू पाहणाऱ्या डॉ. गेल ऑम्व्हेट यांनी फुलेवादाला वर्णजातिव्यवस्था उगमाच्या संदर्भात रिस्ले, इबेट्सन इत्यादी ब्रिटिश साम्राज्यवादी पंडितांच्या व राजवाडे इ. भारतीय सनातनी पंडितांच्या पंक्तीला नेऊन बसविले आहे असे कॉ. शरद पाटील यांचे म्हणणे आहे.

१९ व्या शतकात इंग्रज प्रशासक अभ्यासकांनी हा (वंशवादी सिद्धान्त)

मांडला. ढोबळमानाने त्यांचे म्हणणे असे आहे- गोऱ्या रंगाच्या 'आर्यांनी' (इंडो-युरोपियनांनी) आक्रमण करून एतद्देशीय काळ्या द्रविड लोकांवर विजय मिळविला, आणि त्यामध्ये आंतर्विवाहावरील निर्बंध आणि संबंधित श्रेणीव्यवस्था यांचा वापर जिंकून घेतलेल्या लोकांना अंकित बनवून सामावून घेण्यासाठी केला व त्यातून जातिव्यवस्था निर्माण झाली. स्वत:च्या श्रेष्ठ स्थानाला आधुनिक प्रकारचे समर्थन लाभत असल्याने इथल्या ब्राह्मण अभिजनांनी हा सिद्धान्त झटदिशी स्वीकारला. कारण याचा अर्थ असा होता, की उच्च जातीय भारतीय संस्कृतीचा उगम व गाभा वेदांमध्ये होता. हाच सिद्धान्त नंतर ब्राह्मणेतर जहालवाद्यांनी तसाच्या तसा स्वीकारला आणि त्याचा उलट वापर सुरू केला; ते म्हणू लागले, की स्थानिक अनार्य व द्रविड लोकांची एतद्देशीय संस्कृती ही समतावादी, अधिक श्रेष्ठ होती व उच्च जातीय आर्यांच्या आक्रमणामुळे विषमता निर्माण झाली. बहुधा डॉ. बाबासाहेब आंबेडकरांनीच फक्त हा सिद्धान्त त्याज्य ठरवला आहे.

आंबेडकरांनी हा वंशवादी सिद्धान्त नाकारलेला असला तरी, शूद्र हे मुळात आर्य क्षत्रिय असून ते आर्य ब्राह्मणांच्या दुष्टाव्यामुळे शूद्र बनले असा सिद्धान्त त्यांनी 'हू वेअर द शूद्राज' मध्ये मांडलेला आहे.

विसाव्या शतकात सर हर्बर्ट रिस्ले यांनी प्रथम मानववंशशास्त्राची संशोधन पद्धती वापरून भारतातील निरनिराळ्या लोकांची पाहणी केली आणि आर्य, द्रविड, मंगोल आणि शक या चार वंशांचे येथे मिश्रण असल्याचे नमूद केले. त्यांची पाहणी प्राथमिक स्वरूपाची होती. त्यानंतर, १९३६ साली गुहा यांनी अधिक पद्धतशीरपणे निरनिराळ्या प्रदेशातील लोकांच्या डोक्यांची मोजमापे घेऊन लांब डोक्याचे लोक देशाच्या अंतर्भागात असून तोकड्या डोक्याचे लोक परिघावर राहतात असा निष्कर्ष काढला. हे लांब डोक्याचे लोक पूर्वी भूमध्य समुद्राच्या किनाऱ्यावर राहत होते व तेथून ते तेथे येऊन पोहोचले. दुसरे, लहान डोक्याचे आल्पाइन वंशाचे लोक मूळच्या हिमालयाच्या उत्तरेस असणाऱ्या पामीरच्या पठारावरचे, तेथून ते येथे आले. या दोन्ही गटांची भाषा आर्यच होती, असे गुहा यांचे प्रतिपादन आहे. आंबेडकर यांनी गुहा यांचे हे निष्कर्ष स्वीकारलेले आहेत.

आर्य हा एक वंश नसून तो एक भाषांचा गट होता. ती एक संस्कृती होती असे आधुनिक इतिहासकारांचे मत आहे. आर्य भाषा बोलणारे लोक जेव्हा युरोप आणि आशिया खंडात पसरले तेव्हा वाटेत अनेक निरनिराळ्या जमाती निरनिराळ्या काळी भारतात आल्या. त्या संघटित नसल्यामुळे त्यांनी भारतावर स्वारी केली या म्हणण्यातही काही अर्थ नाही. आर्य भाषा बोलणारे लोक जेव्हा युरोप व आशिया खंडात पसरले तेव्हा वाटेत अनेक निरनिराळ्या जमातींशी त्यांचे नात्याचे संबंध

जडले. त्यामुळे आज कुठेही शुद्ध आर्यवंशी अस्तित्वात नाही. बाबासाहेबांना आधुनिक इतिहासकारांचे हे मत मान्य आहे.

भारतात आलेले आर्य लोक उत्तर युरोपातील जर्मन व इंग्लिश लोकांप्रमाणे भुऱ्या केसांचे व निळ्या डोळ्यांचे नव्हते. दक्षिण फ्रान्समधील लोकांप्रमाणे ते काळ्या केसांचे व काळ्या डोळ्यांचे होते. त्यांना स्वत:च्या रंगाचा अभिमान व काळ्या रंगाबद्दल घृणा होती असे म्हणण्याला वाव नाही. इथल्या आर्यपूर्व जमातींमध्ये ते सहजपणे मिसळून गेले. इतकेच नव्हे, राम व कृष्ण हे हिंदूंचे लोकप्रिय देव सावळे होते असे मानण्यात येऊ लागले. ऋग्वेदात आर्य हा शब्द कुठेही वंश या अर्थाने वापरण्यात आलेला नाही. वर्ण याचा अर्थ रंग असे मानणेही योग्य नाही. 'झेंड अवेस्टा' या पारशी लोकांच्या धर्मग्रंथात 'वरिन' असा शब्द आहे. त्याचा तो अपभ्रंश असावा. तिथे त्या शब्दाचा अर्थ धर्ममत असा आहे. हा सर्व पुरावा ध्यानात घेतला तर वंशवादाचा सिद्धान्त कोलमडून पडतो असे आंबेडकरांनी आग्रहाने प्रतिपादिले आहे.

वंशभिन्नतेचा सिद्धान्त

प्रसिद्ध समाजशास्त्रज्ञ स्टॅनले राईस यांनी आपल्या 'हिंदूंचे रीतीरिवाज व त्यांचा उगम' या ग्रंथात अस्पृश्यतेच्या उगमाची वंशभिन्नता आणि गलिच्छ व्यवसाय अशी दोन कारणे दिली आहेत. राईस यांनी भारतावर दोन वंशांच्या लोकांच्या स्वाऱ्या झाल्या असे गृहीत धरले आहे. पहिली स्वारी द्रविड वंशाच्या लोकांनी केली. त्यांनी द्रविडेतर लोकांचा पराभव केला व त्यांना अस्पृश्य बनविले. दुसरी स्वारी आर्यांची होती. त्यांनी द्रविड लोकांना जिंकून घेतले व त्यांना शूद्र वर्णात समाविष्ट केले असे राईस यांचे अनुमान आहे.

बाबासाहेबांनी या वंशवादी सिद्धान्ताचा प्रतिवाद केला आहे. प्राचीन भारतीय साहित्यात आर्य, द्रविड, दास आणि नाग यांचे उल्लेख वारंवार येतात. त्यावरून या जमाती हे निरनिराळे वंश होते असा जो शोध अनेक संशोधकांनी लावलेला आहे त्याला पुरेसा आधार नाही. त्यांच्यामध्येही दोन गट होते. ज्यांना आर्य म्हटले जाते ते एकाच जमातीचे लोक होते हेही खरे नाही. त्यांच्यामध्येही दोन गट होते. एक ऋग्वेदी आर्य व दुसरे अथर्ववेदी आर्य होत. ऋग्वेदी आर्यांची यज्ञावर तर अथर्ववेदीकांची यातुविधीवर श्रद्धा होती. त्यांची दैवतेही वेगळी होती. पूर्वी कधीकाळी पृथ्वीवर प्रलय झाला आणि त्यानंतर मनुपासून आपली उत्पत्ती झाली असे ऋग्वेदी आर्य मानीत असत. उलट, अथर्ववेदीय आर्यांनी आपली उत्पत्ती ब्रह्मा किंवा प्रजापती यांच्यापासून झाली असे म्हटले आहे. त्याचा साहित्यिक विकासही दोन भिन्न मार्गांनी झाला. ऋग्वेदी आर्यांनी 'ब्राह्मणे', 'सूत्रे', 'अरण्यके' हे ग्रंथ निर्माण केले. अथर्ववेदी यांनी

'उपनिषदे' लिहिली. त्यांच्यामधील सांस्कृतिक संघर्ष इतका तीव्र होता, की ऋग्वेदी आर्यांनी 'अथर्ववेदा'चे किंवा 'उपनिषदां'चे पावित्र्य बराच काळ मान्यच केले नाही आणि यावेळी त्यांनी त्यांना मान्यता दिली त्या वेळी ते त्याला 'वेदान्त' म्हणू लागले. वेदान्ताचा मूळ अर्थ वेदातील तथ्यांश असा जो केला जातो तो त्याकाळी रूढ नव्हता. वेदान्ताचा मूळ अर्थ वेदाच्या परिघावर असणारा असाच होता. या दोन जमाती हे दोन वेगवेगळे वंश होत किंवा आर्य शब्द हा वंश या अर्थाने वापरला जात होता याबद्दल निश्चित माहिती उपलब्ध नाही. प्राच्यविद्याभ्यासकांनी आर्य हा वंश मानून त्यावरून जे निष्कर्ष काढले आहेत ते चुकीचे आहेत असे आंबेडकरांचे प्रतिपादन आहे.

नाग, दास आणि द्रविड हे निरनिराळे वंश होते असे मानणेही योग्य नाही. जुन्या संस्कृत साहित्यात ही तिन्ही नावे एकाच लोकांसाठी वापरण्यात आलेली आहेत. दास हा शब्द पारशी भाषेतील 'दाहक' या शब्दाचे रूप आहे. दाहक हा नागांचा राजा होता. नाग हे आर्येतर लोक होते व त्यांचा आर्यांशी अनेक वेळा संघर्ष झाला. नाग हे भारतातील प्राचीन लोक होते. ते भारतात सर्वत्र पसरलेले होते. ते असंस्कृत होते असे म्हणणे वस्तुस्थितीला धरून नाही. अनेक प्रदेशात जे राजे होते व निरनिराळ्या राजघराण्यांशी त्यांचे नात्याचे संबंध जुळलेले होते. या नाग लोकांनाच पुढे 'द्रविड' अशी संज्ञा मिळाली. नागांच्या भाषेचे उत्तर भारतातील अनेक प्राकृत भाषांशी, विशेषत: पैशाचीशी जवळचे नाते होते. द्रविड हा शब्द वंशवाचक नसून भाषावाचक आहे. तामिळचे संस्कृत रूप तमिल असे होऊन त्याचे पुढे द्रविड हे रूप झाले. पुढे उत्तरेकडील अनेक नाग जमातींनी आपली मूळ भाषा सोडून संस्कृतचा स्वीकार केला आणि द्रविड भाषा केवळ दक्षिणेत शिल्लक उरल्या. त्यामुळे दक्षिणेतील लोकांना 'द्रविड' म्हणण्यात येऊ लागले, असा आंबेडकरांच्या म्हणण्याचा इत्यर्थ आहे.

माणसांच्या नाकांची लांबी व रुंदी यांचे प्रमाण लक्षात घेऊन त्यांचा वंश ठरविण्याचा एक मार्ग मानववंशशास्त्रानी शोधून काढला आहे. भारतातील निरनिराळ्या जातींच्या माणसांना हे परिमाण लावून अभ्यास केला तेव्हा एकाच प्रदेशात वास्तव्य करणाऱ्या हिंदू सवर्ण जातींच्या मोजमापाहून अस्पृश्य जातींचे मोजमाप वेगळे नाही असे शास्त्रज्ञांच्या निदर्शनास आले. उदाहरणार्थ, पश्चिम महाराष्ट्रातील देवस्थ ब्राह्मण, मराठे आणि महार यांची नैसर्गिक देहयष्टी सारखीच आहे. यावरून अस्पृश्य हे आर्य व द्रविड यांच्याहून वेगळ्या वंशाचे नव्हते; तर ब्राह्मण क्षत्रिय व अतिशूद्र यांचा वंश एकच होता असा प्राच्यविद्याभ्यासक जी. एस. घुर्ये यांनी निष्कर्ष काढला आहे.

शूद्र वर्णाची उत्पत्ती

हिंदू समाजात पाचवा वर्ण उत्पन्न होईपर्यंत शूद्र म्हणजे नीचातला नीच माणूस असे हिंदूंना वाटत होते. शूद्रांची लोकसंख्या हिंदूंच्या लोकसंख्येच्या मानाने ७५ ते ८० टक्के आहे, असे आंबेडकरांचे म्हणणे आहे.

मुळात त्रैवर्णिक असलेली वर्णव्यवस्था चार वर्णांची कशी झाली आणि चौथा वर्ण 'शूद्र' कसा उदय पावला हे आंबेडकरांनी सूत्ररूपाने मांडले, ते याप्रमाणे आहे–

१. शूद्र लोक हे सूर्यवंशाच्या ज्या आर्य जमाती होत्या त्यांपैकी एका जमातीचे आहेत.

२. एक कालखंड असा होता, की यावेळी आर्य समाज फक्त तीन वर्ण म्हणजे ब्राह्मण, क्षत्रिय व वैश्य मानीत होता. त्या वेळी शूद्र हा स्वतंत्र वर्ण समजला जात नव्हता.

३. शूद्र वर्ण हा स्वतंत्र वर्ण नव्हता तर तो क्षत्रिय वर्णाचाच एक भाग होता.

४. शूद्र राजे आणि ब्राह्मण यांच्यात सतत संघर्ष चालू असत. या संघर्षात ब्राह्मणांवर पुष्कळ अत्याचार व अपमानास्पद जुलूम करण्यात आलेले होते.

५. याचा परिणाम म्हणून ब्राह्मण शूद्रांचा द्वेष करू लागले. ब्राह्मणांनी शूद्रांचे उपनयन करण्याचे नाकारले.

६. जे शूद्र क्षत्रिय होते आणि ज्यांचा उपनयनाचा अधिकार ब्राह्मणांनी नाकारला होता, ते साहजिकच सामाजिक व्यवस्थेत वैश्यांच्याही खाली गेले आणि मूळच्या त्रैवर्णिक समाजात शूद्र वर्णांची भर पडली व तो चातुर्वर्ण्य बनला.

आंबेडकरांनी वर्णव्यवस्थेबद्दल आणि विशेषत: शूद्र वर्णाच्या उत्पत्तीबद्दल जो सिद्धान्त मांडलेला आहे तो जसा नवीन होता तसाच तो वादग्रस्तही ठरला परंतु, आंबेडकरांनी आपला सिद्धान्त विविध पुराणांच्या आधाराने आणि पूर्वसुरींच्या मतांची कठोर चिकित्सा करून अतिशय परिश्रमपूर्वक मांडलेला आहे. भारतात जेव्हा आर्य आले त्या वेळी त्यांचा इथल्या मूळ रहिवाशांशी प्रचंड संघर्ष झाला. या संघर्षाला वांशिक आधार होता हे म्हणणे आंबेडकरांना मान्य दिसत नाही. आर्य हा ऋग्वेदातील शब्द वांशिक अर्थाने नाही, तर भाषिक अर्थाने वापरलेला आहे, असे त्यांचे मत होते. हे आपले मत त्यांनी वैदिक वाङ्मयातील विविध संदर्भांनी सिद्ध करण्याचा प्रयत्न केलेला आहे. त्यामुळेच ऋग्वेदात दिसणारा दास, दस्यु विरुद्ध आर्य यांच्यातील संघर्ष हा वांशिक स्वरूपाचा नसून तो 'आर्य विरुद्ध आर्य' असाच संघर्ष होता, असे त्यांचे मत होते. एकेकाळचे दास हे अलीकडचे शूद्र आहेत, हे म्हणणेही बाबासाहेबांनी नाकारलेले आहे. त्यासाठी त्यांनी ऋग्वेदातील सुदासाचे उदाहरण दिलेले आहे.

'शूद्र' हे एखाद्या टोळीचे अथवा वर्गाचे नाव असावे, असे आंबेडकरांना वाटत होते. गतेतिहासात ब्राह्मण आणि क्षत्रिय यांच्यात झालेल्या लढाया या वस्तुतः ब्राह्मण आणि शूद्र यांच्यात झालेल्या लढायाच आहेत, असे आंबेडकर सांगतात आणि त्यासाठी महाभारताच्या शांतिपर्वातील साठाव्या अध्यायातील ३८ ते ४० ओव्यांकडे लक्ष वेधतात.

आंबेडकर शेवटी म्हणतात, हिंदी आर्य समाजातील शूद्र आणि हिंदू समाजातील शूद्र हे एक नव्हते. हिंदू समाजातील शूद्र हे हिंदी आर्य समाजातील शूद्रांचे वांशिक दृष्टीने वारस नव्हते. हिंदी आर्य समाजात 'शूद्र' हा शब्द एका समाजाचे नाव होता. हिंदू समाजामध्ये 'शूद्र' हा शब्द कनिष्ठ, असंस्कृत अशा समाजाचे द्योतक म्हणून वापरण्यात येत असतो. आर्यांच्या समाजातील शूद्र आणि हिंदू समाजाचे शूद्र हे दोन निराळे व परस्परांपासून भिन्न स्वरूपाचे लोक होते, हे सत्य आहे, असे आंबेडकर म्हणतात. धर्मशास्त्रकारांनी शूद्रांमध्ये जे भेद केले त्यावरून दिसून येते की 'सच्छूद्र' आणि 'निर्वासित शूद्र' हे शब्द हिंदू समाजाचा एक घटक म्हणून व्हावयास या शूद्रांनी सुरुवात केली त्या शूद्रांना विशेष म्हणून वापरलेले आहेत.

सर्व मुद्द्यांचा विचार करून आंबेडकरांनी उपरोक्त सिद्धान्त मांडला आहे. प्राचीन आर्य जमातीतील ख्यातनाम आणि बलवान असे राजे शूद्रच होते, याबाबत आंबेडकरांनी प्रो.वेबर यांचे मत उद्धृत केले- "शूद्र आर्यांपैकीच आहेत आणि इतरांपेक्षा आधीच ते भारतात आले हे मला आता संभवनीय वाटते." या सर्वांवरून शूद्र हे आर्य होते, क्षत्रिय होते, असे निष्कर्ष डॉ. आंबेडकरांनी काढले आहेत.

सार रूपात लिहायचे तर, हिंदू धर्मातील जातींच्या निर्मितीच्या मुळाशी वंशशुद्धी वा रक्तशुद्धीचा सिद्धान्त आहे असे सांगण्यात येते. या सिद्धान्ताचा फोलपणा बाबासाहेबांनी दाखवून दिला आहे. तसे पाहता जातींची निर्मिती कशी झाली, याबद्दल विस्तृत विवेचन त्यांनी 'कास्ट इन इंडिया' या त्यांच्या शोधनिबंधात केलेले आहे. परंतु, या सिद्धान्ताचे समर्थन हिंदूधर्माचे पुरस्कर्ते करतात, त्यांचे खंडन करणेही आवश्यक ठरते.

ब्राह्मणांपासून-मराठांपर्यंत सर्व जातीत रक्तमिश्रण घडून आल्याचे श्री.डी. आर. भांडारकर या समाजशास्त्रज्ञाच्या आधाराने आंबेडकर स्पष्ट करतात. मात्र, पुढे ते स्वतःच आपला युक्तिवाद बिनतोडपणे मांडतात, 'प्रत्येक जात ही स्वतंत्र वंश आहे. ब्राह्मणांनी वंशशुद्धी राखली तर मद्रासच्या काळ्याकुट्ट ब्राह्मणात व पंजाबच्या श्वेतवर्गी ब्राह्मणात कोणते साम्य आहे? उलट, मद्रासचा अस्पृश्य व ब्राह्मण हे वंशाने जास्त निकट आहेत. कोणत्याही समाजात सुदृढ व निकोप प्रजा निर्मितीकरिता न्याय्य संयोग मान्य झालेला आहे. परंतु, जातिव्यवस्थेत हेही उद्दिष्ट साध्य होत

नाही. योग्य व अनुरूप स्त्री–पुरुषांना एकत्र येण्यास जातिव्यवस्था प्रतिबंध करते, ती निव्वळ भिन्न जातींमुळे; इतकेच नव्हे तर पोटजातींमध्ये विवाहास प्रतिबंध आहे. प्रजावृद्धी अशा बंधनांमुळे कशी साध्य होणार?'

रक्तशुद्धीही जातिव्यवस्था राखू शकली नाही. जाती–पोटजातीत रोटीबंदी का? सहभोजनाने रक्त तर बाटत नाही; मग पंक्तीभोजनास जातीजातीस प्रतिबंध का? सबल प्रजावृद्धीचा सिद्धान्त कुठेही व्यवहारात अमलात आणणे कठीण आहे व हा सिद्धान्त प्राचीन काळी पूर्वजांना माहीत होता असे समजणे चूक आहे.

बाबासाहेब म्हणतात, ''हिंदूप्रजा, ही शारीरिकदृष्ट्या जगात सर्वांत कनिष्ठ प्रतीची समजण्यात येते. सैन्यभरतीसाठी यातील ९० टक्के लोक नालायक ठरतात. ऑलिंपिक किंवा कोणत्याही जागतिक क्रीडास्पर्धांत भारतीय हिंदूतील तरुण सुरुवातीसच नामोहरम होतात, हे पाहिल्यास बाबासाहेब आंबेडकरांचे विवेचन किती बिनतोड व पारदर्शी होते हे दिसून येते.

रावसाहेब कसबे यांच्या मते, ''जाती म्हणजे श्रमिकांची हवाबंद विभागणी' ही आंबेडकरांची भूमिका आणि 'वंशपरंपरेने झालेली श्रमविभागणी' ही मार्क्सची भूमिका सारखीच नव्हे तर एकच आहेत; कारण श्रमिकांची हवाबंद विभागणी वंशपरंपरा किंवा माणसामाणसांतील जन्माधिष्ठित फरक मानल्याशिवाय होऊच शकत नाही; तसे नसते तर हिंदू धर्मग्रंथांनी वर्ण संकराची एवढी धास्ती घेतलीच नसती आणि बाबासाहेब आंबेडकरांना हिंदू धर्माची एवढी कठोर समीक्षा करण्याचे व धर्मांतर करण्याचे कारण नव्हते. श्रमिक वर्गांची वंशपरंपरेवर विभागणी करण्याची आवश्यकता भारतीय हिंदू तत्त्वचिंतकांना का वाटली? हा विचार त्यांच्या मनात परमेश्वरी प्रेरणेने आला होता का? की हा आगंतुक विचार होता? म्हणूनच ऋग्वेदात पुरुषसूक्त घुसडविण्याचा प्रयत्न आपल्याला दैवी इच्छेवर किंवा विनाकारण आगंतुक झालेल्या अपघातावर सोपविता येणार नाही. श्रमिकांची जन्मावर श्रमविभागणी करून समाज कप्पेबंद करणे ही गरज धर्म शास्त्रज्ञांची होती की त्या त्या कालखंडात अस्तित्वात असलेल्या सत्ताधारी वर्गांची? भारतीय इतिहास यांची अनेकदा साक्ष देऊ शकेल की ही आवश्यकता सत्ताधारी वर्गांची होती आणि ती त्याप्रमाणे कायदे करून धर्मशास्त्र लिहिणाऱ्यांना आणि त्याचा प्रचार आणि प्रसार करणाऱ्यांना सत्ताधारी वर्गाने सुरक्षितता दिली इतकेच नव्हे तर मठांची स्थापना करून, त्याला द्रव्य पुरवून त्यांच्या सर्व प्रकारच्या चैनीची स्वतंत्र व्यवस्था केली; म्हणूनच या धर्मशास्त्र आणि त्यांच्या प्रचारकांना आंबेडकर 'धंदेवाईक' असे विशेषण लावतात.''

जातीच्या रचनेचा सिद्धान्त

जातिव्यवस्थेचे विश्लेषण करीत असताना हिंदूंच्या सामाजिक संघटनेच्या

मूलभूत तत्त्वांचा अभ्यास करण्याची आवश्यकता आंबेडकरांनी प्रतिपादन केली आहे; कारण हिंदूंच्या सामाजिक संघटनेत जातीला विशेष महत्त्व आहे.

आंबेडकरांच्या मते, हिंदू सामाजिक संघटनांचे तत्त्व म्हणजे हिंदूंची चातुर्वर्ण्य व्यवस्था होय. हिंदूंनी समाजाचे चार भाग पाडलेत.

१) ब्राह्मण-ब्राह्मण हा पुरोहितांचा वर्ग होय.

२) क्षत्रिय-लढवय्यांचा वर्ग.

३) वैश्य-व्यापार करणारा वर्ग.

४) शूद्र-वरील तिन्ही वर्गांची सेवा करणारा वर्ग.

सुरुवातीच्या काळात फक्त वरील चारच वर्ण होते. सध्याची जातिव्यवस्था ही वर्णव्यवस्थेची उत्क्रांती आहे असे म्हटले जाते; पण वर्णव्यवस्थेचा अभ्यास करून जातिव्यवस्थेची कल्पना येत नाही म्हणून वर्ण पद्धती बाजूला ठेवूनच जातिव्यवस्थेचा अभ्यास करावा लागतो, असे डॉ. बाबासाहेब आंबेडकर स्पष्ट करतात.

जातिव्यवस्था म्हणजे काय?

आंबेडकर यांच्या मतानुसार जातीचे चार प्रमुख नियम आहेत. जात म्हणजे एक सामाजिक संघटन होय, अशी जातींची व्याख्या करता येईल. जातींच्या नियमात पुढील गोष्टींचा समावेश होतो-

अ) काही नियमांनी बद्ध असलेली हिंदू धर्मातील श्रद्धा

ब) विवाह

क) भोजन

ड) व्यवसाय

या सर्वांचे विश्लेषण करून आंबेडकरांनी 'जाती' म्हणजे काय हे स्पष्ट केले आहे.

आंबेडकरांच्या मते, जातिव्यवस्थेमध्ये विविध जातींमधील परस्पर संबंधांचा उल्लेख असतो आणि यातूनच जाती पद्धतीची विविध वैशिष्ट्ये लक्षात येतात.

१. विविध जातीच्या पद्धतीत कोणताही परस्पर संबंध नसतो. प्रत्येक जात स्वतंत्र असते.

२. दुसरे वैशिष्ट्य म्हणजे जातिव्यवस्थेत एका जातीचा दुसऱ्या जातीशी संबंध असून हा संबंध त्या जातीच्या दर्जावर अवलंबून असतो.

पुढे आंबेडकर म्हणतात की, दुसऱ्या शब्दांत सांगायचे झाल्यास, "जात हा शब्द समान दर्जाचा नाही. जात असमानतेवर आधारित आहे. एक जात दुसऱ्या जातीच्या तुलनेत उच्च किंवा कनिष्ठ आहे आणि मधल्या जाती या उच्च जातींपेक्षा

कनिष्ठ व कनिष्ठ जातींपेक्षा उच्च आहेत. जाती पद्धत ही श्रेणी पद्धत असून त्यात उच्च जातीचा अग्रक्रम आणि कनिष्ठ जातीचा इतरांपेक्षा खालचा क्रम मिळतो.''

काही जाती इतर जातींपेक्षा श्रेष्ठ किंवा सर्वोच्च आहे असे मानले जाते. ही सर्वोच्चता कशी निगडित केली जाते? असा प्रश्न उपस्थित करून डॉ. आंबेडकर म्हणतात, की ही सर्वोच्चता पुढील दोन नियमांद्वारे ठरविली जाते.

अ) धार्मिकतेशी निगडित सर्वोच्चता

अग्रहक्काच्या नियमावर आधारित धर्माचे तीन मार्ग आहेत. पहिला मार्ग धार्मिक विधी, दुसरा मार्ग मंत्र. जे मंत्रोच्चार धार्मिक विधीच्या वेळी केले जातात; तर तिसरा मार्ग म्हणजे पुरोहितांचा दर्जा होय.

ब) त्यांच्यात असणारे साम्य

सर्वोच्चता निश्चित करण्याचा हा दुसरा नियम आंबेडकरांनी सांगितला आहे. हा नियम म्हणजे त्यांच्यात असणारे साम्य सहभोजन प्रथा होय. ब्राह्मण ज्या जातींचे अन्न घेतो आणि ज्या जातींचे अन्न नाकारतो त्यावरून उच्च आणि कनिष्ठ जात ठरविण्यात आली होती.

जातिव्यवस्थेत जाती-जातींचे संबंध हे श्रेष्ठ व कनिष्ठ या तत्त्वांवर आधारलेले होते. जातीचे श्रेष्ठत्व किंवा कनिष्ठत्व हे वरील प्रकारच्या दोन नियमांवरून निश्चित करण्यात आले, असा निष्कर्ष डॉ. आंबेडकरांनी मांडला आहे.

वर्ग-जात पद्धत

जात आणि जातिव्यवस्थेच्या या विश्लेषणावरून जातीची पूर्ण कल्पना येऊ शकत नाही असे मत व्यक्त करून, आंबेडकर म्हणतात, की जातीची कार्यपद्धती माहीत करून घेण्यासाठी जातिव्यवस्थेशिवाय वर्ग-जात पद्धती या जातीच्या आणखी एका वैशिष्ट्याची माहिती करून घेणे आवश्यक आहे. आंबेडकरांच्या मते, 'हिंदू याप्रमाणे जातीसुद्धा विविध वर्गांत विभागल्या गेल्या आहेत. हिंदू हे जातीबाबत जसे विशेष सावध असतात, तसेच ते वर्गांच्याही बाबतीत दक्ष आहेत. जात जाणिवेप्रमाणेच वर्ग जाणीवदेखील त्यांच्यामध्ये असते.' आपल्या अभ्यासावरून आंबेडकर असा निष्कर्ष मांडतात, की 'हिंदू जात म्हणजे खरोखर वर्ग होय आणि जातीची जागरूकता म्हणजे वर्ग जागरूकता होय, याबद्दल शंका शिल्लक नाही.'

जात ही वर्णव्यवस्थेची उत्क्रांती आहे असे म्हटले जाते. परंतु, आंबेडकरांना ही गोष्ट मान्य नाही. त्यांच्या मते, जात हा वर्णाचा विपर्यास असून कोणत्याही प्रकारे बघितल्यास ती विरुद्ध गतीने झालेली उत्क्रांती होय. परंतु, ज्याअर्थी जात ही पूर्णपणे वर्णपद्धतीचा विपर्यास आहे, त्याअर्थी वर्गपद्धतीसुद्धा वर्णपद्धतीतून घेतलेली उसनवारी

होय, असे त्यांनी स्पष्ट केले आहे; म्हणून ते पुढे म्हणतात, की खरोखर वर्ग-जाती पद्धतीही वर्णपद्धतीच्या वर्गांशी निगडित आहे. वर्ग-जाती ही वर्णपद्धतीशी कशी संबंधित आहे या संबंधीचे विश्लेषण त्यांनी केले आहे.

चातुर्वर्ण्य पद्धतीमधील ब्राह्मण, क्षत्रिय व वैश्य हे तीन वर्ण शूद्र या चौथ्या वर्णापेक्षा श्रेष्ठ आहेत. परंतु, त्याचबरोबर चातुर्वर्ण्यामध्ये असलेले आणि चातुर्वर्ण्याबाहेर असलेले यांच्यात अचूक फरक करण्यात आला. ही विभागणी पुढीलप्रमाणे आहे-

१. उच्च किंवा कनिष्ठ जे चातुर्वर्ण्यामध्ये आहेत मग ते ब्राह्मण किंवा शूद्र असो त्या सर्वांना 'सवर्ण' असे म्हणतात.

२. जे चातुर्वर्ण्यांच्या बाहेर आहेत, त्यांना 'अवर्ण' असे म्हणतात.

या अवर्णांनाच पाश्चात्त्य लोकांनी अहिंदू (Non-Hindu) म्हटले आहे. म्हणजे जे चातुर्वर्ण्य चौकटीच्या बाहेरचे आहेत. आंबेडकरांनी अवर्ण हिंदूंच्या संदर्भात बरीच नवीन तथ्ये प्रकाशात आणली. त्यांनी अवर्ण हिंदूंबाबत वस्तुनिष्ठ दृष्टिकोनाचा अवलंब करून आतापर्यंत दुर्लक्षित असलेल्या जातींचे अध्ययन केलेले आहे. त्यांनी अवर्ण हिंदूंचे १. अतिप्राचीन जमात, २. गुन्हेगार जमात, ३. अस्पृश्य जाती असे तीन प्रकार सांगितले आहेत. डॉ. आंबेडकर आपल्या अध्ययनातून असे प्रतिपादन करतात, की अवर्णातील अतिप्राचीन जाती आणि गुन्हेगारी जाती या अस्पृश्यांपेक्षा उच्च आहेत, तर अस्पृश्य हे अवर्णातील सर्वांत खालच्या जातीचे आहेत.

हिंदूंच्या सामाजिक संघटनेतील पुढील तीन वैशिष्ट्ये असल्याचे डॉ. आंबेडकर स्पष्ट करतात-

१) जात, २) जातीमधील अधिकार, परंपरेची पद्धती, ३) जाती पद्धतीत मोडणारी पद्धती.

जातीच्या रचनेसंबंधीचे विश्लेषण केल्यानंतर ही रचना अतिशय गुंतागुंतीची आहे असे डॉ. बाबासाहेब आंबेडकरांना वाटते.

आंबेडकरांनी वर्ग-जात पद्धत या जातीच्या एका विशेष आणि दुर्लक्षित अशा वैशिष्ट्यांचे विश्लेषण करून त्या संबंधीचा एक तक्ता दिला आहे. या तक्त्यावरून वर्ग-जात पद्धतीविषयी त्यांचे विचार स्पष्ट होतात. तसेच हिंदूंच्या सामाजिक संघटनेचा आधार हा जातिव्यवस्था, चातुर्वर्ण्यव्यवस्था आहे.

१) हिंदूंचे पुढील दोन भाग पडतात.

अ) सवर्ण हिंदू ब) अवर्ण हिंदू

यांपैकी सवर्ण हिंदूंच्या जातीचे दोन वर्ग आहेत.

अ) सवर्ण हिंदू १) द्विज जाती- ब्राह्मण, क्षत्रिय, वैश्य
२) शूद्र जाती- या जाती द्विज नाहीत

ब) अवर्ण हिंदू   १) अतिप्राचीन व गुन्हेगार जात
                 २) अस्पृश्य

२) हिंदूंमधील वर्ग-जात पद्धतीचे स्पष्टीकरण केल्यानंतर डॉ. आंबेडकर नमूद करतात, की 'लक्षात घेण्यासारखी गोष्ट म्हणजे जात ही स्वयंमर्यादित असून प्रत्येक जात इतरांपासून स्वतंत्र आहे. जातीच्या चार वर्गांपैकी प्रत्येकाचा एकत्रित गट असून त्यांचे वर्गाच्या कक्षात स्थान आहे. त्यामुळे जातीचे वर्ग हे विभक्त राहिले व दुसऱ्या वर्गापासून अलग जाणवू लागले. जाती प्रमाणेच जातीचे वर्ग संघटित नाहीत. परंतु, त्यांच्या ठिकाणी वर्गांची भावना आहे.'

३) तिसरी म्हणजे जातीभोवती कुंपण घालण्यासाठी उपयोगात आलेल्या विभागणीचे स्वरूप होय. विभागणीचे हे स्वरूप वेगवेगळे असल्याचे आंबेडकर स्पष्ट करतात. विभाजनाचे हे स्वरूप काही कायम तर काही तात्पुरते होते. द्विज जात आणि शूद्र जात यांच्यातील विभागणी ही खऱ्या अर्थाने विभागणी नव्हतीच, तो केवळ एक पडदा होता. त्यांना केवळ दूर ठेवणे हा एकच उद्देश होता. त्यांना तोडून टाकणे हा हेतू नव्हता. परंतु, शूद्र जाती आणि पहिल्या दोन अवर्ण जातींमधील छेदरेषा ही खऱ्या अर्थाने विभागणी होती. परंतु, या दोन्हींचे स्वरूप अगदी लहान आहे. त्यामुळे तो त्यातून बाहेर येऊ शकतो. या विभाजनाने ते स्वतंत्र झाले आहेत परंतु परस्परांपासून ते तोडले गेले नाहीत.

१) द्विज, २) शूद्र आणि ३) अतिप्राचीन जात व गुन्हेगारी जमात हे तीन वर्ग आणि अस्पृश्य यांच्यात झालेले विभाजन हे अटळ स्वरूपाचे असल्याचे आंबेडकर मान्य करतात. तसेच हे विभाजन काटेरी तारेचे विभाजन आहे. अस्पृश्यांना वेगळे ठेवणे हाच त्याचा हेतू असल्याचे आंबेडकर स्पष्ट करतात.

जातीचे हे वेगवेगळे वर्ग एक दुसऱ्या जातीच्या वर्गाच्या वर आहेत. विशेष म्हणजे हे जातीचे वर्ग जातीच्या श्रेष्ठ-कनिष्ठतेच्या दर्जावर आधारलेले आहेत आणि हेच जातिव्यवस्थेचे महत्त्वाचे वैशिष्ट्य आहे.

थोडक्यात, वर्ग-जाती पद्धतीचे अशा प्रकारचे जे विश्लेषण आंबेडकरांनी केले, तसे विश्लेषण अन्य संशोधकांनी मात्र केले नाही. मार्क्सवादी विचारवंतांनी जातीलाच वर्ग मानले. जातिव्यवस्थेमध्ये ब्राह्मण, क्षत्रिय, वैश्य आणि शूद्र या चारच जाती आहेत. अस्पृश्य हे या चार जातींमधून बहिष्कृत झालेले लोक आहेत. या चार जाती म्हणजे वर्ग होय, अशीच समजूत मार्क्सवादी दृष्टिकोनातून अध्ययन करणाऱ्या अभ्यासकांनी करून घेतली होती.

१) द्विज, २) शूद्र, ३) अतिप्राचीन आणि गुन्हेगार ४) अस्पृश्य असे वर्ग-जातींचे प्रकार जाती आणि जातिव्यवस्थेच्या रचनेतून निर्माण झाल्याचे आंबेडकरांनी

स्पष्ट केले आणि त्यांच्यात जातिभावनेप्रमाणेच वर्ग भावना असल्याचे स्पष्ट करून जातीपद्धतीच्या एका वेगळ्या वैशिष्ट्यांकडे अभ्यासकांनी लक्ष आकर्षित केले.

अशा पद्धतीने जातीची रचना कशा प्रकारची आहे हे सांगत असताना डॉ.आंबेडकरांनी त्यावेळच्या सामाजिक रचनेचे स्पष्टीकरण केले आहे.

प्राचीन भारतीय समाजाची बाबासाहेब आंबेडकरकृत मांडणी

प्राचीन हिंदू इतिहासाची बाबासाहेब आंबेडकर यांनी मूलगामी चिकित्सा केली. इतिहासाचे अंतर्विरोधरहित एकत्व त्यांनी नाकारले. 'रिव्होल्यूशन ॲन्ड काऊंटर रिव्होल्यूशन' या ग्रंथामध्ये त्यांनी हिंदू इतिहास संस्कृतीच्या एकत्वाचा प्रतिवाद केला. ते म्हणतात, 'भारताची संस्कृती एक असून इतिहासक्रमात ती एकसमान राहिली आहे, असे सर्वसामान्यरीत्या समजले जाते. ब्राह्मणवाद, बौद्धवाद व जैनवाद या निरनिराळ्या अवस्था आहेत आणि त्यांच्यामध्ये कोणताही मूलभूत विरोध नाही अशी ही भूमिका आहे. भारतीय राजकारणात जे संघर्ष झाले ते शुद्ध राजकीय व घराण्यांचे समजले गेले. त्यांचे सामाजिक व आध्यात्मिक महत्त्व लक्षात घेतले नाही. अशा दृष्टिकोनामध्ये व अशा इतिहास लेखनपद्धतीमध्ये सुधारणा करायला हव्यात अशी डॉ. आंबेडकरांची भूमिका आहे. ते सुधारणांचे दोन मुद्दे पुढे देतात, ''पहिल्या प्रथम हे ओळखले पाहिजे की भारतीय संस्कृती एकसमान नाही, ऐतिहासिकदृष्ट्या भारताचे तीन भाग पडतात - ब्राह्मणी भारत, बौद्ध भारत व हिंदू भारत हे आपापली स्वायत्त संस्कृती बाळगणारे तीन काल आहेत. दुसरी गोष्ट म्हणजे मुस्लीम आक्रमणापूर्वीचा भारताचा इतिहास म्हणजे ब्राह्मणवाद व बौद्धवाद यांमागील नैतिक संघर्षाचा इतिहास होय.''

बाबासाहेब आंबेडकरांनी, प्राचीन भारतीय समाजाबाबत आपले निष्कर्ष मांडत असताना तत्कालिन भारताच्या सामाजिक, आर्थिक, राजकीय आणि सांस्कृतिक जीवनाचा अत्यंत बारकाईने अभ्यास केला आहे. त्यांच्या अभ्यासपूर्ण संशोधनात मनुस्मृती, याज्ञवल्क्यस्मृती, विष्णुस्मृती, मिताक्षरा, ब्राह्मणे, धर्मसूत्र, धर्मशास्त्र, हर्षचरित्र इत्यादी या अस्सल साधनांबरोबर इंग्रजी भाषेतील व्ही.ए.स्मिथचा 'हिस्टरी ऑफ इंडिया', हरिप्रसाद शास्त्रींचा 'बुद्धीस्ट स्टडीज', पा.वा.काणेंचा 'हिस्टरी ऑफ धर्मशास्त्र', जयस्वालचा 'मनु ॲन्ड याज्ञवल्क्य' व सुरेंद्रनाथ सेन यांच्या ग्रंथाचा उपयोग केल्याचे दिसते.

बाबासाहेब आंबेडकरांची इतिहास मीमांसा पाहताना आपणास प्रकर्षाने जाणवते ती म्हणजे त्यांनी पारंपरिक इतिहासाच्या मांडणीला नाकारून स्वतःच्या नवीन पद्धतीची मांडणी केलेली आढळते. ती अशी-

आर्यपूर्व काळ (नाग राजवट)

बौद्धकाळ (मौर्य)

ब्राह्मणी काळ (शुंग, कण्व, गुप्त इत्यादी)

मुस्लीम आक्रमकाच्या आगमनाचा काळ

'आर्यांपासून भारतीय इतिहासास प्रारंभ होतो असे मानले जाते. हे आर्य परदेशातून भारतात आले. घरे बांधली. स्वत:ची संस्कृती निर्माण केली.' या विधानांचा प्रतिवाद बाबासाहेबांनी केला. बाबासाहेब म्हणतात, ''नाग अनार्यापासून भारताचा राजकीय इतिहास सुरू होतो. नाग हे अतिशय पराक्रमी शूर होते. त्यामुळे त्यांना आर्य जिंकू शकले नाहीत.'' भारतीय नाग जमातीविषयी एल.एल.कोसारे म्हणतात, 'नि:संदिग्धपणे नाग हे आर्य नव्हते; तर ते अनार्य होते. वैदिक साहित्याच्या सखोल अभ्यासावरून, वैदिक काळात दोन वेगवेगळ्या संस्कृती आणि तात्त्विक विचार यांच्यामधील द्वैतभाव आणि आपले श्रेष्ठत्व प्रस्थापित करण्यासाठी परस्परांतील स्पर्धा परिणामत: त्यातून प्रेरित झालेला संघर्ष हेच आपल्या निदर्शनास येते.'' ऋग्वेदात आपल्याला प्रथम नागाच्या देवांचा अहि-वृत्राच्या स्वरूपात उल्लेख मिळतो. अहि-वृत्र हा आर्यांचा देव इंद्र याचा शत्रू आहे. नागाचा देव हा नाग म्हणून नंतरच्या काळात प्रसिद्धीस आला, तसा तो सुरुवातीच्या काळात वैदिक वाङ्मयात दिसून येत नाही.

नाग राजवट

भारतात आर्यांचे आगमन होण्यापूर्वी नाग लोकांचे राज्य होते. ते खूप शक्तीशाली राजे होते. अनेक नागराजांना आर्यसुद्धा जिंकू शकले नाहीत. नाग राजवटीच्या वैभवाच्या कालखंडातच आर्यांच्या आगमनाचा प्रारंभ झाला. आर्य व अनार्य (नाग) यांच्यात युद्ध होऊन काही नाग पराभूत झाले तर काही बलाढ्य नागांशी आर्यांना शांततेचा तह करावा लागला. बलाढ्य नाग राजाच्या मालिकेत 'शिशुनाग' नावाचा राजा प्रमुख म्हणावा लागेल. असे बाबासाहेब आंबेडकरांच्या 'हिंदू धर्मावर घणाघाती हल्ला' या पुस्तकात नाग राजवटीच्या संदर्भात बाबासाहेब आंबेडकरांचे विश्लेषण आहे. कोसारेंच्या मते शिशुनागाचा उल्लेख शिशुनाक असाही करण्यात आला आहे. यावरून 'नाग' आणि 'नाक' हे समानार्थी शब्द असून ते नावाच्या शेवटी वापरीत. मगधाचा राजा शिशुनाग हा नागवंशीय होता. त्या नावावरून तो नागवंशी असल्याचे सुचित होते. इ.स.पूर्व ७ व्या शतकात नागलोक आपल्या नावात 'नाग' अथवा 'नाक' या शब्दाचा वापर करीत होते. असे नागांविषयी स्पष्टीकरण आहे.

'मराठ्यांच्या इतिहासाची साधने' या ग्रंथातही वरील प्रथेचा वापर महारांच्या नावामध्ये सातत्याने दिसून आला आहे. तसे मराठ्यांच्या इतिहासात खंडनाक,

रामनाक महार, येसनाक महार, कमळनाक महार, गोदनाक, बादनाक, मातनाक व धाकनाक इत्यादी महारांची नावे आढळतात.

नागांच्या इतिहासाची नोंद घेताना बाबासाहेब आंबेडकर पुढे लिहितात, भारताच्या राजकीय इतिहासाची पहिली निशाणी म्हणजे इ.स.६४२मध्ये बिहारमध्ये मगध राज्याचा उदय होय. मगध राज्याच्या संस्थापकाचे नाव शिशुनाग होते आणि तो अनार्य (नाग) जमातीचा होता. शिशुनागाच्या कारकिर्दीत मगध राज्याचा विस्तार होत गेला. मगध राज्याचा पाचवा राजा बिंबीसारने आपल्या राज्याचे साम्राज्य निर्माण केले व त्यास मगधाचे साम्राज्य म्हणून ओळखले जाऊ लागले. शिशुनागने इ.स. पूर्व ४१३पर्यंत राज्य केले. इ.स.पूर्व ३२२पर्यंत नंद राजाने मगध साम्राज्यावर राज्य केले. शेवटच्या मगध राज्याचा पराभव चंद्रगुप्ताने केला व मौर्यराज्य स्थापन केले. शिशुनागच्या शेवटच्या वंशाचा चंद्रगुप्त हा नातेवाईक होता. त्याने नागाचे मगध साम्राज्य पुन्हा स्थापन केले. बाबासाहेब आंबेडकरांनी व्ही.ए.स्मिथ यांच्या 'हिस्टरी ऑफ इंडिया' या ग्रंथाचा हवाला देऊन वरील विवेचन केले आहे. वैदिक साहित्यातही चंद्रगुप्ताच्या मौर्य घराण्याचा उल्लेख 'व्रात्य घराणे' असाा केलेला आढळतो. व्रात्य म्हणजे वाईट. वैदिकांच्या दृष्टिकोनातून वाईट म्हणजे अनार्य किंवा नाग अशा प्रकारे आर्यपूर्व कालखंडातील नागांचा आणि मौर्य घराण्याचा परस्परांशी संबंध जोडता येतो. आर्यपूर्व काळातील नागांची राजवट हा प्राचीन भारताच्या इतिहासातील पहिला टप्पा होय. एकूण सिंधू संस्कृतीनंतरचा आणि आर्यांच्या आगमनापूर्वीचा जो कालखंड येतो त्याला नागाचा किंवा अनार्यांचा कालखंड म्हणून उल्लेख केला जातो. या कालखंडामुळे डॉ. बाबासाहेब आंबेडकरांनीच पहिल्यांदा इतिहास म्हणून गांभीर्याने पाहिलेले दिसून येते.

आर्यकाळ

इ.स.पूर्व १७५०च्या सुमारास आर्य भाषिक जमाती भारतात येऊन पोहोचल्या. वैदिक आर्य हे पशुपालन अवस्थेत असून त्यांचे समाजजीवन टोळीबद्ध होते. या समाजात टोळीचे नेते व यज्ञविधी करणारे पुरोहित यांना मानाचे स्थान होते. परंतु याकाळी श्रमाची उत्पादनक्षमता अत्यंत माफक असल्याने स्वत: श्रम न करता दुसऱ्यांच्या श्रमांवर जगणारा सत्ताधारी वर्ग निर्माण होणे शक्य नव्हते; त्यामुळे वेदकालीन समाजात तीव्र वर्णभेद आढळत नाहीत.

आर्य भारताच्या बाहेरचे आहेत, हे इतर इतिहासकारांप्रमाणे बाबासाहेब आंबेडकरांनीही मान्य केले. परंतु, परदेशातून आर्यांचे भारतभूमीवर आगमन नव्हे तर आक्रमण झाले असे त्यांचे प्रतिपादन आहे. आर्यांच्या भारतावरील आक्रमणाला नागांनी प्रतिकार केला. आर्यांनी भारताला काही भूभाग नागांप्रमाणे सुसंघटित

राजकीय जीवन निर्माण करता आले नाही. आर्यांनी नागांशी मैत्रीपूर्ण संबंध निर्माण केल्यानंतर त्यांना आपल्या राजकीय जीवनातील उणिवा दूर करता आल्या. बाबासाहेब आंबेडकर भारतातील आर्यांबद्दल आपले विचार पुढीलप्रमाणे मांडतात. वेदांची निर्मिती करणारे व वर्तन करणारे ते आर्य. यांनी काळानुसार, बरेच मोठे वाङ्मय निर्माण केले. हे वाङ्मय आर्यांनी वाणीच्या (पाठांतराच्या) साहाय्याने जतन केले, यामध्ये चार वेदांशिवाय अरण्यके, ब्रह्मण्ये, उपनिषदे निर्माण करण्यात आले. या सर्वांना आपण 'वैदिक साहित्य' असे म्हणतो. आर्यांच्या या वाङ्मयामध्ये बऱ्याच बाबी परस्पर विसंगत आहेत. आर्यांच्या वरील साहित्यात विषमता, यज्ञ, पशुहत्या, कर्मकांड व ब्राह्मणवर्गाचे अवास्तव महत्त्व आग्रहपूर्वक सांगितले आहे. हे बाबासाहेबांनी आपल्या लेखनात विस्ताराने सांगितले आहे. आर्य वाङ्मयाच्या निर्मितीनंतर ब्राह्मणवर्णाच्या अतिरेकी महत्त्वाकांक्षेमुळे भारतीय समाजाच्या बौद्धिक स्वातंत्र्यावर अनेक प्रकारे निर्बंध लादण्यात आले. परिणामी भारतीय समाज दिवसेंदिवस विकृत व अवनत बनत गेला. यज्ञामध्ये मोठ्या प्रमाणावर पशुबळी देण्याची प्रथा रूढ झाली. यज्ञजातीचे धार्मिक विधी व रोजच्या जीवनातील धार्मिक विधी खर्चीक व जटिल बनविण्यात आले. गाय, बैल, बोकड व घोडा असे मानवाला लाभदायक ठरणारे पाळीव पशू यज्ञामध्ये अर्पण केले जाऊ लागले. यज्ञातील पशुहत्येमुळे भारताची कृषीव्यवस्था व लष्करीव्यवस्था अत्यंत कमकुवत बनत गेली. असा हा आर्य काळ भारतीय इतिहासातील दुसरा व महत्त्वाचा टप्पा होय.

बौद्धकाळ

बाबासाहेब आंबेडकरांनी हिंदू इतिहासाचा गौरव नाकारला. हिंदू धर्मातील ब्राह्मणत्व व अवनती यांचे साधार विवेचन करून हिंदू धर्माचे खरे स्वरूप उघड केले. बौद्ध धर्माच्या उदयापूर्वी ब्राह्मणी धर्माच्या स्थितीचे वर्णन मार्मिक आहे. तत्कालीन समाजात जुगाराचा मोठा प्रभाव होता. दारू पिण्याचे प्रस्थही मोठ्या प्रमाणावर माजले होते. लैंगिक अनाचार टोकाला पोहोचला होता. रक्तसंबंधीयांमध्ये लैंगिक व्यवहार होत होते. पशूंबरोबरही संभोग केले जात होते. अशा अवनत अवस्थेला ब्राह्मणी धर्मातील समाजस्थिती पोहोचली होती.

पुरोहितकर्म करणारी ब्राह्मणांची जात नैतिक अध:पतनाच्या चरमसीमेला पोहोचली होती. ते नाचगाण्याला चटावले होते. विविध चटोर खेळांमध्ये ते रममाण होत. सुखासीनपणे गाद्यागिरद्या व गालिच्यांवर बिनदिक्कतपणे लोळत. ते चैनींच्या अधीन होते. खोट्या-नाट्या भूलथापा देऊन लोकांना लुबाडत. वेगवेगळ्या धार्मिक गारुड्याचे खेळ करून लोकांपासून पैसे लुबाडत. पैसे मिळवण्याच्या अनेक हीन

क्लृप्त्या ब्राह्मणांनी उपयोगात आणल्या. या सर्व गोष्टींमधून ब्राह्मण पुरोहितांचा वर्ग नैतिक ऱ्हासाच्या तळाला पोहोचला होता, हे आंबेडकर सिद्ध करतात.

आर्य, ब्राह्मणी धर्माच्या या अवनत स्थितीच्या पार्श्वभूमीवर बुद्धाचा उदय झाला. गौतमबुद्धाने यज्ञसंस्थेवर हल्ला चढवला. जातिसंस्था प्रणीत विषमतेला नाकारले व वैश्विक नीतीचा प्रसार करून शूद्र व स्त्रियांना समता दिली. धार्मिक परिवर्तनाबरोबर बौद्ध धर्माने राजकीय व सामाजिक परिवर्तन घडवून आणून एक नवी समाजक्रांती घडवली.

बौद्ध धर्माचा प्रसार मौर्य घराण्याच्या अंतापर्यंत अव्याहतपणे होत राहिला पुष्यमित्र शुंग या मौर्यांच्या ब्राह्मणी सेनापतीने मौर्य घराण्याच्या शेवटच्या राजाचा वध करून सत्ता बळकावली व तेव्हापासून ब्राह्मणीप्रतिक्रांतीला सुरुवात झाली. बौद्ध धर्मियांचा छळ करण्यात येऊ लागला. पुष्यमित्राच्या नेतृत्वाखाली सुमती भार्गव याने मनुस्मृती रचून जातिव्यवस्था व स्त्री-दास्याची संहिता उभारली. जातिव्यवस्था व शूद्रादी स्त्रियांच्या शोषणाला समर्थन देऊन मनुस्मृतीने विषमताधिष्ठित जातिव्यवस्थापक समाजाचा पाया बळकट केला. रामायण, महाभारत, वेदांतसूत्र, भगवद्गीता आदी ब्राह्मणी धर्मग्रंथाचे संघटन याच काळात करण्यात आले.

पुष्यमित्र शुंगाने बौद्ध धर्माला हद्दपार करून ब्राह्मणी धर्माची संस्थापना करण्याचा प्रयत्न केला. त्यासाठी त्याने त्याच्या पाशवी शक्तीचा उपयोग केला. एका बौद्ध भिक्षुच्या मस्तकासाठी १०० सुवर्ण मुद्रांचे इनाम त्याने जाहीर केले. मिहिरकुल व बंगालचा राजा शशांक याने बौद्ध धर्मियांचा अतोनात छळ केला.

विन्सेट स्मिथ या इतिहासकारांच्या ग्रंथाच्या आधारे आंबेडकर, पुष्यमित्र शुंगच्या हेतूची नोंद घेताना लिहितात, पुष्यमित्र गादीवर आल्यावर त्याने वैदिक पद्धतीप्रमाणे अश्वमेध यज्ञ केला की यामुळे सार्वभौम सत्ता प्रस्थापित करणे शक्य होते. या नंतरचा आणखी एक पुरावा आहे, की गादीवर आल्यावर पुष्यमित्राने हिंसक कारवाया करून बौद्धधर्मियांचा व बौद्धधर्माचा छळवाद सुरू केला. आणखी एक परिस्थितीजन्य पुरावा आहे, की पुष्यमित्राने केलेल्या क्रांतीचा हेतू बौद्धधर्म नामशेष करण्यासाठी, ब्राह्मणशाही प्रस्थापित करण्यासाठी व मौर्याविरुद्ध आवाज उठवणे हा होता. छळवादासाठी त्याने आपल्या राज्यात मनुचे कायदे लावले. बाबासाहेब आंबेडकरांच्या मताशी साधर्म्य असणारे मत प्रसिद्ध पाश्चात्त्य इतिहासकार व्हिन्स्टन स्मिथ व भारतीय इतिहासकार हरप्रसाद शास्त्री यांनीही व्यक्त केले आहे. पुष्यमित्र शुंगाच्या सत्ता स्थापनेने बौद्धधर्माचे अस्तित्व धोक्यात आले असे त्यांच्या प्रतिपादनाचा इत्यर्थ आहे. अशा प्रकारे आंबेडकरप्रणीत भारतीय इतिहासाच्या पुनर्मांडणीतील बौद्धकाळ हा तिसरा आणि अतिशय महत्त्वाचा टप्पा आहे.

कोसंबींच्या मते अशी जातिव्यवस्थाग्रस्त अवस्था बौद्ध धम्माची कधीही झाली नाही. वर्ण-जाती व्यवस्थेपुढे गुडघे टेकण्याऐवजी त्याने भारतातून निर्गमन श्रेयस्कर मानले.

ब्राह्मणकाळ

'बृहदत्त मौर्याचा वध व पुष्यमित्राची राज्यप्राप्ती' या क्रांतीला बाबासाहेब 'प्रतिक्रांती' म्हणतात. 'पुष्यमित्राची क्रांती' ही ब्राह्मणांनी बौद्धधर्मीयांचे उच्चाटन करण्यासाठी केलेली राजकीय प्रतिक्रांती होती असे प्रतिपादन करताना बाबासाहेबांचे म्हणणे असे आहे की-

१) त्याने ब्राह्मणशाहीचा राज्य करण्याचा हक्क प्रस्थापित केला व प्रतिक्रांतीचा जन्म झाला, (२) यामुळे ब्राह्मणांना विशेष व्यक्तींचा दर्जा मिळाला, (३) त्यामुळे वर्ण जातीत परिवर्तन झाले, (४) त्यामुळे विविध जातीत परिवर्तन झाले, (५) त्यामुळे शूद्र व स्त्रियांची अवहेलना झाली, (६) त्यामुळे समतेचे तत्त्व संपुष्टात आले, (७) त्यामुळे लवचीक व सामाजिक पद्धती कायदेशीर व किचकट बनली.

अशा प्रकारे पुष्यमित्राने मौर्याची सत्ता उलथून टाकल्यानंतर त्याने केवळ राजकीय सत्तांतरावर समाधानी न राहता धार्मिक, सांस्कृतिक आणि वैचारिक क्षेत्रात परिवर्तन करून प्रतिक्रांती केली, असा बाबासाहेबांच्या म्हणण्याचा तो मथितार्थ आहे.

इस्लाममधील समतावादी तत्त्वामुळे आंबेडकर निश्चितच प्रभावित झाले होते व हिंदूधर्माच्या संपर्कामुळे अनिष्ट बाबींचा शिरकाव होऊन भारतात इस्लामची जी अवनती झाली, त्याबद्दल आंबेडकरांना खंत वाटत होती. त्यांनी अनेक ठिकाणी या अवनतीबद्दल भाष्य केले आहे आणि हिंदू धर्मालाच त्यासाठी जबाबदार ठरविले आहे. इस्लाममधील दृढ ऐक्याच्या भावनेची त्यांनी नेहमीच तारीफ केली आहे. मुस्लीम समुदायातील एकसंघतेमुळे ते भारावून गेले होते. याचा प्रत्यय त्यांच्या लिखाणात अनेक ठिकाणी येतो.

हिंदु-मुस्लीम यांचा संबंध जातिभेदाच्या स्वरूपाचा आहे, असे बाबासाहेब जेव्हा म्हणतात, तेव्हा ते नव्या विश्लेषण पद्धतीची एका प्रकारे मागणीच करतात. हिंदू-मुस्लीम संबंधाचे समाजशास्त्रीय विश्लेषण सादर करताना बाबासाहेब ज्या वेळी अब्राह्मणी विश्लेषणपद्धतीचा अवलंब करतात तेव्हा जातिअंताच्या समाजक्रांतीसाठी कटिबद्ध कार्यकर्त्यांसाठी ते अब्राह्मणी राज्यशास्त्राच्या मांडणीस प्रारंभ करतात.

ब्रिटिश वसाहतवाद आणि आंबेडकर : जातिव्यवस्थाक अर्थव्यवस्थेचे सामाजिक पैलू

ब्रिटिश काळात जातिव्यवस्थेवर प्रचंड विचारमंथन झाले. त्यात आंबेडकर जातिव्यवस्थाक अर्थव्यवस्थेच्या सामाजिक पैलूंकडे लक्ष वेधतात. ब्रिटिशांनी भारतीयांचे आर्थिक शोषण केलेच पण भारताच्या कल्याणाचा विचार केला नाही. सर्वसामान्य जनतेचे होणारे जातिव्यवस्थाक शोषण थांबविण्यासाठी काडीमात्र प्रयत्न केले नाहीत. स्त्रियांच्या संदर्भातल्या अन्यायकारक रूढी नष्ट करण्यासाठी उल्हास दाखवला नाही. राष्ट्राच्या प्रगतीसाठी काहीच केले नाही. भारताच्या राष्ट्रहिताच्या विरोधीच कायम भूमिका घेतली. अशी आंबेडकरांची वसाहतवादी धोरणांची समीक्षा आहे.

आंबेडकर लिहितात, ''ब्रिटिश सत्ता भारतीय समाजातील प्रगतशील शक्तीशी सहानुभूती राखू शकत नाही. त्यांच्या गरजा, त्यांची गाऱ्हाणी, त्यांची आस व आकांक्षा ब्रिटिशांना प्रभावित करत नाहीत. भारतीयांच्या आकांक्षांशी त्यांचे शत्रुत्व आहे. शिक्षण प्रसार करण्यासाठी ते कष्ट घेत नाहीत. ब्रिटिशहिताच्या विरोधी जाणाऱ्या कोणत्याही गोष्टींविषयी त्यांचे हेच धोरण राहते. ब्रिटिश सरकार भारताचे जातिसंस्था नष्ट करण्याचे, एकपत्नी कायदा आणण्याचे, वारसा हक्क बदलण्याचे, आंतरजातीय विवाह कायदेशीर करण्याचे, चहामळेवाल्यांवर कर लादण्याचे धाडस करू शकत नाही.''

निम्नतम वर्ग जाती व स्त्रियांच्या हितविरोधी ब्रिटिश वसाहतवादाचे स्वरूप पर्यायाने राष्ट्रहितविरोधी स्वरूप आंबेडकर स्पष्ट करतात. ब्राह्मणी मध्यमवर्गीय बुद्धिजीवींच्या आर्थिक राष्ट्रवाद भांडवलदार हितसंबंधासाठी जागरूक राहत होता, तेव्हा आंबेडकर, जाती वर्ग व स्त्रिया आदींच्या हितसंबंधांना प्राधान्य देणाऱ्या आर्थिक राष्ट्रवादाची जुळणी करत होते.

अस्पृश्यता ही ग्रामीण अर्थरचनेची व समाजरचनेची अंगभूत बाब असल्याने जोपर्यंत ग्रामीण आर्थिक व समाजरचना आहे, तोपर्यंत अस्पृश्यतेचा नायनाट होणार नाही. या धारणेतून आंबेडकर–अस्पृश्यांची वेगळी खेडी वसवण्याची शिफारस करतात. 'जातिशोषणाचा अंत व्हावा' हीच आस त्यांच्या विचारांतून व्यक्त होते.

ब्राह्मणशाही, जमीनदार, सावकारशाही, भांडवलशाही यांच्या शोषणातून दलित शेतकरी व कामगारांची मुक्तता करण्याची पायाभूत भूमिका घेऊन ब्रिटिश वसाहतवादाला विरोध करणारा आर्थिक राष्ट्रवाद आंबेडकरांनी प्रस्थापित केला आहे.

आंबेडकरांनी जातिसंस्थेचा भौतिक पाया उद्ध्वस्त करणारे आर्थिक राष्ट्रवादाचे लढे उभे केले. दलितांचे शोषण दमन मुख्यतः गावच्या उत्पादन संबंधाच्या पातळीवर

होत होते. गावातील वरचढ जातींचे दलितांशी असलेले शोषक-शोषित व शासक-शासित संबंध सामाजिक व आर्थिक उत्पादन संबंधातून कार्यरत होते. 'महार वतन' या संस्थेमार्फत महार व गावातील जाती यांचे संबंध निहित केले जात होते. गावाची सेवा; गावातील वरचढ जातींची सेवा, दुय्यम स्थान, महार वतनामार्फत निर्धारित केले जात होते. आंबेडकरांनी महार वतनाचा प्रश्न उभा करून दलितांच्या भौतिक शोषण शासन संस्थेला हादरा दिला.

ब्रिटिश काळात ब्राह्मण व बनिया हे वसाहतवादी सत्तेचे भागीदार होते. राज्यकर्त्या जमाती म्हणून राजकीय, सामाजिक व आर्थिक सत्ताव्यवहारात त्यांचेच वर्चस्व होते. आंबेडकर ब्राह्मणांच्या सत्तेची व वर्चस्वाची दोन लक्षणे सांगतात, एक म्हणजे, त्यांना सर्वसामान्य जनतेमध्ये असलेली मान्यता व प्रशासकीय चौकटीमधील त्यांच्या संख्याबळाचे वर्चस्व या दोन्ही गोष्टी ब्राह्मणांनी अबाधित ठेवल्या. जाती-जातींमधील क्रमबद्ध उतरंड टिकविणे, शूद्र आणि अतिशूद्रांना शस्त्रास्त्रे व ज्ञानापासून वंचित करणे, शूद्रातिशूद्रांना सत्ता व अधिकार पदांमध्ये अजिबात स्थान न देणे. त्यांना संपत्ती मिळविण्यास वा बाळगण्यास सक्त मनाई करणे. स्त्रियांना अंकित करून त्यांचे दमन करणे ही ब्राह्मणवादाची तत्त्वे ब्राह्मणवर्ग मनापासून अंगीकारतात. शूद्रातिशूद्र व स्त्रियांवर अन्याय करण्याचे धोरण चालू ठेवतात. त्यांच्या धार्मिक सत्तेमुळे सर्वसामान्यांवर त्यांची अप्रतिहत सत्ता चालते.

इतिहासाला ज्ञात असलेला बांडगुळांचा वर्ग म्हणजे बनिया व्यापाऱ्यांचा वर्ग होय. दुष्काळ, रोगराई अशा आपत्तींच्या वेळी त्यांची भरभराट होत जाते. आपत्तींच्या वेळी बळावरच तो तुंबळ पैसा मिळवतो. त्यांची धनलालसा हीच जनतेच्या आपत्तीचे कारण बनते. अधिक पिळल्या गेलेल्या जनतेची तो विलक्षण पिळवणूक करतो. त्यांना कर्ज देऊन त्यांना प्रचंड प्रमाणात लुबाडतो. जनतेचे शोषण करून स्वत:चे व स्वत:च्या संपत्तीचे पोषण करतो. सांपत्तिक बळावर तो राष्ट्रावर आपली पोलादी पकड जखडतो.

ब्राह्मण बुद्धीला गुलाम करतो तर बनिया शरीराला गुलाम करतो. राष्ट्रवादी म्हणवली जाणारी चळवळ ब्राह्मण व बनियांचे हितसंबंध सांभाळते.

थोडक्यात, फुले-आंबेडकरांनी जातिसंस्थेचे भौतिक अधिष्ठान नष्ट करण्यासाठी संघर्ष उभारला. आंबेडकरांचा महार वतनविरोधी लढा व सत्तेच्या परिघात दलितांना प्रवेश मिळावा यासाठी केलेला संघर्ष अस्पृश्यतेच्या भौतिक ढाच्यावर आघात करत होता. ब्रिटिशांच्या आगमनानंतर ब्राह्मणशाहीची भांडवलशाहीशी युती झाली. ब्रिटिशांनी स्वीकारलेल्या धोरणामुळे सरंजामी जातिव्यवस्था व भांडवलशाहीचे हितसंबंध एकत्र आले. आंबेडकरांचा खोती विरुद्धचा कुणबी, आगरी व दलित शेतकऱ्यांच्या

एकजुटीने उभारलेला संघर्ष व स्वतंत्र मजूर पक्षाने उभा केलेला कामगार वर्गाचा लढा हे ब्राह्मणी भांडवलशाही विरुद्धचे महत्त्वाचे संघर्ष होते.

ब्रिटिशांच्या वसाहतवादामुळेच जातिवर्गाचे जे नवे समीकरण निर्माण झाले ते आंबेडकरांनी लक्षात घेऊन ब्राह्मणी भांडवलशाही व्यवस्थेच्या विरोधात जातिअंतक राजकारण उभे केले.

अस्पृश्य कोण? किंवा वाताहत झालेल्या लोकांचा सिद्धान्त

'शूद्र पूर्वी कोण होते?' या ग्रंथाचा उत्तरार्ध म्हणजे 'The untouchables : who were they and why they become untouchable?' हे पुस्तक होय, असे डॉ. आंबेडकरांनी प्रस्तावनेच्या पहिल्या वाक्यातच स्पष्टीकरण केलेले आहे. आंबेडकरांनी हा ग्रंथ-नंदनार, रविदास, चोखामेळा या प्रसिद्ध संतांच्या स्मृतीस समर्पण केला आहे.

अस्पृश्य लोक व त्यांची अस्पृश्यता यांची उत्पत्ती कशी झाली, याबद्दलचे भारतीय विदेशी पंडित व ग्रंथकार यांचे सिद्धान्त कसे चुकीचे आहेत, याचा ऊहापोह डॉ. आंबेडकरांनी या ग्रंथात केला आहे. वेद, ब्राह्मणे, उपनिषदे, पुराणे, परदेशीय व देशीय ग्रंथकारांचे ग्रंथ त्यातील संदर्भ व उतारे घेऊन डॉ. आंबेडकरांनी आपला नवीन सिद्धान्त या ग्रंथात मांडलेला आहे. हिंदू लोक, हिंदू पंडित व ग्रंथकार आणि पाश्चात्त्य पंडित व ग्रंथकार यांचा अस्पृश्य लोक व अस्पृश्यता या दोन्ही प्रश्नांकडे पाहण्याचा दृष्टिकोन वेगळा होता. आंबेडकरांचा दृष्टिकोन त्यांच्यापेक्षाही अगदी वेगळाच असल्याचे प्रत्ययास येते.

इंग्रजी शासन व्यवस्थेने या देशातील अस्पृश्य जातींची प्रदेशानुसार गणना करून १९३५ साली प्रसिद्ध केली. बाबासाहेब आंबेडकरांनी या यादीचा अस्पृश्यतेसंबंधीचा समाजशास्त्रीय शोधनिबंध लिहिण्यासाठी व अभ्यासासाठी उपयोग करून घेतला.

अस्पृश्यतेच्या उत्पत्तीचे जुने सिद्धान्त

अस्पृश्यतेची निर्मिती का झाली याबाबत समाजशास्त्राच्या अभ्यासकांनी दुर्लक्ष केले, अशी खंत आंबेडकर व्यक्त करतात. या प्रश्नाचे उत्तर शोधणारा स्टॅनले राईस हा एकच लेखक असल्याचे आंबेडकर मान्य करतात. त्यांनी अस्पृश्यतेच्या उत्पत्तीचे दोन भाग पाडले आहेत. त्यांच्या मते, अस्पृश्यतेची मुळे ही वंश आणि व्यवसाय या दोन्ही कारणांमध्ये दिसून येतात.

अ) वंशभेदावर आधारित सिद्धान्त

राईस यांच्या वंशभेदाच्या उत्पत्तीमध्ये दोन तत्त्वे आहेत- १) अस्पृश्य हे

अनार्य, द्रविडेतर असे आदिवासी होते. २) त्यांना द्रविडांनी जिंकले आणि आपल्या अंकित ठेवले. एक अशी शक्यता आहे, की जातिबहिष्कृत लोक हे जिंकणाऱ्या लोकांचे वंशज होते, आर्यांनी जिंकलेल्या वंशापैकी ते नव्हते, असे राईसचे म्हणणे आहे.

या सिद्धान्ताचे परीक्षण करताना आंबेडकर म्हणतात, की आर्य, द्रविड, दास आणि नाग ही नावे वेगवेगळ्या वंशाची नाहीत. परंतु, हे वेगवेगळे वंश आहेत, या समजुतीवरच हिंदू समाजाप्रमाणे राईसचे मत झाले आहे. वस्तुत: भारतामध्ये दोनच वंशाचे लोक राहत आलेले आहेत. ते म्हणजे आर्य आणि नाग. वंशासंबंधी विविध पुरावे सादर करून डॉ. बाबासाहेब आंबेडकर म्हणतात, की ''भारतातील दास म्हणजेच नाग लोक होत आणि नाग म्हणजेच द्रविड लोक होत.''

या ठिकाणी आपल्या लक्षात येईल, की राईसने भारतात तीन वंश अस्तित्वात असल्याचे गृहीत धरून आपला सिद्धान्त मांडला, परंतु भारतात आर्य आणि नाग या दोन वंशाचे लोक आहेत. त्यामुळे राईसने अस्पृश्यतेच्या उत्पत्तीसंबंधी मांडलेला सिद्धान्त कोलमडून पडतो.

भारतातील जाती या सामाजिकदृष्ट्या निरनिराळ्या असल्या तरी वांशिकदृष्ट्या एकच आहेत. त्यामुळे अस्पृश्य हे वांशिकदृष्ट्या आर्यांपासून किंवा द्रविडांपासून भिन्न होते हा राईस यांचा सिद्धान्त चुकीचा ठरतो; म्हणून त्यांनी मांडलेल्या अस्पृश्यतेच्या उगमासंबंधी वंशविषयक सिद्धान्त त्याज्य ठरतो, असे डॉ. आंबेडकर म्हणतात.

ब) व्यवसायावर आधारित सिद्धान्त

राईस यांच्या मते, अस्पृश्यतेचा उगम हा अस्वच्छ आणि गलिच्छ धंद्यांमधून झाला. हा व्यवसायावर आधारित सिद्धान्त आहे. या सिद्धान्ताचे परीक्षण करून आंबेडकर आपले मत प्रतिपादन करतात, की अस्वच्छ व गलिच्छ उद्योगधंदे जगाच्या पाठीवर प्रत्येक मानवी समाजामध्ये आहेत, तेव्हा त्या लोकांना अस्पृश्यांसारखी वागणूक का देण्यात येत नाही? किंवा अशा धंद्याबद्दल किंवा धंदे करणाऱ्यांबद्दल द्रविड लोकांना घृणा वाटत होती काय? असे प्रश्न निर्माण करून यासंबंधी कोणताही पुरावा नसल्याचे डॉ. आंबेडकर प्रतिपादन करतात.

आर्य म्हणून ब्राह्मण, क्षत्रिय आणि वैश्य मान्यता पावलेले होते आणि अत्यंत गलिच्छ समजले जाणारे भंगीकाम करीत होते. भंगीकाम जर किळसवाणे वाटत नसेल, तर अस्वच्छ अशा व्यवसायात गुंतल्याने अस्पृश्यता निर्माण होते, असे कसे म्हणता येईल? त्यामुळे गलिच्छ उद्योधंद्यांच्या आधारावर अस्पृश्यतेची निर्मिती झाली हे विधान आंबेडकरांना मान्य नाही. अशा प्रकारे व्यावसायिक आधारावर असलेला राईस यांचा सिद्धान्त आंबेडकर खोटा ठरवितात.

अस्पृश्यतेच्या उत्पत्तीने नवीन सिद्धान्त

वंशभेद आणि व्यावसायिक आधारावर अस्पृश्यतेची निर्मिती झाली, या स्टॅनले राईसच्या सिद्धान्ताचे आंबेडकरांनी खंडन केले आणि वंशभेद किंवा व्यावसायिक आधारावर अस्पृश्यतेची उत्पत्ती झाली नसल्याचे त्यांनी स्पष्ट केले. समाजशास्त्रीय संशोधनाच्या माध्यमातून अस्पृश्यतेच्या उत्पत्तीसंबंधी दोन सिद्धान्त नव्याने मांडले. ते पुढीलप्रमाणे आहेत.

अ) बौद्ध धम्माचा तिरस्कार

पूर्वीच्या पराभूत जमातींपैकी वाताहत झालेल्या लोकांच्या मनात ब्राह्मणांविषयी दीर्घद्वेष किंवा हाडवैर होते. हे वाताहत झालेले लोक बौद्धधर्मीय होत. त्यामुळे ते ब्राह्मणांना पूज्य मानत नव्हते. हे वाताहत झालेले लोक बौद्धधर्मीय असल्यामुळे ब्राह्मणही त्यांचा द्वेष व तिरस्कार करीत होते. त्यांच्याबद्दल द्वेष व तिरस्काराची भावना आपल्या प्रवचनातून ते प्रसारित करीत होते. परिणामत: या वाताहत झालेल्या लोकांना अर्थात बौद्ध लोकांना अस्पृश्य मानण्यात आले.

याचे स्पष्टीकरण आंबेडकर पुढे असे करतात, की ब्राह्मणी धर्माचा बुद्ध धम्मावर जेव्हा वरचष्मा झाला तेव्हा ते वाताहत झालेले बौद्ध लोक परत ब्राह्मण धर्मात येण्यास तयार नव्हते. त्यामुळे बौद्धांप्रती असलेला द्वेष अधिक वाढला. वाताहत झालेल्या या लोकांनी ब्राह्मणांचा तिरस्कार करण्याचे कारण म्हणजे ब्राह्मण हे बौद्ध धर्मियांचे शत्रू होते आणि ब्राह्मणांनी वाताहत झालेल्या लोकांवर अस्पृश्यता लादण्याचे कारण म्हणजे त्यांनी बौद्ध धर्माचा त्याग केला नव्हता.

ब्राह्मण व बौद्ध यांच्यामधील द्वेषामुळे वाताहत झालेले बौद्ध लोक अस्पृश्य बनले असावे काय? आंबेडकर म्हणतात हे एकमेव कारण नाही; कारण ब्राह्मणांनी सर्वच बौद्धांचा द्वेष व तिरस्कार केला म्हणून सर्वच बौद्ध अस्पृश्य झालेले नाही. फक्त वाताहात झालेले लोक अस्पृश्य बनले. याचा स्पष्ट अर्थ असा, की वाताहत झालेले लोक अस्पृश्य बनण्यामागे बौद्ध धर्माचा द्वेष हे अनेक कारणांपैकी एक कारण असावे. ज्याअर्थी अस्पृश्यता ही वाताहत झालेल्या लोकांशी संबंधित आहे. त्याअर्थी या वाताहात झालेल्या लोकांवर अस्पृश्यता लादण्याच्या कामी आणखी काही गोष्टींचा प्रभाव पडला असावा.

ब) गोमांस भक्षण

पूर्वीच्या काळी पशूंचा यज्ञामध्ये बळी दिला जायचा. धार्मिक कार्यांमध्ये गायींचा बळी दिला जात असे. यज्ञातन बळी दिलेल्या गाईंचे मांस केवळ ब्राह्मण पुजारी आणि गुरू खायचे. गाईचे मांस अत्यंत पवित्र व महाग होते. प्रत्येकाला गाईचे

मांस मिळणे दुष्कर होते. काहींना तर फक्त धार्मिक कार्याच्या दिवशीच गाईचे मांस मिळायचे.

मग गोमांस भक्षण करणारे ब्राह्मण शाकाहारी का बनले? या प्रश्नाचे उत्तर आंबेडकर शोधतात. त्यांच्या मते, बौद्ध धर्माचा जनतेवर इतका प्रभाव पडला होता, की वाताहत झालेले लोकदेखील या धर्माचे अनुयायी झाले. बौद्ध धर्माचा स्वीकार केल्यानंतर त्यांनी ब्राह्मणवादावर टीका केली. ब्राह्मणवादाची विषमतावादी तत्त्वे आणि पशूबळी यांचा त्यांनी विरोध केला. बौद्ध धर्माने गोहत्येचा निषेध केल्यामुळे त्या धर्माने जनतेच्या मनाची पकड घेतली होती. जनतेने ब्राह्मणांचा तिरस्कार करणे सुरू केले. त्यामुळे बौद्धांवर विजय मिळविण्यासाठी आणि स्वत:ची परिस्थिती सावरण्यासाठी ब्राह्मणांना गोहत्या व यज्ञ पद्धतीचा त्याग करण्यावाचून गत्यंतर नव्हते.

धर्माची आणि त्यांच्या संबंधित पवित्र वस्तूची फारकत करता येत नाही हे समाजशास्त्रज्ञ इमाईल डरखीम यांच्या मताचे समर्थन करून आंबेडकर पुढे लिहितात, की ब्राह्मणांनी गाईला एक पवित्र वस्तू मानण्यास सुरुवात केली. मग ती गाय जिवंत किंवा मृत असो. मृत गाईचे मांस खाणेदेखील पाप आहे. असे त्यांनी जाहीर केले. ज्या व्यक्ती गोमांस करतात त्या व्यक्तींना ब्राह्मण समाजात स्थान नव्हते. वाताहत झालेल्या लोकांनी ब्राह्मणांनी घालून दिलेल्या या नियमाला मानले नाही आणि त्यांनी गोमांस खाणे सुरुच ठेवले. त्यामुळे धार्मिकतेच्या आधारे त्यांच्यावर दोषारोपण करण्यात आले. सामाजिकदृष्ट्या ब्राह्मणांनी मृत गाईंचे मांस खाणाऱ्या वाताहत लोकांना दंडीत केले आणि त्यामुळेच त्यांना 'अस्पृश्य' ठरविण्यात आले.

ब्राह्मणांनी गाईला पवित्र मानले त्या वेळी वाताहत झालेल्या लोकांनी गोमांस खाणे बंद का केले नाही? या प्रश्नाचाही आंबेडकर शोध घेतात. आंबेडकर लिहितात, प्राचीन काळी भारतात गाईचे मांस खाणे ही गोष्ट सर्वसामान्य होती. स्थायी जमातीचे लोक गाईचे ताजे मांस खायचे. परंतु, वाताहत झालेले लोक मृत गाईचे मांस खायचे. ब्राह्मणांनी त्यानंतर गोमांस खाणे बंद केले आणि गो-पूजा करणे सुरू केले. परंतु, वाताहत झालेल्या लोकांना असे करता आले नाही; कारण या लोकांजवळ उपजीविकेला अन्य साधने नव्हती. वाताहत झालेले जे लोक बौद्ध होते त्यांच्याजवळ उपजीविकेसाठी भूमी किंवा पशू नव्हते. त्यांच्या आर्थिक विवंचनेमुळे त्यांनी मृत गाईचे मांस खाणे बंद केले नाही. हे कृत्य बौद्ध धर्माविरुद्ध आहे, असे त्यांना वाटले नाही; कारण मृत गाईचे मांस खाणे 'हिंसा' असल्याचे त्यांनी मान्य केले नाही. ब्राह्मण वर्ग त्यांचा तिरस्कार करायचा. तेव्हा वाताहत झालेले बौद्ध लोक आपल्या गोष्टीवर दृढ राहिले तेव्हा ब्राह्मणांनी त्यांना 'अस्पृश्य' म्हणून घोषित केले.

आंबेडकर पुढे असे म्हणतात, की वाताहत झालेल्या लोकांनी ब्राह्मणांची

अधिसत्ता मान्य केली असती आणि बौद्ध धर्माचे अस्तित्व नसते तर वाताहत झालेले लोक अस्पृश्य झाले नसते. आंबेडकर म्हणतात, अस्पृश्यतेच्या जन्माची तिथी, गोहत्या आणि गोमांसभक्षण बंदीची तिथी यांचा परस्परसंबंध आहे. डी. आर. भांडारकरांच्या मते, गुप्त राजांनी साधारणतः इ.स.या चौथ्या शतकामध्ये गोहत्या करणाऱ्यांना देहांताची शिक्षा रुजू केली. यावरून इ.स.४०० च्या आसपास अस्पृश्यता उदयाला आली आणि ब्राह्मणधर्म आणि बौद्धधर्म यांच्या संघर्षातून अस्पृश्यतेचा जन्म झाला. या इतिहासाकडेच भारतीय इतिहासाच्या विद्यार्थ्यांनी जाणीवपूर्वक दुर्लक्ष केले, असे आंबेडकर शेवटी म्हणतात.

अस्पृश्यतेच्या निर्मितीसंबंधी तर्कतीर्थ लक्ष्मणशास्त्री जोशी यांनी 'वैदिक संस्कृतीचा विकास' या ग्रंथात स्पष्टीकरण केले आहे. शूद्रांचे निरवसित व अनिरवसित असे दोन प्रकार व्याकरण महाभाष्यकार सांगतात. यांचे भोजन केलेले पात्र धुतल्यावर त्रैवर्णिकास चालते, ते अनिरवसित शूद्र होते. अस्पृश्य जाती या निरवसित शूद्र होते. शूद्र वर्णाचे विभाजन होऊन एक विभाग अस्पृश्य लोकांचा बनला असे तर्कतीर्थ जोशी यांनी लिहिले आहे.

थोडक्यात, 'अस्पृश्य मूळचे कोण किंवा वाताहत झालेल्या लोकांचा सिद्धान्त यामध्ये आंबेडकरांनी ऐतिहासिक घटनांचा आधार घेतला आहे.' या सिद्धान्ताच्या स्पष्टीकरणासाठी त्यांनी असेच वस्तुनिष्ठ पुरावे सादर केले आहेत. सर हेन्री मेन आणि सीभोम यांच्या विचारांचा आधार त्यांनी घेतला आहे. सर हेन्री मेन यांच्या मते, आयर्लंड मधील फ्यूधीर लोकदेखील वाताहत झालेले लोक होते; म्हणजेच वाताहत झालेले लोक हे केवळ भारतातच होते असे नाही तर जगात इतरत्र देखील वाताहत झालेले लोक होते हे स्पष्ट होते. ऐतिहासिक आधारावरही जगात इतरत्रदेखील वाताहत झालेले लोक होते हे स्पष्ट होते. ऐतिहासिक आधारावर हा सिद्धान्त मांडण्यात आला असला तरी कुठेही आंबेडकरांनी काल्पनिक गोष्टींचा आधार घेतलेला नाही. उलट, जास्तीतजास्त वस्तुनिष्ठ पुरावे देण्याचा प्रयत्न केला आहे.

कार्ल मार्क्सनेदेखील ऐतिहासिक घटनांच्या आधारावरून ऐतिहासिक भौतिकवादाची संकल्पना मांडली आहे आणि त्याद्वारे ऐतिहासिक काळातदेखील वर्गव्यवस्था होती आणि ऐतिहासिक काळातील वर्गांमध्येसुद्धा वर्गसंघर्ष होता, हे स्पष्ट केले आहे.

बाबासाहेब आंबेडकरांच्या विचारांसंबंधीच बोलावयाचे झाले तर आंबेडकरांनी आर्थिक चळवळीला प्राधान्य देण्याच्या दृष्टीने काही महत्त्वपूर्ण प्रयत्न केलेले होते. अस्पृश्यतेचा प्रश्न हा केवळ सामाजिक प्रश्न एकेकाळी असेलही; परंतु, आता तो आर्थिक प्रश्न झालेला आहे, असे बाबासाहेबांचे मत बनलेले होते. म्हणून मार्क्स

विरुद्ध आंबेडकर असा खोटा वाद उपस्थित करणाऱ्यांनी बाबासाहेब आंबेडकर कायदेमंत्री असताना त्यांनी हैदराबादच्या वृत्तपत्र प्रतिनिधींना जी मुलाखत दिलेली होती, त्या वेळी बाबासाहेबांनी सांगितले होते, 'The India is assuming an economic aspect now which formerly it did not.' यादृष्टीने प्रयत्न होणे आवश्यक आहे.

यावरून हे स्पष्ट होते, की आंबेडकरांनी ऐतिहासिक घटनांच्या आधारावर आपला अस्पृश्यतेसंबंधीचा सिद्धान्त मांडाला असता, तरी त्यांनी वस्तुनिष्ठ दृष्टिकोन ठेवून अस्पृश्य हे मूळचे कोण आहेत याचा शोध घेतला.

बाबासाहेब आंबेडकर आणि राखीव जागांचा प्रश्न

'राखीव जागा' हे क्रांतिकारी हत्यार आहे. ते केवळ आमदार, खासदार, सरपंच-पद देत नाही वा एखादी नोकरी व शिक्षण देत नाही, तर त्यामागे 'वर्ण-जातिव्यवस्थेमुळे माझी जात, म्हणून मी मागासलेला आहे,' यातून बाहेर पडण्यासाठी राखीव जागेची शिडी वापरायची हा त्यामागे आंबेडकरांचा हेतू होता.

बाबासाहेबांनी अस्पृश्यांना त्यांच्या हक्कांची जाणीव करून देण्यासाठी ३१ जानेवारी १९२० रोजी 'मूकनायक' पाक्षिक सुरू केले. अस्पृश्यांचे स्वतंत्र राजकीय अस्तित्व व हक्क प्रस्थापनेमागे आंबेडकरांची निश्चित भूमिका होती. पारंपरिक हिंदू समाजापासून अस्पृश्यांना बाहेर काढण्याची जशी सामाजिक व धार्मिक कारणे त्यांनी दिली होती, तशी नव्या स्वतंत्र होणाऱ्या भारताला लोकशाहीचा स्वीकार केल्याशिवाय पर्याय नाही; हे सर्व भारतीयांना, ब्रिटिशांना आणि काँग्रेससह सर्व पक्ष संघटनांना समजावून देत होते. आंबेडकरांच्या दृष्टीने अस्पृश्यांचा लढा सामाजिक लढा आहे असे मानणे चुकीचे होते. कायम विरुद्ध असलेल्या बहुसंख्यांकडून, अपसंख्याकांना स्वातंत्र्य आणि संधीची समानता मिळविण्याचा हा पूर्णत: भिन्न स्वरूपाचा प्रश्न होता. त्यामुळे अस्पृश्यांचा प्रश्न मूलत: राजकीय प्रश्न होता.

'राखीव जागां'चा अर्थ राज्यघटना आणि देशातील सामाजिक संस्था यांच्यामध्ये परस्पर नाते जोडणे. त्यामुळे सत्ताधारी वर्गाच्या हातात जी निरंकुश सत्ता जाते तिला आळा बसतो. त्यासाठी अस्पृश्यांचे स्वतंत्र राजकीय अस्तित्व असणे महत्त्वाचे होते. त्याला एकदा का मान्यता मिळाली, की कायदेमंडळ, कार्यकारी मंडळ आणि नागरी सेवांतील जागांची हिंदू आणि अस्पृश्य यांच्यामध्ये वाटणी होणार. पर्यायाने हिंदूंचा हिस्सा कमी होणार. त्यामुळेच राखीव जागांच्या तत्त्वाला त्याकाळी विरोध सुरू झाला.

याबाबतीत बाबासाहेब स्पष्ट होते. व्यक्तीच्या, नेत्याच्या सामाजिक सदिच्छेवर विश्वास ठेवून येथील वर्ण-जातिव्यवस्थेचा, अस्पृश्यतेचा प्रश्न सुटेल, याच्यावर

त्यांचा विश्वास नव्हता. हजारो वर्षे या दिशेने प्रयत्न करण्यात आले परंतु त्यातून फारसे काही हाताशी लागले नाही. याचा अर्थ, या सदिच्छांचा अव्हेर करावा; त्यांच्याविषयी अविश्वास दाखविणे असे नाही. इतिहासातून जेव्हा काही अनुभव वारंवार येतात तेव्हा मार्ग काढण्यासाठी नवी दिशा, नवी भूमिका आवश्यक असते. या संदर्भात बाबासाहेब म्हणतात,

२६ जानेवारी १९५० रोजी भारत प्रजासत्ताक राष्ट्र म्हणून अस्तित्वात आले. ''धर्म निरपेक्ष लोकशाही गणराज्य घडवण्याचा व सर्व नागरिकांस सामाजिक, आर्थिक व राजनैतिक न्याय, विचार, अभिव्यक्ती, विश्वास, श्रद्धा व उपासना यांचे स्वातंत्र्य, दर्जाची व संधीची समानता निश्चितपणे प्राप्त करून देण्याचा आणि त्या सर्वांमध्ये व्यक्तीची प्रतिष्ठा व राष्ट्राची एकता आणि एकात्मता यांचे आश्वासन देणारी बंधुता प्रवर्धित करण्याचा संकल्प,'' भारतीय संविधानाच्या प्रास्ताविकात देण्यात आला. ही राज्यघटना आंबेडकरांच्या कल्पनेतील परिपूर्ण घटना नव्हती; कारण जो सर्वसंमत मसुदा झाला; तो अनेक व्यक्ती, शक्ती आणि विचारांच्या आधारावर तयार झाला होता. स्वातंत्र्य लढ्यात या शक्ती कार्यरत होत्या, त्या सर्वांचे प्रतिबिंब त्यात पडणे स्वाभाविक होते. त्या राज्यघटनेने राजकीय समता आणि स्वातंत्र्य दिले, परंतु सामाजिक व आर्थिक समता दिली नाही, याचे दुःख बाबासाहेबांना शेवटपर्यंत होते.

राज्यघटनेने अस्पृश्यतेचे उच्चाटन केले आहे. प्रौढ मतदान आणि अस्पृश्यांसह सर्व मागास जातींना (अनु.जमाती) व मानवी समाजाच्या परिघाबाहेर ठेवलेल्या आदिम जमातींना आदिवासींना (अनु.जाती) ३३० ते ३४२ कामान्वये घटनात्मक संरक्षण दिले आहे. त्याचप्रमाणे कलम ३४० अन्वये भारतातील सामाजिक व शैक्षणिकदृष्ट्या मागासलेल्या वर्गाची स्थिती सुधारण्यासाठी संरक्षण दिले आहे. याच कलमानुसार मंडल आयोगाची स्थापना झाली होती.

परंतु त्याचवेळी राखीव जागांच्या विरोधात, काही शक्ती जी भूमिका घेत आहेत; ती या सामाजिक बदलाच्या प्रक्रियेला खीळ घालणारी आहे. जे प्रश्न ते उपस्थित करीत आहेत ते ९० वर्षांपूर्वी छत्रपती शाहूंच्या निर्णयावर उपस्थित केले होते. तसेच प्रश्न बाबासाहेब आंबेडकरांच्या राखीव जागांच्या भूमिकेविरुद्ध विचारले गेले होते.

स्वातंत्र्यलढ्याच्या संदर्भात राखीव जागांचा प्रश्न हा राष्ट्रीय भावनेच्या विरोधात असल्याची ओरड चालली होती. यात सत्ताधारी वर्ग, म्हणजे ब्राह्मण सर्वांत पुढे होते. या बाबतीत बाबासाहेब आंबेडकर म्हणतात, ''जेव्हा जेव्हा येथील शूद्रातिशूद्र कायदे कौन्सिल कार्यकारी मंडळ आणि सार्वजनिक सेवांतील राखीव जागांचा प्रश्न उपस्थित करतात; तेव्हा 'राष्ट्रवाद धोक्यात आला आहे' असे आक्रंदन येथील

सत्ताधारी वर्ग करतो. हा वर्ग लोकांना सांगत सुटतो, की आपल्याला राष्ट्रीय ऐक्य टिकविले पाहिजे. याचा अर्थ राखीव जागांचा प्रश्न आणि राष्ट्रीय ऐक्य यामध्ये शत्रुत्व आहे. त्यामुळे राष्ट्रीय स्वातंत्र्य हवे असेल, तर त्यांनी राखीव जागांच्या बाजूने उभे राहणे म्हणजे पाप आहे, त्यातून विभाजन होईल, हा येथील सत्ताधारी वर्गाचा दृष्टिकोन आहे.'' जपानच्या सत्ताधारी वर्गांशी तुलना करून डॉ. आंबेडकर म्हणतात, ''येथील सत्ताधारी वर्ग राष्ट्रवादासाठी त्याच्या विशेष हक्कांचा त्याग करण्याऐवजी, तो राष्ट्रवादाचे त्याचे विशेष हक्क (विशेषाधिकार) जतन करण्यासाठी शोषण करीत आहे. हा वर्ग केवळ त्याची सत्ता आणि अधिकार सोडविण्यासाठी नकार देतो असे नाही; तर शूद्रातिशूद्रांच्या राजकीय मागण्यांची कुचेष्टा करण्याची तो एकही संधी सोडत नाही.''

यावर आंबेडकरांचे उत्तर असे होते, की "The untouchables are not opposed to freedom from British Imperialism. But they refuse to be content with more freedom from British Imperialism. What they insist upon is that free India is not enough. Free India should be made safe for democracy." ब्रिटिश साम्राज्यवाद्यांपासून अस्पृश्यांना स्वातंत्र्य हवे आहे. परंतु, 'केवळ स्वातंत्र्य' मिळविण्यास त्यांचा नकार आहे. स्वतंत्र भारतामध्ये लोकशाहीला पोषक वातावरण असणे हे फार महत्त्वाचे आहे. आजही असेच प्रश्न नव्या संदर्भात पण त्याच भाषेत विचारण्यात येत आहेत. जन्मापासून–मृत्यूपर्यंत व दरवर्षी श्राद्ध विधीसाठी ज्यांना ब्राह्मण लागतो व ज्यांचे आयुष्यातील सर्व निर्णय जातीतच (उदा. लग्न, वस्ती करणे, दोस्ती करणे इत्यादी) होतात; ते 'जातीयवादी' ठरत नाहीत. मात्र, आरक्षण मागण्यासाठी जात सांगितल्यामुळे येथील जातिव्यवस्था अधिक मजबूत होते, असा आरोप आजचे राखीव जागा विरोधक करीत आहेत.

सत्ता आणि विकासाच्या प्रक्रियेत दलितांचा, बहुजन समाजाचा सहभाग वाढला पाहिजे, एवढे बोलल्याबरोबर येथील सत्तेच्या ठेकेदारांना, संस्कृतीच्या मक्तेदारांना राष्ट्रीय एकात्मता धोक्यात आल्याचे वाटते. संपूर्ण देशात सत्ता, संपत्ती व प्रतिष्ठेच्या जोरावर भीतीचे व दहशतीचे व (जाती) युद्धसदृश्य वातावरण निर्माण केले जाते. हे निर्भय लोकशाहीसाठी योग्य नाही.

या सर्व मोहिमेत भारतातील तथाकथित बुद्धिवादी विचारवंत समूह, सर्वांत आघाडीवर आहे. या विचारवंतांविषयी बाबासाहेब लिहितात, "Because they feel that, if the masses are emancipated from the yolk of cast they would be a menance to the power and prestige of the Brahmins as a class. The dishonesty of this infellectual class who would deny the masses the fruits of their thinking is a most disgraceful phenomenon."

आजही आपल्यासमोर राजकीय लोकशाहीला पूर्णत्व देण्याचा प्रश्न आहे. 'राखीव जागा' हे एक क्रांतिकारक हत्यार आहे. त्याला देशातील बहुसंख्य दलित, आदिवासी, भटके विमुक्त, इतर मागास जाती व महिला या शोषित घटकांनी राजकीय सत्तेत सहभागी करून घेण्यासाठी आणि सामाजिक व आर्थिक समतेसाठी उपयोग करून घेण्याची गरज आहे. तरच भारत हे एक राष्ट्र म्हणून उभे राहण्याची प्रक्रिया गतिमान होईल आणि जोपर्यंत व्यक्ती-व्यक्तीतील संबंध जातिव्यवस्थेनुसार निश्चित करण्याची ब्राह्मणी परंपरा चालू राहिल तोपर्यंत सामाजिक, सांस्कृतिक व आर्थिकदृष्ट्या मागास घटकांसाठी 'समान संधीसाठी विशेष संधी' या सिद्धान्तानुसार राखीव जागा ठेवाव्याच लागतील. डॉ. बाबासाहेब आंबेडकर या संदर्भात म्हणायचे, "There is equality of among equals. To equate, unequals to prepetuate inequality." समान व्यक्तींमध्येच फक्त समानता असू शकते. असमानांना समान मानणे म्हणजे असमानता टिकविणे, म्हणून समान संधीसाठी विशेष संधीचा सिद्धान्त आहे.

आंबेडकर आणि आदिवासी समाज

वर्णबाह्य समाजाचे बाबासाहेबांनी दोन भाग पाडले आहेत- (१) अस्पृश्य आणि (२) आदिवासी व भटके समाज. यांना मनुने अनुक्रमे 'चांडाळ' व 'बाह्य' अशी नावे दिली आहेत.

अस्पृश्य आणि आदिवासी यांच्यातील महत्त्वाचा फरक म्हणजे वर्गबाह्य असूनही आदिवासी अस्पृश्य नाहीत. त्यांच्यातील व वर्णांतर्गत समाजातील सीमारेषा फार पुसट आहेत. आदिवासी समाज आर्थिक व सांस्कृतिकदृष्ट्या पुढारला तर तो हिंदू समाजात समरस होईल. परंतु, अस्पृश्य समाजाचे तसे नाही. तो सुसंस्कृत व धनाढ्य जरी झाला; तरी त्याच्या माथ्यावरील अस्पृश्यतेच्या कलंकामुळे त्याला हिंदू समाजात एकरूप होता येणार नाही. या भेदामुळेच नेतृत्वाची खरी गरज अस्पृश्यांना आहे असे बाबासाहेबांना वाटत होते. शासनाच्या योजनांचा लाभ घेऊन आदिवासी समाजात आर्थिक समृद्धी येऊ शकते. परंतु, अस्पृश्यांना या योजनेचा लाभदेखील वर्णांतर्गत समाज घेऊ देणार नाही व त्यामुळे त्यांची उन्नती साधणे अशक्यप्राय होते याची बाबासाहेबांना जाणीव होती.

बाबासाहेबांनी आदिवासी समाजाबद्दल जो प्रश्न निर्माण केला तो आजही विचार करण्यासारखा आहे. ते म्हणतात, आदिवासींच्या रानटी अवस्थेला त्यांची आनुवंशिक निर्बुद्धता कारणीभूत आहे, असे हिंदू लोक म्हणतात. परंतु हिंदू समाजाने या १ कोटी १० लाख लोकांना सहस्रावधी वर्षांपासून रानटी, असंस्कृत, भटक्या,

गुन्हेगारी अवस्थेतून बाहेर काढण्याचा प्रयत्न केलेला नाही. ख्रिस्ती मिशनऱ्यांनी त्यांना शिक्षण, वस्त्र, निवारा, औषधे दिली व माणूस बनविले; तर हिंदू लोक त्यांची अवहेलना करतात. परंतु, या अनाथ समजल्या जाणाऱ्या समाजास ते आपलेसे करीत नाहीत, करू इच्छित नाहीत आणि करूही शकत नाहीत; कारण जातीबाहेरच्या समाजाची सेवा करण्याची हिंदुधर्मात शिकवणच मिळू शकत नाही. अनेक आदिवासी समाज मुसलमान झालेले आहेत, ते जर अहिंदू समाजात समाविष्ट झाले; तर ते हिंदूविरोधी संघटनांचे आधारस्तंभ ठरतील. हे बाबासाहेबांचे भाकीत हिंदू संघटनांनी अजून फारसे लक्षात घेतले नाही. विश्व हिंदू परिषद, राष्ट्रीय स्वयंसेवक संघ आदि संघटना मंदिरोद्धार, गंगाजल, रामजन्मभूमी आदि धार्मिक भावनांवर जनजागरण म्हणजेच हिंदू धर्माचे संस्कृतिसंरक्षण समजत आहेत. त्यामुळे हिंदु समाजातील घटकांची सेवा म्हणजेच हिंदुधर्मरक्षण वा विकास वा एकात्मता आणण्याचा मार्ग ही कल्पना या संघटना आत्मसात करायला तयार नाहीत. त्यामुळे वरवरच्या मलमपट्ट्यांनी हिंदू धर्माचा आदिवासी समाजात प्रसार होणे अवघड आहे.

हिंदू समाज इतरांची सुधारणा करीत नाही, परंतु कुणी सुधारणा करू इच्छित असल्यास त्यालाही प्रतिबंध कसा करतो याची दोन उदाहरणे बाबासाहेबांनी दिली आहेत, ब्राह्मणांचे अनुकरण म्हणून सोनार समाज स्वत:ला दैवज्ञ म्हणणे, धोतराचा सोगा वर टाकणे आणि 'नमस्कार' करणे या प्रथा आत्मसात करू लागले होते. परंतु, ब्राह्मणांना हे अनुकरण रुचले नाही व पेशव्यांनी सोनारांना शिक्षा दिली. पाठारे प्रभु हे विधवाविवाह करीत. ब्राह्मणांचे अनुकरण म्हणून त्यांनी अशा विवाहास प्रतिबंध घातला. पेशव्यांनी ही प्रथा मोडून काढली. बाबासाहेब म्हणतात, ''मुसलमानी व ख्रिस्ती लोक धर्मवृद्धीसाठी इतरांना शिक्षण व संस्कृती देतात. त्यात स्वार्थ असला तरी ते हिंदूसारखे शूद्र मनोवृत्तीचे नाहीत.''

जातिभेदामुळेच हिंदू समाजाचे संघटन होऊ शकले नाहीत, असा बाबासाहेबांचा निष्कर्ष आहे.

समाजात सुधारणा का होत नाही? सुधारणा दडपण्याचे सर्वांत मोठे शस्त्र म्हणजे जातिबहिष्कार व ते जातीमुळे शक्य होते. नैतिक आचरण हे वैयक्तिक असते असे आपण समजतो. परंतु, यावर जातिव्यवस्थेचा कसा परिणाम झाला आहे याचे मार्मिक विश्लेषण बाबासाहेबांनी केले आहे. जातियतेमुळे दानधर्माची वृत्ती नष्ट झाली आहे. धनभावना जातीपुरती मर्यादित राहते. स्वत:च्या जातीच्या शाळांकरिता, इस्पितळांकरिता मारवाडी-गुजराती आदी श्रीमंत दान देतात. गरजू, गरीब, अस्पृश्य आदिवासींकरिता उघडलेल्या शाळा-दवाखान्यांसाठी उच्च श्रीमंत लोक दान देत नाहीत. हिंदू हा जातीशीच इमान ठेवतो. नीतीदेखील जातीचे अधिष्ठान पाहते.

लायक व्यक्तीला कोणीही सहानुभूती दाखवीत नाही. सद्गुणांची चाड नाही. तो आपल्या जातीचा आहे काय एवढीच भावना डोक्यात असते.

आंबेडकरांचा जातिव्यवस्थाअंतासंदर्भात विचार

जातिअंताचा विचारच मुळी अब्राह्मणी परंपरेतून आलेला आहे. बौद्ध, चार्वाक्, जैन, तंत्रपरंपरा, बसवेश्वर, लिंगायत, चक्रधर–महानुभाव, नामदेव, तुकाराम, कबीर, शीख, बिरसा मुंडा, तंट्या भिल्ल, फुले, आंबेडकर यांच्या त्या अब्राह्मणी परंपरा होत.

जातिव्यवस्थेच्या विरुद्धचा संघर्ष हा वर्णव्यवस्थेच्या विरोधातील संघर्षापासून सुरू होतो तर अस्पृश्यता निर्मूलनाचा संघर्ष हा जातिनिर्मूलनाच्या संघर्षाबरोबर सुरू होतो; म्हणजे जातिनिर्मूलन व अस्पृश्यता निर्मूलन या एकाच प्रश्नाच्या दोन बाजू वाटतात. तरीही अस्पृश्यता निर्मूलनाचा स्वतंत्र विषय आहे.

'Annihilation of caste' या ग्रंथात आंबेडकरांनी जातिव्यवस्थेचे निर्मूलन कोणत्या पद्धतीने करता येईल, या संबंधीचे विश्लेषण केले आहे.

१. जाती नष्ट करण्याच्या संदर्भात काही विद्वानांनी असे मत मांडले, की जातीवाद नष्ट करण्यासाठी प्रथम पोटजाती नष्ट कराव्यात.

   आंबेडकर स्पष्ट करतात, की हे विचार अशा गृहीत प्रमेयावर आधारित आहेत की विभिन्न जातींपेक्षा पोटजातींमध्ये रूढी व दर्जामध्ये बराच सारखेपणा आहे; पण ही कल्पना चुकीची आहे.

   पोटजातींचे एकत्रीकरण शक्य आहे, असे गृहीत धरले तरी पोटजातींचे निर्मूलन होऊन हळूहळू जाती नष्ट होतील, याची शाश्वती नाही. उलट, पोटजाती नष्ट करणाऱ्याचा परिणाम जाती अधिक मजबूत करण्याकडेच होईल आणि जाती अधिक शक्तीशाली बनून त्या अधिक जाचक होतील म्हणून हा उपाय परिणामकारक नाही किंवा व्यवहार्यदेखील नाही, असे मत आंबेडकरांनी मांडले.

२. जाती नष्ट करण्याचा दुसरा उपाय म्हणून आंतरजातीय सहभोजन आवश्यक आहे, असे मानले जाते; पण आंबेडकरांना हा उपायदेखील योग्य वाटत नाही. आंतरजातीय सहभोजने करणाऱ्या अनेक जाती आहेत. परंतु, स्वजातीतील जाणीव व वृत्ती नष्ट करण्याकरिता सहभोजन यशस्वी ठरू शकत नाही असा सर्वांचा अनुभव आहे.

आंतरजातीय विवाह हाच जाती निर्मूलनाचा एक चांगला उपाय आहे, असे आंबेडकर सुचवितात. त्यांच्या मते, रक्तसंबंधानेच आपुलकीची भावना निर्माण होते व या नातेसंबंधाच्या भावनेशिवाय जातीने निर्माण केलेली विभक्तपणा, परकेपणाची

भावना कधी नष्ट होणार नाही; म्हणूनच आंबेडकर या निष्कर्षाप्रत येतात, की जाती मोडण्याचा खरा उपाय म्हणजे आंतरजातीय विवाह होय. जातीपासून मुक्त होण्यासाठी दुसरा कोणताही उपाय उपयुक्त ठरणार नाही.

आंबेडकरांच्या मते, शेकडो वर्षांपासून भारतीय समाजात दृढ झालेल्या जातिव्यवस्थेत आंतरविवाह सहजपणे घडून येणार नाही. त्याकरिता या धर्मशास्त्रांनी जातिव्यवस्थेच्या कल्पना बिंबविल्या. त्या धर्मशास्त्राच्या दास्यातून लोकांना मुक्त करणे आवश्यक आहे. त्या धर्मग्रंथावर त्यांचा विश्वास आणि श्रद्धा आहेत, तो विश्वास व धार्मिक वृत्ती प्रथम नष्ट करावी लागेल. त्यानंतरच लोक आंतरजातीय विवाहास तयार होतील आणि जातीयतेच्या तटबंदी कोसळतील. अशाप्रकारचे निर्भीड परंतु वस्तुनिष्ठ विचार आंबेडकरांनी मांडले आहेत.

जातिसंस्था आणि स्त्री दास्य यांचा फार निकटचा संबंध आहे, हे लक्षात घेऊन आंबेडकरांनी दास्यमुक्तीच्या चळवळीत समाज म्हणून जसा शोषितांचा विचार केला तसा शोषित समाज म्हणून स्त्रियांचाही अधिक्रमाने विचार केला.

बुद्ध, फुले, कबीर या त्रयीला गुरूस्थानी मानणाऱ्या आंबेडकरांसाठी जाती आणि जातिव्यवस्थांत करून समताधिष्ठित समाजाची रचना करणे हे होते. त्यासाठी त्यांनी जात आणि जातिव्यवस्थेच्या उत्पत्ती, विकासाचे, त्यातून निर्माण होणाऱ्या प्रश्नांचे सखोल अध्ययन करून जातिव्यवस्था अंताचा मार्ग दाखविला.

स्वातंत्र्य, समता आणि बंधुतेच्या निकषांवर हिंदुंच्या धर्मग्रंथांची कठोर आणि तर्कसंगत चिकित्सा आंबेडकरांनी केली होती. ती करण्यात त्यांचा दुहेरी हेतू होता. एकतर, त्या ग्रंथांनी पुरस्कृत केलेल्या आणि अधिमान्यता दिलेल्या उतरंडवजा विषमतेचा निषेध त्यांना करायचा होता. दुसरा म्हणजे, बहिष्कृतांच्या वाट्याला आलेल्या सामाजिक अन्यायांची पाळेमुळे किती खोलवर गेलेली आहेत याचा ऐतिहासिक व समाजशास्त्रीय छडा आंबेडकरांना लावायचा होता. कधीकाळी बौद्ध असलेल्या, टोळ्यांपासून तुटून पडलेल्या माणसांना ब्राह्मणी अभिजनांनी आपले दास केले आणि या प्रक्रियेतून अस्पृश्यता उद्‌भवली, अशी उत्पत्ती त्यांनी मांडली. शूद्र हे मुळात सूर्यवंशाचे क्षत्रिय होते. त्याकाळी समाज फक्त त्रैवर्णिकांचा होता. शूद्र राजे व ब्राह्मण यांच्यात संघर्ष झाले. त्यात ब्राह्मणांचे हाल झाले आणि म्हणून त्यांनी शूद्रांचे उपनयनादी विधी करणे बंद केले. याचा परिणाम असा झाला, की शूद्रांचा क्षत्रियत्वाचा दर्जा तर गेलाच पण ते वैश्याहूनही हलक्या दर्जाचे ठरले आणि त्यांचा स्वतंत्र वर्ग तयार झाला. असेही एक स्पष्टीकरण आंबेडकरांनी दिले आहे. जातिव्यवस्थेतील विषमता नैसर्गिक किंवा स्वभावगुणाधिष्ठित नसून जन्मसिद्ध आहे, तिला कर्मसिद्धान्ताने बळकटी आणली आहे, असा आपला अभिप्राय नोंदवून त्या

अन्यायी व्यवस्थेचे हिंदू समाजावर झालेले दुष्परिणाम त्यांनी सांगितले आहेत. जातिव्यवस्थाअंत करून समताधिष्ठित समाजाकडे जाण्याच्या मार्गांचीही चर्चा त्यांच्या लेखनात विस्ताराने आली आहे. पुरोहितशाहीचे स्तोम नष्ट करणे, धर्मभावनांचे उन्नयन करणे, बहिष्कृतांचे न्याय्य हक्क त्यांना मिळवून देण्याच्या सनदशीर संघर्षांना पाठिंबा देणे, सामाजिक, आर्थिक, लोकशाही मूल्यांची जोपासना करणे, इत्यादींवर आंबेडकरांचा विशेष भर होता. 'बौद्ध धर्माची शिकवण' हा त्यांना इहलौकिक समानतेचा आदर्श पाया वाटत होता. त्याचप्रमाणे राज्यघटनेच्या माध्यमातून या देशातील वैशिष्ट्यपूर्ण समाजव्यवस्थेत समतेचा पाठपुरावा कसा करता येईल, याबाबतीत आंबेडकरांनी संविधान सभेत केलेले प्रतिपादन ही भारतीय सामाजिक, राजकीय विचाराला दिलेली देणगी आहे.

पुढील प्रकरणात जी. एस. घुर्ये आणि बाबासाहेब आंबेडकरांच्या विचारांची तुलना केलेली आहे.

६

घुर्ये आणि आंबेडकरांच्या जातिविषयक विचारांचा तुलनात्मक निष्कर्ष

समाजशास्त्र हे तुलनात्मक पद्धतीच्या आधारावर विकसित होणारे शास्त्र म्हणून जाणले जाते. या पद्धतीचा वापर तार्किक विश्लेषणासाठी, विषयाला स्पष्टता आणण्यासाठी केला जातो.

घुर्ये आणि आंबेडकरांनी केलेल्या जातिविषयक विचारांची तुलना या संशोधन पद्धतीतून करण्यात आली आहे. या दोघांचा जातिविषयक विचारविमर्श लक्षात घेऊन त्याचा तुलनात्मक संबंध जोडताना त्यांनी मांडलेले जातीचे सिद्धान्त, अभ्यास पद्धत आणि पुराव्यांचा उपयोग करण्यात आला आहे.

प्रस्तुत विषयाची तुलना करण्याअगोदर सुरुवातीच्या दोन प्रकरणांचा आढावा घेऊन त्यातील मुख्य मुद्याला अधोरेखित करण्यात आले आहे.

पहिल्या प्रकरणातून असे दिसून आले, की समाजशास्त्राने दलितांच्या प्रश्नाला दिलेला प्रतिसाद नकारात्मक पद्धतीचा तर होताच; पण जातीचा प्रश्नदेखील समाजशास्त्रात दुर्लक्षिला गेला. प्रमुख प्रवाही समाजशास्त्रातील जातीचे विचारविश्व हे उच्चजातवर्गीय अनुभवांपासून सुरुवात करणारे असल्याचे दिसून येते.

समाजशास्त्रातील जातीचा प्रश्न समजून घेतल्यानंतर महाराष्ट्रातील जातिविषयक विचारांचा आढावा घेण्यात आला. या प्रकरणात महाराष्ट्रातील ब्राह्मणी, अब्राह्मणी, इ. विचारप्रवाहांचा विचार करण्यात आला.

महाराष्ट्रातील भक्तीपरंपरेतून व्यक्त केल्या गेलेल्या जातिविषयक विचारांचे अब्राह्मणी विश्लेषण केल्यानंतर भक्तीपरंपरेने जातीच्या प्रश्नाशी संघर्ष करण्याचे धोरण कधीही प्रमुख उद्दिष्ट म्हणून स्वीकारले नसल्याचा उलगडा होतो. त्यांची

समतेची संकल्पना प्रश्नांकित असल्याची दिसून येते.

ब्राह्मणी परंपरा ज्यात सुधारणावादी, राष्ट्रवादी इ. जातिमीमांसेच्या महाराष्ट्रातील परंपरा आहेत त्यांनी आपले सामाजिक स्थान मजबूत ठेवून सामाजिक सुधारणा आणि राष्ट्रीय ऐक्यासंदर्भातील विचार राष्ट्राच्या उद्धारासाठीच्या नावाखाली मांडलेले दिसतात.

त्यानंतर त्याच प्रकरणात बुद्धापासून प्रदीर्घ स्वरूपात जातिअंताचा विचार व्यक्त करत आलेल्या अब्राह्मणी परंपरेचा आढावा घेण्यात आला आहे. अब्राह्मणी परंपरेने जातिअंताचा विचार मानवमुक्तीच्या संदर्भात मांडून त्यासाठी स्वातंत्र्य, समता आणि बंधुतेचा पुरस्कार केलेला दिसून येतो.

जातीच्या प्रश्नाला स्त्रियांच्या वेगवेगळ्या गटांनी आणि चळवळींनी वेगवेगळ्या प्रकारचा प्रतिसाद दिलेला दिसतो. महाराष्ट्रातील दलित स्त्रियांच्या चळवळीने जातिअंताचा विचार माडंलेला दिसून येतो. त्यांनी जात आणि पुरुषसत्ताक व्यवस्था व स्त्रीदास्य यांना अधोरेखित केले; तर उच्च जातवर्गीय स्त्रियांनी जातीच्या प्रश्नाचे संरचनात्मक गांभीर्य लक्षात घेतलेले दिसत नाही. त्या जातीय सलोख्याचे, समरसतेचे विचार मांडताना दिसतात.

महाराष्ट्रातील शेतकरी चळवळ ही एक महत्त्वाच्या चळवळींपैकी एक आहे. या चळवळीने जातीचा प्रश्न हा आनुषंगिक विषय म्हणून घेतला. जातिअंताचा विचार त्यांनी कधीही व्यक्त केलेला नाही. शेतकरी संघटनेने जातीचे अर्थशास्त्र पुढे आणलेले कधीही दिसत नाही.

यावरून जातीच्या प्रश्नाकडे पाहण्याची दृष्टी वेगवेगळ्या चळवळी, संघटना, व्यक्तींची कशा प्रकारच्या परिप्रेक्ष्याची होती, हे लक्षात येते.

तिसरे प्रकरण जी.एस.घुर्ये यांच्या जातिमीमांसेबाबत तर चवथे आंबेडकरांसंदर्भातील आहे. घुर्येंची जातिमीमांसा ही शारीरिक मानवबंशशास्त्रीय असली तरी तिचा पाया हिंदुराष्ट्रवादी असल्याचा त्यांच्या जातीच्या विचारविमर्शातून उलगडा होतो; तर आंबेडकरांनी जातीचा विचारविमर्श समाजशास्त्रीय परिप्रेक्ष्याच्या आधारे प्रस्तुत केल्याचे दिसते. घुर्ये आणि आंबेडकरांच्या जातीच्या विचारांची मीमांसा त्यांनी मांडलेल्या विचारांच्या आधरे केलेल्या तुलनात्मकतेतून अधिक विश्लेषित होते; याचा विचार पुढे आलेला आहे.

घुर्ये आणि आंबेडकरांच्या जातिविषयक विचारांचा तुलनात्मक विचारविमर्श लक्षात घेण्यासाठी या दोघांच्या मांडणीची दिशा कोणती होती, याचा शोध घ्यावा लागेल. त्यासाठीची पूर्वअट म्हणून या दोघांच्या विचारधारांचा गाभा कोणता होता, त्यांच्या जीवनाची, शिक्षणाची पार्श्वभूमी कोणत्या प्रकारची होती, याचाही वेध घ्यावा लागेल.

घुर्येंची सामाजिक पार्श्वभूमी उच्च जातवर्गीय होती तर आंबेडकरांची कनिष्ठ जातीय होती. घुर्येंनी जातीयता, वंचितता-शोषियतेचे चटके, दाहक अनुभव अनेक वर्षे अनुभवले होते. जीवन अनुभवाची अशी तुलना करताना अनुभव व ज्ञानाचा सरळसोट संबंध नसतो, याची मला कल्पना आहे; पण अनुभव हा घटक ज्ञाननिर्मितीमध्ये हस्तक्षेप करतो तेव्हा त्या हस्तक्षेपाबाबत विमर्शात्मक असणे कोणत्याही चिकित्सात्मक अध्ययनाकरता कळीचे असते.

या दोघांचीही शैक्षणिक पार्श्वभूमी अतिशय चांगली होती. घुर्येंचा कल संस्कृतच्या अभ्यासाकडे लहानपणापासूनच होता. त्यांनी संस्कृतचा अभ्यास लहानपणापासून केलेला होता; तर आंबेडकरांना त्यांची इच्छा असूनही तशी संधी मिळालेली नव्हती; नंतर दोघांचेही शिक्षण इंग्रजी माध्यमातून देश-विदेशात झालेले होते.

दोघांच्याही जीवनाची व शिक्षणाची पार्श्वभूमी लक्षात घेतल्यानंतर त्यांच्या जातीच्या विचारांचा आढावा घ्यावा लागेल. या दोघांचेही जातीच्या संदर्भात बरेच लिखाण आहे. त्या सर्वच विचारांची तुलना करण्याचा प्रयत्न या ठिकाणी करण्यात आलेला नसून त्या दोघांच्या विचारातील विरोधाभास मुद्दे अधोरेखित करण्याचा प्रयत्न केलेला आहे. त्यासाठीचे निकष म्हणून जात आणि लिंगभाव, जातीचे अर्थशास्त्र, जातीतून होणाऱ्या शोषणाचा विचार, परिप्रेक्ष्याचा स्वीकार, जातिअंत इ. घटकांचा विचार करावा लागेल. ज्यातून विचाराची दिशा लक्षात घेण्याचा उद्देश आहे.

घुर्येंनी रिस्लेच्या अभ्यासाचे पुनर्सचिकरण केले आणि 'मानवमीतिय-सामाजिक-ऐतिहासिक' (Anthroposocio-Historical) अध्ययन पद्धतीद्वारे विस्तारित करून 'Caste and Race in India' (१९३२)मध्ये प्रकाशित करण्यात आले.

जातीच्या उदयाबाबत घुर्येंचे मत हे वंशीय सिद्धान्त आणि वंशाची पुढे झालेली सरमिसळ यावर आधारलेले आहे. रिस्लेचा घुर्येंवर प्रभाव होता. पण घुर्ये रिस्लेपेक्षा वेगळे आहेत. घुर्येंना रिस्लेची मते अंशतः मान्य आहेत.

घुर्येंचे जातीचे आकलन जातीच्या उदयापासूनच्या विश्लेषणाने सुरू होते; पण जातीच्या उत्पत्तीच्या संबंधात अचूक आणि निश्चित स्वरूपाचे विधान घुर्ये यांनी क्वचित केले आहे.

घुर्ये आपल्या सर्व लिखाणामध्ये जातिव्यवस्था ही गंगेच्या खोऱ्यात स्थिरावलेल्या आर्यांनी प्रामुख्याने त्यांच्यातील ब्राह्मणवर्गीयांनी निर्माण व विकसित केली व तेथूनच ती इतरत्र प्रसार पावली, असे प्रतिपादन सतत व आग्रहाने करताना दिसतात.

आर्यांमध्ये अनुलोम विवाहाला मान्यता होती. परंतु, प्रतिलोम विवाह निषिद्ध मानले जात. वर्णसंकरातून काही जाती निर्माण झाल्या असे काही उल्लेख धर्मग्रंथात येतात, त्यांच्याशी घुर्ये सहमत असलेले दिसतात.

आंतर्विवाहाचा व निरनिराळ्या गटांमधील रोटीव्यवहारांवरील निर्बंध ब्राह्मण आर्यांनी स्वतःच्या वर्णाची शुद्धता अबाधित राखण्यासाठी केले व ते इतरांनाही पाळावयास उत्तेजन दिले. त्यामुळे जातिव्यवस्था प्रस्थापित होण्यास मदत झाली असे घुर्ये प्रतिपादन करतात.

थोडक्यात, घुर्ये जातींच्या निर्मितीचा संबंध वंश, अनुलोम विवाह आणि व्यवसाय भिन्नतेला आलेल्या ताठरतेतून झाल्याचे म्हणतात.

भारतीय समाजात जातिसंस्था का निर्माण झाली व ती इतरत्र का निर्माण होऊ शकली नाही, असा प्रश्न आंबेडकर विचारताना दिसतात.

समाजात निश्चित असे वर्ग असतात हे आंबेडकर मान्य करतात. हिंदूंच्या इतिहासकाळात केव्हातरी उपाध्याय वर्गाने सामाजिक संबंधांच्या बाबतीत बाकीच्या जनतेपासून स्वतःला वेगळे तोडून घेतले आणि प्रवेशबंदीच्या मार्गाने स्वतःचे जातीमध्ये रूपांतर करून घेतले.

आंबेडकर हा मुद्दा अधिक स्पष्ट करतात. अंतर्गत विवाह किंवा प्रवेशबंद पद्धती ही हिंदू समाजात टूम होती आणि ब्राह्मण जातीतून तिची सुरुवात झाल्यामुळे सर्व अब्राह्मण पोटविभागांनी किंवा वर्गांनी अंतःकरणपूर्वक तिचे अनुकरण केले आणि पाळीपाळीने त्यांचेही अंतर्गत विवाह पाळणाऱ्या जातीत रूपांतर केले.

आंबेडकरांनी बहिष्कृतांना नवीन जात बनविणे कसे भाग पाडले यासंबंधी विवेचन केले आहे.

आंबेडकरांनी 'गटांतर्गत विवाह करणाऱ्या रूढीने स्वगटाबाहेर विवाह करण्याच्या रूढीवर मिळविलेला विजय म्हणजेच जातीची निर्मिती होय.' असे म्हणतात तसेच 'जात हा एक स्वयंमर्यादित वर्ग होय'. अशी जातीसंबधी नवीन व्याख्या करतात. घुर्येंनी जातीची व्याख्या केली नाही; पण जातीचे स्वरूप स्पष्ट करण्यासाठी वैशिष्ट्ये सांगितली आहेत.

जात ही वर्गापेक्षा कशी भिन्न आहे याची चर्चा घुर्येंनी केली आहे. (Ghurye 1979, P.3). जातीच्या वर्तुळात व्यक्तीला आपले सर्वांगीण जीवन जगता येते, हे जातीचे एक प्रमुख वैशिष्ट्य आहे, असे घुर्ये मानतात. तसेच प्रत्येक जातीची स्वतःची अशी सांस्कृतिक वैशिष्ट्ये असतात. त्यामुळे प्रत्येक जात हा एक सांस्कृतिक गटच असतो, असेही मत त्यांनी व्यक्त केले आहे.

आंबेडकरांची चिकित्सात्मक दृष्टी होती. त्यांनी जातिव्यवस्थात्मक असमानतेची

वर्गव्यवस्थात्मक असमानतेशी जी तुलना केली आहे, ती पथदर्शक आहे. ते म्हणतात की, वर्गीय असमानता ही साधी असमानता असल्यामुळे तिचा अंत करणारी क्रांती लवकर यशस्वी होऊ शकते; पण जातीय असमानताही श्रेणीबद्ध असमानता असल्यामुळे ती नष्ट करणारी क्रांती करणे कितीतरी कठीण आहे. (Babasaheb Ambedkar writing and speeches; Vol. 3P. 319-20)

येथे आंबेडकर परत्वे स्पष्ट करीत आहेत की, जातिविरोध हा वर्गविरोधापेक्षा जास्त शत्रुभावी आहे.

शरद पाटील यांच्या मते, 'आंबेडकरांनी एस.व्ही. केतकर या ब्राह्मण विद्वानाच्या प्रभावाखाली कास्टची व्याख्या 'बंद वर्ग' अशी केली आहे. (पाटील, १९९३, पृ. १९५). पण रावसाहेब कसबे यांनी, 'एडविड सेलिग्मन यांच्या 'Economic Interpretation of History' (इतिहासाच्या आर्थिक निरुपणा)च्या प्रभावाखाली आंबेडकर होते हे स्पष्ट केले आहे. (कसबे, १९९३, पृ. १६३).

आंबेडकरांच्या दृष्टीने वर्णव्यवस्था काय किंवा जातिव्यवस्था काय, या दोन्ही सारख्याच बंदिस्त आहेत, किंबहुना जातिव्यवस्था ही जास्तच बंदिस्त आहे.

घुर्ये जातीला वैशिष्ट्यपूर्ण भारतीय संस्था मानत नाहीत. असा तर्क करतात, की ही संस्था इतर समाजामध्ये सापडणाऱ्या दर्जा आधारित फरकांशी काही बाबतीत साम्य बाळगते. घुर्येंच्या या जातिविषयक दृष्टिकोनाला जर बारकाईने तपासले तर जातीचा हा दृष्टिकोन आणि जातीचा वंशीय दृष्टिकोन हे विरोधाभाषी आहेत. जातीचा वंशीय दृष्टिकोन लक्षात घेतला तर असे दिसते, की जात ही एका विशिष्ट समाजाचे एकमेवाद्वितीय वैशिष्ट्य असले पाहिजे; कारण त्याचा सरळ संबंध त्या समाजाच्या एकमेवाद्वितीय वंशीय वैशिष्ट्यांशी आहे.

घुर्येंच्या मते, हिंदू लोकसंख्या सहा प्रकारांमध्ये विभागलेली आहे. १ इंडो-आर्यन २. आदि-द्रविड ३. द्रविड ४. पाश्चिमात्य ५. मुंडा ६. मंगोलॉइड (Ghurye; 1969; P. 137).

वंशीय सिद्धान्त आणि शारीरिक मानववंशशास्त्राच्या आधारावर घुर्येंनी जातीच्या उगमाचा व जात आणि वंशातील संबंधांचे सिद्धांकन केले आहे.

आंबेडकर म्हणतात, ''सुप्रसिद्ध वंशशास्त्रज्ञांच्या मते, भारतातील लोकसंख्या आर्य, द्रविड, मंगोलियन आणि शिथियन या वंशाच्या मिश्रणाने बनलेली आहे. वंशशास्त्रदृष्ट्या सांस्कृतिक ऐक्य हेच त्यांच्या एकत्वाचे गमक आहे. या एकसंघ असलेल्या समाजात जात हा तुकडा आहे.'' असे आंबेडकर प्रतिपादन करतात. (आंबेडकर, भारतातील जाती, युगसाक्षी प्रकाशन, नागपूर, पृ. ४).

घुर्येंनी आर्यांनी भारतावर आक्रमण केल्याचा सिद्धान्त मांडलेला आहे.

भारतावर आर्यांच्या आक्रमणाचा सिद्धान्त मोडीत काढताना आंबेडकर म्हणतात, ''आर्यांनी भारतावर आक्रमण केले व येथील मूलनिवासी जमातींना अंकित बनविले याचा कोणता पुरावा आहे. जेथपर्यंत ऋग्वेदाचा संबंध आहे, त्यामध्ये या संबंधात तसूभरही पुरावा नाही. ज्यामुळे हे सिद्ध होईल, की आर्यांनी बाहेरून येऊन भारतावर आक्रमण केले.'' (Dr. Babasaheb Ambedkar writing and speeches vol. 7, P. 74-75).

आंबेडकर म्हणतात, जेथवर आर्यांचा विजय अधीन करण्याचा प्रश्न आहे. ऋग्वेदात दास व दस्यू हे आर्यांचे शत्रू आहेत, असे वर्णन केले आहे. अशा अनेक ऋचा आहेत, ज्यात वैदिक ऋषिंनी त्यांच्या देवाला शत्रुत्व ठार करण्यासाठी आमंत्रण दिले आहे. पण कोणताही निष्कर्ष काढण्यापूर्वी पुढील मुद्दे लक्षात घेणे आवश्यक आहे.

असे म्हणून आंबेडकरांनी तीन मुद्दे सांगितले व तिसऱ्या मुद्द्यात, आर्य, दास, दस्यू यांच्यातील संघर्ष आहे, असे स्पष्ट केले. याचे स्पष्टीकरण आंबेडकर करतात, ''लक्षात घेण्यासारखा तिसरा मुद्दा हा की संघर्षाची तीव्रता कितीही असली तरी तो वंशाचा संघर्ष नव्हता. तो धार्मिक भेदामुळे निर्माण झालेला संघर्ष होता.'' (उपरोक्त, पृ.७७) असा सिद्धान्त आंबेडकर मांडतात.

आंबेडकर इतिहासकारांबाबत म्हणतात, ''आर्यांचे दोन विभाग दोन वेगवेगळे वंश होते अथवा नाही हे आपल्याला माहीत नाही.आर्य हा शब्द वंशवाचक आहे अथवा नाही हेही आपल्याला माहीत नाही. त्यामुळे आर्य हा एक स्वतंत्र वंश आहे. असे मानण्यात इतिहासकारांची चूक आहे.'' (Dr. Babasaheb Ambedkar writing and speeches, vol. 7, P. 291-292).

मग आंबेडकरांच्या लिखाणात येणारा वंशाचा संदर्भ कोणत्या प्रकारे येतो, याचा विचार करावा लागेल.

मानवमितीच्या (Anthropometry) आधारावर मानवांचे वंश निर्धारित करण्याचा प्रयत्न पाश्चिमात्य विचारवंतांनी केला आहे. त्यांच्या दृष्टीने विचार करता भारतात लोकांचे जास्तीतजास्त दोन वंश आहेत, असे मानावे लागते; पण आंबेडकर म्हणतात, "In other words what we can say about the races of India in that there have been at the most two races in the field, the Aryans and the Nagas" (उपरोक्त, पृ. ३००)

असे असले तरी एक समस्या आहे असे आंबेडकर म्हणतात, मानवमितीच्या (Anthropometry) दृष्टिकोनातून मानवांच्या कवटीच्या उंचीवरून केलेल्या वंशाच्या वर्गीकरणात उंची कवटी असलेले दोन वंश आहेत व त्यांपैकी कोणता वंश आर्य वंश

आहे, हे ठाम सांगता येत नाही. हे स्पष्ट करून मानवमितीच्या मर्यादाही आंबेडकर स्पष्ट करतात. यातून वंश निर्धारित करणे कठीण आहे, हेच आंबेडकरांना स्पष्ट करायचे आहे.

पण आंबेडकरांनी मानवमिती (Anthropometry) हे मानवी वंशाच्या संशोधनासाठी विसंबून राहण्यायोग्य शास्त्र नाही, असे निःसंदिग्धपणे कोठे म्हटले आहे काय याचा शोध घ्यावा लागेल.

आंबेडकर म्हणतात, "If anthropometry is a science which can be depended upon to determine the race of a people, then the results obtained by the application of anthropometry to the various strata of Hindu society disapprove that the untouchables belongs to a race different from Aryans and Dravidians"

(उपरोक्त) (अर्थात-लोकांचा वंश निश्चित करण्यासाठी मानवमिती हे जर भरवशाचे विज्ञान असेल तर मानवमिती (Anthropometry) हिंदू समाजाच्या विविध थरांना लागू करून मिळविलेले परिणाम अस्पृश्य हे आर्य व द्रविडांपेक्षा वेगळ्या वंशाचे आहेत, ही गोष्ट खोटी ठरवतात).

यावरून आंबेडकरांनी मानवमिती (Anthropometry) व मानववंशशास्त्र (Ethnology) या दोन्ही शाखांचे ज्ञान त्यांच्या संशोधनासाठी वापरले व दोघांना सारखेच महत्त्व दिलेले आहे.

आंबेडकरांनी Ethnology चा निष्कर्ष जास्त महत्त्वाचा व (Anthropometry) (मानवमिती)चा कमी महत्त्वाचा आहे असे कोठेही म्हटले नाही; पण जातीच्या निर्मितीच्या अभ्यासासाठी ही पद्धत अपयशी असल्याचेच दाखवून दिले आहे. त्याचबरोबर जात आणि वंशातील संबंध घुर्येंनी दाखविले. त्याचा प्रतिवादही केलेला दिसून येतो.

Ethnology बाबतीत आंबेडकरांनी अस्पृश्यतेसंदर्भात लिहिलेल्या ग्रंथाच्या सातव्या प्रकरणाच्या भाग तीनमध्ये (VII : III) म्हणतात, ''समान गोत्र असलेल्या कुटुंबात आपसात विवाह करण्यास प्रतिबंध आहे; कारण ते ज्यांच्या नसांमध्ये सारखेच रक्त वाहते आहे, असे एकच पूर्वजाचे वंशज आहेत. ही वस्तुस्थिती लक्षात घेता विविध जाती व जमातींमधील 'देवका' (totem) ची विभागणी तपासणे ही वंशाच्या अभ्यासाची मानवमितीइतकीच चांगली परीक्षा आहे.'' (Dr. Babasaheb Ambedkar writing and speeches, Vol. 7, P. 303).

ज्यावरून हिंदूधर्मातील जातींच्या निर्मितीच्या मुळाशी वंशशुद्धी वा रक्तशुद्धीचा सिद्धान्त असल्याचे घुर्ये प्रतिपादन करतात, याचा प्रतिवाद आंबेडकरांनी केलेला दिसून येतो.

जातिव्यवस्थेतून रक्तशुद्धीही राखली जात नसल्याचे सांगून जर रक्तशुद्धी टिकवून ठेवायची असेल तर जाती-पोटजातीत रोटीबंदी वा सहभोजनाने तर रक्त बाटत नाही. मग पंक्तीभोजनास जातीजातींस प्रतिबंध वा सबल प्रजावृद्धीचा सिद्धान्त कुठेही व्यवहारात अमलात आणणे कठीण आहे व हा सिद्धान्त प्राचीन काळी आपल्या पूर्वजांना माहीत होता असे समजणे चूक आहे, असे आंबेडकर म्हणतात.

यावरून असे दिसून येते, की आंबेडकरांनी जातीच्या वांशिक सिद्धान्ताला नकार दिलेला आहे.

घुर्ये म्हणतात, ''हिंदुस्थानात ब्राह्मणांपासून मुसाहरांपर्यंत जर शारीरिक प्रकारांचा गुणानुक्रम बघितला तर असे लक्षात येते, की सामाजिक प्राधान्याची जी उतरंड हिंदुस्थानच्या जातींमध्ये आहे. त्याच्याशी याचा सरळ संबंध दिसतो असे असण्यामागे एकच कारण असू शकते, ते म्हणजे ब्राह्मण रक्त आणि मूळ रहिवाशांचे रक्त यांची सरमिसळ होण्याची शक्यता मिटवून टाकता येतील. असे बांधलेपण इतर गटाच्या रक्तांची सरमिसळ विविध प्रमाणात होण्याची मुभा असणे.'' (Ghurye, 1969, P.125).

वरील विचारातून घुर्येंच्या वरील मानवमितीचा, सामाजिक आणि शारीरिक मानववंशशास्त्राचा असलेला प्रभाव दिसतो.

मानववंशशास्त्राच्या आधारावर घुर्ये जाती आणि पोटजातीतील फरक सांगतात. जातीतील विभागणीवर लक्ष केंद्रित केल्यामुळे 'पोटजाती याच खऱ्या जाती आहेत.' असे घुर्येंना वाटते. (Ghurye, 1969, P.20).

घुर्ये म्हणतात, ''पोटजाती याच खऱ्या जाती आहेत. पण हे करीत असकाना जाती व पोटजातीची व्यक्तीसाठी सलेली वेगवेगळी कार्ये आणि समाजातील इतर गटांशी जात व पोटजातीकडे बघण्याची वेगली दृष्टीपण मी दाखवून दिली आहे.'' (उपरोक्त, P.190)

आंबेडकर म्हणतात, ''भारतीय समाजाचा एकसंघ घटक पोटजात नसून गटबाह्य विवाहाच्या (Endogamy) तत्त्वावर तयार झालेले कूळ हाच भारतीय समाजातील एकसंघ घटक होय. या अर्थाने हिंदू समाज हा मूलतः जुन्या टोळ्यायुक्त समजातत्त्वावर आधारलेला असून पोटजातीवर उभारलेली समाजव्यवस्था आहे. हिंदू कुटुंबात विवाहाच्या वेळी मुख्यतः आपले कूळ आणि गोत्र विचारात घेण्यात येते आणि त्यानंतरच जात आणि पोटजातीचा विचार करण्यात येतो''. (संदर्भ : डॉ. आंबेडकर, अस्पृश्य मूळचे कोण, पृ.८८-८९).

आंबेडकरांनी ब्रिटिशांच्या शिरगणतीचे जे धोरण अवलंबिले होते. त्या पार्श्वभूमीवर आपले विचार व्यक्त केले होते.

जातीसंदर्भात स्त्रियांचा विचार घुर्ये आणि आंबेडकरांनी कसा मांडला आहे, याचा लेखाजोखा पुढीलप्रमाणे घेता येईल.

घुर्येंनी जातीबाह्य विवाहाला बंदी हा जातिव्यवस्थेचा गाभा आहे, एवढेच सांगितले. त्यांनी स्त्रिया या जातिव्यवस्थेच्या प्रवेशद्वार होत्या आणि आजही आहेत, हे सांगितले नाही; पण आंबडेकरांच्या विचारात हा मुद्दा येतो. अनुलोम विवाह सहन केले जात असत. पण प्रतिलोम विवाहाला कडक शिक्षा होत असे एवढा पुरावासुद्धा या संदर्भात महत्त्वाचा आहे.

'अमेरिकन स्त्रियांची लैंगिकता आणि लैंगिक वर्तणूक' यावर ग्रंथ लिहिलेल्या घुर्येच्या नजरेतून भारतीय स्त्रियांच्या लैंगिकतेचा व त्यावरील नियंत्रणाचा मुद्दा मात्र नेमका निसटलेला दिसतो.

आंबेडकरांनी जातीचे विश्लेषण करताना त्याचा स्त्रीदास्याशी व संरचनेवर परिणाम करणाऱ्या प्रथा, परंपरा ज्या धार्मिक मान्यतेतून व्यवहारात आणल्या जातात त्यांचे सविस्तर विस्तृत विश्लेषण केलेले दिसते; पण घुर्येंनी मात्र जात आणि स्त्रीदास्याचा विचार केलेला दिसत नाही.

यानंतर घुर्ये आणि आंबडेकरांची अस्पृश्यताविषयक विचारांची दिशा कोणती होती याचा वेध घेणे क्रमप्राप्त आहे.

घुर्ये यांच्या मतानुसार अस्पृश्यतेची संकल्पना प्रथमतः शूद्रांच्या व यज्ञयागाच्या संदर्भात निर्माण झाली असावी. तसेच आर्यांनी निर्माण केलेल्या धार्मिक व व्यावासायिक शुचितेच्या कल्पनांमधूनच अस्पृश्यता निर्माण झाली. धार्मिक कार्यापासून काही लोकांना वगळण्याची प्रथा ब्राह्मणग्रंथांच्या काळापासून प्रचलित होती. 'स्पर्शाने विटाळ होतो' ही कल्पनाही याच कालखंडात रूढ झाली. तसेच काही गटांना ते करीत असलेले व्यवसाय अस्वच्छ असल्यामुळे अस्पृश्य मानले गेले, असे विवरण घुर्ये करतात. (Ghurye, P. 320).

'अस्पृश्यांच्या अस्वच्छ राहणीमुळे इतर हिंदूंना त्यांची घृणा वाटते, यासाठी त्यांच्या सवयी बदलणे जरुरी आहे. त्यांना शिक्षण देऊन व त्यांच्या आर्थिक स्थितीत सुधारणा घडवून आणून हे साध्य करता येईल, असे घुर्येंना वाटते. असे झाले तर स्पृश्यांचा अस्पृश्यांबद्दलचा दृष्टिकोन बदलून अस्पृश्यतेची समस्या सोडविण्यास मदत होईल असे मत त्यांनी व्यक्त केले आहे.'

ब्रिटिशांच्या राजवटीत ब्राह्मणोत्तरांना ब्राह्मणांच्या व अस्पृश्यांना इतरांच्या वर्चस्वातून मुक्तता मिळण्याची संधी प्राप्त झाली व त्यामुळे अस्पृश्यांच्या स्थितीत बरीच सुधारणा झाली, असे मत घुर्येंनी व्यक्त केले आहे.

अस्पृश्यतेच्या प्रश्नासंदर्भात आंबेडकरांचे आकलन मूलतःच वेगळे आहे.

'अस्पृश्य मूळचे कोण' किंवा वाताहत झालेल्या लोकांचा सिद्धान्त यामध्ये आंबेडकरांनी ऐतिहासिक घटनांचा आधार घेतला आहे. या सिद्धान्ताच्या स्पष्टीकरणासाठी त्यांनी अनेक वस्तुनिष्ठ पुरावे सादर केले आहेत.

वंशभेद आणि व्यावसायिक आधारावर अस्पृश्यतेची निर्मिती झाली, या स्टॅनले राईसच्या सिद्धान्ताचे आंबेडकरांनी खंडन केले आणि वंशभेद किंवा व्यावसायिक आधारावर अस्पृश्यतेची उत्पत्ती झाली नसल्याचे त्यांनी स्पष्ट केले.

आंबेडकरांनी अस्पृश्य हे मूळचे वाताहत झालेले लोक होत असे सिद्ध करून बौद्धांविषयी तिरस्कार आणि वाताहत झालेल्या लोकांनी गोमांस भक्षण बंद करणे ही अस्पृश्यतेच्या निर्मितीची दोन कारणे स्पष्ट केली आहेत.

आंबेडकरांच्या मते, अस्पृश्यतेचा प्रश्न जातिव्यवस्थेशी निगडित आहे; म्हणून जोपर्यंत जातिव्यवस्था मोडत नाही तोवर अस्पृश्यता जाणार नाही, असे आंबेडकरांना वाटत होते. याउलट, घुर्येंनी अस्पृश्यतेचा प्रश्न हा जातिव्यवस्थेशी संलग्न नसून तो प्रायः हिंदू धर्मात शिरलेल्या जन्मजात उच्च-नीचभावाशी निगडित आहे. असे मानले होते. परिणामतः जातिव्यवस्थेला धक्का न लावताही हा प्रश्न स्वतंत्रपणे सोडविता येऊ शकतो, अशी घुर्येंची धारणा होती.

जातिनिर्मूलनाविषयी अस्पृश्यता जाणार नाही; पण जातिनिर्मूलनात सवर्णांना रस नसल्याने अस्पृश्यांच्या उपलब्ध राजकीय ताकदीच्या बळावर परकीय सत्तेच्या उपस्थितीमुळे अनुकूलतेचा फायदा घेऊन अस्पृश्य वर्गाचे हितसंबंध वसाहतवादी राजकारणाच्या चौकटीत जितके जपता येतील, तितके जपणे ही आंबेडकरांची रणनीती होती. अस्पृश्य वर्गाच्या हातात राजकीय सत्ता असल्याशिवाय, त्यांना त्यात वाटा मिळाल्याशिवाय त्यांची ताकद वाढू शकणार नाही, हे आंबेडकरांना माहीत होते. अशी ताकद असल्याशिवाय ब्राह्मणवादाच्या विरोधात अस्पृश्यवर्ग समर्थपणे उभा राहणार नाही हेही ते जाणून होते; म्हणूनच अस्पृश्यता आणि जातिअंताच्या लढ्याचा एक भाग म्हणूनच अस्पृश्य वर्गासाठी राज्यघटनेत विविध कलमांची निर्मिती करण्यात आली आहे.

अस्पृश्यतेबाबतचे विचार पाहिल्यानंतर शूद्र वर्णाच्या निर्मितीबाबत घुर्ये आणि आंबेडकरांचे विचार पाहणे क्रमप्राप्त आहे.

घुर्ये यांच्या मतानुसार शूद्र हा वर्ण आर्यांनी ज्यांच्यावर स्वामित्व मिळवले होते अशा मूळच्या स्थानिक रहिवाशांचा मिळून बनलेला होता.

भारतात आलेल्या आर्यांनी येथील मूळच्या रहिवाशांना अंकित केले पण त्यांना आपल्या धार्मिक व सांस्कृतिक जीवनात सहभागी करून घेतले नाही. स्वतःला वांशिक व सांस्कृतिकदृष्ट्या श्रेष्ठ समजून इतरांना हीनतेने वागविले. परंतु,

ज्या स्थानिक लोकांनी आर्यांचे स्वामित्व मान्य केले त्यांचा शूद्र हा अलग असा वर्ग निर्माण करून त्यांचा आपल्या समाजरचनेच्या परिघावरील एक भाग म्हणून स्वीकार केला. वेदकालीन आर्यांमधील ब्राह्मण लोकांनी ब्राह्मण, क्षत्रिय व वैश्य हे द्विजाती व शूद्र हे एकजाती असा भेद दाखविण्यावर सतत भर दिला.

घुर्येंच्या मते, आर्यन जेव्हा भारतात आले तेव्हाच ते तीन वर्गांमध्ये विभागलेले होते. हे वर्ग कार्यात्मक विभागणीवर आधारित होते. यात आंतरवर्गीय विवाह असामान्य होते; पण आंतर्विवाहावर बंदी नव्हती. पराजित लोकांचा वर्ग म्हणजे शूद्र. म्हणून शूद्र या तीन वर्गांपेक्षा वेगळे गणले गेले. यामुळे आपल्या लक्षात येते, की बाकीचे तीन वर्ण द्विज आणि द्विज का नाहीत, असे का?

आंबेडकरांच्या मते, 'हिंदी आर्य समाजात एकेकाळी, ब्राह्मण, क्षत्रिय व वैश्य असे फक्त तीन वर्ण अस्तित्वात होते. शूद्र हे क्षत्रिय वर्णात होते.'

यासंबंधी स्पष्टीकरण करताना आंबेडकर म्हणतात, की प्रथमतः आर्यांमध्ये तीन वर्ण होते. शूद्र हा निराळा वर्ण होता असे ऋग्वेदात नमूद केले. शूद्राला चौथा आणि निराळा वर्ग कधीच मानण्यात आले नव्हते.

'दास' हे आर्यवंशाचे होते, हे सिद्ध केल्यानंतर आंबेडकर शूद्र आणि दास यांच्यात कोणत्या प्रकारचे संबंध होते, या प्रश्नाचे उत्तर शोधतात. त्यांनी दोन सिद्धान्त विचारार्थ मांडले- १. दास आणि दस्यू एकच होते आणि २. दास, दस्यू आणि शूद्र हे ही एकच होते.

पहिल्या सिद्धान्ताचे स्पष्टीकरण करताना आंबेडकर म्हणतात, की दास आणि दस्यू एकच होते, याबाबत खरा पुरावा आढळत नव्हता. दास आणि दस्यू जर निराळे नव्हते तर मग त्यांचे वेगवेगळे उल्लेख का आले? याचा अर्थ, या दोन निरनिराळ्या जमाती असाव्यात. दुसऱ्या सिद्धान्ताचे स्पष्टीकरण देताना आंबेडकर म्हणतात की, दास, दस्यू आणि शूद्र या सर्व जमाती एकच होत्या हे विधान निराधार होते.

'शूद्र हे एका जमातीचे नाव होते आणि तो धातूसाधित शब्द नव्हता' असा अभिप्राय आंबेडकरांनी व्यक्त केला आहे. (उपरोक्त, पृ.३०). शूद्र हे दास आणि दस्यू यांच्यापासून निराळे होते, असा निष्कर्ष आंबेडकरांनी काढला.

शूद्र जर हिंदुस्थानचे मूळ रहिवासी अनार्य नव्हते, तर ते कोण होते असा प्रश्न आंबेडकर विचारतात. आंबेडकरांना जो सिद्धान्त गवसला त्याच्या तीन बाजू त्यांनी उद्धृत केल्या- १.शूद्र पूर्वी आर्य होते. २. शूद्रांचा क्षत्रिय वर्णात इतका प्रबळ समाज होता, की प्राचीन काळाच्या अत्यंत प्रमुख व प्रबळ आर्य जातीतील राजांपैकी बरेच राजे शूद्र होते.

प्राचीन आर्य जमातीतील ख्यातनाम आणि बलवान असे राजे शूद्रच होते. याबाबत आंबेडकरांनी प्रो.वेबर यांचे मत उद्धृत केले आहे, ''शूद्र आर्यांपैकीच आहेत आणि इतरांपेक्षा आधीच ते भारतात आले हे मला आता संभवनीय वाटते.'' या सर्वांवरून शूद्र हे आर्य होते, क्षत्रिय होते असा निष्कर्ष आंबेडकरांनी काढला आहे. (उपरोक्त, पृ.३१).

आंबेडकर म्हणतात, प्रथमपासून चार वर्ण होते. या युक्तिवादाला कोणत्याही प्रकारचा आधार नव्हता. पूर्वी तीनच वर्ण होते व शूद्र हे दुसऱ्या म्हणजे क्षत्रिय वर्णाचे होते, असा निष्कर्ष आंबेडकरांनी काढला. (उपरोक्त, पृ.३२).

शूद्र हे क्षत्रिय होते व ते चवथा वर्ण म्हणून जे झाले ते आपोआपच नाही. शूद्रांना अवनत अवस्थेस कोणी पोहोचविले व का? या प्रश्नाचे उत्तर शोधताना आंबेडकर म्हणतात, शूद्रांना जी अवनत दशा प्राप्त झाली ती ब्राह्मण व शूद्र यांच्यातील प्राणांतिक झगड्यातूनच, असा सिद्धान्त आंबेडकर मानतात.

हा सिद्धान्त स्पष्ट करण्यासाठी आंबेडकरांनी शूद्र राजा सुदास आणि ब्राह्मण ऋषी वसिष्ठ यांच्यात झालेला प्राणांतिक झगडा उद्धृत केला.

'हा झगडा ब्राह्मण व क्षत्रिय यांच्यामधील होता, हे एका अर्थी बरोबर आहे; कारण शूद्र लोकसुद्धा क्षत्रियाच्या एका शाखेचे अनुवंशज होते. त्यामुळे जे झगडे झाले ते ब्राह्मण व शूद्र यांच्यामध्ये झाले, असे म्हणणे जास्त सयुक्तिक होईल, असे आंबेडकरांचे म्हणणे आहे. ब्राह्मण व शूद्र यांच्यामधील झगड्याचा इतिहास पूर्णपणे समजून घेतला तर शूद्रांना दुसऱ्या वर्णातून काढून त्याची चवथ्या वर्णात कशी गणना झाली, याची जाणीव इतिहास कोणालाही करून देईल. असे आंबेडकर म्हणतात.'

ब्राह्मणांनी शूद्रांच्या अधःपात करण्यासाठी जे तंत्र वापरले त्यासंबंधीची पहिली महत्वाची गोष्ट म्हणजे शूद्रांचे उपनयन करण्यास नकार देणे. या तंत्राच्या योगे ब्राह्मणांनी आपले ध्येय साध्य केले आणि शूद्रांवर सूड उगवला.

शेवटी एक अनुत्तरित प्रश्न असा राहतो, की शूद्रांच्या उपनयनाबाबत ब्राह्मणांजवळ अशी कोणती शक्ती आहे की त्यांना ते उपनयनापासून वंचित करू शकतील? आंबेडकरांच्या मते, उपनयन किंवा धार्मिक विधी करण्याचे ब्राह्मणांचे खास अधिकार होते आणि अनधिकृत उपनयन केले तर ब्राह्मणांवर दंड बसविण्यात येत होते; तसेच ब्राह्मणांनीच हा विधी करावा असे ठरले होते. दुसऱ्याने कोणी केला तर तो रद्द होण्याची शक्यता होती. त्याचाच हा परिणाम असावा असे आंबेडकर म्हणतात (उपरोक्त, पृ.३४).

भारताच्या प्राचीन इतिहासाचे संशोधन करण्यामागे आंबेडकरांचे दोन हेतू होते. भारतातील शूद्र व अतिशूद्र या दोन्ही गटांनी स्वतःच्या उत्कर्षासाठी चालविलेल्या

चळवळींशी त्यांचा निकटचा संबंध होता. तेव्हा येथील जवळजवळ नव्वद टक्के लोक ज्यात गणले जातात ते वर्ण कसे निर्माण झाले हे समजून घेण्याची त्यांना उत्कंठा होती. हिंदू धर्मग्रंथ हे ईश्वरनिर्मित व शाश्वत असल्यामुळे त्यांच्या आदेशांचे पालन करणे हाच धर्म होय, अशी येथील बहुसंख्य लोकांची श्रद्धा होती.या धर्मग्रंथातील वचनांची शास्त्रशुद्ध पद्धतीने चिकित्सा करून हिंदू समाजाच्या अधोगतीस ते कसे कारणीभूत झाले आहेत, हे लोकांना दाखवून देणे आणि त्यांचा भ्रमनिरास करणे, हाही आंबेडकरांचा दुसरा हेतू होता.

'हिंदूंचे हे सर्व धर्मग्रंथ संस्कृत भाषेत लिहिलेले होते. आंबेडकर अतिशूद्र जातीत जन्माला आलेले असल्यामुळे त्यांना शाळेमध्ये संस्कृत भाषेच्या अध्ययनाला परवानगी मिळाली नाही. पुढे, मोठेपणी या ग्रंथांच्या इंग्रजी भाषांतराच्या साहाय्याने कसून अध्ययन केले आणि आपले निष्कर्ष लोकांपुढे मांडले.' असा उल्लेख नलिनी पंडित यांनी केला आहे. (पंडित, १९९६, पृ.१०८).

एकोणिसाव्या शतकात, भारताच्या प्राचीन इतिहासाच्या संशोधनाला जेव्हा प्रारंभ झाला तेव्हा पहिल्या पिढीतील संशोधक उच्चवर्णीय होते. प्राचीन धर्मग्रंथांबद्दल त्यांच्या मनात आदर व भक्तिभाव होता. शिवाय सर्व ग्रंथांचे ग्रंथकर्ते ब्राह्मणच होते. या ग्रंथांमध्ये उच्चवर्णियांच्या हितसंबंधांचे समर्थन केलेले होते आणि वर्णव्यवस्थेमुळे मिळालेल्या विशेषाधिकारांचा त्याग करण्याची त्यांच्या मनाची तयारी नव्हती. साहजिकच, उच्चवर्णियांच्या संशोधनावर मर्यादा पडल्या. धर्मग्रंथांमध्ये अध्यह्रत असलेल्या सामाजिक तत्त्वज्ञानाची आधुनिक दृष्टिकोनातून निःस्पृहपणे त्यांनी चिकित्सा केली नाही. साहजिकच, इतिहासाच्या प्रांतात त्यांना भरीव कामगिरी करता आली नाही.

बौद्ध धर्मातील जात-वर्ण आणि स्त्रियांच्या संदर्भातील विचारांकडे घुर्ये आणि आंबेडकरांनी वेगवेगळ्या दृष्टिकोनातून पाहिले आहे.

बौद्ध व जैन धर्माची जातिव्यवस्थेच्या संदर्भात चर्चा करताना घुर्येंनी क्षत्रियांचे श्रेष्ठत्व पुनर्थापित करणे ही या धर्माची मुख्य प्रेरणा होती, असा अभिप्राय व्यक्त केला आहे. असाच विचार एस.व्ही. केतकरांनीही मांडलेला होता.

आंबेडकरांनी स्वातंत्र्य, समता आणि बंधुतेचा विचार बुद्धांपासून घेतल्याचे स्पष्ट करून बुद्ध हा क्रांतिकारक असल्याचे प्रतिपादन केले.

या दोघांच्या विचारांच्या पार्श्वभूमीवर बुद्धांचा विचार काय होता, ते पहावे लागेल. बुद्धाने व त्याच्या भिक्षूसंघाने 'प्रतीत्यसमत्पाद' या तत्त्वज्ञानाच्या आधारे वर्णव्यवस्थाअंताच्या क्रांतीचे नेतृत्व केले. बुद्धाने चारही वर्ण समसमान असतात. (वत्तारो वण्णा समसमा होन्ति।) असा पुकारा केला; पण बुद्ध म्हणतात, 'जो विद्या

आणि आचरण यांनी युक्त असतो, तोच देव आणि मानव यांच्यामध्ये श्रेष्ठ असतो. याचा अर्थ श्रेष्ठत्वाचा निकष विद्या आणि शील आहे, वर्ण वगैरे नाही. हे स्वतःचे मत आहे. ते जसे ब्राह्मणांना लागू आहे, तसेच क्षत्रियांनाही लागू आहे.' (साळुंके, २००७, पृ.३५४).

यावरून घुर्ये बुद्धाच्या भूमिकेचे विकृतीकरण करताना दिसतात. मग स्वतः विकृत केलेल्या मताच्या आधारे त्यांना दोष लावताना दिसतात. तर आंबेडकरांचे बुद्धांवरील आकलन संशोधनाच्या पातळीवरून अभ्यासपूर्ण करताना दिसतात.

घुर्येंनी बुद्धाचा स्त्रियांकडे पाहण्याचा दृष्टिकोन ब्राह्मणी होता हे दाखविण्याचा प्रयत्न केलेला आहे. ते म्हणतात -

"Buddha was approached by a king complaining that he has tricked into marrying a girl born of a kshatriya father and a slave women. Buddha comsoling him, said that it was the father's family that counted. This view was not different from the Brahmanic view of the times which gave importance to the caste of the father. The king was not satisfied withthe answer the stripped her of her Queen's status (Ref. Pillai, S.D. 'Indian Sociology through Ghurye,' P.37).

बुद्धावर आरोप करण्याची प्रथा फार पुरातनकाळापासून चालत आली आहे. ती तशीच पुढे चालू देणे शक्य नाही, असे आवाहन आंबेडकरांनी 'भारतीय स्त्रियांची उन्नती आणि अवनती' (The Rise and Fall of Hindu Women) या निबंधात केली आहे.

बुद्धाच्या काळात स्त्रियांना हीन दर्जा प्राप्त झाला असल्याचे आरोप अनेक हिंदुत्ववादी विचारवंतांनी केले आहेत. याचा स्पष्ट अर्थ असा, की बुद्धपूर्वकाळात स्त्रियांचा दर्जा फार उंच असल्याचे भासविण्यासाठी अशी विधाने ते करीत असतात.

आंबेडकरांनी बुद्ध हे मुळातच स्त्री आणि पुरुष असा भेद मानीत नव्हते, हे स्पष्ट करण्यासाठी 'भगवान बुद्ध आणि त्याचा धम्म' या पुस्तकात लिहितात-

बुद्ध म्हणतात,

आनंदा गैरसमज करून घेऊ नकोस, निब्बाणाप्रत पोहोचण्यास पुरुषांइतक्याच स्त्रिया समर्थ आहेत, असे माझे मत आहे. "आनंदा माझ्याविषयी गैरसमज करून घेऊ नकोस, स्त्री-पुरुषातील विषमतेच्या तत्त्वाचा मी पुरस्कर्ता नाही. महाप्रजापतींच्या विनंतीला दिलेला नकार हा स्त्री-पुरुषातील विषमतेवर आधारलेला नाही. तो व्यावहारिक कारणावर आधारलेला आहे." (आंबेडकर - भगवान बुद्ध आणि त्याचा धम्म, पृ.१५७).

बुद्धाचा विचार असा समतावादी असेल तर आनंद आणि बुद्ध यांच्यात झालेला संवाद हा प्रक्षिप्त असला पाहिजे, असे प्रथमदर्शनी मत तयार होते आणि

त्याचा पुरावा महापरिनीब्बानसुत्तात मिळतो. 'हिंदू स्त्रियांची उन्नती आणि अवनती'या निबंधात आंबेडकरांनी तो पुरावा म्हणून वापरला आहे.

तसेच महाराष्ट्रातील भक्तिसंप्रदायावर प्रकाश टाकतानाही घुर्ये आणि आंबेडकर परस्परविरोधी विचार व्यक्त करताना दिसतात.

महाराष्ट्रातील भक्तिसंप्रदायाच्या चळवळीचा जातिसंस्थेवर झालेल्या परिणामांचे विश्लेषण घुर्ये यांनी फारसे खोलवर जाऊन केलेले नाही. त्यामुळे शूद्र संतांनी शूद्रांना मुक्तीचा नामजपासारखा सोपा मार्ग उपलब्ध करून देऊन त्यांची ब्राह्मणांच्या आध्यात्मिक वर्चस्वातून मुक्तता केली असे विधान घुर्ये यांनी केले आहे. (Ghurye, 1970, P.104).

संतांच्या समाजविषयक भूमिकेची परखड चिकित्सा फुलेंनी आपल्या समग्र वाङ्मयात तर आंबेडकरांनी 'ॲनिहिलेशन ऑफ कास्ट' या ग्रंथात व 'बहिष्कृत भारतातील' लेखनात केली आहे.

आंबेडकर म्हणतात, ''भक्तीच्या मुलाम्याने माणुसकीला किंमत येते असे नाही, तिची किंमत स्वयंसिद्ध आहे, हा मुद्दा प्रस्थापित करण्यासाठी संत भांडले नाहीत. त्यामुळे चातुर्वर्ण्यांचे दडपण कायम राहिले. तुम्ही चोखामेळ्यासारखे भक्त व्हा. मग आम्ही तुम्हांस मानू, असे म्हणून दलित वर्गाची वंचना करण्याचा एक नवा उपाय मात्र त्यामुळे ब्राह्मणांच्या हाती सापडला. दलित वर्गांतील कुरकूरणारी तोंडे या उपायाने बंद होतात, असा ब्राह्मणांचा अनुभव आहे व याच उपायाच्या साहाय्याने त्यांनी अस्पृश्य व ब्राह्मणोत्तर हिंदू यांना विषमतेत दडपून ठेवले.'' (बहिष्कृत भारत, १ फेब्रु., १९२९).

वरील विचारावरून असे लक्षात येते, की घुर्ये आणि आंबेडकरांच्या विचारातीलच केवळ हा फरक नाही तर तो या दोघांनी स्वीकारलेल्या, आत्मसात केलेल्या दृष्टिकोनातच मूलभूत फरक आहे हे वारंवार सिद्ध होते.

घुर्येनी इस्लामचा हिंदूधर्म आणि विशेषतः त्यातील जातिव्यवस्थेवर काय परिणाम झाला याबद्दल अत्यल्प असे विवेचन केले आहे.

घुर्ये म्हणतात, ''मुसलमान आणि हिंदू यांच्यात संस्कृती व धार्मिक आचार यांच्या बाबतीत खूप मोठ्या प्रमाणात विभिन्नता असल्यामुळे दोन्ही समाज परस्परांना शत्रू समजतात. तथापि हिंदूमध्ये काही धार्मिक चळवळी निर्माण झाल्या व त्यांच्यामुळे निरनिराळ्या जातींच्या परस्परसंबंधांमध्ये थोडी लवचिकता आली. तो इस्लामचा परिणाम आहे.'' असे घुर्ये मानतात.

आंबेडकरांच्या मनात इस्लाममधील समतावादी तत्त्वामुळे इस्लामविषयी आदरभाव होता आणि भारतात तो समतावादी आशय लोप पावल्यामुळे त्यांना

दुःखही झाले होते. आंबेडकर म्हणतात, ''इस्लामामध्ये वंश आणि वर्ण यांच्या सीमा ओलांडून विविध लोकांना बंधुत्त्वाच्या दृढ भावनेत एकत्र बांधण्याची क्षमता असली तरी भारतीय मुसलमानातील जातिव्यवस्था नष्ट करण्यात त्यास यश आले नाही.'' (Moon (compiled); 1989; P.245).

तसेच आंबेडकर म्हणतात, ''मुस्लीम व हिंदू समुदाय परस्परांना हितशत्रू समजतात आणि त्यामुळे त्यांच्या सामाजिक दुर्गुणांना नष्ट करण्याचे उद्दिष्ट त्यांनी स्थगित ठेवलेले आहे.'' असे उभय समुदायाबाबत महत्त्वाचे मत आंबेडकर नोंदवितात (तेलतुंबडे, २००३, पृ.७१).

'इस्लाम' आणि 'जाती' संदर्भातील घुर्ये आणि आंबेडकरांचे विचार पाहिल्यानंतर ब्रिटिशांचा जातीवर काय परिणाम झाला हे पाहणे गरजेचे आहे.

ब्रिटिशांचे काही कायदे निरनिराळ्या जातींच्या रूढी व परंपरांना छेद देणारे होते. त्यामुळे व्यक्ती व तिचा जातगट यांच्यामधील परस्परसंबंधाचे स्वरूप बदलले गेले. ब्राह्मणांचे सामाईक पौरोहित्य हे निरनिराळ्या जातगटांना एकत्रित ठेवणारा अत्यंत प्रभावी असा घटक होता, असा अभिप्राय घुर्ये यांनी अनेकवेळा नोंदविला आहे.

'ब्रिटिशांच्या राजवटीत काही प्रांतांच्या उच्च न्यायालयांनी पौरोहित्य करण्याचा ब्राह्मणांचा एकाधिकार अमान्य केला व निरनिराळ्या जातींना आपापले पुरोहित तयार करून घेता येतील' व त्यांच्याद्वारे धार्मिक कृत्ये करवून घेता येतील असा निर्णय दिला. त्यामुळे सर्व जातींना एकत्रित ठेवणारा ब्राह्मणांचे पौरोहित्य हा घटक रद्दबातल झाला व त्यामुळे जातिव्यवस्थेच्या रचनेत काही अंशी विसकळीतपणा निर्माण करणारा असा परिणाम झाला, असे घुर्ये यांना वाटते. (Ghurye, 1979, P.272).

वरील विवेचनावरून घुर्येंचा जातिव्यवस्थेकडे पाहण्याचा दृष्टिकोन स्पष्ट होतो. घुर्येंनी पुरोहितवर्गवर्चस्वाचा पाठपुरावा केल्याचे दिसून येते.

आंबडेकर म्हणतात, ''भारतातील ब्रिटिश सरकार जातिसंस्था नष्ट करण्याचे, एकपत्नी कायदा आणण्याचे, वारसा हक्क बदलण्याचे, आंतरजातीय विवाह कायदेशीर करण्याचे चहामळेवाल्यांचे वर कर लादण्याचे धाडस करू शकत नाही.'' (बगाडे, १९९८, पृ.२३).

निम्नतम वर्गजाती व स्त्रियांच्या हितविरोधी ब्रिटिश वसाहतवादाचे स्वरूप पर्यायाने राष्ट्रहितविरोधी स्वरूप आंबेडकर स्पष्ट करतात. ब्राह्मणी मध्यमवर्गीय बुद्धिजीवी हितसंबंधांसाठी जागरूक राहत होतो तेव्हा आंबेडकर जाती वर्ग व स्त्रिया आदींच्या हितसंबंधांना प्राधान्य देणाऱ्या विचारांची, चळवळीची जुळवणी करत होते.

आंबडेकरांचे जातीय व वर्गीय शोषणाविरोधी लढे त्यांच्या आर्थिक राष्ट्रवादाची

अभिव्यक्ती होती.

आर्यसमाजसंदर्भात व्यक्त करण्यात आलेले घुर्ये आणि आंबेडकरांचे विचार परस्परविरोधी असल्याचे दिसून येतात.

ब्रिटिश कालखंडात सुधारणावाद्यांनी जातिव्यवस्थेत बदल घडवून आणण्यासाठी जे प्रयत्न केले त्याचे विवरण घुर्ये यांनी फारसे केलेले नाही. ब्रिटिशांनी आणलेली उदारमतवादी विचारसरणी व सुरू केलेली नवी शिक्षण व्यवस्था यांनी प्रभावित झालेल्या लोकांनी प्रार्थना समाज, ब्रह्मोसमाज इत्यादी निरनिराळ्या चळवळी सुरू केल्या. परंतु, हिंदू धर्माच्या तत्त्वज्ञानाशी नाते सांगणारा आर्य समाजच जनमानसावर अधिक प्रभाव टाकू शकला, असे प्रतिपादन घुर्ये यांनी केले आहे.

आर्य समाजानुसार चार वर्ण हे जन्मानुसार ठरविलेले नसून कर्मानुसार ठरविलेले आहेत. या मुद्द्याचा आंबेडकरांनी अतिशय बारकाईने समाचार घेतला आहे. आंबेडकर म्हणतात, ''शूद्रांना क्षत्रियच का म्हणावे, विद्वानांना ब्राह्मणच का म्हणावे चारही वर्णांच्या नावाशी लोकांच्या काही भावना निगडित आहेत. त्यामुळे एखादी व्यक्ती ब्राह्मण सून नालायक असली तरी लोक तिला फारसा दोष देत नाहीत. परंतु, एखादा शूद्र वा अस्पृश्य कितीही विद्वान असला तरी त्याचे ज्ञान लोक स्विकारीत नाहीत. प्रत्येक वर्णाची नावे वर्णनिदर्शक आहेत व त्या नावावरून व्यक्तीस श्रेष्ठ वा कनिष्ठ ठरविण्यात येते.'' (मुन, १९९३, पृ.७९-८०).

यावरून असे दिसते, की जातिव्यवस्थेचे केलेले आकलन परिपूर्ण नव्हते; तर आंबेडकरांनी जातीचा प्रश्न चातुर्वर्ण्य अथवा वर्णव्यवस्थेच्या संदर्भात मांडला म्हणून ते जातिव्यवस्थाच नाही तर वर्णव्यवस्थादेखील नष्ट करण्याचा प्रयत्न करत होते. त्यातून त्यांनी धर्म आणि जातिसंस्थेचा संबंध जोडलेला दिसतो.

घुर्येंनी रामायणाचा अभ्यास करून 'Legacy of the Ramayana' हे पुस्तक लिहिले. या पुस्तकात घुर्येंनी रामाचा उल्लेख 'धर्मात्मा' असा केला आहे. घुर्येंच्या मते 'A Dharmatma is an atma (soul) that upherlds Dharma, righteous conduct. Rama upholds what is expected of a ruler of his fame and lineage.' (Legacy of Ramayana, P.272).

रामायण, महाभारत, गीता आणि विविध ग्रंथ आंबेडकरांच्या चिंतनाचे विषय होते. त्यांनी या सर्व ग्रंथाकडे संशोधकाच्या दृष्टीने पाहिले. याची साक्ष तिसऱ्या, चौथ्या व पाचव्या खंडातील लेखनामुळे सहज पटू शकते. राम आणि कृष्णविषयक परिशिष्टात राम व कृष्ण अनुक्रमे रामायण व महाभारताचे नायक आहेत. (पृ. ३२३ व ३३३) असे त्यांनी मानले आहे; पण त्यांनी या दोघांनाही 'देव' किंवा 'धर्मात्मा' मानलेले नाही. रिडल क्र. ११मध्ये हिंदूंच्या मूर्तिपुजेविषयी व देवदेवतांचे स्तोम

माजवण्याच्या ब्राह्मणांच्या पद्धतीविषयी त्यांनी लिहिले आहे.

घुर्येंनी प्राचीन भारताचा इतिहास व संस्कृतीचा अभ्यास प्राच्यविद्याभ्यासाद्वारे केलेला दिसून येतो. त्यांनी वेद, उपनिषदे, ब्राह्मणग्रंथ, पुराणे यांसारख्या अनेक ब्राह्मणी ग्रंथांचा वापर केला. त्यातून प्राचीनता भारताच्या इतिहास व संस्कृतीचा गौरवाचा निकष मानून भारताच्या इतिहास व संस्कृतीच्या ठायी गौरव चिकटवला व प्राचीन भारताच्या ज्ञान व संस्कृतीचे वैभव गौरवले. त्यातूनच प्राचीन भारताच्या इतिहासात 'सुवर्णयुग' असल्याचा भ्रम घुर्येंनी केलेला दिसून येतो. प्राचीन भारताचे कर्तृत्व त्यांना हिंदूचे कर्तृत्व वाटले. प्राचीन भारतामध्ये जैन व बौद्ध धर्मांनी निर्माण केलेले आंतर्विरोध त्यांना जाणवले नाहीत; म्हणून घुर्येंनी प्राचीन भारताचा सलग हिंदू इतिहास रेखाटला.

''भारतीय इतिहास हा चिद्शक्तीच्या प्रेरणा व कृतीमुळे घडत गेल्याचा ब्राह्मणी आध्यात्मवादी सिद्धान्त आंबेडकरांनी सरळपणे नाकारला होताच. त्याचबरोबर त्यांनी अनेकदा युरोपच्या इतिहासातून पुढे आलेले निष्कर्ष भारतीय इतिहासाला आणि वास्तवाला जसेच्या तसे लावू नये असे सांगितले.'' (कसबे, आंबेडकरवाद, तत्त्व आणि व्यवहार).

त्याचबरोबर घुर्येंप्रमाणेच इतरही हिंदूत्ववाद्यांनी मांडलेल्या इतिहासाला नकार देऊन भारताचा इतिहास, ब्राह्मण-ब्राह्मणेतरांच्या जातिसंघर्षाचा इतिहास असल्याचे नवे सूत्र आंबेडकरांनी विकसित केले. भारतीय इतिहास आकलनाला हे अनन्यसाधारण योगदान आहे.

इतिहासनिर्मिती ही परिस्थितीजन्य शक्ती आणि माणूस यांच्याकडून होत असल्याचे आंबेडकांचे निःसंदिग्ध प्रतिपादन होते. (कसबे, आंबेडकरवादः तत्त्व आणि व्यवहार, पृ.२७-२९). परिस्थितीजन्य शक्तींचे स्वरूप इतिहासकाळात कसे बदलत गेले व त्या त्या काळात निरनिराळ्या मानवी समूहांनी, व्यक्तींनी त्याला कोणता प्रतिसाद दिला, हे शोधण्याचे कठीण कार्य आंबेडकरांनी सामाजिक-राजकीय क्रांतीच्या हेतूने अंगीकारले होते.

घुर्येंच्या ऐतिहासिक विश्लेषणाचा वेध घेताना असे दिसून येते की -

१. आर्यांनी वैदिक ब्राह्मणी परंपरा भारतीय इतिहास व संस्कृतीची प्रधानपरंपरा मानली.
२. प्राचीन भारताची हिंदू प्रतिमा उभी केली व ती अंतर्विरोधरहित, सांस्कृतिकदृष्ट्या एकात्म मानली.
३. जैन, बौद्ध व इतर विद्रोही पंथांनी ब्राह्मणी धर्माशी व वर्णजातिसंस्थेशी केलेला संघर्ष नजरेआड केला.

घुर्येंची इतिहासमीमांसा आर्यांची वैदिक ब्राह्मणी संस्कृती नव्या बुद्धिजीवीवर्गाच्या जातीय अस्मितेचे पोषण करणारी होती. त्यांनी भारताच्या राष्ट्रीयत्वाचा सांस्कृतिक आधार आर्यांच्या वैदिक ब्राह्मणी संस्कृतीपासून प्राप्त केला. परिणामी हिंदू समाजाची कल्पना राष्ट्रीय समाज म्हणून मांडणी केली गेली. त्यातून ब्राह्मणकेंद्री हिंदू इतिहास आणि संस्कृती यांनी बनलेले हिंदू राष्ट्र म्हणजे भारतीय राष्ट्र अशी कल्पना घुर्येंनी तयार केली.

आंबेडकर म्हणतात, ''भारतात कोणतीही एकच एक समान संस्कृती कधीच नव्हती. ऐतिहासिकदृष्ट्या तीन भारत होते. पहिला ब्राह्मणशाहीचा भारत, दुसरा बौद्धधर्मीय भारत व तिसरा हिंदू भारत. या प्रत्येकाची स्वतःची अशी संस्कृती होती. दुसरी गोष्ट अशी, की भारतावरील मुस्लीम आक्रमणापूर्वी ब्राह्मणशाही व बौद्धधर्म यात तीव्र असा संघर्ष झाला होता, जो या दोन गोष्टी लक्षात घेणार नाही त्याला भारताचा खरा इतिहास कधीच लिहिता येणार नाही.'' त्यांना या इतिहासात अंतर्भूत असलेला अर्थ व कार्यकारणभाव समजणार नाही. आतापर्यंत भारताचा इतिहास ज्याप्रकारे लिहिला गेला त्यात सुधारणा करण्याच्या आणि इतिहासाचा अर्थ व उद्दिष्टे समजून देण्याच्या दृष्टीनेच ब्राह्मणशाहीच्या बौद्ध धर्मावरील आक्रमणाच्या व ब्राह्मणशाहीच्या बौद्ध धर्मावरील राजकीय विजयाच्या या इतिहासाची मला पुनर्रचना करणे भाग पडेल.

थोडक्यात, आंबेडकर घुर्येंप्रमाणे 'पौर्वात्यवादा'च्या भोवऱ्यात फसले नाहीत. आंबेडकरांनी पौर्वात्यवादातील राजकारण ओळखून 'सुवर्णयुग' नाकारून वैदिक काळाच्या गौरवाच्या राजकारणाला शह दिला. इतिहासलेखन परिवर्तनासाठी करायचे तर मग इतिहासक्रमाची नवी मांडणी हवी हे ओळखून पावले उचचली. आंबेडकरांची दृष्टी व्यापक पातळीवर वावरत असल्याने जातिनिर्मूलनाच्या दिशेने जाण्याचा प्रयत्न केला.

आंबेडकरांचा इतिहासाकडे पाहण्याचा दृष्टिकोन क्रांतिकारक परिवर्तनाला आणि भौतिकवादी इतिहासलेखनाला मोठेच योगदान देणारा आहे. त्यांनी जातिआधारित शोषणाचे ऐतिहासिक संदर्भ स्पष्ट करताना वर्णव्यवस्थेला संपूर्ण नकार दिला व जातिनिर्मूलनाचा मार्ग हा समतेवर आधारित राष्ट्रासाठी अनिवार्य असल्याचे दर्शवून दिले. ही त्यांची मांडणी केवळ संस्कृत श्लोकांवर अवलंबून नसून बौद्ध, जैन, प्राकृत भक्ती आणि लोकपरंपरांवरही आधारलेली होती. जातीने विभेदलेला समाज राष्ट्रच बनू शकत नाही व राष्ट्राच्या प्रतिनिधित्वावर दावा करणारे हे राष्ट्रवादी खरे राष्ट्रद्रोही कसे आहेत, हेदेखील ते दाखवून देतात.

आंबेडकरांनी आपल्या विचार व कृतीतून ब्राह्मणी परंपरेला शह देणाऱ्या भौतिकवादी, मुक्तिदायी परंपरा आणि नवे पाश्चात्त्य विचार एकत्र गुंफतात. तसेच हिंदू

तत्त्वज्ञानाच्या मूलभूत मूल्यांची विवेकवादी पुनर्तपासणी करताना भारतीय प्रबोधनकाळाची नीव घालतात. पण घुर्येंनी आंबेडकरांच्या विचारांचा अभ्यास केलेला दिसत नाहीत. त्यांनी आंबेडकरांचा दृष्टिकोन आणि अभ्यासपद्धतीकडे दुर्लक्ष केले; पण आंबेडकरांनी जातीच्या अभ्यासाच्या संदर्भात भारतीयच नव्हे तर घुर्येंप्रमाणे पाश्चिमात्य अभ्यासकांच्या विचारांचा अभ्यास केलेला दिसतो; पण घुर्ये भारताच्या संदर्भात जातीचे विश्लेषण करताना प्राच्यविद्येवर भर देताना दिसतात.

आंबेडकरांनी जातिमीमांसा स्पष्ट करताना आंबेडकरांचे इतिहास आणि वर्तमानकाळाचे आकलन दास्यमुक्तीच्या प्रेरणेने भरलेले आहे. जी. ॲलॉयशियस म्हणतात, की ''आंबेडकरांच्या दृष्टीने राष्ट्र म्हणजे समता, स्वातंत्र्य आणि बंधुत्वाच्या सिद्धान्तावर उभा अभिनव स्वरूपाचा समाज आणि सामाजिक नाते आहे. सांस्कृतिक राष्ट्रवाद्यांद्वारा पुनरुज्जीवित धर्म आणि परंपरेत अंतर्भूत असणाऱ्या विशेषाधिकार आणि विषमतेच्या ब्राह्मणी विचारसरणीचे उच्चाटन करण्याची मागणी हा राष्ट्रवाद करतो.'' (Aloysious, G. Nationalism without A Nation in India, OUP, New Delhi, P.154).

भारतातील दलित, शोषित व अंकित जनसमुदायांच्या गुलामगिरीच्या शृंखला तोडून सामाजिक-आर्थिक स्वातंत्र्याची हमी देणारा आंबेडकरांचा 'राष्ट्रवाद' हा तीनहून अधिक संशोधकांच्या पिढ्यांनी नाकारला, दुर्लक्षित ठेवला.

घुर्येंचे जातीच्या उगमाबद्दलचे सिद्धांकन एकोणिसाव्या शतकातील पौर्वात्यवादी ऐतिहासिक स्पष्टीकरणाने प्रभावित आहे. भारतीय इतिहासातील आर्य आक्रमणाचा सिद्धान्त राष्ट्रवादाच्या संदर्भात प्रमुख राजकीय भूमिका घेताना दिसतो, त्याचा पुरस्कार घुर्येंनी केलेला आहे.

घुर्येंनी जातीचा वांशिक सिद्धान्त मांडला आहे. यातून आर्यांच्या कल्पनांना हिंदूंशी जोडले आणि हिंदूंना भारताशी, 'भारत म्हणजे हिंदू' असा भ्रम त्यांनी निर्माण करून समाजशास्त्रातून तो पसरविलेला दिसून येतो.

घुर्ये यांनी आपल्या लेखनात आणि हिंदूत्वाच्या पूर्ण चर्चेत जातिसंस्थेच्या शोषण शासनाच्या यंत्रणेसंदर्भात कमालीचे मौन पाळले आहे. जातिसंस्थेच्या विकासात महत्त्वाचे योगदान देणाऱ्या 'अनुलोम' आणि 'प्रतिलोम' विवाहपद्धतीच्या ब्राह्मणी सिद्धान्तास ते उचलून धरतात. त्यांनी स्त्रीदास्य व जातिव्यवस्थात्मक शोषण संपुष्टात यावे याकरिता विचार आणि कृतींच्या पातळीवर प्रयत्न केल्याचे एकही उदाहरण नाही.

त्यांनी इतर ठिकाणी 'बेटीबंदी' तोडून जाती जोडण्याचा आणि हिंदूराष्ट्र संघटित करण्याचा विचार मांडला असला तरी अखेरीस त्यांचे उद्दिष्ट ब्राह्मणी वर्चस्वप्रधान 'हिंदुराष्ट्रसंघटन' हे असल्याने त्यांच्या बेटीबंदी तोडण्याच्या विचारांना

फारसे महत्त्व राहत नाही; कारण जातीजन्य शोषणविषमता दूर करण्यासंदर्भात ते कुठेच काही भूमिका घेताना दिसत नाहीत.

घुर्येंचे जातीचे विश्लेषण हे मानववंशशास्त्रीय असल्याचे दिसून येते. त्यांनी परकीय रक्तमिश्रण होण्यापासून हिंदूंचे रक्त शुद्ध ठेवण्याचे ऐतिहासिक कार्य जातिसंस्थेमुळे साध्य झाले असे जातिसंस्थेचे उदात्तीकरण मात्र त्यांनी केले आहे. घुर्ये भगवद्गीता, राम आणि रामायण, कृष्ण इत्यादींचा आदर्श ठेवण्याचा प्रयत्न करताना दिसून येतात. पण आंबेडकरांनी समाजशास्त्रीय दृष्टिकोनातून जातिव्यवस्थेचे विश्लेषण केले आहे. त्यांनी राम, कृष्णाला आदर्श मानलेले नाही.

आंबेडकरांनी जातिसंस्थेच्या मीमांसेतून जातिसंस्थेचे राष्ट्रविरोधी स्वरूप प्रकाशात आणले. ते म्हणतात, ब्राह्मणशाहीने नेमून दिलेल्या जातिव्यवस्थेने राष्ट्रवादाच्या विकासाच्या विरोधात फार मोठा अडथळा निर्माण केला. (BAWS, Vol.3, P.304). आंबेडकरांनी वर्णजातींची शोषणसंस्था आणि ब्राह्मणीमूल्यपरंपरा राष्ट्रविरोधी आहे, हे स्पष्ट करतानाच राष्ट्राचा विचार जात, वर्ग आणि स्त्रीदास्याच्या संदर्भात करताना दिसतात. आंबेडकरांनी स्त्रीदास्य आणि जाती या प्रश्नाचा एकत्रितपणे परस्परांशी संबंध लावून केलेला आहे. वर्ण-जाती-धर्म यांच्या संदर्भातून जातीच्या मीमांसेसोबत भारतीय समाजाची मीमांसा केलेली आहे.

आंबेडकरांनी जातीव्यवस्थात्मक अर्थव्यवस्थेच्या सामाजिक पैलूंकडे लक्ष वेधल्याचे दिसून येते. आंबेडकरांनी जात आणि वर्गाचा जवळचा संबंध असून जात हा एक बंदिस्त वर्ग आहे, असे म्हटले आहे.

आंबेडकरांनी जात आणि अस्पृश्यतेचा प्रश्न कसा निर्माण झाला याचे सविस्तर विश्लेषण केल्याचे दिसते. तसेच शूद्र वर्ण कसा निर्माण झाला याची कारणमीमांसा केलेली आहे. आंबेडकरांनी जातीचा प्रश्न चातुर्वर्ण्य अथवा वर्णव्यवस्थेच्या संदर्भात मांडला म्हणून ते जातिव्यवस्थाच नाही तर वर्णव्यवस्थादेखील नष्ट करण्याच्या बाजूचे होते. त्यातून त्यांनी धर्म आणि जातिसंस्थेचा संबंध जोडलेला दिसतो.

जातीची भक्ती हाच जातिव्यवस्थेचा मूलाधार आहे. जातीवाद हाच जाती-जातीत संघर्ष निर्माण करतो. तसेच राष्ट्रवादाच्या निकोप विकासास अडथळा करतो म्हणून तो समूळ नष्टच केला पाहिजे. याच भूमिकेतून जातिभेदाधिष्ठित राखीव जागांना विरोध घुर्येंनी केला होता. त्यांच्या मते न्याय व कार्यक्षमतांची पायमल्ली होते व उच्चजातवर्गीयांना अन्याय सहन करावा लागतो, असे म्हटले आहे. (Ghurye, 1979, P. 283).

भारतीय समाजाचे विशिष्ट समूहांना मुख्य प्रवाहातून वगळणारे वैशिष्ट्य लक्षात घेता भेदभावाचा जाच सोसाव्या लागणाऱ्या समूहांना, गटांना सामावून

घेणाऱ्या धोरणांचा विकास करण्याच्या उद्देशातून राखीव जागांचा पुरस्कार आंबेडकरांनी केलेला दिसून येतो. जातिअंतातून समतेवर आधारित मुक्तिदायी समाज निर्माण होणार याची पुरेपूर जाणीव आंबेडकरांना असल्यामुळेच ते जातिव्यवस्था निर्मूलक संघर्षाचा पवित्रा घेतात. त्याच्याच भाग म्हणून धर्मांतराचा विचार मांडून व्यवहारात देखील त्यांनी आणला आहे.

घुर्ये आणि आंबेडकरांच्या जातिविषयक विचारांचा आढावा घेताना असे दिसून येते, की ज्ञानासाठीच ज्ञानाचा शोध हा घुर्ये यांचा दृष्टिकोन होता तर आंबेडकरांनी समाजपरिवर्तनासाठी ज्ञानाचा शोध घेतला. त्याचाच एक भाग म्हणून जातीवाद्यांचे धैर्य खचवले आणि जातिअंताचा प्रश्न सोडविण्यासाठी संघर्षमय क्रांतिकारी मार्गचा अवलंब केलेला दिसून येतो; पण घुर्ये यांनी जातिअंताकडे नेणारा क्रांतिकारी विचार आणि आचार टाकलेला दिसतो.

घुर्येंनी ज्ञानाच्या प्रमाणशास्त्रीय अधिकाराला कुठेच प्रश्न विचारलेला नाही. उलट, प्रस्थापित धार्मिक ज्ञानाचा वापर त्यांनी परत केलेला दिसतो. घुर्येंची जातिमीमांसा बरीचशी वर्णनात्मक असून काही प्रमाणात विश्लेषणात्मक आहे; तर आंबेडकरांची जातिमीमांसा विश्लेषणात्मक आहे.

विद्यापीठ स्तरावरून घुर्येंचे जातिविषयक विचार शिकले शिकवले जातात; पण आंबेडकरांच्या विचारांकडे दुर्लक्ष केले जाते; म्हणून विद्यापीठातील अभ्यासक्रमाची आणि उच्चजातीय अभिजन बुद्धिजीवींनी मांडलेल्या सिद्धान्ताची विरचना करण्याची आवश्यकता आहे.

गोपाळ गुरू यांनी 'How egolitarian are the social science in India' या लेखात तर इंदिरा जल्ली यांनी दलित स्त्रीवाद आणि भारतीय विद्याशास्त्रीय क्षेत्र व शर्मिला रेगे यांनी भारतातील दलित अध्ययन व दलित अध्ययनाचे अध्यापनशास्त्र या दोन लेखांद्वारे सामाजिक शास्त्रावरील उच्चजातवर्गीय दृष्टिकोनाच्या अधोरेखित केले आहे.

घुर्ये आणि आंबेडकरांवरील वरील विश्लेषण व दलित अध्ययनासंदर्भातील गुरू, रॉड्रिग्ज, जल्ली, रेगे, जोगदंड, देशपांडे यांच्या लेखांचा संदर्भ जोडून विचार करता लक्षात येते की भारतातील समाजशास्त्रावर अभिजनवादी ब्राह्मणी, पुरुषसत्ताक दृष्टिकोनाचे प्राबल्य असल्याचे दिसते. या प्राबल्यातून अभ्यासक्रमात पक्षपातीपणा क्रियान्वित होताना दिसतो. तसेच हा अभ्यासक्रम पुनरुज्जीवनवादी असून त्यात संस्कृती श्रेष्ठत्वाचा दावा करणारी हिंदू राष्ट्रवादी ज्ञानधारणा क्रियान्वित असल्याचे दिसते.

समाजशास्त्राच्या अभ्यासक्रमातून सनातनी विचारांचा प्रभाव वाढविताना मात्र जातीय शोषण, स्त्रीदास्य दुर्लक्षिले जाताना दिसते; पण त्याचवेळी ठाशीव संकल्पना निर्माण करणारे विचार प्रसारित केले जातात. त्यातून बौद्ध, जैन, मुस्लिमांविषयी

तुच्छता आणि तिरस्कार अभ्यासक्रमातून निर्माण करून दिला जातो, असे विचार पसरविणाऱ्यांना प्रतिष्ठा मिळताना दिसते.

यावरून विषमतावादी, सामंती, भांडवली, ब्राह्मणी आणि जातीयवादी शक्तीने शिक्षणावर आपले वर्चस्व ठेवल्याचे दिसते. त्यासाठी समाजातील उदयोन्मुख पिढीवर ब्राह्मणी भांडवलीप्रणाली स्वतःच्या सत्तेला बळकटी देणारे आणि समतेच्या प्रेरणा नष्ट करणारे अभ्यासक्रम तयार करत असल्याचे लक्षात येते.

एका बाजूला अध्ययन- अध्यापनातील सनातनी परंपरा लक्षात घेता स्वतःला गुणवत्ताधारी म्हणवून घेणाऱ्या वर्चस्ववादी अभिजनांच्या सामाजिक प्रतिगामीत्वाचे पितळ उघडे पाडण्याची गरज लक्षात येते. त्यातून आरक्षणास का विरोध केला जातो, तर आदिम समाजाच्या हिंदुकरणाचा का प्रयत्न होताना दिसतो ते लक्षात येते.

त्याचवेळी जातिविषयक विश्लेषणासाठी हिंदुधर्मशास्त्रीय प्रारूपांची पुनर्निर्मिती करताना जात, वर्ग, लिंगभाव या कोटिक्रमांना जाणूनबुजून वर्जित ठेवल्याचे दिसते; तर अभ्यासक्रमातून फुले-आंबेडकरांचा मुक्तिदायी विचार बहिष्कृत होताना दिसतो; म्हणून केवळ सत्य पुरेसे नसते, सत्यात असणेदेखील आवश्यक असते. या फुकोच्या सिद्धान्ताची समर्पकता दिसून येते.

जात, वर्ग आणि लिंगभाव या कोटिक्रमांद्वारे मुख्य परंपरेला विचारलेले प्रश्न महत्त्वाच्या विचारांच्या व राजकारणाच्या पातळीवर होणाऱ्या सगळ्या घडामोडी उलगडून दाखविण्याची ताकद व निर्भीडपणा दाखविणाऱ्या असल्यामुळे त्यांना वर्जित केले जाते; म्हणून ब्राह्मणी, सैद्धांतिक, संकल्पनात्मक आणि ज्ञानमीमांसीय चौकट उद्ध्वस्त करण्यासाठी वास्तवाचा केवळ अन्वयार्थ न लावता त्याची चिकित्सा करून मुक्तिदायी ज्ञानमीमांसेची आवश्यकता असल्याचे दिसून येते. त्याचबरोबर वर्चस्ववादी गटाचा सतत प्रयत्न होताना दिसतो की संकल्पनांचे अर्थ मर्यादित संकुचित करून टाकायचे आणि सर्व सामाजिक संकेतांचे अर्थ याप्रमाणे निश्चित करायचे की ते त्यांना अनुकूल ठरतील.

यातून प्रस्थापितांच्या ज्ञान व सत्तेच्या राजकारणाची दिशा लक्षात येते तर समाजशास्त्रातील विचार आणि व्यवहारासोबत संशोधनाची मर्यादा स्पष्ट होऊन दलितवादी दृष्टिकोनाचे महत्त्व अधोरेखित होते; यावरून असे म्हणता येईल, की भारतीय समाजाला 'हे जग कसे आहे' ते सांगणाऱ्या समाजशास्त्रज्ञांची गरज नव्हती. 'हे जग कसे बदलावे' ते सांगणाऱ्या समाजशास्त्रज्ञांची गरज होती आणि आहे. याचे वरील सर्व विश्लेषणावरून महत्त्व अधोरेखित होते.

७

सद्य:कालीन जातिव्यवस्था आणि जातिव्यवस्था निर्मूलनाचा अजेंडा

'याचा परिणाम म्हणजे मी माझी जात विसरण्याचा कितीही प्रयत्न केला तरी ती विसरणे अशक्य आहे. आणि मग मी कुठेतरी ऐकलेले वाक्य मला आठवले - 'जी जन्माने येते आणि मृत्युने जात नाही ती जात.'

- कुमुद पावडे (अंत:स्फोट)

डॉ.बाबासाहेब आंबेडकरांनी संशोधनात्मक लेखनातून भारतातील सामाजिकशास्त्राच्या ज्ञानशाखेस बहुमोल व मूलभूत असे योगदान दिले आहे. अर्थशास्त्र, राज्यशास्त्र, इतिहास, समाजशास्त्र, मानववंशशास्त्र तसेच धर्म व तत्त्वज्ञानविषयक त्यांच्या लेखनातून एक सामाजिकशास्त्रज्ञ या नव्याने त्यांच्या उत्तुंगतेची साक्ष पटते. जात्यंतक भूमिकेतून भारतीय समाजवास्तव समजून घेत असताना त्यांनी आंतरविद्याशाखीय दृष्टिकोनाचा व बहुविद्याशाखीय ज्ञानप्रणालीचा अवलंब केला व भारतीय समाजशास्त्रातील अनेक पेच लागडून दाखविले. जातीविहीन समताधिष्ठित शोषणमुक्त समाजनिर्मितीच्या हेतूने त्यांनी केलेले संशोधनपर लेखन हे एकूणच सामाजिकशास्त्राच्या ज्ञानकक्षा आणि आकलनकक्षा विस्तारित करणारे ठरले. भारतीय समाज, इतिहास, संस्कृती, राजकारण तसेच अर्थोत्पादनाचे संबंध आणि भौतिक जीवन हे जातिव्यवस्थेच्या उभ्याआडव्या जाग्यांनी घट्टपणे विणले गेले असून तेच भारतीय समाजाचे सर्वांत ठळक वैशिष्ट्य होय, हे डॉ.बाबासाहेब आंबेडकरांनी केलेल्या जातीमीमांसेतून स्पष्ट होते.

भारतात जात संकल्पना ही व्यवहाराच्या पातळीवर अस्तित्वात असून तिचे आजदेखील अस्तित्व प्रत्येक ठिकाणी वेगवेगळ्या रूपात दाखविते. सामाजिक-राजकीय Scenario विचार करून ती आपला 'आधुनिक' अवतार धारण करते. समाजशास्त्रज्ञ तिच्या आकलनासाठी तिला 'संदर्भीकृत' करताना दिसतात. याचा दाखला म्हणून आपणास गेल्या काही वर्षांतच मोठ्या प्रमाणावर प्रकाशित झालेले साहित्य उदाहरण म्हणून घेता येईल. जातीच्या आकलनासाठी या अभ्यासकांनी वेगवेगळ्या घटकांवर आणि प्रश्नांवर जोर देऊन लिखाण केलेले असल्यामुळे त्यातून प्रत्येकाच्या मांडणीतून जातीचे वेगळेच रूप दिसून येते; कारण त्यांनी समाजाला प्रभावित करणाऱ्या घटकांचे पुनर्विश्लेषण करून त्याला पुनर्भाषित (restated) केले. कोणी Population Purity कोणी Ritual Hierarechy कोणी राजकारणातील नवीन अस्मितांच्या उदयाच्या संदर्भात केली तर दलितांनी Self Assertionच्या द्वारे केली.

ब्रिटिश राजवटीत झालेले बदल

१८ व्या शतकात भारतात इंग्रजांच्या प्रवेश झाला. व्यापारासोबत त्यांनी त्यांचे साम्राज्य विस्तारण्यास सुरुवात केली. त्यांनी आर्थिक बदलांमध्ये उत्पादन संबंधांवर भर दिला. त्यांनी कृषी व्यवस्थेमध्ये महत्त्वाचे बदल करण्यास सुरुवात केली. शेतीवरील कर व शेतसारा वसूल करण्यासाठी त्यांनी ग्रामीण भागात जमीनदार वर्ग उदयाला घातला. इंग्रजांच्या आगमनाने सरंजामी उत्पादन संबंधांची काही प्रमाणात पुनर्रचना झाली; पण उच्चजातवर्गीयांचे वर्चस्व कायमच राहिले. सरंजामशाही नष्ट न होता तिला जीवदान मिळाले.

इंग्रजांनी जातिव्यवस्थेला छेडले नाही. उलट, ती दृढमूल होण्यास हातभारच लावला. पूर्वापार चालत आलेल्या रूढी-परंपरांना कायद्याचे अधिष्ठान दिले व त्यांनी सतीप्रथा बंदीसारख्या काही सुधारणा केल्या; पण अशा अनिष्ट चालीरीतींना टिकवून ठेवणाऱ्या जातसंस्थेला, धर्मसत्तेला, जातपंचायतींना हात लावला नाही. इंग्रज न्यायाधीशांना शास्त्रांचा अर्थ काढून त्याला लागू करण्यासंबंधी सल्ला देण्याकरिता त्यांनी ब्राह्मण पंडित नियुक्त केले. त्यांनी ग्रामपंचायतींनी दिलेल्या न्यायनिवाड्यांना मान्यता दिली. त्यांनी जातीच्या उगमाविषयी वंश सिद्धान्ताचा प्रचार केला आणि आर्यवंशाचे मूळ युरोपियन आहे व वंशाची शुद्धता कायम राखण्याचे जात हे साधन आहे, असा विचार समाजात पसरविला.

ब्रिटिश राजवटीत कायद्यांमध्ये बदल करण्यात आले, नवीन प्रशासकीय आणि न्यायालयीन व्यवस्था आणि नवीन शिक्षण व्यवस्थेचा वापर करण्यास सुरुवात झाली; त्यामुळे त्याचा परिणाम म्हणून नवीन 'लोक संस्कृतीचा' उदय होण्यास

मोठ्या प्रमाणात चालना मिळाली. जातीय संबंधात नवीन पुरुषसत्ताक व्यवस्थेचा उदय झाला. विशेषत: जातीच्या संदर्भात वसाहतकाळाने खंडितता (Rupture) निर्माण करून तेथून पुढे जातिव्यवस्थेला नवीन स्वरूप यायला सुरुवात झाली.

प्राचीन जातिव्यवस्था आणि सद्य:कालीन जातिव्यवस्था यामध्ये वरकरणी फरक दिसत असला तरी जातिव्यवस्थाप्रणीत शोषण, विषमता आजही अविरत चालू आहे. स्वातंत्र्यपूर्व काळातला वासाहतिक साम्राज्यवाद, यात फरक आहे. दलित चळवळीला आज टक्कर द्यायची आहे ती सायबर युगातल्या आधुनिक जातीयवादी संस्कृतीशी. ग्रीनहाऊस तंत्रज्ञान गावा-गावांतल्या शेतांवर नेत असताना आणि शहराशहरांत कॉम्प्युटर्सच्या माध्यमातून सायबर कॅफे चाललेले असतानाच गावागावांत जातवार वस्त्या कायम आहेत. नवेनवे स्वयंचलित उद्योग वाढत असतानाच कनिष्ठ जातीय अंग मेहनत करणाऱ्या कंत्राटी कामगारांची संख्या वाढतच चालली आहे. जंगल व आदिवासींचे पारंपरिक नाते उद्‌ध्वस्त करण्याचे षड्यंत्र आखले जात आहे. स्वत:च्याच जमिनीवर आदिवासींना अतिक्रमक ठरवून बेदखल करण्याचे प्रयत्न देशभर होत आहेत. इतिहास लेखन असो वा शिक्षणपद्धती, सर्वत्र ब्राह्मणीकरणाचा घाट घातला जात आहे. विद्यापीठीय शिक्षणात फलज्योतिष आणण्यापासून निसर्गपूजक आदिवासींना सांप्रदायिक-धर्मांध संस्कृतीत ढकलण्यापर्यंतचे प्रकार घडत आहेत.

साठीच्या दशकात लिटिल मॅगेझिनच्या चळवळीने मराठी साहित्याच्या तथाकथित मुख्य प्रवाहाला जबर धक्का दिला. सत्तरीच्या दशकात दलित साहित्याच्या उदयाने आशय, रचना, समीक्षा यांचे सर्व परंपरागत मानदंड उधळून लावले. फुले-आंबेडकरांची जातिव्यवस्था अंतक प्रेरणा या साहित्य चळवळीमागे होती. दलित साहित्य चळवळीच्या पाठोपाठ नवशिक्षित शेतकरी तरुणांच्या ग्रामीण साहित्य चळवळीने प्रतिगामी साहित्य प्रवाहापासून स्वत:ला मुक्त करीत ग्रामीण साहित्य चळवळीचा झेंडा उभारला. १९८० नंतर भटके-विमुक्त, आदिवासी या शोषित जाती-जमातींना अभिव्यक्तीच्या प्रांतात विद्रोहाचा आवाज बुलंद केला. भारतातील सर्व धर्माच्या जातीग्रस्ततेचे वास्तव समोर आणत, मुस्लीम, ख्रिस्ती साहित्य परिषदा स्थापन झाल्या. पुरुषप्रधानता जोपासणाऱ्या साहित्याला नकार देत स्त्रीवादी साहित्यप्रवाह पुढे आला. महात्मा फुलेंच्या परंपरेला जागून दलित, आदिवासी, ग्रामीण, संयुक्त साहित्य महासभा उभी राहिली. दलित, आदिवासी बहुजनांना जातिव्यवस्थेने ज्ञान होणे व ज्ञान देणे याला बंदी घातली होती. गेल्या शंभर वर्षांत यांपैकी असंख्य बहुजन स्त्री-पुरुष स्वत:च्या विद्रोही, मौखिक परंपरा घेऊन शोषणाविरुद्धचा राग उराशी बाळगून ज्ञानाच्या क्षेत्रात विस्तार करीत आहेत.

राष्ट्रवाद, जातीयवाद आणि वर्गवाद

'महाराष्ट्रातील राष्ट्रवादाचा विकास' या पुस्तकात प्रा. नलिनी पंडित म्हणतात, राष्ट्रवाद, जातीयवाद आणि वर्गवाद या तीन प्रवृत्तींच्या परस्पर संबंधातून आपल्या सामाजिक जीवनाला आजचा विशिष्ट आकार प्राप्त झालेला आहे. वास्तविक पाहता राष्ट्रवादाप्रमाणेच जातीयवाद म्हणजेही एखादे स्वयंपूर्ण तत्त्वज्ञान नसून सामाजिक प्रश्नांकडे पाहण्याचा तो एक परंपरागत दृष्टिकोन आहे. मात्र, आधुनिक युगातील राजकीय घडामोडी व आर्थिक व्यवहार प्रामुख्याने राष्ट्रसंस्थेच्या माध्यमातून चालत असल्याने राष्ट्रवादी विचारसरणीला जसा वस्तुस्थितीचा आधार आहे तसा तो जातीयवादी विचारसंप्रदाय व्यवस्थेतील जरी प्राणभूत व पुरातन संस्था असली तरी सध्याच्या उद्योगप्रधान समाजजीवनात तिला स्वयंपूर्ण घटकाचे स्थान उरलेले नाही. म्हणून हिंदी राजकारणातील जातीयवाद हा मृतकल्प मध्ययुगीन व्यवस्थेचा व विचारप्रणालीचा जीर्ण अवशेष आहे असेच म्हणावे लागते. त्याच्या योगाने समाजातील मूलभूत प्रश्न मागे पडून नको त्या ठिकाणी लोकांच्या प्रतिकारशक्तीचा अपव्यय होत आहे. मध्ययुगीन व्यवस्थेशी ज्यांचे हितसंबंध निगडित आहेत. अशा काही व्यक्ती किंवा गटांचा या जातीय वृत्तींमुळे तात्पुरता फायदा झाला तरी सर्वसामान्य जनतेच्या प्रगतीच्या मार्गातील एक अवाढव्य धोंडा आहे. (पंडित नलिनी, 'महाराष्ट्रातील राष्ट्रवादाचा विकास', पृ.क्र. २१२-२१३).

संसदीय भांडवली राजकारणातील जातजाणिवा राजकीय पुढारी घट्ट करीत आहेत, हे खरे आहे; पण या जातजाणिवा परंपरागत जातजाणिवांपेक्षा वेगळ्या, बदललेल्या आहेत. या नव्या राजकीय जातजाणिवांचा धर्मविषयक कल्पना, अंधश्रद्धा, धर्मशास्त्रीय निर्बंध, प्रभाव-मान्यता वगैरेंशी संबंध तुटून तो आता राजकीय स्पर्धात्मक कल्पना, चढाओढ, सत्तेची आकांक्षा, अस्मिता व जातीचे राजकीय पुढारीपण/ पुढारपण यांच्याशी जोडल्या जात आहेत. या नव्या राजकीय जातजाणिवा राजकीयदृष्टा संधी साधू पाहणाऱ्या आहेत, हे खरेच आहे; पण परंपरागत पराभूत जातजाणिवांपेक्षा त्या निराळ्या आहेत. जातींची भूमिका यादृष्टीने बदलती आहे. मात्र, जाती जातीसंस्थेविरुद्धच्या संघर्षासाठी, जातीआधारित एकजुटीचा राजकीय भ्रमही तयार करीत आहे. जातीसंस्थेतील जाती आता दबावगट म्हणून भूमिका बजावू लागल्या आहेत.

या नव्या जातजाणिवेत सुरक्षितता शोधण्याची व बचाव करण्याची राजकीय उमेद आहे. जात हे बचावाचे व सुरक्षिततेचे साधन बनून स्पर्धेत उतरविले जात आहे. हितसंबंधी गट म्हणून जातींचा वापर सुरू आहे. परंतु, यातून श्रमिक जातिसमूहांचे समूह म्हणून हितसंबंध राखले जात नाहीत. फक्त काही व्यक्ती व पुढारी यांचे

राजकीय महत्त्व वाढते. या सांसदीय राजकारणात जाती-जातींमधील राजकीय हितसंबंध तयार होतात व पुन्हा नाहीसेही होतात. (शिराळकर कुमार, २००६, पृ.४२-४३).

स्वातंत्र्याच्या सुरुवातीला इतर मागासवर्गीयांनी स्वतःची स्वायत्त, वैचारिक व राजकीय अस्मिता निर्माण करण्याचा प्रयत्न केला नाही; तसे करणे त्यांना आवश्यक वाटले नाही. कारण दाता-याचक संबंधावर आधारित व्यवस्थेतील सामाजिक, राजकीय, आर्थिक व सांस्कृतिक क्षेत्रात कायम दुय्यम दर्जाची वागणूक मिळालेल्या इतर मागासवर्गीयांना जेव्हा स्वातंत्र्यानंतर काही प्रमाणात का होईना, मराठाप्रणीत काँग्रेसने वरील क्षेत्रात थोडीफार संधी दिल्यामुळे इतर मागासांना आपल्या वेगळ्या राजकीय अस्तित्वासाठी प्रयत्न करण्याची गरज भासली नाही. मराठे स्वतःचे राजकीय धुरीणत्व टिकविण्यासाठी निवडणुकीपुरते का होईना आपणासही मराठे म्हणतात या खोट्या भावनिक विजयामुळे ओबीसी पुरते सुखावले होते आणि याच खोट्या जाणिवांचा फायदा काँग्रेसला आपले प्रभुत्व टिकविण्यासाठी झाला. त्याचबरोबर सहकारी क्षेत्राने निर्माण केलेले व मेहरबानीच्या वृत्तीवर आधारित दाता-याचक संबंधांचे जाळेसुद्धा ओबीसींना ग्रामीण धनदांडग्यांनी, सहकारसम्राटांनी ठरविलेल्या अटीवरच आजही पश्चिम महाराष्ट्रात निराळा व्यवहार करणे भाग पडत आहे. शिवाय, महाराष्ट्रातील उच्च पुरोगामी चळवळ या ना त्या कारणाने तळागाळातल्या जातींच्या सांस्कृतिक प्रश्नांकडे प्रचंड दुर्लक्ष करत असल्यामुळे प्रथम काँग्रेसचा व नंतर भाजप-शिवसेनेचा महाराष्ट्रातील ओबीसींना आपल्याकडे वळविण्यात काही प्रमाणात यश आले होते; पण केवळ भावनात्मक प्रश्नावर सामाजिक पाया टिकत नसतो हेही भाजप-शिवसेनेच्या एव्हाना लक्षात आले असावे; म्हणूनच बहुजन महासंघाला ओबीसींच्या प्रश्नात हस्तक्षेप करण्यात काही प्रमाणात विशेषतः विदर्भातील गराठा ओबीसींच्या संदर्भात अजूनही फारसा उदारमतवाद झालेला नाही, जेथे बहुजनातील महाजनच बहुजनांच्या संघटनास कारणीभूत आहेत अशा ठिकाणीच यश आले, येऊ शकते. (गुरू, गोपाळ, २००६, पृ.क्र.१३-१४).

समाजात नवी मागास जाती आणि अन्य मागास जातींची युती निर्माण होत आहे; जरी ती मंडलवादाचा एक परिणाम असली तरी तिचा उद्देश आता केवळ सामाजिक न्याय मिळविणे एवढाच नसून दलित आणि अन्य मागास जातींनी प्रत्यक्ष राजकीय सत्ता मिळविणे असा आहे. अर्थात, यातही अडचणी आहेत. एकतर मागास जाती आणि अन्य मागास जाती यांच्यात सामाजिक आणि संघटना दृष्टीने साम्य नाही. मागास जातींचा निदान एकत्रित असा एक गट तरी आहे. पण अन्य मागास जातींमधील समाज मोठ्या प्रमाणावर दुभंगलेला आहे; ग्रामीण भागात तर

आजही अन्य मागास जाती अनुसूचित जातींवर सर्रास दहशतीचा अवलंब करताना आढळतात. (रजनी कोठारी).

जातीच्या राजकारणाच्या जंजाळात आपण खोलवर रुतलो आहोत. आपण मागे वळून त्या वस्तुस्थितीला भिडून बघितले पाहिजे. जातीच्या प्रभावापासून आपली मुक्तता कशी होईल या गोष्टीकडे आपण लक्ष पुरावायला हवे.

लोकशाहीचा स्वीकार केलेल्या समाजात निकोप विचारमंथनाची प्रक्रिया सातत्याने सुरू राहणे अत्यंत महत्त्वाचे असते. याच विचारमंथनातून नवनवीन विचारांचा उदय होऊन तो समाजाला गतिशील ठेवत असतो. विचार आणि कृतीच्या क्षेत्रातील अवरुद्धता व साचेबंदपणा सर्वच समाजाला साचलेल्या घाण पाण्याच्या डबक्याची अवकळा आणतो. आज एका बाजूला भूतकाळातील जुनाट कालबाह्य विचारांची मढी तर आम्ही उराशी कवटाळतो आहोतच पण दुसऱ्या बाजूला आपापली मते अत्यंत अभिनिवेशाने मांडतो आहोत. वैचारिक सहिष्णूतेच्या अभावी वैचारिक जीवनातील संवादाचा मार्गच बंद होताना दिसत आहे. त्यामुळे न पटणाऱ्या विचारांवर हिंसक हल्ले होत आहेत. लोकशाही मूल्यांना अधिष्ठित समाजजीवन हे अजूनही आपले उद्दिष्टच आहे, वैशिष्ट्य झालेले नाही. ही परिस्थिती बदलण्यासाठी आणि लोकशाही समाजाच्या संवर्धनासाठी निकोप विचारांचे मंथन ही गोष्ट मूलभूत महत्त्वाची आहे; यातूनच नागरिकांची राजकीय, सामाजिक, आर्थिक इ. बाबींसंबंधीचे मत बनत असते. म्हणून या विचारमंथनाच्या प्रक्रियेत सर्वसामान्यांचा क्रियाशील सहभाग असला पाहिजे.

दलित आदिवासींना वा अन्य मागासवर्गांना सवलती देण्याच्या मागणीविषयी तीन भूमिका ढोबळपणे दिसतात. मंडल आयोगाला विरोध करणाऱ्या शक्ती या उच्चवर्गीयांचे हितसंबंध तसेच टिकवू पाहणाऱ्या शक्ती आहेत. या प्रतिगामी विचारप्रवाहाचा व समाजशक्तींचा मुकाबला करावाच लागेल.

वर्ण-वर्ग-जात, स्त्री-दास्यांताच्या सम्यक् संघर्षातून जातिअंताच्या लढ्याचे व्यापक दर्शन उभे केले; पण १९८०च्या दशकानंतर जातिअंताच्या लढ्यांची, प्रयत्नांची, प्रयोगांची आणि चळवळींची अवस्था काय दिसते? या संदर्भातील वस्तुस्थिती व काही वैशिष्ट्यांची नोंद पुढीलप्रमाणे करता येईल.

अ) मंडलोत्तर भारतीय राजकारणाने जातिअंतापेक्षा मागासवर्गीय समूहांच्या राजकीय सक्षमीकरणावर विशेष भर दिला. परिणामत: जातिअंताचे राजकीय लढे फुटकळ होत गेले व जाती सक्षमीकरणाचे ध्येय अधिक ठळक होत गेले. दुसऱ्या बाजूला राज्यसंस्था नागरी समाजाच्या पातळीवरील राजकारणात जातिसंघटना व जात्याधारित विकास आघाड्यांची सौदाशक्ती वाढली. त्यांना

निवडणुकीच्या व विकासाच्या राजकारणात निर्णायक भूमिका प्राप्त झाली. जातिअंताचे वा मुक्तीचे राजकारण संसदशरण झाले.

ब) जातिअंतासाठीचे म्हणून जे लढे व संघर्ष या काळात उभे राहिले ते मुख्य प्रतिकात्मक मूल्ये व कार्यक्रमापलीकडे गेले नाहीत.

क) स्वप्रतिनिधित्व हाच आपापल्या रास्त हितसंबंधाचा पाठपुरावा करणारा एकमेव मार्ग आहे ही धारणा उत्तरोत्तर बळावत गेली. त्यातूनच 'स्वेतर' हितचिंतक वा समर्थकांची आता गरज काय? किंबहुना, ते संशयास्पदच मानण्याची प्रवृत्ती जातिसक्षमीकरणाच्या चळवळीतून जोर धरत गेली. परिणामत: जातीच्या साहाय्याने केले जाणारे राजकारण हे आत्मकेंद्री, इतरांना वगळणारे संकुचित व बंदिस्त होत गेले.

ड) नव्या भांडवली अर्थकारणाने प्रत्येक जातीत जो नवा मध्यमवर्ग उदयास आला, तो जातकेंद्री राजकारणाचे नेतृत्व करू लागला. या वर्गाची ना आपापल्या जाती समूहाशी काही सेंद्रीय होते, ना तो त्याचसाठी काही त्याग करायला, वा सोसायला-जोखीम, पत्करायला तयार होता. त्यांचे आपापल्या जात-समूहाशी असलेले हे 'ओळखीच्या' पातळीवर होते. ती 'ओळख'च तो राजकारणात 'इनकांन्टर' करण्यामध्ये धन्यता मानू लागला. दलित बहुजन वर्ग हा निर्णायक बनला.

मंडलवादी राजकारणाचा सर्वात महत्त्वाचा परिणाम कोणता झाला असेल तर तो ओबीसी वर्गातील अनेक जातीसमूहांना आलेले आत्मभान हा होय. या आत्मभानाबरोबरच त्यांचे राजकीय भानही जागृत झाले. त्याचबरोबर भिन्न-भिन्न जातींच्या सामाजिक संघटना व विकास आघाड्या सामाजिक चळवळीच्या रूपाने वावरू लागल्या. या सर्व जातीसंघटनांचा मुख्य भर जातीची सामुदायिक शक्ती वाढवून संसदीय राजकारणाच्या क्षेत्रात प्रवेश करणे, आपापल्या जातींना सामाजिक व सांस्कृतिक ओळख प्राप्त करून देणे, राखीव जागांच्या राजकारणात स्वत:चा अवकाश शोधणे, आपल्या जातीचा अंतर्भाव मागासवर्गीयांत करून घेणे, जातीच्या सामाजिक परिषदा व मेळावे भरवणे, व्होट बँक म्हणून स्वत:ची गोचरता वाढविणे, जातीच्या आर्थिक, सामाजिक व राजकीय सक्षमीकरणासाठी प्रयत्नशील असणे व त्यासाठी जातीची ओळख दृढ करणारे कार्यक्रम राबविणे इत्यादींवर राहिला.

मंडल नंतरची दलित-बहुजन चळवळ ही जातिनिर्मूलनापेक्षा जाती सक्षमीकरणाकडे झुकली आहे. आर्थिक प्रश्नांपेक्षा सांस्कृतिक प्रश्नांच्या अनुरोधाने संघटित होत आहे. व्यवस्था परिवर्तनाच्या संघर्षशील क्रांतिकारी राजकारणापेक्षा तिला निर्वाह रचनात्मक संसदीय राजकारणात विशेष रुची आहे. तिने लोकशाही

राजकारणाचा अवकाश नक्कीच वाढवला आहे. सांस्कृतिक दडपशाहीच्या विरोधात आवाज उठवून ती आपले वेगळे सामाजिक भान वेळोवेळी व्यक्तही करीत आहे.

नव्वदीच्या दशकाच्या राजकारणातील मध्यवर्ती विग्रह म्हणून उदयाला आलेला जातीचा मुद्दा मागे पडून जमातवाद हा मुख्य वादग्रस्त मुद्दा बनला. भाजपने ठरवून दिलेल्या चौकटीत इतरांचेही राजकारण चालत राहिले. हिंदू राष्ट्रवाद विरुद्ध धर्मनिरपेक्षता अशी राजकीयवादाची मांडणी झाली आणि त्यात मंडल, बहुजनवाद, दलित-ओबीसी एकजूट हे सर्व मुद्दे जवळपास हद्दपार झाले. आज जेव्हा उच्चवर्णीयांच्या राखीव जागांची चर्चा सुरू होते तेव्हा त्याला मंडलवादी राजकारणाच्या गेल्या काही वर्षांच्या पिछेहाटीची अशा प्रकारची पार्श्वभूमी असते व म्हणून एकेकाळचे मंडलवादी पक्ष या प्रश्नावर ठाम भूमिका न घेता तडजोडीची भूमिका घेत असल्याचे दिसते.

वास्तविक पाहता, नव्वदीच्या दशकात भारताच्या अर्थव्यवस्थेची जी पुनर्रचना झाली तिच्यामुळे अचानकपणे राखीव जागांचे धोरण मागे पडले आहे. प्रत्यक्षात ते धोरण अर्थातच अबाधित आहे; पण राज्यसंस्थेच्या कार्याचा संकोच, नोकरभरतीला बसलेली खीळ, निर्गुंतवणूक आणि सार्वजनिक क्षेत्राची काटछाट इ. घडामोडींमुळे राखीव जागांची संख्या आणि प्रस्तुतता या दोन्हीला कात्री लागली आहे.

राजकीय पक्षांच्या नाकर्तेपणामुळे आणि राजकीय हिशेबांमुळे उच्चवर्णीयांच्या राखीव जागांना अनपेक्षितपणे व्यापक पाठिंबा मिळण्याची शक्यता निर्याण झाली आहे. तरीही ह्या धोरणामागील दूरगामी सूत्र हे मात्र पक्षीय राजकारणाच्या पलीकडचे असून त्याची जास्त गंभीरपणे दखल घ्यायला हवी. उच्चवर्णीयांच्या राखीव जागांची चर्चा म्हणजे दीर्घ पल्ल्याच्या नव-उदारमतवादी समताविरोधी राजकीय पर्वाचा नवा टप्पा आहे का, हा प्रश्न आपण विचारायला हवा. बहुविधतापूर्ण लोकशाही, कल्याणकारी अर्थव्यवस्था आणि सामाजिक न्यायाची धोरणे हा आपल्या संविधानाचा वारसा होता. गेल्या काही वर्षांत पहिल्या दोहोंचा कमी-अधिक प्रमाणात निकाल लागला आहे. या अर्थाने नव-उदारमतवादी राजकीय पर्वाची वाटचाल येथे एव्हाना चालू झालीच आहे. येत्या काही वर्षांत भारतातील सामाजिक न्यायाच्या धोरणांचा डोलारा पोखरला तरी जाईल किंवा खाली उतरविला जाईल. उच्चवर्णीयांच्या आरक्षणाची चर्चा ही या नव्या राजकारणाची सुरुवात आहे.

उच्चवर्णीयांचा प्रतिघात हा गरिबांसाठीच्या राखीव जागांच्या मुद्द्यापासून सुरू झालेला मायावी आहे; कारण राखीव जागा किंवा सामाजिक न्याय यांना थेट किंवा प्रत्यक्ष विरोध न करता त्या धोरणांच्या आशयाचा विपर्यास करण्याचे सूत्र अंतर्भूत आहे. सामाजिक विषमतेबद्दल उच्चवर्णीयांच्या मनात अवरोध निर्माण करण्याऐवजी त्या विषमतेकडे दुर्लक्ष करण्याचे सामर्थ्य या प्रतिघातामध्ये आहे. किंबहुना, जात हा

विषमतेचा मुख्य आधार आहे हे गृहीतक बदलण्याची वैचारिक महत्त्वाकांक्षा उच्चवर्णीयांच्या या प्रतिघातामध्ये आहे.

सुहास पळशीकर म्हणतात, जातीचे राखीव जागांचे धोरण, त्यामागील तत्त्वज्ञान, त्या धोरणाची व्याप्ती, आतापर्यंतची अंमलबजावणी या सर्वच बाबींची तपासणी करण्याचा आग्रह राखीव जागांच्या पुरस्कर्त्यांनीच धरायला हवा. या कामासाठी राखीव जागांच्या पुरस्कर्त्यांना स्वत:च पुढाकार घेऊन काटेकोर अभ्यास करावे लागतील व भावनिकतेच्या राजकारणातून बाहेर पडावे लागेल. तसेच समाजशास्त्र आणि राजकारण या तिन्हींचे प्रवाही आणि एकात्म आकलन विकसित करण्याचे आव्हान सामाजिक न्यायाच्या पुरस्कर्त्यांपुढे आहे. ते न झाल्यास उच्चवर्णीयांच्या वैचारिक प्रतिघाताची सुरी सामाजिक न्यायाच्या संकल्पनेवरूनच फिरविण्याचा धोका आहे. (पळशीकर, सुहास, ऑक्टोबर-नोव्हेंबर-डिसेंबर ०३, समाजप्रबोधन पत्रिका).

इतर मागास जातींना न्याय मिळणार म्हणजे काय मिळणार? त्या जातीतील मूठभर लोकांना सत्तेची खुर्ची मिळणार आणि मूठभर तरुणांना नोकरी मिळणार! बाकी समाज अन्यायाचे व दारिद्र्याचो चटके सहन करीत जगणार! त्या त्या जातीतील सर्वांसाठी काही नाही हे वास्तव आम्हाला दिसतच नाही. दलितांना आरक्षण मिळते, मग आम्हाला का नको ही भावना इतर मागास वर्गामध्ये निर्माण करण्यात आली आहे. दलितांना गावकुसाबाहेर ठेवण्यात त्यांच्यावर अत्याचार करण्यात उच्चवर्णीयांसोबत या मागास जातीही होत्या हा इतिहास आहे. आजही या जातीमध्ये आरक्षणातून दलित वरचढ बनल्याची भावना आहे. इतर मागास वर्गाला आरक्षणाची ओढ असण्यामागे हेही एक कारण आहे, पण दलित आरक्षण आणि मागास जातींसाठी आरक्षण यांची तुलना होऊ शकत नाही. पिढ्यान्‌पिढ्या दलितांवर जातिव्यवस्थेने केलेल्या अन्यायातून आलेले व उत्पादन साधनाअभावी निर्माण झालेले मागासलेपण घालविण्यासाठी आरक्षण हे महत्त्वाचे हत्यार होते; म्हणूनच घटनाकारांनी त्याचा स्वीकार केला. यातून अन्याय काही प्रमाणात दूर होईल; पण जात कायम राहील, हे लक्षात घेऊनच त्या आरक्षणाला कालमर्यादा घातली आहे. ही कालमर्यादा वाढवावी लागण्यामागे राजकीय सोय हे एक कारण असले तरी त्यापेक्षाही महत्त्वाचे कारण म्हणजे खैरलांजीसारख्या घटना आजही घडतात हे आहे. दलित आरक्षणाचे लाभार्थी आणि मंडल आयोगाच्या आरक्षणाचे लाभार्थी यात एक महत्त्वाचा फरक आहे, तो म्हणजे उत्पादन साधनांचा. मंडल आयोगाने नोंद केलेल्या बहुतांश मागास जाती शेतीशी निगडित आहेत आणि त्यांचे मागासलेपण आरक्षणातून नव्हे तर शेतीची लूट थांबवून आणि त्यांना शेतीबाहेर अन्य व्यवसायात सामाऊन घेवूनच दूर करता येऊ शकते. मंडल आयोगाच्या भ्रमाजालातून बाहेर पडून

जातिअंताच्या लढाईला पुन्हा प्रारंभ करण्याची वेळ आली आहे.

आजचा मुख्य प्रश्न आहे एक भारतीय समाज म्हणून आपण आधुनिकता स्वीकारून जातिअंत आणि विकासाच्या दिशेने कसे जाणार आहेत हा आहे. आज अनेक उच्चजातींना आता आरक्षण हवे आहे. महाराष्ट्रात मराठ्यांना, हरियाणात जाट या जातीला आरक्षण पाहिजे. कायस्थ या उत्तर भारतातील उच्चभ्रू आणि नोकरशाहीत प्रभाव असणाऱ्या जातींच्या संस्थांनी स्वत:ला मागासवर्गीय घोषित करण्याचा अट्टहास धरला आहे.

दलित समाजातील आंतरिक समीक्षेची परंपरा आणि आवश्यकता

आंतरजातीय विवाहाचा जाणीवपूर्वक प्रयत्न एक कार्यक्रम म्हणून सुरू केला होता तो आर्यसमाजाने; पण हा प्रयत्नही काळाच्या ओघात मंदावला. असे का झाले याचे चिंतन इतिहासात कुठेही आढळून येत नाही.

वरिष्ठवर्णीय वधू आणि दलित वर या विवाहाकडे आंबेडकरवादी समाज काहीसा नाखूशीने पाहातो. उच्चवर्णीय वर आणि कनिष्ठवर्णीय वधू अशा विवाहांना चालना मिळायला हवी असे त्याला वाटत असते. यासाठी कनिष्ठ जातीतील कुटुंबात मुलीला मोकळे वातावरण मिळायला हवे, ती द्यायची मात्र कनिष्ठवर्णीय कुटुंबाची तयारी नसते. मुलींचे लांबणारे विवाह हे कनिष्ठ जातींसमोरचे महत्त्वाचे प्रश्न आहेत. या प्रश्नाला आंतरजातीय विवाहाच्या कार्यक्रमाने सामोरे जाता येईल असा हा अतिशय अनुकूल काळ आहे; पण त्याऐवजी आपल्या मनातला राग जातीयवादाचा राग व्यक्त करून अथवा उच्चवर्गीयांबद्दल संताप व्यक्त करून व्यक्त केला जातो, हाही एक प्रकारचा पलायनवादच आहे.

जातीच्या पातळीवर तर सोडाच पण पोटजातींच्या पातळीवरही दलितांची वाटचाल संघ शाखेप्रमाणेच चालू आहे. संघ नेहमीच सांगत आली आहे, की शाखेवर येणाऱ्या कोणाचीच आम्ही जात विचारत नसतो. त्यामुळे जाती मानण्याचा प्रश्नच येत नाही. यावर आमचा प्रश्न असा असतो, की मग शाळेत एकजातीय शाखाप्रमुख का आढळून येतात? संघ वाद टाळतो. अगदी हाच प्रश्न आंबेडकरवादी दलितांना विचारता येतो. दलितांनी धर्मांतर केले. बौद्ध धर्मात जातही मानली जात नाही आणि पोटजातही मानली जात नाही; पण विवाह मात्र न ठरवता आपापल्या पोटजातीत अथवा जातीतच होतात हे कसे? पण इथे असा प्रश्नदेखील विचारायचा नसतो. प्रश्न विचारला की दलित संतापतात. जात-पोटजातींचे किल्ले समाजात टिकून का आहेत? आपली जात किंवा पोटजात इतरांपेक्षा श्रेष्ठ आहे ही मानसिकता आणि जात्यंतर्गत विवाह सुरक्षित असतात हा ठाम भ्रम ही ती दोन कारणे होत; पण हे वास्तव कनिष्ठ जातींना स्वीकारण्याएवढे धाडस नाही.

कायद्याच्या चौकटीत जातीची स्वायत्तता जेवढी शिल्लक राहू शकते तिला धक्का न लावता संघाने आजिअभिसरणाचे कार्यक्रम सुरू केले. त्यासाठी समरसता मंच निर्माण केला. या कार्यक्रमांमागे स्वयंसेवी संस्थांचे पाठबळ उभे केले. दलितांच्या स्वयंसेवी संस्था पाच टक्केसुद्धा नाहीत हे लक्षात घ्यायला हवे. मध्ययुगात वारकरी संप्रदायाने जातीच्या वास्तवाला धक्का न लावता समाज जसा संघटित केला; समरसता मंचाची वाटचाल याच दिशेने आहे. समरसता मंचावर केवळ राग व्यक्त करून हे थांबणार नाही. समरसता मंच आणि दलितांचे कार्यक्रम यात मौलिक फरक कोणता आहे, हे आज समजून सांगणे भाग आहे.

आजचे राजकारण आणि दलितांची भूमिका

वरील तीन घटकांचे राजकारण कोणते आणि या राजकारणाशी दलितांच्या संबंधाचे स्वरूप कसे यादृष्टीने विचार करणे आवश्यक आहे; पण हा विस्तार समजून येण्यापूर्वी आपल्या भारतीय समाजाचे जातीनिष्ठ स्वरूप थोडक्यात समजून घेणे आवश्यक आहे.

'अस्पृश्यता' आणि 'जात' या दोन बाबी परस्पर संबंधित पण निरनिराळ्या आहेत. जात हे समाजाचे एक वास्तव रूप आहे; तर एका जातीच्या अन्य जातींशी अथवा व्यक्तींशी वागण्याच्या या अनेक 'आचरण पद्धती' आहेत त्यांपैकी 'अस्पृश्यता' ही एक आचरण पद्धती आहे. स्वातंत्र्यपूर्व काळात आपण मंदिर प्रवेश, एक पाणवठा अथवा सहभोजन इत्यादी सामाजिक सुधारणेचे कार्यक्रम राबविणे. हे सर्व कार्यक्रम अस्पृश्यता निवारणाचे कार्यक्रम होते; पण हे कार्यक्रम जात संपवण्याचे कार्यक्रम आहेत असेच आपण गृहीत धरत आलो. त्यामुळे जातीविरहित समाजरचनेचा कोणताच कार्यक्रम आपण स्वातंत्र्यपूर्व काळात कधी राबवला नाही, हे लक्षात घेतले पाहिजे.

स्वातंत्र्यानंतर भौतिक प्रगतीचे बेटे निर्माण झाले. अस्पृश्यता पाळणे काहीसे गैरसोयीचे झाले. त्यामुळे व्यापारी संस्कृतीची हानी होऊ शकते हेही लक्षात आले. व्यवहारात अस्पृश्यतेचे स्वरूप बदलले. त्यामुळे अस्पृश्यतेचा प्रश्न संपला असे आपण गृहीत धरले. स्वातंत्र्यानंतर अस्पृश्यता निवारण्याचा एकमेव कार्यक्रम महाराष्ट्रात दिसून येतो, तो म्हणजे बाबा आढाव यांचा 'एक गाव एक पाणवठा'. 'स्पर्शाने विटाळ होतो' एवढाच मर्यादित अर्थ 'अस्पृश्यता' या शब्दाचा असेल तर आज अस्पृश्यता संपल्यात जमा आहे. एका जातीने दुसऱ्या जातीला अथवा व्यक्तीला आपली स्वायत्तता धोक्यात येऊ नये म्हणून सामाजिक व्यवहारापासून दूर ठेवणे हा जर अस्पृश्यता या शब्दाचा अर्थ असेल तर अजून अस्पृश्यता संपली असे म्हणता येत नाही. ग्रामीण पातळीवर पहिल्या प्रकारची आणि शहरी पातळीवर दुसऱ्या

प्रकारची अस्पृश्यता आहे. यातून जात लपविणे, धार्मिक कर्मकांडात वरिष्ठ वर्णीय हिंदूपेक्षा अधिक अहमहमिकेने सहभागी होणे इत्यादी वर्तन आविष्कार याच अस्पृश्यतेच्या आविष्काराची उदाहरणे होत. आपले भयावह वास्तव समजून घ्यायचे नाही असे ठरवले, की त्यातून एक प्रकारचा पलायनवाद सुरू होतो. वरील सर्व वर्तन पलायनवादी स्वरूपाचे आहे.

आज शहरात जाती-जातींच्या स्वतंत्र वस्त्या निर्माण होत आहेत. अशा वस्त्या निर्माण व्हायला राजकीय नेते मदत करताना आढळून येत आहेत; तर ग्रामीण पातळीवरील अस्पृश्यता निवारण्याचे कार्यक्रम जातीय तणाव निर्माण करू शकतात. म्हणून जातींची स्वायतत्ता राखली जावी असे गाव पातळीवर कार्यक्रम राबवले जातात. बौद्धेत्तर समाज आपली पायरी ओळखून त्यांच्याशी संबंध ठेवतो. यात काही चूक झाली की मग उद्रेक होतो. हा उद्रेक तडजोडीच्या मार्गाने विझवला जातो.

थोडक्यात, जातिव्यवस्थेचे समूळ उच्चाटन तर दूरच पण जाती-जातीतील उच्च-नीचपणा व विषमताही अद्याप आपण कमी करू शकलेलो नाही. वंशपरंपरागत सामाजिक श्रमविभागणीच्या व श्रमिक विभागणीच्या स्वरूपात जातिसंस्था कमी-अधिक प्रमाणात आजही टिकून आहे. धर्माचे तिला लाभलेले अधिष्ठानही अजतागायत आहे. किंबहुना, एका समाजशास्त्रज्ञाच्या शब्दांत असे म्हणता येईल, की जात सर्वांनीच तिचा धिक्कार करतात त्यांनीही इतक्या निमूटपणे व सर्वंकषपणे मान्य केली आहे की ती आज सर्वत्र सामाजिक कृतीचा अविभाज्य एकक ठरली आहे. येथील जातिव्यवस्था हिंदूंच्या अंतर्गत सुधारणेसाठी तर बाधक ठरलीच आहे, पण अन्य धर्मीयांशी हिंदूंनी समरस होण्यातही तिचाच अडसर येत आहे. पूर्वापार ती येथील सामाजिक-आर्थिक शोषणाचे संस्थात्मक माध्यम म्हणून तर कार्यरत आहेच; शिवाय शोषितांमध्ये तिने भक्कम भिंती उभारल्यामुळे संघटितपणे अन्यायाचा प्रतिकार करणेही त्यांना तिने अशक्य करून सोडले आहे. ब्रिटिशांनी तिचा यथेच्छ वापर करून घेतलाच, पण स्वातंत्र्यप्राप्तीनंतर येथील सरंजामी व्यवस्था मोडल्यामुळे तर ग्रामीण भागात वरचढ जातीची ताकद आणखीनच वाढली आहे.

निम्नवर्गीय शरीर कष्टाचे व्यवसाय आणि उच्चवर्णीयांचे पांढरपेशे व्यवसाय यांची सामाजिक प्रतिष्ठा आजही पूर्वी इतकीच कमीजास्त आहे. औद्योगिक विकासाने अनेक जातींना त्यांच्या पारंपरिक व्यवसायांतून हुसकले मात्र नव्या रोजगारांत सामावून घेतले नाही. त्यामुळे त्यांची अवस्था त्रिशंकूप्रमाणेच झाली आहे.

ग्रामीण भागात जातिव्यवस्थेचे ओंगळ स्वरूप विशेष प्रकर्षाने जाणवते. तेथील सत्ताधारक बव्हंशी क्षत्रिय ब्राह्मण आहेत. व्यक्ती ते व्यवसाय वंशपरंपरागत

व जातवार आहेत. सरंजामी धनिकांची सत्ता कायद्याने काढून घेतली असली तरीही ग्रामीण अर्थकारणावर व राजकारणावर त्यांची घट्ट पकड कायम आहे. राज्यकर्ता वर्ग म्हणून हाडी युरो त्यांचे गंड, पूर्वग्रह व सवयीही तशाच राहिल्या आहेत. आर्थिक, राजकीय वर्चस्व संपल्याखेरीज यात बदल संभवत नाही. जेथे निम्न जातीयांचे या वर्गावरील अवलंबन जास्त असते. तेथील जातीय शोषणाचे स्वरूप अधिकच भीषण असल्याचे आढळते. निवडणुकांच्या प्रक्रियाही तेथे 'फ्री अँड फेअर' वातावरणात पार पडू शकत नाहीत. तेथील पोलीस व निम्न नोकरशहा म्हणतील तसे असा शिकविला जातो. कायद्याचे हे रखवालदार तेथे कायदा मोडणाऱ्यांचे पक्षपाती असतात. आधुनिक तंत्रज्ञान, आर्थिक प्रगती, आधुनिकीकरण यांचा फारच नगण्य व वरवरचा परिणाम ग्रामीण भागातील जनजीवनावर पडलेला दिसून येतो.

जातीय विषमतेचा सर्वांत गहनीय प्रत्यय अस्पृश्यता निवारण्याच्या क्षेत्रात येतो. संविधानाने व कायद्यांनी अनुसूचित जातीजमातींना दिलेल्या सवलती–संरक्षणे त्यांच्यापर्यंत पोहोचू नयेत असाच एकूण अभिजन वर्गाचा प्रत्यय असतो. नोकरशाही न्यायव्यवस्था व बुद्धिजीवी वर्ग यांची कृती मागासवर्गीयांच्या हिताविरोधीच आढळते. बचावात्मक भेदभावाच्या विरोधात अभिजन जाणिवा किती तीव्र आहेत याचा प्रत्यय मंडलविरोधी आंदोलनात मिळाला होता. आपल्या रास्त गाऱ्हाण्यांना जातीय परिभाषेत व्यक्त करू पाहणाऱ्या मागासवर्गीयांची राष्ट्रहितशत्रू म्हणून झोडपणारे उच्चवर्णीय स्वत: किती कोत्या विचारांचे व स्थितीवादी आहेत हेच त्यांच्या त्या 'हिस्टेटिक' प्रतिसादावरून जगाच्या लक्षात आले. जे पक्ष आरक्षणाच्या बाजूने आहेत किंवा अन्य मागास जातींचे हितसंबंध आपल्या कार्यक्रमात आवर्जून अंतर्भूत करतात त्यांचेही राजकारण त्या त्या जातीतल्या वरच्या स्तरालाच लाभान्वित करते हेही नोंदविले पाहिजे.

जातिवरोधी आंदोलन करणाऱ्या चळवळींनाही एका अंतर्विरोधातून स्वत:ची सुटका करता आलेली नाही. त्या उच्चवर्णीयांच्या जातीय अहंतेवर व वर्चस्वावर प्रखर हल्ला करतात; पण ब्राह्मणेत्तर उच्च व मध्यम जातींकडून होणाऱ्या वर्गीय शोषणाच्या विरोधात मात्र आवाज उठवित नाहीत. मधल्या मागास जाती गरीब असल्या तरी छोट्यामोठ्या जमिनींची मालकी त्यांच्या हाती आहे. दलित हे बव्हंशी अंगमेहनती शेतमजूर आहेत. जातिविरोधी लढा चालविणाऱ्यांनी केवळ ब्राह्मणद्वेषावर न थांबता शोषण व घृणा यांच्या समग्र व्यवस्थेच्याच विरोधात आवाज बुलंद करण्याची गरज आहे. आपल्याहून वर असलेल्यांचा विरोध आणि खाली असलेल्यांचा दु:स्वास अशा विचित्र जातीयतेची बाधा जातिविरोधी लढ्यांना जडल्यामुळे त्यांना जात आणि वर्ग यांचा समुचित समन्वय असाध्य राहिला आहे. अस्पृश्यतेच्या

विरोधात लढणारेही जेवढा भर धार्मिक, सांस्कृतिक अस्मितेशी संबंधित मुद्द्यांवर देतात तेवढा भुमिहीनत्वापायी पूर्वास्पृश्यांच्या पदरी पडणारे परावलंबन व बिगारी या अस्पृश्यतेच्या भौतिक पायाशी संबंधित प्रश्नांवर देत नाहीत असे दिसते.

जातिव्यवस्थेचे अस्तित्व आणि सातत्य जातिअंतर्गत विवाह करण्याच्या प्रथेतून कार्यरत रहाते, असे दाखवून जात व पितृसत्तेचे व्यवस्था म्हणून असलेले परस्परावलंबित्व डॉ.बाबासाहेब आंबेडकरांनी अधोरेखित केले. स्त्री-पुरुष विषमतेला पायाभूत ठेवूनच जातिव्यवस्थेवर आधारित श्रमविभागणी आकार घेते. ब्राह्मणी पितृसत्तेच्या तात्त्विक व सांस्कृतिक आधारावरच जातिव्यवस्थेचे शोषण-शासन कार्यरत राहते. जातिव्यवस्थेच्या चौकटीत स्त्रियांचे शोषण व पीडन घडत राहते. आधुनिक काळातील राजकारणही जात व लिंगभावाच्या चाकोरीत विकसित होत राहते. जातीय पितृसत्तेच्या आंतरिक प्रवाहांना बळकट करण्याचे राजकारण राष्ट्रवादी आणि जमातवादी प्रवाह करतात. त्यामुळे आजदेखील समाजाच्या घडणीमध्ये आणि व्यवहारामध्ये पितृसत्तेवर आधारित कुटुंबव्यवस्था आणि पितृसत्तेवर आधारलेली जातीव्यवस्था प्रभावी ठरते. त्याचे व्यापक परिणाम जीवनाच्या सर्व क्षेत्रात पाहायला मिळतात.

जात व पितृसत्तेच्या व्यापक प्रभावामुळे मुक्तीचे राजकारणही कुंठित अवस्थेत अडकले आहे. भारतातील जातींच्या चळवळी स्त्रीमुक्तीचे कार्यक्रय स्वीकारीत नाहीत आणि स्त्रीमुक्तीच्या चळवळी जातीमुक्तीचा उद्देश स्वीकारत नाहीत. जातिअंताचा लढा स्त्रीमुक्तीच्या उद्देशाने झाल्याशिवाय यशस्वी होणार नाही.

शहरीकरणामुळे जातिव्यवस्था किंवा जातीव्यवहार खरोखर क्षीण झाले काय? या प्रश्नाचे उत्तर काळजीपूर्वक शोधायला पाहिजे. शहरात जाती नाहीत असे कोणाला म्हणता येणार नाही, त्याप्रमाणे शहरातील जाती या खेड्यासारख्याच जाचक आहेत, हेसुद्धा म्हणता येणार नाही. शहरात याला आपण धर्माधिष्ठित रूढी-परंपरा संबंधित जातीयता (Ritualistic Caste) म्हणून ती पाळणे शक्य नाही. शहरातील उत्पादन पद्धतीच्या संदर्भातसुद्धा अभिजात जातिव्यवस्थेला आधार उरत नाही. शहरातील जाती सामाजिक-सांस्कृतिक या स्वरूपात पहायला मिळतात. आधुनिकतेच्या ५० वर्षांनासुद्धा हा Inertia सोडता आलेला नाही. इंग्रजी वृत्तपत्रांमधून देशातील उच्चशिक्षित लोकांच्या विवाहासंबंधित जाहिरातीतून आपल्याला हे चांगल्या तऱ्हेने पाहता येते. अजूनही काही व्यवसाय यावर काही जातींचीच मक्तेदारी असल्याचे आपल्याला दिसून येते. म्युनिसिपालिटी ते बहुराष्ट्रीय कंपन्यातून कंत्राटी सफाई कामगार हे दलितांतील विशिष्ट जातीतूनच सापडतील. खासगी क्षेत्रात खालच्या जागा सोडता अजूनही दलित जातीतील कोणी औषधालासुद्धा सापडणार नाही ही वस्तुस्थिती

आहे. जाती या आज सामाजिक, सांस्कृतिक पातळीवर या रूपात आणि आर्थिक, राजकीय पातळीवर Exclusion साठी उपयोगी पडताना दिसतात. जातींच्या ह्या वर्तमान स्वरूपाचे, ज्यांना जाती जाव्यात असे वाटते त्यांना स्पष्ट आकलन झालेले दिसत नाही.

आजच्या परिस्थितीत जाती-विच्छेदनाच्या दृष्टिकोनातून पहाता जातीचा प्रमुख अंतर्विरोध हा दलित-अदलित असा आहे. संपूर्ण जातिव्यवस्थेचा हा केंद्रबिंदू बनला आहे. जातिअंताच्या शक्ती जर यावर अचूक मारा करत्या झाल्या तर जातिअंताचे लक्ष ते प्राप्त करू शकतील, अशी परिस्थिती आहे; पण दुर्दैवाने आज या अंतर्विरोधाच्या जागी भ्रामक सामिलीकरणाचे बाळबोध अंकगणित 'बहुजन' या संज्ञेखाली सर्वत्र शिकविले जात आहे. हा प्रकारसुद्धा प्रचलित निवडणुकीच्या राजकारणाचाच परिणाम आहे.

शहरीकरणाच्या संबंधात दलित, अदलित हा अंतर्विरोध अजूनही तीव्र

शहरीकरणाच्या संबंधात मात्र या परिप्रेक्ष्यातून पाहिले तर जाती शिथिलतेविषयी आपल्या मनात जो आशावाद बळावला त्याला थोडा तडा जाणार कारण दलित, अदलित हा अंतर्विरोध शहरी वातावरणातसुद्धा अजूनही तीव्रपणे जाणवतो. अर्थात या स्वरूपात तो ग्रामीण भागात पाहायला मिळतो, त्या तीव्र स्वरूपात शहरात तो खचितच नाही; पण एकंदर जातीच्या संदर्भात जे आशादायी चित्र शहरांमधून प्रकटते ते नेमके दलित विरुद्ध अदलित या प्रमुख अंतर्विरोधाच्या दुर्बिणीतून पाहता तेवढे आशादायी रहात नाही. आजही दलितांकडे पाहण्याचा अ-दलित जातींचा दृष्टिकोन जातीभावनेने बरबटलेला दिसेल. दलितांचे वेगळेपण (Exclusion) अजूनही शहरांतूनसुद्धा कायम आहे. प्रत्येक क्षेत्रात दलितांना भेदभावाला सामोरे जावे लागते. राज्यघटनेतून दलितांना दिलेली ओळख आणि त्यांच्यासाठी योजिलेल्या सकारात्मक भेदभावाची प्रयोजने याला काही अंशी कारणीभूत असतीलही पण मुळात हा भेदभाव जातीय परिदृष्टीमध्येच आहे, हे नाकारता येत नाही. सवर्ण जनतेत दलितांबद्दल अजूनही हीन भावना आहे. दलित काही तरी कनिष्ठ प्रतीचे समूह आहेत, अशी भावना पदोपदी त्यांच्या व्यवहारातून झळकताना दिसते. आधुनिक भांडवली क्षेत्र आणि उच्चशिक्षित लोकही याला अपवाद नाहीत. अलीकडे खासगी क्षेत्रातील आरक्षणाच्या नुसत्या कल्पनोच्चारावर त्या गोटातून या विषारी प्रतिक्रिया आल्या, त्यातूनसुद्धा हे स्पष्टपणे पहाता येते.

थोडक्यात, शहरातून संरचनात्मक पातळीवर जातिभेद पाळणे शक्य नसल्याने जातीयता शिथिल होते हे एक ऐतिहासिक सत्य आहे. गावाच्या तुलनेत शहरात जातीयतेची तीव्रता कोणत्याही दिशेने कमीच असते, हे सर्व खरे आहे; पण यात

जातीच्या प्रश्नाकडे बघण्याचा एक स्थितीवादी दृष्टिकोन झळकतो. जाती वाटतात तशा स्थिर नाहीत, त्या बदलत आलेल्या आहेत आणि बदलत आहेत. याचे मर्म कायम असले तरी व्यावहारिक स्वरूप स्थळ-काळ सापेक्षपणे बदलत आलेले दिसेल. याप्रमाणे पाहता आपल्याला शहरीकरणामुळे हुरळून जाण्याचे कारण दिसत नाही. शहरातील जातीयतेचे प्रकटन खेड्यातील तिच्या प्रकटनापासून वेगळेच असणार. जातीयतेचे जे धर्म आहे, दलित-अदलितांतील अंतर्विरोध, त्यांच्यातील अलगावाची भावना, त्याचे भेदभावात्मक संबंध त्यात शहरीकरणामुळे जातीयतेत शिथिलता येते. यावर विश्वासून आपण त्याला जात्यंताचा उपाय समजले तर आपली परत दिशाभूल होण्याची शक्यता आहे. जातीची शिथिलता शहरीकरणाच्या प्रक्रियेचा एक उपउत्पादन असू शकतो. मुख्य उत्पादन नाही. नाही तरी शहरीकरणाच्या प्रक्रियेने जात्यांत अपेक्षिणे म्हणजे कालांतराने जाती संपुष्टात येतील, असेच म्हणण्यासारखे आहे. आपल्या उपखंडात शहरीकरणाचे प्रमाण पहाता जात्यांताची अवस्था यायला शेकडो वर्षे लागतील. २००१च्या जनगणनेनुसार भारतात शहरीकरणाचे प्रमाण २७.८ टक्के आहे. मागच्या चार दशकात ते फक्त ९.८१ टक्क्यांनी वाढलेले आहे. त्यासाठी यांना जात्यांत पाहिजे आहे, ते काही हातावर हात धरून गप्प बसणार नाहीत.

स्वातंत्र्यपूर्व काळातील रा.स्व.संघासारख्या अदृश्य संघटनेविषयी आणि त्या संघटनेच्या राष्ट्रनिर्मितीच्या कामगिरीविषयी फारसे सांगता येत नाही. हिंदू-मुस्लीम जमातवाद वाढविण्यापलीकडे संघ जात नाही. राष्ट्रीय स्वयंसेवक संघाने आपला सर्वांचा सांस्कृतिक वारसा एकच आहे असे म्हणत जातींची उतरंड तशीच ठेवून ब्राह्मणी संकल्पनांचे पुनरुज्जीवन केले. सावरकरांनी पितृभुमीमध्ये एकाच 'हिंदू' छताखाली एकत्र येण्याचे आवाहन केले. हिंदूंना हिंदू छत्राखाली एकत्र आणताना त्यांनी कोणतीच विषमता दूर करण्यासाठी प्रयत्न केले नाहीत. परंतु, राष्ट्राच्या घडणीमध्ये जात्यंताचे असणारे महत्त्व अब्राह्मणी राष्ट्रवादाने पुढे आणून जाती या राष्ट्रविरोधी आहेत असे स्पष्टपणे सांगितले.

राष्ट्रीय स्वयंसेवक संघाचे स्वरूप मूलतः जातीयवादी असून राष्ट्रवादाचा त्यांनी मुखवटा चढवलेला आहे. याचे कारण सामान्य माणसाला न्याय देण्याच्या दृष्टीने त्यांनी अद्याप काहीही केलेले नाही. (कसबे रावसाहेब, २००२, पृ.क्र.६७).

संघाच्या आधिपत्याखालील अल्पसंख्याकांवर दहशत आणि प्रतिदहशत निर्माण करून हिंदू ऐक्य आणखी दृढ करण्याचा प्रयत्न केला जातो. यातून फक्त द्वेषच टिकतो असे नाही तर त्यातून वर्ग, जात आणि स्त्री-पुरुष यातील सत्तांचे राजकारण मागे पडते. यातून फक्त हिंदूंनी हिंदूंवर केलेले अन्याय, अत्याचार विसरले जातात असे नाही तर आता त्याविरुद्धचे लढे हे राष्ट्रद्रोही, फुटीरतावादी ठरतात. त्यामुळे फक्त

या आधाराने देशक्रमाच्या व्याख्या केल्या जातात.

जनगणनेच्या निमित्ताने उपस्थित झालेल्या जाती आणि जातिव्यवस्थेच्या मुद्द्यावर मूलभूत चर्चा अपेक्षित होती. दुर्दैवाने संसद हे लोकशाहीतील सर्वोच्च व्यासपीठ मूलभूत प्रश्नावर चर्चा करण्यात सदैव अपयशी ठरले आहे. चर्चा म्हणजे गोंधळ आणि गदारोळ हे समीकरण संसद आणि विधान भवनाबाबत पक्के झाले आहे. या मुद्द्याच्या बाबतीत संसदेत हेच घडते आहे. जाती निर्मूलनाबाबत कोणीच बोलायला तयार नाही.

उत्तर औद्योगिक भांडवलशाहीचे सामाजिक परिणाम

प्रा. यशवंत सुमंत म्हणतात, "व्यवस्था विरोधी राजकारण करताना, केंद्रस्थानी असलेला शोषक वर्ग आणि व्यवस्थेच्या लाभापासून क्रमशः दूर लोटले गेलेले परिघाकडे ढकलले गेलेले शोषित, वंचित वर्ग असा संघर्ष आपण उभा करू शकत होतो. परिघावरच्या शोषित समूहांनी केंद्राशी टक्कर दिली पाहिजे, संघर्ष केला पाहिजे असा आपला रोख होता. यासंदर्भात इथे कोणाशी, कशा पद्धतीने आणि कुठवर भांडायचे हे माहीत होते; पण जागतिकीकरणाच्या या पर्वात 'केंद्र' आणि 'परीघ' यांची सरमिसळ होताना दिसते. संपर्क माध्यमांतील तंत्रज्ञानात्मक क्रांतीने केंद्राला विविध देशातील परिघावरील सामाजिक स्तरापर्यंत सहज प्रवेश मिळतो आणि परिघावरचा एखादा सामाजिक घटक सहज केंद्रस्थानी सरकतो. कित्येकवेळा केंद्र दिसेनासे होते. अशा परिस्थितीत आपण परिघस्थ समूहांचे जे संघटन करत होतो ते आता नेमके कोणाच्या विरोधात करणार हेच आता दिसेनासे झालेले आहे. परिणामतः परिघस्थ समूहांचे उद्रेक एका बाजूला होत आहेत व ते सातत्याने चालू राहतील पण त्यातून संघर्षातील चळवळींचे संघटन होऊ शकत नाही. उत्तर औद्योगिक भांडवलशाहीने हा आघात आपल्यावर केला आहे."

जात आता अस्मितेच्या अंगाने उभी राहू इच्छिते. ती आपापल्या जाती किंवा जाती गटांपुरती संघटित होत आहे आणि म्हणूनच ती बंदिस्त होत आहे. जातिनिर्मूलनाचा अजेंडा आता मागे पडला आहे. जात सक्षमीकरणाचा अजेंडा प्रधान बनला आहे. लोकशाहीकरणाच्या प्रक्रियेत विविध जातसमूहांना राजकीय आत्मभान येत गेले. विविध राजकीय पक्षांकडून तसेच जात समूहांच्या विशिष्ट प्रश्नांच्या निमित्ताने विविध जातींचे राजकीय मोबिलायझेनशही झाले, ही जागृती स्वागतार्हच आहे; पण या साऱ्या प्रक्रियेत जातींचे लोकशाहीकरण झाले नाही. एक सार्वभौम, विवेकक्षम व्यक्ती म्हणून माणसाला येणारे राजकीय आत्मभान आणि समूहाचा घटक म्हणून येणारे त्या त्या जातीसमूहाचे सामूहिक आत्मभान यात फरक आहे. समूह म्हणून एकगठ्ठा राजकीय आत्मभान येणे म्हणजे त्या त्या जात समूहातील

प्रत्येक कृतीत या अवकाशाचा त्यांनी सतत जाणीवपूर्वक पाठपुरावा केल्याचे दिसते; पण १९८०च्या दशकानंतर दलित बहुजन जात समूहांच्या राजकारणात व चळवळीत हे भान वेगाने ओसरत गेले आणि जातिअंतर्गत व्यक्तीच्या लोकशाहीकरणाची प्रक्रिया थांबली. परिणामत: जात-समूहांच्या राजकीय जागृतीनंतर विविध जाती संघटनांची जी वाढ झाली त्या जाती संघटना आज कोणते राजकीय भान जोपासत आहेत याचे अवलोकन केले तर असे दिसेल की, त्यातील बहुतांशी जातीसंघटना नवभांडवलशाही विकास प्रतिमानांचा कळत-न कळत प्रत्यक्ष-अप्रत्यक्षपणे पाठपुरावाच करीत आहेत. डॉ. बाबासाहेब आंबेडकरांना अभिप्रेत असलेल्या लोकशाही समाजवादाच्या दिशेने त्यांची वाटचाल होताना दिसत नाही आणि म्हणूनच भांडवली शक्ती त्यांच्या जागृतीचा आपापल्या सोयीनुसार पुरेपूर वापर करून घेत आहेत.

प्रा. यशवंत सुमंत म्हणतात, ''समकालीन जातीसंघटनांच्या आजच्या राजकीय, सामाजिक कार्यक्रम पत्रिकेवर नजर टाकली असता काय दिसते? या जातीसंघटना आपापल्या जातीतील व्यक्तींचे सामूहिक विवाह आयोजित करतील, आपापल्या जातीतील विद्यार्थी-विद्यार्थिनींना त्यांच्या परीक्षेतील व्यक्तिगत यशाबद्दल पुरस्कार, शिष्यवृत्त्या देतील, आपापल्या जातीतील व्यक्तींच्या विविध क्षेत्रातील असाधारण कारकिर्दीबद्दल त्यांचे सत्कार आयोजित करतील. या पलीकडे जाती संघटनांचे सामाजिक कार्यक्रम पुढे सरकत नाहीत. या कार्यक्रमात अर्थातच अस्वाभाविक असे काहीच नाही. हे अत्यंत मनुष्यसुलभ आहे; पण त्यातून जात भान आणि जात अस्मिता दृढ होत जाते. जातीभानापलीकडे जाऊन जातमुक्त होण्याची प्रक्रिया घडत नाही. जातीतील व्यक्तींच्या वैयक्तिक यशाच्या प्राप्तीत त्या त्या जातिसंघटनांचा अर्थपूर्ण वाटा क्वचितच असतो. व्यक्ती स्वत:च्या पातळीवर धडपडत, प्रतिकूल परिस्थितीशी सामना देत, समाजातील विविध सहकार्यातून आपले यश सिद्ध करते आणि अशा स्वबळावर यशस्वी झालेल्यांचे सत्कार वा त्यांची दखल संबंधित जात संघटना चालाखपणे घेत असतात आणि हे कर्तृत्व आपलेच कसे आहे हे सांगण्याची संधी सोडत नाहीत. हे वास्तविक जातीचे सक्षमीकरण नव्हे हे जातीतील सक्षमीकरण झालेल्या व्यक्तीचे अपहरण आहे. यातून संबंधित त्या त्या जातीतील एक अदृश्य दबाव वाढत जातो. 'आपला माणूस' म्हणून त्याच्यावर एक निर्णायक दावा जातीसंघटना सांगू लागतात आणि त्यालाही जातीसंघटनांच्या उपकारापुढे (?) नमते घ्यावे लागते. तो त्याची चिकित्सक बुद्धी हरवून बसतो. हे जात शक्तीचे व अस्मितेचे दृढीकरण असते. हीच प्रक्रिया अल्पसंख्य धार्मिक समूहात चालते. परिणामत: जात वा धार्मिक संघटनांच्यामुळे व्यापक धर्मनिरपेक्ष संघटना व विचारपीठे या दिशेने वाटचाल न होता ती जात-धर्माच्या अस्मितावादी जातभान हे सर्वसमावेशक असू

शकत नाही. ते इतरेजनांना सतत वगळण्याची भूमिका घेते व त्यामुळे व्यापक लोकसंघटन होऊ शकत नाही.''

जातिव्यवस्था निर्मूलनापेक्षाही शोषित-वंचित व पीडित जातींच्या सबलीकरणाद्वारा मागास जातवर्ग सामाजिक न्यायाची लढाई लढू इच्छितो. परिणामत: जातिनिर्मूलन नव्हे तर सत्तेच्या माध्यमातून जातीसक्षमीकरण हे त्यांचे मुख्य सूत्र आहे. याचाच एक स्वाभाविक परिणाम म्हणून जातवर्गाने संसदीय राजकारण व निर्वाचनात्मक राजकारण ही आपली प्रमुख रणक्षेत्रे मानली असून तो जनआंदोलनापेक्षा संसदीय राजकारणास (पर्यायाने सौदेबाजीच्या राजकारणास) अधिक प्राधान्य देत आहे. या मागास जातवर्गीय पक्षसंघटना वर्णवर्चस्वाविरुद्धचा आपला संघर्ष आर्थिक क्षेत्रात लढण्यापेक्षा राजकीय व सांस्कृतिक क्षेत्रात लढू इच्छितात. सत्यशोधक, ब्राह्मणेतर आणि डॉ.बाबासाहेब आंबेडकरांच्या दलित चळवळीत कधीही न दिसलेला लोकानुरंजनवाद (Populism) समकालीन कनिष्ठ आणि इतर मागास वर्गांमध्ये मोठ्या प्रमाणात दिसतो; पण त्याचबरोबर फुले-आंबेडकर विचारातील वैश्विकता मात्र समकालीन व्यवहारात अभावानेच दिसून येते. फुले-आंबेडकरांच्या विचारातील व्यवस्था परिवर्तनाचा क्रांतिकारी विचार वर उल्लेखित जात-वर्गाला मान्य असला तरी तो त्याच्या राजकीय व्यवहारातून अधोरेखित होत नाही.

कनिष्ठ/मागास जातवर्गाच्या या वैशिष्ट्यांमुळे ते एकाचवेळी लोकशाही, परिवर्तनवादी शक्ती आणि जमातवादी, उजव्या शक्ती या दोघांनाही उपलब्ध होतात.

स्त्रीशूद्रातिशूद्रांना ज्ञानापासून वंचित ठेवल्यामुळे त्यांच्या उन्नतीचे सर्व मार्ग रोखले गेले आहेत असे फुले मानतात. त्यामुळे अस्तित्वात असणारी विषम समाजरचना नष्ट करण्यासाठी ज्ञानाचे मार्ग स्त्री-शूद्रातिशूद्रांसाठी खुले झाले तरच राष्ट्राची निर्मिती होऊ शकेल असे त्यांना वाटत होते. काँग्रेसप्रणीत राष्ट्रवादाने इतिहासाचा आधार घेऊन प्राचीन इतिहासातील ब्राह्मणी मूल्यांचा गौरव केला; आर्यांचे श्रेष्ठत्व वारंवार सांगितले. फुल्यांना हे मान्य नाही. त्यामुळे ते बळीस्थानाची कल्पना मांडून पर्यायी इतिहासाची मांडणी करतात. दशावतरांच्या कथांमधून भारतातील सामाजिक संघर्ष विशद करतात. वैदिक ब्राह्मणी संस्कृतीला पर्याय देतात. पुढे जेव्हा त्या शंकराचार्यांचे दिवाभीत शिष्य आराध्यासारखे सोवळेचाच करून नाचत फिरू लागले, तेव्हा मुकुंदराज, ज्ञानेश्वर वगैरे रामदासांसारखे अनेक 'पायलीचे पंधरा आणि अधेलीचे सोळा' ब्राह्मण ग्रंथकार होऊन व्यर्थ वाया गेले. परंतु, त्यातून एकानेही आपण शूद्रांच्या गळ्यातील दास्यत्वाच्या पट्ट्याला बोटसुद्धा लावून दाखविले नाही, अशा प्रकारे इतिहास दडलेले दास्यत्व पुढे आणून ते नष्ट करण्यासाठी राष्ट्राची निर्मिती करण्याचा आग्रह फुले धरतात.

अशा प्रकारे भारतातील जातिव्यवस्था, स्त्रीदास्य आणि त्या प्रश्नांचे असणारे परस्परसंबंध लक्षात घेऊनच समताधिष्ठित समाजाच्या निर्मितीशी राष्ट्र संकल्पना जोडण्याचे महत्त्वाचे कार्य फुले करतात.

आधुनिक भारताच्या जडणघडणीमध्ये जातिव्यवस्था विरोधाचा अजेंडा हा सदैव एक महत्त्वपूर्ण संदर्भ म्हणून राहिलेला आहे. अस्पृश्यता निवारण, जातिभेद विरोध आणि जातिव्यवस्थेचा अंत अशा टप्प्यांमधून जातिव्यवस्था निर्मूलनाचा विचार विकसित होत गेला. त्याला अनुसरून विविध समाजधुरीणांनी आपापल्या क्षमतेनुसार आणि उपलब्ध झालेल्या अवकाशानुसार विविध कृतिकार्यक्रमही वेळोवेळी राबविले. शूद्रातिशूद्रांना शिक्षण, अस्पृश्य समजल्या गेलेल्या माणसांसमवेत सहभोजन, मंदिरप्रवेश, सार्वजनिक ठिकाणी मुक्त प्रवेश यांसारख्या सुधारणावादी कार्यक्रमांपासून ते मनुस्मृतींचे दहन, आंतरजातीय विवाह आणि धर्मांतरापर्यंतचे जहाल लढाऊ कृतिकार्यक्रम जोमाने राबविले गेले. स्वातंत्र्यप्राप्तीनंतर भारतीय राज्यघटनेने अस्पृश्यतेचे कायद्याने उच्चाटन केले. जातीजन्य विषमतेच्या विरोधात सामाजिक समता प्रस्थापित करण्यासाठी घटनात्मक तरतुदी केल्या. आरक्षणापासून ते जातिअत्याचाराविरोधी कायद्यापर्यंत विविध कायद्यांची निर्मिती करून, जातिव्यवस्थेचे बळी ठरलेल्या समूहांना सुरक्षितता आणि विकासाचा अवकाश उपलब्ध करून देण्याचा प्रयत्न सातत्याने केला. एका बाजूला भांडवलशाही उत्पादन व्यवस्थेने जातिव्यवस्थेला हादरे देऊन तिचा भौतिक पाया खिळखिळा केला; तर दुसऱ्या बाजूला आगरकर, पेरियार, फुले-शाहू-आंबेडकर, वि. रा. शिंदे, म. गांधी, साने गुरुजी, लोहियांपासून ते डॉ. बाबा आढाव आणि कॉ. शरद पाटील यांच्यापर्यंतच्या समाजचिंतकांनी आणि व्यवस्था परिवर्तनवाद्यांनी जातिव्यवस्थेच्या विरोधात मोठी जनजागृती केली आहे. जातिव्यवस्थेच्या विरोधात लढे उभे केले. जातिव्यवस्थेला आतून आणि बाहेरून धक्के दिले व जातिनिर्मूलनाचा संघर्ष अविरत चालू ठेवला.

या साऱ्या खटाटोपाची फलश्रुती काय दिसते? जातिभेद पूर्णतः नष्ट झाला का? जातिव्यवस्थेचा अंत झाला का? भारतीय समाज जातमुक्त झाला का? तसे मानावे तर आरक्षणाच्या विरोधात तीव्र प्रतिक्रिया का उमटतात? खैरलांजी प्रकरण का घडते? दलित वस्त्या व स्त्रियांवरील हल्ले का होतात? माणसाला माणूस म्हणून जातिनिरपेक्ष विचार व स्वीकार दैनंदिन जीवनात का करता येत नाहीत? स्वातंत्र्य भारतीय भारतीयांची जातनिरपेक्ष 'नागरिक' म्हणून ओळख का रुजत नाही? जातिभेदाच्या व जातिजन्य अन्यायाच्या अविवेकावर विवेकाने मात का करता येत नाही? हे सारे प्रश्न आपल्याला अस्वस्थ करतील, क्वचित छळतील आणि मनोमन उद्ध्वस्तही करतील.

दुसऱ्या बाजूने पाहता, जातिनिर्मूलनाच्या या प्रयत्नांमुळे काहीच साध्य झाले नाही, असे तरी म्हणता येईल का? तसे म्हणावे तर काही बिनडोक अपवाद वगळता जातिजन्य विषमतेचे उघड समर्थन आज कोणीही करू शकणार नाही. जातिभेद अन्यायकारक आहेत व ते संपलेच पाहिजेत, याविषयी व्यापक सहमती निर्माण झाली आहे. जातिजन्य उच्च-नीचता ही माणुसकीला काळिमा फासणारी आहे, हेही विचारांच्या पातळीवर बहुसंख्य विचारी माणसांना मान्य झाले आहे. जातिप्रथेच्या विरोधात प्रत्येक पिढीमध्ये बंडखोर तरुण-तरुणी निपजत आले आहेत त्यांनी जातिव्यवस्थेच्या विरोधात संघर्षही केले आहेत.

जातिव्यवस्थेचे बळी ठरलेल्या जातिसमूहांना आत्मभान आले. त्यांचे कमी-अधिक सक्षमीकरण झाले, त्या त्या प्रमाणात त्यांनी जातिभेद निर्मूलनाच्या संबंधात आग्रही भूमिका घेतली. मनुवादाच्या वर्चस्वास यशस्वी आव्हान दिले. सवर्ण जातींच्या वर्णश्रेष्ठत्वाच्या अहंकाराची नांगी ठेचून काढली, 'शिका, संघटित व्हा आणि शासक वर्ग बना' या डॉ. बाबासाहेब आंबेडकरांच्या शिकवणुकीस अनुसरून आजचा दलित बहुजन वर्ग हा आधुनिक भारताच्या सार्वजनिक जीवनात आत्मविश्वासाने वावरत आहे. भारताच्या सक्षमीकरणामध्ये तो महत्त्वाची भूमिका बजावत आहे. साहित्यकारण, समाजकारण, कला व अन्य सर्जनशील क्षेत्रात स्वत:चे योगदान तो संकल्पपूर्वक देत आहे, भारताच्या समाजपटावर दृश्यमान झाला आहे. जातिनिर्मूलनाच्या दिशेने झालेल्या प्रयत्नांचेच हे एक फलित आहे.

पण याचा अर्थ, जातमुक्त समाजाचे ध्येय आता पूर्णत: साकार झाले आहे असे नाही ते साकारण्यासाठी आणखी बरीच वाटचाल करावी लागेल. या संदर्भात अल्प समाधानी वृत्ती कामाची नाही, तशी निराशावादी वृत्तीही उपयोगाची नाही. जातीनिर्मूलनाच्या आजवर झालेल्या प्रयत्नांमुळे जातिनिर्मूलन झाले की नाही? याचे उत्तर 'हो' किंवा 'नाही' इतक्या सरधोपटपणे देऊन चालणार नाही. विशेषत: या दिशेने कार्य करणाऱ्या व्यक्ती व संघटनांना अशा प्रश्नांना नेहमीच सामोरे जावे लागते. जातिनिर्मूलन बऱ्याच प्रमाणात झाले आहे किंवा होत आहे म्हणावे तर जातिजन्य अन्यायाची व शोषणाची शेकडो उदाहरणे त्यांच्यापुढे सादर करून 'कुठे झाले जातिनिर्मूलन' म्हणून त्यांना गारद केले जाते. 'जातिनिर्मूलन नाही झाले' म्हणावे तर आजवर झालेल्या प्रयत्नांच्या व लढ्यांच्या मर्यादा पुन्हा पुन्हा अधोरेखित केल्या जातात आणि यातून काहीच घडणार नाही असा निर्वाळा दिला जातो.

या आपत्तीतून सोडवणूक करून, घेण्यासाठी 'जातिव्यवस्था अंताचा तुमचा कार्यक्रम तरी काय' या प्रश्नाला 'तयार उत्तर' देण्याचा आटापिटा न करता जातिअंताच्या ध्येयाला बांधून घेतलेल्या सर्वांनीच एक व्यापक भूमिका वारंवार स्पष्ट करावी ती

अशी- जातिव्यवस्थेच्या निर्मूलनाची सुरू झालेली प्रक्रिया, जोवर जात-मुक्त समाजाच्या स्थापनेपर्यंत जात नाही, तोवर जातिनिर्मूलनाचे प्रयोग-प्रयत्न आणि त्यासंबंधीचे विचारमंथन व लढे होतच राहणार हे लढे व विचारमंथन अधिक निकोप व परिणामकारक होण्यासाठी प्रत्येक टप्प्यावर नव-नवीन कल्पनांचा आणि कृतिकार्यक्रमांचा सर्वांनीच विचार केला पाहिजे. आजवर झालेल्या प्रयत्नांबद्दल कृतज्ञ राहून, त्यांच्या मर्यादांचे भान ठेवत त्या कशी उल्लंघिता येतील याचाही विचार केला पाहिजे. तो करीत असताना जातीची व जातिव्यवस्थेची बदलती रूपे आणि बदलत्या भौतिक वास्तवात तिची बदलत जाणारी सामाजिक, सांस्कृतिक आणि उत्पादनाच्या संदर्भातील कार्ये, यांचाही सूक्ष्म विचार केला पाहिजे. त्यापेक्षा कालसापेक्ष कृतिकार्यक्रम सुचणार नाहीत.

जन्मजात श्रेष्ठ-कनिष्ठत्वाचा विचार, जातनिहाय वस्त्या, जातनिहाय व्यवसाय, जात-पंचायतीद्वारा होणारे नियमन आणि नियंत्रण, रोटी-बेटी आणि स्पर्शबंदी ही जातिव्यवस्थेची सनातन वैशिष्ट्ये म्हणून सर्वज्ञात आहेत. आधुनिकीकरण ज्या ज्या सामाजिक स्तरावर आणि भागात पोहोचले त्या त्या स्तरात आणि भागात त्या त्या प्रमाणात जातिव्यवस्थेची उपरोक्त वैशिष्ट्ये शिथिल होत गेली. काही संदर्भात ती नष्टही झाली. आधुनिकीकरण जिथे पोहचले नाही किंवा त्याची गती जिथे मंदच राहिली, तिथे जातिव्यवस्था वरील वैशिष्ट्यांसहित कमी-अधिक प्रमाणात आजही कार्यरत असल्याचे दिसते. भांडवलशाही उत्पादन व्यवस्थेने आणि आधुनिक राज्यसंस्थेने रोटीबंदी, स्पर्शबंदी यावर निर्णायक मात केली. मात्र, उदारमतवादी भांडवलशाही लोकशाहीने मानवी जीवनाचे 'खासगी' आणि 'सार्वजनिक' असे विभाजन केले. इतकेच नव्हे तर 'खासगी बाब' हे एक मूल्य म्हणूनच स्वीकारले. बेटी-बंदीचा प्रश्न हा एका परीने 'खासगी जीवनाशी' संलग्न असल्याने, खासगी जीवनातील हस्तक्षेप हा या मूल्य चौकटीत निषिद्ध मानला गेला. सबब रोटी-बेटी सोडायची मुभा ही लोकशाही देत असली तरी आंतरजातीय विवाहाची ती सक्ती करू शकत नाहीत. परिणामत: जातिव्यवस्थेचा बेटी-बंदीचा बुरूज हा बऱ्याच प्रमाणात अभेद्यच राहिला.

भांडवलशाही उत्पादन व्यवस्थेने जातनिहाय वस्त्या आणि जातनिहाय व्यवसाय यांची धर्मशास्त्रीय मान्यताच नेस्तनाबूत केली खरी पण जातिव्यवस्थेची ही वैशिष्ट्ये दृढ करण्यास मागील दाराने तिने हातभारही लावला. गृहनिर्माण संस्था निर्माण करताना 'आपल्या' माणसांची संख्या कशी जास्तीतजास्त टिकविता येईल. याबाबतही संवेदना बिल्डर प्रमोटर्स पासून उदारमतवादी भांडवलशाही लोकशाहीने मानवी जीवनाचे 'खासगी' आणि 'सार्वजनिक' असे विभाजन केले. इतकेच नव्हे तर 'खासगी बाब' हे एक मूल्य म्हणूनही स्वीकारले. बेटी-बंदीचा प्रश्न हा एका परीने 'खासगी

जीवनाशी' संलग्न असल्याने, खासगी जीवनातील हस्तक्षेप हा या मूल्य चौकटीत निषिद्ध मानला गेला. सबब रोटी-बेटी तोडायची मुभा ही लोकशाही देत असली तरी आंतरजातीय विवाहाची ती सक्ती करू शकत नाही. परिणामत: जातिव्यवस्थेचा बेटी -बंदीचा बुरूज हा बऱ्याच प्रमाणात अभेद्यच राहिला. ते इस्टेट-एजंटापर्यंत सर्वांनाच जागरूक असते. तसेच व्यवसायांची मालकी, त्यातील उत्पादन व्यवहार आणि त्यासाठी लागणारी बाजारपेठ 'आपल्या' माणसांच्या हाती कशी राहील, याचीही काळजी भांडवलशाही घेतच असते. परिणामत: वर्गीय आणि जातीय हितसंबंधाची एकवाक्यता भांडवलशाही बेमालूमपणे साधत असते.

या तिढ्याला तोंड देण्यासाठी जातिनिर्मूलनवादी परिवर्तनवाद्यांनी तीन मार्गांचा अवलंब केल्याचे दिसते. एक जातिव्यवस्थेला भारतीय समाजरचनेचा पाया कल्पून, तिच्या अंताशिवाय लोकशाही क्रांती पूर्ण होणार नाही व ती झाल्याशिवाय समाजवादी क्रांतीही होणार नाही हे मान्य करून जातिनिर्मूलनाचे प्रगतीशील राजकारण उभे केले. दोन भारतीय समाजव्यवस्थेचा पाया हा कोणत्याही समाजवर्णव्यवस्थेप्रमाणे वर्गीयच आहे म्हणूनच वर्गसंघर्षाद्वारे भांडवलशाहीचा अंत झाल्याशिवाय इथे खऱ्या अर्थाने जातिअंत होणार नाही, असे मानून शोषित वंचितांचे वर्ग लढे तीव्र करीत जातिव्यवस्थेला उखडून टाकण्याचे परिवर्तनशील राजकारण काहींनी उभे केले. तीन वासाहतिक भारतीय समाजाच्या उदयानंतर, भारतीय समाजाचा पाया हा निव्वळ वर्ग किंवा जात राहिला नसून, तो जात-वर्ग यांनी मिळून बनलेला आहे असे काहींनी मानले आणि वर्ग आणि जातिअंताचे लढे एकाचवेळी पण समांतर लढविले पाहिजेत अशी भूमिका घेऊन जातिअंताचे राजकारण पुढे नेण्याचा प्रयत्न केला.

या तिन्ही प्रयत्नांचे यश आणि मर्यादा आपल्यापुढे आहेत. यांपैकी पहिल्या संप्रदायाने जातिसमाजाची गुंतागुंत, त्यातील श्रेणीबद्ध विषमता आणि सत्तासंबंध, जाति-समाजाच्या शोषण-शासन आणि दमनाच्या यंत्रणा आणि ब्राह्मण्यशाहीचे प्रभुत्वशाही रूप उघडे करून दाखविले. दुसऱ्या संप्रदायाने जातीच्या रूपाने वावरणाऱ्या वर्गांचे दर्शन घडविले. तसेच उच्च जातींची वर्गीय शक्ती निम्नजातींचे भौतिक शोषण कसे करते, हे स्पष्ट केले व भांडवलशाहीच्या विकासक्रमात हे शोषण सर्वंकष, अधिक उघडेनागडे आणि उत्तरोत्तर विधिनिषेधशून्य होत जाणार हे स्पष्ट केले. तिसऱ्या संप्रदायाने वर्गांताचे लढे आणि जातिअंताचे लढे, हे परस्परपूरक असू शकतात किंबहुना ते तसेच लढविले गेले पाहिजेत आणि या दोहोंच्या संयुक्त प्रतिकारातूनच जातमुक्त समाजाची निर्मिती होईल असे आग्रहाने सांगितले.

याबरोबरच एका बाजूला मनुवादास नकार, आंतरजातीय विवाहांचा पुरस्कार आणि धर्मांतर या मार्गाने डॉ. बाबासाहेब आंबेडकरांनी जातिअंताचा कृतिकार्यक्रम

दिला तर डॉ. राममनोहर लोहियांनी पिडा आणि दलित वर्गाच्या सत्तेतील वाढत्या सहभागावर भर देत मागासवर्गीय जातींच्या राजकीय सक्षमीकरणाच्या आधारे जातिनिर्मूलनाची वेगळी वाट दाखविली. 'एक गाव एक पाणवठा' सारख्या चळवळी आणि अंगमेहनती वर्गांच्या चळवळी उभ्या करीत डॉ. बाबा आढावांनी नागरी समाजाच्या पातळीवर जातिअंताच्या दिशेने आणखी एक मुसंडी मारली. तर डॉ. शरद पाटालांच्या क्रांतीदर्शी चिंतनातून त्यांनी जातीच्या राजकीयीकरणातून भारतीय समाजाचे लोकशाहीकरण अधिक व्यापक झाले व विस्तारले गेले हे खरे, पण जातीच्या राजकीयीकरणाबरोबर जातींचे लोकशाहीकरण मान्य झाले नाही. ते आपोआप होईल असे गृहीत धरले गेले. त्यासाठी जात्यंतर्गत लोकशाही प्रबोधनाची काही वेगळी गरज आहे, हे ध्यानातच आले नाही. त्यामुळे प्रत्येक जातीचे परजातीच्या संदर्भात असलेले स्थान व वाट्यास येणारा अन्याय व शोषण याबाबत जागृती झाली, पण प्रत्येक जातीच्या अंतर्गत होणारे स्वजातीयांनीच केलेले शोषण, दमन याबद्दल मात्र मौनच पाळले गेले.

भारतीय समाजाचे व्यवच्छेदक लक्षण हेच मुळी जातिबद्ध समाजव्यवस्था असल्यामुळे धर्म, संस्कृती, उत्पादनव्यवस्था, वर्ग, राज्य, लिंगभाव या सर्वच शोषण-शासनाच्या यंत्रणा जातिग्रस्त आहेत. साहजिकच जातिव्यवस्थाजन्य या भेदांच्या आणि तत्परिणामी विषमतेच्या विरोधात सामाजिक शक्ती उभी करण्याचे सर्वच प्रयत्न तोकडे, अपुरे पडत असल्याचे दिसून येते. मुख्य म्हणजे भारतीयांच्या सामाजिकतेचा पाया हाच मुळी स्वतंत्र, स्वयंभू व्यक्ती नसून तो समुदायरूपी जाती वा पोटजाती हाच असल्याने माणसांना मानवीसमूहाला संचलित करण्याचा प्रभावी मार्ग म्हणून जातींकडेच वळावे लागते; म्हणून पक्षबांधणी असो, वर्गलढे असोत, सामाजिक चळवळी असोत हे सर्व जातिसंकलनाद्वाराच साध्य होते, सुकर होते. हाच न्याय जातिव्यवस्था निर्मूलन चळवळींनाही लागू होतो आणि म्हणूनच जातिनिर्मूलनासाठी व जातिजन्य अन्यायाविरोधी लढताना जातीचाच आधार घ्यावा लागतो; पण हा आधार घेताना जातीची अस्मितादेखील अधिक दृढ होत जाते. जात हा समाजघटक व सामाजिक ओळख हीच मुळात परजातसापेक्ष असल्याने एका जातीची अस्मिता इतर जातीच्या अस्मितेलाही चेतवते, दृढ करते आणि यातून जातिजन्य अन्यायाचे निराकरण तर दूरच राहो, पण जातिद्वेष मात्र वाढू लागतो. जातिभेदाचे जातिद्वेषात रूपांतर होणे ही भली तथाकथित संघर्षशील राजकारणाची शर्त असू शकेल; प्रत्यक्षात मात्र ती विषमताजन्य अन्यायाचा संघर्षाद्वारे निरास करण्याऐवजी मुक्तिदायी संघर्षाचे पर्यवसान परस्परांबद्दलच्या अविश्वासात, वैरभावात व शत्रुत्वात करते हाही अनुभव जगभरच्या क्रांतीच्या संदर्भात सर्वांनीच घेतला आहे.

अशा परिस्थितीत वास्तवातील प्रत्यक्ष न्यायमूल्य संघर्ष हे निर्वैतेच्या दिशेने मार्गस्थ होण्यासाठी द्वंद्वजन्य झगडे हे व्यक्तिनिरपेक्ष पण व्यवस्थासापेक्ष व्हावे लागतात. 'आमचा लढा ब्राह्मणांच्या विरोधात नसून ब्राह्मण्याच्या विरोधात आहे असे जेव्हा आंबेडकर म्हणत किंवा आमचा लढा इंग्रजी माणसांच्या विरोधात नसून इंग्रजी वसाहतवादाच्या विरोधात आहे असे जेव्हा गांधी म्हणत किंवा आमचा संघर्ष भांडवलदार व्यक्तींच्या विरोधात नसून भांडवलदारवर्ग व व्यवस्थेच्या विरोधात आहे' असे जेव्हा मार्क्सवादी म्हणतात तेव्हा ते द्वंद्वजन्य संघर्षास निर्वैरतेकडे घेऊन जात असतात. अशा निर्वैर संघर्षासाठीच गांधींना अहिंसेची गरज भासली. म. फुलेंना निर्मिकजन्य समतेच्या पुरस्काराची गरज भासली किंवा आंबेडकरांना धम्माची गरज भासली किंवा आंबेडकरांची ही क्रांतीदर्शी दृष्टी समकालीन बहुजनवादाच्या पचनी पडली आहे असे दिसत नाही. परिणामतः बहुजनवादी राजकारणाच्या नावाखाली ब.स.पा., भा.ज.पा.ची आघाडी सरकारेही स्थापन होतात किंवा भीमशक्ती-शिवशक्तींच्या सहयोगाच्या वार्ताही होताना दिसतात. बहुजनवादी पक्ष सत्तेवर असलेल्या राज्यांत दलितांवरील अत्याचार व हल्लेही वाढतात आणि धर्मांध, जमातवादी, उजव्या राजकीय शक्तींच्या ब्राह्मण्यापेक्षा धर्मनिरपेक्षता, समता लोकशाहीचा पुरस्कार करीत, त्यासाठीची किंमत मोजत, चुकतमाकत का होईना पण मुक्तिदायी राजकारण्याची कास न सोडणाऱ्या राजकीय शक्तींचे ब्राह्मण्य अधिक दिसू लागते आणि मनुवादाची कावीळ होऊ लागते ती तशी होऊ द्यायची नसेल तर जातींच्या आधारे राजकारण करण्याची अपरिहार्यता स्वीकारूनही जातमुक्त राजकारणाच्या दिशेने जाता येणे शक्य असते व आहे हे समकालीन बहुजनवादाने मार्क्स, गांधी, आंबेडकर यांच्यासारख्या क्रांतिकारी विचारातील निर्वैरत्व भाव नुसता अनुसरूनच नव्हे तर अधोरेखित करून सांगण्याची गरज आहे. यासाठी जातलक्ष्यी राजकारण करणाऱ्यांनी पुढील पथ्यांना व सूत्रांना अनुसरून आपला मुक्तिदायी राजकारणाचा व्यवहार केला तर हा मार्ग अधिक सुकर होईल. ही पथ्ये व सूत्रे अशी -

अ) जातलक्ष्यी राजकारण करणाऱ्यांनी जातीची लाजही बाळगू नये व जातीचा फाजिल अभिमानही बाळगू नये. जातयुक्त जगण्याचा मार्ग म्हणून काही व्यक्ती आडनावावरून जात कळते म्हणून आडनावच लावण्याचे टाळतात. यात तथाकथित कनिष्ठ जातींतील व्यक्तींना आपल्या जातजन्य कनिष्ठत्वाची लाज वाटते तर तथाकथित उच्च जातींतील व्यक्तींना आपल्या उच्च जातीबद्दलचा अपराजगंड असतो; म्हणून या दोन्ही थरांतील व्यक्ती आडनावांचा त्याग तरी करतात किंवा जातवाचक आडनावाचे स्थलवाचक आडनावात रूपांतर करतात. उदाहरणार्थ, सोलापूरकर, सांगवीकर इत्यादी. हा मार्ग अत्यंत तकलादू असतो; कारण आडनाव

ही एकमेव जातीची ओळख नसते तेव्हा हा प्रकार जातिविषयीच लाजेतून उद्भवतो; याउलट, काही वेळा जातींचे पारंपरिक हीनत्व पुसून टाकण्यासाठी तथाकथित कनिष्ठ जातीतील मंडळी आपल्याच जातीचा फाजील अभिमान सांगू लागतात. याचे दोन परिणाम संभवतात. एक, आपलीच जात श्रेष्ठ असून इतर जाती तुच्छ आहेत हे आग्रहाने सांगितले जाते किंवा आपल्या जातीचे पारंपरिक हीनत्व हे परिस्थितीवशात प्राप्त झालेले असून मुळात आपली जातदेखील कशी 'उच्च' कुलीन होती हे सांगण्याकडे कल जातो. या दोन्ही प्रक्रिया जातविषयक फाजील अभिमान सांगणाऱ्या आहेत; म्हणून जातयुक्तीचे राजकारण करणाऱ्यांनी जातिजागृतीसाठीदेखील जातीच्या फाजील अभिमानाचा निर्देश न करण्याचे पथ्य पाळावे, या संदर्भात महर्षी वि. रा. शिंदे यांचे एक वाक्य सूत्र म्हणून जतन करावे. शिंदे म्हणत, ''मी जात न मानणारा मराठा आहे.''

आ) जातलक्ष्यी राजकारण करणाऱ्या पक्ष किंवा संघटनांनी जातीचे संघटन वर्गीय आधारे करावे. महाराष्ट्रामध्ये गोवंशहत्याबंदी विधेयकाच्या संदर्भात मुस्लीम ओबीसी चळवळीच्या नेत्यांनी हिंदू खाटीक आणि मुस्लीम खाटीक यांची जी वर्गीय जूट साधली होती ती या संदर्भात उल्लेखनीय म्हटली पाहिजे. जातीचे महत्त्व मानणाऱ्या काही डाव्या संघटनांनी वर्गीय आधार अधोरेखित करीत जातिसंघटनांचे स्वागत केले आहे. बहुजनवाद्यांनी त्यास विधायक प्रतिसाद द्यायला हवा. शरद जोशींच्या शेतकरी आंदोलनातदेखील शेतकरी जातिसंघटनातील वर्गीय आधार अधोरेखित करण्यात आला होता.

इ) जातलक्ष्यी राजकारण करणाऱ्या मंडळींनी जातीच्या नावे आपापल्या लोकांचे संघटन न करता ते उद्दिष्टलक्ष्यी नावाने करावे. आजकाल अनेक नव्या सामाजिक चळवळी एक प्रश्नलक्ष्यी बनून त्याच नावे आपली सामूहिक ओळख सांगतात. या प्रक्रियेत जात-वर्गाच्या अनावश्यक ओळखी आपोआपच अनुषंगाने होणारे जातवाचक सूचन आपोआपच टाळले जाते. उदाहरणार्थ-मानवी हक्क चळवळ, पर्यायी विकासाची चळवळ, स्त्री मुक्ती चळवळ, पाणी पंचायतीची चळवळ इत्यादी नावे उद्दिष्टलक्ष्यी आहेत. जातलक्ष्यी राजकारण करणाऱ्यांनी आजवर राजकीय पक्ष स्थापन करतानाच हे पथ्य पाळल्याचे दिसते. याचा पाया जातलक्ष्यी राजकारण मानणाऱ्या फुले, महर्षी वि. रा. शिंदे आणि आंबेडकरांनी घातला असे दिसते. वि.रा. शिंदे यांनी 'ब्राह्मणेतर पक्ष' या नावाचा म्हणूनच विरोध केला व पहिला 'बहुजन पक्ष' स्थापला. शेड्युल्ड कास्ट फेडरेशनचा अपवाद वगळता आंबेडकरांनीही 'स्वतंत्र मजूर पक्ष' किंवा 'रिपब्लिकन पक्ष' अशी आपापल्या पक्षांना जातनिरपेक्ष नावेच दिली; पण ही प्रक्रिया पक्ष-नामापुरतीच मर्यादित न राहता ती नागरी-समाजातील

(सिव्हील सोसायटी) सामाजिक संघटनांपर्यंतही विस्तारली गेल्यास उचित ठरेल. जिथे विवक्षित 'नाहीरे जाती' या उपेक्षित हितसंबंधांच्या रक्षणाचा प्रश्न असेच तिथे मात्र जातीचे समूहवाचक नामांकन अपवाद म्हणून करावेच लागेल. उदाहरणार्थ, दलित स्त्री मुक्ती संघटना किंवा ओबीसी युवक संघ, दलित शेतमजूर संघटना इत्यादी.

ई) जागतिकीकरणाच्या पर्वात विशेषत: समाजवादी राजवटीमधील 'लोकशाही उद्रेकानंतर', 'अस्मितेचे राजकारण', 'वेगळेपणाचे राजकारण', 'मान्यतेचे राजकारण', 'सांस्कृतिक ओळखीचे राजकारण' हे फार झपाट्याने लोकप्रिय बनत आहे. या संदर्भात जातलक्ष्यी राजकारण हे 'अस्मितावादी' अथवा 'वेगळेपणाचे' अथवा निव्वळ 'पृथक सांस्कृतिक ओळखी'च्या राजकारणात परिवर्तित होण्याची जोखीम नाकारता येत नाही; असे राजकारण हे नेहमीच उजव्या शक्तींचे हात बळकट करत असते, ही शक्यता लक्षात घेऊन जातलक्ष्यी राजकारण करणाऱ्या बहुजनवादी पक्ष-संघटनांनी सांस्कृतिक विद्रोहाचे राजकारण आणि 'अस्मितेचे', 'वेगळेपणाचे', 'निव्वळ मान्यतेचे' राजकारण यातील अंतर ओळखावे व ते अधोरेखित करावे म्हणजे जागतिकीकरणाच्या काळातील वैश्विक भांडवलशाही शक्तींना 'बहुसंस्कृतीवादाच्या' नावाखाली अस्मितेच्या राजकारणाचे उत्सव साजरे करण्याची संधी मिळणार नाही.

वरील पथ्यांचा विचारपूर्वक अवलंब केल्यास जातीच्या साहाय्याने जातिमुक्तीचे राजकारण करण्यातील धोके आपोआपच कमी होतील.

सांस्कृतिक राजकारणाची जोखीम

समाजवादोत्तर कालखंडाचे एक प्रमुख वैशिष्ट्य असे सांगितले जाते की या कालखंडात आर्थिक लढे, वर्गीय संघर्ष हे मागे पडत असून त्यांची जागा धार्मिक, वांशिक, सांस्कृतिक संघर्ष घेत आहेत; म्हणून जगभर आता धार्मिक राष्ट्रवादाची, मूलतत्त्ववादाची, बहुसंस्कृतीवादाची, वांशिक संघर्षाची लाट उसळली आहे. समाजवादोत्तर कालखंडात निर्माण झालेल्या या वास्तवाची दखल त्यातील नियतीवाद नाकारून घ्यावयास काहीच हरकत नाही. साहजिकच भारतातील नव्या सामाजिक चळवळींमध्येसुद्धा सांस्कृतिक ओळखीच्या चळवळींचा प्रादुर्भाव झपाट्याने होत आहे. मुख्य प्रवाही राजकारणातसुद्धा आर्थिक किंवा विकासाच्या प्रश्नावर राजकीय संघर्ष झडण्याऐवजी सांस्कृतिक संघर्ष पेटविले जात आहेत. या मुख्य प्रवाहाने प्रवर्तित केलेल्या सांस्कृतिक संघर्षाला प्रतिक्रिया म्हणून काही बहुजनवादी मंडळीही 'प्रति-संस्कृतीचे' राजकारण उभे करतात. उदाहरणार्थ, राम मंदिर आंदोलनास प्रतिक्रिया म्हणून बोधगयेचे आंदोलन सुरू करणे यात राजकीय सोय असली तरी अशी आंदोलने प्रस्थापितांचेच हात बळकट करताना दिसतात.

मुळात 'सांस्कृतिक राजकारण' हे एक दुधारी शस्त्र आहे. ते व्यवस्थित हाताळले नाही तर उलटण्याचीच शक्यता असते शिवाय प्रति-संस्कृतीच्या राजकारणाची पुनरावृत्ती करून चालत नाही. तसेच प्रति-संस्कृतीचे राजकारण हे सवत्यासुभ्याचे राजकारण होता कामा नये. द्वैती राजकारण आणि द्वंद्वात्मक राजकारण यातील विवेक सांभाळायला हवा. रामाच्या विरोधातला शंबूक किंवा शंकराचार्यांच्या विरोधातील बुद्ध किंवा अर्जुनाच्या विरोधातील कर्ण अथवा गांधींच्या विरोधातील आंबेडकर हा अनुक्रमे राय, शंकराचार्य, अर्जुन वा गांधी यांना खतम करणारा नसतो तर त्यांना सत्याची बाजू सांगणारा व त्याद्वारा त्यांचे उन्नयन करणारा असतो हे समजले नाही तर द्वंद्वाचे, अंतर्विरोधाचे कायमच्या शत्रुत्वात रूपांतर होते. 'सांस्कृतिक राजकारण' करताना या पथ्याचे भान सुटते व संस्कृतिसंघर्ष हा सवतासुभा होऊन बसतो. दुसरी बाब म्हणजे संस्कृतिप्रक्रिया हीच एक व्यापक समन्वयाची व समावेशनाची प्रक्रिया असते; त्यामुळे सांस्कृतिक विद्रोहाचे महत्त्व हे विद्रोहातील सत्य प्रस्थापिताने अंगीकारेपर्यंत कायम राहते. एकदा ते सत्य व्यवस्थेच्या पचनी पडले की 'त्या' विद्रोहाचे ऐतिहासिक कार्य संपते. मग नव्या सांस्कृतिक विद्रोहाकडे वळावे लागते. ते न झाल्यास सांस्कृतिक विद्रोहाचे पुनरावृत्ती राजकारण सर्जन होत नाही, हे लक्षात घेता बहुजनवादाने सांस्कृतिक राजकारण करताना सतत नव्या सर्जनाची कास धरली पाहिजे. ठोकळेबाज पद्धतीने, शेरेबाजीच्या पातळीवर, अनैतिहासिक पद्धतीने, सवत्यासुभ्याच्या दृष्टीने, प्रतिभाहीन, पुनरावृत्ती पद्धतीने, कर्मकांडात्मक तथाकथित प्रति-संस्कृतीचे राजकारण न करणे हेच इष्ट होय.

इतरांपेक्षा आपणच अधिक पवित्र असल्याचा गंड

सर्वच मुक्तिदायी राजकीय चळवळी या कोणत्या ना कोणत्या सत्याचा आविष्कार म्हणूनच अवतरत असतात; म्हणून प्रत्येक चळवळ सामाजिक वास्तवाचा एकेक आयाम आपल्या लक्षात आणून देते आणि तेथे त्या चळवळींचे विचारप्रदानाचे ऐतिहास कार्य संपत असते. चळवळीने सादर केलेल्या आक्षित सत्याची विनम्रपणे दखल घेणे हे चळवळींच्या वाढीस नेहमीच साहाय्यभूत होत असते; पण याकडे दुर्लक्ष करून आपल्याला सामाजिक सत्याचा ब्रह्मसाक्षात्कार झाला या भ्रमात एखादी चळवळ वा विचारसंप्रदाय गेला तर तो हां हां म्हणता बंदिस्त होत जातो व त्याची पोथी बनते. पोथीला पावित्र्य चिकटते आणि पोथीबाहेर जे जे असते ते कमी पवित्र ठरते. यातूनच इतरांपेक्षा आपणच अधिक पवित्र हा गंड तयार होतो. बहुजनवादी राजकारणही यास अपवाद नाही. मार्क्सवादास, स्त्री वादास, गांधीवादास, समाजवादास जी सत्यं उमगली नाहीत ती बहुजनवादाने वा फुले-आंबेडकरी विचाराने अधोरेखित केली, हे खरे! पण म्हणून अन्य मुक्तिदायी विचारदर्शनांपासून काहीच 'येण्यासारखे

नसते असे मात्र नाही. किंबहुना, समविचारी दर्शनांच्या बाबतीत स्वागतशील राहूनच आपली विचारदृष्टी फाकते; विचारप्रक्रिया विस्तारते व आपले तत्त्वदर्शनही व्यापक बनते. समकालीन बहुजनवादास या संदर्भात मार्क्सवाद, स्त्रीवाद, गांधीविचार, पर्यावरणवाद यांसारख्या मुक्तिदायी दर्शनांकडून खूप काही शिकायचे आहे. त्यातील मुक्तिदायी अवकाशांची सांगड आपल्या तत्त्वज्ञानाशी घालायची आहे.

आजच्या जागतिकीकरणाच्या लाटेच्या तडाख्यात एका बाजूला दलित-आदिवासी-भटके व अन्य बहुजन समूहांचे समुदायी जीवन व त्याअनुरोधाने त्यांनी जतन केलेल्या त्यांच्या त्यांच्या सांस्कृतिक परंपरा व पारंपरिक ज्ञान हेही आता एकतर लोप पावत चालले आहे किंवा सांस्कृतिक वेगळेपण उत्सवी पद्धतीने अधोरेखित करण्यासाठी त्यांचा आज भांडवली शक्तींकडून बहुसंस्कृतीवादाच्या नावाखाली सर्रास वापर केला जात आहे. परिणामत: म. फुलेंसारख्या प्रतिभासंपन्न माणसास एतद्देशीय शूद्रादि-अतिशूद्रांच्या समुदायी संस्कृतीत राहून येथील शोषक वर्गावर आघात करीत पर्यायी संस्कृती देऊ करण्याचा जो सांस्कृतिक अवकाश उपलब्ध होता तोही जागतिकीकरणाच्या आघाताने पुसला जात आहे. स्वातंत्र्योत्तर काळातील अभिजनांची उदासीनता, प्रादेशिक विद्यापीठांनी गमावलेला महत्त्वपूर्ण अवकाश आणि जागतिकीरणामुळे आक्रसत चाललेला सांस्कृतिक अवकाश यामुळे आज आपल्या सर्वांपुढेच उपलब्ध ज्ञानाचा मुक्तिदायी वापर करण्याच्या संदर्भात गंभीर अडचणी आहेत. चहुबाजूंनी वंचित राहिलेल्या दलित-बहुजन समाजापुढे तर त्या खूपच आहेत. या वंचनेमुळेच हे समूह जागृत होत आहेत. या जागृतीस आशयसंपन्न करणे हे 'नवभारत'चे उद्दिष्ट असेल.

भारतीय राष्ट्र-राज्यापुढील आव्हान

स्वातंत्र्योत्तर काळातील भारतीय राष्ट्र-राज्याने केलेल्या विकासाचा परिपाक म्हणून तसेच विसाव्या शतकातच ऐंशीच्या दशकात जगभर निर्माण झालेल्या लोकशाहीकरणाच्या तिसऱ्या लाटेमुळे भारतीय राष्ट्रीय समाजातील अनेक दबलेले, उपेक्षित, शोषित व पीडित जनसमूह जागे झाले आहेत. भारताच्या राज्यव्यवस्थेत व समाजजीवनात ते आपापला रास्त वाटा मागत आहेत. त्यांच्या सहभागाचे, आजीविकेचे, सांस्कृतिक ओळखीचे, शोषणमुक्तीचे, सुरक्षिततेचे अनेकविध प्रश्न भारतीय राष्ट्र-राज्यापुढे आहेत. नोकरशाही, लष्कर, राजकीय पक्ष, शिक्षणव्यवस्था, संपर्क यामध्ये यांसारख्या राज्यसंस्थेच्या रूढ संस्थात्मक साधनांद्वारा (स्टेट ॲपरेटस) वरील प्रश्नांचे व्यवस्थापन व अंशत: निराकरण करता येणे आजवर शक्य होते; पण खुद्द राष्ट्र-राज्य व्यवस्थेपुढेच जागतिकीकरणामुळे जे आव्हान उभे ठाकले आहे, त्यास संस्थात्मक प्रतिसाद कसा द्यावयाचा हा भारतीय राष्ट्रीय समाजापुढील खरा पेच आहे. या पेचावर

काही ना काही तोडगा दृष्टिपथात आल्याविना अठरापगड जाती, असंख्य धार्मिक समूह, अनेक वंश-सांस्कृतिक गट व भांडवली विकासातून निर्माण झालेल्या असंख्य वर्गांचे राष्ट्रीय समूह म्हणून सहअस्तित्व टिकविणे जिकिरीचे आहे; कारण या सहअस्तित्वास बाहेरून आणि आतून हादरे बसत आहेत. या हादऱ्यांमुळे जर आपल्या राष्ट्रीय समूहाचे विघटन सुरू झाले तर सामाजिक न्यायाचे प्रश्न राष्ट्रीय प्रश्न म्हणून हाताळता येणार नाहीत. ते तुकड्या तुकड्यांत विभागलेल्या जनसमूहांच्या निव्वळ अस्तित्वाचे प्रश्न बनतील. सामाजिक न्यायाचे आयाम गमावलेला कोणताही प्रश्न मग मुक्तिदायी, क्रांतिकारी राजकारणास प्रथम निरुद्देश्य आणि मग अशक्य बनवतो.

भारत देश आज एका अभूतपूर्व आणि सर्वंकष अरिष्टामधून जात आहे. या अरिष्टाची व्याप्ती व तीव्रता भयानक आहे. दारिद्र्य, आर्थिक विषमता, बेरोजगारी, महागाई, कुपोषण, उपासमार, अनारोग्य या समस्यांनी अक्षरश: थैमान घातले आहे. स्वातंत्र्य मिळून इतकी वर्षे उलटलेली असली तरी अद्यापही ४८ टक्के लोक निरक्षर आहेत. स्त्रियांच्या बाबतीत तर हे प्रमाण ५० टक्क्यांच्या जवळपास आहे. ३९ टक्के लोकसंख्या दारिद्र्यरेषेखाली ढकलली गेली असून त्यांच्या वाट्याला पशुतुल्य जीवन आलेले आहे. सुमारे ५ कोटी मुले मजुरी करून आपले टीचभर पोट जाळीत आहेत. राजकारणाचे गुन्हेगारीकरण मोठ्या प्रमाणावर होत असतानाच गुन्हेगारांना राजकीय क्षेत्रामध्ये प्रतिष्ठा प्राप्त होते आहे. राजकीय नेते, नोकरशहस व माफिया गुन्हेगारांच्या टोळ्या यांची विलक्षण हातमिळवणी झाल्याची कबुली व्होरा समितीच्या अहवालाच्या निमित्ताने सर्वोच्च न्यायालयासमोर आली आहे.

दुसऱ्या बाजूला कामगार क्षेत्रात होत असलेली कपात, सक्तीची बेकारी, ले ऑफ, टाळेबंदी, रोजगाराच्या एकूण संधीचा संकोच, सार्वजनिक वितरण व्यवस्था मोडीत काढण्याचा शासनाचा पद्धतशीर प्रयत्न यामुळे दारिद्र्यरेषेखाली खितपत पडलेल्या करोडो गोरगरिबांची होणारी उपासमार महाकाय तथाकथित विकासाच्या प्रकल्पांमुळे हजारो गरीब कुटुंबांचे विस्थापन, देशाची व्यापारी राजधानी म्हणवणाऱ्या मुंबई सारख्या शहरात अर्ध्याहून अधिक रहिवाशांना झोपडपट्ट्या व गलिच्छ वस्त्यांमध्ये जीवन कंठावे लागणे, बेसुमार वाढलेली संघटित गुन्हेगारी, नोकरशाहीचा, राजकारणी लोकांचा अत्युच्च स्तरावर पोहोचलेला भ्रष्टाचार या साऱ्या गोष्टी विकासाच्या संकल्पनेलाच छेद देणाऱ्या आहेत.

नव-भांडवली अर्थव्यवस्थेतून अवतरलेल्या 'मार्केट शक्ती'ने मिश्र अर्थव्यवस्था कालबाह्य ठरविली. समाजवादी अर्थकारणाची अधिमान्यता पुसली. बाजारप्रधान अर्थव्यवस्थेचा कानमंत्र दिला. खासगीकरण, जागतिकीकरण व उदारीकरणाच्या

वाटा मोकळ्या केल्या. संघटित वर्गांना निर्धारित केले व असंघटितांना सीमापार केले. विघटित वर्गापुढे निर्वाहाच्या समस्या निर्माण केल्या तर सीमांतीकरण झालेल्या समूहांपुढे अस्तित्वाच्याच समस्या उपस्थित केल्या. उत्पादन प्रक्रिया व श्रमप्रक्रियेपासून तुटल्याने विघटित झालेल्या वर्गापुढे निर्वाहाच्या समस्या निर्माण झाल्या.

राज्यसंस्थेबाबतची सामान्य माणसांची निरीक्षणे व अभ्यासकांच्या भिन्न भिन्न दृष्टिकोनातून एक बाब मात्र स्पष्ट दिसते व ती म्हणजे जागतिकीकरणाच्या पर्वात राज्यसंस्थेचा ऱ्हास होत आहे, की ती अधिकाधिक सामर्थ्यवान होत आहे, या प्रश्नाचे उत्तर 'होय' किंवा 'नाही' अशा सरधोपटपणे देता येणार नाही. याचे मुख्य कारण म्हणजे राज्यसंस्थेचे रूप हे कमालीचे गुंतागुंतीचे व परस्परविरोधाने ओतप्रोत भरलेले आहे, तसेच ते वैविध्यपूर्णही आहे.

राज्यसंस्थेच्या परस्परविरोधी दर्शनांमुळे राज्यसंस्थेचा ऱ्हास हा भ्रम आहे की वास्तविकता आहे असा प्रश्न सामान्य माणसालाच गोंधळात टाकतो असे नाही तर सामाजिकशास्त्रांच्या व राज्यशास्त्राच्या अभ्यासकांतही याविषयी अनेक मत-मतांतरे आहेत. उदाहरणार्थ - मार्टिन व्हान क्रिव्हेल्डसारख्या अभ्यासकांच्या मते, लढाया, आधुनिक तंत्रज्ञान, नवे अर्थकारण, माध्यमे आणि शांतता व सुव्यवस्था राखण्याचे कार्य या सर्वच क्षेत्रात आता राज्यसंस्थेच्या सत्तेला उतरती कळा लागली आहे व जागतिकीकरणाच्या प्रक्रियेत राज्यसंस्था ही बिनमहत्त्वाची व अप्रस्तुत होत आहे. याउलट, सैस्किया सासेन या विदुषीच्या मते, ''जागतिकीकरणाच्या पर्वात जागतिक अर्थकारणाची वाहक म्हणून, तसेच सर्वच नवभांडवली प्रकल्पांचा मार्ग सुकर करून देणारी यंत्रणा म्हणून आगामी काळात राज्यसंस्था अधिकाधिक महत्त्वाची ठरणार आहे. या दृष्टीने तिचा ऱ्हास तर सोडाच पण तिचे मध्यवर्ती स्थान यत्किंचीतही कमी होणार नाही. जागतिकीकरणाच्या प्रक्रियेला पूरक असे महत्त्वाचे कायदे करणे त्यासाठी आवश्यक ते प्रशासकीय निर्णय निर्धाराने राबविणे, नवभांडवलशाही अर्थकारणाला साहाय्यभूत होणारे करविषयक कायदे, गुंतवणुकीसंबंधीचे कायदे, व्यापाराविषयक कायदे, आयात-निर्यातीचे धोरण, बँकांचे व्याजदर या सर्वच संदर्भात राज्यसंस्था ही आता कळीची भूमिका बजावत आहे. तेव्हा तिच्या ऱ्हासाचा प्रश्नच उद्‌भवत नाही.'' (सुमंत ०७ पृ.). असे साधार प्रतिपादन या विदुषीने केलेले आहे.

विकास आणि सार्वजनिक हिताचा प्रश्न

आज शेतीचे कंगालीकरण, पारंपरिक व्यवसायांचा उच्छेद आणि नव्या व्यवस्थेत कौशल्यांच्या अभावी मिळणारे तळाचे स्थान यामुळे बहुविध बहुजन जातींचे भणंगीकरण होण्याची प्रक्रिया घडून येत आहे; तर बेरोजगारी, पाणी, आरोग्य, रस्ते, वीज, वाहतूक हे सगळ्यांचे सामुदायिक प्रश्न असताना जातगटांच्या

संख्येचे धोरण ठरविताना विचार करण्याचे प्रयोजन हे मूळ प्रश्नाला बगल देण्याचे कारस्थान आहे असे वाटते. डॉ.बाबासाहेब आंबेडकरांच्या सामाजिक न्यायाची प्रतारणा होत असल्याचे लक्षात आल्याने केंद्रीय मंत्रीपदाचा राजीनामा दिला. तसे करण्यास दलित-बहुजन नेते तयार आहेत काय असादेखील प्रश्न उपस्थित होतो.

विकासासाठी शासन विविध कायदे करते, धोरणे ठरविते, प्रशासकीय उपाययोजना करते. या साऱ्यांचा लाभ सर्वसाधारण लोकांपर्यंत कितपत पोहोचतो हा कळीचा प्रश्न आहे. ही धोरणे व कायदे काय आहेत? त्यापासून आपल्याला काय लाभ व्हायला हवा? त्यापासून आपल्याला कोणी वंचित करतो का? भ्रष्टाचार कसा पसरतो? त्यात भ्रष्ट राज्यकर्ते, नोकरशहा, पोलीस यांचा वाटा किती व नागरिकांच्या बेपर्वाईचा किती? आपण स्वतःच काही विशिष्ट फायद्यासाठी भ्रष्टाचाराशी सहकार्य करतो का? हे सारे प्रश्न विकासाच्या संदर्भात महत्त्वाचे आहेत.

विकासाचे नियोजन करताना वस्तू व सेवा विकत घेण्यासाठी आवश्यक ती आर्थिक प्राप्तीही लोकांना झाली पाहिजे; म्हणजे खऱ्या विकासासाठी वस्तू व सेवांचे वाढते उत्पादन हे जेवढे महत्त्वाचे आहे, तेवढेच कोणत्या वस्तू व सेवांचे उत्पादन कोणासाठी व कशा पद्धतीने वाढले पाहिजे हेही महत्त्वाचे आहे. तसेच उत्पादित माल व सेवा खरेदी करण्याची आर्थिक क्षमताच लोकांत नसली तर उत्पादनही सतत वाढू शकत नाही, असे हे दुष्टचक्र आहे.

जागतिकीकरणाच्या रेट्याने आधीच सीमारेषेवर असणाऱ्या गटांना दारिद्र्यरेषेखाली ढकलले जाण्याची प्रक्रिया वेगवान होताना दिसते. सीमांतीकरण होत असणारे गट, दलित, आदिवासी, भटके तसेच मध्यम जाती या समाजघटकातीलच आहेत हा केवळ योगायोग नाही. या समूहांना संघटित करणे हे अत्यंत दुष्कर असे काम आहे. मंडल आयोगाच्या मुळेही हे शक्य झालेली नाही. याउलट, जात आणि राजकारणाचा सांधा मात्र घट्ट झाला. आंदोलनातील संघर्ष, त्याने होणारे रोजीरोटीचे नुकसान या समूहांना संघटित गटासारखे परवडणारे नाहीत. आजच्या राजकीय, आर्थिक व्यवस्थेत या समूहांचे प्रतिनिधित्व करणारा राजकीय पक्ष स्वतंत्रपणे निर्माण होणे हेही अवघड आहे. आजचे पक्षापक्षांचे राजकारण व त्यांची राजकीय सहमती पाहता सत्ताधारी व विरोधक या संकल्पनांना फारच मर्यादित अर्थ उरला आहे. अशा वेळी या शोषित-वंचित समूहांना सबब व सक्षम करण्यासाठी त्यांच्यात विधायकपणे लढण्याची क्षमता वाढविणे आवश्यक आहे. यासाठी त्यांचे जीवनमान आहे त्या स्थितीतही वाढू देणारे विधायक उपक्रमांचे जाळे उभे करण्याचा प्रयत्न व्हायला हवा. यात अनेक तऱ्हेच्या उत्पादक कामांचा समावेश होऊ शकतो. दारिद्र्यरेषेखालील समुदायांमध्ये हे अंतर्गत सहकार्य वाढीला लावून जातीय भेदांवर मात करणे अशक्य

नाही. यासाठी कुशल नेतृत्वाची मात्र गरज आहे. खऱ्या परिवर्तनवाद्यांसमोर हेच खरे आव्हान आहे.

या काळातील परिवर्तनाचे मूल्यभान ठेवून, नव्यावास्तवाचा वेध घेत संघटना व लढाईचे नवे गतिशास्त्र विकसित करून न्याय समाजरचनेच्या प्रस्थापनेसाठी कटीबद्ध व्हायचे व प्रतिमाने जपत, आहे त्या व्यवस्थेतील डिसेंट व्हायचे हे परिवर्तनवादी म्हणविणाऱ्यांनी ठरवायचे आहे. परिवर्तनाची लढाई अर्थपूर्ण होणे हे यावरच अवलंबून आहे.

आपल्या देशामध्ये ब्राह्मणवादी विचारांच्या वर्चस्वामुळे पुरोहित संस्कृती निर्माण झाली होती. आता वेगवान औद्योगिकीकरण आणि बाजारपेठेचे जागतिकीकरण या परिवर्तनामुळे आज वाणिज्य संस्कृतीत आपण येऊन पडलो आहोत. वाणिज्य संस्कृतीत सर्व माणसांचे क्रेता आणि विक्रेता या दोन भागांमध्ये विभाजन होते.

बाजारपेठ ही सर्वदूर पसरणारी एक सर्वसमावेशक यंत्रणा असली आणि त्या यंत्रणेत स्वतःच्या जोरावर सर्व राष्ट्रांना, समाजांना, माणसांना एकाच निकषावर,एकाच पातळीवर ओढून आणण्याची ताकद असली तरी बाजारपेठेचे जितक्या सहजपणे जागतिकीकरण होऊ शकते तितक्या सहजपणे माणसांचे होत नाही. बाजारपेठ एक असली तरी समाज वेगवेगळे असतात. त्यांचे वेगळेपण हे त्यांच्या संस्कृतीचे वेगळेपण असते.

बाजारपेठेच्या जागतिकीकरणामुळे भारतीय समाजात विलक्षण असुरक्षिततेची भावना निर्माण झाली आहे. एकटेपणाची जाणीव येऊ लागली आहे आणि त्यामुळे स्वतःचे सांस्कृतिक वेगळेपण व वैशिष्ट्य दाखवून देण्यासाठी पुन्हा एकदा धार्मिक साचातल्या एकरूपतेकडे वळण्याची प्रक्रिया सुरू आहे. संपूर्ण जगभर आज हीच प्रक्रिया सुरू आहे. धर्माच्या छत्राखाली ऐक्य साधल्यामुळे माणसाला एक प्रकारे बिलाँगिंग मिळाल्यासारखे वाटते. बाजारात एकाच पायरीवर उतरलेली माणसे मनातून बावरलेली, हरवलेली असतात. त्यामुळे कोणी अगदी व्यक्तिगत पातळीवर व्यसनाधीन होऊन पळवाट शोधतात तर कोणी झुंडीत सामील होऊन झुंडशाहीच्या एकोप्याने सांप्रदायिक वैरभाव जोपासतात. दोन्ही प्रकारात पुन्हा फावते ते बाजारपेठेचे. मादक द्रव्यांचे चलनवलन व सत्तावान राष्ट्रांची युद्धसामग्री विकत घेणारे गिऱ्हाईकच आपण ठरतो, एका वेगळ्या मार्गाने जाऊन.

बाजारपेठ ही फक्त बाह्य विश्वातच नव्हे तर आपल्या कौटुंबिक व आंतरिक संबंधांच्या विश्वातही नकळत प्रवेश करते. मग माणसा-माणसांचे परस्पर संबंधही व्यावसायिक स्वरूपाचे होतात. एकटेपणाची भीती, तुटलेपणाची असुरक्षितता आणि मुलाधार कच्च्या झाल्यामुळे येणारे डळमळीत अस्तित्व या समस्या पैसा जास्त

कमावून क्रयशक्ती वाढल्यामुळे सुटणाऱ्या समस्या नाहीत. व्यसनाधीन होऊन पळवाट शोधल्याने सुटणाऱ्या नाहीत आणि झुंडशाहीने धार्मिक वर्चस्व सिद्ध केल्यानेही सुटणाऱ्या नाहीत. माणसा–माणसांमध्ये प्रेम, आपुलकी व आदरयुक्त सद्‌भाव नसला की संस्कृती धोक्यात येते. बाजारपेठेच्या जागतिकीकरणामुळे हे झाले आहे.

एक समाज म्हणून आज आपण कितीही राम–मंदिरे उभारली तरी आपल्या संस्कृतीचा गौरव प्राप्त होणार नाही. आपल्याला उपलब्ध असलेल्या सुखसुविधा आपण तळागाळातल्या माणसांपर्यंत पोहोचवून त्यांच्यामधली दरी किती कमी करू शकू यावर आपल्या संस्कृतीचे टिकाऊपण आणि गौरव ठरणार आहे. असे झाले तरच एक व्यक्ती म्हणून आणि समाज म्हणून आपण निर्भय होऊ शकू. भयामुळे संपूर्ण समाजमन आज असुरक्षितता व तुटलेपणाच्या गर्तेत विकृत होत आहे, ही वस्तुस्थिती आहे.

राज्यकर्त्या वर्गाचा प्रतिसाद

आज प्रस्थापित राज्यकर्ता वर्ग उपरोक्त आव्हानास कसा सामोरा जातोय? या संदर्भात तो आपल्याला तीन मार्ग दाखवतोय, इतकेच नव्हे तर या मार्गांवरून वाटचाल करीत आपण हमखास यशस्वी होऊ या कल्पनाविलासात तो रमलेला आहे. यातील पहिला मार्ग म्हणजे, उदारीकरण, खासगीकरण व जागतिकीकरणाची त्रिसूत्री सांगत मिश्र–अर्थव्यवस्थोत्तर भारतीय राष्ट्रीय समूहास बाजारपेठीय शक्तींच्या माध्यमातून त्यांची एकात्मता टिकवणे. दोन, जागतिक समुदायापुढे भारतीय ओळख सांगत पण भारतांतर्गत, हिंदु ओळख अधोरेखित करत भारतीय राष्ट्रीय समूहाचे हिंदुत्वीकरणाच्या द्वारा एकात्मीकरण साधणे, आणि तीन, तिथे हे मार्ग थिटे पडतील तेथे युवा पिढी पुढे २१ व्या शतकातील भारतीय महासत्तेचे (सुपर पॉवर) स्वप्न रंगवून, भारताला अणुशस्त्रसज्ज करीत लष्करी साम्यर्थ वाढविणे व लष्कर, पोलीस, सुरक्षा दले, दमनकारी कायदे या माध्यमातून राज्याच्या दंडशक्तीचा अधिकाधिक दमनकारी वापर करीत भारतीय राष्ट्रीय समूहाची एकात्मता टिकविणे. राष्ट्रीय एकात्मता टिकविण्याचे हे तिन्ही मार्ग भ्रममूलक व अदूरदर्शी आहेत.

बाजारपेठीय अर्थव्यवस्थेकडे आर्थिक समृद्धीची किल्ली कदाचित असू शकते पण वाढत्या आर्थिक विषमतेवरील कोणताच तोडगा तिच्याकडे नाही. आज मुक्त अर्थव्यवस्थेच्या तडाख्यात सापडलेले तिसरे जग याच आर्थिक विषमतेमध्ये होरपळून निघत आहे आणि विषमताग्रस्त समूहांच्या दुःखावर फुंकर घालण्यासाठी तेथे मूलतत्त्ववादी व दहशतवादी शक्ती सरसावत आहेत आणि या जनसमूहांचा ताबा घेत आहेत. याच बाजारपेठीय शक्तींनी साम्यवादी राजवटींचे दुसरे जग उद्‌ध्वस्त केले. परिणामतः अनेक साम्यवादी राष्ट्र–राज्ये लयास गेली. याच बाजारपेठीय शक्ती

पहिल्या जगासही मंदीचे तडाखे देत आहेत. तैवान, कोरीया इत्यादी 'आशियायी वाघांची' काय अवस्था झाली हेही डोळ्यांपुढे आहे. तेव्हा बाजारपेठीय शक्तींच्या साहाय्याने राष्ट्र-राज्यीय समूहांची एकसंधता साधणे हा भूलभूलैय्या आहे.

राज्यकर्त्यावर्गांमधील अनेक लोकांना हिंदुत्वीकरणाचा विचार हा राष्ट्र बांधणीचा पर्याय म्हणून स्वीकारावासा वाटतो. हा पर्याय केवळ अपुराच नव्हे तर आत्मघातकीही आहे; कारण हिंदुत्वाच्या अजेंड्यामुळे भारतातील हिंद्वेतर समूह अधिकाधिक असुरक्षित व भयग्रस्तही बनत आहेत. परिणामत: ते आपापली भारतीय ओळख सांगण्याऐवजी धार्मिक वा वंश-सांस्कृतिक (एथ्‌निक) ओळख आग्रहाने पुढे आणत आहेत. दुसऱ्या बाजूला हा हिंदुत्ववाद भारताबाहेरील मुस्लीम, बौद्ध व ख्रिश्चन मूलतत्त्ववाद्यांनाही चेतावणी देत आहे. त्यामुळे सर्वधर्मीय सहअस्तित्वाची भारताची शतकानुशतकाची ओळख आतून आणि बाहेरून पुसली जात आहे. ही ओळख नुसतीच धार्मिक सहिष्णूतेची नाही तर ती सांस्कृतिक बहुलतेचीही आहे. ही बहुलता पुसण्याचा किंवा तिला साचेबंद करण्याचा प्रयत्न यशस्वी झाला तर समूहा-समूहांमधील परस्पर विश्वास, संवाद आणि देवाणघेवाण हे राष्ट्रीय एकात्मतेचे अंत:स्रोत कसे शाबूत रहातील? तेच आटले तर एकात्मतेचे शाश्वत आधारच नष्ट होतील.

शेवटी बाब रहाते ती लष्करी सामर्थ्याच्या व पोलिसी बळाच्या साहाय्याने राष्ट्रीय समूहाला एकसंध ठेवण्याची. प्रत्येक राष्ट्र-राज्य कमी-अधिक प्रमाणात राष्ट्रीय एकात्मता टिकविण्यासाठी या बळाचा वापर करीतच असते व तो प्रसंगी करावाही लागतो; पण या बळाचा प्रयोग कायदा आणि सुव्यवस्था ठेवण्याच्या नावाखाली वारंवार होऊ लागला तर नागरी सत्तेच्या अधिकाराची विश्वासार्हता व अधिमान्यताच नष्ट होऊ लागते. दुसरी बाब म्हणजे कायदा-सुव्यवस्थेच्या नावाखाली वारंवार केला जाणारा लष्करी व पोलीसदलाचा वापर हा सामाजिक न्यायासाठी चाललेल्या संघर्षवादी राजकारणासही नख लावतो व अशा चळवळींची कित्येकदा भ्रूणहत्याच करतो. अन्याय, शोषण होत असले तरीही त्याविरुद्ध संघर्ष करण्याचा हक्क जगता येणे हा केवळ पीडित समूहांचा नि:श्वास नसतो तर तो मुक्तिदायी राजकारणाची संभाव्यताही अधोरेखित करतो. नागरी सत्तेकडून होणारा दमनकारी कायद्यांचा वा लष्करी बळाचा वाढता वापर संघर्षवादी, मुक्तिदायी राजकारणाचा अवकाश कमी करत जातो. या मुक्तिदायी राजकारणाच्या अभावी समाज उमेद हरवून बसतो, बदलाची शक्यता नाकारू लागतो. त्यातून येणारी हताशता त्याला भयग्रस्त बनवते. मग एकतर तो फॅसिस्ट राष्ट्रवादाचा पोकळ पुरुषार्थ सांगू लागतो, किंवा मूलतत्त्ववादी धार्मिकतेचा आसरा घेतो. यातून त्याला सावरायचे असेल तर त्याची राष्ट्रीय ओळख वेगळ्या प्रकारे सांगावी लागेल. ती नि:संदिग्धपणे जात-धर्म-जमात-

वंश निरपेक्ष असली पाहिजे. ती निव्वळ आंतरराष्ट्रीय समुदायाने मान्यता दिलेल्या वैज्ञानिक सीमांच्या संदर्भातील रूक्ष प्रादेशिक ओळख नसावी, तर ती त्या समाजाच्या अंतर्गत चालत आलेल्या, सातत्यपूर्ण सांस्कृतिक संघर्ष व मंथनातून साकार होणारी मूल्यनिष्ठ भावात्मक ओळख हवी.

आगामी जातसंघर्ष : हिंसाचाराकडून–मूकमोर्चाकडे आणि नंतर हिंसाचाराकडेच

सहसा सामाजिक लढ्यांमध्ये न उतरणाऱ्या उत्तर व पश्चिम भारतातल्या अनेक मध्यम जाती, विशेषत: जाट, पटेल आणि आता मराठा या आज आरक्षणाकरिता हिंसाचाराकडून–मूकमोर्चापर्यंत अशा अत्यंत आक्रमकपणे रस्त्यावर उतरलेल्या दिसतात. त्यामुळे वारंवार उद्‌भवणारे प्रश्न निर्माण होतात. सगळ्यांनाच आरक्षण का हवे आहे? काही समाज आज अत्यंत अस्वस्थ का झाले आहेत? आणि पुढे काय होणार आहे? या प्रश्नाचा व्यापक संदर्भ नीट समजून घ्यावा लागेल.

'सकारात्मक कृतिशीलतेचे साधन' हा आरक्षणाचा जो एक खोलवरचा सामाजिक संदर्भ आहे त्याबाबत एक सार्वत्रिक विसर सगळ्यांना पडलेला दिसतो. ऐतिहासिक भेदभाव आणि जातीय अन्याय यांच्याशी आरक्षणाचा असलेला जैव संबंध नजरेआड करून सर्व प्रकारच्या सामाजिक वंचना आणि समस्यांवर एक सुलभसोपा धोरणात्मक उपाय म्हणून आरक्षण आज पुढे येताना दिसते. परिणामी, विद्यमान सामाजिक–आर्थिक स्थितीबद्दल असमाधानी असणाऱ्या सर्व समाजगटांची अशी समजूत करून देण्यात येत असते, की एकतर आरक्षण हा आर्थिक अडचणींवरील उपाय आहे किंवा लोकसंख्येतील आपापल्या प्रमाणानुसार आरक्षणाची अपेक्षा करणे हे रास्तच आहे.

जातीय उतरंड आणि भेदभाव (ज्यातून मागासपणा एक पायाभूत अडथळा म्हणून साकारत असतो.) यांच्यासारख्या गुंतागुंतीच्या मुद्द्यांपासून आरक्षणाचे धोरण बाजूला करून राज्यांमागून राज्यांमध्ये ओबीसी कोटिक्रम हा अधिकाधिक फुगीर होत चाललेला आहे. आज मध्यम शेतकी जातींचे अभिजन असोत की ऐतिहासिकदृष्ट्या दडपल्या गेलेल्या मागास जातींचे नेते असोत यांपैकी कोणीही आंदोलन करणाऱ्यांना असे सांगू शकत नाहीत, की त्यांच्या तक्रारी जरी रास्त असल्या तरी त्या जातिआधारित अन्यायाच्या लोलकामध्ये बसत नाहीत. अशा रीतीने संवादाच्या सर्व शक्यताच मिटल्या जात आहेत. उलटपक्षी, ओबीसी हा कोटिक्रम विस्तारण्याचे सातत्याने प्रयत्न होत आहेत आणि हे प्रमाण इतके वाढेल की अंतत: ते अर्थहीन आणि निरुपयोगी ठरणार आहे.

पुरेशा सामाजिक सुरक्षिततेच्या अभावी उदारीकरण, मध्यम शेतकरी जातींचे अलग पडणे, या जातींमधील राजकीय अभिजनवर्गाचे अपयश आणि

आरक्षणासंबंधीच्या चर्चाविश्वाची वाटमारी या चार प्रक्रियांच्या आपसांमधील क्रिया-प्रतिक्रियांमधून आजची नेतृत्वहीन जनआंदोलनांची मालिका सुरू झाल्याचे दिसते. इथून पुढची दिशा काय असणार? राजकारण हे आकस्मिक असते हे खरे, पण तरीही पाच दिशा संभवनीय दिसतात. एक, नजीकच्या भविष्यात एकजातीय ओळखी अधिकाधिक टोकदार होत जातील, जेणेकरुन जातीय संघर्ष निर्माण होतील. हा जातसंघर्षही बहुविध पातळ्यांचा असेल जेणेकरून येणारा काळ हा अधिकाधिक कर्कश्श्य होत जाणार आहे.

दोन, एक विरोधाभास असा दिसेल, की जरी एका बाजूला जातीआधारित संघर्ष वाढीस लागलेले असले तरी जातप्रश्नाची (रचनात्मक उतरंड आणि सामाजिक भेदाभेद ज्यातून विषमतांमध्ये वाढ होत जाते आणि त्या वैध ठरत जातात) पिछेहाट होत जाईल. तीन, सुरू झालेले जात संघर्ष आणि जातीआधारित संघटन यामुळे शेतकी अर्थकारण आणि नागरी अर्थकारण यांच्यातील चुकीच्या संतुलनाकडे दुर्लक्ष होत जाईल. चार, सामाजिक गटांच्या आणि समूहांच्या वाढत्या दाव्या-प्रतिदाव्यांमुळे जनहितार्थ धोरणे आखणे आणि राबविणे अवघड होत जाईल, परिणामी लोकशाही राजकारण हे अधिकाधिक विस्कटत जाईल. सामूहिक अस्तित्वातील 'सार्वजनिक' जे मूळातच लडखडत्या पायांवर उभे असते ते यापुढे वेगाने विघटित होत जाईल. सत्ता आणि संसाधनांच्या मागण्या केवळ जातनिहाय केल्या जातील आणि अशा गटनिहाय दाव्यांच्या तुलनेत रास्त प्रक्रिया, हक्क आणि संस्था यांचे लोकशाही चर्चाविश्वातील महत्त्व घटू लागेल.

या सर्वांच्या परिणामस्वरूपी आणि अंततः या चळवळींमधून आणि त्या करत असलेल्या दाव्यांमधून आपल्या पायाभूत दस्तऐवजावर – राज्यघटनेवर कायमस्वरूपी परिणाम होईल. मंडलच्या मुळाशी असलेल्या न्यायतत्त्वांची मोडतोड करून सामाजिक न्यायाचे प्रश्न आणि सकारात्मक कृतीधोरण यामध्ये निर्माण झालेले नाजूक असे घटनात्मक संतुलन धोक्यात येईल. त्याचबरोबर गटातटांच्या दाव्यांचे व्यवस्थापन करतानाच एक व्यापक 'सार्वजनिकता' निर्माण करणारी संस्था म्हणून लोकशाहीचे स्थान संपुष्टात येईल.

लोकशाहीत एक अंगभूत अंतर्विरोध असतो. एका बाजूला लोकसंघटनातून लोकशाहीचे जिवंतपण अधोरेखित होते तर दुसऱ्या बाजूला, त्यातून सहमतीला शह दिला जाऊ शकतो किंवा चुकीची सहमती निर्माण होऊ शकते. सध्या चालू असलेल्या महामोर्च्यांमधून अशी चुकीची सहमती निर्माण होते आहे का? विशेषतः आज ज्या आर्थिक-सामाजिक सापळ्यांच्या विरोधात आजच्या अस्वस्थता व्यक्त होत आहेत त्याच सापळ्यांमध्ये त्या अडकून पडणार आहेत का, हे पहावे लागेल.

(पळशीकर सुहास, 'आगामी जात संघर्षाची नांदी', परिवर्तनाचा वाटसरू, १६ ते ३० नोव्हेंबर, २०१६, पृ. १७-१८).

जातींच्या राजकीयीकरणाबरोबरच जातींचे लोकशाहीकरण कसे करायचे?

सर्वांत महत्त्वाचा भाग म्हणजे जातिप्रश्नापासून आणि जातिअंताच्या संघर्षापासून दूर गेलेला, इतकेच नव्हे तर संवेदनशून्य झालेल्या सवर्ण वर्ग ही जातिअंताच्या लढ्यापुढील मोठीच समस्या आहे. सवर्ग वर्गातील मंडळींचे जातिव्यवस्थेत हितसंबंध गुंतलेले असल्याने तो या लढ्याात कसा सहभागी होणार, या सरधोपट मांडणीतील तथ्यांश न नाकारता, त्याही पुढे जाऊन या प्रश्नाचे नीट आकलन केले पाहिजे. सवर्ण वर्गातील जातसमूहाचे बदललेले वर्गीय चारित्र्य, जागतिकीकरणाच्या प्रक्रियेतून त्याला स्व-बढतीस उपलब्ध झालेला अवकाश आणि जागतिकीकरणातून येऊ घातलेली उत्तराधुनिक जीवनशैली व संवेदना हेच घटक त्याच्या संवेदनाहीनतेस जबाबदार ठरतात. स्वातंत्र्योत्तर काळातील हरितक्रांती, औद्योगिकरण व शहरीकरणाच्या प्रक्रियेमधून सवर्ण मध्यम जातीसमूहातील अनेक सामाजिक स्तरांचे नवमध्यमवर्गात रूपांतर झाले आणि ते भांडवली विकासातील लाभार्थी ठरले. या मध्यम जातीतील नवमध्यमवर्गास जातिअंतापेक्षाही जातींचे राजकीयीकरण करून सत्तासंपादन करण्यात अधिक रस होता. त्यामुळे प्रत्येक जातीचे परजातीच्या संदर्भात असलेले स्थान व वाट्यास येणारा अन्याय व शोषण याबाबत जागृती झाली; पण प्रत्येक जातीच्या अंतर्गत होणारे स्वजातीयांनीच केलेले शोषण, दमन याबद्दल मात्र मौनच पाळले गेले. किंबहुना, त्याबद्दल बोलणे हा एका परीने जातिद्रोहच समजला जाऊ लागला. लोकशाही मूल्यांच्या अंगाने जातिअंतर्गत त्या त्या, जातींचे प्रबोधन झाले नाही. संसदीय राजकारणाच्या व्होट बँकेच्या गणितात तर असे प्रबोधन न करणे हेच श्रेयस्कर मानले गेले; कारण त्यामुळे जाती-पोटजातींची एकगठ्ठा मते सुरक्षित झाली.

जात्यंतर्गत लोकशाहीकरणाची प्रक्रिया सुरू न झाल्याने दुसरा एक परिणाम असा झाला, की निम्न जाती या स्वभावतःच लोकशाहीवादी असतात व तथाकथित उच्च अभिजन जाती या स्वभावतःच लोकशाहीविरोधी, जातिवादी असतात अशी एक सरधोपट मांडणी होत राहिली. अशा प्रकारच्या मांडणीमुळे प्रत्येक जातिअंतर्गत जोपासली जाणारी सरंजामी मूल्ये व मानसिकता, जीवनशैली व व्यवहार यावर जातिअंतर्गत कठोर टीका व प्रहार झाले नाहीत. साहजिकच लोकशाही जीवननिष्ठा व व्यवहाराची अपेक्षा, आपण सोडून इतर जातिसमूहाने केली पाहिजे, असा आग्रह राजकीय जागृतीचे प्रधान लक्षण बनला. यातूनच आपल्या जातीबाहेर लोकशाही आणि जातिअंतर्गत सरंजामशाही असा विसंवाद निर्माण झाला. यातून बाहेर पडण्यासाठी जातींचे लोकशाहीकरणसुद्धा व्हायला हवे. जातींच्या राजकीयीकरणांमुळे फार तर

जातीसमूहांचे 'मोबिलायझेशन' होऊ शकते. व्यवस्थेच्या लोकशाहीकरणासाठी ते आवश्यकही असते, पण जातजाणिवेतून मुक्त होण्यासाठी किंवा जातयुक्त समाजनिर्मितीसाठी ते पुरेसे नाही, हे ही ध्यानात घ्यायला हवे. तेव्हा प्रश्न आहे, जातींच्या राजकीयीकरणाबरोबरच जातींचे लोकशाहीकरण कसे करायचे?

जातिव्यवस्थेने निर्मिलेली विषमता ही निव्वळ विषमता नसून ती श्रेणीबद्ध विषमता असते, असे डॉ. बाबासाहेब आंबेडकरांनी निक्षून सांगितले. या श्रेणीबद्ध विषमतेमुळे एका बाजूला जाती-जातीतील सत्तेची उतरंड तयार होते, तर दुसऱ्या बाजूला जातींची कप्पेबंद समाजरचना तयार होते. ही कप्पेबंद समाजरचना व्यापक सामाजिक एकात्मता निर्माण होण्यातील एक मोठा अडसर आहेच; पण त्याही पुढे जाऊन, ती प्रत्येक जातीला बंदिस्त करीत त्या-त्या जातीचे एक 'खासगी विश्व' ही तयार करते. याचाच अर्थ असा, की जातिव्यवस्थात्मक समाजात एका जातीचा दुसऱ्या जातीशी होणारा व्यवहार हा एका बाजूला सार्वजनिक जीवनाचा भाग असतो; तर जातिअंतर्गत होणारा व्यवहार हा त्या-त्या जातीचा 'खासगी जिवनाचा भाग' ठरतो. परिणामतः आपापल्या वैयक्तिक, कौटुंबिक जीवनात इतरांनी केलेला हस्तक्षेप हा जसा माणसाला रुचत नाही, किंबहुना तो निषिद्धच वाटतो, तसाच एका जातीने दुसऱ्या जातीत केलेला हस्तक्षेपही गैर वाटतो. जातीला प्राप्त झालेल्या या 'खासगी', 'अंतर्गत बाबी' या तटबंदीमुळे जातीच्या लोकशाहीकरणाची प्रक्रिया जातीबाहेरून करण्यात, म्हणजेच एका जातीचे दुसऱ्या जातीकडून लोकशाहीकरण होण्यात, अनेक अडचणी निर्माण होतात. साहजिकच जातीच्या लोकशाहीकरणाची प्रक्रिया त्या-त्या जातीतील समाजसुधारक व परिवर्तनवादी कार्यकर्त्यांकडून जोवर जोमाने सुरू होत नाही, तोवर जातिबाहेरून होणारे लोकशाहीकरण हा कित्येकदा आपल्या जातीत होणारा हस्तक्षेप म्हणून पाहिला जातो किंवा ते जातीच्या अंतर्गत बाबींवर होणारे अतिक्रमणही वाटते. अशा परिस्थितीत एका जातीतील व्यक्ती दुसऱ्या जातीत सुधारणा करण्यासाठी सहसा उत्सुक नसते; असलीच तरी तिचा उत्साह फार काळ टिकत नाही. 'जातीच्या आतील व्यक्ती' आणि 'जातीबाहेरील व्यक्ती' हे द्वैत व त्यातून निर्माण होणारा ताण तिला नाउमेद करतो, तरुण वयात जातिनिर्मूलनाच्या ध्येयाने झपाटलेल्या अनेक व्यक्ती त्या दिशेने थोडीबहुत वाटचाल होताच या ताणामुळे अनेकदा हतबल होऊन स्वस्थ बसल्याचे आपण अनेकदा पाहतो, ते यामुळेच! आज सर्व जातींतील जातिनिर्मूलनवाल्यांना समाज व्यासपीठ नसावे, ही पोकळी कशाचे द्योतक आहे?

भारतीय स्वातंत्र्यलढ्याच्या काळामध्ये अनेक भारतीय समाजसुधारकांनी आणि तत्त्वचिंतकांनी लोकशाही तत्त्वज्ञानाचा नुसता स्वीकार आणि पुरस्कारच केला

असे नाही; तर त्या तत्त्वज्ञानात मोलाची भरही घातली. परिणामत: भारतातील लोकशाही विचार हा लोकसत्ताक व्यवस्था, प्रक्रिया आणि शासनसंस्थेपुरता सीमित न राहता तो परिपूर्ण जीवनदृष्टीपर्यंत विकसित होत गेला.

प्रा. यशवंत सुमंत म्हणतात, ''म. फुले यांनी सांगितलेली सर्वधर्मीय कुटुंबव्यवस्था किती जातींनी स्वीकारली? डॉ. आंबेडकरांनी पुरस्कारलेली आंतरजातीय विवाहावर अधारित कुटुंबसंस्था कितीजणांनी स्वीकारली? माणसाच्या धर्मप्रवृत्तीचे विवेकीभवन करणारा डॉ. आंबेडकरांचा 'धम्म विचार' आपण धर्मनिरपेक्ष नीतिविचार म्हणून किती आत्मसात केला? भारतीय राज्यसंस्थेला 'डिलेजिटिमाइझ' न करता लोककेंद्री 'लोककारणा'च्या राजकारणास आपण किती गंभीरपणे प्रतिसाद दिला? महाराष्ट्रातील संत चळवळींमध्ये जातीजातींतून संत निर्माण झाले व त्यांनी पारलैकीकाला अप्रत्यक्ष गौणत्व देऊन आजीविकेला उपासना मूल्य देणाऱ्या ज्ञानमूलक भक्तीचा युक्तिदायी विचार सांगितला म्हणून मानवतावादाचा संस्कार सर्व जातीतील जनमानसावर झाला. त्यामुळे जातिव्यवस्था कोलमडी नाही; पण वर्ण-जात श्रेष्ठत्वाची मान्यता प्रश्नांकित झाली. उच्चजातीय संतांकडून वर्ण-जात व्यवस्थेची भ्रष्टता व दांभिकता उघडी केली गेली; तर तथाकथित निम्नजातीय संतांच्या साहित्यातून जातिव्यवस्थेच्या वेदनेचा हुंकार प्रकटला आणि त्याचा दाह सर्वांनाच जाणवला. इतकेच नव्हे; तर वर्णजातीच्या कब्जातून पूर्णत: सुटताही येत नाही व त्याविरुद्ध क्रांतिकारी बंडही पुकारता येत नाही, अशा भौतिक अवस्थेत असलेल्या समाजात जातपात तोडणे आवाक्याबाहेरचे वाटले, तरी माणसाचा विचार जातीपलीकडे जाऊन केला पाहिजे, हा विवेक प्रकटला. या विवेकाची कास धरूनच पुढे वसाहतकालीन जातिनिर्मूलनाची चळवळ अवतरली. हा ऐतिहासिक वारसा लक्षात घेऊन जातिअंतर्गत लोकशाही प्रबोधनाचा अजेंडा राबवला पाहिजे.

पारंपरिक समाजातील स्थितिशीलता व परिस्थितिशरणता आधुनिकतेने घालवली आणि त्या जागी एक गतिमान निश्चितता दिली. उत्तराधुनिकता मात्र आपल्याला एका अतिगतिमान अनिश्चिततेकडे घेऊन चालली आहे. आधुनिकतेने आपल्याला एक राष्ट्र-राज्याची समान, स्थिर अशी भूमी दिली होती, जिथे आपल्यातील अंतर्विरोधासहित आपण आपले सर्व सामाजिक, आर्थिक, राजकीय प्रश्न हे 'राष्ट्रीय प्रश्न' म्हणून सोडवू शकत होतो व त्याला आपण एक अखिल भारतीय परिमाण देऊ शकत होतो. साहजिकच दलितांचा प्रश्न हा केवळ त्या समाजाचा प्रश्न नव्हता, तो भारतीय राष्ट्रीय समाजापुढील प्रश्न म्हणून आपण मांडत होतो व त्यासाठी भांडत होतो. आज जागतिक भांडवलशाही शक्ती आणि असंतुलित भांडवली विकास राष्ट्रीय समाजाची ही सामाजिक वीण उद्ध्वस्त करीत आहेत. परिणामत: आपल्या राजकारणाचे

उत्तरोत्तर प्रादेशिकीकरण आणि स्थानिकीकरण होत आहे. हे प्रादेशिकीकरण आणि स्थानिकीकरण जातिसमूहातील आपापसातील सक्षमीकरणाच्या स्पर्धा तीव्र करीत आहे. त्यामुळे एरवी 'आर्थिक' असलेले प्रश्न आज जातीय प्रश्न म्हणून प्रस्तुत होत आहेत. आरक्षणाचा प्रश्न हा सामाजिक न्यायाचा प्रश्न म्हणून पुढे येतच नाही, तो जातिवादाचा आविष्कार म्हणून पाहिला जातो व त्याला प्रतिसादही जातिवादी भूमिकेतूनच दिला जातो. जातीची कप्पेबंद रचना ही स्थानिक व प्रादेशिक अस्मितेची बेमालूम वाहक बनते आणि स्थानिक व प्रादेशिक अस्मितेच्या रूपाने जात कशी वर्चस्व गाजवते, हे लक्षातही येत नाही. तथाकथित प्रादेशिक अस्मितेच्या राजकारणामध्ये शिवाजी महाराजांवरच्या अलौकिक इतिहास पुरुषांचे महाराष्ट्रातील विविध राजकीय संघटनांनी काय केले, याचा ताजा इतिहास आपल्यापुढे आहेच.

संघर्ष भडकवावयाचे नसतात; ते विकसित करावयाचे असतात. हे ज्यांना कळत नाही ते संघर्षाची अभिनिवेशी भाषा बोलतात व स्वत:ला सर्वाधिक जहाल क्रांतिकारी म्हणून एकतर्फी घोषित करतात. यातून उद्रेक व स्फोट म्हणजे क्रांतिकारी परिवर्तन नव्हे. जेव्हा क्रांतिकारी परिवर्तनाचे कार्य मंदावते वा स्थगित होते तेव्हा मग या उद्रेकांचेच क्रांतिकारी परिवर्तन म्हणून समर्थन करण्याची अपरिहार्यता वाटत्याला येते.''

जातिअंताचा लढा पुढे न्यावयाचा झाल्यास काय करता येईल?

आज जातिअंताची लढाई ही केवळ पारंपरिक वर्णव्यवस्थेतील साडेतीन टक्के उच्चवर्णीयांच्या विरोधात लढावयाची नसून ती त्याच जोडीने भांडवली विकास प्रक्रियेत उदयास आलेल्या सत्ताधारी वर्गाशीही लढायची आहे; कारण हा सत्ताधारी वर्ग अतिशय चलाखीने जातिव्यवस्थेतील अंतर्विरोधाचा आपापल्या सोयीनुसार लाभ उठवितो, ब्राह्मणांच्या वर्चस्वाला शह देण्यासाठी कधी तो शूद्रातिशूद्रांच्या नावे ब्राह्मणेतर मध्यम जातींची शक्ती उभी करील, तर कधी शूद्रातिशूद्रांच्या दमनासाठी ब्राह्मणांच्या शक्तीचा उपयोग करील. सत्तरीच्या दशकापर्यंत हा सत्ताधारी वर्ग किमान राज्यसंस्थेच्या दबावाखाली तरी होता. जागतिक भांडवलशाही व जागतिकीकरणाच्या विस्ताराबरोबर आपल्या अनिर्बंध आर्थिक व बौद्धिक सत्तेच्या बळावर आज मात्र तो राज्यसंस्थेलाच नमवीत आहे. विशेष आर्थिक क्षेत्राची निर्मिती हे त्याचे ज्वलंत उदाहरण आहे. या पार्श्वभूमीवर आजचा आपला जातिव्यवस्था निर्मूलनाचा निर्धार या सत्ताधारी वर्गांशी संघर्ष करण्यास अजिबातच समर्थ नाही, किंबहुना या लढाईशिवाय जातिव्यवस्थेचा अंत होणार नाही, याचे भानही सुटत गेल्याचे जाणवते.

जागतिक भांडवलशाही व जागतिकीकरणाच्या प्रक्रियेतून जगभरच्या समाजामध्ये अत्यंत गुंतागुंतीचे सामाजिक स्तरीकरण निर्माण होत आहे. त्यामुळे

विषमतेचे स्वरूपही विलक्षण बहुआयामी व गुंत्याचे झाले आहे. ग्रामीण-शहरी, गरीब-श्रीमंत, उच्च जातीय-कनिष्ठ जातीय, बहुसंख्य-अल्पसंख्य, स्त्री-पुरुष या पारंपरिक, स्तरीकरणाबरोबरच, लाभार्थी आणि वंचित केंद्रस्थ आणि परिवस्थ, मुख्य प्रवाहातील आणि बाजूला फेकलेले माहितीसंपन्न आणि माहितीहीन असे नवे स्तरीकरणही दृढ होत आहे. या स्तरीकरणातून येणारी विषमताही बहुढंगी आहे आणि या विषमतेचा निरास करणारी सामाजिक न्यायाची कल्पनाही गुंतागुंतीची बनली आहे. सर्वांत महत्त्वाची बाब म्हणजे जागतिकीकरणाच्या या टप्प्यावर ही विषमता नुसती पृष्ठभागी आली नसून ती परस्परेदक ठरत आहे. परिणामतः तुम्ही वर्गाचे प्रश्न हातात घेतले, तर जातिनिर्मूलनवाल्यांची सक्रिय साथ मिळेल याची हमी नाही. तसेच तुम्ही जातीचे प्रश्न हातात घेतले तर वर्गलढ्याची शक्ती त्याच्यामागे उभी राहिल, असे नाही. लिंगभावात्मक अन्यायाचे प्रश्न हाती घेतले तर जातिनिर्मूलनवादी व वर्गलढावादी शक्ती त्यामागे संपूर्ण ताकदीने उभी राहील, असेही नाही. सामाजिक न्यायासाठीच्या या सर्वच लढाया परस्परपूरक न बनता कित्येकदा त्या परस्परांना छेद देणाऱ्या बनतात. या पार्श्वभूमीवर जातिव्यवस्था अंताचा समग्र लढा उभा करणे अशक्यप्राय भासू लागते. अशा परिस्थितीत जातिअंताचा लढा पुढे न्यावयाचा झाल्यास काय करता येईल?

प्रा.यशवंत सुमंत म्हणतात, ''राज्यघटनेने उपलब्ध करून दिलेल्या अवकाशाचा आधार घेता एका बाजूला राज्यसंस्थेच्या पातळीवर जातिअंताच्या लढ्याची यथाशक्ती मोर्चेबांधणी होत राहीलच; पण खरी गरज आहे ती नागरी समाजाच्या पातळीवर सवर्ण व अवर्ण जनसमूहांनी एकत्रित येऊन जातिअंताच्या समाजकारणासाठी व्यापक राजकारण उभे करण्याची, आज जातिअंताचे हे संयुक्त राजकारण उभे राहत नाही, याचे एक कारण ते तसे उभेच राहणार नाही, हा आपण जोपासलेला भ्रम! या भ्रमातून प्रथय मुक्त होण्याची गरज आहे. यासाठी सर्व जातीधर्मातील समतावाद्यांनी पुढाकार घेऊन जातिअंताच्या लढ्यासाठी एक जातनिरपेक्ष व धर्मनिरपेक्ष असे राज्यव्यापी संघटन उभे करण्याची नितांत गरज आहे. या जातिव्यवस्थात्मक संघटनेने एका बाजूला नागरी समाजाच्या पातळीवर काम करणाऱ्या विविध पुरोगामी सामाजिक चळवळींशी संपर्क व संवाद ठेवून त्या-त्या चळवळींच्या पातळीवर जातिअंताच्या लढ्याचे कोणते कार्यक्रम राबविता येतील या विषयी विचारविनिमय करावा, या कार्यक्रमांमधून प्रबोधन, रचनात्मक कार्य, सक्षमीकरण, सेवा आणि संघर्ष या व्यवस्था परिवर्तनास आवश्यक असलेल्या पाचही आयामांचे संतुलन साधले जावे व उपलब्ध मानवी शक्तींचा व ऊर्जेचा विनियोग त्या-त्या कामी केला जावा, या चळवळींनी आपापल्या कार्यक्षेत्रात जातिप्रश्नांचे भान निर्माण करावे; तसेच आपापल्या चळवळींचा

मुख्य अजेंडा राबवीत असतानाच जातिजन्य विषमतेचे प्रश्नही उपस्थित करावेत. राज्यव्यापी जातिनिर्मूलन संघटनेनेही या संदर्भात आपण कोणता वाटा उचलू शकतो, हेही संबंधित चळवळींना स्पष्ट करावे. अंधश्रद्धा निर्मूलनाची चळवळ असेल; पर्यावरणासाठीची चळवळ असेल, शेतकऱ्यांच्या चळवळी असतील किंवा अगदी अभिव्यक्ती स्वातंत्र्याच्या किंवा बुद्धिप्रामाण्यवादाच्या चळवळी असतील या सर्वच चळवळींच्या माध्यमातून जातिप्रश्नाचे भान जागवले तर जातिनिर्मूलनाच्या निर्णायक लढाईंची एक व्यापक आणि पूरक तयारी होऊ शकेल.''

तंत्रज्ञानाने साध्य होणारे सामाजिक अभिसरण व 'कनेक्टिव्हिटी' ही 'फंक्शनल', कामचलाऊ स्वरूपाची असते. ती जैविक, आत्मिक नसते; तसे असते तर 'तंत्रज्ञानाधिष्ठित मानवी समाजा'त परात्मतेचे सर्वच प्रश्न संपायला हवे होते.

१. अनुभव असा आहे, की प्रगत तंत्रज्ञान जीवनाची व मानवी व्यवहारांची गती वाढवते. माणसामाणसांतील देश-कालसापेक्ष अंतरही कमी करते; पण माणसामाणसांतील आत्मिक वा जैव संबंधांची हमी देऊ शकत नाही.

२. जातिप्रश्नावर विविध अंगांनी विचार केलेल्या तत्त्वचिंतकांच्या विचारांची, कार्याची व भूमिकांची चिकित्सक ओळख करून देणारे साहित्य या राज्यव्यापी संघटनेने उपलब्ध करून द्यावे. तसेच अभ्यासशिबिरे, कार्यशाळा, परिसंवाद आणि व्याख्यानांद्वारा शहरी, महानगरीय, निमशहरी, उपनगरीय, ग्रामीण अशा सर्व पातळींवर या विचारांची सातत्याने ओळख करून द्यावी.

३. या संघटनेने जातिविषमताजन्य अन्यायाच्या घटना जिथे घडतील तिथे तिथे तत्काळ पोहोचून त्याबाबतची वस्तुस्थिती लोकांपर्यंत पोहोचवावी आणि त्याच्या निषेधार्थ एखादी सामूहिक कृती करावी.

४. कुटुंबामध्ये व कामाच्या ठिकाणी जातिजन्य ताणातून येणाऱ्या प्रश्नांची ताणातून येणाऱ्या प्रश्नांची सोडवणूक करण्यासाठी समुपदेशन केंद्रे चालवावीत.

५. कुटुंब आणि शैक्षणिक संस्था या नागरी समाज जीवनाच्या पातळीवरील महत्त्वाच्या सामाजिक संरचना आहेत. जातिअंतासाठीचे प्रबोधन तिथपर्यंत पोहचावे. जातीची मानसिकता ही मुख्यत्वे आपल्या कुटुंब व्यवस्थांमधून तयार होत असते. कुटुंबातील धार्मिक रीतीरिवाज, खाणेपिणे, इतर जातिंविषयी केलेले मतप्रदर्शन, जातिवाचक शिव्या, जातिवाचक म्हणी, जातीच्या मानपानासंबंधीचे उल्लेख, विवाह, मयतीचे संस्कार, सणवार साजऱ्या करण्याच्या पद्धती हे कुटुंबांतर्गतच सर्व व्यवहार जातजाणिवेने व्यापलेले असतात. हे व्यवहार कुटुंबाशी केलेल्या संवादातून तसेच कुटुंबांतर्गत संवादातून 'डी-कोड' केले जावेत व त्यातून होणारा जातसंस्कार स्पष्ट केला जावा.

जातिसमाजाची कप्पेबंद रचना लक्षात घेता आज जातिअंतासाठी सर्वाधिक गरज आहे, ती आंतरजातीय अभिसरणाची. आधुनिक तंत्रज्ञान व आधुनिक जीवनशैलीमुळे या गोष्टी आपोआप घडून येतील असे मानणे म्हणजे आधुनिक तंत्रज्ञानाने सर्वच प्रश्न सुटतील हा अंधविश्वास दृढ करणे होय.

म्हणून तंत्रज्ञानाला विरोध केला पाहिजे, असे नव्हे; तर तंत्रज्ञानात्मक समाजाच्या मानवीसंबंध विषयक समस्यांना तंत्रज्ञानात्मक बुद्धीने उत्तर न देता ते सामाजिक व पर्यावरणीय विवेकवादाच्या साहाय्याने दिले पाहिजे. जातिअंताचा प्रयत्न हादेखील सामाजिक व पर्यावरणीय विवेकवादाच्या आधारे सुकर केल्या जाणाऱ्या सामाजिक अभिसरणाच्या आधारे सोडवावा लागेल.

म. फुले आणि डॉ. बाबासाहेब आंबेडकरांच्या जातविषयक चिंतनामध्ये सामाजिक विवेकवादाच्या आधारे आंतरजातीय अभिसरणाचा विचार स्पष्टपणे आलेला आहे. फुले आणि आंबेडकरांनी केलेला ब्राह्मण आणि ब्राह्मण्य यातील फरक तसेच आंबेडकरांनी सांगितलेला आंतरजातीय विवाहाचा मार्ग यातून त्याचा सामाजिक विवेकवाद प्रकट होतो. इतकेच नव्हे तर स्वतंत्र मजूर पक्ष आणि नंतर रिपब्लिकन पार्टीच्या स्थापनेमागील बाबासाहेबांची दृष्टीही त्यांच्या सामाजिक विवेकवादाची साक्ष देते. 'धम्मा' या अंगाने बाबासाहेबांनी सांगितलेली प्रज्ञा-मैत्री-करुणा व शीलकेंद्री संमत जीवन व्यवहार हा अप्रत्यक्षपणे पर्यावरणीय विवेकवादाशी नाते सांगतो. मनुष्य हा जसा मानवजातीचा घटक आहे तसाच तो सृष्टीचाही घटक आहे आणि मानवी जीवनाची परिपूर्णता ही निव्वळ सृष्टीचा घटक म्हणून जगण्यात जशी नाही; तशी ती निव्वळ मानवजातीचा घटक म्हणून जगण्यातही नाही. बुद्धाला मैत्रीचा विचार हा चराचराशी संवादी होण्याचा, मैत्र जागवण्याचा आणि माणसामाणसांतील समता अधोरेखित करण्याचा विचार आहे. उच्चवर्णीयांनी भंगी काय व हरिजन सेवा प्रायश्चित म्हणून केले पाहिजे, असे गांधी जेव्हा सांगतात, तेव्हा ते एका बाजूला सामाजिक अभिसरणाचा सामाजिक विवेकवाद सांगतात, तर यंत्रावर आधारित पश्चिमी संस्कृतीला जेव्हा प्रश्नांकित करतात, तेव्हा ते पर्यावरणीय विवेकवादाचे भान जागवतात. पर्यावरणीय विवेकवादाचे भान जागवणे म्हणजे 'पर्यावरणीय मूलतत्त्ववादी' होणे नसते.

जातिअंताच्या दृष्टीने आणि जातिवास्तवाच्या संदर्भात आपल्याला आता एकाचवेळी अंत:संघर्ष आणि बाह्यसंघर्ष करावे लागतील. अंत:संघर्षातून आपल्याला आपला नैतिक आवाज ऐकण्याची क्षमता प्राप्त होईल व ती आपल्याला बाह्यसंघर्षासाठी लागणारी आंतरिक ऊर्जा पुरवेल, तर बाह्य संघर्षातून आपल्याला व्यवस्थेशी दोन हात करण्याचे धैर्य, सामाजिक रोष व दमनाला तोंड देण्यासाठी लागणारी हिंमत व

कृतिप्रवणता प्राप्त होईल. आज जातिअस्मितेच्या संसदीय राजकारणातील सक्षमीकरणाच्या उद्दिष्टाने झपाटलेल्या अनेकविध जातिसंघटना आंतरजातीय सामाजिक अभिसरणाला खीळ घालीत आहेत. परिणामतः जातिसंघर्षातून क्रांतिकारी ऊर्जा निर्माण न होता सामाजिक विघटन, जातीजातींतील वाढता अविश्वास व हेवेदावे आणि यातून उद्भवणारे हिंसक सामाजिक कलह हेच जातिप्रश्नाच्या राजकारणाचे फलित म्हणून आपल्या वाट्याला येत आहेत. जातिप्रश्नाचे हे राजकारण त्यामुळे मुक्तिदायी न ठरता प्रस्थापित वर्गांचे हितसंबंध जपण्याचे साधन बनले आहे. ते तसे होऊ न देणे ही जातिव्यवस्था निर्मूलनवाद्यांची प्रधान जबाबदारी असली पाहिजे.

(गोपाळ गुरू, नलिनी पंडित, रावसाहेब कसबे, कुमार शिराळकर, रजनी कोठारी, यशवंत सुमंत, आनंद तेलतुंबडे, इ. विचारवंत लेखकांच्या विचारांचा आणि लेखनाचा उपयोग झाला. त्यामुळे त्यांचा मी आभारी आहे.)

जात ही संस्था नाही, ती एक व्यवस्था आहे. जात ही दमन व शोषणावर आधारित आहे. जातीमध्ये जात मर्यादित सार्वजनिक हित पाहिले जाते; म्हणून जाती चिवट होतात टिकून राहतात; म्हणून जात नाकारली तरच जातव्यवस्था नष्ट होईल. म्हणून डॉ. आंबेडकर जातीचे सक्षमीकरण (Empowerment) ऐवजी जातिअंत, जातीतून संपूर्ण मुक्तीचा (Emancipation) विचार करतात. परंतु, महात्मा गांधी मानवतावादाची भूमिका घेऊन जाती सक्षमीकरणाचा विचार राबवितात. त्यासाठी ते कोणताही जातीचा धंदा हा हीणकस, हलका नाही असा युक्तिवाद करून ते स्वतःचे शौचालय साफ करण्याचा आदर्श लोकांना दाखवून 'पुढच्या जन्मी मला भंगी मेहतराचा जन्म मिळावा.' अशी वाच्यता करून मानवतावादाच्या नावाखाली जातीचे सक्षमीकरण उदारमतवादाचा प्रत्यवाद करतात.

जातमुक्तीचे राजकारण व जात सक्षमीकरणाचे राजकारण वेगवेगळे आहे. जाणीव, तळमळ आणि अभ्यास व त्यागाचे चळवळीशी नाते असते तेव्हाच चळवळ वाढते, ते नाते संपुष्टात आले तर चळवळ थांबते. सुट्या सुट्या समस्या वेगवेगळ्या प्रश्नाचा वेगवेगळा सुटा सुटा विचार करून त्या समस्या व प्रश्न सुटत नाहीत; म्हणून समग्र क्रांतीसाठीच्या कायकर्त्यांनी असा सुटा सुटा विचार करून वेळ वाया घालविणे योग्य होणार नाही. त्याला समग्र परिस्थिती लक्षात घेऊन त्यावर एकसंघ घाव घालून अशा समस्यांचे समूळ उच्चाटन केले पाहिजे.

या जातीय पितृसत्ताक भांडवलशाही व्यवस्थेत सर्वांत जात कडक बंधने सर्व जातीच्या स्त्रीवर लादण्यात आले आहेत; म्हणून स्त्रीमुक्ती चळवळ व स्त्रीवादी भूमिका काय असावी याच्या स्पष्टीकरणात स्त्रीला मनुष्यत्वाचा दर्जा दिला पाहिजे, पारंपरिक समाज तिला देवता, मादी, भोगाची वस्तू मानते. तिला अपवित्र, पापयोनी

मानते, दुय्यमभाव देते; म्हणून विठ्ठल रामजी शिंदे तिला 'मातृदेव भव' न मानता 'स्त्रीदेव भव' असे माना म्हणून सांगतात. स्त्री बुद्धीवादी नसते ती भावनाविवश असते हेही तिच्याबद्दलची चुकीची धारणा आहे. तिला विवेकक्षम मानले पाहिजे. ''स्त्रीवर जो अत्याचार होतो तो तिच्या देहावर होतो म्हणून माझ्या देहावर माझा हक्क आहे.'' (हा जहाल स्त्रीवाद पुरुषत्वाला शौक आहे.). ''स्त्रीही आर्थिकदृष्ट्या व उत्पादनामध्ये सक्षमपणे सहभागी होत नाही तोपर्यंत ती आर्थिकदृष्ट्या स्वावलंबी सक्षम झाल्याशिवाय तिचे दुय्यमत्व कमी होणार नाही.''

''मला देवत्व नको, पशुत्व नको, मादीत्व नको, वस्तुत्व नको, माझ्या शरीरावर पुरुषाचा हक्क नको, माझ्या शरीरावर माझाच हक्क हवा आहे, हा स्वयंनिर्णयाचा हक्क हवा आहे. आम्ही आत्मभान असणाऱ्या व्यक्ती आहोत. म्हणून आमच्या व्यक्तिमत्त्वाचा विकास होणे हा आमचा जन्मजात हक्क आहे.'' म्हणून आजच्या स्त्रीला स्त्रीभान व आत्मभान आले पाहिजेत.

भांडवली जातिव्यवस्था ही जैवपणे भांडवली संचयाशी जोडलेली आहे. त्यामुळे सर्व औद्योगिक, आधुनिक क्षेत्रांमध्ये (सार्वजनिक व खासगी दोन्ही) राखीव जागांचे धोरण चालू ठेवण्याचा आग्रह. हे धोरण राजकीय क्रांतीनंतरही चालू ठेवण्याची भूमिका आधुनिक काळात उत्पादन व सामाजिक व्यवहारात शिक्षणाचे महत्त्व लक्षात घेता उत्तम दर्जाचे मोफत शिक्षण सर्व तळाच्या थरांसकट सर्वांना देणारी सार्वजनिक शिक्षण व्यवस्था निर्माण करावी लागेल; तसेच दलित व इतर कनिष्ठ जातीतील विद्यार्थी, कामगार, शेतकरी इत्यादी कष्टकऱ्यांना आधुनिक शिक्षण, शेती व औद्योगिक प्रशिक्षण मिळण्यासाठी खास व्यवस्था केली पाहिजे. मुस्लीम समाजातील कष्टकऱ्यांसाठीही खास प्रशिक्षणाची व्यवस्था केली पाहिजे. दलित व इतर कनिष्ठ जातीतील कष्टकऱ्यांनी तसेच मुस्लीम कष्टकऱ्यांना सहकारी उद्योगात समानतेने सामील होण्यासाठी त्यांना खास प्रोत्साहन देणाऱ्या योजना राबविल्या पाहिजेत. जमिनी व पाणी यांच्या फेरवाटपामध्ये समाजवादी शेतीमध्ये भूमिहीनांना समान स्थान असले पाहिजे कारण त्यांच्यात दलितांचे प्रमाण जास्त आहे. आंतरजातीय विवाहांना प्रोत्साहन देताना अशा जोडप्यांचा सत्कार, त्यांना आर्थिक प्रोत्साहन दिले पाहिजे. जातवार वस्त्यांची घडी मोडण्यासाठी प्रयत्न करताना नव्या वस्त्या, वसाहती वसवताना त्या आंतरजातीय, आंतरधर्मीय असण्याचे बंधन असले पाहिजे. सध्याच्या वसाहतीमध्ये नवीन भाडेकरू, सभासद करताना आंतरजातीय कोटा भरण्याचे बंधन केले पाहिजे.

आपापल्या जातीबाबत जात्याभिमान 'इतरां'बाबतची शत्रुत्वाची भावना, विशिष्ट प्रकारची पुरुषसत्ताकता इ. ची मुळे आदिम टोळी संस्कृतीतही आहे. कनिष्ठ जातींमध्ये आपापसात एकजूट होण्यामध्ये ही आदिम जाणीव हा मोठा अडथळा

आहे. त्यामुळे केवळ ब्राह्मण्यवादाला, उच्चजातीय वर्चस्वाला विरोध करणे पुरेसे नाही, हेही लक्षात घ्यायला हवे. थोडक्यात, जातीय उतरंडीच्या निर्मूलनाचा कार्यक्रम भौतिक व सांस्कृतिक अशा दोन्हीही पातळ्यांवर जातीयतेचे सर्व पैलू नष्ट करणारा असायला हवा.

आजच्या काळातील जातिव्यवस्था अंताची चळवळ ही आधुनिक ब्राह्मण्यवाद आणि आधुनिक जातिव्यवस्थेविरुद्ध करावी लागणार आहे. त्याचबरोबर जुन्या जातिव्यवस्थेच्या बाह्य लक्षणांचे जे अवशेष शिल्लक आहेत त्यांच्याविरुद्ध करावी लागणार आहे. जाति व्यवस्थेविरुद्ध होणारी चळवळ आजपर्यंत अनेक टप्प्यांमधून गेली आहे. ब्राह्मण जातीचे सनातनी प्रभुत्व उखडून टाकणे, शिकण्याचा आणि शिकविण्याचा अधिकार प्रस्थापित करणे, अस्पृश्यता नष्ट करणे, जातिव्यवस्थेवर आधारलेल्या जमिनदारीचे उच्चाटन करून कुळांना जमीन मिळवण्याची चळवळ करणे असा सुरुवातीच्या चळवळीचा टप्पा होता. दुसऱ्या टप्प्यात भांडवली लोकशाही रचनेमध्ये, आधुनिक पक्ष संघटनांमध्ये ब्राह्मणी प्रभुत्वाला नेतृत्व स्थानातून किंवा धुरीणत्वामधून बाजूला काढणे, नव्या सत्तास्थानांना तयार करून (उदा. सहकार क्षेत्र) त्यात ब्राह्मणेत्तरांचे, दलितांना राखीव जागा मिळवणे अशा माध्यमातून नव्या आर्थिक-सामाजिक रचनेतील जातिव्यवस्थेला विरोध झाला. आता जातिव्यवस्था अंताची चळवळ तिसऱ्या टप्प्यात प्रवेश करण्याच्या अवस्थेत आहे. हा टप्पा अखेरचाच असणार आहे.

अखेरच्या टप्प्यात प्रवेश करणाऱ्या जातिव्यवस्था अंताच्या चळवळीची काही महत्त्वाची अंगे असावी लागणार आहेत.

१. जातिव्यवस्थेच्या उतरंडीची नव्या नव्या स्वरूपात पुनर्निमिती होऊ नये. अशी उत्पादन पद्धती आणि उत्पादन प्रक्रिया प्रस्थापित करणारी क्रांती करणे.
२. त्यासाठी आणि त्याआधी जातिव्यवस्थेच्या आधुनिक उतरंडीला आधार देणारी, जन्माला आलेल्या उतरंडीतील स्थानाप्रमाणेच उत्पादन संबंधातील स्थान ठरवण्याला पाया मिळवून देणारी भांडवली व्यवस्था मोडून काढणारा संघर्ष करणे.
३. बौद्धिक आणि शारीरिक श्रमांमधली दरी संपवणारे पर्याय पुढे आणणे.
४. जातिभेद, धर्मभेद यांना संपवणारी विचारसरणी सार्वत्रिक होईल अशी सांस्कृतिक चळवळ वाढविणे. मानव मुक्तीच्या मूल्यांवर आधारित नवे साहित्य, नवे उत्सव, नवे सण, नवे सांस्कृतिक कार्यक्रम उदयाला आणणारी सर्वांगीण क्रांती करणे.

नव्या व्यवस्थेसाठी शेती क्षेत्रातील मालकी संबंधांमध्ये मूलभूत बदल होणे

आवश्यक आहे. शेतीचे समान फेरवाटप आणि प्रत्यक्ष 'कसेल त्यालाच शेती' या पायावर हा मूलभूत बदल घडवला पाहिजे. ऊर्जा, पाणी, ज्ञानाची माहिती यांच्या उपलब्धतेवर, वापरावर प्रत्यक्ष उत्पादकांचा समान अधिकार या बदलाशी जोडला म्हणजे जातिव्यवस्थेच्या मर्मावर आणखी एक घाव बसू शकतो.

टेलिफोन यंत्रणा, कॉम्प्युटर्स आणि या दोन्हींना जोडलेली इंटरनेट ई-मेल या सारखी यंत्रणा या माध्यमातून ज्ञानाच्या क्षेत्रात असलेली उतरंड संपवण्याची एक मोठी मोहीम अंमलात आणणे शक्य आहे. या क्षेत्रात आजही असलेले ब्राह्मणी वर्चस्व तर यातून मोडता येईलच पण एकंदरीनेच ज्ञानाला भांडवल करून दुसऱ्यांची पिळवणूक करण्याचे साधन बनवण्याची शक्यताच संपवता येईल. राबणाऱ्या जातींच्या अंतर्गतसुद्धा ज्ञान उपलब्ध होण्याबाबत जी उतरंड असते तीही संपवता येईल. जातिव्यवस्था संपविण्याचा हा आणखी एक मूलभूत मार्ग आहे. या आधारावर बौद्धिक आणि शारीरिक श्रमामधली दरीसुद्धा समूळ नष्ट करण्याकडे जाता येईल; हाच तर जातिव्यवस्थेचा एक मूलभूत पाया होता.

ज्ञानाच्या सार्वत्रिकीकरणाबरोबरच प्रत्यक्ष उत्पादनाच्या क्षेत्रात बौद्धिक आणि शारीरिक श्रमाचा मिलाप करणारे तंत्रज्ञान आणणे अत्यंत कळीचे आहे. हे करत असताना वैचारिक, सांस्कृतिक क्षेत्रातली आणि शैक्षणिक क्षेत्रातली चळवळसुद्धा केली पाहिजे. आधुनिक काळातल्या जातिव्यवस्थाविरोधी मोहिमेसाठी नवी वैचारिक मांडणीसुद्धा व्यापक प्रमाणावर प्रसारित केली पाहिजे. शिक्षण क्षेत्रात मुख्यत: इतिहास, समाजशास्त्र, राज्यशास्त्र या शाखांमध्ये आणि प्राथमिक ते उच्चमाध्यमिक शिक्षणाच्या भाषा, इतिहास, भूगोल, मूल्यशिक्षण इत्यादी विषयांमधून जातिव्यवस्था समर्थक गोष्टी काढून टाकून जातिव्यवस्था विरोधक गोष्टी समाविष्ट करण्याची चळवळ हाती घेतली पाहिजे. त्याचबरोबर जातिव्यवस्थेच्या विचारसरणीवर प्रहार करणारे सांस्कृतिक कार्यक्रम, उत्सव, सण नव्याने विकसित होतील अशी सांस्कृतिक चळवळ संघटित केली पाहिजे. सत्यशोधक आणि आंबेडकरी जलसे, अण्णा भाऊ- अमरशेख परंपरेतली लोकनाट्ये, काव्यवाचने अशा कलामाध्यमांचा उपयोग करून त्याही क्षेत्रात जाती तोडण्याची मोहीम पुढे नेली पाहिजे.

मुख्य म्हणजे जातींच्या वेगवेगळ्या संघटना बांधून त्या गठ्ठ्यांची बेरीज करण्याचे राजकारण हाणून पाडले पाहिजे. जाती तोडून आर्थिक, सामाजिक, सांस्कृतिक शोषण आणि दडपणुकीतून मुक्ती मिळवण्याच्या वर्ग, जाती आणि पितृसत्ता यांचा अंत करणाऱ्या मानवमुक्तीच्या क्रांतिकारी चळवळीला पुढे नेण्याचे राजकारण उभे केले पाहिजे. (पाटणकर भारत, 'जातिव्यवस्थेचा अंत', श्रमिक मुक्ती दल प्रकाशन, कासेगाव, २००५).

संदर्भसूची

मराठी / हिंदी पुस्तके आणि लेख

१. आंबेडकर, बी. आर., (१९७४ द्वि.आ.), 'शुद्र पूर्वी कोण होते?', अनु. चांगदेव खैरमोडे, सुगत प्रकाशन, नागपूर.

२. आंबेडकर, बी. आर., (१९७६ द्वि.आ.), 'भारतातील जाती, अनु. गांजरे महेंद्र, अशोक प्रकाशन, नागपूर.

३. आगलावे, प्रदीप, (१९९५), 'पाश्चात्त्य आणि भारतीय समाजशास्त्रज्ञ,' साईनाथ प्रकाशन, नागपूर.

४. ऑरॉं, रेमंड, (२००१), 'समाजशास्त्रीय विचारातील प्रमुख प्रवाह,' इंग्रजी भाषांतर-रिचर्ड हॉवर्ड आणि हेलन वीव्हर, मराठी अनु. हेमकांत बेंकटेश बलकुंदी, महाराष्ट्र राज्य साहित्य आणि संस्कृती मंडळ, मुंबई.

५. ऑम्व्हेट, गेल, (१९८१), 'जातिव्यवस्थेविषयीचा एक दृष्टिकोन,' (लेख) 'तात्पर्य', संपा. सुधीर बेडेकर, पुणे.

६. ऑम्व्हेट, गेल, (१९९३), 'डंकेल प्रस्ताव व अमेरिकन साम्राज्यवाद,' समाज प्रबोधन पत्रिका, अंक-१२२, जाने-मार्च-१९९३.

७. ऑम्व्हेट, गेल, (१९९५), 'वासाहतिक समाजातील सांस्कृतिक बंड,' अनु. दिघे, पी. डी., सुगावा प्रकाशन, पुणे-३०.

८. ऑम्व्हेट, गेल, (१९९८), 'जात, वर्ग आणि लिंग/पितृसत्ता,' भाषांतर-'जीनत खान, अब्राह्मणी' स्त्रीवादी इतिहासलेखनाच्या दिशेने, संपा.-विद्युत भागवत, प्रतिमा परदेशी, प्रकाशन-स्त्री अभ्यास केंद्र, पुणे विद्यापीठ आणि क्रांतीसिंह नाना पाटील अकादमी, पुणे-११.

९. ऑम्व्हेट, गेल, (२००९ स.आ.), 'ज्योतीबा फुले आणि स्त्रीमुक्तीचा विचार,' लोकवाङ्मय गृह, मुंबई.

१०. ऑम्व्हेट, गेल, (२००८), 'आंबेडकर आणि नंतर : भारतातील दलित

चळवळ', (लेख) 'दलितांची अस्मिता आणि राजकारण', संपा. घनश्याम शहा, अनु. सुनंदा कोगेकर, डायमंड पब्लिकेशन्स, पुणे-३०
११. ऑम्व्हेट, गेल, (२००८), 'दलित आणि आर्थिक धोरण: डॉ. बी. आर. आंबेडकरांचे लेख' (लेख), 'आधुनिक भारतातील दलित दृष्टिकोन आणि मूल्ये,' संपा.- एस. एम. मायकेल, अनु. विद्या भाके, डायमंड पब्लिकेशन्स, पुणे-३०.
१२. बगाडे, उमेश, (२००६), 'महाराष्ट्रातील प्रबोधन आणि वर्गजातिप्रभुत्व,' सुगावा प्रकाशन, पुणे-३०.
१३. बगाडे, उमेश, (२००२), 'फुले-आंबेडकरांचा राष्ट्रवाद', क्रांतिज्योती सावित्रीबाई फुले प्रकाशन, येवले.
१४. बेडेकर, सुधीर, (१९८१), 'पुन्हा एकदा वर्ग जातिसंघर्षवाद का वर्गसंघर्षवाद', 'तात्पर्य,' संपा.-सुधीर बेडेकर, जून-१९८१, पुणे.
१५. कसबे, रावसाहेब, (२००२), 'शिक्षणाची आव्हाने,' सुगावा प्रकाशन, पुणे-३०.
१६. कसबे, रावसाहेब, (१९७७), 'डॉ. बाबासाहेब आंबेडकर आणि भारतीय राज्यघटना,' सुगावा प्रकाशन, पुणे-३०. (तृ.आ. २००१).
१७. कसबे, रावसाहेब, (१९७८), 'झोत', सुगावा प्रकाशन, पुणे-३०. (स.आ. २००२).
१८. कसबे, रावसाहेब, (१९८२), 'दलित चळवळीची वाटचाल,' सुगावा प्रकाशन, पुणे-३०.
१९. कसबे, रावसाहेब, (१९८५), 'आंबेडकर आणि मार्क्स,' सुगावा प्रकाशन, पुणे-३०. (द्वि.आ. २००६).
२०. कसबे, रावसाहेब, (१९८९), 'आंबेडकरवाद: तत्त्व आणि व्यवहार,' सुगावा प्रकाशन, पुणे-३०.
२१. कसबे, रावसाहेब, (१९९४), 'हिंदू-मुस्लिम प्रश्न आणि सावरकरांचा हिंदु राष्ट्रवाद,' सुगावा प्रकाशन, पुणे-३०.
२२. कसबे, रावसाहेब, (१९९५), 'विसाव्या शतकातील परिवर्तनवादी सामाजिक चळवळींची फलश्रुती,' 'विचारवेध संमेलन अध्यक्षीय भाषणे,' डॉ. बाबासाहेब आंबेडकर अकादमी, सातारा.
२३. कसबे, रावसाहेब, (१९९६), 'मानव आणि धर्मचिंतन,' सुगावा प्रकाशन, पुणे-३०. (द्वि.आ. २००८).

२४. कसबे, रावसाहेब, (२०००), 'समता : विचार, व्यवहार आणि भवितव्य,' दादासाहेब रूपवते स्मृतीग्रंथ, प्रकाशन–प्रेमानंद रूपवते.
२५. कसबे, रावसाहेब, (२००५), 'बुद्ध धम्म आणि भारतीय समाजक्रांती.'
२६. कसबे, रावसाहेब, (२००३), 'मराठी भाषेच्या उज्ज्वल भविष्यासाठी,' सुगावा प्रकाशन, पुणे–३०.
२७. कसबे, रावसाहेब आणि विजय खरे (संपा.), (२००७), 'कांशिराम यांचे जीवनकार्य : चर्चासत्र अहवाल' भारतरत्न डॉ. बाबासाहेब आंबेडकर अध्यासन आणि डॉ. बाबासाहेब आंबेडकर अभ्यास केंद्र, पुणे विद्यापीठ, पुणे–७.
२८. कसबे, रावसाहेब, (२००८), 'धर्मग्रंथ आणि मानवी जीवनप्रवाह,' सुगावा प्रकाशन, पुणे–३०.
२९. कुंभार, नागोराव/आनंद अनभुले, (१९९९), 'महाराष्ट्रातील समाजशास्त्रीय चिंतन,' प्रकाशन–संयोजक, मराठी समाजशास्त्र परिषद, महात्मा बसवेश्वर महाविद्यालय, लातूर.
३०. कांबळे, संजयकुमार, (२००६), 'डॉ. जी. एस. घुर्ये व डॉ. बी. आर. आंबेडकरांचे जातिविषयक विचार : एक तुलनात्मक अभ्यास,' एम. फिल (समाजशास्त्र) पदवी परीक्षेसाठी सादर केलेला लघुशोधप्रबंध (अप्रकाशित), पुणे विद्यापीठ, पुणे–७.
३१. कांबळे, उत्तम (संपा.), (२००५), 'झोत : सामाजिक न्यायावर,' प्रा. डॉ. रावसाहेब कसबे गौरव समिती, संगमनेर, महाराष्ट्र.
३२. केतकर, श्री. व्यं., (१९९४); 'भारतीय समाजशास्त्र,' वरदा बुक्स, पुणे–१६.
३३. उमेन, टी. के., (२००८), 'भारतीय समाजातील समस्या व वाद' मराठी अनु.–संगीता फाटक / तुलशीदास फाटक, डायमंड पब्लिकेशन्स, पुणे–३०.
३४. तेलतुंबडे, आनंद, (२००७), 'सामाजिक न्याय आणि जागतिकीकरण,' लोकवाङ्मयगृह प्रकाशन, मुंबई–२५.
३५. दळवी म. य., (१९९४), 'डॉ. राम मनोहर लोहिया यांचे वैचारिक योगदान,' कौशल्य प्रकाशन, औरंगाबाद–३.
३६. देसाई, ए. आर., (२००६), 'भारतीय राष्ट्रवाद की सामाजिक पृष्ठभूमी,' मॅकमिलन इंडिया लिमिटेड, नवी दिल्ली.
३७. देशमुख, प्रकाश/माई देशमुख (संपा.), (१९९७), 'धर्म–जातीसंस्था : वेध आणि भेद,' लेखक–मधू शेट्ये, माध्यम प्रकाशन, परिवर्तन प्रकाशन, मुंबई.

३८. दुबे, अभयकुमार (संपा.), (२००५), 'आधुनिकता के आईने में दलित,' वाणी प्रकाशन प्रा. लि., नई दिल्ली-०२.

३९. धनागरे, डी. एन. (२००५), 'संकल्पनांचे विश्व आणि सामाजिक वास्तव,' प्रतिमा प्रकाशन, पुणे-३०.

४०. पळशीकर, सुहास, (२००४), 'समकालीन भारतीय राजकारण : काँग्रेस वर्चस्व ते हिंदू-जमातवाद,' प्रतिमा प्रकाशन, पुणे-३०.

४१. पाटील, शरद (१९७८), 'सत्यशोधक कम्युनिस्ट पक्षाचे धोरणात्मक निवेदन,' सत्यशोधक मार्क्सवादी प्रकाशन, पुणे.

४२. पाटील, शरद (१९८२), 'दास-शूद्रांची गुलामगिरी,' खंड : भाग-१, प्राज्ञ प्रकाशन, वाई, जि. सातारा, मावळाई प्रकाशन, (दु.आ.) शिरुर, जि. पुणे, (२००८).

४३. पाटील, शरद, (१९८७), 'दास-शूद्रांची गुलामगिरी,' खंड-१ भाग-२, प्राज्ञ प्रकाशन, वाई.

४४. पाटील, शरद, (१९८९), 'अब्राह्मणी साहित्याचे सौंदर्यशास्त्र,' सुगावा प्रकाशन, पुणे-३०.

४५. पाटील, शरद, (१९९३), 'मार्क्सवाद : फुले-आंबेडकरवाद,' सुगावा प्रकाशन, पुणे-३०.

४६. पाटील, शरद, (१९९९), 'बुद्ध : भारतीय इतिहासातील लोकशाही, स्वातंत्र्य व समतेचा अग्निस्रोत!' सावित्रीबाई फुले प्रकाशन, येवला.

४७. पाटील, शरद, (२००३), 'जातिव्यवस्थापक समिती सेवकत्व,' खंड-२, सुगावा प्रकाशन, पुणे.

४८. पाटील, शरद, (२००३), 'जात्यन्तक भांडवलदारी लोकशाही क्रांती व तिची समाजवादी पूर्ती,' सुगावा प्रकाशन, पुणे-३०.

४९. पाटील, शरद, (२००५), 'शिवाजीच्या हिंदवी स्वराज्याचे खरे शत्रू कोण: महंमदी की ब्राह्मणी,' खंड-२, भाग-२, मावळाई प्रकाशन, शिरुर.

५०. पाटील, शरद, (२००५), 'रामायण-महाभारतातील वर्णसंघर्ष' मावळाई प्रकाशन, शिरुर, जि. पुणे.

५१. पाटील, शरद गौतमीपुत्र कांबळे (२००५), 'नवबौद्ध धम्म आणि जातिसंघर्ष,' क्रांतिज्योती सावित्रीबाई फुले प्रकाशन, धुळे

५२. पाटील, शरद, (२००७), 'भारतीय मागासलेपणाचा पाया 'वर्ग' की 'जात'? आरक्षणविरोधी प्रतिक्रियेला उत्तर,' क्रांतिसिंह नाना पाटील अकादमी, अहमदनगर.

५३. पाटील, शरद, (२००८), 'शोध-मूलनिवासींचा की शूद्र वर्णाचा की जात्यन्तक समतेचा?,' मावळाई प्रकाशन, शिरुर, जि. पुणे.
५४. पंडित, नलिनी, (१९९६), 'आंबेडकर,' ग्रंथाली प्रकाशन, मुंबई-२८, पुनर्मुद्रण-२००५.
५५. पंडित, नलिनी, (१९९४,१९७८), 'जातवाद आणि वर्गवाद,' ग्रंथाली प्रकाशन, मुंबई.
५६. पंडित, नलिनी, (२०००), 'महाराष्ट्रातील राष्ट्रवादाचा विकास,' ग्रंथाली प्रकाशन, मुंबई-२८.
५७. पाटणकर, रा. भा., (१९९९), 'अपूर्ण क्रांती,' मौज प्रकाशन गृह, मुंबई-०४.
५८. पाटणकर, भारत, (२००५), 'जातिव्यवस्थेचा अंत,' श्रमिक मुक्ती दल आणि क्रांतिवीर बाबुजी पाटणकर लोकशास्त्रीय संशोधन आणि प्रबोधन संस्था, कासेगाव.
५९. पाटणकर, भारत (२००३), 'महात्मा फुले आणि सांस्कृतिक संघर्ष,' लोकवाङ्मयगृह प्रकाशन, मुंबई-२५.
६०. पाटणकर, भारत आणि इतर, 'खेडातील गरिबांची झुंज,' घोषित शेतकरी कष्टकरी कामगार मुक्तीसंघर्ष, क्रांतिसिंह मुक्त व्यासपीठ, विटा.
६१. प्रधान, ग. प्र./रा. ग. जाधव (संपा.), (२००७), 'निवडक ग्रंथसंच : खंड-६, 'सामाजिक व सांस्कृतिक,' साधना प्रकाशन, पुणे-३०.
६२. भोसले, नारायण, (२००८), 'महाराष्ट्रातील स्त्रीविषयक सुधारणावादाचे सत्ताकारण,' (१८४८-१९५६), द ताईची प्रकाशन, पुणे २.
६३. भोसले, भा. ल./ किशोर बेडकीहाळ (२००६), 'शतकांतराच्या वळणावर,' 'विचारवेध संमेलनातील निबंधांचा संग्रह,' डॉ. बाबासाहेब आंबेडकर अकादमी, सातारा.
६४. भागवत विद्युत आणि प्रतिमा प्रकाशन (संपा.), (१९९८), 'अब्राह्मणी स्त्रीवादी इतिहासलेखनाच्या दिशेने', स्त्री अभ्यास केंद्र आणि क्रांतिसिंह नाना पाटील अकादमी, पुणे-११.
६५. भिर्डीकर, उर्मिला, 'पितृसत्ता- स्त्रीवाद विचार,' भाषांतरीत लेखसंग्रह, आलोचना प्रकाशन, पुणे.
६६. मंगुडकर, मा. प. (संपा.), (१९७४), 'बदलत्या महाराष्ट्राचे स्वरूप,' पुणे विद्यापीठ प्रकाशन, पुणे-३०.

६७. मुरुगकर, लता, (१९९५), 'दलित पँथर चळवळ,' सुगावा प्रकाशन, पुणे-३०.

६८. मायकेल, एस. एम. (संपा.) (२००८), 'आधुनिक भारतातील दलित : दृष्टिकोन आणि मुले,' अनु. विद्या भाके, डायमंड पब्लिकेशन्स, पुणे-३०.

६९. गायकवाड, जयदेव, (२००७), 'जातिभेदाचे अंत:प्रवाह' पद्मगंधा प्रकाशन, पुणे-३८.

७०. जोगदंड, पी. जी., (२००६), 'दलित चळवळ : सिद्धांत आणि व्यवहार,' प्रतिशब्द प्रकाशन, मुंबई-६४.

७१. जोशी, शरद, (१९९८), 'स्वातंत्र्य का नासले?' प्रकाशन-रेणुका प्रकाशन, परभणी.

७२. घुर्ये, जी. एस., (१९९१), 'जाति, वर्ग और व्यवसाय', 'राजपाल अँड सन्स', दिल्ली.

७३. सुमंत, यशवंत आणि द. दी. पुंडे (१९८८-२००६), 'महाराष्ट्रातील जातिसंस्थाविषयक विचार,' प्रतिमा प्रकाशन, पुणे-३०.

७४. सिंहल, एस. सी., (२००५), 'राजनीतीक समाजशास्त्र,' लक्ष्मीनारायण अग्रवाल-प्रकाशक, आग्रा-२.

७५. सेन, अमर्त्य, (२००८), 'वाद-संवाद प्रिय भारती', पेंग्वीन बुक्स इंडिया,' यात्रा बुक्सच्या सहकार्याने प्रकाशित, मराठी अनु. शारदा साठे.

७६. सबनीस, श्रीपाल, (१९९१), 'ब्राह्मणी सत्योधक,' प्रकाशक- सौ. नंदीनी तु. गवळी, सम्राटनगर, सागरमाळ, कोल्हापूर-०८.

७७. सुराणा पन्नालाल/किशोर बेडकीहाळ, (संपा.), (१९८८), 'आजचा महाराष्ट्र,' श्रीविद्या प्रकाशन, पुणे-३०.

७८. शहा, घनश्याम, (२००८), 'दलितांची अस्मिता आणि राजकारण,' डायमंड पब्लिकेशन्स, पुणे-३० अनु. सुनंदा कोगेकर.

७९. शहा, घनश्याम, (२००८), 'भारतातील सामाजिक चळवळी,' मराठी अनु. प्राची चिकटे, डायमंड पब्लिकेशन्स, पुणे-३०.

८०. शहा, घनश्याम, (२००९), 'सामाजिक चळवळी आणि सरकार,' मराठी अनु.-प्रा. योगिनी वेंगुर्लेकर, डायमंड पब्लिकेशन्स, पुणे-३०.

८१. श्रीनिवास, एम. एन., (२००४), 'आधुनिक भारत में जाती,' राजकमल प्रकाशन प्रा. लि., नई दिल्ली-०२.

८२. टिकेकर, अरुण, (२००१), 'सारांश', श्रीविद्या प्रकाशन, पुणे-३०.

८३. टिकेकर, अरुण, (२००१), 'कालमीमांसा,' श्रीविद्या प्रकाशन, पुणे-३०.
८४. व्होरा, राजेंद्र (संपा.), 'आधुनिकता आणि परंपरा:एकोणिसाव्या शतकातील महाराष्ट्र, प्रा. य. दी. फडके गौरव ग्रंथ, प्रतिमा प्रकाशन, पुणे-३०.
८५. वेबर, मॅक्स, (१९८६), 'धर्माचे समाजशास्त्र,' अनु. नरेश परळीकर, महाराष्ट्र राज्य साहित्य आणि संस्कृती मंडळ, मुंबई.
८६. वाघमारे, वसंत, (२००६), 'जातिव्यवस्था-निर्मिती आणि स्वरूप,' सुगावा प्रकाशन, पुणे-३०.
८७. रणसुभे, विलास (संपा.), (२००८), 'जात-वर्ग व परिवर्तनाचा लढा,' लोकवाङ्मयगृह प्रकाशन, मुंबई.
८८. रेगे, मे. पु., (२००२), 'विवेक व न्याय : आधुनिक महाराष्ट्रातील प्रबोधन पर्व,' प्रतिमा प्रकाशन, पुणे-३०.
८९. रेगे, मे. पु., (२००५), 'स्वातंत्र्य, समता आणि न्याय,' प्रकाशक- शांता मेघश्याम रेगे, मुंबई-५, वितरक-मौज प्रकाशन गृह, मुंबई-४
९०. लिंबाळे, शरणकुमार, (१९९२), 'भारतीय दलित पँथर,' प्रकाशक-नंदीनी तु. गवळी., सम्राटनगर, सागरमाळ, कोल्हापूर-०८.
९१. लोहिया, राममनोहर, (१९९३), 'इतिहासचक्र,' संकलन/अनुवाद-श्रीपाद केळकर, इंदुमती केळकर, प्रेस्टीज प्रकाशन, पुणे-२.
९२. लोहिया, राममनोहर, (१९९३), 'मार्क्सनंतरचे अर्थशास्त्र,' अनु.-इंदुमती केळकर, प्रेस्टिज प्रकाशन, पुणे-२.
९३. लोहिया, राममनोहर, (१९९३), 'समाजवाद : काळा-गोरा,' संकलन व अनुवाद-श्रीपाद केळकर/इंदुमती केळकर, प्रेस्टिज प्रकाशन, पुणे-२.
९४. लोहिया, राममनोहर 'जातिप्रथेचा तुरुंग,' प्रेस्टिज प्रकाशन, पुणे-२.

नियतकालिके

अनुभव, बायजा, बौद्ध भारत, समाजप्रबोधन पत्रिका, सत्योधक एल्गार, साप्ताहिक सकाळ, साधना, समाज आणि शिक्षण (IEE, Pune), सत्यशोधक मार्क्सवादी, परिवर्तनाचा वाटसरू, पुरोगामी सत्यशोधक, विचारशलाका, शोधार्थी (लोकनीती, दिल्ली), विद्रोही, श्रमिक मुक्ती दल, नवभारत. इकॉनॉमिक अँड पॉलिटीकल विकली, सेमिनार इ.

English Books and Articles

1. 'Bandyopadhyay, Sekhar (ed.) (2009)' 'Nationalist Movement in India-A Reader,' Oxford University Press.
2. 'Brooks, Maxwell R. (1946), 'American Class and Caste: An Appraisal: Social Forces', Vol. 25, No. 2 (Dec. 1946), Published by University of North Carolina Press. Stable URL-http://jstor.org/stable/2571562
3. Chandra, Bipan 'Essays on Colonialism', Orient Longman Pvt. Ltd.
4. Chakravarty Uma (2003), 'Gendering Caste : Through a Feminist lens', Stree Publication, Calcutta.
5. Jaiswal, Survira, (1998, 2005), 'Caste Origin, Function and Dimensions of Change', Manohar Publishers and Distributors, New Delhi-2.
6. Kate, Currie, (1972), 'The Indian Stratification Debate: A Discursive Exposition of Problems and Issues in the Analysis of Class, Caste and Gender, Dialectical Anthropology', Vol. 17, Nov-2/June, 1992, Kluwer Academic Publishers, Printed in the Netherlands.
7. Morrin, A. R., (ed.) (1996), 'The Legacy of G. S. Ghurye : A Centennial Festschrift', Popular Prakashan, Bombay.
8. Mukharjee, Ramkrishna, (1999), 'Caste in Itself, Caste and Class or Caste in Class' Economic and Political Weekly', Vol. 34, No. 27, (Jul. 3-9, 1999), p.p. 1759-1761, http://www.jstor.org/stable/4408152.
9. Mathew, Thomas, (1992) 'Ambedkar and Marxism', 'Economic and Political Weekly', June, 13-20, 1992, http://www.jstor.org/stable/4398517.
10. Omvedt, Gail, (1976), 'Cultural Revolt in a Colonical Society: The non-Brahman Movement in Western India', 1873-1930, Scientific Socialist Education Trust, Bombay.
11. Omvedt, Gail, (2005), 'Ambedkar. Towards an Enlightened India,' Penguin Publication.
12. Omvedt, Gail, (2003), 'Buddhism in India : Challenging Brahmanism and Caste', Sage Publication.
13. Omvedt, Gail, (1995), 'Dalit Visions', Orient Longman Publication.
14. Omvedt, Gail; (1993), 'Reinventing Revolution : New Social Movements and Socialist Tradition in India', M.E. Sharpe Publication.

15. Omvedt, Gail, (1991), 'Violence Against Women : New Theories and New Movements in India,' Kali for Women.
16. Omvedt, Gail, (June, 1978), 'Towards a marxist Analysis of Caste : A Response to B.T. Randive', (Article), Social Scientist, Vol. 6, No. 11 (Jan. 1978) p.p. 70-76.
17. Omvedt, Gail, (1982). 'Marxists and Caste,' Economic and Political Weekly, Vol. 17, No. 10 (Mar 6, 1982), p. 345, http://www.jstor.org/stable/4370738.
18. Omvedt, Gail, (Aug. 1973), 'Development of the Maharashtrian Class Structure, 1818 to 1931', Economic and Political Weekly, Vol. 8, No 31/33, Special Number (Aug. 1973), http://www.jstor.org/stable/4362921.
19. Omvedt, Gail/Chetna Gala, (July 2, 1988), 'Peasant Question is a class Question', Economic and Political Weekly, Vol. 23, No. 27 (Jul. 2, 1988), pp 1394-1396, http://www.jstor.org/stable/4378707.
20. Pankaj, Ashok K., (2007). 'Engaging with Discourse on Caste, Class and Politics in India,' South Asia Research 2007, 27, 333http://Sar.sagepub.com/cgi/content/abstract/27/3/333.
21. Patil, Sharad, (Feb. 1979), 'Dialectics of Caste and Class Conflicts, Economic and Political Weekly, Vol. 14, No. 7/8, Annual Number-Class and Caste in Indiahttp://www.jstor.org/stable/4367349.
22. Patil, Sharad, (1989), 'Mobilising Scheduled Castes and Scheduled Tribes,' Economic and Political Weekly, September 2 – 9, 1989.
23. Patil, Sharad, (1995), 'Burden and Burden Bearers of Marx, Economic and Political Weekly', Dec. 9, 1995.
24. Palshikar Suhas & Rajeshwari Deshpande, 'Intergenerational Occupational mobility Across Caste Groups : A Study of Pune City', Dept. of Politics and Public Administration, University of Pune.
25. Quigley, Declan, 'The Interpretation of Caste,' Oxford India Paperbacks', Oxford University Press.
26. Roy, Kumkum, (2008), 'Kosambi and Question of Caste,' Economic and Political Weekly, July, 26, 2008.
27. Sharma, K.L., (ed.) (1995), 'Social Inequality in India,' 'Rawat Publications,' Jaipur and New Delhi.
28. Sharma, K.L., (ed.) 'Caste and Class in India', Rawat Publications, Jaipur and New Delhi.

29. Teltumbde, Anand, (2006-2007), 'Capitalism and the Caste Question', Occassional Paper Series, Dept. of Sociology, University of Pune.
30. Teltumbde, Anand, (2008), 'Globalisation and Dalits: A Perspective of Buddhist Economics'; Srujan Prakashan, Navi Mumbai-14.
31. Teltumbde, Anand, (2008), 'Khairlanji- A Strange and Bitter Crop,' Navayana Publishing.
32. Thapar, Ramila, (2008), 'Early Indian History and the Legacy of D.D. Kosambi', Economics and Political Weekly, July, 26, 2008.
33. Thorner, Alice, (1982), 'Semi-Feudalism or Capitalism? Contemporary Debate on Classes and Modes of Production in India', Economic and Political Weekly, Vol. 17, No.51, (Dec-18, 1982) http://www.jstor.org/stable/4371676.

लेखक-परिचय

प्रा. संजयकुमार कांबळे हे सावित्रीबाई फुले पुणे विद्यापीठ, पुणे येथील क्रांतिज्योती सावित्रीबाई फुले स्त्रीअभ्यास केंद्रात साहाय्यक प्राध्यापक आहेत. त्यांनी समाजशास्त्र या विषयात एम.ए., एम.फिल. केले. ते समाजशास्त्रात आणि स्त्रीअभ्यासात NET-JRF झाले आहेत.

त्यांच्या एम.फिल.चा विषय ''डॉ. जी.एस. घुर्ये आणि डॉ. बी.आर. आंबेडकर यांचे जातिविषयक विचार : एक तुलनात्मक अभ्यास'' हा होता. 'जात आणि जनगणना : भारतातील प्रमुख प्रवाही समाजशास्त्र – चिकित्सक पुनरावलोकन' ही पुस्तके क्रांतिज्योती सावित्रीबाई फुले स्त्री अभ्यास केंद्राने प्रकाशित केली. त्यासाठी त्यांना नवाजबाई रतन टाटा ट्रस्टची फेलोशिप मिळाली. 'चला, ओळख करून घेऊ या लिंगगुणोत्तराची!' या पुस्तिकेचे सहलेखन त्यांनी केले आहे.

डायमंड प्रकाशनाचे 'दलित स्त्रियांच्या मुक्तीचा प्रश्न' हे पुस्तक प्रकाशित. देशभरातील अग्रगण्य विद्यापीठांतील राष्ट्रीय-आंतरराष्ट्रीय चर्चासत्रांतून आणि कार्यशाळांतून ४५ शोधनिबंधांचे वाचन, अनेक चर्चासत्रांत सक्रिय सहभाग यांचेबरोबरच विविध नियतकालिकांतून त्यांचे जवळपास ३० शोधनिबंध प्रसिद्ध झाले आहेत.

जात, वर्ग, लिंगभाव, हिंसाचार, दारिद्र्य, सामाजिक परिवर्तनाच्या चळवळी आणि आंदोलने जागतिकीकरण यांच्या अभ्यासावर त्यांचा विशेष भर आहे.